பேட்ரிக் ஆலிவெல்

இலங்கையில் பிறந்து வளர்ந்தவர். ஆக்ஸ்ஃபோர்ட் பல்கலைக்கழகத்தில் முதுகலைப் பட்டமும் பென்சில்வேனியா பல்கலைக்கழகத்தில் முனைவர் பட்டமும் பெற்றவர். தற்சமயம் அவர் அஸ்டினில் உள்ள டெக்டாஸ் பல்கலைக்கழகத்தில் தகைமைப் பேராசிரியராகப் பதவிவகிக்கிறார். அமெரிக்கன் ஓரியன்டல் சொஸைட்டியின் முன்னாள் தலைவர். அமெரிக்கன் அகாடமி ஆஃப் ஆர்ட்ஸ் அண்ட் சயின்ஸஸின் தேர்ந்தெடுக்கப்பட்ட உறுப்பினராகவும் அங்கம்வகித்தவர். இவர் 30-க்கும் மேற்பட்ட நூல்களை எழுதியிருக்கிறார். இவருடைய நூல்கள் பலவும் அமெரிக்கன் அகாடமி ஆஃப் ரிலிஜியன், அசோஸியேஷன் ஆஃப் ஏசியன் ஸ்டடீஸ் போன்றவற்றின் விருதுகளைப் பெற்றிருக்கின்றன. இவரது கட்டுரைகள் மூன்று தொகுதிகளாக வந்திருக்கின்றன: Language, Texts, and Society; Ascetics and Brahmins Reading Texts; Narrating History.

பேட்ரிக் ஆலிவெல்லின்
முக்கியமான பிற நூல்கள்:

- *Yājñavalkya Dharmaśāstra: The Textual History of a Hindu Legal Code.*
- *Reader on Dharma: An Historical Sourcebook in Classical Indian Law.*
- *King, Governance, and Law in Ancient India: Kauṭilya's Arthaśāstra.*
- *Life of the Buddha: Buddhacarita by Asvaghosa.*
- *Dharmasutra Parallels.*
- *Manu's Code of Law: A Critical Edition and Translation of the Manava-Dharmasastra.*
- *Dharmasūtras: The Law Codes of Ancient India* (annotated translation of the Dharmasūtras of Āpastamba, Gautama, Baudhāyana, and Vasiṣṭha).
- *The Early Upaniṣads: Annotated Text and Translation.*
- *Pancatantra: The Book of India's Folk Wisdom.*
- *The Āśrama System: History and Hermeneutics of a Religious Institution.*
- *Rules and Regulations of Brahmanical Asceticism:* critical edition and translation of Yādava Prakāśa's Yatidharmasamuccaya.
- *Renunciation in Hinduism: A Medieval Debate: Volume I: The Debate and the Advaita Argument.*
- *Renunciation in Hinduism: A Medieval Debate. Volume II: The Viśiṣṭādvaita Argument.*

அசோகர்

ஒரு தத்துவவியலாளர்-அரசரின் சொல்லோவியம்

பேட்ரிக் ஆலிவெல்

தமிழில்

சீனிவாச ராமாநுஜம்

எதிர்
வெளியீடு

அசோகர்
ஒரு தத்துவவியலாளர்–அரசரின் சொல்லோவியம்
பேட்ரிக் ஆலிவெல்
தமிழில்: சீனிவாச ராமாநுஜம்
முதல் பதிப்பு: அக்டோபர் 2024

எதிர் வெளியீடு,
96, நியூ ஸ்கீம் ரோடு, பொள்ளாச்சி – 642002.
தொலைபேசி: 04259 – 226012, 99425 11302.

வடிவமைப்பு: பா. ஜீவமணி

விலை: ரூ. 750

Acokar: Oru tattuvaviyalaḷar- aracariṉ colloviyam
Tamil translation of "Ashoka: Portrait of a Philosopher King"
First published by Ethir Veliyeedu, (2024)
By arrangement with HarperCollins Publishers India Private Limited

© Patrick Olivelle

Translated by Srinivasa Ramanujam

Published by
Ethir Veliyeedu, 96, New Scheme Road. Pollachi – 2.
email: ethirveliyedu@gmail.com
www.ethirveliyeedu.com

Layout: B. jeevamani

Price: ₹ 750

ISBN: 978-81-19576-27-2

Printed by: Jothy Enterprises, Chennai.

All rights reserved. No part of this book may be reprinted or reproduced or utilised in any form or by any electronic, mechanical or other means, now known or hereafter invented, including Photocopying and recording, or in any information storage or retrieval system, without permission in writing from the Publisher.

𑀘𑀧𑀟𑀬𑁂 𑀮𑀺𑀧𑀺𑀓𑀭𑀬𑁂
சபடாயே லிபிகராயே
capaḍāye lipikarāye

தங்களுடைய கடும் உழைப்பின்,
வியர்வையின் மூலம்
இருபத்திரண்டு நூற்றாண்டுகளுக்குப் பிறகு
அசோகருடைய செய்திகளை
நாம் படிக்கும் சாத்தியப்பாட்டை
உருவாக்கிக்கொடுத்த
சபடாவுக்கும்
அவருடைய சக
எழுத்தர்கள், சிப்பியர்கள், கல்தச்சர்கள்
ஆகியோருக்கும்

உள்ளடக்கம்

தொகுப்பாசிரியர் முன்னுரை ix
முன்னுரை xv
நன்றி xix
முகவுரை xxi
    பல அசோகர்கள் xxi
    ஏதேனும் ஒரு பெயரில் அசோகர் xxxiii
    அசோகரின் காலவரிசை xli

பகுதி ஒன்று
ராஜா: அரசராக அசோகர்

1. மௌரியர் 5
2. ஆட்சியாளர் 22
    நிலப்பரப்பும் மக்கள்தொகையும் 24
    ஆட்சிமை 37
    கற்பிதக் குமுகம் 60
    தூதியல் 64
    சமூகம் 70
3. எழுத்தாளர் 78
4. கட்டுநர் 111

பகுதி இரண்டு
உபாசகர்: பௌத்தராக அசோகர்

5. பற்றுறுதியை ஆழப்படுத்துதல் 131
    பௌத்தராதல் 131
    யாத்திரை மேற்கொள்ளுதல் 142
6. சங்கத்துக்கு அறிவுறுத்துதல் 148
    சங்கத்துக்கு வழிகாட்டுதல் 149
    சங்கத்தைக் கடிந்துரைத்தல் 161

7.	பற்றுறுதியைப் பரப்புதல்	174
	அசோகரது பௌத்தம்	185

பகுதி மூன்று
தர்மம்: தார்மிகத் தத்துவவியலாளராக அசோகர்

8.	சுழலச்சாக தர்மம்	193
	அசோகருக்கு முன்பிருந்த தர்மம்	199
9.	தார்மிகத் தத்துவமாக தர்மம்	206
	தர்மமாக அகிம்சை	207
	அசோக தர்மம்	221
	மௌனத்திலிருந்து சேகரித்தல்	234
10.	தர்மத்தைப் போதித்தல்	242
	தர்மத்துக்கான பார்வையாளர்கள்: பாலினமும் வர்க்கமும்	244
	தர்மத்தை வளர்க்க எழுதுதல்	249
	தர்மத்துக்கான சேவையில் ஆட்சிமையும் தூதியலும்	257
	தர்மத்தின் முன்மாதிரி	265

பகுதி நான்கு
பாஸந்தா: ஐக்கியராக அசோகர்

11.	மதப் பன்மைத்துவம்	277
	அசோகரும் பாஸந்தாக்களும்	277
	அசோகரும் வெகுஜன மதங்களும்	299
12.	ஐக்கியவாதம்	308
13.	குடிமை மதம்	331
	முடிவுரை	343
	அசோக மரபும் அசோகரது பரிசோதனை முடிச்சவிழ்ப்பும்	343
	பின்னிணைப்பு	357
	அசோகக் கல்வெட்டுகளின் தொகுப்பு	357
	சொல்விளக்கம்	413
	துணை நூல்கள்	417
	சுட்டி	431

இந்திய வாழ்க்கைகள் வரிசை
தொகுப்பாசிரியர் முன்னுரை

இந்திய வாழ்க்கைகள் என்று அழைக்கப்படும் இந்த வரிசையில், இது முதலாவது புத்தகம். இந்த வரிசையானது துணைக்கண்டத்தின் செழிப்பான, சிக்கலான, முரண்பட்ட வரலாற்றை வாழ்க்கை வரலாறுகளின் ஊடாக முன்வைக்க முயல்கிறது. ஆட்சியாளர்கள் குறித்து — தேர்ந்தெடுக்கப்பட்டவராக இருந்தாலும், வம்சாவளியினராக இருந்தாலும்; சிந்தனையாளர்கள் குறித்து — ஆன்மிக ரீதியாக இருந்தாலும், அறிவியல்ரீதியாக இருந்தாலும்; கலைஞர், எழுத்தாளர், சமூகச் சீர்திருத்தவியலாளராக இருந்தாலும் இந்த வரிசையில் உள்ள ஒவ்வொரு புத்தகமும் ஏற்றுக்கொள்ளப்பட்டிருக்கும் அறிஞர்களால் எழுதப்படும். அதாவது, யார் குறித்து எழுதுகிறார்களோ அவர்கள் குறித்தும், அவர்களது காலம் குறித்தும் நன்கு அறிந்தவர்களாகவும், மூலாதாரத் தரவுகளைக் கொண்டு ஆழமாக ஆராய்ந்து, எளிதில் அணுகும் விதத்தில், நேர்த்தியான மொழியில் எழுதக்கூடியவர்களாகவும் இருப்பார்கள். முன்னுதாரண, தாக்கம்செலுத்திய, அல்லது சர்ச்சைக்குரிய தனிநபர்களாக இருந்தாலும், அவர்களது வாழ்க்கையின் ஊடாக இந்த வரிசையானது பண்டைய காலத்திலிருந்து தற்காலம் வரையிலான இந்திய வரலாறு குறித்துப் புத்தம்புதிய பார்வைகளையும் ஆழமான தெளிவு கொடுக்கும் பார்வைகளையும் கொண்டிருக்கும்.

இந்த நோக்கத்துக்கு, அதாவது யார் குறித்து எழுதப்படுகிறது, யார் எழுதுகிறார் என்ற இரண்டும் விஷயங்களிலும் இந்த முதல் புத்தகம் மிகவும் பொருந்திப்போகிறது. பேட்ரிக் ஆலிவெல் இலங்கையில் பிறந்தவர். இங்கிலாந்திலும் அமெரிக்காவிலும் பயின்றவர். பண்டைய இந்தியா குறித்து எழுதும் சமகால அறிஞர்களுள் இவர் மிக முக்கியமானவராக இருக்கிறார் என்றால், இந்திய வரலாற்றில் அசோகர் அசாதாரண மனிதராக இருக்கிறார் — இவருடைய கருத்துகள் நீடித்துநிற்கக்கூடிய மரபாக இருக்கும் அளவுக்கு வழக்கத்துக்கு மாறான ஒருவராக,

சுயபிரதிபலிப்பு கொண்ட பேரரசராக இருக்கிறார். அசோகர் குறித்து ஆலிவெல் இவ்வாறு எழுதுகிறார்: 'நான் அவரைத் தனித்துவமானவர் என்றழைக்கிறேன். ஏனெனில், உலக வரலாற்றிலேயே இவரைப் போல் வேறொருவர் கிடையாது. அவர் தனியாக நிற்கிறார். அவர் ஆழமான உறுதிப்பாடுகள் கொண்டிருந்த அரசராக மட்டுமல்லாமல், ஆழமான அகநோக்கு கொண்ட அரசராகவும், மனிதராகவும்... ஒருவேளை, உலக வரலாற்றிலேயே 'என்னை மன்னித்துவிடுங்கள்' என்று சொல்லும் அளவுக்கு பலம் கொண்ட ஒரே அரசராகவும் இருக்கிறார்.'

அரசர்கள் தார்மிகத் தத்துவம் கொண்டிருப்பதில் தனித்துவமானவராக இருக்கிறார் அசோகர். இதை அவரது பிரஜைகள் உள்வாங்கிக்கொள்ள வேண்டும் என்றும் முயன்றார். பரந்துவிரிந்திருந்த அவரது பேரரசு முழுக்கப் பாறைகளிலும் தூண்களிலும் அவர் உருவாக்கியிருந்த கல்வெட்டுகள் மூலம் வரும் தலைமுறையினருக்குத் தன்னுடைய வார்த்தைகளைக் கடத்துவதில் பண்டைய அரசர்களுள் தனித்துவமான ஒருவராக இருக்கிறார் அசோகர். 'அவருடைய எழுத்துகளைப் படிக்கும்போது, எழுதுவது அவருக்குப் பெருத்த சந்தோஷத்தைக் கொடுத்திருக்க வேண்டும் என்பதாக உணர்கிறேன்' என்கிறார் ஆலிவெல். மேலும், 'ஒருவேளை, எழுதுவதற்கான நுட்பத்தை அறிந்திருப்பதாகவும் அவர் நினைத்திருக்கலாம்' என்று சொல்லும் ஆலிவெல், அவரது எழுத்துகள் 'வசீகரிப்பவையாக' இருக்கின்றன என்கிறார். இந்த வாழ்க்கை வரலாற்றியலாளர், அவருடைய பங்குக்கு வார்த்தை விளையாட்டுகள் மீதான, மோனைகள் மீதான ஆட்சியாளரின் நாட்டத்தை மிகத் திறமையாக நம்முடைய கவனத்துக்குக் கொண்டுவருகிறார்.

அசோகரது சொந்த வார்த்தைகளே இந்தப் புத்தகத்துக்குப் பிரதான மூலமாக இருக்கின்றன. இருந்தாலும், பல்வேறு மொழிகள், பலவிதமான இலக்கிய வகைகளில் உள்ள பிற மூலங்கள் குறித்த அவரது அசாத்தியமான அறிவிலிருந்தும் அவர் பல விஷயங்களைப் பெற்றுக்கொள்கிறார். இந்தக் கதையாடல், ஆட்சியாளரின் நோக்கங்களையும் செயல்பாடுகளையும் அவரது காலத்தின் பரந்துபட்ட அரசியல்ரீதியான, சமூகரீதியான பின்னணியோடு இணைத்துப் பார்த்து வாழ்க்கையையும் வரலாற்றையும் எந்தச் சிரமமும் இல்லாமல் ஒன்றென நெய்கிறது.

மௌரிய ராஜ்ஜியத்தின் கட்டுப்பாட்டில் இருந்த நிலப்பரப்புக்குள் காணப்பட்ட பலதரப்பட்ட மொழிகள், மதங்கள், மௌரியர்கள் தொடர்புகொண்டிருந்த பாரசீக, கிரேக்க உலகங்கள் என்று அசோகர் பலவிதமான பண்பாட்டுத் தாக்கங்களுக்கு ஆட்பட்டு வளர்கிறார்.

அவர் வாழ்ந்த, உலகுணர்வு கொண்ட தலைநகரமான பாடலிபுத்திரம் இந்தியாவின், உலகின் வெவ்வேறு பகுதிகளிலிருந்து பல்வேறு மொழிகள் பேசிய, பல்வேறு மத மரபுகளைப் பின்பற்றிய வியாபாரிகளையும் அறிஞர்களையும் கைவினைஞர்களையும் வரவேற்று அரவணைத்துக்கொண்டது. 'இப்படியான வளர்ப்பு, அசோகரது தார்மிகத் தத்துவத்தின் விரிந்த, ஏன் உலகளாவிய தொலைநோக்குப் பார்வையை ஓரளவு விளக்குவதாக இருக்கிறது' என்கிறார் ஆலிவெல்.

அசோகரின் அரசு செயல்பட்ட விதத்தையும், அதாவது நிர்வாகப் படிநிலையில் பல்வேறு நிலைகளில் இருந்தவர்களுக்கு எப்படி வேறான பொறுப்புகள் அளிக்கப்பட்டன என்பதையும் ஆலிவெல் சிறப்பாக விவரிக்கிறார். துணைக்கண்டம் முழுக்கப் பேரரசர் பயணித்திருக்கிறார். அவர் ஆட்சிபுரிந்த மக்கள் குறித்தும், அவரது நிலப்பரப்பு குறித்தும் புவியியல்ரீதியான, சமூகவியல்ரீதியான அறிவை அவர் பெருமளவு பெற்றிருந்தார். குறிப்பாக, அவரது அதிகாரிகளுக்குப் பெருமளவு தன்னாட்சி அதிகாரத்தை வழங்கினார். இப்படியாக, 'இறுதியாக, முழுமுற்றான அதிகாரத்தைப் பேரரசர் தன்னுடைய கட்டுப்பாட்டில் வைத்திருந்தார் என்றபோதும், பேரரசுக்குள்ளாக அதிகாரத்தைப் பரவலாக்கினார்.'

அதிகாரிகள் தங்களுடைய நடத்தைகளில், தீர்மானங்களுக்கு வருவதில் நிதானமாகவும் நியாயமாகவும் இருக்க வேண்டும் என்று அசோகர் அறிவுறுத்துகிறார். 'பொறாமைப்படுதல், உணர்ச்சிவசப்படுதல், கொடுமையாக நடந்துகொள்ளுதல், அவசரப்படுதல், பற்றார்வமற்று இருத்தல், சோம்பேறியாக இருத்தல், அக்கறையற்று இருத்தல் போன்றவற்றைத் தவிர்க்க வேண்டும்' என்கிறார். மக்கள் சேவையில் தன் பிரஜைகளின் நலனுக்காக அரும்பாடுபடும் புதிய லட்சியத்தைத் தனக்கும் தனது அதிகாரிகளுக்கும் கோடிட்டுக்காட்டுகிறார். 'தீவிரமாக முயல்வதில் நான் எப்போதும் தளர்வடைவதில்லை...' என்று ஒரு அரசாணையில் எழுதுகிறார். 'ஏனெனில், எல்லா மக்களுடைய நலன்களையும் என்னுடைய பொறுப்பாகப் பார்க்கிறேன். இதன் வேர், மீண்டும் தீவிரமாக முயல்வதிலும் விஷயங்களை முடிவுக்குக் கொண்டுவருவதிலும்தான் இருக்கிறது. மொத்த உலகின் நன்மைக்காக உழைப்பதைவிட வேறு முக்கியமான காரியம் என்று எதுவும் இருக்க முடியாது.'

கட்டடக்கலையில் மட்டுமல்லாமல் எழுதுவதிலும் அசோகர் புதிய கண்டுபிடிப்புகளைச் செய்திருக்கிறார். துணைக்கண்டத்தின் வெவ்வேறு பகுதிகளில் அவர் எழுப்பியிருக்கும் பிரம்மாண்டமான, ஈர்க்கக்கூடிய தூண்களுக்கு இந்திய வரலாற்றின் முன்மாதிரி என்று

எதுவும் இருந்ததில்லை. இந்தத் தூண்கள் குறித்தும் தூண்களை அலங்கரிக்கும் கட்டமைப்பு குறித்தும் அதன் குறியீட்டுத்தன்மை குறித்தும் ஆலிவெல் மிக நுட்பமாக ஆராய்கிறார். பேரரசருடைய பிரஜைகளின் கவனத்தைப் பெற வேண்டும் என்பதற்காக மக்கள் யாத்திரைகள் போகும் பாதைகளில்தான் இந்தத் தூண்கள் பெரும்பாலும் நிறுவப்பட்டிருக்கின்றன.

அசோகர் ஒரு பௌத்தராக இருந்தாலும்கூடப் பிற மதங்கள் எவற்றையும் கண்மூடித்தனமாக எதிர்க்கவில்லை. அசோகரது 'ஐக்கியவாதம்' (ecumensim) என்று ஆலிவெல் அழைப்பதைக் – இது, வேறான பற்றுறுதிகள் கொண்ட மக்கள் ஒன்றுசேர்ந்து வாழ்வதற்கும், ஒருவரிடமிருந்து ஒருவர் கற்றுக்கொள்வதற்கும் பேரரசர் அழுத்தம் கொடுப்பதைக் குறிக்கிறது – கையாளும் பகுதி இந்தப் புத்தகத்தின் மிக அற்புதமான பகுதியாக இருக்கிறது. அவரது ஓர் அரசாணை, வேறான மத லட்சியம் கொண்டிருப்பவர்களை அல்லது வாழ்க்கை முறைகள் கொண்டிருப்பவர்களை இழிவுபடுத்தக் கூடாது என்று பிரஜைகளிடம் கேட்டுக்கொள்கிறது. வேறொரு கட்டளை இன்னும் நேர்மறையாக, வேறான பற்றுறுதிகள் கொண்டிருக்கும் அறிஞர்கள் ஒருவரையொருவர் சந்திக்க வேண்டும் என்றும், சொல்லப்போனால் 'ஒருவர் மற்றொருவர் சொல்வதைக் கேட்டு அவரிடமிருந்து வழிகாட்டுதல் பெற வேண்டும்...' (இவை அசோகரின் சொந்த வார்த்தைகள்) என்றும் முன்வைக்கிறது.

ஓர் ஆட்சியாளராக, அசோகர் அவரது சொந்தப் பற்றுறுதியைப் பிடிவாதமாகக் கொண்டு, அதன் அடிப்படையில் அவரது பேரரசுக்குள் காணப்பட்ட பலதரப்பட்ட மதங்களை ஒற்றைத்தன்மையில் அல்லது தட்டையாக மாற்றாமல் அவற்றின் பன்மைத்துவத்தைத் தக்கவைக்கவும் வளர்த்தெடுக்கவும் முயன்றார். பலவிதமான மதக் குழுமங்களில் உள்ள கற்றறிந்தவர்களுக்கு இடையே 'உடன்படிக்கை, இசைவுத்தன்மை, பரஸ்பர மரியாதை போன்றவற்றை ஊக்குவிக்க' அசோகர் முயன்றதாக ஆலிவெல் எழுதுகிறார். அவர்கள், 'மற்றவர்களைவிடத் தான் மேலானவர் என்றும், மற்றவர்களின் தர்மத்தைவிடத் தன்னுடையதே மேலானது என்றும், மற்றவர்களை இழிவாகப் பார்க்கும் போக்கைக் கைவிட வேண்டும்' என்றும் வேண்டிக்கொள்கிறார். அதே சமயத்தில், திருவிழாக்களின்போது ஆபாசம், குடி, கட்டுப்பாடின்றி விலங்குகளை பலிகொடுப்பது போன்றவற்றோடு தொடர்புபடுத்தப்படும் நாட்டாரியல் அல்லது வெகுஜன மதங்கள் குறித்துத் தெளிவற்ற பார்வையையும் கொண்டிருக்கிறார்.

அசோகரின் தார்மிகத் தத்துவம் மிகக் கவனமாகச் சிந்திக்கப்பட்ட, மிக ஆழமாக உணரப்பட்ட ஒன்றாக இருக்கிறது. தர்மத்துக்கு ஈடுகொடுப்பது

அவரது பிரதானப் பண்பாக இருக்கிறது. சொல்லப்போனால், நமக்குக் கிடைக்கக்கூடிய சில ஆயிரம் வார்த்தைகளை மட்டுமே கொண்டிருக்கும் அவரது இலக்கிய ஆக்கத்தில் தர்மம் என்ற சொல் நூறு முறைகளுக்கு மேல் பயன்படுத்தப்படுகிறது. அவருடைய எழுத்துகளிலெல்லாம், 'தார்மிகரீதியாக வாழ்வதன் முக்கியத்துவத்தை மக்களுக்குக் கற்பிக்க வேண்டும் என்று உணர்வுபூர்வமாக உணர்ந்த ஒரு மனிதரை' ஆலிவெல் பார்க்கிறார். கண்ணியமான மொழிக்கு, அதாவது ஒருவர் 'பேச்சைக் கட்டுப்படுத்திக்கொள்வது, நாவடக்கம்' ஆகியவற்றுக்கு அவர் கொடுக்கும் அழுத்தம் அசோகரின் தர்மத்தில் பளிச்சென்று தெரியக்கூடிய அம்சமாக இருக்கிறது.

பார்ப்பனியச் சிந்தனையில் உள்ளதுபோல் இல்லாமல், அசோகரின் தத்துவத்தில் சாதி, வர்க்கம் அல்லது சமூக வேறுபாடுகள் எல்லாவற்றையும் கடந்து எல்லோரும் பின்பற்றக்கூடிய ஒரே தார்மிக விதியைக் கொண்டிருக்கிறது. அவரது தர்மத்தின் பிரதான அம்சம் அகிம்சை, அதாவது வன்முறையைத் தவிர்த்தல் — அதாவது, மானுடர்கள் அல்லது மானுடரல்லாத பிற உயிர்களிடமும் வன்முறையுடன் நடந்துகொள்ளாமல் இருப்பது. இந்தப் புத்தகத்தின் பிரமிக்கத்தக்க பகுதியில், மாமிசம் உண்பதை மட்டுப்படுத்த வேண்டும் என்று அசோகர் போதிக்கத் தொடங்குகிறார் என்றாலும் மாமிச உணவை முற்றிலுமாகத் தவிர்க்கும் நிலைக்கு நகர்ந்ததாக ஆலிவெல் குறிப்பிட்டு உணர்த்துகிறார். ஆக, இந்திய வரலாற்றில், உலக வரலாற்றில் முற்றிலும் தனித்துவமான ஒருவராக மாறுகிறார்: சைவ உணவாளர் அரசர்.

இருந்தாலும்கூட, அகிம்சையை நடைமுறைப்படுத்துவதிலும் முதன்மைப்படுத்துவதிலும் பல அசோகரிய விலகல்கள் இருக்கத்தான் செய்கின்றன. அதில் ஒன்று போர் தொடர்பானது. வெகுஜனப் புரிதல்களுக்கு மாறாக, 'அசோகர் மன்னிப்பு கோருகிறவராக இருக்கிறாரே தவிர வினையாற்றா அமைதியாளராக (pacifist) இல்லை' என்று ஆலிவெல் எழுதுகிறார். கலிங்கப் போரில் ஏற்பட்ட அழிவு அவரை அதிர்ச்சிக்குள்ளாக்கி அவமானப்பட வைத்தது என்றாலும்கூட, அரசை அதன் விரோதிகளிடமிருந்து பாதுகாப்பதற்கு பலமான ராணுவத் தேவையை அவர் அங்கீகரிக்கிறார்.

அசோகர் தனது கருத்துகளைப் பெருமளவு அரசு நிர்வாகத்தின் ஊடாக முன்னிலைப்படுத்த முயன்றார். சொல்லப்போனால், அரசனின் பரந்த, முற்றிலும் வேறான புலங்களில் தர்மத்தைப் பரப்புவதை முதன்மைப் பொறுப்பாகக் கொண்டிருக்கும் அதிகாரிகளுக்கென்று ஒரு புதிய அலுவலகத்தையும் அவர் உருவாக்குகிறார். ஆனாலும், இந்தத் தார்மிகரீதியான ஆழ அகலத்தையெல்லாம் மீறி, அசோகரின் தர்மம்

அடிப்படையில் ஒரு ஆண் தர்மமாகவே இருந்தது; ஆண்களுக்கான ஒன்றாக மட்டுமே இருந்தது. ஆலிவெல் எழுதுவதுபோல் 'அசோகரது எழுத்துகளில் பெண்கள் புலப்படாதவர்களாக இருக்கிறார்கள்' என்பது எப்படியான ஆண்மைய உலகத்தில் அசோகர் இயங்கிக்கொண்டிருந்தார், ஆட்சிபுரிந்தார் என்பதைப் பிரதிபலிப்பதாக இருக்கிறது.

ஓர் ஆட்சியாளர் இலக்கியத்தன்மையோடு எழுதுவது மிக அபூர்வமானது என்றால், ஓர் அறிஞர் இலக்கியத்தன்மையோடு எழுதுவதும் அவ்வளவு சுலபமாகக் காணக்கூடியதல்ல. ஆய்வின் கறார்த்தன்மை, தீர்மானங்களுக்கு வரும் நுட்பம், நேர்த்தியான எழுத்து என்றெல்லாம் கொண்டிருப்பதால் பேட்ரிக் ஆலிவெலின் 'அசோகர்', வாழ்க்கை வரலாறுகள் எழுதுவதற்குப் புதிய தரநிலையை முன்வைக்கிறது எனலாம். 'இந்திய வாழ்க்கைகள் வரிசை'யின் தொகுப்பாசிரியராக, இவ்வளவு அற்புதமாக ஆராயப்பட்ட, படிக்கத் தூண்டும் ஒரு புத்தகத்தை இந்த வரிசையின் முதல் புத்தகமாகக் கொண்டுவருவதில் நான் உண்மையிலேயே பெருமைப்படுகிறேன்.

ராமச்சந்திர குஹா

முன்னுரை

அரசர் அசோகர் குறித்த இந்தச் சொல்லோவியமானது அடிப்படையில் அறிந்தவர்களுக்கும் அறிந்துகொள்ள ஆவல் கொண்டவர்களுக்குமானது. இதனால், இது கல்விப்புலக் குமுகத்தைச் சேர்ந்தவர்களைக் குறிக்கோளாகக்கொண்டிருக்கவில்லை. கறாரானகல்விப்புலப் பண்புகளை அடிப்படையாகக் கொண்டிருந்தாலும்கூட, கல்விப்புலத்தினர் மட்டுமே பயன்படுத்தும் சொற்களை முடிந்தமட்டும் தவிர்க்க முயன்றிருக்கிறேன். கல்விப்புலம் தொடர்பான பிரத்யேக விஷயங்கள் அடிக்குறிப்புகளாகக் கொடுக்கப்பட்டிருக்கின்றன. மேலும், கல்விப்புலம் சார்ந்த எழுத்துகளில் தொடர்ந்து பயன்படுத்தப்படும் ஒலிக்குறிப்புகளைப் பெரும்பாலும் தவிர்த்திருக்கிறேன். அறிஞர்கள் உள்பட, பரந்துபட்ட அளவில் இதில் தகுதியானதை, சுவாரசியமானதைக் கண்டெடுப்பார்கள் என்பதே என்னுடைய எண்ணமாக இருக்கிறது.

அசோகர் மீது இருபத்தியொன்றாம் நூற்றாண்டு ஒரு புத்தார்வத்தை உருவாக்கியுள்ளது. அசோகர் குறித்து எழுதும் எவராக இருந்தாலும், 2006-இல் வெளிவந்த ஹாரி ஃபால்க்கின் மிக பிரம்மாண்டப் புத்தகமான 'Asokan Sites and Artefacts', தவிர்க்க முடியாத மூலமாக இருக்கிறது. அசோகர் மீதான என்னுடைய ஈடுபாடும் ஏறக்குறைய அதே காலத்தில்தான் தொடங்கியது. நான் இரண்டு ஆய்வரங்குகளை ஏற்பாடு செய்திருந்தேன். ஒன்று 2006-இல் அஸ்டின், டெக்டாஸில். இதைவிட மிகப் பெரிய ஆய்வரங்கு ஒன்றை 2009-ஆம் ஆண்டு டில்லியில் ஏற்பாடு செய்தேன். பிந்தைய ஆய்வரங்கு அஸ்டினில் உள்ள டெக்டாஸ் பல்கலைக்கழகம், ஜவாகர்லால் நேரு பல்கலைக்கழகத்தின் சென்டர் ஃபார் ஹிஸ்டாரிக்கல் ஸ்டடீஸ், இந்தியன் கவுன்சில் ஆஃப் ஹிஸ்டாரிகல் ரிசர்ச், அமெரிக்கன் இன்ஸ்ட்டியுட் ஆஃப் இந்தியன் ஸ்டடீஸ், இந்தியன் இன்டெர்நேஷனல் சென்டர் ஆகிய நிறுவனங்களின் ஆதரவில் நடந்தது. இது அசோகர் குறித்தும் அவரது காலம் குறித்தும் அதிக அளவில் ஆராய்ச்சிகள் மேற்கொள்வதற்கான நிறுவனரீதியான

ஆர்வத்தையே வெளிப்படுத்துகிறது. இந்த ஆய்வரங்கங்கள் இரண்டு தொகுப்புகளைக் கொடுத்தன: 'Asoka in History and Historical Memory' (Olivelle 2009); 'Reimagining Asoka: Memory and History' (Olivelle, Leoshko and Ray, 2012). அசோகர் குறித்து மேலும் ஒரு புத்தகம் 2012-இல் வெளிவந்தது – 'Ashoka: The search for India's Lost Emperor'. இதை எழுதியவர் சார்ல்ஸ் ஆலன். இவரது கவனம் பத்தொன்பதாம் நூற்றாண்டில் கண்டெடுக்கப்பட்ட அசோகர் மீதாக இருக்கிறது. [இந்தப் புத்தகம் தமிழில் வெளிவந்துள்ளது: 'பேரரசன் அசோகன்: மறக்கப்பட்ட மாமன்னனின் வரலாறு', தமிழில்: தருமி – மொ.ர்]. அசோகரது அரசாணைகள் குறித்த திலீப் சக்கரவர்த்தியின் புவியியல்ரீதியான வாசிப்பு 'Royal Messages by the wayside: Historical Geopraphy of the Asokan Edicts' என்ற தலைப்பில் 2011-இல் வெளிவந்தது. அசோகரின் வாழ்க்கை வரலாறு குறித்த நயன்ஜோத் லாஹிரியின் முக்கியப் புத்தகமாக 'Ashoka in Ancient Times', 2015-இல் பிரசுரிக்கப்பட்டது. சமீபத்திய வரவுகளான அசோக் கண்ணாவின் 'Ashoka the Visionary: Life, Legend and Legacy', 2020-இலும், மிகத் தனிப்பட்ட முன்வைப்பான இர்வின் ஆலன் சியலியின் 'Asoca: A Sutra', 2021-இலும் வெளிவந்தவை. இந்தப் புத்தகம் அச்சுக்குச் சென்ற பின், நயன்ஜோத் லாஹிரியின் புத்தகமான 'Searching for Ashoka: Questing for a Buddhist King from India to Thailand' என்ற புதிய புத்தகம் வெளிவந்தது. ஆசியா முழுவதும் அசோகரது தாக்கத்தைப் படியெடுக்கும் இப்புத்தகமும் (Lahiri 2022), ஹெர்மன் டீகெனின் 'The Asoka Inscriptions' புத்தகமும் (Tieken 2023) வெளிவந்தன. துரதிர்ஷ்டவசமாக இந்தப் புத்தகங்களில் உள்ள விஷயங்களை முழுமையாக இந்தப் புத்தகத்தில் என்னால் உள்ளிணைத்துக்கொள்ள முடியவில்லை. மாபெரும் பேரரசர் குறித்துப் பிரவாகம்போல் வந்துகொண்டிருக்கும் புத்தகங்களில் என்னுடையது சமீபத்திய வரவாகிறது. மிகச் சிக்கலான, நுண்ணுணர்வு கொண்ட இந்த மனிதர் குறித்த இப்புத்தகம் புதிய வெளிச்சங்களைப் பாய்ச்சும் என்று நம்புகிறேன் – அதுவும் அவரது எழுத்துகளிலிருந்து தருவிக்கப்பட்ட வெளிச்சம்.

இந்தப் புத்தகம் கருத்தரித்தபோதும், இது எழுதப்பட்ட காலங்களிலும் என்னுடைய நண்பர்களும் சகாக்களும் பலவிதமான வழிகளில் எனக்கு உதவியிருக்கிறார்கள். அதில் மூவரை நான் தனித்துச் சொல்ல வேண்டியுள்ளது. இந்திய வாழ்க்கைகள் வரிசைக்குத் தொகுப்பாசிரியராக இருக்கும் ராமச்சந்திர குஹா இந்த வரிசையில் எழுதுவதற்கு என்னை அழைத்ததோடு மட்டுமல்லாமல், இந்தப் புத்தகத்தின் வரைவுப் பிரதியை முழுமையாகவும் மிகக் கவனமாகவும் படித்துப் பயனுள்ள வழிகளில் கருத்துகளைப் பகிர்ந்துகொண்டார். அவரது அழைப்பு இல்லையென்றால், இந்தப் புத்தகத்தை எழுத வேண்டும் என்று

நான் நினைத்துகூடப் பார்த்திருக்க மாட்டேன். இந்தப் புத்தகத்தின் வரைவுப் பிரதியை முழுமையாகப் படித்து, அவரது ஈடுயிணையற்ற வரலாற்று அறிவைக் கொண்டு இதை மேம்படுத்தும் வகையில் பல பயனுள்ள ஆலோசனைகளை தாமஸ் ட்ராட்மன் வழங்கினார். நான் மொழியாக்கம் செய்திருக்கும் அசோகரது எழுத்துகளை ஒரு மொழியியல் அறிஞருக்கான சீரிய பார்வையோடு ஜோயல் பிரெரட்டன் படித்தார். இவருடைய குறுக்கீடுகள் என் மொழியாக்கங்களை இன்னும் செழுமையாக்கின. இதுபோலவே கிரிகரி ஷோபென் வழங்கிய அவதானிப்புகள் என்னுடைய மொழியாக்கத்தை இன்னும் கூர்மைப்படுத்தின. அசோகரது கிரேக்க அரசாணைகளில் புதிய மொழியாக்கத்தை மைக்கேல் காகாரின் செய்துகொடுத்தார் என்றால், நா'மா பட்-எல் அராமெய மொழியாக்கங்களைச் செய்துகொடுத்தார். அசோகரது கல்வெட்டுகள் இருக்கும் இடங்கள் குறித்த வரைபடத்தை அற்புதமாக உருவாக்கிக்கொடுத்தவர் கொல்கத்தாவைச் சேர்ந்த பங்கய் சக்கரவர்த்தி. ராஜீவ் பார்கவா, டொனால்ட் டேவிஸ், ஹாரி ஃபால்க், ஆலிவர் ஃப்ரெய்பெர்கர், ஜானிஸ் லியோஷ்கோ, டிமோதி லூபின், க்ளார் மாயெஸ், சுஸ்மிதா பாசு மசூம்தார், ரிச்சர்ட் சாலமன், ஜான் ஸ்ட்ராங், ஹெர்மன் டீகென் போன்று பலரும் பல்வேறு வழிகளில் எனக்கு உதவியிருக்கிறார்கள். நமக்கு முன்னால் நிலத்தை உழுதவர்களின் தோளில் நின்றுகொண்டிருப்பதால்தான் நாம் நிமிர்ந்து உயரமாக நிற்கிறோம். இவர்களுக்கெல்லாம் என்னுடைய நன்றியைத் தெரிவித்துக்கொள்கிறேன். இவர்களுடைய பெயர்கள் அடிக்குறிப்புகளிலும் துணைநூல் பட்டியலிலும் நிறைந்திருக்கின்றன. இறுதியாக, ஹார்ப்பர்காலின்ஸ் இந்தியாவின் ஆசிரியர்களுக்கு என்னுடைய நன்றியைத் தெரிவித்துக்கொள்கிறேன். மிக நீண்ட இந்தத் தொகுப்பாசிரியர் பணியின்போது இவர்கள் காட்டிய நட்புணர்வுக்கு — குறிப்பாக, உதயன் மித்ரா, பிரேமா கோவிந்தன், தனுமா சஹா, செழுமைப்படுத்திய ஷ்ரேயா சக்கரவர்த்தி ஆகியோருக்கு எனது நன்றியைத் தெரிவித்துக்கொள்ள விரும்புகிறேன்.

இந்தப் புத்தகத்தில் கொடுக்கப்பட்டிருக்கும் அசோகக் கல்வெட்டுகளின் மொழியாக்கம், குறிப்பிட்டுச் சொல்லப்படவில்லை என்றால், என்னுடையவை. அசோகரது மொத்தக் கல்வெட்டுகளின் தொகுப்பும் பின்னிணைப்பில் கொடுக்கப்பட்டுள்ளது.

நான் இந்தப் புத்தகத்தை மறந்துபோன தனிநபர்க் குழுமத்துக்கு, அதாவது கல்தச்சர்கள், சிப்பியர்கள், எழுத்தர்கள் போன்று 'சாதாரண மக்களுக்கு' — இவர்களுடைய உழைப்பு எப்போதும் அங்கீகரிக்கப்படுவதில்லை — சமர்ப்பிக்கிறேன். இவர்கள் சிந்திய வியர்வைதான், அசோகரது எழுத்துகளை நாம் படிப்பதற்கென்று

பாதுகாத்து வைத்திருக்கிறது. நமக்கு சபடா என்ற பெயர் மட்டும்தான் தெரியவருகிறது. பிராமி எழுத்துகளைப் பயன்படுத்தியிருக்கும் இவருடைய ஆக்கத்தைத் தெற்கில் காண முடிகிறது. ஆனால், இவர் வடமேற்கைச் சேர்ந்தவராக இருக்கிறார். ஏனெனில், தன்னுடைய பெயரை கரோஷ்தீயில் எழுதியிருக்கிறார்.[1] வேறு பலரும் இருக்கிறார்கள் — சிற்பிகள், கலைஞர்கள், சுரங்கத் தொழிலாளிகள், பொறியாளர்கள், சாதாரண உழைப்பாளிகள்; இவர்களுடைய கூட்டு உழைப்புதான், அசோகருடையதாகக் குறிப்பிடப்படும் இந்த பிரம்மாண்டமான தூண்களையும், அதன் தலையில் உள்ளதையும் படைத்திருக்கிறது. இவர்கள் எல்லோரும் பெரும்பாலும் முகமற்றவர்களாக இருக்கிறார்கள். இந்த அற்புதமான கலைப்படைப்புகள் அனைத்தும் எந்த அளவுக்கு அசோகருடையவையாக இருக்கின்றனவோ அதே அளவுக்கு முகமில்லா இந்தத் தொழிலாளிகளுடையவையாகவும் இருக்கின்றன. அசோகர் மரபின் கொண்டாடப்படாத இந்த நாயகர்கள் குறித்து இந்த இடத்தில் நாம் சற்று நேரம் நினைத்துப்பார்ப்போம்.

பேட்ரிக் ஆலிவெல்

1 சபடாவின் பத்திரம் குறித்த விவாதத்துக்குப் பார்க்கவும்: *Falk* (2006: 58).

நன்றி

என்னைப் பொறுத்தமட்டில், இந்தப் புத்தகம் மூன்று விஷயங்களில் மிக முக்கியமானது. முதலாவதாக, அசோகர் என்று நாம் அறிந்திருக்கும் அரசன் பியதஸி, இன்று நாம் மதச்சார்பின்மை என்று சொல்லும் கருத்தாக்கத்தை இரண்டாயிரம் ஆண்டுகளுக்கு முன் கையாண்டிருப்பதைப் பேராசிரியர் பேட்ரிக் ஆலிவெல் திறம்பட நம் கவனத்துக்குக் கொண்டுவருகிறார். அசோகர் பற்றுறுதிமிக்க பௌத்தராக இருந்தாலும், ஓர் அரசராக எல்லாப் பாஸந்தாக்களையும் (மதங்களையும்) சமமாக நடத்தியிருக்கிறார். பண்டைய சிந்தனைகளிலிருந்து நம்முடைய சமகாலத் தேவைகளுக்கு எடுத்துக்கொள்ள எதுவும் இல்லை என்று சொல்பவர்கள் இதைக் கவனத்தில்கொள்ள வேண்டியுள்ளது. இரண்டாவது, கடந்த காலத்தை நாம் எப்படியாக அணுக முடியும் என்ற கேள்வி. நிகழ்காலத் தேவைகளை உள்ளடக்காமல், நம் காலத்தின் கருத்தாக்கங்களையும் சொற்களையும் பயன்படுத்தாமல் நம்மால் கடந்த காலத்தை அணுக முடியாது என்று பேராசிரியர் ஆலிவெல் மிகத் தெளிவாக முன்வைக்கிறார். இந்த அணுகுமுறையில், அசோகரது காலமும், அவருக்கு முந்தைய பிந்தைய காலங்களும், நம்முடைய சமகாலமும் பின்னிப்பிணைந்து அற்புதமான கதையாடலாக நம் முன் விரிகின்றன. மூன்றாவதாக, பண்டைய சொற்களை (பொதுவாகவே சொற்களை) எவ்வாறு அர்த்தப்படுத்த முடியும் என்று பேராசிரியர் ஆலிவெலிடமிருந்து நாம் கற்றுக்கொள்ள நிறைய இருக்கிறது. ஒரு சொல்லின் பரிமாணங்களை வெளிக்கொணர, ஒரு சொல் கொண்டிருக்கும் அர்த்தங்களை (பன்மையில்தான்) வெளிக்கொணர, அவர் பல்வேறு காலங்களோடு உரையாடுகிறார். ஒரு சொல் அது தோன்றிய காலத்தில் இருந்த அர்த்தத்திலிருந்து எப்படியான மாற்றங்களைக் கொண்டிருந்தது என்று அணுகுவதுபோலவே, ஒரு காலத்தில் ஒரு சொல் கொண்டிருந்த அர்த்தத்திலிருந்து அதற்கு முந்தைய காலத்தில் அந்தச் சொல் என்னவான அர்த்தத்தைக் கொண்டிருந்திருக்கலாம் என்றும் அணுக முடியும். இந்த அணுகுமுறையை இவரது பிற எழுத்துகளிலும் காணலாம்.

மொழிபெயர்ப்பாளர்கள் இவரது அணுகுமுறையிலிருந்து கற்றுக்கொள்ள நிறைய இருக்கிறது. எல்லாவற்றையும்விட நான்காயிரத்துச் சொச்சம் வார்த்தைகளை மட்டுமே கொண்டு அசோகரது சொல்லோவியத்தைத் தீட்டுகிறார். இந்தச் சொல்லோவியம் அசோகரது பல பரிமாணங்களை அதற்குள்ளாகக் கொண்டிருக்கிறது.

முதலில், இந்தப் புத்தகத்தை மொழியாக்கம் செய்ய அனுமதிகொடுத்த பேராசிரியர் ஆலிவெலுக்கு என்னுடைய நன்றியைத் தெரிவித்துக் கொள்கிறேன். இந்தப் புத்தகத்தில் பிராகிருத, சம்ஸ்கிருதச் சொற்கள் நிறைய இருக்கின்றன. ஆங்கிலத்தில் ஒலிக்குறிப்புகளுடன் கொடுக்கப்பட்டிருக்கும் இந்தச் சொற்களைத் தமிழ்ப்படுத்தியதிலும், இந்தப் புத்தகத்தின் செம்மையாக்கத்திலும் நண்பர் த. ராஜனின் பங்களிப்பை நான் பதிவுசெய்ய வேண்டியுள்ளது. அவரது கடினமான வேலைப்பளுவுக்கு நடுவே இதையும் செய்துகொடுத்தார். அவருக்கு என்னுடைய நன்றிகள். அசோகரது கல்வெட்டில் உள்ள விலங்குகள், பறவைகளின் பெயர்களைத் தமிழில் அடையாளம் காண உதவிய நண்பர் ஆசைக்கும், காட்டுயிர் அறிஞர் ப. ஜெகநாதனுக்கும் என்னுடைய நன்றிகளைத் தெரிவித்துக்கொள்கிறேன். இந்த மொழியாக்கத்தின் தொடக்க வரைவைப் படித்துத் தன்னுடைய கருத்துகளைப் பகிர்ந்துகொண்ட நண்பர் ராமசாமிக்கும், என்னுடைய முயற்சிகளுக்கு எப்போதும்போல் உறுதுணையாக இருக்கும் பத்மினிக்கும் பாலாஜிக்கும், இந்தப் புத்தகத்தை மிகச் சிறப்பாக வடிவமைத்துக் கொடுத்திருக்கும் ஜீவமணிக்கும், அழகுறப் பதிப்பித்து வெளியிட்டிருக்கும் ‘எதிர் வெளியீடு’ அனுஷுக்கும் என்னுடைய மனமார்ந்த நன்றிகளைத் தெரிவித்துக்கொள்கிறேன்.

சீனிவாச ராமாநுஜம்

முகவுரை

பல அசோகர்கள்

சமகாலம் குறித்துக் கற்பனைசெய்வதற்கும், அதைக் கட்டமைப்பதற்கும் கடந்த காலத்தைப் புதுவிதமாகக் கற்பனைசெய்து பார்ப்பது மானுடப் பண்பாக இருக்கிறது. நமது மனம் நம் நினைவுகளைத் தொகுத்துக்கொள்கிறது. இப்படியாகக் கற்பனைசெய்வது, சில சமயங்களில் நோக்கத்தோடு செய்யப்படுகிறது என்றாலும் பெரும்பாலும் தனிநபர்களாலும் குழுமங்களாலும் — சமூகரீதியாக, அரசியல்ரீதியாக அல்லது மதரீதியாக என்று எப்படியாக இருந்தாலும் — பிரக்ஞையற்று செயல்படுத்தப்படுகிறது. நினைவு சிக்கலானது; எப்படி வேண்டுமென்றாலும் வளைந்துகொடுக்கக்கூடியது. அது சமகாலத் தேவைகளிலிருந்து துண்டிக்கப்பட்டுக் கடந்த காலத்தை நேரடித்தன்மையில் முன்வைக்கும் அளவுக்கு அவ்வளவு எளிமையான ஒன்றாக இல்லை. நினைவு கடந்த காலத்திலிருந்து சிலவற்றைத் தேர்ந்தெடுத்துக்கொள்கிறது; சிலவற்றை மறைத்துக்கொள்கிறது. மேலும், சமகாலத் தேவைகளுக்குப் பங்காற்றும் விதத்தில் புதிய கதையாடலைப் படைக்கும் விதமாகப் புதிய 'நினைவு'களைச் சேர்த்தும்கொள்கிறது.

பொ.ஆ.மு. 3-ஆம் நூற்றாண்டில், பிரிட்டிஷ் காலனிய ஆட்சிக்கு முன் இந்தியத் துணைக்கண்டத்தின் பெரும் பகுதியை ஆட்சிசெய்த அசோகர் குறித்த நினைவுகளும் இப்படியானவையே. அசோகரது புகழ் இந்தியாவிலும் ஆசியாவின் பிற பகுதிகளிலும் பரந்துவிரிந்து பரவியிருந்தது. இது, அசோகர் குறித்த பலவிதமான கற்பனைகளை சாத்தியப்படுத்துவதோடு அவரது முக்கியத்துவத்தையும் முன்வைப்பதாக இருக்கிறது. பலவிதப் போக்குகளிலான பௌத்த, பார்ப்பனிய சம்ஸ்கிருதப் பனுவல்களில் காணப்படும் இப்படியான கற்பனைகள்,

இந்தியாவுக்குள் மட்டுமில்லாமல் தெற்கு, தென்கிழக்கு, மத்திய, கிழக்கு ஆசியாவிலும் 'பல அசோகர்'களைப்[1] படைத்திருக்கின்றன.

வரலாற்றியலாளர் ராபர்ட் லிங்கத் முக்கியமான ஒரு கருத்தை முன்வைக்கிறார்: 'மெய்யாகவே இரண்டு அசோகர்கள்காணப்படுகிறார்கள் — அவரது கல்வெட்டுகள் ஊடாக நாம் அறிந்துகொள்ளும் வரலாற்றுரீதியான அசோகர் மற்றும் பாலி, சம்ஸ்கிருதம், சீனம், திபெத்தியம் என்று பலவிதமான மூலங்களிலிருந்து நமக்குக் கிடைக்கக்கூடிய தொன்மரீதியான அசோகர்.[2] லிங்கத் முன்வைப்பது அடிப்படையில் சரியாக இருக்கிறது என்றாலும், அதில் இரண்டு பிரச்சினைகள் காணப்படுகின்றன. முதலாவதாக 'வரலாற்றுரீதியானது' என்றும், 'தொன்மரீதியானது' என்றும் வேறுபடுத்திப்பார்ப்பது எளிமையான பார்வையாக இருக்கிறது. இந்தப் புத்தகத்தில் அசோகர் குறித்த என்னுடைய சொல்லோவியம் அவரது கல்வெட்டுகளையும் தொல்பொருட்களையும் அடிப்படையாகக் கொண்டிருக்கிறது. இருந்தாலும், இது மிகப் பெருமளவிலான அர்த்தப்படுத்தலை, மொழியாக்கத்தை, கற்பனைகளை, கதையாடல்களை, ஒருவேளை பாரபட்சத்தையும் கொண்டிருப்பதாகிறது; என்னுடைய ஆற்றலுக்கு, ஏன் என்னுடைய படைப்பாக்கத் திறனுக்கு உட்பட்டதாகவும் இருக்கிறது. இதே மூலங்களைக் கொண்டு மற்றவர்கள் எழுதியிருப்பார்கள் என்றால், அவர்கள் முற்றிலும் வேறான வாழ்க்கை வரலாற்றையே எழுதியிருப்பார்கள். 'தொன்மரீதியானது' என்பது சுலபமாக உதறித்தள்ளக்கூடிய பொய்யல்ல. இது, சமகாலத் தேவைகளுக்காகக் கடந்த காலத்தைப் புதுவிதமாகக் கற்பனைசெய்து பார்ப்பதாக இருக்கிறது. இது உள்ளார்ந்த மானுடப் பண்பாக இருக்கிறது. இந்தக் கதையாடல்களைக் கட்டமைத்த மனிதர்களுக்கும் குழுமங்களுக்கும் இவையெல்லாம் அர்த்தமுள்ளவையாக இருக்கின்றன, முக்கியமானவையாக இருக்கின்றன. இவர்களது நோக்கம், இன்று நாம் கொடுக்கும் அர்த்தத்தில் வரலாறு செய்வதல்ல. அவர்களுடைய காலத்தில் அவர்களுக்கு மிக முக்கியமாக இருந்த ஏதோ ஒன்றோடு தொடர்புடையதாக இருக்கிறது.

ஒன்றுக்கு ஒன்று முரணானது என்பதுபோல் லிங்கத் முன்வைப்பது இரண்டாவது பிரச்சினையாகிறது. உண்மையிலேயே சொல்லப்போனால், இரண்டு அசோகர்கள் மட்டும் இல்லை; நவீன அசோகர்கள் உள்பட பல அசோகர்கள் காணப்படுகிறார்கள். இந்தியாவிலும் ஆசியாவின் பிற பகுதிகளிலும் எப்படிப் பண்டைய ராமாயணக் கதையாடல் தன்வயப்படுத்தப்பட்டு, பல்வேறு விதமாகக் கற்பனைசெய்யப்பட்டுப்

---

1 இந்த வெளிப்பாட்டை நான் பால் ரிச்மனிடமிருந்து கடன்பெற்றிருக்கிறேன். பார்க்க: Paul Richman, ed., *Many Rāmāyaṇas* (Berkeley: University of California Press, 1991).

2 Lingat (1989: 19).

பல மொழிகளில் மீண்டும் மீண்டும் சொல்லப்படுகிறதோ, அதுபோலவே அசோகரும் பல்வேறு காலகட்டங்களில் பலவிதமான மக்களால் கதையாடல்ரீதியாகத் தன்வயப்படுத்தப்படுகிறார், மீண்டும் புதிதாகத் தன்வயப்படுத்தப்படுகிறார். அதுவே அசோகரது பெரும் மரபாகிறது.

என்னுடைய கதையாடலின் இறுதிப் பகுதியில் நான் இந்தப் பெரும் மரபை எடுத்துக்கொள்கிறேன். சுருக்கமாகச் சொல்வதென்றால், பண்டைய தெற்கு ஆசியாவில் அசோகரது கதை குறித்துக் குறைந்தபட்சம் மூன்று பிரதானப் போக்குகள் காணப்படுகின்றன. பொது ஆண்டின் முதல் 500 வருட காலத்தில் இலங்கை பௌத்தத் தொகுப்பாளர்கள் பாலியில் எழுதிய திபவம்ஸா, மஹாவம்ஸா கதையாடல்கள் முதலாவது போக்காகின்றன. இந்தக் கதையாடல்களின் உள்ளடக்கம், அசோகருடனான வரலாற்றுரீதியான தொடர்பை முன்வைத்து இலங்கை தேரவாத பௌத்த மரபை அங்கீகரிப்பதோடு பின்னிப்பிணைந்துள்ளது. தன்னுடைய சொந்த மகனான மஹிந்தா, மகளான சங்கமித்தா இருவரையும் பரப்புரையாளர்களாக அனுப்பிவைத்ததோடு மட்டுமல்லாமல், புத்தர் ஞானம் அடைந்த போதி மரத்தின் வேரையும் அசோகர் அனுப்பிவைத்து, இலங்கைக்கு பௌத்தத்தைக் கொண்டுவந்ததாக அசோகர் பெருமைப்படுத்தப்படுகிறார்.[3] பௌத்தக் கொள்கையில் காணப்பட்ட விலகல்களையும் நடைமுறைகளையும் அப்புறப்படுத்தி, தூய்மையான அப்பழுக்கற்ற பௌத்தத்தை மீட்டெடுக்கும் விதமாக, பாடலிபுத்திரத்தில் பௌத்த சபையைக் கூட்டியதாகவும் அசோகர் பெருமைப்படுத்தப்படுகிறார் — இதுவே, இலங்கையில் தேரவாதமாக, அதாவது 'பெரியவர்களின் கொள்கை'யாக வேர் கொண்டது.

இரண்டாவது போக்கு, அடிப்படையில் சம்ஸ்கிருதத்தில் எழுதப்பட்ட பனுவல்களில் வெளிப்படும் வடக்கத்திய பௌத்த மரபாகிறது. பொ.ஆ. இரண்டாம் நூற்றாண்டில் படைக்கப்பட்ட 'அசோகவதனா'[4], இதில் மிகச் சிறப்பாகக் கட்டமைக்கப்பட்ட கதையாடலாக இருக்கிறது. இது பொ.ஆ. மூன்றாம் நூற்றாண்டில் சீனத்தில் மொழிபெயர்க்கப்பட்டது. மத்திய, கிழக்கு ஆசிய நாடுகளில் காணப்படும் அசோகர் மரபு இந்த வாழ்க்கை வரலாற்றில் பெரும் தாக்கம் பெற்றதாக இருக்கிறது. இருந்தாலும், இலங்கைத் தொகுப்பில் காணப்படும் இரண்டு முக்கிய

3 ஹெர்மன் ஓல்டன்பெர்க் தொகுத்த விநய பிடகா (ப.4) நூலில் உள்ள அவருடைய முன்னுரையில் இவ்வாறு குறிப்பிடுகிறார்: மஹிந்தா மற்றும் சங்கமித்தா கதை 'பௌத்த நிறுவனங்களின் வரலாற்றைத் [இலங்கை] தீவில் தன்வயப்படுத்திக்கொள்ளும் நோக்கத்தோடும், அதை சாத்தியப்படுத்திய ஆகச்சிறந்த மனிதரோடு — அதாவது, மாபெரும் அசோகரோடு இணைப்பதற்கும் கண்டுபிடிக்கப்பட்ட கதையாகிறது'.

4 பார்க்க: *John Strong (1983)*: இவர் விரிவான வாசிப்புடன் மொழிபெயர்த்திருக்கிறார்.

விஷயங்கள் குறித்து இந்த வாழ்க்கை வரலாறு மௌனமாக இருக்கிறது: பாடலிபுத்திரத்தில் நடத்தப்பட்ட மூன்றாவது பௌத்த சபை மற்றும் அசோகரது பிள்ளைகள் இலங்கைக்கு பௌத்தத்தைக் கொண்டுவந்தது. இருப்பினும், இவ்விரண்டு போக்குகளுமே, அசோகரது பார்வை பௌத்தச் செயல்திட்டத்தை நிறைவேற்றியதாகவும் அதன் உச்சகட்ட வெளிப்பாடாகவுமே பார்க்கின்றன. இதனால்தான், பொ.ஆ. இரண்டாம் நூற்றாண்டில் அஷ்வகோஷ் என்ற பிக்கு எழுதிய புத்தரது வாழ்க்கை குறித்த பிரபல காவியமான 'புத்தசரிதம்' புத்தரின் மரணத்தோடு முடியாமல், இந்திய நிலப்பரப்பு முழுக்க 80,000 ஸ்தூபிகளை அசோகர் நிறுவியதோடும், இவை ஒவ்வொன்றிலும் புத்தரின் எச்சங்களைப் புதைத்ததோடும் முடிகிறது. வென்றெடுத்ததாகக் கட்டமைக்கப்பட்ட இந்தத் திட்டம் புத்தர் எந்த நிலப்பரப்பில் பிறந்தாரோ அந்த நிலத்தை முழுமுற்றாக வெற்றிகொண்டதாக முன்வைக்கிறது.

மூன்றாவது கதையாடலை – பெரிய அளவு விவரங்கள் எதுவும் இல்லாததால் இதைக் கதையாடல் என்று அழைக்க முடியுமா என்று தெரியவில்லை – பிந்தைய பார்ப்பனிய மூலங்களில், குறிப்பாகப் புராணங்களில் காண முடியும். பல்வேறு பௌத்தக் கதையாடல்களில் உன்னதமான முறையில் முன்வைக்கப்படும் அசோகருடன் ஒப்பிட்டுச் சொல்வதென்றால், புராணங்கள் எலும்பும் தோலுமாக இருக்கின்றன. எடுத்துக்காட்டாக, மத்ஸ்ய புராணம், சந்திரகுப்தரை கௌடில்யர் அரசனாக நியமிப்பார் என்றும்,[5] அவரைத் தொடர்ந்து அசோகர் வருவார் என்றும், அசோகர் முப்பத்தாறு ஆண்டுகள் ஆட்சிபுரிவார் என்றும் மட்டுமே முன்வைக்கிறது.[6]

அசோகரை வெளிப்படையாக முன்வைக்காத எழுத்துகளும் காணப்படுகின்றன. இவை பார்ப்பனிய இலக்கியங்களில் என்று மட்டுமல்லாமல் அரசாட்சி குறித்த சில பௌத்த மரபுகளிலும் காணப்படுகின்றன – இதைத்தான் 'பெயரில்லா முன்மாதிரி ஆட்சியாளர்' என்று மாக்ஸ் டீக் குறிப்பிடுகிறார்.[7] பிரதானப் பார்ப்பனிய எழுத்துகளில், மகாபாரதம் மற்றும் மநுவின் சட்ட நூல் உள்பட[8], உட்பிரதியாக இருப்பது அசோகரது சமூகம் மற்றும் அரசியல் சீர்திருத்தங்களே என்று ஆய்வாளர்கள் முன்வைக்கிறார்கள். சமூகக் கட்டமைப்பிலும் அரசியல் சித்தாந்தத்திலும் பார்ப்பனர்களின் மையத்தன்மையிலானதுக்கு

5 புராணங்களில் முன்வைக்கப்படும் கூற்றுகளெல்லாம் எதிர்காலத்தில் என்ன நடக்கப்போகின்றன என்று வருவதை உரைப்பனவாகவே முன்வைக்கப்படுகின்றன.

6 பார்க்கவும்: Pargiter (1913: 26).

7 பார்க்கவும்: Max Deeg (2012).

8 பார்க்கவும்: Fitzgerald (2004: 135–139); Nick Sutton (1997): இவ்விஷயத்துக்கு இவர் முழு ஆய்வுக் கட்டுரையையும் ஒதுக்குகிறார்.

— இதுவே 'பார்ப்பனிய விலகல்வாதம்' என்றழைக்கப்படுகிறது — அசோகரின் சீர்திருத்தங்கள் சவால்விட்டன. இருந்தாலும், இவை எவற்றிலும் அசோகர் பெயர் சொல்லிக் குறிப்பிடப்படவில்லை. இந்தப் பார்ப்பனியப் பனுவல்கள் பார்ப்பனிய விலகல்வாதத்தை ஆதரிக்கும் விதமாக வாதங்களையும் கதையாடல்களையும் முன்வைக்கின்றன. காவிய நாயகர்களான ராமரும் யுதிஷ்டிரரும் பௌத்த அசோகருக்கான பார்ப்பனிய எதிர்க்கதையாடல்களாகத்தான் முன்வைக்கப்படுகின்றன.

கதையாடல்ரீதியான புதிய கற்பனைகள் முழுக்க வரலாற்றுரீதியான நினைவுகள் கொண்டும், செழிப்பான கற்பனைகள் கொண்டும் கட்டமைக்கப்பட்டிருக்கின்றன; அசோகரது கல்வெட்டுகளை அல்லது அவரது கட்டடக்கலையார்ந்த எச்சங்களை இந்தக் கதைசொல்லிகளால் மிகக் குறைந்த அளவிலேயே கைக்கொள்ள முடிந்தது அல்லது முழுமையாகக் கைக்கொள்ள முடியவில்லை. பின்வரும் தலைமுறையினருக்காகப் பல பாறைகளிலும் தூண்களிலும் அசோகர் பொறித்திருந்த கல்வெட்டுகளை இவர்களால் படிக்க முடியவில்லை; இவர்களால் இனியும் படிக்க முடியாத எழுத்து வடிவத்தில் அவை எழுதப்பட்டிருந்தன. இருந்தாலும், இந்தக் கல்வெட்டுகளோடும் தூண்களோடுமான அசோகரது தொடர்பு குறித்த நினைவுகள் தொடர்ந்து இருந்ததுபோல் தோன்றுகிறது. எடுத்துக்காட்டாக, பொ.ஆ. நான்காம் நூற்றாண்டில் இந்தியாவுக்குப் பயணம் மேற்கொண்ட சீன யாத்ரிகர் பா-ஷியான், சங்கஸாவுக்கு வந்தபோது சிங்கத்தை அதன் தலையில் கொண்டிருந்த தூண் ஒன்று 'நிலப் படிகக்கல் போல் பிரகாசமாக மின்னுவ'தைப் பார்க்கிறார். உள்ளூர்க்காரர்கள் அது அசோகரால் நிறுவப்பட்டது என்று அவரிடம் தெரிவிக்கிறார்கள்.[9] ஆனாலும், அசோகரது வார்த்தைகள் மட்டும் மௌனமாகவே இருந்தன.

இவையெல்லாம் 1937-இல் மாறின. இந்தியாவுக்கு அனுப்பிவைக்கப்பட்ட பிரிட்டிஷ் அதிகாரியான ஜேம்ஸ் ப்ரின்செப், அசோகரது கல்வெட்டுகள் பெரும்பாலும் எழுதப்பட்டிருக்கும் பிராமி எழுத்துகளைப் படிப்பதில் வெற்றியடைகிறார். அசோகரது ஒவ்வொரு எழுத்தையும் படித்துப் புரிந்துகொள்ளும் ஆற்றல் புதிய அசோகரை, அதாவது 'கல்வெட்டியலார்ந்த அசோகரை' உருவாக்குகிறது. இதற்கு முன்னர், நம்மிடம் இருந்தது எல்லாம் பௌத்த ஒகிவாழ்க்கையிலார்ந்த அசோகரும் பார்ப்பனிய எதிர்ப்பிலார்ந்த அசோகரும்தான்.

இருந்தாலும், நவீனக் கல்விப்புலம் இந்தக் கல்வெட்டியலார்ந்த அசோகரைக் கட்டமைப்பது அவ்வளவு சுலபமான காரியமாக இல்லை, நேரடியாகச் செய்யக்கூடிய ஒன்றாகவும் இல்லை. சில

9 பார்க்கவும்: *James Legge (1886: 50–51); Irwin (1973: 715).*

கல்வெட்டுகள் இரண்டாயிரம் வருடங்களாக மழை, வெய்யில், காற்று போன்றவற்றை மறைப்பேதும் இல்லாமல் எதிர்கொள்ள வேண்டியிருந்ததால் சேதமடைந்திருக்கின்றன. வேறுசில, படிப்பதிலும் புரிந்துகொள்வதிலும் மொழி சார்ந்த சிக்கலைக் கொண்டிருக்கின்றன. அசோகரது செய்திகளுக்கும் பொறிக்கப்பட்ட வடிவத்தில் அவை நமக்குக் கிடைப்பதற்கும் இடையே செயல்பட்ட எழுத்தர்களும் கல்தச்சர்களும் சேர்த்திருக்கும் பிழைகளும் காணப்படுகின்றன. இருந்தாலும், இப்படியான இடர்பாடுகளையெல்லாம் கடந்து, அசோகர் நமக்குக் கொடுத்திருக்கும் விலைமதிப்பில்லாத பொக்கிஷமாக இருக்கிறது: அசோகர் அவரது சொந்த வார்த்தைகளை ஆவணமாக நமக்கு விட்டுச்சென்றிருக்கிறார்; பண்டைய வரலாற்று ஆவணங்கள் என்று எடுத்துக்கொண்டால் இது மிக அபூர்வமான ஒன்றாக இருக்கிறது.

அசோகரது கல்வெட்டுகளை வாசிப்பது, புரிந்துகொள்வது என்று மட்டுமல்லாமல், அவரது வாழ்க்கை குறித்தும், அவர் சொல்ல விரும்பிய செய்திகள் குறித்தும், அவரது அரசுத் திட்டங்கள் குறித்தும் கல்விப்புலம் சார்ந்த விவாதங்களும் மறுப்புகளும் இருந்தன; தொடர்ந்து இருந்துகொண்டிருக்கின்றன. இவை குறித்தெல்லாம் இந்தப் புத்தகம் போகிறபோக்கிலும், பின்னிணைப்பில் கொடுக்கப்பட்டிருக்கும் என்னுடைய கல்வெட்டு மொழியாக்கங்களிலும், சந்தர்ப்பம் கிடைக்கும்போது குறிப்பிட்டிருக்கிறேன். அசோகர் குறித்து வந்திருக்கும் நூல்களின் விரிவான பட்டியல் 2006-இல் பிரசுரிக்கப்பட்டது. இதில், கடந்த ஒரு நூற்றாண்டு வாக்கில் தோராயமாக 1,600 புத்தகங்களும் கட்டுரைகளும் வெளிவந்திருக்கின்றன என்கிறார் வரலாற்றியலாளர் ஹாரி ஃபால்க்.[10] இதற்குப் பிறகு மேலும் பல எழுதப்பட்டிருக்க வேண்டும். கல்வெட்டெழுத்தியல் அறிஞரான ரிச்சர்ட் சாலமன் நம்மை எச்சரிக்கிறார்: 'கடந்த அரை நூற்றாண்டுகளாக அசோகரது கல்வெட்டுகள் மிகத் தீவிரமாக வாசிக்கப்பட்டுவருகின்றன என்றாலும்கூட, பல்வேறு தளத்தில் அவை பிரச்சினைக்குரியவையாக இருந்துவருகின்றன; அர்த்தப்படுத்தப்படும் பல விஷயங்கள் இன்னும் விவாதத்துக்குரியவையாகத் தொடர்கின்றன'.[11] ஆக, அசோகரது சொந்த வார்த்தைகளை இன்று நம்மால் அணுக முடிகிறது என்றபோதும், கல்வெட்டியலார்ந்த அசோகருக்கு முந்தையதுபோல் அவ்வளவு மாறுபட்டதாக இல்லையென்றாலும்கூட, 'கல்வெட்டியலார்ந்த பல அசோகர்கள்' வெளிப்படுகிறார்கள். இப்படியான அசோகர்களுக்கு இடையே கணிசமான வேறுபாடுகள் இருக்கத்தான் செய்கின்றன.

---

10   Harry Falk (2006: 9–54). அசோகர் குறித்த ஆய்வுகளின் பருந்துப் பார்வைக்குப் பார்க்கவும்: Allchin and Norman (1985); Romila Thapar (2012).

11   Richard Salomon (1998: 136).

இந்திய சுதந்திர இயக்கத்தில் முன்னணியில் இருந்த ஜவாகர்லால் நேரு, அசோகரைக் கைக்கொண்டது கல்வெட்டியலார்ந்த அசோகர் ஏற்படுத்திய மற்றுமொரு புதிய, முக்கியமான விளைவாகிறது. நேருவின் தேசியக் கட்டமைப்புத் திட்டத்துக்கு அசோகர் மூலப்பொருளாகிறார். இரண்டாயிரம் வருடங்களுக்கு முன் இந்தியாவை ஒன்றிணைத்ததோடு மட்டுமல்லாமல், வருங்காலச் சந்ததியினருக்கான தன்னுடைய வார்த்தைகளை மிகத் தெளிவாகப் பாறையில் எழுதிவைத்திருக்கும் அமைதி-விரும்பியான பேரரசர், புதிதாகப் பிறந்த தேசத்துக்கு முன்மாதிரியாக முடியும் என்றும், புதிய இந்தியாவின் அமைதிக்கும் செழிப்புக்கும் பங்காற்ற முடியும் என்றும் நேரு நினைத்தார். 'தேசியவாதி' என்ற சொல்லிலிருந்து அது கொண்டிருக்கும் இழிவான அர்த்தத்தை அப்புறப்படுத்துவோம் என்றால், நாம் இதைத் 'தேசியவாத அசோகர்' என்றழைக்க முடியும். புதிய தேசங்கள் உருவாக்கப்படும்போது — வட அமெரிக்காவும் நவீன இந்திய தேசிய-அரசும் இதற்கான எடுத்துக்காட்டுகளாகின்றன — தேசத்தைக் கட்டமைக்கும் செயற்பாங்கு தேசிய நாயகர்களையும் தொன்மக் கதையாடல்களையும் வேண்டிநிற்கின்றன. புரட்சிகரமான போரையும், 'ஸ்தாபகத் தந்தைகளையும்', எழுதப்பட்ட அரசமைப்பையும் வட அமெரிக்கா கொண்டிருந்தது. புதிதாக விடுதலை பெற்ற இந்தியா வீரமிக்க, பின்பற்றத்தக்க ஓர் ஆளுமையைத் தேடியபோது, அசோகரும் அவரது தொல்பொருட்களும் சுலபமான தேர்வாகின. நவீன இந்திய அரசின் பிரதானக் குறியீடுகளாக அசோகச் சின்னங்கள் அலங்கரிக்கின்றன: சக்கரம் — ஒரே சமயத்தில் உலகை வென்றெடுக்கும் போர்ச் சக்கரமாகவும் (சக்கரவர்த்தி) புத்தரால் இயக்கப்பட்ட தர்மச் சக்கரமாகவும் — இந்திய தேசியக்கொடியின் மையத்தை ஆக்கிரமித்திருக்கிறது. நான்கு மேலான உண்மைகள் குறித்து புத்தர் முதன்முறையாக போதித்த சார்நாத்தில் உள்ள தூணின் தலையில் இருக்கும் சிங்கம் இந்திய ரூபாய் நோட்டுகளை அலங்கரிக்கிறது, அரசுச் சின்னமாகவும் இருக்கிறது.

இந்திய மக்களின் பிரக்ஞைக்குள்ளும் அசோகர் ஊடுருவியிருக்கிறார். பெருமளவிலான ஆண் குழந்தைகளுக்கு 'அசோகன்' என்ற பெயர் சூட்டப்பட்டது; இன்றும் சூட்டப்படுகிறது. இப்படிப் பெயர் சூட்டுவது இருபதாம் நூற்றாண்டுக்கு முன் மிக அபூர்வமாக இருந்தது. பிரபலமான இந்தியத் தொழிலதிபர்கள், உயர்கல்விக்கு 'ஐவி லீக்' (Ivy League) போன்றதொரு கல்வி நிறுவனத்தைத் தொடங்க விரும்பியபோது அவர்கள் அதற்கு 'அசோகா பல்கலைக்கழகம்' என்றே பெயரிட்டார்கள். 'சக்கரவர்த்தி அசோக சாம்ராட்' (2015) என்ற தொலைக்காட்சித் தொடரையும் நாம் கொண்டிருக்கிறோம். வாழ்க்கை வரலாறுகளைப் படக்கதையாக வெளியிடும் பிரபல 'அமர் சித்திரக் கதா' வரிசையிலும் அசோகர் இடம்பெறுகிறார். இந்தியத் தன்மைக்கான முன்னுதாரணமாக

இருக்கும் அளவுக்கு இந்தப் பெயர் மாறியிருப்பதால், 'தில்பெர்ட்' (Dilbert) என்ற மிகப் பிரபலமான அமெரிக்க நகைச்சுவைத் தொடரில் ஒரு பிரதானப் பாத்திரம், 'அசோக்' என்றழைக்கப்படுகிறது; இந்தியாவிலிருந்து குடியேறியவரான இவர் 'இந்தியன் இன்ஸ்டியூட் ஆஃப் டெக்னாலஜியில் படித்த புத்திசாலிப் பட்டதாரியாக', அதாவது, அமெரிக்க வெகுஜனப் பண்பாட்டில், பெரும் மூளை கொண்ட இந்தியன் என்ற ஒருபடித்தான வார்ப்பாக இருக்கும் இந்தப் பாத்திரம், உலகம் முழுவதும் கவர்ந்த முதல் இந்திய நகைச்சுவைப் பாத்திரமாக இருக்கிறது'.[12]

கடந்த கால ஆட்சியாளர்களில் அசோகர் முன்வைத்த செய்திகள் அவ்வளவு தனித்துவமானவையாக இருப்பதால், கல்வெட்டியலார்ந்த அசோகர் இருபதாம் நூற்றாண்டின் தொடக்கத்தில் உலக வரலாற்றியலாளர்கள் மீது பெரும் தாக்கத்தை ஏற்படுத்தியுள்ளார். இந்த உற்சாகத்தை 'அவுட்லைன் ஆஃப் ஹிஸ்டரி' (*Outline of History*) என்ற புத்தகத்தில் ஹெச்.ஜி. வெல்ஸ் படம்பிடித்துக்காட்டுகிறார்:

> வரலாற்றில் குவிந்துகிடக்கும் ஆயிரக்கணக்கான அரசர்களுடைய பெயர்களில், அவர்களுடைய மேன்மை, கருணை, அமைதி, மதிப்பு போன்றவற்றில் அசோகரது பெயர் மட்டுமே நட்சத்திரமாக, ஏறக்குறைய தனித்த நட்சத்திரமாகப் பிரகாசித்துக்கொண்டிருக்கிறது... கான்ஸ்டன்டைன், சார்லமேன் போன்ற பெயர்களைக் கேட்டிருப்பவர்களைக்காட்டிலும் வாழ்ந்துகொண்டிருப்பவர்களில் அசோகரது நினைவைப் பாதுகாத்துவருகிறவர்கள் அதிகமாக இருக்கிறார்கள்.[13]

இருந்தாலும், அசோகர் குறித்து எழுதும் ஆய்வாளர்களிடம், குறிப்பாக அவரது வாழ்க்கை வரலாற்றை எழுதுபவர்களிடம், ஒரு போக்கு காணப்படுகிறது. அசோகரது கல்வெட்டுகளில் உள்ள சொற்பமான தகவல்களை ரத்தமும் சதையுமாக வெளிக்கொண்டுவர வேண்டி, அரசருடைய வாழ்க்கை குறித்த சுவாரசியமான தகவல்களைக் கொடுக்க ஓகிவாழ்க்கை வரலாறுகளிலிருந்து பெற்றுக்கொண்டு இரண்டு அசோகர்களையும் திட்டமிட்டோ பிரக்ஞையற்றோ கலந்துவிடுகிறார்கள்.[14]

12 *See: https://en.wikipedia.org/wiki/Asok_(Dilbert); accessed 28 May 2021.*

13 *Wells (1951: 402).*

14 ஆனந்த குருகே எழுதிய வாழ்க்கை வரலாறு (*Anand Guruge, 1993*) இதற்குச் சரியான எடுத்துக்காட்டாகிறது. இதை அவர் 'தீர்மானமான' வாழ்க்கை வரலாறு என்று அழைக்கிறார். மிக நுட்பமாக ஆய்வுசெய்யும் ஆய்வாளரான ஹாரி ஃபால்க் (*Harry Falk, 1997: 115*) கூடக் கல்வெட்டுகளை அர்த்தப்படுத்திக்கொள்ள ஓகிவாழ்க்கை வரலாறுகளுக்குள் வழுக்கிவிழுகிறார்: 'நாம் மேலே பிக்குகள் விஷயத்தில் பார்த்தது போன்று 'ஒன்றாக வாழ்தல்'

சமீபத்தில் வெளிவந்த 'பண்டைய இந்தியாவில் அசோகர்' (Ashoka in Ancient India) என்ற புத்தகத்தில் நயன்ஜோத் லாஹிரியும்கூட[15] – இவரது புத்தகம் பல விஷயங்களில் மிக அற்புதமாக இருக்கிறது என்றாலும்கூட, இந்தச் சருக்கலுக்கு உள்ளாகிறார். பண்டைய இந்தியா குறித்த வரலாற்றியலாளர்களில் மிகச் சிறந்தவரான ரொமிலா தாப்பர் அரை நூற்றாண்டுக்கு முன் இது குறித்து நம்மை எச்சரித்திருக்கிறார்.

இலங்கையில், திபெத்தில், சீனாவில் காணப்படும் பௌத்த மூலங்கள் அசோகரது வாழ்க்கை குறித்து விரிவான தகவல்களைக் கொண்டிருக்கின்றன. இதனால், இந்த மூலங்கள் கொடுக்கும் விவரணைகளின் அடிப்படையில் அசோகரது கல்வெட்டுகள் அர்த்தப்படுத்தப்படுகின்றன. அசோகரது வாழ்க்கையையும் அவரது செயல்பாடுகளையும் கட்டமைக்கும் முயற்சியில், இந்த மூலங்களையும் இதர மதரீதியான மூலங்களையும் நம்பத்தகுந்தவையாக எடுத்துக்கொண்டு, அசோகரது சொந்தக் கல்வெட்டுகளில் கொடுக்கப்பட்டிருப்பதைச் சமகால ஆதாரமாகப் பார்ப்பது உண்மையிலேயே துரதிர்ஷ்டவசமானது.'[16]

இந்த எச்சரிக்கையை நான் கவனத்தில் கொள்கிறேன்.

ஆக, வரவிருக்கும் பக்கங்களில், பிரிட்டிஷ் வரலாற்றியலாளர் வின்சென்ட் ஸ்மித்திடமிருந்து, 1901-இல் தொடங்கும் பல நவீன வாழ்க்கை வரலாற்றியலாளர்களின் அடித்தடங்களைப் பின்பற்றி – இவர்களுடைய முறைகளில் இல்லையென்றாலும்கூட – நானும் ஒரு புதிய அசோகரைப் படைக்கும் செயலில் ஈடுபடுகிறேன்.

அசோகர் விஷயத்தில், வாழ்க்கை வரலாறு என்று ஒன்று அதன் முழு அர்த்தத்தில் உண்மையிலேயே சாத்தியமா என்று நாம் கேட்டுக்கொள்ள

என்பதற்கு, அதாவது. 'சம்நிவாஸா' என்பதற்குப் பாலியல் உறவு என்பதாக அர்த்தத்தைக் கொண்டிருக்க வேண்டியதில்லை. ஆனால், அசோகர் மற்றும் விதிசாதேவி விஷயத்தில் இந்தச் சொல் இப்படியான அர்த்தத்தையே கொண்டிருக்கிறது. அசோகரது வாழ்க்கை வரலாற்றில் வேறு எங்குமே நாம் 'சம்நிவாஸா'வுக்கு ஏற்பாடு செய்யப்பட்டதாகக் கேள்விப்படவில்லை: இது அவர் உஜ்ஜயினில் இருந்த காலத்தோடு மட்டுப்பட்டதாக இருக்கிறது. அவரது பிரதான ராணியான (மகேஷி) அஸந்திமித்தாவை அவர் திருமணம் செய்துகொண்டது கால வரலாற்றில் குறிப்பிடப்படவில்லை. பின்னர், தன் தந்தைக்குப் பிறகு அசோகர் அரியணை ஏறியபோது, தேவி அவரோடு பாடலிபுத்திரத்துக்கு வரவில்லை. அவளது பிள்ளைகள் பௌத்தத்தைப் பரப்புவதில் பங்காற்றியிருக்கிறார்கள். ஆனால், மஹிந்தா எப்போதும் ஆட்சி அரசியலுக்குள் கொண்டுவரப்படவில்லை'. அசோகரது திருமணம், களியாட்டங்கள், அவரது பிள்ளைகள், பிரதான ராணி போன்ற தகவல்களெல்லாம், பௌத்த மூலங்களிலிருந்து தருவிக்கப்பட்டவையாக இருக்கின்றனவே தவிர கல்வெட்டுகளிலிருந்து அல்ல.

15 Lahiri (2015).
16 Thapar (1960: 44).

வேண்டும். முடியாது என்றே நான் நினைக்கிறேன். அவரது வாழ்க்கை குறித்தும் அவரது செயல்பாடுகள் குறித்தும் கிடைக்கும் தகவல்கள் அவ்வளவு சொற்பமாக இருக்கின்றன. அவர் எப்போது பிறந்தார், எப்போது அரியணை ஏறினார் அல்லது எப்போது இறந்தார் போன்று எதையும் நம்மால் உறுதியாகச் சொல்ல முடியவில்லை. சொல்லப்போனால், அவரது உண்மையான பெயர் என்னவென்றும்கூட நமக்குத் தெரியாது. அசோகருக்கு இரண்டு தலைமுறைகளுக்கு முன் வாழ்ந்த, அசோகரது தாத்தாவான சந்திரகுப்தருக்கு சமகாலத்தவரான மாஸெடோனியாவைச் சேர்ந்த அலெக்சாண்டர் குறித்து எழுதும்போது, வரலாற்றியலாளர் லேன் ஃபாக்ஸ், கிரேக்க அரசர் குறித்து நம்பத்தகுந்த தரவுகள் போதுமான அளவு இல்லை என்பதால் அவரது வாழ்க்கை வரலாற்றை எழுதுவது ஏறக்குறைய சாத்தியமில்லாத காரியம் என்ற முடிவுக்கு வருகிறார். 'அகஸ்டின், சிசெரோ என்று மட்டுமல்லாமல், பேரரசர் ஜூலியன் போன்ற பண்டைய கால [கிரேக்க-ரோமானிய] ஆளுமைகள் குறித்த வாழ்க்கை வரலாற்றையும் எழுத நாம் முயன்றுபார்க்க முடியும். ஆனால், அலெக்சாண்டர் அதில் ஒருவராக இருக்க முடியாது' என்று ஃபாக்ஸ் தீர்மானமாக முன்வைக்கிறார். அலெக்சாண்டர் குறித்த அவரது புத்தகத்தை 'கதையல்ல, ஒரு தேடல்' என்றே அழைக்கிறார்.[17]

அசோகர் விஷயத்திலும் சற்று மேலாக, சற்று மோசமாக என்று அதே நிலையில்தான் இருக்கிறோம். அலெக்சாண்டரோடு ஒப்பிட்டுப்பார்ப்போம் என்றால், அவரது வாழ்க்கை குறித்தும் அவரது வெற்றிகள் குறித்தும் அவரது சமகாலத்தவர்கள் எழுதிய இருபதுக்கும் மேலான விவரணைகள் இருக்கின்றன என்றால், அசோகருக்கு சமகாலத்தவர் எழுதிய ஒரு விவரணைகூட நம்மிடம் இல்லை. அசோகருக்கு முந்நூறு வருடங்களுக்குப் பிறகு எழுதப்பட்ட பௌத்த ஓகிவாழ்க்கை நூல்கள் தவிர வாழ்க்கை வரலாறு என்று எதுவும் நம்மிடமில்லை. அசோகரது பணித்துறையின் பகுதியாக நிகழ் தொகுப்பாளர்கள் என்று எவரும் இல்லை. அல்லது அப்படி இருந்திருந்தாலும், அவர்களது ஆக்கங்கள் சுவடில்லாமல் தொலைந்துபோய்விட்டன. சற்றே மேலானதாக இருப்பது என்னவென்றால், பல கல்வெட்டுகளில் அசோகரது சொந்தக் குரல் ஒலிப்பதை நம்மால் கேட்க முடிகிறது. அலெக்சாண்டர் இதுபோல் எதையும் கொண்டிருக்கவில்லை.

ஆக, என்னுடையது வழமையான வாழ்க்கை வரலாறாக இருக்கப்போவதில்லை. அசோகரது சொந்த எழுத்துகளிலிருந்தும் அவர்

---

17 Robin Lane Fox (2004: 11).

கட்டியெழுப்பிய கலை வடிவங்களிலிருந்தும் உருப்பெறும் ஒரு மனிதர் குறித்த சொல்லோவியமாக இருக்கப்போகிறது. ஃபாக்ஸ் வார்த்தைகளில் சொல்வதென்றால், இது 'கதையல்ல, ஒரு தேடல்'. உலக வரலாற்றில் தனித்துவமான இந்த ஆளுமையுடன் தொடர்புடைய விஷயங்களை மேலும் கண்டெடுத்து ஆழமான புதிய பார்வைகளை முன்வைக்கும் விதமாக மற்றவர்களும் இந்தத் தேடலைப் பின்தொடர்வார்கள் என்பதே என்னுடைய நம்பிக்கையாக இருக்கிறது. நான் பௌத்த ஓகிவாழ்க்கை நூல்கள், கௌடில்யரின் அர்த்தசாஸ்திரம் போன்ற பிற பண்டைய எழுத்துகள் அனைத்தும் — இவையெல்லாம் அசோகருக்குப் பிறகு பல நூற்றாண்டுகள் கழித்து எழுதப்பட்டவை — கல்வெட்டியலார்ந்த ஆதாரங்களின் சமூகரீதியான, வரலாற்றுரீதியான பின்னணிகள் குறித்து வெளிச்சம்போட்டுக் காட்டும் என்றால் மட்டுமே போகிறபோக்கில் பயன்படுத்திக்கொள்கிறேன். இருந்தாலும், கல்வெட்டுகளை அதன் பின்னணியில் பொருத்திப்பார்ப்பதற்கும் அவற்றின் சமகால வரலாற்றுப் பின்னணியில் வைத்துப் புரிந்துகொள்வதற்கும் கல்வெட்டுகளில் இல்லாத மேலும் பல வரலாற்றுரீதியான தகவல்கள் நமக்குத் தேவைப்படுகின்றன. இதற்கு நான் கல்வெட்டு அல்லாத எழுத்துகளைப் பயன்படுத்திக்கொள்கிறேன். குறிப்பாக, கிரேக்க மூலங்கள். செலுசிட்கரின் தூதராகப் பாடலிபுத்திரத்துக்கு வந்த மெகஸ்தனிஸ் புத்தகத்தில் நமக்குக் கிடைத்திருக்கும் பகுதிகளில் மௌரிய ஆட்சியாளர்களோடு தொடர்புடைய விஷயங்களைப் பயன்படுத்திக்கொள்கிறேன். வரலாற்றுரீதியாகக் கட்டமைத்தல் என்பது எப்போதும் தோராயமான ஒன்றாகவே இருக்க முடியும். நிச்சயத்தன்மையை ஒருவரால் எப்போதும் அடைய முடியாது. நான் பின்னணிகள் குறித்துச் சிந்திக்கும்போது, சாத்தியப்பட்டிருக்கலாம், இருந்திருக்க முடியும் என்றும், இன்னும் சற்று நம்பிக்கையோடு நிகழ்ந்திருக்கும் என்றெல்லாம் கையாள வேண்டியிருக்கிறது. முடிவில், என்னால் இவ்வளவுதான் முடியும் என்று ஏற்றுக்கொள்ள வேண்டியிருக்கிறது. மத்தியகால ஐரோப்பாவின் ஸ்காலஸ்டிக் (*Scholastic*) தத்துவவியலாளர்களிடம் முதுமொழி ஒன்று காணப்படுகிறது: 'அதிகம் நிரூபிக்க முயல்கிறவர்கள் எதையும் நிரூபிப்பதில்லை.' உறுதிப்படுத்த முடியாதபோது அதிகமாக உறுதிப்படுத்த முயல்வது வரலாற்றுரீதியான எழுத்துகளை பலவீனப்படுத்துகிறது. அதுவும், அசோகர் என்று வரும்போது, உறுதியானது என்ற உருப்படி அபூர்வமான ஒன்றாக இருக்கிறது.

எனினும், அசோகரது தனித்துவமான ஆளுமையை உள்வாங்கிக்கொள்ள ஓகிவாழ்க்கை நூலாசிரியர்களின் மிகைமொழியும் நிச்சயத்தன்மையும் நமக்குத் தேவையில்லை. பண்டைய ஆட்சியாளர்களில் [ஏன் நவீன காலத்திலும்!] 'ஏறக்குறைய தனியாக' மின்னிக்கொண்டிருக்கும்

தனித்துவமானவர் அசோகர் என்பதாக ஹெச்.ஜி. வெல்ஸ் பார்த்தது சரியாகவே இருக்கிறது. அவரை 'பெரும்', 'மாபெரும்' போன்ற சொற்கள் கொண்டு அழைப்பதை நான் தவிர்க்கிறேன். இந்தச் சொற்களெல்லாம் அவ்வளவு தவறாகப் பயன்படுத்தப்பட்டிருப்பதால் இவை அதற்கான மதிப்பை இழந்துவிட்டன. நான் அவரைத் தனித்துவமானவர் என்று அழைக்கிறேன். ஏனெனில், அவர் மட்டுமே இருக்கிறார்; உலக வரலாற்றில் அவரைப் போல் வேறு எவருமே இல்லை. அவர் தனியாக நிற்கிறார். ஆழ்ந்த மதரீதியான உறுதிப்பாடுகளைக் கொண்டிருந்த அரசராக மட்டும் அவர் இல்லை. ஆழமான அகநோக்கு கொண்ட அரசராகவும் இருக்கிறார். ரிச்சர்ட் சால்மன் ஒரு முறை குறிப்பிட்டதைப் போல, 'என்னை மன்னித்துவிடுங்கள்' என்று தயக்கமில்லாமல் சொல்லக்கூடிய அளவுக்கு பலம்கொண்ட ஒரே அரசராக உலக வரலாற்றில் இருக்கிறார்.

தன்னுடைய நிலப்பகுதியை ஆட்சிசெய்ய மட்டுமே அசோகர் விரும்பவில்லை. நோக்கத்திலும் விழைவுகளிலும் ஓர்மையை உருவாக்க முயன்றார்; பரந்த, பன்முகத்தன்மையிலான பேரரசின் மக்களை ஒன்றிணைக்க முயன்றார். இதைத் தனிநபர் வழிபாட்டின் ஊடாக இல்லாமல் – பெரும்பாலும், பண்டைய அரசர்கள் தங்களைத் தெய்வீக அந்தஸ்து கொண்டவர்களாகக் கோரி தங்களை முதன்மைப்படுத்திக்கொண்டதைப் போல் இல்லாமல் – ஒரு கருத்தை வழிபடுவதன் ஊடாகச் செய்ய முயன்றார். அதாவது, 'தர்மம்' என்ற சொல்லில் உள்ளடங்கியிருக்கும் தார்மிகக் கருத்து. இதுவே, புதிய தார்மிக ஒழுங்குக்கான அச்சாணியாக இருந்தது. அவரது பேரரசுக்குள் என்று மட்டுமில்லாமல், பிற நாடுகளில் உள்ள ஆட்சியாளர்களையும் மக்களையும்கூடத் தன்வயப்படுத்திக்கொள்ளும் விதத்தில் ஒரு புதிய தார்மிகத் தத்துவத்தை உருவாக்க அவர் விழைந்தார். எல்லா மக்களுக்கும் தார்மிகக் கல்வியைக் கொடுப்பதற்கென்று பெரும் திட்டத்தின் ஊடாக அதைச் செயல்படுத்தவும் விரும்பினார். சர்வதேச உறவுகளுக்கான தலைக்கல்லாக இருக்கக்கூடிய ஓர் உலகளாவிய தார்மிகத் தத்துவத்தை வடிவமைக்கவே அவர் முயன்றார். அதாவது, தர்மத்தைப் பயில்வதன் மூலம் சர்வதேச மோதல்களை ஒரு முடிவுக்கும் கொண்டுவர முடியும் – அல்லது இப்படியாகத்தான் அவர் நினைத்தார். சொல்லப்போனால், சர்வதேச உறவுகளுக்கு நவீன மேற்கல்லாத கோட்பாடு ஒன்றை உருவாக்க நவீன அரசியல் தத்துவவியலாளர்கள் அசோகரது கருத்துகளிலிருந்து எடுத்துக்கொள்ள முயன்றுவருகிறார்கள்.[18]

---

18 பார்க்கவும்: *Rajeev Bhargava* (2022); மேலும் சில பார்வைகளுக்கு: *Olivelle* (2022).

இதுதான் அசோகரது உலகம் — புதிதான, இன்னும் கொஞ்சம் கூடுதலான நிறைவைக் கொடுக்கக்கூடிய கல்வெட்டியலார்ந்த அசோகரது இந்த உலகத்துக்குள் நுழைய, அவரைக் கண்டெடுக்க, தனித்துவமான, சிக்கலான இந்த ஆளுமையைச் சுவைக்க, அவரது கண்கள் ஊடாகப் பார்க்க, பொ.ஆ. மூன்றாம் நூற்றாண்டின் இந்தியா குறித்த புதிய பார்வையைப் பெற்றுக்கொள்ள, வாசகர்களாகிய உங்களை நான் அழைக்கிறேன்.

ஏதேனும் ஒரு பெயரில் அசோகர்

அசோகரது பெயர் என்ன? இப்படிக் கேட்போம் என்றால் அது கூறியதைக் கூறுவதாகிறது; கேள்வியிலேயே பதில் அடங்கியிருக்கிறது. மாறாக, நாம் இப்படிக் கேட்டுக்கொள்ளலாம்: பொ.ஆ.மு. 3-ஆம் நூற்றாண்டில் கல்வெட்டுகள் எழுதிய, எழுத்துகள் பொறிக்கப்பட்ட தூண்களை எழுப்பிய இந்திய அரசரின் பெயர் என்ன? இப்படியாகக் கேட்டுக்கொள்வோம் என்றால் பதில் அறிந்ததாகவோ அவ்வளவு தெளிவானதாகவோ இல்லை.[19] இனிவரும் விவாதங்கள் சற்று நுட்பமான விஷயங்களைக் கொண்டிருக்கும் என்பதால் வாசகர்களின் பொறுமையை வேண்டுகிறேன்.

அசோகரது பல கல்வெட்டுகள் இம்மூன்று வார்த்தைகளிலான பட்டத்தைக் கொண்டிருக்கின்றன: 'கடவுள்களின் அன்புக்குரியவன், அரசன் பியதஸி' (தேவாநம்பியே பியதஸி லாஜா, *devānampiye piyadasi lājā*)' அல்லது அதன் சுருக்கம் (படம் 1). இந்திய இலக்கியங்கள் எல்லாவற்றையும் எடுத்துக்கொண்டாலும்கூட, 'கடவுள்களின் அன்புக்குரியவன்' என்று அசோகர் தன்னைக் குறிக்கப் பயன்படுத்தும் அடைமொழி, முதன்முறையாக அவரது கல்வெட்டுகளில்தான் காணப்படுகிறது. அது அரசனுக்கான பட்டம் என்று ஏற்றுக்கொள்ளப்படுகிறது. ஆகவே, அறிஞர்கள் 'மாட்சிமைமிக்கவரே' என்று நேரடியற்ற தன்மையில் மொழியாக்கம் செய்கிறார்கள். இது மரியாதைக்குரிய பட்டமாக இருக்கிறது என்பதில் எந்த சந்தேகமும் இல்லை. பாறை அரசாணை VIII-இல் முந்தைய அரசர்களைக் குறிக்கவும் அசோகர் இந்தப் பட்டத்தைப் பயன்படுத்துகிறார். அதாவது, அவருக்கு முன்பு இருந்த அரசர்களைக் குறிக்க ஒரு பொதுப் பட்டமாகவே அசோகர் பார்த்தார் என்பதையே இது குறிக்கிறது. அசோகரது பேரனான தசரதா மூன்று

---

19 இந்த உள்ளடக்கம் குறித்த விவாதத்துக்கு 'The Titles of Aśoka' என்று தலைப்பிடப்பட்டிருக்கும் தாப்பர் கட்டுரையைப் பார்க்கவும்: Thapar (1961: 226–27).

கல்வெட்டுகளை விட்டுச்சென்றிருக்கிறார். அதில், இதையே தனக்கான பட்டமாகப் பயன்படுத்திக்கொள்கிறார்.

இருந்தாலும், பிந்தைய சம்ஸ்கிருதத்தில் இகழ்வதற்கான, அதாவது ஒருவரை முட்டாள் என்று குறிப்பதற்கான ஒன்றாக தேவாநாம்ப்ரிய *(devānāṃpriya)* என்கிற சொல் பயன்படுத்தப்படுகிறது. இந்த இந்திய வெளிப்பாடு கிரேக்கத்தில் இருந்ததற்கு இணையாக, அதாவது 'அரசனின் நண்பன்' என்று ஹெல்லனிய அரசர்கள் தங்களுக்குக் கீழாக இருக்கும் ஆட்சியாளர்கள் தங்களுக்கு விசுவாசமாக இருப்பதற்குக் கொடுக்கப்பட்ட பட்டமாக இருந்தது என்கிறார் வரலாற்றியலாளர் ஹார்மூத் ஷார்ஃபெ.[20] கிரேக்க வரலாற்றியலாளர் கிராண்ட் பார்க்கர் இப்படியான வெளிப்பாடு கிரேக்கக் கல்வெட்டுகளில் காணக்கிடைப்பதில்லை என்று குறிப்பிடுகிறார். மேலும், மௌரிய ஆட்சியாளர்கள் மேற்கத்திய ஹெல்லனிய அரசர்களுக்குக் கட்டுப்பட்டவர்களாகவோ அல்லது அவர்களைவிடத் தாழ்ந்தவர்களாகவோ தங்களைப் பார்த்திருப்பதற்கான சாத்தியமும் இல்லை என்கிறார். மொழியியலாளர் மாதவ் தேஷ்பாண்டே இப்படியான வெளிப்பாட்டுக்கு வேதத்தில் முன்மாதிரியாக இருக்கும் பல எடுத்துக்காட்டுகளைச் சுட்டிக்காட்டுகிறார்.[21] இருந்தாலும், இந்தப் பட்டப்பெயர் தனித்துவமான, விசித்திரமான ஒன்றாக இருக்கிறது என்று நாம் ஏற்றுக்கொள்ளத்தான் வேண்டும். ஆனால், மௌரியர்களுக்குப் பிறகு நீண்ட காலத்துக்கு இது நிலைத்துநிற்கவில்லை. அது கிண்டல் அல்லது கேலிசெய்வதற்கான ஒரு வெளிப்பாடாக மாறிப்போனது.

இப்போது, இரண்டாவது சொல்லான 'பியதஸி'யை (சம்ஸ்கிருதம்: பிரியதர்ஷின்) நான் விவாதத்துக்கு எடுத்துக்கொள்கிறேன். ஒருவேளை இது அரசனின் தனிப்பட்ட பெயராக இருந்திருக்கலாம். சில கல்வெட்டுகள் பட்டத்தைச் சுருக்கிக்கொடுக்கின்றன. முதல் இரண்டு சொற்களில் முதலாவதைத் தவிர்க்கின்றன. இருந்தாலும், தனித்த நான்கு இடங்கள் தவிர பொதுவாக வேறெங்கும் அசோகர் என்ற பெயர் காணக்கிடைக்கவில்லை. பின்னர் எழுதப்பட்ட பௌத்த ஓகிவாழ்க்கை நூல்களோ புராண விவரிப்புகளோ இல்லாமல் இருந்து, கல்வெட்டுகள் மட்டுமே நமக்குக் கிடைத்திருக்குமானால், பியதஸி என்றே நாம் அவரை அழைத்திருப்போம். இந்தப் புத்தகத்தின் தலைப்பும் இந்தப் பெயரையே கொண்டிருக்கும்.

ஆக, அசோகர் என்ற பெயர் எங்கிருந்து வருகிறது? அசோகரது கல்வெட்டுத் தொகுப்புகளில் நான்கு முறை இந்தப் பெயரைக் காண்கிறோம். தெற்கே (இன்று கர்நாடகம் என்று அழைக்கப்படுவது)

20 பார்க்கவும்: Scharfe (1971).

21 இந்தப் பட்டம் குறித்த விரிவான ஆய்வுக்குப் பார்க்கவும்: Deshpande (2009).

உள்ள சிறுபாறை அரசாணைக் கொத்துகளில், அதாவது சிறுபாறை அரசாணை I-இல் இரண்டு முறையும், சிறுபாறை அரசாணை II-இல் இரண்டு முறையும் காணக்கிடைக்கிறது. பெரும்பாலான சிறுபாறை அரசாணைப் பதிப்புகள் 'கடவுள்களின் அன்புக்குரியவன்' என்ற பட்டத்தை மட்டுமே கொண்டிருக்கின்றன. பொதுவான போக்கிலிருந்து விலகியிருக்கும் இந்த நான்கு கல்வெட்டுகளிலும் 'அசோகர்' என்ற பெயரை இணைக்க வேண்டும் என்று விரும்பிய எழுத்தர்கள் அல்லது புரவலர்கள் பின்னர் இதைப் பொறித்திருக்க வேண்டும். இந்த அரசாணைகளில் உள்ள மூலச் சொற்களும்கூடப் பல மாற்றங்களைக் கொண்டிருக்கின்றன. மஸ்கி, குஜர்ரா ஆகிய இரண்டு இடங்களிலும் உள்ள அரசாணைகளில் அரசருடைய பெயர் ஆறாம் வேற்றுமையில் (*genitive*) கொடுக்கப்பட்டிருக்கிறது (தேவாநம்பியஸ அஸோகஸ, *devānaṃpiyasa asokasa*). இது, இந்தச் சொற்களுக்குப் பின்வரும் செய்திகள் 'கடவுளின் அன்புக்குரியவனின், அசோகரின்' என்ற அர்த்தத்தைக் கொண்டிருக்கின்றன. அதே சமயத்தில், பிற எல்லாவற்றிலும், மூலத்தில் எந்த மாற்றமும் செய்யப்படாதவற்றில் முதல் வேற்றுமையில் (*nominative*) கொடுக்கப்பட்டுள்ளது: 'தேவாநம்பியோ ஹேவம் அஹ' (*devānampiye hevaṃ āha*), கடவுளின் அன்புக்குரியவன், இவ்வாறு சொல்கிறான்). நித்தூர், உதேகோலம் ஆகிய இரண்டு இடங்களில் உள்ள சிறுபாறை அரசாணை II-இலும்கூட அசோகர் என்ற பெயர் வழக்கத்துக்கு மாறான முறையில் காணப்படுகிறது. அதாவது, அசோகர் பெயருக்கு முன்னால் ராஜா என்ற சொல் வருகிறது. பொதுவாக, ராஜா என்ற சொல் அரசனின் பெயருக்குப் பின்னால்தான் வரும். எடுத்துக்காட்டாக பியதஸி ராஜா. இவற்றையெல்லாம் வைத்துச் சொல்வதென்றால், அசோகர் என்ற பெயர் மூலப் பிரதிகளில் அரசரின் ஆணைக்கு உட்பட்டுப் பின்னால் சேர்க்கப்பட்டிருக்க வேண்டும் என்ற எண்ணத்தையே உருவாக்குகின்றன.

சமீபத்தில், கல்வெட்டுகளின் ஆசிரியர் அசோகர்தானா என்ற விஷயம் தீவிர விசாரணைக்கு எடுத்துக்கொள்ளப்பட்டுள்ளது.[22] எடுத்துக்காட்டாக, வரலாற்றியலாளர் கிறிஸ்டோஃபர் பெக்வித், அவ்வளவாக அறியப்படாத அரசராக இருந்த அசோகரை, பௌத்த ஒகிவாழ்க்கை நூல்கள் வரலாற்றுரீதியாக இந்த அளவுக்கு அவரை உயர்த்திப்பிடித்திருப்பதாக முன்வைக்கிறார்.[23] இப்பார்வை பொதுவாக

22 *Beckwith (2015: 125–37, 226–50).*

23 *Tieken (2002: 36):* இவர் தேவாநம்பிய என்பது பட்டமாக இருப்பதுபோலவே பியதஸி என்பதையும் பட்டமாக எடுத்துக்கொள்கிறார். *Monica Smith (2016: 378):* இவர் புனைபெயர் என்கிறார். *Kubica (2013: 725–26):* இவர், 'பேரரசின் முறையான பெயர் அசோகர் என்று இருக்குமானால், பிறகு ஏன் அவர் 'தேவாநம்ப்ரிய பியதஸி ராஜா (*devānaṃpriya piyadassi rājā*, கிரேக்கப் பதிப்பில்: Πιοδάσσης) என்று அவருடைய

ஏற்றுக்கொள்ளப்பட்டிருக்கும் பார்வையிலிருந்து முற்றிலும் விலகிய ஒன்றாக இருக்கிறது. மேலும், அசோகர் குறித்து ஆராய்பவர்கள் எவரும் இக்கருத்தை ஏற்றுக்கொள்ள மாட்டார்கள். மேலும், இப்படி உதாசீனப்படுத்தும் பார்வையைப் பொ.ஆ. 150-ஐச் சேர்ந்த ருத்ரதாமனின் கல்வெட்டு மறுதலிக்கிறது. குஜராத்தில் உள்ள கிர்னார் மலைக்குக் கீழே உள்ள செயற்கை நீர்த்தேக்கத்துக்கு மேலே உள்ள பெரிய பாறையில், அதாவது அசோகரது கல்வெட்டுகளுக்குக் கீழே ருத்ரதாமனின் கல்வெட்டு பொறிக்கப்பட்டுள்ளது. அசோகரது கல்வெட்டு குறித்து ருத்ரதாமன் அறிந்திருக்கிறார். அதற்குக் கீழாகப் பொறிக்கப்பட்டிருக்கும் அவரது கல்வெட்டில், சந்திரகுப்தரும் அசோகரும் எந்த நீர்த்தேக்கத்தை உருவாக்கிப் பராமரித்தார்களோ அதே நீர்த்தேக்கத்தைத் தானும் பராமரிப்பதாக எழுதுகிறார். சொல்லப்போனால், அவர் அசோகர் என்ற பெயரைத்தான் பயன்படுத்துகிறார். ஆக, அசோகருக்குப் பிறகு வெறும் 300 ஆண்டுகளுக்குப் பிறகு இருந்த அரசர் ஒருவர், அசோகரது பெயரை மட்டும் அறிந்திருக்கவில்லை, அவரது செயல்பாடுகளையும் அறிந்திருக்கிறார்.

எப்படியிருந்தாலும், அசோகர் என்பது அரசர் விரும்பிய பெயராக இல்லை என்பது மட்டும் நிச்சயம். தன்னை அவரும் மற்றவர்களும் 'பியதஸி' என்று அழைக்கவே விரும்பியிருக்க வேண்டும் என்று நான் நினைக்கிறேன். ஆக, அவருக்கு இரண்டு பெயர்கள் இருந்தன என்ற முடிவுக்கு நாம் வர வேண்டியுள்ளது. ஒரு அரசர் இரண்டு பெயர்கள் வைத்திருப்பது அப்படியென்ன வழக்கத்துக்கு மாறானதா? பியதஸி என்பது அவர் 'அரியணை' ஏறிய பின் சூட்டிக்கொண்ட பெயர் என்று சிலர் வாதிடுகிறார்கள். அதாவது, அரசரான பிறகு அவர் இந்தப் பெயரைச் சூட்டிக்கொண்டார் என்றோ அல்லது இது ஒரு பட்டப்பெயர் என்றோ அல்லது புனைபெயர் என்றோ வாதிடுகிறார்கள். இருந்தாலும், பௌத்த மரபுக்குள்ளாகவும், இந்திய வரலாற்றுரீதியான நினைவுக்குள்ளாகவும் தங்கியிருப்பதைத் தவிர அசோகர் என்ற பெயர் பின்னுக்குப்போய்விட்டது. இந்தப் பெயர் பௌத்தத்தோடு கொண்டிருக்கும் தொடர்பை முன்வைத்து, அசோகர் என்பது அவருடைய 'பௌத்த' பெயர் என்று ஒருவர் வாதிட முடியும். அதாவது, அவர் பௌத்தத்துக்கு மாறி, உபாசகரான பின் சூட்டிக்கொண்ட பெயர் என்று வாதிட முடியும். ஆனால்,

---

கல்வெட்டுகளில் பயன்படுத்த வேண்டும்?' என்று கேட்கிறார். Benvensite (1964): பியதஸி (பிரியதர்ஷின்) என்பது பொதுவாக அடைமொழியாகவே மொழியாக்கம் செய்யப்படுகிறது. 'நட்புரீதியான பார்வையோடு' என்பது மெய்யாகவே பெயர்ச்சொல்லாகிறது. இது அடைமொழியல்ல. இது அரசரது தனிப்பட்ட பெயராக இருக்கிறது. அசோகர் என்பது அவரது செல்லப்பெயர். பௌத்தக் கொள்கையின் தாக்கத்துக்கு உள்ளான பிறகு இந்தப் பெயரை அரசர் வைத்துக்கொண்டிருக்கலாம்.' நான் இவரோடு ஒத்துப்போகிறேன்.

பௌத்தராக மாறிய சாதாரண மனிதர்கள் 'மதரீதியான' பெயரைச் சூட்டிக்கொண்டார்கள் என்ற முடிவுக்குவர நம்மிடம் போதுமான ஆதாரங்கள் இல்லை. 'அசோகா' என்ற சம்ஸ்கிருதச் சொல், 'துயரம்-இல்லாத' என்று பொருள் கொண்டிருக்கிறது. ஆக, இந்தப் பெயர், துயரம் ஏதும் இல்லாதவன், துயரம் என்று எதையும் கொண்டிராதவன் என்றெல்லாம் அர்த்தங்களைக் கொண்டிருக்க முடியும்.

இன்று நாம் கொண்டிருக்கும் அறிவைக் கணக்கில் கொண்டு சொல்வதென்றால், பேரரசர் இரண்டு பெயர்களைக் கொண்டிருந்தார் என்ற முடிவுக்கு வருவதே — இவற்றை எப்படியாக அவர் கைக்கொண்டிருந்தாலும் — இப்பிரச்சினைக்குச் சிறந்த தீர்வாக இருக்க முடியும். அசோகர் மட்டுமே இப்பிரச்சினையைக் கொண்டிருக்கவில்லை. அசோகரது தந்தையின் பெயர் பிந்துஸாரர் என்று நாம் அறிவோம்.[24] இந்திய மூலங்களில் அவர் இப்படியாகத்தான் அறியப்படுகிறார். ஆனால், கிரேக்க எழுத்துகளில் அவர் அமிட்ரோகேட்ஸ் என்றே அழைக்கப்படுகிறார். அல்லது சம்ஸ்கிருதத்தில் அமித்ரகாதா (எதிரிகளைக் கொன்றவன்) என்று அழைக்கப்பட்டதோடு இந்தப் பெயரில்தான் அவர் தூதியல் செயல்பாடுகளையும் மேற்கொண்டார். தந்தை, மகன் இருவரின் பெயரும் — அமித்ரகாதா, அசோகர் — எதிர்மறையான/இன்மைச் சுட்டியான (*negative/privative particle*) 'அ'விலிருந்து தொடங்குகின்றன. அசோகரது தாத்தாவான சந்திரகுப்தருக்கும் இரண்டாவது பெயர் ஏதாவது இருந்ததா என்று நமக்குத் தெரியவில்லை. மரபில் அப்படியான எதுவும் கடத்தப்படவில்லை. கிரேக்க மூலங்களும்கூட அவரை சந்திரகுப்தர் என்றே அழைக்கின்றன.

ஆக, அசோகர் விரும்பிய பியதஸி என்ற பெயரிடம் நாம் அழைத்துவரப்படுகிறோம். இச்சொல்லின் அர்த்தம் என்ன? இந்தப் பெயர் ஏன் அசோகருக்கு அவ்வளவு பிடித்ததாக இருக்கிறது? இந்தச் சேர்மச் சொல்லின் அர்த்தம் அவ்வளவு தெளிவாக இல்லை. 'பிய' (சம்ஸ்கிருதம்: பிரிய) என்றால் அன்புள்ள, இனிமையான, மிகவும் பிடித்த ஒருவர் அல்லது ஒன்று என்ற அர்த்தத்தைக் கொண்டிருக்கிறது. ஆகவே, அன்புக்குரியவன். இரண்டாவது சொல்லான தஸி (சம்ஸ்கிருதம்: தர்ஷின்) பார்த்தல், பார்த்து போன்று அல்லது பிறவினை (causative verb) வடிவத்திலிருந்து உருவாக்கப்பட்டிருக்குமானால் 'பார்க்கவைக்கப்பட்டு' என்ற அர்த்தங்களைக் கொண்டிருக்க முடியும். பெயரளவுச் சேர்மத்தில் (nominal compound) உள்ள இரண்டு சொற்களுக்கு இடையேயான உறவுதான் இங்கே பிரச்சினையாகிறது. சம்ஸ்கிருத இலக்கணம் இரண்டு சாத்தியப்பாடுகளை முன்வைக்கிறது: ஒன்று, தத்புருஷா. அதாவது,

---

24 இங்கும் பல பெயர்கள் கொண்டிருப்பதை நாம் எதிர்கொள்கிறோம்: விந்துசாரா, பத்ராசாரா, நந்தசாரா. பார்க்கவும்: Pargiter (2013: 28); Thapar (1961: 17–19).

இரண்டு சொற்களும் தன்னிலை பெயர்ச்சொற்களாக (substantives) இருந்து, சேர்மச் சொல்லின் முதல் உறுப்போடு கரைந்துபோகும் என்றால், நாம் அதை வேற்றுமையுருபேற்கும் (declensional) வடிவத்தில் பொருத்திப்பார்க்க முடியும்: எடுத்துக்காட்டாக, ‘அன்புக்குரியதாக இருப்பதைப் பார்ப்பது’ அல்லது ‘அன்புக்குரியதைப் பார்ப்பது’. மற்றொரு சாத்தியப்பாடு, கர்மதரயா. இதுவே அதிகம் சாத்தியம் என்பதால் நான் இதையே தேர்ந்தெடுக்கிறேன். இது, பெயரளவுச் சேர்மத்தில் உள்ள முதல் சொல் பெயரடையாக இரண்டாவதைத் தகுதியுடையதாக்குகிறது: எடுத்துக்காட்டாக, அன்புக்குரிய பார்வை. ஆக, இது பார்ப்பதற்கு இனிமையான/ மகிழ்ச்சியான/ அற்புதமான என்பதுபோல் அர்த்தங்களை – பொதுவாக, ‘தீங்கற்ற முகபாவம்’ என்று மொழியாக்கம் செய்யப்படும் அர்த்தத்தைக் கொண்டிருக்கலாம். பல கிரேக்க, அராமெயக் கல்வெட்டுகள் கண்டெடுக்கப்பட்ட பின் – இவை பெரும்பாலும் பிராகிருத மூலங்களிலிருந்து மொழியாக்கம் செய்யப்பட்டிருப்பதால் – பியதஸி என்ற பெயர் பட்டப்பெயரா அல்லது தனிப்பட்ட பெயரா என்ற கேள்விக்கு விடை கிடைக்கிறது என்று நினைக்கிறேன். இவற்றில், பிற எல்லாமும் தேவாநம்பியா, லாஜா உள்பட கிரேக்கத்தில், அராமெயத்தில் உள்ள இணைச் சொற்கள் கொண்டு மொழியாக்கம் செய்யப்பட்டிருக்கின்றன என்றால், பியதஸி மட்டும் அவ்வாறு செய்யப்படவில்லை. அது கிரேக்கத்திலும் அராமெயத்திலும் உள்ள எழுத்துகளைக் கொண்டு ஒலிப்புமுறையில் எழுதப்பட்டிருக்கிறது. மூலப் பதிப்பில் இருப்பதுபோலவே தக்கவைக்கப்பட்டிருக்கிறது. எழுத்தர்களும் மொழிபெயர்ப்பாளர்களும் இதை அரசருடைய சொந்தப் பெயராகப் பார்த்ததால் அதை மொழியாக்கம் செய்ய வேண்டிய தேவையை உணரவில்லை என்பதை மிகத் தெளிவாக வெளிப்படுத்துகிறது.

நீண்ட காலமாகத் தவறாகப் புரிந்துகொள்ளப்பட்டிருந்த பங்குரரியா கல்வெட்டு இந்த முடிவை மேலும் உறுதிப்படுத்துவதாக இருக்கிறது. இந்தக் கல்வெட்டை ஹாரி ஃபால்க் மிகக் கவனமாக ஆய்வுசெய்திருக்கிறார்.[25] அரசன் பியதஸி இளவரசராக இருந்தபோது மேற்கொண்ட உல்லாசப் பயணத்தில் (விஹாரயாத்ரா), ஒருவேளை அவரது மனைவியோடு, இந்த இடத்துக்கு வந்ததாக இந்தக் கல்வெட்டு சொல்கிறது. அவரது இளமைக்கால நினைவுகளை சந்தோஷமாக நினைத்துப்பார்த்து, இங்கு எழுத வேண்டும் என்று விரும்பியதால் பொறித்திருப்பதுபோல் தெரிகிறது. இது உல்லாச அல்லது வேட்டையாடும் பயணமாக இருந்திருக்க வேண்டும். அவரது

25 பார்க்கவும்: Falk (1997).

பிந்தைய கல்வெட்டுகளில், தர்மா மற்றும் புனித யாத்திரைகள் மேற்கொள்ள ஊக்குவிக்கும்போது அவர் இதைக் கண்டனம் செய்கிறார்.

பியதஸி என்ற பெயர் அவர் பிறக்கும்போது கொடுக்கப்பட்ட ஒன்றாக இருந்தாலும் அல்லது பின்னர் அவரது வாழ்க்கையில் அவராகத் தேர்ந்தெடுத்துக்கொண்ட ஒன்றாக இருந்தாலும், தேவாநம்பிய பியதஸி என்பதன் இடையில் உள்ள இரண்டு சொற்களின் மோனை (alliterative) திரும்ப ஒலிப்பது என்பது ஒரு எழுத்தாளராக அவரது அழகியல் உணர்வுக்கு உகந்ததாக இருந்திருக்க வேண்டும். மேலும், முதல் சொல்லும் கடைசிச் சொல்லும் 'தா' என்ற மோனையோடு தொடங்குகின்றன. இந்தச் சேர்மச்சொல்லின் முதலாவதான தேவாநம்பிய, நான்கு அசைகள் கொண்டிருக்கிறது. இந்தியக் கவிதையியல் இதைக் 'கனமாக' என்றழைக்கிறது என்றால் இரண்டாவது சொல்லான பியதஸி மூன்று அல்லது நான்கு[26] 'இலகுவான' அல்லது குறுகிய அசைகள் கொண்டிருக்கிறது. இந்தப் பட்டத்தில் உள்ள கவித்துவம் அசோகருக்குப் பிடித்திருக்க வேண்டும். அவருடைய எழுத்துகளில் இதற்கு ஒத்த சொல்லணிகளிலான வீச்சைச் சுட்டிக்காட்ட வேறு சந்தர்ப்பங்கள் பின்னால் வருகின்றன.

பிந்தைய பௌத்த, பார்ப்பனிய இலக்கியங்கள் இரண்டிலும் பியதஸி பின்னுக்குத்தள்ளப்பட்டு மறைந்துபோனதும், அசோகர் என்ற பெயர் ஏன், எப்படி முன்னுக்கு வந்தது என்பது தெளிவில்லாமல்தான் இருக்கிறது. அசோகர் என்ற பெயரை பௌத்தர்கள் தேர்ந்தெடுத்தார்கள் என்பது மட்டும் தெளிவாக இருக்கிறது. பேரரசர் குறித்த பொதுவான நினைவுகளில் இவர்களது பயன்பாடு தாக்கம் செலுத்தியும் இருக்கலாம்.

இந்தப் புத்தகத்தின் தலைப்பை பியதஸி என்பதாக நான் வைத்திருக்கலாம் — சொல்லப்போனால் அப்படித்தான் வைத்திருக்க வேண்டும். ஆனால், நான் யார் குறித்துப் பேசுகிறேன் என்று எவருக்கும் தெரிந்திருக்காது. 'பியதஸி' மீதான 'அசோகர்' கொண்ட வெற்றி முழுமையானதாகவும் மாற்றியமைக்க முடியாததாகவும் இருக்கிறது.

---

26 எழுதும்போது நான்கும் குறுகிய அசைகளாகத்தான் இருக்கின்றன என்றாலும், இறுதி அசை ஒருவேளை நீண்ட அசையாக இருக்கலாம். ஏனெனில், மூலத்தில் அது பியதாஸி (piyadaasi) என்றுதான் இருக்கிறது.

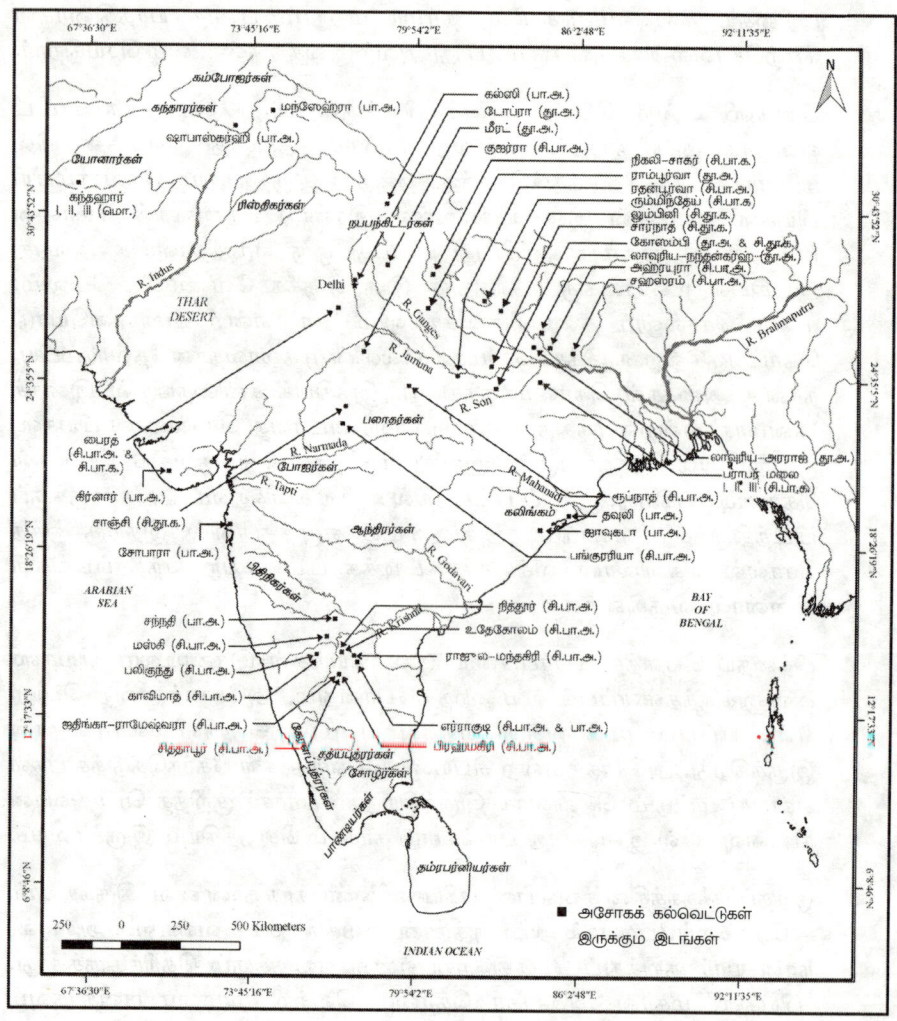

அசோகக் கல்வெட்டுகள் இருக்கும் இடங்களும், நிலபரப்பின் பெயர்களும்

சுருக்கெழுத்து விளக்கம்

பா.அ. — பாறை அரசாணை

தூ.அ. — தூண் அரசாணை

சி.பா.அ. — சிறு பாறை அரசாணை

சி.பா.க. — சிறு பாறை கல்வெட்டு

சி.தூ.க. — சிறு தூண் கல்வெட்டு

மொ. — அராமெய, கிரேக்க மொழியாக்கங்கள்

வரைபடம் 0.1

அசோகரின் காலவரிசை

ஆட்சி வருடம்	மாதம்	வருடம் (பொ.ஆ.மு.)	நிகழ்வு
0	மார்ச்	268	அரியணை ஏறுதல்
1	மார்ச்	267	கைதிகள் விடுதலை
2	மார்ச்	266	கைதிகள் விடுதலை
3	மார்ச்	265	கைதிகள் விடுதலை
4	மார்ச்	264	கைதிகள் விடுதலை
5	மார்ச்	263	கைதிகள் விடுதலை
6	மார்ச்	262	கைதிகள் விடுதலை
7	மார்ச்	261	கைதிகள் விடுதலை
8	மார்ச்	260	கைதிகள் விடுதலை
	அக்டோபர்-நவம்பர்		கலிங்கப் போர்
	டிசம்பர்		உபாசகராக மாறுதல்
9	மார்ச்	259	கைதிகள் விடுதலை
	டிசம்பர்		சங்கத்துக்குச் சென்றுவருதல், பற்றார்வம் கொள்ளுதல், 'அரும்பாடுபடுதல்'
10	மார்ச்	258	கைதிகள் விடுதலை
	அக்டோபர்		எட்டு மாதப் பயணம் மேற்கொள்ளுதல்
	11-ஆவது ஆட்சி வருடம்		புத்தர் அறிவொளி பெற்ற புத்தகயாவுக்குச் சென்றுவருதல்
11	மார்ச்	257	கைதிகள் விடுதலை
	ஜூன்		சிறு பாறை அரசாணை I

12	மார்ச்	256	கைதிகள் விடுதலை
	13-ஆவது ஆட்சி வருடம்		பாறை அரசாணைகள் கொடுக்கத் தொடங்குதல். ஆஜீவிகர்களுக்கு பராபர் மலையில் உள்ள இரண்டு குகைகளைத் தானமாகக் கொடுத்தல்.
13	மார்ச்	255	கைதிகள் விடுதலை
	14-ஆவது ஆட்சி வருடம்		தர்ம-மஹாமாத்ரர்களை நியமித்தல்
14	மார்ச்	254	கைதிகள் விடுதலை
	15-ஆவது ஆட்சி வருடம்		நக்லிவாவில் உள்ள புத்தர் கோணாகமனா ஸ்தூபியைப் பெரிதுபடுத்தல்.
15	மார்ச்	253	கைதிகள் விடுதலை
16	மார்ச்	252	கைதிகள் விடுதலை
17	மார்ச்	251	கைதிகள் விடுதலை
18	மார்ச்	250	கைதிகள் விடுதலை
19	மார்ச்	249	கைதிகள் விடுதலை
	20-ஆவது ஆட்சி வருடம்		ஆஜீவிகர்களுக்கு சுப்ரியேக்ஸா குகையைத் தானமாகக் கொடுத்தல்
20	மார்ச்	248	கைதிகள் விடுதலை
	21-ஆவது ஆட்சி வருடம்		லும்பினிக்குச் சென்றுவருதல்; கல் வேலியைத் தானமாகக் கொடுத்தல். கோணாகமனா புத்தர் பிறந்த இடமான நிக்லிவாவுக்குச் சென்றுவருதல்.
21	மார்ச்	247	கைதிகள் விடுதலை
22	மார்ச்	246	கைதிகள் விடுதலை
23	மார்ச்	245	கைதிகள் விடுதலை

24	மார்ச்	244	கைதிகள் விடுதலை
25	மார்ச்	243	கைதிகள் விடுதலை
26	மார்ச்	242	கைதிகள் விடுதலை
	27-ஆவது ஆட்சி வருடம்		சில விலங்குகள் கொல்லப்படுவதற்குத் தடையாணை வழங்குதல் தூண் அரசாணைகள்: I – VI
27	மார்ச்	241	கைதிகள் விடுதலை
	28-ஆவது ஆட்சி வருடம்		தூண் அரசாணை VII
28	மார்ச்	240	கைதிகள் விடுதலை*
29	மார்ச்	239	கைதிகள் விடுதலை*
30	மார்ச்	238	கைதிகள் விடுதலை*
31	மார்ச்	237	கைதிகள் விடுதலை*
32	மார்ச்	236	கைதிகள் விடுதலை*
33	மார்ச்	235	கைதிகள் விடுதலை*
34	மார்ச்	234	கைதிகள் விடுதலை*
35	மார்ச்	233	கைதிகள் விடுதலை*
36	மார்ச்	232	கைதிகள் விடுதலை*
	37-ஆவது ஆட்சி வருடம்		அசோகரின் மரணம்*

* கல்வெட்டுகளிலிருந்து தருவிக்கப்பட்டவை அல்ல. பிற மூலங்களிலிருந்து தோராயமாகத் தருவிக்கப்பட்டவை.

பகுதி ஒன்று

முகை நிகழ்

ராஜா:
அரசராக அசோகர்

நவீனக் கல்விப்புல விவாதங்களும்கூட, பண்டைய பௌத்த ஒகிவாழ்க்கை வரலாறுகளைப் போலவே, அசோகரை பௌத்த அரசராகவும், இந்தியாவிலும் அதற்கு அப்பாலும் பௌத்தத்தைப் பரப்பிய அரசராகவும் தொடர்ந்து முன்வைத்துவருகின்றன. மிகத் தொடக்கத்தில் அசோகரது வாழ்க்கை வரலாற்றை எழுதியவரான வின்சென்ட் ஸ்மித் 1901-இல், அசோகரது கதை மீதான ஈடுபாட்டை இவ்வாறு விவரிக்கிறார்: அசோகரது கதை 'அடிப்படையில் உளவியல்ரீதியானதாகவும் மதரீதியானதாகவும் இருக்கிறது. அதாவது, நாம் அதைப் படிக்கும்போது ஒரு மிகப் பெரும் ஆளுமையின் வளர்ச்சியையும் அவரது செயல்களின் விளைவாக இந்தியாவில் ஓர் உள்ளூர் சமயப் பிரிவாக இருந்த ஒன்றை உலகிலுள்ள பிரதான மதங்களில் ஒன்றாக உருமாற்றியதையும் நாம் பார்த்துக்கொண்டிருக்கிறோம்'.[1] இவர் வந்தடைவதைச் சமகால அறிஞர்களும் அப்படியே எதிரொலிக்கிறார்கள்.[2] ஸ்மித் சொல்லியிருக்கும் கடைசிக் கருத்து திசைதிருப்புவதாக

1 *Cited in Chakarbarti (2011: 3).*

2 தொல்லியலாளரான மோனிகா ஸ்மித் அவரது சமீபத்திய வாசிப்பில், இந்தியா முழுவதும் பௌத்தம் பரவுவதற்கு அசோகர் காரணமாக இருந்தார் என்ற கருத்தை முன்வைக்கிறார். 'அசோகர் அவரது வாழ்க்கையில் பௌத்தத்தை ஏற்றுக்கொண்டது பௌத்தம் தோன்றிய கங்கைக் கரைக்கு அப்பால் பரந்துபட்ட மக்களைச் சென்றடையப் பங்காற்றியுள்ளது' (*Monica Smith et.al. 2016: 378*). 'அசோகரது அரசின் ஆதரவைப் பெறுவதற்கு முன் பௌத்தம் சிறிய, அவ்வளவாக அறியப்படாத ஒரு சமயமாக இருந்தது' என்றும் சொல்கிறார் (*Ibid: 389*). அவ்வளவு உறுதியாக இல்லையென்றாலும் இதற்கு நிகரான கருத்தை லாஹிரியும் தெரிவிக்கிறார் (*Lahiri: 2015*). இலங்கையில் சிங்கள மொழித் தோற்றத்தில் இந்தோ–ஆரியத்தின் தாக்கம் குறித்துப் பேசும்போது, ஓகிவாழ்க்கை நூல்களில் உள்ளதை வரலாற்றுரீதியானவையாக டைசன் ஏற்றுக்கொள்கிறார் (*Tim Dyson: 2018: 27*): 'இது அசோகர் தன்னுடைய மகன் மஹிந்தாவை பௌத்தத்தைப் பரப்புவதற்காகப் பாடலிபுத்திரத்திலிருந்து தீவுக்கு அனுப்புவதற்கு இருநூறு ஆண்டுகளுக்கு முன்னர் நடந்திருக்க வேண்டும்' என்கிறார்.

இருப்பதோடு, அசோகரது மிக முக்கியமான ஓர் அடையாளத்தை, அதாவது முதலாவதாகவும் முக்கியமாகவும் அவர் ஓர் அரசர் என்பதை — ஏறக்குறைய அவரது எல்லாக் கல்வெட்டுகளிலும் தன்னை ராஜாவாக அடையாளப்படுத்திக்கொள்வதை — பின்னுக்குத்தள்ளுகிறது. அசோகர் பௌத்த அரசர் அல்ல. ஆனால், பௌத்தராக இருந்த அரசாக இருக்கிறார்.

அரசர் என்ற அசோகரது அடையாளத்தை நாம் முன்னுக்குக் கொண்டுவர வேண்டியுள்ளது. உண்மையிலேயே மிகப் பரந்த, பலதரப்பட்டதாக இருந்த நிலப்பரப்பின் அரசான அசோகர் 'பேரரசர்' என்ற பட்டத்துக்குத் தகுதியானவரே. அவரது பாறை, தூண் கல்வெட்டுகள் இருக்கும் இடங்களின் அடிப்படையில் சொல்வதென்றால், அவரது பேரரசு மேற்கில் இன்றைய ஆப்கானிஸ்தான் முதல் கிழக்கே வங்கதேசம் வரையிலும், வடக்கில் நேபாளம் முதல் தெற்கே குறைந்தபட்சம் கர்நாடகம் வரையிலும் விரிந்திருந்தது என்று சொல்ல முடியும். சீன, ரோமானியப் பேரரசுகள் இன்னும் உருவாகாததையும் அலெக்சாண்டர் வெற்றிகொண்ட பின் ஆகமெனீத் பேரரசு சிதறிப்போனதையும் நாம் கணக்கில்கொள்வோம் என்றால் நிலப்பரப்பு, மக்கள்தொகை ஆகியவற்றின் அடிப்படையில் அசோகர் ஆட்சிபுரிந்த பேரரசு அக்காலத்தில் மிகப் பெரிய ஒன்றாக இருந்திருக்க வேண்டும்.

பண்டைய அரசர்களைப் போலவே, அசோகரும் அவரது ராஜ்ஜியத்தை அவருடைய தந்தை, தாத்தாவிடமிருந்துதான் பெற்றுக்கொண்டார். அசோகரை வரலாற்றில் பொருத்திப்பார்ப்பதற்கும், அவரது வாழ்க்கையையும் செயல்பாடுகளையும் புரிந்துகொள்வதற்கும், அவரது அரசக் குடும்பப் பின்னணி, அவரது உலகுணர்வுவாதப் பின்னணி, அவர் வளர்க்கப்பட்ட விதம் ஆகியவற்றை ஆராய்வதும் அவசியமாகின்றன. குழந்தையாகவும் இளைஞனாகவும், இந்தியாவுக்குள்ளிருந்தும் மேற்கு ஆசியாவிலிருந்தும் — பாரசீகம், கிரேக்கம், ஒருவேளை எகிப்து என்று பலவிதமான பண்பாடுகளும் மொழிகளும் அவருக்கு அறிமுகமாகியிருக்கலாம். இந்தப் பின்னணி மீது என் கவனத்தைத் திருப்புகிறேன்.

1

மௌரியர்

நான்காம் நூற்றாண்டின் இறுதிக் காலாண்டில் நடந்தேறிய இரண்டு முக்கிய நிகழ்வுகள், தெற்கு மற்றும் மேற்கு ஆசியாவின் அரசியல் நிலப்பரப்பை வடிவமைத்தவையாக இருந்தன. இந்தப் புதிய அரசியல் நிலப்பரப்பைத்தான் அசோகர் வாரிசுரிமையாகப் பெற்றுக்கொண்டார். இது அவரது அரசியல் மற்றும் தார்மிகத் தத்துவத்துக்கு ஓரளவு வடிவமும் கொடுத்தது. முதலாவது, மாஸெடோனியாவைச் சேர்ந்த அலெக்சாண்டர் மேற்கு ஆசியாவை வெற்றிகொண்டது என்றால், இரண்டாவது, கங்கை நதியை ஒட்டி இருந்த செழிப்பான, சக்திவாய்ந்த மகத ராஜ்ஜியத்தை அசோகரின் தாத்தாவான சந்திரகுப்த மௌரியர் கைபற்றியது.

கிரேக்கத்திலிருந்து படையெடுத்து, எகிப்திலிருந்து பாரசீகம் வரை இருந்ததையெல்லாம் வென்றெடுத்து, மேற்கு ஆசியாவுக்குள் நுழைந்து, இந்தியாவின் வடமேற்கு எல்லையில் இருந்த பகுதிகளிலெல்லாம் கிரேக்க மொழியை, பண்பாட்டை, பழக்கவழக்கங்களை அறிமுகப்படுத்தியபோது அலெக்சாண்டரின் வயது வெறும் இருபத்தொன்பதுதான். 'கிரேக்கர்கள் உள்வாங்கியதுபோல் உலகத்தின் எல்லையாக இருந்த 'கிழக்கத்தியப் பெருங்கடல்' வரை உலகத்தை வென்றெடுப்பதே அலெக்சாண்டரின் லட்சியமாக இருந்தது என்று பொதுவாகச் சொல்லப்படுவது, 'அவரது இறப்புக்குப் பின் அவரது படைவீரர்களின் ஊகமாக' இருந்திருக்க வேண்டும் என்று அலெக்சாண்டரின் வாழ்க்கை வரலாற்றை எழுதியவர் தொகுத்துக்கூறுகிறார்.[1] இருந்தாலும் அலெக்சாண்டர், 'தான் பெற்ற வெற்றிகள் எதிலும் நிறைவடைந்திருக்க மாட்டார்... இதுவரை அறியப்படாத ஒன்றை அவர் தொடர்ந்து தேடிச்சென்றிருப்பார். மேலும், போட்டியாளர்கள் என்று எவருமே இல்லையென்றால்,

1 *Fox (2004: 332–34).*

அவர் அவருடனே போட்டிபோட்டிருப்பார்' என்று அர்ரியனின் (Arrian) அவதானிப்பை மேற்கோள் கொடுக்கிறார்.[2] புகழ்பெற்ற நூலான அர்த்தசாஸ்திரத்தின் ஆசிரியரான, பண்டைய இந்திய அரசியல் கோட்பாட்டாளர் கௌடில்யர், எப்போதும் வெற்றிகளை (விஜிகீஷு) தேடிக்கொண்டிருக்கும் ஒரு லட்சிய அரசனின் திரளுருவாக அலெக்சாண்டரை சுலபமாக அடையாளம் கண்டிருப்பார். ஆனால், அலெக்சாண்டர் எந்த அளவுக்கு வெற்றிகளைத் தேடிய ஒருவராக இருந்தாரோ அதைவிடத் துருவியகழ்பவராகவும் இருந்தார். ஹிந்து குஷ்' ஷைக் கடந்து, கிரேக்கத் தொன்மங்களில், மரங்களிலிருந்து தேன் ஒழுகும் என்றும் எறும்புகள் தங்கத்தைத் தோண்டியெடுக்கும் என்றும் மரங்களில் கம்பளி முளைக்கும் என்றும் கட்டுக்கதைகளிலான இந்தியாவை அடைய அவர் விரும்பினார். இந்தியாவை நோக்கி அவரது படையெடுப்பு பொ.ஆ.மு. 327-இல் தொடங்கி இரண்டு வருடங்களுக்குப் பின், சிந்து நதியின் கிளையான பியாஸ் நதியைக் கடந்து அவரது போர்வீரர்கள் முன்னேற மறுத்ததால், முடிவுக்கு வந்தது. இதற்குச் சில வருடங்கள் கழித்து, பொ.ஆ.மு. 323-இல் அலெக்சாண்டரும் மரணம் அடைந்தார். அவர் வென்ற பகுதிகள் அனைத்தையும், இந்தியாவின் வடமேற்குப் பகுதிகள் உள்பட, அவரது தளபதிகள் தங்களுக்குள் பிரித்தெடுத்துக்கொண்டார்கள். இப்படியான ஹெல்லனிய ராஜ்ஜியங்களும் மக்களும் இந்தியர்களால் 'யவனர்கள்' (யோனா, அயோனியா என்பதலிருந்து தருவிக்கப்பட்டது) என்றழைக்கப்பட்டார்கள்.

அலெக்சாண்டர் பின்வாங்கி, இறந்த பின் ஏற்பட்ட கொந்தளிப்பான அரசியல் சூழ்நிலையில்தான் சந்திரகுப்தர் நுழைகிறார். மகதத்தின் வடகிழக்குப் பகுதியில் (நவீன பிஹார் என்று பொதுவாகச் சொல்லலாம்) நந்தா என்றழைக்கப்படும் அரசக் குடும்பத்தினர் பாடலிபுத்திரத்தை (நவீன பாட்னா) தலைநகரமாகக் கொண்டு ஆண்டுவந்தார்கள். ஒருகட்டத்தில், கடைசி நந்தா அரசனிடமிருந்து சந்திரகுப்தர் அதிகாரத்தைக் கைப்பற்றுகிறார் — இதுகுறித்த தகவல்கள் அவ்வளவு தெளிவாக இல்லை. சந்திரகுப்தர் தன்னுடைய கட்டுப்பாட்டுக்குள் கொண்டுவந்தபோது, எதிரிகளிடமிருந்து பாதுகாத்துக்கொள்ள ஏதுவான இடத்தையும், செழிப்பான கங்கைச் சமவெளியை ஒட்டி பெரும் மக்கள்தொகையிலான மையங்கள் பலவும் கொண்டிருந்த சக்திமிக்க ராஜ்ஜியமாக மகதம் உருப்பெற்றது. சந்திரகுப்தரின் வம்சம் குறித்தும், எப்படி, எப்போது அதிகாரத்துக்கு வந்து மௌரியப் பேரரசைத் தொடங்கினார் என்பது குறித்தும் ஆய்வுபூர்வமான முரண்பாடுகள் காணப்படுகின்றன. முன்வைக்கப்படும் காலம் பொ.ஆ.மு. 324-இலிருந்து

---

2   Fox (2004: 13).

313 வரை நீள்கிறது.[3] நந்தா அரசோடான சந்திரகுப்தரின் தனிப்பட்ட உறவு குறித்து அவ்வளவு தெளிவாக இல்லையென்றாலும், ஏதோ ஒருவிதத்தில் அவரது தாயின் ஊடாக அவர் உறவுகொண்டிருந்ததைப் போல் தெரிகிறது. இப்படியாக, மௌரியா என்ற தாய்வழிப் பெயரை அவர் பெற்றிருக்கலாம். சந்திரகுப்தரின் வெற்றிக்கு அவசியமான அரசியல் மற்றும் ராணுவ உத்திகளை வழங்கியது சாணக்கியர் என்ற புத்திசாலியான, தந்திரப் பார்ப்பனர் என்று பௌத்த, சமண, பார்ப்பனிய மூலங்களில் பதிவுசெய்யப்பட்டிருக்கும் பழைய மரபு சொல்கிறது. சம்ஸ்கிருதத்தில் உள்ள ஒரே வரலாற்று நாடகமான விசாகதத்தரின் 'முத்ரராக்ஷஸ'த்தின் உள்ளடக்கமாக இது இருக்கிறது.[4] இந்த மரபான மூலங்கள், சந்திரகுப்தர் சமூகத்தில் கீழான வர்க்கத்திலிருந்து வந்ததாகப் பார்க்கின்றன. விசாகதத்தரின் நாடகத்தில் சாணக்கியர் அரசனை 'வ்ருஸலா' என்றே அழைக்கிறார். இந்தச் சொல், கீழான பிறப்பு கொண்டிருக்கும் ஒருவரைக் குறிப்பதோடு, சூத்திரர் என்பதற்கான இணைச்சொல்லாகவும் பயன்படுத்தப்படுகிறது.

அதேசமயத்தில், பஞ்சாபில் போரஸ் என்ற பெயர் கொண்ட அரசர் ஒருவர் இருந்ததுபோல் தெரிகிறது. இவர் அலெக்சாண்டரோடு ஒன்றுசேர்ந்து, ஒரு பகுதியை மாகாண ஆட்சித் தலைவராக இருந்து ஆண்டுவந்தார். அலெக்சாண்டரது இறப்புக்குப் பின்னர் உருவான கொந்தளிப்பான அரசியல் சூழலில், பொ.ஆ.மு. 318 வாக்கில் போரஸ் கொல்லப்பட்டார். அலெக்சாண்டரின் தளபதிகளுக்கு இடையே நடந்த வாரிசு மோதல்களில், தொடக்கத்தில் பாபிலோனியாவின் ஆட்சித் தலைவராக இருந்த செலுக்கஸ் நிகேடர் இந்தியாவின் வடமேற்குப் பகுதிகளுக்குத் தனது அதிகாரத்தை விரிவுபடுத்துகிறார். இந்தச் சமயத்தில்தான், ஒருவேளை பொ.ஆ.மு. 305 வாக்கில் இருக்கலாம், பஞ்சாபைக் கைப்பற்ற நினைத்த சந்திரகுப்தர் செலுக்கஸோடு மோதுகிறார். இந்த மோதலின் முடிவு குறித்து அவ்வளவு தெளிவாக இல்லையென்றாலும், இது பொ.ஆ.மு. 303-இல் பேச்சுவார்த்தையின் ஊடாக அமைதி ஒப்பந்தத்தோடு முடிகிறது. 500 போர் யானைகளைப் பெற்றுக்கொண்டு, இன்றைய பாகிஸ்தான் மற்றும் கிழக்கு ஆப்கானிஸ்தானின் பெரும்பகுதியை சந்திரகுப்தருக்கு செலுக்கஸ் விட்டுக்கொடுத்தார். வரலாற்றியலாளர் பால் கோஸ்மின் இந்த ஒப்பந்தத்தை 'சிந்து ஒப்பந்தம்' என்றழைக்கிறார்.[5] இது மூன்று பிரதான அம்சங்களைக் கொண்டிருக்கிறது:

---

3 பார்க்கவும்: Thapar (1961: 15–16); Eggermont (1956:180): இவர் பொ.ஆ.மு. 317 என்று முன்வைக்கிறார். மேலும், பயனுள்ள காலவரிசையையும் கொடுக்கிறார். Fussman (1982: 621): இவர் பொ.ஆ.மு. 313 என்று முன்வைக்கிறார்.

4 சாணக்கியர் குறித்த தொன்மத்துக்குப் பார்க்கவும்: Trautmann (1971).

5 Kosmin (2014: 33).

i. செலுக்கஸ் தனது அதிகாரத்துக்கு உட்பட்ட கிழக்குக் கோடிப் பகுதிகளை சந்திரகுப்தரின் ராஜ்ஜியத்துக்கு மாற்றிக்கொடுக்கிறார்.

ii. சந்திரகுப்தர் 500 இந்தியப் போர் யானைகளை செலுக்கஸுக்குக் கொடுக்கிறார்.

iii. இருவரும் திருமண உறவின் ஊடாக ஒன்றிணைகிறார்கள் — செலுக்கஸின் உறவுமுறையிலான பெண் ஒருவரை சந்திரகுப்தர் திருமணம் செய்துகொண்டிருக்கலாம்.

வரலாற்றியலாளர் தாமஸ் ட்ராட்மன் பதிவுசெய்திருப்பதுபோல், சந்திரகுப்தருக்குப் பிறகும், மௌரிய ஆட்சியாளர்கள் செலுக்கஸோடு தொடர்ந்து நட்பு பேணிவந்தார்கள். செலுக்கஸும் இந்திய ஆட்சியாளர்களிடமிருந்து போர் யானைகளைத் தொடர்ந்து பெற்றுவந்தார்.[6] பொ.ஆ.மு. நான்காம் நூற்றாண்டின் இறுதி ஆண்டுகளில் ஆப்கானிஸ்தானிலிருந்து வங்கம் வரை என்று வட இந்தியாவின் பெரும்பகுதியை ஆட்சிசெய்த, இந்தியத் துணைக்கண்டத்தின் மிகவும் சக்திவாய்ந்த அரசராக சந்திரகுப்தர் உருப்பெற்றார்.

அலெக்சாண்டரின் மறைவைத் தொடர்ந்து நடந்த வாரிசுரிமைப் போர்கள் மேற்கு ஆசியாவைத் தீவிரையாக உருமாற்றியதன் மீது நம்முடைய கவனத்தை பால் கோஸ்மின் திருப்புகிறார். ஆகமெனீத் பேரரசின் சித்தாந்தமும், 'முற்றிலுமானது, தனித்துவமானது' என்ற அலெக்சாண்டரின் லட்சியமும், ராஜ்ஜியங்கள் சரிசமமான அதிகாரத்தோடு இணைந்திருப்பதை அங்கீகரிக்கக் கொஞ்சமும் இடம்கொடுக்கவில்லை. கோஸ்மின் வார்த்தைகளில் சொல்வதென்றால்:

உலக-பேரரசுகளின் தொடக்க கால வரலாற்றில்... எல்லைகொண்ட ராஜ்ஜியங்கள் தனித்து, அதேசமயத்தில் இணக்கமாக இருப்பதற்கானவையாக மாறுகின்றன. ஒருசில 'பெரும் அரசுகள்' உருப்பெற்றதானது... அரசுகள் அவற்றுக்கிடையே ஓரளவு முறைப்படுத்தப்பட்ட ஊடாட்டத்துக்கான முறைமையை, சமமான அரசுகளுக்கு இடையேயான முறைமையாகக்கொஞ்சம்கொஞ்சமாக வளர்த்தெடுத்தன... மூன்றாம் நூற்றாண்டு வாக்கில் ஹெல்லனிய உலகத்துக்குள்ளாக முதிர்ந்த, ஏற்றுக்கொள்ளப்பட்ட சர்வதேச ஒழுங்கு செயல்பட்டுக்கொண்டிருந்தது... இந்த முறைமைக்கு, அதன் பிரத்யேக விவரிப்பிலும், சித்தாந்தரீதியான விளைவுகளிலும், 'எல்லை' என்பது மிக முக்கியமான ஒன்றானது. ராஜ்ஜியங்களை வெளி சார்ந்து மட்டுப்பட்ட அலகுகளாகவும், எல்லைகளைப்

---

6 *Trautmann (2015: 235–39).*

பகிர்ந்துகொள்ளும் கட்டுப்பட்ட நிலப்பரப்பாகவும் அடையாளம் காண வேண்டியிருந்தது.[7]

ஆதாரங்கள் மிகக் குறைவாக இருக்கின்றன என்றபோதும், செலுக்கஸோடு போட்டுக்கொண்ட 'சிந்து ஒப்பந்தத்தின்' மூலம் வடமேற்கு எல்லையின் பாதுகாப்பை உறுதிப்படுத்திய பின், சந்திரகுப்தர் தனது அதிகாரத்தை நிலைநிறுத்தவும் வர்த்தகப் பாதைகளைப் பாதுகாக்கவும் தெற்குப் பக்கம் தன்னுடைய கவனத்தைத் திருப்பி, மத்திய மற்றும் தென் இந்தியப் பகுதிகள் மீது படையெடுத்திருப்பதற்கான சாத்தியங்கள் நிறைய உள்ளன. அவர் மரணித்தபோது, அதாவது பொ.ஆ.மு. 293 வாக்கில், அவரது மகன் பிந்துஸாரர் மிகப் பரந்த, பலம்வாய்ந்த ராஜ்ஜியத்தின் வாரிசானார். அவர் இதை மேலும் விரிவுபடுத்தியதாகச் சொல்லப்படுகிறது. அவருடைய பேரரசைத் தெற்கு நோக்கி விரிவுபடுத்தியதாகவும் சொல்லப்படுகிறது. இன்றைய கர்நாடகம் வரை விரிந்திருந்த பேரரசுக்கு அசோகர் வாரிசானார் என்றும் சொல்லப்படுகிறது. இதற்கான ஆதாரங்கள் மிகவும் சொற்பமாக இருக்கின்றன என்றாலும்கூட, தெற்குப் பகுதிகள் நோக்கிப் படையெடுத்துச்சென்றதாக அசோகர் எங்கும் சொல்லாதது இதற்கான பலமான ஆதாரமாக இருக்கிறது.

இப்படி வளர்ந்துகொண்டிருக்கும் பேரரசின் தலைநகரமாகப் பாடலிபுத்திரம் இருந்தது. இதன் இடிபாடுகளுக்கு மேல்தான், இன்றைய பிஹார் மாநிலத்தின் தலைநகரமான பாட்னா என்ற நவீன நகரம் நிற்கிறது. கங்கை நதியும் கிரேக்க எழுத்தாளர்கள் 'எரன்னபோஸ்' (சம்ஸ்கிருதம்: ஹிரண்யவாஹா) என்றழைக்கும் அதன் கிளை நதியும் சங்கமிக்கும் இடத்தில் எழுப்பப்பட்டுள்ளது. இந்தக் கிளை நதியும் நவீனத்தில் ஸோன் (சம்ஸ்கிருதம்: ஸோணா) என்றழைக்கப்படுவதும் ஒன்றுதான்[8] – இரண்டு பெயர்களுமே நதியின் நீர் சிவந்த அல்லது தங்க நிறத்தில் இருப்பதைக் குறிக்கின்றன. ஆக, பாடலிபுத்திரம் இரண்டு நதிகளை அதன் எல்லைகளாகக் கொண்டிருந்தது. ஸோன் நதியும் கங்கை நதியும் ஒரு கோணத்தில் சந்திப்பதால், இந்த நகரம் அரணமைக்கப்பட்ட இணைகரத்தை ஒத்திருந்தது.

'சிந்து ஒப்பந்த'த்தை ஒட்டி, அதாவது பொ.ஆ.மு. 303 வாக்கில் செலுக்கஸ் தன்னுடைய தூதுவராக, ஹெல்லனிய கிரேக்கரான மெகஸ்தனிஸை, பாடலிபுத்திரத்தில் உள்ள சந்திரகுப்தரிடம்

---

7 *Kosmin (2014: 31–32).*

8 இன்று பாட்னாவுக்கு அருகில் கங்கையோடு ஸோன் நதி கலப்பதில்லை. புவியியல்ரீதியான மாற்றத்தால் இது மேற்கே 25 கிலோமீட்டர் தள்ளி கலக்கிறது.

அனுப்பிவைக்கிறார்.[9] தன் நாட்டுக்குத் திருப்பிய பிறகு, மெகஸ்தனிஸ் இந்தியா குறித்துப் புவியியல்ரீதியாகவும் இனவரையியல்ரீதியாகவும் நிறையத் தகவல்களைக் கொண்டிருக்கும் 'இண்டிகா' என்ற முக்கியமான நூலை எழுதுகிறார். இந்தப் புத்தகத்தின் மூலம் தொலைந்துவிட்டது. இருந்தாலும், கிரேக்க மற்றும் ரோமானிய வரலாற்றியலாளர்களுக்கு இந்தியா குறித்து நம்பத்தகுந்த அளவில் அறிந்தவராக மாறுகிறார். இப்படியாகத்தான், மெகஸ்தனிஸின் எழுத்துகளில் சில பகுதிகள் பிந்தைய ஆசிரியர்களின் எழுத்துகளில் பாதுகாக்கப்பட்டிருக்கின்றன. இந்தியச் சமூகம், பண்பாடு குறித்த மெகஸ்தனிஸின் முன்வைப்பை எந்த அளவுக்கு ஏற்றுக்கொள்ள முடியும் என்று கேட்பது சரிதான். எப்படியான மானுடவியல் கட்டமைப்புகளுக்கு அவர் பழக்கப்பட்டிருந்தாரோ அதற்குள்ளாக அவரது அவதானிப்புகளையெல்லாம் அடைக்க அவர் முயன்றிருப்பதுபோல் தெரிகிறது. வரலாற்றியலாளர் க்ளவ்ஸ் கார்டுனன் முன்வைப்பது தெளிவான பார்வையாகிறது:

> இந்தியா குறித்த அவரது பார்வை, பிரக்ஞைபூர்வமாகத் திரித்து முன்வைக்கப்பட்டவை இல்லை என்றாலும்கூட, அவரது இந்திய அனுபவத்தைக் கிரேக்கச் சித்தாந்தச் சட்டகத்துக்குள் பொருத்தி, இந்தியா மீது கிரேக்க லட்சியவாதத்தைப் படரவிடுகிறார்… எப்படியிருந்தாலும், ஒரு லட்சிய அரசு குறித்து கிரேக்கம் கொண்டிருந்த கருத்தாக்கத்துக்குத் துல்லியமாகப் பொருந்திப்போகக்கூடிய விஷயங்களை மட்டுமே அவர் தேர்ந்தெடுத்துக்கொள்கிறார்.[10]

இருந்தாலும்கூட, அவர் எதிர்கொண்ட பௌதிகக் கட்டமைப்புகளைப் பொறுத்தமட்டில், மெகஸ்தனிஸ் அவ்வளவு துல்லியமாக விவரிக்கிறார். அரணமைக்கப்பட்ட பாடலிபுத்திர நகரத்தின் அளவுகளை அவ்வளவு துல்லியமாகக் கொடுக்கிறார். அவர் மிகக் கூர்மையாக அவதானிக்கக்கூடியவராக இருந்தார் என்பதையும் ஒருவேளை, தகவல்களைச் சிறப்பாகக் கொடுக்கக்கூடியவர்களை அவர் கொண்டிருந்தார் என்பதையுமே இது வெளிப்படுத்துகிறது. அவர் கொடுக்கும் அளவுகளை, இந்த இடத்தில் மேற்கொள்ளப்பட்ட குறைந்த

---

9 மெகஸ்தனிஸ் இந்தியாவுக்குப் பயணித்த வரலாற்றுப் பின்னணி குறித்த வாசிப்புக்குப் பார்க்கவும்: *Bosworth (1996). Cribbs (2017)*: இவர் சந்திரகுப்தருக்கும் செலுக்கஸ்களுக்கும் இடையேயான வரலாற்றுரீதியான தொடர்பின் திருத்தப்பட்ட வாசிப்பை ஏற்றுக்கொள்கிறார். போஸ்வொர்த் முடிவை ட்ராட்மன் நிராகரிக்கிறார். ஏனெனில், மெகஸ்தனிஸ் உண்மையிலேயே சந்திரகுப்தரின் தலைநகரமான பாடலிபுத்திரத்துக்குத்தான் வந்துபோகிறார். மெகஸ்தனிஸ் குறித்த சிறப்பான விவரங்களுக்குப் பார்க்கவும்: *Kosmin (2014: 37–53)*. மெகஸ்தனிஸ் குறித்த தேதிகளுக்குப் பார்க்கவும்: *Kosmin (2014: 261–71)*.

10 *Karttunen (1989: 97–98).*

அளவிலான தொல்லியல் ஆய்வுகள் உறுதிசெய்கின்றன. பழைய நகரம் பாட்னாவுக்கு அடியில் 6 முதல் 8 மீட்டர் அளவில் புதைந்துகிடக்கிறது. இந்த நவீன நகரத்துக்கு அடியில், அதன் உள்கட்டமைப்புகளுக்கு அடியில் தோண்டுவது மிகக் கடினம். ஆனாலும், பாடலிபுத்திரத்தின் தொல்பழமையை மரத்தால் ஆன அதன் பாதுகாப்புக் கட்டமைப்புகள் உறுதிசெய்கின்றன. இது போன்ற தொல்லியல் ஆய்வுசெய்யப்பட்ட பண்டைய நகரங்கள் எவற்றிலும் இது போன்ற ஒன்றைக் காண முடியவில்லை. இந்த முறையிலான நகரப் பாதுகாப்பு, அரசியல் கோட்பாட்டாளர் கௌடில்யருக்கு முன்பு கட்டப்பட்டுவந்திருக்க வேண்டும். படையெடுத்துவரும் எதிரிகளால் சுலபமாகத் தீயிட்டு அழிக்க முடியும் என்பதால் அரணமைக்கும்போது மரத்துண்டைப் பயன்படுத்தக் கூடாது என்கிறார் கௌடில்யர்.

கலை மற்றும் தொல்லியல் துறை அறிஞரான டீடெர் ஸ்க்லிங்லாஃப், மெகஸ்தனிஸ் எதிர்கொண்ட பாடலிபுத்திர நகர மூலக் கட்டமைப்பை, பொது ஆண்டுக்கு சில நூற்றாண்டுகளுக்கு முன்னர் இந்தியாவிலும் உலகெங்கும் உள்ள பிரதான நகரங்களோடு ஒப்பிட்டுப்பார்த்து மிக விரிவாக விவரிக்கிறார்.[11] ஸ்க்லிங்லாஃப் கணக்கின்படி பாடலிபுத்திரப் பாதுகாப்பு அரணின் சுற்றளவு 33.8 கிலோமீட்டராக இருக்கிறது. இது, 25.5 சதுர கிலோமீட்டர் அளவிலான நகரத்தை உள்ளடக்கியிருக்கிறது. அலெக்சாண்டிரியா இதில் மூன்றில் ஒரு பகுதிதான் இருந்தது. அரேலியன் சுவர்களுக்கு உள் இருந்த ரோம் நகரம் 13.72 சதுர கிலோமீட்டர்தான். அதாவது, பாடலிபுத்திரத்தைவிட சற்றே பாதிக்கு மேலாக இருந்தது. ஏதன்ஸ் நகரத்தைவிடப் பாடலிபுத்திரம் பதினோறு முறை பெரிதாக இருந்தது. ‘எப்படிப் பார்த்தாலும் தொல்கால நகரங்களில் பாடலிபுத்திரம் பல மடங்கு பெரிதாக இருந்தது’ என்று ஸ்க்லிங்லாஃப் முடிவுக்கு வருகிறார்.[12] நகரத்தின் சுவரை ஒட்டி அறுபத்து நான்கு வாயில்களும் 570 பாதுகாப்புக் கோபுரங்களும் இருந்ததாக மெகஸ்தனிஸ் சொல்கிறார். ஸ்க்லிங்லாஃப் அவரது அவதானிப்பை இப்படியாக முன்வைக்கிறார்:

> பாதுகாப்புக் கோபுரங்களுக்கு இடையேயான தொலைவு 54 மீட்டராக இருப்பதோடு, மிகத் துல்லியமாகப் பொருந்தியும் போகிறது... மெகஸ்தனிஸ் முன்வைக்கும் பாதுகாப்புக் கோபுரங்களுக்கும், வாயில்களின் எண்ணிக்கைக்கும் இடையேயான

11 பார்க்கவும்: *Schlingloff (2013: 32–48)*; வரைபடத்துக்குப் பார்க்கவும் ப. 56.

12 *Schlingloff (2013: 32).*

உறவு கணிதரீதியில் துல்லியமாகப் பொருந்திப்போய், நகரக் கட்டமைப்பின் நம்பகத்தன்மையை உறுதிசெய்கிறது.[13]

மக்கள்தொகை குறித்து என்ன சொல்ல முடியும்? இந்தப் பௌதிக அளவுக்குப் பொருந்திப்போகக்கூடிய அளவுக்கு இருந்ததா? நிச்சயமாக, மௌரியப் பாடலிபுத்திரத்தின் மக்கள்தொகையைக் கணக்கெடுப்பது சாத்தியமே இல்லைதான். மேலும் இவ்விஷயம் குறித்து மெகஸ்தனிஸ் மௌனமாகவும் இருக்கிறார். ஆனாலும், இன்னும் மேலான முறையில் தொல்லியல் ஆய்வுக்கு உட்படுத்தப்பட்ட பண்டைய நகரங்களின் மக்கள்தொகை அடர்த்தியோடு ஒப்பிட்டு, நம்மால் தோராயமாகக் கணக்கிட முடியும். ஸ்க்லிங்லாஃப் மிகச் சரியாக இதைத்தான் செய்கிறார். பண்டைய இந்தியாவின் அடுத்த பெரிய நகரமான கோஸம்பியின் மக்கள்தொகை 90,000-1,00,000 வரை இருந்தது என்று இவர் கணக்கிடுகிறார். நாம் இதைப் பாடலிபுத்திரத்துக்கும் பொருத்திப்பார்க்க முடியும். கோஸம்பியைவிடப் பாடலிபுத்திரம் பத்து மடங்கு பெரியது என்று ஸ்க்லிங்லாஃப் முன்வைப்பதன் அடிப்படையில், பாடலிபுத்திரத்தில் மக்கள்தொகை தோராயமாக 9,00,000-10,00,000 அளவில் இருந்திருக்கலாம் என்று சொல்ல முடியும். நாம் இந்த மக்கள்தொகையைப் பெருமளவு குறைத்தாலும்கூட, ஐந்து லட்சம் அளவிலான மக்களைக் கொண்டிருக்கும் மிகப் பெரிய நகரமாகப் பாடலிபுத்திரம் இருந்திருக்க வேண்டும்.[14] மெகஸ்தனிஸ் உண்மையில் சந்தோஷப்பட்டிருப்பார்.

சந்திரகுப்தர் இறந்த ஆண்டு உறுதியாகத் தெரியவில்லை. ஆனால், பொ.ஆ.மு. 293-ஆக இருந்திருக்கலாம் என்று முன்வைக்கப்படுகிறது.[15] அவரைத் தொடர்ந்து அவரது மகன் பிந்துஸாரர் பொ.ஆ.மு. 293-இலிருந்து 268 வரையில் ஆட்சிபுரிந்தார். வடமேற்குப் பகுதிகளை ஆண்டுவந்த ஹெல்லனிய கிரேக்க ஆட்சியாளர்களுடன், குறிப்பாக செலுக்கஸ் நிகேடருடன் இரண்டு மௌரிய அரசர்களும் கொண்டிருந்த

---

13 *Schlingloff (2013: 33).*

14 *டிம் டைஸனின் சமீபத்திய புத்தகத்தைப் பார்க்கவும்: (Tim Dyson, 'A Population History of India', 2018). இதில் இவர் ஸ்க்லிங்லாஃப் கொடுக்கும் கணக்கிலிருந்து வேறான ஒன்றைக் கொடுக்கிறார். இருந்தாலும், தோராயமான இறுதிக் கணக்கு ஸ்க்லிங்லாஃப் கொடுப்பதற்கு இணையாகத்தான் இருக்கிறது: ஒரு ஹெக்டேருக்கு 230 நபர்கள் என்ற மையமான அனுமானம் கொண்டு, 'கோட்டை மதில்களுக்குள்' 1,350 ஹெக்டேர்களும், 2,200 ஹெக்டேர்களும் இருந்தன என்பது முறையே 3,10,000 மற்றும் 5,00,000 கணக்கைக் கொடுக்கிறது... மேலும், 'அந்தக் காலகட்டத்தில் அதிக மக்கள்தொகையைக் கொண்டிருந்த நகரமாகப் பாடலிபுத்திரம் இருந்திருக்க வேண்டும்' என்கிறார் டைஸன் (Dyson 2018: 22).*

15 *பார்க்கவும்: Eggermont (1956: 180): நான் கொடுக்கும் தேதிகள் இவர் முன்வைப்பதற்கு நிகரானவையாக இருக்கின்றன. வேறு ஆசிரியர்கள் முன்வைக்கும் தேதிகள் ஓரிரு வருடங்கள் முன்னேபின்னே இருக்கின்றன.*

ராணுவரீதியான, தூதியல்ரீதியான உறவுகள், பொதுவாகப் பிந்தைய மௌரிய வரலாற்றில், குறிப்பாக அசோகரது இளமைப் பருவத்திலும் கல்வியிலும் பெருமளவு பங்காற்றியிருக்கின்றன. செலுக்கஸோடு சந்தரகுப்தர் போட்டுக்கொண்ட அமைதி ஒப்பந்தத்துக்குப் பிறகு இரண்டு அரசர்களும் தொடர்ந்து தூதியல் உறவுகள் கொண்டிருந்திருக்க வேண்டும் என்று அனுமானித்துக்கொள்ளலாம். இந்த அமைதி ஒப்பந்தத்தின் பகுதியாக, செலுக்கஸ் தன்னுடைய உறவுமுறைப் பெண் ஒருத்தரை சந்திரகுப்தருக்கும் மணம்முடித்திருக்கலாம் என்ற யோசனையை பால் கோஸ்மின் முன்வைக்கிறார்.[16] அண்டை நாடுகளோடு ஒப்பந்தங்கள் கையெழுத்தானவுடன், மணம்முடித்து உறவுகொள்வது மாஸெடோனியா/கிரேக்கப் பழக்கமாக இருந்தது. பாடலிபுத்திரத்துக்கு ஒரு இளவரசி தனியே சென்றிருப்பது சாத்தியமில்லை. தோழிகள், வேலையாள்கள் என்று ஒரு பெரிய பரிவாரம் அவரோடு பயணித்திருப்பார்கள் என்று நாம் அனுமானிக்க முடியும். எப்படியிருந்தாலும், சந்திரகுப்தரின் அரசவையில் கிரேக்கத்தின் தாக்கம் இருந்தது என்று மட்டும் நிச்சயமாகச் சொல்ல முடியும். நிச்சயமாக, மெகஸ்தனிஸும் தனியாகப் பயணித்திருக்க மாட்டார். அவரது நீண்ட, விரிவான மானுடவியல் விசாரணைகளுக்குக் குறைந்தபட்சம் தகவல் சேகரிப்பவர்கள், மொழிபெயர்ப்பாளர்கள் என்று பலர் தேவைப்பட்டிருப்பார்கள்.

சந்திரகுப்தர் கொண்டிருந்த ராஜ்ஜியத் தொடர்புகளுக்கு ஒத்து, ஏன் ஒருவேளை திருமண உறவும்கூட, சந்திரகுப்தரின் மகனான, அசோகரது தந்தையான பிந்துஸாரரும் – கிரேக்க மூலங்களில் அமிட்ரோகேட்ஸ் என்றழைக்கப்பட்டவர் – கொண்டிருக்கலாம். ஹெல்லனிய அரசர்கள் தூதுவர்கள் பலரை பிந்துஸாரரிடம் அனுப்பிவைத்ததாகக் கிரேக்க மூலங்கள் குறிப்பிடுகின்றன: சிரியாவின் அந்தியோச்சுஸ் I, டைமேச்சுஸ் என்ற பெயர் கொண்ட தூதுவர் ஒருவரையும்; எகிப்திய அரசரான தாலமி II ஃபிலதெல்பஸ் அனுப்பிவைத்த இன்னொருவரும். அந்தியோச்சுஸ் I-க்கு பிந்துஸாரர் எழுதிய சுவாரசியமான வேண்டுகோளை ஒரு மூலம் கொடுக்கிறது:

> ஆண்கள் எல்லோருக்கும் உலர்ந்த அத்திப்பழம் பிடிக்கும்... இந்தியர்களின் அரசனான அமிட்ரோகேட்ஸ், இனிக்கும் தேறல், உலர்ந்த அத்திப்பழம், ஒரு சொஃபிஸ்ட் ஆகியவற்றை விலைகொடுத்து வாங்கி அனுப்பிவைக்குமாறு அந்தியோச்சுஸுக்கு எழுதியதாக ஹெகெஸந்தர் சொல்கிறார். அந்தியோச்சுஸ் இவ்வாறு பதில் எழுதுகிறார்: 'இனிக்கும் தேறலையும், உலர்ந்த

16 பார்க்கவும்: Kosmin (2014: 33). மௌரிய அரசவையில் கிரேக்கர்களின் இருப்பு குறித்தும், சந்திரகுப்தருக்கும் செலுக்கஸுக்கும் இடையேயான திருமண உறவு குறித்தும் தெரிந்துகொள்ளப் பார்க்கவும்: Thapar (1961: 20).

அத்திப்பழத்தையும் நாங்கள் அனுப்பிவைக்கிறோம். ஆனால், கிரேக்கத்தில் ஒரு சொஃபிஸ்டை விற்பது சட்டத்துக்குப் புறம்பானது.'[17]

சில வேடிக்கையான தகவல்களை நாம் கழித்துக்கட்டினாலும்கூட, மௌரிய அரசவைக்கும் மேற்கு ஆசியாவில் இருந்த ஹெல்லனிய அரசர்களுக்கும் இடையே ராஜ்ஜிய உறவும் தனிப்பட்ட தொடர்பும் தொடர்ந்து இருந்ததற்கான சாத்தியங்கள் இருக்கின்றன.

பரந்த, உலகுணர்வுவாதம் கொண்ட பாடலிபுத்திரத்தில், செலுக்கஸ் அரசக் குடும்பத்தோடு பலமான தொடர்புகொண்டிருந்த மௌரிய அரசக் குடும்பத்தில் ஓர் ஆண் குழந்தை பிறக்கிறது. அதற்கு பியதஸி அல்லது அசோகர் என்று பெயரிட்டார்கள் – அல்லது இரண்டு பெயர்களையும் சூட்டினார்கள். அசோகரது குழந்தைப் பருவம், இளமைப் பருவம் போலவே அவர் பிறந்த தேதியும் தோராயமாகக் கணக்கிடப்பட்டதாகவே இருக்கிறது. அவர் பொ.ஆ.மு. 268-இல், அவரது முப்பத்து நான்காவது வயதில் அரசரானார் என்றால்,[18] அவர் பொ.ஆ.மு. 302-இல் பிறந்திருக்க வேண்டும். இந்தக் கணக்கு சரியாக இருக்குமென்றால், அவரது தாத்தாவான சந்திரகுப்தருக்குப் பேரன் பிறந்தபோது, அவர் உயிரோடு இருந்திருக்க வேண்டும்; பேரரசை அவர் ஆட்சிபுரிந்துகொண்டிருக்க வேண்டும். அப்போதுதான், அதாவது பொ.ஆ.மு. 303-இல் செலுக்கஸோடு போட்டுக்கொண்ட 'சிந்து ஒப்பந்த'த்துக்குப் பிறகு, வடமேற்குப் பகுதிகள் அவரது பேரரசோடு இணைக்கப்பட்டிருக்க வேண்டும். சந்திரகுப்தர் பொ.ஆ.மு. 293-இல் இறந்திருப்பார் என்றால், அவரது தாத்தாவைத் தொடர்ந்து அவரது தந்தை பிந்துஸாரர் அரசரானபோது, அசோகருக்கு ஒன்பது வயது இருந்திருக்க வேண்டும். தன்னுடைய தாத்தா குறித்த நினைவுகள் சிலவற்றையேனும் அசோகர் கொண்டிருக்கக்கூடும். இளைஞராக அல்லது அவரது பதின்பருவத்தில் அவரது தந்தை தக்காணத்தின் மீது நடத்திய படையெடுப்புகளை மட்டுமல்லாமல், செலுக்கஸ் அரசவையோடு கொண்டிருந்த ராஜ்ஜிய முன்னெடுப்புகளையும் அவர் நேரடியாகப் பார்த்திருக்கலாம். ஓர் இளவரசராகவும், வருங்கால அரசராகவும் அவர் ராணுவம், நிர்வாகம் போன்ற பயிற்சிகளைப் பெற்றிருப்பார் என்று அனுமானிப்பது ஏற்றுக்கொள்ளத்தக்கதுதான்.

நம்முடைய தேவைக்கு, உலகுணர்வுவாதம் கொண்ட, ஒருவேளை பல்பண்பாட்டுச் சூழலைக் கொண்டிருந்த அரசவையில், நகரத்தில்,

---

17 இதில் மேற்கோள் கொடுக்கப்பட்டுள்ளது: *Hultzsch (1925: xxxv)*. மேலும் பார்க்கவும்: *Cribbs (2017: 27)*.

18 இந்தக் கணக்குக்குப் பார்க்கவும்: *Thapar (1961: 25)*.

மேற்கத்திய எல்லையில் இருந்த ஹெல்லனிய கிரேக்கர்களோடு பெருமளவு தொடர்பில் இருந்த சூழ்நிலையில் அசோகர் அவரது படிப்பை மேற்கொண்டார், வளர்க்கப்பட்டார் என்ற முக்கியமான விஷயத்தை நாம் குறித்துக்கொள்ள வேண்டியிருக்கிறது. செலுக்கஸ்களோடான திருமண உறவுகளுக்கு அப்பால், வளமான, மிகப் பெரிய நகரமான பாடலிபுத்திரம், மூலைமுடுக்குகளிலிருந்தெல்லாம் வியாபாரிகள், கைவினைஞர்கள், திறனுள்ள தொழிலாளிகள் என்று பலரை ஈர்த்திருக்க வேண்டும். தொலைதூர வர்த்தகம் செழித்தோங்கியது. போர் யானைகள் மேற்கு நோக்கிப் போய்க்கொண்டிருந்தன; போர்க் குதிரைகள் மேற்கிலிருந்து வந்துகொண்டிருந்தன. அரசவையில் இருப்பவர்களும் உயர்குடிகளும் தங்கம், ரத்தினங்கள், முத்துகள், அரிய மரக்கட்டைகள் போன்ற ஆடம்பரப் பொருட்களைப் பெற்றுக்கொள்வதில் ஆர்வமாக இருந்திருப்பார்கள்.

துரதிர்ஷ்டவசமாக, இளம் அசோகரது படிப்பு குறித்து நம்மிடம் எந்தத் தகவலும் இல்லை. சொல்லப்போனால், அரசராவதற்கு முன் அவர் குறித்து எப்படியான நம்பத்தகுந்த தகவல்களும் நம்மிடம் இல்லை. ஓகிவாழ்க்கை நூல்களில் அவர் வாழ்க்கை குறித்தும், அவரது சாதனைகள் குறித்தும் நிறையக் கதைகள் சொல்லப்பட்டிருக்கின்றன. நான் அவற்றை எடுத்துக்கொள்ளப்போவதில்லை. இருப்பினும், அசோகருக்குப் பின் இரண்டு அல்லது மூன்று நூற்றாண்டுகளுக்குப் பிறகு கௌடில்யர் எழுதிய அர்த்தசாஸ்திரம் என்ற அரசியல் உத்திகள் குறித்த புத்தகத்தில், பாடத்திட்டம் அடிப்படையில் இளவரசர்களுக்கும் கற்பிக்கப்படும் பழக்கம் இருந்துவந்ததைக் குறிப்பிடுகிறது. அலெக்சாண்டர் விஷயத்தில் அவர் அரிஸ்டாட்டிலின்கீழ் நேரடியாகப் பயின்றார் என்ற தரவு உள்ளதுபோல், நமக்குக் கிடைக்கும் தரவுகள் அசோகரது கல்வி, பயிற்சி குறித்து எதுவும் சொல்லவில்லை. இருப்பினும், ஓர் அரசராகத் தனித்துவமானவராகவும், வழக்கத்துக்கு மாறானவராகவும் பயணித்த அசோகரது பாதையை நாம் புரிந்துகொள்ள வேண்டும் என்றால், அவரை உருவாக்கிய அவரது குழந்தைப்பருவ, இளமைப்பருவ அனுபவங்கள் குறித்து நமக்கு ஓரளவுக்கேனும் தகவல்கள் தேவைப்படுகின்றன. கலிங்கத்தில் நடந்த கொடூரமான போருக்குப் பிறகு அசோகர் ஏன் தீவிர உள்ளூறுத்தலுக்கு உள்ளாகிறார்? அரசர் என்றால் போர்புரிய வேண்டும்; எதிரிகளைக் கொல்ல வேண்டும். போரில் நடக்கும் அட்டூழியங்களைக் கண்டு, வன்முறை, ரத்தம் போன்றவற்றைக் கண்டு பாதிக்கப்படாமல் இருக்க அவர்கள் பயிற்றுவிக்கப்படுகிறார்கள். அசோகரை வேறாக ஆக்கியது எது? அவர் ஏன் வருத்தம் தெரிவிக்கிறார்? ஏன் அவர் ‘என்னை மன்னித்துவிடுங்கள்’ என்று சொல்கிறார்? மக்களுக்குத் தார்மிகத்தைக் கற்பிக்கும் பணியை – சொல்லப்போனால், பண்டைய உலகத்தில் மிகப் பெரிய வெகுஜனக் கல்வி இயக்கத்தை – நோக்கமாகக்

கொண்ட தர்மம் குறித்த செயல்திட்டத்தை அவர் ஏன் மேற்கொண்டார்? எது அசோகரை அகநோக்காளராக, சிந்தனையாளராக ஆக்கியது? எது அசோகரை எழுத்தாளராக – அதுவும் நல்ல எழுத்தாளராக ஆக்கியது? எழுதப்பட்ட வார்த்தைகளின் ஊடாக, அதுவும் கல்லில் பொறிக்கப்பட்ட வார்த்தைகளின் ஊடாக மக்களோடு தன்னுடைய கருத்துகளைப் பகிர்ந்துகொள்ளவைத்தது எது? இந்தியாவில், இதற்கு முன்னோடிகள் என்று எவரும் கிடையாது. அவரது உலகுணர்வுவாத வளர்ப்பு பாரசீக, கிரேக்க எழுத்துகளை அவருக்கு அறிமுகப்படுத்தியதா? அசோகர் எந்த எழுத்து வடிவத்தில் எழுதினாரோ அதைக் கண்டுபிடித்ததும் அவர்தான் என்று சில ஆய்வாளர்கள் வாதிடுகிறார்கள். கல்லில் கடிதங்கள் எழுதுவதும் அரசாணைகள் எழுதுவதும் நிச்சயமாக அசோகரது கண்டுபிடிப்புதான். அவருக்கு முன், இந்தியா இது போன்ற ஒன்றை அறிந்திருக்கவில்லை. வேறுவிதமாகச் சொல்வதென்றால், அவர் ஒரு தத்துவவியலாளர்-அரசராக ஆனதற்கும் அவரது சிறுவயது வளர்ப்புக்கும் ஏதேனும் தொடர்பு இருக்கிறதா?

இந்தக் கேள்விகளுக்குப் பதில் சொல்ல முயல்வதற்காகவாவது நாம் அவரது வளர்ப்பைப் புரிந்துகொள்வது முக்கியம் என்று நினைக்கிறேன். உறுதியான தகவல்களும் ஆதாரங்களும் இல்லாததால் ஊகிப்பது மட்டுமே – அதுவும் அறிவார்த்தமான ஏற்றுக்கொள்ளத்தக்க, முறையாக ஊகிப்பது மட்டுமே நமக்கு சாத்தியம். இருந்தாலும், இவையெல்லாம் ஊகங்களாகத்தான் இருக்க முடியும். நான் இந்தப் புத்தகத்தில் முடிந்த அளவுக்கு ஊகங்களைத் தவிர்க்க முயன்றிருக்கிறேன். ஆனாலும், ஊகிக்கத்தக்க சாத்தியப்பாடுகளை மனதில் வைத்திருப்பது என்பது, அசோகர் குறித்து நாம் கொண்டிருக்கும் தரவுகள் குறித்து வேறான, அறிவுபூர்வமான கேள்விகளைக் கேட்க அனுமதிப்பதாக நினைக்கிறேன். இந்த ஊகங்களில், மௌரிய அரசவையின் பகுதியாக இருந்த கிரேக்க வம்சாவளிப் பெண்களோடு அசோகர் கொண்டிருந்த உறவுதான் நம் ஆவலைத் தூண்டக்கூடிய ஒன்றாக இருக்கிறது. அசோகரது தாத்தாவான சந்திரகுப்தருக்கும் ஹெல்லனிய அரசரான செலுக்கஸின் உறவுமுறைப் பெண்ணுக்கும் இடையேயான திருமண உறவு குறித்து நான் முன்னரே குறிப்பிட்டிருந்தேன். இதற்கு நிகரான திருமண உறவு, அசோகரது தந்தை பிந்துஸாரருக்கும் செலுக்கஸின் மகனான அந்தியோச்சுஸ் I-க்கும் இடையே ஏற்பட்டதாகக் கிரேக்க மூலங்கள் தெரிவிக்கின்றன. இந்த இளவரசிகளும் இவர்களோடு வந்த பரிவாரங்களும் பாடலிபுத்திரத்தில் இருந்த மௌரிய அரசவையில் கிரேக்க மொழி, பண்பாடு சார்ந்த இருப்பைப் பெருமளவில் உருவாக்கியிருக்க வேண்டும்.

சந்திரகுப்தரின் கிரேக்க மனைவி, சொல்லப்போனால் உயிரியல்ரீதியாக இல்லையென்றாலும்கூட அசோகரது முறையான பாட்டியாகிறார்

— இந்தியாவில் ஒருவர் மரபாகத் தன்னுடைய தந்தையின் எல்லா மனைவிகளையும் அம்மா என்றே அழைப்பார். அசோகரது குழந்தைப் பருவத்தில், சந்திரகுப்தரின் கிரேக்க மனைவி உயிருடன் இருந்திருக்கலாம். இதுபோலவே, பிந்துஸாரரின் கிரேக்க மனைவி, கிரேக்க மொழியையும் பண்பாட்டையும் இளம் அசோகருக்கு இன்னும் நெருக்கமாகக் கொண்டுவந்திருக்கலாம். இந்தக் கிரேக்கத் தொடர்புகள் எல்லாம், பிந்துஸாரர் மனைவியின் நெருங்கிய உறவினராக அல்லது சகோதரராகவும் இருந்திருக்கக்கூடிய அந்தியோச்சுஸ் II குறித்த அசோகரது பரிச்சயத்தை விளக்குபவையாக இருக்கின்றன. எடுத்துக்காட்டாக, அந்தியோச்சுஸ் தலைநகரத்துக்கும் பாடலிபுத்திரத்துக்கும் இடையேயான தொலைவு, பாறை அரசாணை XIII-இல் மிகத் துல்லியமாகக் கொடுக்கப்படுகிறது: 600 யோஜனாக்கள் அல்லது சுமார் 4,320 கிலோமீட்டர்.[19] இந்த அளவுக்கான பரிச்சயம் அந்தியோச்சுஸுடன் அசோகர் தொடர்ந்து தொடர்புகொண்டிருந்தார் என்பதையே — ஒருவேளை தூதுவர்களை அனுப்பிவைத்து — சுட்டிக்காட்டுகிறது.

இப்படியான குடும்பப் பின்னணியைக் கொண்டிருப்பதால், அசோகர் உலகுணர்வுவாத அடிப்படையிலும் பல்மொழி, பல்பண்பாட்டுச் சூழலிலும் வளர்க்கப்பட்டார் என்று அனுமானிப்பது ஏற்றுக்கொள்ளக்கூடியதுதான். பிரதான இந்திய ஆட்சியாளர்களில் முதன்முதலாக இப்படியான வளர்ப்பைக் கொண்டவர் அசோகராக இருக்கலாம். இவரது தந்தையும் தாத்தாவும் கிரேக்கர்களோடு உறவுகொண்டிருக்கலாம்; சொல்லப்போனால், கிரேக்க இளவரசிகளைத் திருமணமும் செய்துகொண்டிருக்கலாம் — ஆனால், வளர்ந்தவர்களாகவே இதையெல்லாம் செய்தார்கள். அசோகரது தந்தையான பிந்துஸாரரின் தந்தையான சந்திரகுப்தர் கிரேக்க இளவரசியையும் அவரது பணிப்பெண்களையும் அரண்மனைக்கு அழைத்துவந்தபோது பிந்துஸாரர் வளர்ந்தவராக இருந்திருக்க வேண்டும். இப்படியான வளர்ப்பு, ஓரளவுக்கேனும் அசோகரது தார்மிகத் தத்துவத்தின் விசாலமான பார்வையை, ஒருவேளை அவரது உலகளாவிய பார்வையையும் விளக்கக்கூடியதாக இருக்கலாம்.

அசோகரது வாழ்க்கை குறித்த பிந்தைய விவரிப்புகள், அவரது தந்தை ஆட்சிசெய்தபோது டாக்ஸீலாவிலும் உஜ்ஜயினிலும் அரசுப் பிரதிநிதியாக அவர் இருந்தார் என்று தெரிவிக்கின்றன. அசோகரும்கூட அவரது எழுத்துகளில் டாக்ஸீலா, உஜ்ஜயின், தொசாலி போன்ற நகர மையங்களில் இளவரசர்கள் அல்லது குமாரர்கள் அரசுப் பிரதிநிதியாக இருப்பது குறித்துக் குறிப்பிடுகிறார். ஆக, அவரும்கூட அரசராவதற்கு

19 இயல் 2-இல் உள்ள அடிக்குறிப்பு 45-ஐப் பார்க்கவும்.

முன்பு அப்படியாக இருந்திருப்பதற்கான சாத்தியங்கள் இருக்கின்றன. இருந்தாலும், அரசராக அபிஷேகம் செய்யப்படுவதற்கு முந்தைய அவரது நடவடிக்கைகள் குறித்துக் கல்வெட்டுகள் மௌனமாக இருக்கின்றன — ஆவலைத் தூண்டும் ஒரே ஒரு துப்பைத் தவிர. ஹாரி ஃபால்க் முன்வைக்கும் ஏற்றுக்கொள்ளத்தக்க அர்த்தப்பாட்டின் அடிப்படையில் சொல்வதென்றால், பங்குரரியாவில் சிறு பாறை அரசாணை I-வுடன் இருக்கும் கல்வெட்டு, மிகச் சரியாக அசோகர் அப்படியான குமாரராக — ஒருவேளை அருகில் இருந்த உஜ்ஜயின் நிர்வாக மையமாக இருந்திருக்கலாம் — இருந்தார் என்று சுட்டிக்காட்டுகிறது.[20] இப்படியான பொறுப்பு, அசோகருக்குத் தேவையான நிர்வாகரீதியான, ராணுவரீதியான அனுபவத்தைக் கொடுத்திருக்கலாம்.

அசோகர் ஒரு மௌரியர் என்றும், அவரது தாத்தாவால் உருவாக்கப்பட்ட மௌரியப் பேரரசின் அரியணையில் அவர் அமர்ந்திருந்தார் என்றும் அசோகரைத் தவிர்த்து வேறுசில மூலங்களிலிருந்துதான் நம்மால் அறிந்துகொள்ள முடிகிறது.[21] அவரது விரிவான எழுத்துகளில் அசோகர் மௌரியர் என்ற சொல்லையும் பயன்படுத்தவில்லை, அவரது தந்தை, தாத்தா குறித்தும் எங்கும் எதுவும் சொல்லவுமில்லை. அவரது முன்னோர்கள் குறித்து அவர் முற்றிலும் மௌனமாக இருக்கிறார். அரசாணைகளை அவரது பட்டத்தையும் பெயரையும் மட்டுமே குறிப்பிட்டுத் தொடங்கும் பழக்கம், அவருக்கு முன் இல்லாத ஒன்றாகும். அவரது கல்வெட்டுகளுக்கு மாதிரியாக அவர் கொண்டிருக்கக்கூடிய பாரசீகக் கல்வெட்டுகளும், பிந்தைய இந்திய அரசர்களின் கல்வெட்டுகளும் அரசாணை வழங்கும் அரசனின் தந்தை பெயரிலிருந்து தொடங்குகின்றன; சில சமயங்களில் தாத்தா பெயரிலிருந்து தொடங்குகின்றன. ஓர் அரசன் முறையாக அங்கீகரிக்கப்படுவதற்கு முந்தைய அரசரின் மகன் என்று பரம்பரையை முன்வைப்பது ஒரு வழியாகிறது.

> நான் டாரியஸ், மாபெரும் அரசன், அரசர்களின் அரசன், பாரசீகத்தின் அரசன், நாடுகளின் அரசன், ஹிஸ்டாபெஸின் மகன், ஆகமெனீத்தரான அர்ஸமேஸின் பேரன்.[22]

20 இது குறித்த விவாதத்துக்கு இயல் 10-இல் உள்ள 'தர்மத்தின் முன்மாதிரி' பகுதியைப் பார்க்கவும்.

21 கிர்னாரில் (குஜராத்), அசோகரது சொந்த பாறை அரசாணைகளுக்கும் அடுத்ததாக உள்ள ருத்ரதாமனின் கல்வெட்டு, மிக முந்தைய கல்வெட்டியலார்ந்த ஆதாரமாக இருக்கிறது. பொ.ஆ. 150 வாக்கில் எழுதப்பட்ட இந்தக் கல்வெட்டில், 'மௌரிய அசோகர்' அருகில் இருக்கும் ஏரியைச் சீர்படுத்தியவர்களில் ஒருவராகக் குறிப்பிடப்படுகிறார்.

22 *Darius, Behishtan [DB], Column 1. Translation from http://www.avesta.org/op/op.htm#db1; accessed 6 May 2022.*

நான் ஸாக்ஸீகர், மாபெரும் அரசன், அரசர்களின் அரசன், பலவிதமான ஆண்களைக் கொண்டிருக்கும் நாடுகளின் அரசன், பரந்துவிரிந்து இருக்கும் இந்த பிரம்மாண்டமான பூமியின் அரசன், அரசன் டாரியஸின் மகன், ஒரு ஆகமெனீத்தன், ஒரு பாரசீகன், பாரசீகத்தின் மகன், ஆரியன், ஆரிய இனத்தைச் சேர்ந்தவன்.[23]

அசோகருக்கு முந்தையதான பிருஹதாரண்யக உபநிஷத்தில் உள்ளதுபோல் தந்தை, தாத்தாவின் பெயரைச் சொல்லி அல்லது சில சமயங்களில் தாயின் பெயரைச் சொல்லி ஒருவர் தன்னை அடையாளப்படுத்திக்கொள்ளும் பழக்கம் இந்தியாவில் பொதுவாகக் காணக்கூடியதுதான்.[24] பொ.ஆ.மு. முதலாம் நூற்றாண்டில் தக்காணத்தைச் சேர்ந்த சாதவாஹன அரசர்கள், கௌதமியின் மகன், வசிஸ்டியின் மகன் என்பதுபோல் தங்களுடைய தாயின் பெயரைக் குறிப்பிடுகிறார்கள். ருத்ரதாமனும்கூட அவரது தந்தையின், தாத்தாவின் பெயரைக் குறிப்பிடுகிறார். குப்தர்கள் காலத்தில், பொ.ஆ. நான்காம் நூற்றாண்டில் சமுத்திரகுப்தர், அலகாபாத்தில் அசோகரது அரசாணை உள்ள அதே தூணில் அவரது சொந்தக் கல்வெட்டை எழுதும்போது அவரது பரம்பரையை இப்படியாக முன்வைக்கிறார்:

மகாராஜாதிராஜா ஸ்ரீ சமுத்திரகுப்தர், மகாராஜாதிராஜா ஸ்ரீ சந்திரகுப்தரின் மகன், லிச்சாவி (அரசன்) மகளுடைய மகனான மகாதேவி குமாரதேவிக்குப் பிறந்தவன், மகாராஜா ஸ்ரீ கடோத்கசனின் பேரன், மகாராஜா குப்தாவின் கொள்ளுப்பேரன்.

பிற அரசர்களெல்லாம் ஆடம்பரமாகத் தங்களை அறிமுகப்படுத்திக் கொள்வதிலிருந்து அசோகரது எளிமையான அறிமுகம் முற்றிலும் வேறாக இருக்கிறது: 'கடவுள்களின் அன்புக்குரியவன், அரசன் பியதஸி, பிரகடனப்படுத்துகிறான்.' அவரது கல்வெட்டுகளில் தன்னை அறிமுகப்படுத்திக்கொள்ளும்போது அசோகர் ஏன் அவரது தந்தையின், தாத்தாவின் பெயரைக் குறிப்பிடவில்லை?[25] இது பிரக்ஞையற்ற விடுபடல்தானா? பொதுவாக, கல்வெட்டு

---

23 Daiva Inscription of Xerxes. Translation from https://www.livius.org/sources/content/achaemenid-royal-inscriptions/xph/; accessed 6 May 2022.

24 பார்க்கவும்: Patrick Olivelle, 'The Early Upaniṣads' (New York: Oxford University Press, 1998), p. 163.

25 பண்டைய அரசர்களில் தன்னுடைய பெற்றோர் பெயரைக் குறிப்பிடாத மற்றொருவர் கரவேலா. இதை ஹதிகும்பா என்ற இடத்தில் பார்க்க முடியும். இது பொதுவான விதிவிலக்காக இருக்கிறதா அல்லது அசோகரது மௌனம் ஒருவிதமான பாணியின் பகுதியாக இருக்கிறதா என்பது குறித்து மேலும் ஆராய வேண்டும்.

நடைமுறைகளையும் பாரசீகத்தில் உள்ள எடுத்துக்காட்டுகளையும் கணக்கில் எடுத்துக்கொள்வோம் என்றால், இந்த விடுபடலை அவ்வளவு சுலபமாக ஏற்றுக்கொள்ள முடியவில்லை. மாறாக, தன்னுடைய முன்னோர்களிடமிருந்து தன்னைப் பிரித்துக்கொள்வதற்கான திட்டமிட்ட முயற்சியாகிறதா? தன்னுடைய பரம்பரையை மறுதலிப்பதாக இருக்கிறதா? அப்படித்தான் என்றால், ஏன்?

அசோகர் அரியணை ஏறுவதற்கு முன் நடந்த வாரிசு மோதல்களில் தனது முன்னோர்கள் மீது எதிர்ப்பும் கசப்பும் அவரிடம் உருவாகியிருக்கலாம் என்று ஓர் ஊகத்தை முன்வைக்க முடியும். அவரது தந்தை அவரது சகோதரர்களில் ஒருவருக்கு சாதகமாக இருந்தாரா? தன்னுடைய சகோதரர்கள் மீது அசோகர் நடத்திய கோரமான, கொடூரமான யுத்தம் குறித்து பௌத்த ஓகிவாழ்க்கை நூல்கள் விரிவாக விவரிக்கின்றன. பிந்துஸாரரின் மறைவுக்குப் பிறகு, ஆட்சி தொடர்வதில் சிறிய இடைவெளி ஏற்பட்டது என்றும், பிந்துஸாரர் மகன்களுக்கு இடையேயான மோதல்கள் நடந்து அதில் அசோகர் வெற்றியாளராக வெளிப்படுகிறார் என்றும் அனுமானித்துக்கொள்வது ஏற்றுக்கொள்ளக்கூடியதாக இருக்கும்.

மற்றொரு சாத்தியப்பாட்டையும் முன்வைக்க முடியும்; ஒருவேளை இப்படியாகவும் இருக்கலாம்: இந்திய வரலாற்றில் ஒரு புதிய அத்தியாயத்தை, தார்மிகரீதியான அரசாட்சிக்கான புதிய வடிவத்தைத் தொடங்கிவைக்க அசோகர் விரும்பியிருக்கலாம். நாம் பார்க்கவிருப்பதுபோல், அவர் என்னவெல்லாம் செய்தாரோ அவை எவையும் அவருக்கு முன் செய்யப்பட்டதில்லை என்றும், அவரது முன்னோர்கள் எவராலும் அவற்றையெல்லாம் சாதிக்க முடியவில்லை என்றும் அவர் திரும்பத்திரும்பச் சொல்கிறார். தர்மத்தை முதன்மைப்படுத்தும் அவரது படைப்பூக்கமிக்க செயலைக் கடந்த கால அரசர்கள் செய்ததிலிருந்து திரும்பத் திரும்ப வேறுபடுத்திப்பார்க்கிறார். அவர்களெல்லாம் செய்யத் தவறிய ஒன்றை அல்லது செய்ய வேண்டும் என்று அவர்கள் நினைத்தும் பார்த்திராத ஒன்றை அவர் செய்கிறார். பரம்பரையை முன்வைக்காதது என்பது கடந்த காலத்தைத் திரும்பிப்பார்க்கும் அவரது விருப்பமின்மையைக் குறிப்பதாகவும் இருக்கலாம். வரலாற்றியலாளர் உபிந்தர் சிங் இவ்வாறு குறிப்பிடுகிறார்: 'அவரது கல்வெட்டுகளில் பரம்பரை குறித்து இல்லாதது என்பது அவர் திரும்பிப்பார்ப்பதில் எந்த அக்கறையும் கொண்டிருக்கவில்லை என்பதையே வெளிப்படுத்துகிறது. அவரது புதிய ஆட்சி முறையை அவரைத் தொடர்ந்து வருகிறவர்கள் பின்பற்ற வேண்டும் என்றே அவர்

எதிர்பார்த்தார்.'[26] பேரரசு நிர்வாகத்தில் அவர் புதிய அத்தியாயத்தைத் தொடங்கிவைப்பது குறித்து நமக்கெல்லாம் தெரியப்படுத்துகிறார்.

என்ன சொன்னாலும், எப்படியாகச் சொன்னாலும் அசோகர் ஏன் அவரது பெற்றோர்களை, தாத்தா-பாட்டிகளைக் குறிப்பிடத் தவறுகிறார் என்று நம்மால் உறுதியாகத் தெரிந்துகொள்ள முடியாது என்று நாம் ஏற்றுக்கொள்ளத்தான் வேண்டும். மௌரிய மூதாதையர்களை முன்வைத்தோ அல்லது அவரது வளர்ப்பு சார்ந்தோ எப்படியான அங்கீகரிப்பையும் அவர் கோரவில்லை — கடந்த காலம் மூழ்கி மறைந்துபோவதில் அவர் ஆர்வம் கொண்டிருந்ததுபோல் தெரிகிறது. அவருக்கான அங்கீகாரம் அவரது சொந்த நற்பண்புகளிலிருந்து, அவரது பிரஜைகள் மீதான அவரது ஈடுபாட்டிலிருந்து வருகிறதே தவிர முந்தைய அரசர்களோடு கொண்டிருந்த ரத்த உறவுகளிலிருந்து அல்ல. ஒரு புதிய சகாப்தத்தைத் தொடங்கிவைப்பதில் அவர் ஆர்வமாக இருந்தார் — ஒருவேளை அவர் அதைத் 'தர்மத்தின் சகாப்தமாக' நினைத்திருக்கலாம். இருந்தும், தன்னுடைய தந்தையையும் தாத்தாவையும் அவர் நிராகரிப்பது என்பது தர்மம் குறித்து அவர் போதிப்பதிலிருந்து முற்றிலும் வேறாக இருக்கிறது; நாம் இயல் 9-இல் பார்க்கவிருப்பதுபோல், அவர் முன்வைத்த தர்மத்தின் மையமாக இருப்பது இதுவே: தாய், தந்தைக்குக் கீழ்ப்படிவது, அவர்களுக்கு மரியாதை கொடுப்பது — பிள்ளைகளின் ஆழ்ந்த மரியாதை. அவரது கொள்கைக்கும் நடைமுறைக்கும் இடையேயான இந்த முரண்பாட்டை அவர் கவனிக்கவே இல்லையா?

அசோகர் சிக்கலான மனிதராக இருக்கிறார். பௌத்த ஒகிவாழ்க்கை நூல்கள் எழுதியவர்களும், அவ்வளவு ஏன் சில சமயங்களில் நவீன அறிஞர்களும்கூட அவரை ஒற்றையான பரிமாணத்தில், ஒரே வண்ணத்திலான சித்திரமாக முன்வைப்பதைவிட அவர் மிகவும் சிக்கலான மனிதராக இருக்கிறார். இனி வரும் பக்கங்களில் அவரது ஆளுமையில் காணப்படும் இந்தச் சிக்கல்களை நாம் தொடர்ந்து எதிர்கொள்ள வேண்டியிருக்கும். இந்த அளவுக்குச் சிக்கலான மனிதராக அவர் இருப்பதால்தான், பண்டைய வரலாற்றுப் பக்கங்கள் அவரை சுவாரசியமானதொரு மனிதராக்குகின்றன.

---

26 Upinder Singh (2017: 45).

2

ஆட்சியாளர்

பொ.ஆ.மு. 268 வாக்கில் அசோகர் அரசராகப் பட்டாபிஷேகம் செய்யப்படுகிறார்.[1] ஒருவேளை அப்போது அவருடைய வயது முப்பத்து நான்காக இருக்கலாம்; ராணுவத்திறனும் நிர்வாக அனுபவமும் கொண்டிருந்த ஓர் இளைஞர். அவரது வாழ்க்கையில் நடந்த விஷயங்களில் தொடர்ந்து ஒன்றை அவர் முன்வைக்கிறார் என்றால் அது அவர் அரியணை ஏறியது அல்லது அரசராகப் பட்டாபிஷேகம் செய்யப்பட்ட நிகழ்வாக இருக்கிறது. கல்வெட்டுகளில் குறிக்கப்படும் தேதிகள் எல்லாம் இந்த நிகழ்விலிருந்தே கணக்கிடப்படுகின்றன: எடுத்துக்காட்டாக, 'அரியணை ஏறி பன்னிரண்டு ஆண்டுகளுக்குப் பிறகு.' இங்கே குறிக்கப்படும் ஆண்டுக்கணக்கு நடப்பில் இருக்கும் ஆண்டைக் குறிக்கிறதா அல்லது முடிந்த ஆண்டைக் குறிக்கிறதா என்பது குறித்து அறிஞர்களுக்குக் கொஞ்சம் சந்தேகம் இருக்கிறது — அதாவது, 'பன்னிரண்டாவது ஆண்டில்' என்பதாக எடுத்துக்கொள்வதா அல்லது 'பன்னிரண்டாவது ஆண்டுக்குப் பிறகு' என்பதாக எடுத்துக்கொள்வதா? அசோகக் கல்வெட்டுகளின் கிரேக்க, அராமெய மொழியாக்கங்கள் இந்த விவாதத்துக்கு முற்றுப்புள்ளி வைக்கின்றன. அசோகர் ஆண்டைக் குறிப்பிடும்போது முடிந்த ஆண்டைத்தான் குறிப்பிடுகிறார்.[2]

'பட்டாபிஷேகம்' என்றால் என்ன? மூலத்தில் 'அபிஷேகா' (சம்ஸ்கிருதம்: அபிஸ்ஷேகா) என்றிருக்கிறது. இச்சொல் எப்படியான குளியலையும், அதாவது எப்போதும் சடங்குரீதியான பின்னணியில் திரவத்தை ஊற்றிக்கொள்வது அல்லது தெளிப்பது போன்ற செயலைக்

1 நான் முன்னரே குறிப்பிட்டது போன்று, இந்தத் தேதிகளை நாம் சற்றே தயக்கத்தோடுதான் எடுத்துக்கொள்ள வேண்டும். இவையெல்லாம் தோராயமானவை மட்டுமே.

2 பார்க்கவும்: *Thapar (1961: 32); Scerrato in Carratelli and Garbini (1964: 23).*

குறிக்கிறது.[3] வேதச் சடங்கு மரபுக்குள், அரசனை நிறுவுவதற்கான ராஜஸூயா என்றழைக்கப்படும் சடங்கு மிக விரிவாகப் பல நாள்களுக்கு நடக்கும் முறை காணப்படுகிறது. இந்தச் சடங்கில் விலங்குகள் பலிகொடுக்கப்படும். இந்தச் சடங்கின் ஒரு பகுதியே அபிஷேகா என்றழைக்கப்படுகிறது. அதாவது, அரசனின் உடல் மீது புனித நீரைச் சடங்குரீதியாக ஊற்றுவதைக் குறிக்கிறது.[4] அசோகர் மனதில் இருந்தது இதுதானா? மௌரிய இதயமாக இருந்த மகதத்தில் வேதச் சடங்கின் பலவீனமான இருப்பையும்,[5] மௌரிய அரசர்கள், குறிப்பாக அசோகர் விலங்குகளைச் சடங்குரீதியாக பலிகொடுப்பதன் மீது கொண்டிருந்த வெறுப்பையும் கணக்கில்கொள்வோம் என்றால்[6] இதற்கு சாத்தியமில்லை என்பதுபோல்தான் தெரிகிறது. இச்சொல், ஒருக்கால் புனித நீரை அரசனுடைய தலையில் சடங்குரீதியாக ஊற்றுவதைக் குறிக்கலாம். இந்தச் சடங்கு ஓர் அரசனின் புதிய அரசதிகார அந்தஸ்தைச் சடங்குரீதியாக அமைப்பாக்கம் செய்வதாகிறது. இருந்தாலும், இந்தச் சடங்கின் வடிவம் அல்லது அதன் பகுதிகள் என்னவாக இருந்தன என்பது குறித்து நமக்கு எதுவும் தெரியாது.

நாம் முன்னரே பார்த்தது போன்று, அசோகர் இந்தியாவின் 'பௌத்த ஆட்சியாளர்'[7] என்று பெரும்பாலும் கோரப்படுகிறது. இந்தியாவை ஆண்ட ஆட்சியாளராக இருந்த அசோகர், பௌத்தராக இருந்தார் என்பதுதான் உண்மைக்கு நெருக்கமாக இருக்கிறது. மேலும், மௌரியப் பேரரசின் பிரதேசங்களைக் குறிக்க 'இந்தியா' என்ற சொல்லைப் பயன்படுத்தும்போது நாம் கவனமாக இருக்க வேண்டும். இச்சொல்லைத் தெளிவில்லாமல் அல்லது மறைமுகமாக இன்றைய இந்திய தேசிய-அரசைக் குறிப்பதாக எடுத்துக்கொள்வோம் என்றால் அது அராஜகமான பிழையாகிறது. அக்காலகட்டத்தில் அரசியல்ரீதியாக ஒன்றிணைக்கப்பட்ட இந்தியா என்ற உணர்வு எதுவும் இல்லை. இந்தியத் துணைக்கண்டம் குறித்த புவியியல்ரீதியான கருத்தமைவை அசோகர் கண்டெடுத்திருக்கிறார் என்பதற்கான ஒரு குறிப்பு, சிறு பாறை

3 கோயில்களில் விக்கிரகங்களுக்கு அபிஷேகம் செய்வது குறித்த விவரிப்புக்குப் பார்க்கவும்: Ferro-Luzzi (1981).

4 பார்க்கவும்: *Kātyāyana Śrautasūtra*, XV.1–10. பார்ப்பனிய மரபு ஓர் ஆண் அபிஷேகம் என்ற சடங்கின் ஊடாக 'அரசனாக' அமைப்பாக்கம் பெறுவதை அங்கீகரிக்கிறது. பார்க்கவும்: Medhātithi's commentary on Manu 7.1; Vijñāneśvara on Yājñavalkya Dharmaśāstra 1.312 (introduction) and 2.1.

5 Bronkhorst (2007): இவர் இதை நிரூபிக்கிறார்.

6 இயல் 9-ஐப் பார்க்கவும்.

7 Irwin (1983: 247): இவர் 'ஒன்றுபட்ட இந்தியாவின் முதல் பௌத்த ஆட்சியாளர்' என்று பொதுவாக ஏற்றுக்கொள்ளப்பட்டிருக்கும் பார்வையை முன்வைக்கிறார். பார்க்கவும்: இயல் 5 மற்றும் இயல் 7.

அரசாணை I-இல் அவர் பயன்படுத்தியிருக்கும் ‘ஜாம்புத்விபா’ (நாவல் பழக் கண்டம்) என்ற சொல்லில் மட்டுமே காணப்படுகிறது. இச்சொல், ஒருக்கால் துணைக்கண்டத்தைப் புவியியல்ரீதியான அலகாகக் குறிக்கும் சொல்லாக இருந்திருக்கலாம். வசதிக்காக, இந்தியத் துணைக்கண்டத்தைக் குறிக்க நான் ‘இந்தியா’ என்ற சொல்லைப் பயன்படுத்துகிறேன். இந்தப் புவியியல்ரீதியான உருப்படி அதற்குள் பலதரப்பட்ட இனங்களையும் மொழிகளையும் மதக் குழுமங்களையும் கொண்டிருக்கிறது. அசோகர் எப்படியாக ஆட்சிசெய்தாரோ அப்படியாகச் செய்ததற்கு பௌத்தத்தின் தாக்கம் என்னவாக இருந்தது என்பது குறித்து நாம் பின்னர் விசாரணை செய்வோம். ஆனால் இங்கு, அசோகரை ஓர் ஆட்சியாளராகப் பார்ப்பதன் மீது, அதாவது அவரது ஆட்சியின் தனிப்பட்ட பாணி, மிகப் பெரும் நிலப்பரப்பை நிர்வகிப்பதை சாத்தியப்படுத்திய அரசு நிர்வாகம், ராணுவம், பொருளாதாரம் போன்றவற்றின் மீது நான் இங்கே கவனம்கொள்ளவிருக்கிறேன்.

நிலப்பரப்பும் மக்கள்தொகையும்

அசோகப் பேரரசு எந்த அளவுக்கு விரிந்திருந்தது? கல்லில் பொறிக்கப்பட்டிருக்கும் அசோகரது அரசாணைகள் இல்லையென்றால், இக்கேள்விக்குப் பதில் சொல்வது சாத்தியமில்லாமல்போயிருக்கும். அசோகரது காலத்தைச் சேர்ந்த எந்த மூலங்களும் இது குறித்த தகவல்கள் எவற்றையும் நமக்குத் தெரிவிக்கவில்லை. அவருடைய அரசாணைகள் எங்கெல்லாம் பொறிக்கப்பட்டு, காட்சிப்படுத்தப்பட்டு இருக்கின்றனவோ அங்கெல்லாம், அசோகருக்கு ஓரளவு அதிகாரம் இருந்தது என்பதாக நாம் அனுமானித்துக்கொள்கிறோம். இந்த அதிகாரத்தை ஒரு பகுதியின் மீது அவர் நேரடியாகவும் கொண்டிருக்கலாம் அல்லது அதிகாரம் கொண்டவர்கள் அசோகரது அதிகாரத்துக்குக் கட்டுப்பட்டு, அவரது கட்டளைகளையும் விருப்பங்களையும் செயல்படுத்தியிருக்கலாம். அதிகாரிகளை நியமித்து ஆட்சிசெய்யும் அசோகரது பாணி – இதுகுறித்து நாம் கீழே பார்ப்போம் – அவரது நிலப்பரப்பின் பெரும்பகுதி மீது அவர் நேரடியாக அதிகாரம் கொண்டிருந்ததையே காட்டுகிறது. அவரது கல்வெட்டுகள் வடமேற்கில் உள்ள கந்தஹாரிலும் (ஆப்கானிஸ்தான்), வடக்கில் இந்திய-நேபாள எல்லையிலும், மேற்கே குஜராத்திலும், கிழக்கே ஒடிசாவிலும், தெற்கே கர்நாடகா மற்றும் ஆந்திராவிலும் கண்டெடுக்கப்பட்டுள்ளன. இது தமிழ்நாடு, கேரளம் ஆகிய தென்கோடிப் பகுதிகள் நீங்கலாக ஏறக்குறைய இந்தியத் துணைக்கண்டம் முழுவதுமாக இருப்பதோடு, இன்றைய பாகிஸ்தானையும், குறைந்தபட்சம் ஆப்கானிஸ்தானின் கிழக்குப் பகுதிகளையும் உள்ளடக்கியதாகவும் இருந்திருக்கிறது.

இன்றைய வங்கதேசத்திலும்கூட மௌரிய இருப்பைச் சுட்டிக்காட்டும் தொல்லியல் ஆதாரங்கள் காணப்படுகின்றன.[8] ஆனாலும்கூட, இவ்வளவு பரந்த நிலப்பரப்பில் பேரரசின் அதிகாரம் எப்படியாக நடைமுறைப்படுத்தப்பட்டது என்பதுதான் கேள்வியாகிறது. அசோகரது தலைநகரமான பாடலிபுத்திரத்திலிருந்து அரசாணைகள் இருக்கும் இடங்கள் ஒவ்வொன்றுக்கும் இடையே நேர்க்கோடு ஒன்றை நம்மால் வரைய முடியும். இந்த நேர்க்கோட்டில் உள்ள ஒவ்வொரு புள்ளியின் மீதும் அவர் தன்னுடைய கட்டுப்பாட்டைக் கொண்டிருந்தாரா? இதை நிரூபிப்பது கடினமானது மட்டுமல்ல, அப்படியாக இருந்திருப்பதற்கான சாத்தியங்களும் இல்லை. நாம் பார்க்கவிருப்பதைப் போல், பரவலாக்கப்பட்ட அதிகாரம் என்பது அரசு, பாதுகாப்பு, பொருளாதாரம் போன்ற முக்கியமானவற்றை மட்டுமே அதன் நேரடிக் கட்டுப்பாட்டில் வைத்திருக்கும்; எல்லா இடங்களிலும் உள்ள எல்லாவற்றையும், எல்லோரையும் அல்ல. அது அவசியமில்லாததாக இருப்பதோடு, அதற்கு ஆகும் செலவினங்களும் மிக அதிகம். எப்படியிருந்தாலும், பாறை அரசாணை *XIV*-இல் மிகச் சரியாக அசோகர் அவதானிக்கிறார்: 'என்னுடைய நிலப்பரப்பு மிக விரிந்தது.'

சொல்லப்போனால், புவியியல்ரீதியாக அவரது நிலப்பரப்பு மிக விரிந்ததுதான். ஆனால், மக்கள்தொகை எப்படியாக இருந்தது? அவர் பெரும் எண்ணிக்கையிலான மக்களை ஆட்சிசெய்தாரா? அசோகப் பேரரசின் மக்கள்தொகையை அறிந்துகொள்வதற்கு மூலங்கள் ஏறக்குறைய இல்லை என்றே சொல்லலாம். நீண்ட காலக்கணக்கில் பண்டைய இந்தியாவின் மக்கள்தொகை குறித்து ஆராய்ந்திருக்கும் மக்கள்தொகை ஆய்வாளர் டிம் டைஸனும் வரலாற்றியலாளரான சுமித் குஹாவும் தங்களுடைய கணக்கீடுகளை முன்வைப்பதுபோல் பரந்த தளத்தில் தோராயமாகவே நம்மாலும் முன்வைக்க முடியும். பொ.ஆ.மு. 320-220 காலகட்டத்தில் – இக்காலம் அசோகரது ஆட்சிக் காலத்தோடு பரந்த தளத்தில் இணைந்துபோகிறது – குறைந்தபட்சம் ஒன்றரை கோடியிலிருந்து அதிகபட்சம் மூன்று கோடி வரை இருந்திருக்கலாம் என்பதாக டைஸன் மதிப்பிடுகிறார் என்றால், குஹா இரண்டு கோடி அல்லது அதற்குக் கீழாக இருந்திருக்கலாம் என்பதாக மதிப்பிடுகிறார். இந்தக் கணக்கீடுகளெல்லாம் அறிவார்ந்த ஊகங்களாக மட்டுமே இருக்கின்றன என்று டைஸன் ஏற்றுக்கொள்கிறார்.[9] பொ.ஆ.மு. 200-இல்

8 *Jean-François Salles (2012): தொல்லியிலாளரான இவர் இப்படியாக வாதிடுகிறார்.*

9 *Dyson (2018: 263): பேராசிரியர் டைஸன் தனிப்பட்ட முறையில் என்னிடம் தெரிவித்தது: 'நான் விவாதித்திருப்பதுபோல் இந்த 'ஊகக்கணக்கு' (guesstimate) ஏற்றுக்கொள்ளக்கூடியதாக இருக்கிறது. ஏனெனில், துணைக்கண்டத்தில் அப்போதைய மக்கள்தொகை 1.5–3.0 கோடியே ஆகும். எப்படியிருந்தாலும் இது பிற ஆசிரியர்களின் கணக்கிடுதல் அடிப்படையில் அறிவார்ந்த ஊகமாகத்தான் இருக்க முடியும்'. Guha (2001: 30): 'பொ.ஆ. 150 வாக்கில் மொத்த*

உலக மக்கள்தொகை பதினைந்து கோடி என்று கணக்கிடப்படுவதை ஏற்றுக்கொள்வோம் என்றால், டைஸன் கணக்கிடுவது ஏறக்குறைய சரியாக இருப்பதுபோல் தோன்றுகிறது. மேலும், 'பொ.ஆ.மு. 200-இல் துணைக்கண்டத்தின் மக்கள்தொகையில் மூன்றில் ஒரு பகுதி கங்கைச் சமவெளிக்கு வெளியே வாழ்ந்திருக்கலாம் என்று டைஸன் மதிப்பிடுகிறார்.[10] இது சரியாக இருக்குமென்றால், மக்கள்தொகையில் மூன்றில் இரண்டு பங்கு — ஒன்றிலிருந்து ஒன்றரை கோடி வரையிலான மக்கள் — மௌரியப் பேரரசின் இதயமாக இருந்த கங்கைச் சமவெளியில் வாழ்ந்திருக்கலாம். மேலும், அக்காலகட்டத்தில், இதுவே இந்தியத் துணைக்கண்டத்தில் மிக அடர்த்தியான மக்கள்தொகை கொண்டிருந்த பகுதியாகவும் இருந்திருக்கிறது.

அசோகர் தனது பேரரசின் நிலப்பரப்பை குறிக்க மிக சுவாரசியமான ஒரு சொல்லைப் பயன்படுத்துகிறார்: விஜிதா — இச்சொல் சம்ஸ்கிருதத்திலும் பிராகிருதத்திலும் ஒன்றுபோல் வடிவத்தைக் கொண்டிருக்கிறது. இச்சொல் அதன் நேரடியான அர்த்தத்தில் 'வெல்லப்பட்ட' என்ற பொருளைக் கொண்டிருக்கிறது என்றாலும், பொதுவான அர்த்தத்தில் அது பேரரசின் கட்டுப்பாட்டில் உள்ள பிரதேசம் என்ற பொருளைப் பெற்றிருக்கிறது. கீழே கொடுக்கப்பட்டிருக்கும் பாறை அரசாணை XIII-இல் கலிங்கத்தை வென்றெடுத்ததைக் குறிக்க அசோகர் இச்சொல்லை, அதன் சொல்லாய்வியல் அடிப்படையில், பயன்படுத்துகிறார். இச்சொல், இப்படியான பிரதேசங்களின், குறைந்தபட்சம் லட்சியவாத அடிப்படையில் வென்றெடுக்கப்பட்ட பிரதேசங்களின் அரசியல் வரலாற்றைச் சுட்டிக்காட்டுவதாக இருக்கிறது. பண்டைய இந்திய எழுத்துகள், குறிப்பாக கௌடில்யரின் அர்த்தசாஸ்திரத்தில், சம்ஸ்கிருதச் சொல்லான விஜிகீஷு, அதாவது 'வெற்றியை வேண்டுபவர்' என்ற அர்த்தத்தில் அரசனைக் குறிக்கப் பயன்படுத்தப்படுகிறது. இச்சொல், சொல்லாய்வியல் அடிப்படையில் பொதுவாக விஜிதா என்ற சொல்லோடும், ஜெயா, விஜயா போன்ற சொற்களோடும் தொடர்புடையதாக இருக்கிறது. இது அரசாட்சி குறித்துப் பண்டைய இந்தியச் சித்தாந்தத்தை வெளிப்படுத்துவதாகவும் இருக்கிறது: வென்றெடுப்பதற்கு, வெற்றிகொள்வதற்கு வீரத்தின் மீதான நாட்டமும் விரிவாக்கத்துக்கான தூதியக் கொள்கைகளும் ஓர் அரசனின் சாரமாக வரையறுக்கப்படுகின்றன. அரசாட்சியை இவ்வாறு கருத்தாக்கம் செய்வது,

மக்கள்தொகை இரண்டு கோடியைக் கடந்திருக்க முடியாது. சொல்லப்போனால் அதைவிடப் பெருமளவு குறைவாகவும் இருந்திருக்கலாம்' என்று குறிப்பிடுகிறார்.

10 Dyson (2018: 21). இப்படிக் கணக்கிடுவது இதை அடிப்படையாகக் கொண்டிருக்கிறது: C. McEvedy and R. Jones, *Atlas of World Population History* (Harmondsworth: Penguin Books, 1978).

நான் குறிப்பிட்டது போன்று, அலெக்சாண்டருக்கு மிகப் பரிச்சயமாக இருந்திருக்க வேண்டும். அவரது ஆட்சியின் முதல் பத்தாண்டில் அசோகரும்கூட, அவரது தந்தையைப் போல், அவரது தாத்தாவைப் போல், இந்த வார்ப்புக்கு உட்பட்டே செயல்பட்டார். அமைதிவாதி அரசன் என்பது — பிந்தைய அசோகர் முதன்மைப்படுத்துவதைப் போல் — அக்காலத்தைச் சேர்ந்த அரசியல் கோட்பாட்டாளர்களுக்கு முரண்தொகையாக இருந்திருக்க வேண்டும்.

சார்நாத் அசோகர் தூணில் உள்ள பிரபலமான நான்கு சிங்கங்களுக்குக் கீழாக இருக்கும் நான்கு சக்கரங்கள் — நவீன இந்திய தேசிய அரசின் குறியீடாக மாறியிருப்பது — அசோகரது ஆட்சியின் இருமுகப்போக்கின் குறியீடாக இருக்கிறது. ஒருபுறம், இந்தச் சக்கரம் பண்டைய இந்தியக் குறியீட்டாக்கத்தில் போர் ரதத்தைக் குறிப்பதாக இருக்கிறது. இது படையெடுப்பு, வெல்லுதல் போன்றவற்றைக் குறிக்கும் ஒன்றாக இருக்கிறது. இது கௌடில்யர் முன்வைப்பது போன்று 'வெற்றியை வேண்டுபவராக' ஓர் அரசனின் லட்சியத்தைக் குறிக்கிறது. சொல்லப்போனால், இந்தியத் துணைக்கண்டத்தின் பெரும் பகுதியை ஆட்சிசெய்த ஒரு பேரரசருக்கு, 'சக்கரத்தைச் சுழலவிட்டவராக' அல்லது உலக அளவிலான பேரரசராக, இந்திய வரலாற்றில் சக்கரவர்த்தி (சக்கரவர்த்தின்) என்பதன் லட்சியத்துக்கு மிக நெருக்கத்தில் வந்த ஒருவர் எவராக இருந்தாலும் அவருக்கும் இந்தக் குறியீடு சகல விதத்திலும் பொருத்தமானதாகவே இருக்கும். மறுபுறம், பௌத்தக் குறியீட்டாளர்கள் இந்தக் குறியீட்டுக்கு எதிர்பாராத திருப்பத்தைக் கொடுத்தார்கள்: சுழலும் சக்கரம் போர் ரதத்தின் சக்கரமாக இல்லாமல், புத்தர் கொள்கையின், அதாவது தர்ம-சக்கரமாக மாறுகிறது. சார்நாத்தில் புத்தர் அவரது முதல் சமய போதனையை வழங்கியபோது, அவர் தர்மத்தின் சக்கரத்தைத்தான் சுழலவிடுகிறார். சிங்க உருவங்களைச் சக்கரங்களோடு கொண்டிருக்கும் மிகப் பிரபலமான, நேர்த்தியான தூணை சார்நாத்தில் அசோகர் நிறுவியது சகல விதத்திலும் பொருத்தமாகத்தான் இருக்கிறது. இந்தச் சக்கரங்கள் தர்ம-சக்கரங்களா அல்லது போர்-ரதச் சக்கரங்களா அல்லது இரண்டுமா? இந்த இருமுகப்போக்கு வெளிப்படையாக இருப்பதோடு, நோக்கத்துடனானதாகவும் இருந்திருக்கலாம்.

அசோகரது விரிவாக்கக் கொள்கையில் காணப்படும் இந்த இருமுகப்போக்கு, தோராயமாக நவீன ஒடிசா (ஒரிசா) பகுதியான இந்தியாவின் வடகிழக்கில் இருக்கும் கலிங்கம் என்று அழைக்கப்படுவதோடு மோதலுக்குக் கொண்டுவிட்டது. கலிங்கம் என்னவாக இருந்தது என்று அசோகர் நமக்குச் சொல்லவில்லை — அது ஒரு ராஜ்ஜியமாக இருந்தது என்றோ, அப்படியாக இருந்திருந்தால் அதை ஆட்சிசெய்தது யார் என்றோ அல்லது அதற்கு எதிராக ஏன் போர்

தொடுத்தார் என்றோ, அதைத் தன்னுடைய பேரரசின் பகுதியாக ஏன் இணைத்துக்கொள்ள விரும்பினார் என்றோ சொல்லவில்லை. இந்தப் பிரதேசம் குறித்துப் பார்ப்பனிய மரபு மிகக் கீழான எண்ணத்தைக் கொண்டிருந்தது. அசோகருக்கு இரண்டு நூற்றாண்டுகளுக்குப் பிறகு எழுதப்பட்டது, பிரபலமான இக்கூற்றைக் கொண்டிருக்கிறது: 'கலிங்கர்களுடைய பிரதேசத்துக்கு ஒருவர் பயணிப்பார் என்றால், அவர் தன்னுடைய பாதத்தின் ஊடாக பாவம் செய்தவராகிறார்.'[11] கலிங்கப் போர் குறித்துப் பாறை அரசாணை XIII-இல் நீண்ட, சுய-விளக்கம் கொடுக்கும் தன்னுடைய எழுத்தில், கலிங்கத்தின் மீது ஏன் போர் தொடுத்தார் என்று அசோகர் ஏதும் சொல்லவில்லை. போரை நியாயப்படுத்துவதற்குக் காரணங்கள் என்று எதையும் முன்வைக்கவில்லை. ஒருவேளை, அரசாட்சியின் வழமையான விரிவாக்கத் திட்டத்தை நடைமுறைப்படுத்துவதால், இதற்கான அவசியம் ஏதுமில்லை என்று அவர் நினைத்திருக்கலாம்; அல்லது அவர் முதலில் எடுத்த முடிவைக் கேள்விகேட்பது அரசியல்ரீதியாகப் பயனுள்ளதாக இருக்காது என்று உணர்ந்துகொண்டிருக்கலாம்.

இருந்தாலும், தெற்கு நோக்கிய பிரதான வியாபாரப் பாதைகள் இந்தப் பிரதேசத்தின் ஊடாகச் சென்றிருக்கலாம். மேலும், கலிங்கத்தின் ஆட்சியாளர் அசோகரது கட்டளைகளுக்குப் பணிந்துபோக மறுத்து எதிர்த்துநின்றிருக்கும் சாத்தியங்களும் இருக்கின்றன. கலிங்கத்தில் இருந்த மூலாதாரச் செல்வங்கள் மீது மௌரியர்கள் நாட்டம் கொண்டிருக்கலாம். எடுத்துக்காட்டாக, மிகச் சிறந்த போர் யானைகளைக் கலிங்கம் கொடுத்தது என்ற தகவலை கௌடில்யர் அவரது அர்த்தசாஸ்திரத்தில் தெரிவிக்கிறார். யானைகள் இந்தியப் படைகளில் மிக முக்கியமான ஒரு கூறாக இருந்ததால்,[12] இவை பெரும் மதிப்புமிக்கதாக இருந்திருக்க வேண்டும். இதற்கான காரணம் பலவாக இருந்திருக்கலாம் — கலிங்கத்தின் மூலாதாரச் செல்வம், இந்தப் பிரதேசத்தின் ஊடான வியாபாரப் பாதைகள், அடிபணிந்துபோக மறுத்த அரசன். எப்படியிருந்தாலும், அசோகருக்குக் கலிங்கம் தவிர்க்க முடியாத ஒன்றாக இருந்தது.

அரசராக அபிஷேகம் செய்யப்பட்டு எட்டு ஆண்டுகளுக்குப் பிறகு இந்தத் தாக்குதல் நடக்கிறது. அதாவது, பொ.ஆ.மு. 260-இல் மழைக் காலத்துக்குப் பிறகு அக்டோபர் அல்லது நவம்பர் வாக்கில் இது நடந்திருக்க வேண்டும் (காலவரிசைக்கு இயல் 5-ஐப் பார்க்கவும்). கலிங்கத்து மக்கள் மிகப் பெரும் அளவில் பலியானது என்பது

---

11 Baudhāyana Dharmasūtra 1.2.15.
12 பார்க்கவும்: Arthashastra, 2.2.15. போர் யானைகள் குறித்தும் காட்டுச் சூழலியல் குறித்தும் விரிவான வாசிப்புக்குப் பார்க்கவும்: Trautmann (2015).

அசோகர் பெரும் பலத்தோடு அவரது தாக்குதலை நடத்தியிருப்பதற்கான ஆதாரமாகிறது. அசோகரது பாறை அரசாணை XIII-இலிருந்து நமக்குக் கிடைக்கக்கூடிய சிதறலான தகவல்கள், பொ.ஆ.மு. 256 வாக்கில் எழுதப்பட்டிருக்க வேண்டும். இதில், கலிங்கப் போர் குறித்து நினைத்துப்பார்க்கிறார்; இது ஏற்படுத்திய உயிரிழப்புகளுக்கும், மக்களுக்குக் கொடுத்த பெரும் துயரத்துக்கும் வருத்தம் தெரிவிக்கிறார். இங்குதான், தனக்கு முன்னால் கண்ணாடியைப் பிடித்துக்கொண்டு சுயபிரதிபலிப்போடு, பொதுவெளியில் 'என்னை மன்னித்துவிடுங்கள்' என்கிறார் அசோகர். வருத்தப்படுவது, மன்னிப்புகோருவது போன்ற உணர்வுகள் பண்டைய அரசர்களுடைய பேரரசுகளின் பண்பாகப் பார்க்கப்படுவதில்லை. கலிங்கப் போருக்கும் இந்த அரசாணையை எழுதுவதற்கும் இடையே, இன்று நாம் பௌத்தர் என்றழைக்கும் ஒருவராக அசோகர் மாறியிருந்தார்; காயப்படுத்தாமை, கொல்லாமை போன்ற அறங்களைக் கடைப்பிடிப்பவராக – அதாவது அகிம்சையைப் பின்பற்றுகிறவராக மாறியிருந்தார். ஆக, வருத்தப்படும் ஓர் அரசனின் பார்வை மூலமாகவே கலிங்கப் போர் குறித்த சிதறலான தகவல்கள் நமக்குக் கிடைக்கின்றன. பாறை அரசாணை XIII-இல் உள்ள அவரது நீண்ட, விரிவான அறிக்கை:

> கடவுள்களின் அன்புக்குரியவன், அரசன் பியதஸி, அரியணை ஏறிய எட்டு வருடங்களுக்குப் பிறகு கலிங்கத்தை வென்றெடுத்தான். அங்கிருந்து நாடுகடத்தப்பட்ட மக்களின் எண்ணிக்கை 1,50,000; கொல்லப்பட்டவர்களின் எண்ணிக்கை 1,00,000; ஏறக்குறைய அதே அளவுக்குப் பலர் மாண்டுபோனார்கள்.[13] இதற்குப் பிறகு, இப்போது கலிங்கம் கட்டுப்பாட்டுக்குள் இருப்பதால், தர்மம் குறித்து ஆழமாக வாசிப்பது, தர்மத்தின் மீது பற்றுகொள்வது, தர்மம் குறித்து அறிவுரைகள் வழங்குவது இவையே கடவுள்களின் அன்புக்குரியவனை ஆக்கிரமித்திருக்கின்றன.
>
> கலிங்கத்தை வென்றெடுத்த பின் கடவுள்களின் அன்புக் குரியவனின் வருத்தம் இதுதான். வென்றெடுக்கப்படாத நிலத்தை வென்றெடுப்பது என்பது கொல்வதை, மரணத்தை, நாடுகடத்துவதையெல்லாம் வேண்டுகிறது. இவையெல்லாம் கடவுள்களின் அன்புக்குரியவனைக் கடுமையாக வாட்டி வதைக்கிறது, வேதனைக்கு உள்ளாக்குகிறது. ஆனால் இவற்றையெல்லாம்விட, நன்றாகக் கவனித்துக்கொள்ளப்படும்

13 'பஹூதாவதகெ' என்ற சொல்லின் அர்த்தம் அவ்வளவு தெளிவாக இல்லை. இது 'இதைக்காட்டிலும் பல மடங்கு' என்ற அர்த்தத்தைக் கொண்டிருக்கலாம். இங்கே கைக்கொள்ளப்பட்டிருக்கும் அர்த்தத்தை கந்தஹார் II–இல் உள்ள கிரேக்க மொழியாக்கம் உறுதிப்படுத்துகிறது.

பார்ப்பனர்கள் அல்லது சிரமணர்கள் அல்லது பிற பாஸந்தாக்கள் அல்லது தங்கியிருப்பவர்கள் போன்றவர்களால் — அதிகாரத்துக்குக் கீழ்ப்படிந்து, தாய்-தந்தைக்குக் கீழ்ப்படிந்து, பெரியவர்களுக்குக் கீழ்ப்படிந்து நடந்துகொள்பவர்கள், நண்பர்களை, சகாக்களை, உடனிருப்பவர்களை, உறவினர்களை முறையாக நடத்துபவர்கள், அடிமைகளிடமும் வேலையாட்களிடமும் முறையாக நடந்துகொள்பவர்கள், தீவிர பற்றார்வம் கொண்டிருப்பவர்கள் — நேசிக்கப்படுகிறவர்கள் காயப்படுவதை, கொல்லப்படுவதை, நாடுகடத்தப்படுவதையெல்லாம் தாங்கிக்கொள்ள வேண்டியிருக்கிறது. மிக நன்றாகக் கவனித்துக்கொள்ளப்படும் இவர்களும்கூட, இவர்கள் வெளிப்படுத்தும் அன்பு கொஞ்சமும் குறைந்ததில்லை என்றாலும்கூட, இவர்களுடைய நண்பர்கள், சகாக்கள், உடனிருப்பவர்கள், உறவினர்கள் மீது துரதிர்ஷ்டம் தாக்கும்போது, இவர்களையும் அது காயப்படுத்துகிறது. இந்த அவலநிலை எல்லா உயிரினங்களுக்கும் பொதுவானதாக இருக்கிறது. கடவுள்களின் அன்புக்குரியவன் இதை மிகப் பெரும் துயரமாகப் பார்க்கிறான்.

கிரேக்கர்கள் மத்தியில் தவிர வேறெங்கும் இவ்வகையானவர்கள் — அதாவது, பார்ப்பனர்களும் சிரமணர்களும் இல்லாத நிலம் என்று எதுவும் கிடையாது. இருந்தும், இவர்கள் இல்லாத இடங்களிலும்கூட, இந்த அல்லது அந்தப் பாஸந்தாவுக்குத் தங்களை ஒப்புக்கொடுக்காத மனிதர்கள் இல்லாத நிலம் என்று எதுவும் கிடையாது. ஆகவேதான், கலிங்கர்களில் கொல்லப்பட்டவர்கள், இறந்துபோனவர்கள் அல்லது நாடுகடத்தப்பட்டவர்கள்போல் எண்ணிக்கையில் நூறில் ஒரு பங்கு, ஆயிரத்தில் ஒரு பங்கு இன்று நடக்கும் என்றால், அது கடவுள்களின் அன்புக்குரியவனால் பெரும் துயரமாகவே எடுத்துக்கொள்ளப்படும்.

இங்கு ஓர் அரசன் கலிங்கத்தில் ஏற்படுத்திய பேரழிவைப் பொதுவெளியில் ஏற்றுக்கொள்கிறார்; அதற்காகத் தன்னுடைய வருத்தத்தை வெளிப்படுத்துகிறார்; மன்னிப்புகோருகிறார். பிற மனிதர்களுக்கு எதிராக வன்முறையிலான செயலில் ஈடுபட்டதற்காக ஓர் அரசன் பொதுவெளியில் வருத்தம் தெரிவிப்பது என்பது, ரிச்சர்ட் சாலமன் குறிப்பிடுவதுபோல், இந்தியக் கல்வெட்டு வரலாற்றில் வேறெங்கும் இல்லாத தனித்துவமான ஒன்றாகிறது. ‘சொல்லப்போனால், கடந்த 35 வருடங்களாக ஆயிரக்கணக்கான கல்வெட்டுகளைப் படித்த பிறகும், போரின் கொடுமைகள் குறித்தும் அமைதியின் நற்பண்புகள் குறித்தும்

மென்மையாக வலியுறுத்துவது குறித்தும் இதற்கு ஒப்பான ஒன்றைக்கூட என்னால் பார்க்க முடியவில்லை' என்று சாலமன் குறிப்பிடுகிறார்.[14]

கௌடில்யர் பரிந்துரைக்கும் லட்சிய அரசனிடமிருந்து வேறான ஓர் அரசனாக அசோகர் தன்னை வெளிப்படுத்திக்கொள்கிறார். ஆனாலும்கூட, அவரது வாக்குமூலத்தை நாம் கவனமாகப் படிப்போம் என்றால், கலிங்கத்தின் மீது போர் தொடுத்திருக்கக் கூடாது என்று அவர் எங்கும் சொல்லவில்லை. பேரழிவு ஏற்படுத்தியதற்காக வருத்தம் மட்டுமே தெரிவிக்கிறார்; வெற்றிகொண்டது குறித்தல்ல. கல்வெட்டின் பிற பகுதிகள் தெளிவாகச் சுட்டிக்காட்டுவதுபோல், அவர் ஒன்றும் வினையாற்றா அமைதிவாதத்தை (pacifism) ஏற்றுக்கொண்டவரல்ல. விரோத நோக்கம் கொண்டவர்களெல்லாம், குறிப்பாகக் 'கட்டுப்படாமல்', எப்போதும் அரசின் ஒழுங்கமைக்கப்பட்ட கட்டமைப்புகளுக்கு அப்பால் சுதந்திரமாக வாழும் ஆடவிகா என்றழைக்கப்படும் வனவாசிகளுக்கு எச்சரிக்கைவிடுக்கிறார். அவர்கள் ஜாக்கிரதையாக இருக்க வேண்டும் என்கிறார். அவர்கள் தூண்டிவிடுவார்கள் எனில், அவர்களை நசுக்குவதற்குத் தன்னிடம் போதுமான பலம் இருக்கிறது என்கிறார். பலத்தைப் பயன்படுத்த அவர் தயக்கம்காட்டுகிறாரே தவிர, அதை முற்றிலுமாகக் கைவிடவில்லை.[15] பின்வரும் பத்தி போர், அதற்காக வருந்துவது ஆகியவற்றைக் கொண்டிருக்கும் அரசாணையின் முதல் பகுதியையும், தர்மத்தின் மூலம் வெற்றிகொள்வது குறித்து விவாதிக்கும், அதை அவர் தன் மகன்களுக்கும் பேரன்களுக்கும் பரிந்துரைக்கும், அரசாணையின் இரண்டாவது பகுதியையும் ஒன்றுசேர்க்கிறது.

> மேலும், இன்று யாரேனும் ஒருவர் ஏதேனும் ஒரு குற்றத்தைச் செய்கிறார் என்றால், அதை மன்னிக்க முடியும் எனும் பட்சத்தில் கடவுள்களின் அன்புக்குரியவன் அதை மன்னிக்க வேண்டும் என்றே நினைக்கிறான். அவ்வளவு ஏன், கடவுள்களின் அன்புக்குரியவனின் நிலப்பரப்புக்குள் வாழும் வனவாசிகளோடும் இணக்கமாக இருக்கவே விரும்புகிறான்; அவர்களும் அதற்கு ஏற்றாற்போல் நடந்துகொள்ள வேண்டும் என்று வலியுறுத்துகிறான். மேலும், தன்னுடைய வருத்தத்தையும் தெரிவித்துக்கொள்கிறான்; கொலைசெய்வதில் மீண்டும் அவர்கள்

---

14 Salomon (2007: 56).

15 வன்முறை அரசியல் அதிகாரத்தின் உள்ளார்ந்த பகுதியாகவே இருக்கிறது. அதிகாரத்தை அடைவது, அதைத் தக்கவைத்துக்கொள்வது என்பதோடு மட்டுமல்லாமல், அரசியல் அதிகாரத்தோடு இணைந்திருக்கும் ஆட்சிமையோடும் இணைந்திருக்கிறது. நீதி வழங்குவதும் தண்டனை கொடுப்பதும் ஒன்றோடு ஒன்று கைகோத்திருக்கின்றன. அரசியல் சேவையில் வன்முறை குறித்தும், அரசியல் வன்முறை குறித்தும் மிகச் சிறப்பான ஆய்வுக்குப் பார்க்கவும்: Upinder Singh (2017).

> ஒருபோதும் ஈடுபடக் கூடாது என்பதற்காகக் கடவுள்களின் அன்புக்குரியவன் தன்னிடம் இருக்கும் அதிகாரத்தையும் அவர்களுக்குத் தெரிவித்துக்கொள்கிறான்.[16] ஏனெனில், கடவுள்களின் அன்புக்குரியவன் எல்லா உயிரினங்களுக்கும் இதைத்தான் வேண்டுகிறான்: காயப்படுவதிலிருந்து சுதந்திரம், சுய-கட்டுப்பாடு, பாரபட்சமற்ற தன்மை, இரக்கத்தோடு நடந்துகொள்ளுதல்.

கலிங்கத்தின் மீது ஏன் போர் தொடுத்தார் என்பதற்கான துப்பை அசோகர் இங்கே கொடுப்பதாக நினைக்கிறேன்: அந்தப் பிரதேசத்தின் அதிகாரிகள் அல்லது மக்கள் ஏதோ ஒரு 'குற்றத்தைச் செய்திருக்கிறார்கள்'. இந்தக் குற்றம் என்னவென்று அசோகர் சொல்லவில்லை என்றாலும்கூட அவர்கள் அரசுக்கு எதிராக ஏதோ ஒரு குற்றத்தைச் செய்திருக்க வேண்டும். இன்று, அப்படியான குற்றங்களை, 'மன்னிக்க முடியும் என்றால்' என்ற நிபந்தனையோடு மன்னிக்கத் தயாராக இருப்பதாகத் தனது பார்வையாளர்களிடம் தெரிவிக்கிறார். ஆனால் முன்னர், விளைவுகளைப் பற்றிக் கவலைப்படாமல், அப்படியான குற்றங்களை மிகக் கடுமையாகக் கையாண்டிருக்கிறார். இப்போது அவரது சிந்தனையெல்லாம் வேறெங்கோ இருக்கிறது; புதுவிதமாக வெற்றிகொள்வது குறித்து அவர் சிந்தித்துக்கொண்டிருக்கிறார். இந்த உள்ளடக்கத்தின் மீது அரசாணையின் மீதமுள்ள பகுதியில் அவர் கவனம்செலுத்துகிறார்.

நாட்டின் பாதுகாப்பு என்பதன் அடிப்படையில் வனவாசிகளையும, ஒருவேளை அவரது பிரதேசத்துக்குள் சமூகரீதியாக ஏற்றுக்கொள்ள முடியாத மற்றவர்களையும் அசோகர் எதிர்கொள்ள வேண்டியிருந்திருக்கலாம்.[17] பண்டைய இந்திய அரசியல் கோட்பாடு, திருடர்களையும் நெடுஞ்சாலைக் கொள்ளையர்களையும் கட்டுப்படுத்துவது அரசனின் பிரதானக் கடமையாகப் பார்க்கிறது. அரசாட்சி குறித்த பண்டைய எழுத்துகள் பல, திருடர்களிடமிருந்தும் கொள்ளையர்களிடமிருந்தும் வீடுகளை, கிராமத்தைப் பாதுகாப்பதற்குக் கொடுக்கப்படும் பணத்தை முன்வைத்தே

---

16 ஆக, அசோகர் இங்கு வனவாசிகள் (அடவி) தன்னைப் போல் இருக்க வேண்டும் என்று கேட்டுக்கொள்கிறார் — கடந்த காலச் செயல்களுக்கு வருத்தப்பட்டு அகிம்சைப் பாதையை நடைமுறைப்படுத்த வேண்டும். வேறு சிலர், வனவாசிகள் ஒழுங்காக நடந்துகொள்ளவில்லை என்றால், அவர்களைக் கொல்வதற்கான அசோகரது பலம் குறித்த கூற்றாக அர்த்தம்கொள்ளும் விதத்தில், 'கொல்லப்படாமல் இருப்பதற்கு' என்பதாக மொழியாக்கம் செய்திருக்கிறார்கள். பின்னணிரீதியாகவும் இலக்கணரீதியாகவும் இப்படி அர்த்தப்படுத்துவது தவறு என்றே நினைக்கிறேன்.

17 மௌரியர் காலத்தில் வனவாசிகள் குறித்த விவாதத்துக்குப் பார்க்கவும்: *Parasher–Sen (1991, 2004).*

வரிகளைச் சட்டரீதியாக நியாயப்படுத்துகின்றன. மேலும், வியாபாரப் பாதைகள் பாதுகாக்கப்பட்டவையாக இல்லையென்றால், தொலைதூர வியாபாரம் எதுவும் சாத்தியப்படாது. இந்த எழுத்துகளெல்லாம் வனவாசிகளைத் திருடர்களாகவும் கொள்ளைக்காரர்களாகவும் ஒருபடித்தாக முன்வைக்கின்றன.

நாம் மீண்டும் கலிங்கப் போருக்குத் திரும்பி, அசோகர் கொடுக்கும் எண்ணிக்கைகளைப் பார்ப்போம்: 1,00,000 மக்கள் கொல்லப்பட்டிருக்கிறார்கள். இதே அளவுக்குப் போரில் அல்லது அதன் விளைவாக இறந்துபோயிருக்கிறார்கள். மேலும் 1,50,000 மக்கள் கைதிகளாகப் பிடிக்கப்பட்டு நாடுகடத்தப்பட்டிருக்கிறார்கள். இந்த மக்களெல்லாம் எப்படி இறந்துபோனார்கள் என்று அசோகர் சொல்லவில்லை; சிலர் போரில் இறந்துபோனார்கள் என்றும், மேலும் சிலர் போரின் விளைவாக இறந்துபோனார்கள் என்றும் மட்டுமே சொல்கிறார். யாரெல்லாம் கொல்லப்பட்டார்கள் என்றும் அவர் வெளிப்படுத்தவில்லை. இருப்பினும், அப்பாவி மக்கள் பலர் பாதிக்கப்பட்டார்கள் என்ற குறிப்பானது போரில் பங்கேற்காதவர்களும் கொல்லப்பட்டிருக்கலாம் என்பதையே வெளிப்படுத்துகிறது. ஆக, கலிங்கப் போரால் நேரடியாகப் பாதிக்கப்பட்ட மக்களின் எண்ணிக்கை 3,50,000-க்கும் மேலாக இருக்கிறது. கலிங்கத்து மக்கள்தொகையில் இது எத்தனை சதவீதமாக இருந்திருக்க முடியும்?

அசோகரது காலத்தில் கலிங்கத்தின் மக்கள்தொகையைத் துல்லியமாகக் கணக்கிடுவது ஏறக்குறைய முடியாத காரியம். 9,75,000-ஆக இருக்கலாம் என்று சுமித் குஹா மதிப்பிடுகிறார்.[18] இது அதிகபட்ச மதிப்பீடாகவும் இருக்கலாம். ஆனாலும், நாம் பத்து லட்சம் என மிகைப்படுத்தப்பட்ட மதிப்பீட்டை முன்வைத்தாலும்கூட, மக்கள்தொகையில் இறந்துபோனவர்கள் மட்டுமே இருபது சதவீதத்துக்கு மேலாக இருக்கிறது; கைதுசெய்யப்பட்டவர்களையும் சேர்த்துக்கொள்வோம் என்றால் முப்பத்தைந்து சதவீதமாகிறது. அசோகர் கொடுக்கும் எண்ணிக்கைகளை நாம் அதன் நேரடித்தன்மையில் எடுத்துக்கொள்ளக் கூடாது என்று டைஸன் எச்சரிக்கிறார்.[19] பண்டைய அரசர்கள் போரில் இறந்துபோனவர்களின் எண்ணிக்கையைப்

18 *Guha (2001: 30)*

19 *தனிப்பட்ட கருத்துப் பரிமாற்றத்தில் டைஸன் இவ்வாறு சொல்கிறார்: 'நீங்கள் எழுப்பும் குறிப்பிட்ட கேள்விகளுக்கு நான் சொல்லக்கூடியது இதுதான்; வரலாற்றுரீதியாகக் கோரப்படும் எண்ணிக்கைகளின் மேல் நான் எப்போதும் அவ்வளவு நம்பிக்கை கொண்டவன் இல்லை. குறிப்பாக, பல பண்பாடுகள் ராணுவ வெற்றிகள் குறித்து விவாதிக்கும்போது மிகைப்படுத்தலை நோக்கி நகரும் போக்கைக் காண முடியும். எல்லாவற்றையும்விட, கலிங்கத்தின் மொத்த மக்கள்தொகை குறித்து நிச்சயமாக எதுவும் சொல்ல முடியவில்லை.'*

பொதுவாக மிகைப்படுத்தியே வெளிப்படுத்துகிறார்கள். இதற்கு ஒத்த மிகைப்படுத்தலை நாம் பாறை அரசாணை I-இல் பார்க்க முடியும். இந்த அரசாணையில் கடந்த வருடங்களில் இறைச்சிக்காகக் கொல்லப்பட்ட விலங்குகளின் எண்ணிக்கையை அசோகர் குறிப்பிடுகிறார்: 'முன்னர், கடவுள்களின் அன்புக்குரியவன், அரசன் பியதஸியின் சமையலறையில் தினமும் குழம்புவைக்க லட்சக்கணக்கில் உயிரினங்கள் பலிகொடுக்கப்பட்டுவந்தன.' இந்த எண்ணிக்கையை அதன் நேரடித்தன்மையில் எடுத்துக்கொள்வதோ அல்லது அவரது சமையலறையில் அல்லது இறைச்சிக்கூடத்தில் ஒவ்வொரு நாளும் இத்தனை விலங்குகள் பலிகொடுக்கப்பட்டன என்று எடுத்துக்கொள்வதோ மிகக் கடினம். அகிம்சை பழகுபவராக மாறுவதற்கு முன் அவரது அரண்மனையில் பெரும் எண்ணிக்கையிலான விலங்குகள் இறைச்சிக்காக பலிகொடுக்கப்பட்டதன் மீது தன்னுடைய பார்வையாளர்களிடம் வெறுப்பை உருவாக்க வேண்டும் என்பதற்காகவே அசோகர் இங்கே சொல்லணியிலான கருவியாக மிகைப்படுத்தலைப் பயன்படுத்துகிறார் என்றே நினைக்கிறேன். இதற்கு நிகராக, கலிங்கப் போர் உருவாக்கிய துயரத்தின் தீவிரத்தைத் தனது வாசகர்கள் புரிந்துகொள்ள வேண்டும் என்பதற்காக, அதில் கொல்லப்பட்டவர்களின் எண்ணிக்கையை எளிதாக உள்வாங்கிக்கொள்ளும் விதத்தில் முழுமையான எண்ணிக்கையில் கொடுத்திருக்கலாம். நாம் இந்த எண்ணிக்கைகளைத் தீவிரமாக எடுத்துக்கொள்ள வேண்டுமே தவிர இவற்றின் நேரடித்தன்மையில் எடுத்துக்கொள்ளக் கூடாது என்றே நினைக்கிறேன். இருப்பினும், அசோகர் கொடுக்கும் எண்ணிக்கையை நாம் குறைத்து எடுத்துக்கொண்டாலும்கூட, கொல்லப்பட்டவர்களின் எண்ணிக்கையும் போரில் பங்கேற்காதவர்களும் கொல்லப்பட்டிருக்கிறார்கள் என்பதையும் நாம் கணக்கில் எடுத்துக்கொள்வோம் என்றால் அசோகரது போர் — இன்றைய நிர்ணய அடிப்படையில் சொல்வதென்றால், இன அழிப்பாகிறது.

எப்படியிருந்தாலும், நாம் இதில் ஆச்சரியப்பட ஒன்றுமில்லை. தொல்காலங்களில் வென்றெடுத்தல் என்பது இப்படியான இன அழிப்பை — பெண்களும் குழந்தைகளும் உள்பட — கொண்டிருக்கும் ஒன்றாகவே இருந்திருக்கிறது. அலெக்சாண்டர் மிக மோசமாகக் காயப்பட்ட பின், அவரது படைகள் முல்தானில் நடத்திய இன அழிப்பை ராபின் லேன் ஃபாக்ஸ் குறிப்பிடுகிறார்: 'மாஸெடோனியர்கள் அவர்களது மனத்துயரத்துக்குப் பழிவாங்கும் விதத்தில்... முல்தானில் உள்ள கடைசிப் பெண்கள், குழந்தைகள் என்று எல்லோரையும் படுகொலை செய்தார்கள்.'[20] பொ.ஆ.மு. 146-இல் காதேஜ் எனும்

---

20 Fox (2004: 380)

இடத்தில் ரோமர்கள் ஏற்படுத்திய பேரழிவு குறித்து வரலாற்றியலாளர் பென் கியர்னன் இவ்வாறு முன்வைக்கிறார்: 'அதன் "அதீத வன்முறை" என்ற கொள்கையும், "காதேஜையும், அங்கு வாழ்ந்த பெரும்பாலானவர்களையும் அழித்தொழித்ததும்", "மொத்தப் பண்பாட்டை" நாசப்படுத்தியதும்' 1948 ஐக்கிய நாடுகள் சபை இனப்படுகொலைத் தடுப்பு உடன்படிக்கையில் உள்ள சட்டரீதியான நவீன வரையறைக்குப் பொருந்திப்போகும் ஒன்றாகிறது.[21] கலிங்கமும் அலெக்சாண்டர் படையெடுப்பும் காட்டுவதுபோல் காதேஜில் நடந்தது என்பது ஒரு விலக்காக இல்லாமல், விதியாகவே இருந்துவந்திருக்கிறது.

கலிங்கத்துப் போரே இவ்வளவு கோரமான ஒன்றாக இருந்திருக்குமானால், அசோகரது தந்தையும் தாத்தாவும் இந்தியாவின் பெரும் பகுதியைத் தங்களுடைய அதிகாரத்துக்குள் கொண்டுவருவதற்குச் செய்தது இதே அளவு கோரமாக இருந்திருக்க வேண்டும். ஒரே வேறுபாடு என்னவென்றால், அசோகர் அதை ஏற்றுக்கொள்கிறார், அதற்காக வருந்துகிறார், மன்னிப்புகோருகிறார். புதிதாக உருப்பெற்றுவந்த பௌத்தம், சமணம் போன்ற சமயங்களுடைய போதனைகளின் அடிப்படையில், மனிதர்கள் என்று மட்டுமல்லாமல் உயிரினங்கள் எதுவானாலும் அவற்றைக் கொல்வது தார்மிகரீதியாக ஏற்றுக்கொள்ள மறுத்த காலத்திலும் இடத்திலும் அசோகர் வாழ்ந்துவந்தார். அசோகர் மனசாட்சி கொண்ட ஓர் அரசராக இருந்தார். இந்த மனசாட்சி, மிகச் சரியாக அவர் எந்த இடத்தில் வளர்ந்தாரோ, அந்த இடத்தில், அதாவது மகதத்தில் புதிதாக உருப்பெற்றுவந்த அறத்தால் வடிவமைக்கப்பட்டதாக இருக்கிறது. ஆக, கலிங்க இனஅழிப்பு என்பது, தொல்காலத்தில் இருந்த அரசர்களைவிட மேலும் சிக்கலான ஓர் அரசரை வெளிப்படுத்துகிறது: உக்கிரமான போர்வீரர், மிருகத்தனமாக ஒடுக்குபவர். ஆனாலும், தன் செயல்களுக்காக வருத்தம் தெரிவிப்பவர்.

அசோகர் வருத்தப்படுகிறாரே தவிர அவர் ஒன்றும் வினையாற்றா அமைதிவாதி (pacifist) இல்லை. வனவாசிகளுக்கான தனது செய்தியில் அவரது பிரதேசத்துக்குள் வன்முறையைப் பயன்படுத்த அவர் தயாராக இருப்பதற்கான சுவடுகளை நம்மால் பார்க்க முடிகிறது. தனித்த அரசாணை II-இல், இதற்கு நிகரான செய்தியை அவரது பிரதேசத்துக்கு வெளியே எல்லையோரத்தில் வாழும் மக்களுக்கும் தெரிவிக்கிறார்.

> என்னுடைய ஆட்சியதிகாரத்தின் எல்லைக்கு அப்பால் இருக்கும் மக்கள் இப்படியாக நினைக்கக்கூடும்: 'நம்மைப் பொறுத்தமட்டில்

21 *Ben Kiernan, 'The First Genocide: Carthage, 146 BC', Diogenes 203: 28. This study is part of the Genocide Studies Program at Yale University, https://gsp.yale.edu/sites/default/files/first_genocide.pdf; accessed 27 December 2021.*

அரசனுடைய நோக்கங்கள் என்ன?' எல்லையோர மக்கள் விஷயத்தில் நான் இதை மட்டுமே வேண்டுகிறேன் — அவர்கள் நம்பிக்கை பெற வேண்டும்.

கடவுள்களின் அன்புக்குரியவன் இதையே வேண்டுகிறான்: 'அவர்கள் என்னைக் கண்டு அச்சப்பட வேண்டியதில்லை. மாறாக, அவர்கள் என் மீது நம்பிக்கை கொள்ள வேண்டும். அவர்கள் என்னிடமிருந்து நலன்களை மட்டுமே பெற்றுக்கொள்வார்கள்; துயரங்களை அல்ல.

அவர்கள் இதையும் தெரிந்துகொள்ள வேண்டும்:

கடவுள்களின் அன்புக்குரியவன், நம்மை மன்னிக்க முடியும் என்றால் மன்னிப்பான்.

என்னுடைய கட்டளைக்கு உட்பட்டு, அவர்கள் தர்மம் பயில வேண்டும். இந்த உலகத்தையும் அடுத்ததையும் அவர்கள் அடைய வேண்டும்.

தங்களுடைய நிலம் குறித்து அசோகர் என்ன திட்டங்கள் வைத்திருக்கிறார் என்ற கேள்வி எல்லையோர மக்கள் மனதில் மேலோங்கியிருந்திருக்க வேண்டும். கலிங்கத்தில் என்னவெல்லாம் செய்யப்பட்டன என்பதை அவர்கள் அறிந்திருக்கக்கூடும். தங்களுக்கும் அதே நிலைதானா? அவர்களுடைய அச்சங்களைப் போக்க அசோகர் விரும்புகிறார் — இப்போது அவர் அறநீதியான கொள்கைகளை உறுதியாகக் கொண்டிருக்கும் புதிய மனிதராக இருக்கிறார். எல்லையோர மக்கள் தன் மீது நம்பிக்கை வைக்க வேண்டும். தங்களை நன்றாக நடத்துவார் என்பதன் மீதும், தங்களுக்கு மகிழ்ச்சியைக் கொடுப்பார் என்பதன் மீதும் அவர்கள் நம்பிக்கை வைக்க வேண்டும். ஆனாலும், வாலில் கொடுக்கு உள்ளது. 'நம்மை மன்னிக்க முடியும் என்றால் மன்னிப்பான்.' அசோகரது பார்வையில் மன்னிக்க முடியாத விஷயங்களை எல்லையோர மக்கள் செய்வார்கள் என்றால், என்ன நடக்கும் என்பது சொல்லாமல் சொல்லப்படுகிறது.

தன்னுடைய பேரரசுக்கு வெளியே உள்ள மக்கள் குறித்தும், அரசுகள் குறித்தும் அசோகர் விரிவாக அறிந்திருந்தார். இந்த உள்ளடக்கத்தை நான் தூதியல் பகுதியில் எடுத்துக்கொள்கிறேன். பாறை அரசாணை II-இல், அவரது தெற்கு எல்லையில் இருக்கும் ஐந்து அரசுகளை அவர் குறிப்பிடுகிறார்: சோழர்கள், பாண்டியர்கள், சத்யபுத்ரர்கள், கேரளப்புத்ரர்கள், தம்ரபர்னியர்கள். இதில் இறுதியாகச் சொல்லப்படுவது இலங்கையைக் குறிக்கிறது. வடமேற்கு எல்லைக்கு அப்பால், கிரேக்க அரசர் அந்தியோச்சுஸுடன் தனிபட்ட முறையில்

நல்ல உறவுகொண்டிருந்தார். மேலும், துலமாயர், அந்தேகிநா, மக, அலிகஸுந்தலே போன்று அண்டை நாட்டு அரசர்களின் பெயர்களைக் குறிப்பிடுகிறார் (பாறை அரசாணை XIII). இதே அரசாணையில், வடமேற்கிலும் தெற்கிலும் உள்ள இனங்களையும் குறிப்பிடுகிறார்: கம்போஜர்கள், நப்ககர்கள், நபபந்கிட்டர்கள், போஜர்கள், பிதிநிகர்கள், ஆந்திரர்கள், பலாதர்கள். (இவர்களுடைய புவியியல் ரீதியான இடங்களுக்கு வரைபடத்தைப் பார்க்கவும்).

ஆக, அவரது ஆட்சிக்கு உட்பட்ட பிரதேசம் குறித்தும், அதன் எல்லைகள் குறித்தும், அவரது பிரதேசத்தில் வாழும் இனரீதியான தனித்த குழுமங்கள் குறித்தும், அவரது பேரரசுக்கு வெளியே உள்ள ராஜ்ஜியங்கள், மக்கள் குறித்தும் போதுமான அளவுக்கு அசோகர் அறிந்திருந்தார். நாம் இயல் 1-இல் பார்த்ததுபோல், அவரது பேரரசை 'இடம்சார்ந்து மட்டுப்பட்ட ஓர் அலகாகவும், எல்லைகளைப் பகிர்ந்துகொள்ளும் பிரதேசமாகவும்' அசோகர் உள்வாங்கிக்கொள்வதற்கான நிழற்படத்தை 'சிந்து ஒப்பந்த'மும், மேற்கு ஆசியாவின் சுதந்திரமான ஹெல்லனிய ராஜ்ஜியங்களும் கொடுத்திருக்கலாம்.[22]

நிலப்பரப்புக்குக் கட்டுண்ட பேரரசு என்ற பார்வையிலிருந்து விலகிய ஒன்றாக இருக்கிறது தர்மத்தின் ஊடாக வெல்வது, தர்மத்தை வெல்வது என்ற அசோகரது கனவு. ராணுவ பலத்தின் ஊடாகப் பெறும் வெற்றிக்குப் பதிலாக ஒரு கருத்தின் ஊடாகப் பெறும் வெற்றி — இந்தப் பாதையைத்தான் தன்னுடைய மகன்களும் பேரன்களும் பின்பற்ற வேண்டும் என்று அவர் கேட்டுக்கொள்கிறார்.

ஆட்சிமை

'மௌரிய அரசு புது வடிவிலான ஓர் அரசாங்கத்தை, அதாவது மையப்படுத்தப்பட்ட பேரரசைத் தொடங்கிவைத்தது' என்று ரொமிலா தாப்பர் குறிப்பிடுகிறார்.[23] சொல்லப்போனால், மௌரியப் பேரரசு மையப்படுத்தப்பட்ட ஒன்றல்ல என்றும், உதிரியான கூட்டிணைப்பாக இருந்தது என்றும் கோர விரும்புகிறவர்களுக்கு எதிராக அவர் வாதிடுகிறார். அசோகக் கல்வெட்டுத் தொகுப்பை நாம் கவனமாகப் படித்து, மௌரிய அரசர்கள் குறிப்பாக அசோகர், தங்களுடைய அதிகாரத்தை எப்படியாகப் பார்த்தார்கள், ஆட்சிமைக் கட்டமைப்புகளை எப்படியாக வடிவமைத்தார்கள் என்று பார்ப்போமேயானால் தாப்பர் முன்வைப்பது சரி என்றே தோன்றுகிறது. அரசனுடைய அதிகாரம்

---

22 Kosmin (2014: 32).
23 Thapar (1961: 94).

முற்றும்முழுதாக இருந்ததோடு, அரசனுடைய அதிகாரம் பேரரசின் கடைக்கோடி வரை சென்றது. குறைந்தபட்சம் கோட்பாட்டுரீதியாக இப்படித்தான் இருந்தது.

ஆனால், தொலைபேசித் தொடர்புகள் ஏதும் இல்லாதபோது, குறுஞ்செய்திகள் ஏதும் அனுப்ப முடியாதபோது, குதிரைப் பயணம் மட்டுமே மிக வேகமான ஒன்றாக இருக்கும்போது, மிக விரிந்த, பல இனங்களைக் கொண்ட, பல மொழிகளைக் கொண்ட ஒரு பேரரசை எப்படி ஆட்சிசெய்ய முடியும்? பெரிய நிலப்பரப்பை ஆட்சிசெய்ய வேண்டியிருந்த பண்டைய அரசுகள் எல்லாமும் இப்பிரச்சினையை எதிர்கொள்ள வேண்டியிருந்தது. இதற்கு மௌரியப் பேரரசும் விலக்கல்ல. குறிப்பிட்ட தருணத்தில், மையத்திலிருந்து ஆட்சிசெய்ய முடியாத அளவுக்குப் பிரதேசம் அவ்வளவு விரிந்த ஒன்றாகிறது. வரலாற்றியலாளர் ஜெரார்ட் ஃபஸ்மன் மௌரியப் பேரரசு ஆட்சிக் கட்டமைப்புகள் குறித்த அவரது முக்கியமான வாசிப்பு ஒன்றில், பாடலிபுத்திரத்திலிருந்து பேரரசின் முக்கிய மையங்களுக்குச் செய்திகள் அனுப்பி, அதற்குப் பதில் கிடைக்க எடுத்துக்கொண்டிருக்கும் கால அளவு குறித்துப் புரிதல் கொடுக்கக்கூடிய புள்ளிவிவரங்களை முன்வைக்கிறார்.[24]

முகலாயப் பேரரசிலிருந்து தருவிக்கப்பட்ட தரவுகளின் அடிப்படையில், பாடலிபுத்திரத்திலிருந்து கந்தஹாருக்கு அல்லது தெற்குக் கோடியில் உள்ள சுவர்ணகிரிக்குப் பயணித்துத் திரும்புவதற்கு முப்பது நாள்கள் ஆகும் என்று ஃபஸ்மன் கணக்கிடுகிறார் — இது குறைவான கணக்கீடாக இருக்கிறது. ஏனெனில், மத்தியகால முகலாயர்கள் ஆயிரத்து ஐநூறு ஆண்டுகளுக்கும் முந்தைய மௌரியர்களைக் காட்டிலும் இன்னும் சிறப்பான தகவல்தொடர்புக் கட்டமைப்பைக் கொண்டிருந்தார்கள். ஆக, ஒரு செய்தியை அனுப்பி, அதற்குப் பதில் கிடைக்க இரண்டு மாதங்கள் எடுத்துக்கொண்டிருக்கலாம். வட மையத்தில் இருந்த முக்கிய நகரமான உஜ்ஜயின் போன்று வட இந்தியாவுக்குள்ளாக இருந்த நகரங்களுக்கு இன்னும் குறைவான காலம் எடுத்துக்கொண்டிருக்கலாம் என்றாலும்கூட இதுவும் பல வாரங்கள் எடுத்துக்கொண்டிருக்கும். மேலும், இவையெல்லாம் வறண்ட காலங்களில் மட்டுமே சாத்தியம். நான்கு மாதம் வரை நீடிக்கும் பருவ மழைக் காலங்களில், பயணம் மேற்கொள்வது சாத்தியமில்லாதது இல்லையென்றாலும்கூட, பெருமளவு கடினமான ஒன்றாக இருந்திருக்க வேண்டும். பாலங்கள் குறித்துப் பண்டைய இந்தியா அறிந்திராதபோது, கரைபுரண்டு ஓடும் நதிகளைக் கடந்துசெல்வது கடினமானது மட்டுமல்ல, ஆபத்தானதும்கூட. ஃபஸ்மன் முன்வைப்பைச் சில அறிஞர்கள் மிகக் குறைவான கணக்கீடு

---

24 Fussman 1987–88: 43–72; இந்தப் புத்தகத்தின் பிரெஞ்சுப் பதிப்பு 1982-இல் வெளிவந்தது (Fussman 1982).

என்கிறார்கள். இருந்தாலும்கூட, ஃபஸ்மன் என்ன சொல்லவருகிறார் என்று நம்மால் புரிந்துகொள்ள முடிகிறது.[25] பரந்துவிரிந்திருக்கும் ஒரு பேரரசை ஒரு மையத்திலிருந்து ஆட்சிசெய்வது சாத்தியமில்லை என்று சொல்ல முடியாவிட்டாலும்கூட, உண்மையிலேயே மிகக் கடினமானதுதான்.

மிக வேகமாகத் தகவல்களைப் பரிமாறிக்கொள்ளாமல் ஒரு பேரரசு எப்படி இயங்க முடியும்? மௌரியப் பேரரசுக்கான விடை, பாரசீகத்துக்கான விடைபோலவே, பலமான ராணுவத்தைக் கொண்ட திடமான மைய அதிகாரத்தையும் பரவலாக்கப்பட்ட நிர்வாகத்தையும் கொண்டிருப்பதாகிறது. ஆட்சிசார்ந்த முடிவுகள் எடுப்பதிலும் முனைப்பிலும் பெருமளவிலான சுதந்திரம் மாகாண அரசுப் பிரதிநிதிகளுக்கும், ஏன் உள்ளூர் இடைநிலை அதிகாரிகளுக்கும், ராணுவ அதிகாரிகளுக்கும் வழங்கப்பட்டிருக்க வேண்டும். மஹாமாத்ரர்கள், ராஜுகர்கள் போன்ற மூத்த, இடைநிலை அதிகாரிகளுக்கு அசோகக் கல்வெட்டுகள் கொண்டிருக்கும் பல செய்திகள் இதற்கான ஆதாரமாகின்றன.

இந்தப் பேரரசு குறித்த ஆய்வுபூர்வமான வாசிப்பில் ஏற்பட்ட பெரும் நகர்வை வரலாற்றியலாளர் உபிந்தர் சிங் அவதானிக்கிறார்: 'மௌரியப் பேரரசு மிகவும் மையப்படுத்தப்பட்ட அரசாக இருந்தது என்ற கருதுகோளிலிருந்து மேலும் மெய்யான, நுட்பமான வாசிப்புகளுக்குக் கொண்டுவிட்டுள்ளது.'[26] பேரரசரிடம் இருக்கும் 'முற்றும்முழுவதுமான அதிகாரம்', அந்த அதிகாரத்தை மெய்யாகப் பரவலாக்கும் நடைமுறை ஆகிய சுவாரசியமான இரண்டையும் ஒன்றிணைத்துக் கருத்தாக்கம் செய்ய பல விதமான மாதிரிகளை அறிஞர்கள் முன்வைத்திருக்கிறார்கள்.[27] இதில் களையெடுக்க முயலாமல் சொல்வதென்றால், பரந்த தளத்தில் கொள்கைகள் வகுப்பது, குறுக்கிடுவதற்கான உரிமை, எல்லா அரசுப் பிரதிநிதிகளும் கட்டுப்பட வேண்டிய கட்டளைகளை வழங்குவது போன்றவை பேரரசரிடம் இருந்தாலும், ஆட்சிமையின் பல அம்சங்களில் பரலாக்கப்பட்ட ஒன்றாக இருந்ததுபோல் தெரிகிறது. கல்வெட்டுகளில் காணப்படும் அரசாணைகளின் மொழியும் தொனியும் இதைப் போதுமான அளவுக்குத் தெளிவாக்குகின்றன. வரலாற்றுரீதியாகப் பேரரசின் அதிகாரம் ஏறக்குறைய எப்படியாகச் செயல்பட்டிருக்க

25 சுமித் குஹாவுடனான தனிப்பட்ட கருத்துப் பரிமாற்றம்.

26 *Upinder Singh (2012: 131). Fussmann (1987: 88):* மௌரியப் பேரரசு பரவலாக்கப்பட்ட நிர்வாகக் கட்டமைப்பைக் கொண்டிருந்தது சார்பாக இவர் பலமான வாதங்களை முன்வைக்கிறார்.

27 எடுத்துக்காட்டுகளுக்குப் பார்க்கவும்: *Stanley Tambiah's (1976) 'galactic polity'; Monica Smith's (2005) 'network model' discussed by Namita Sugandhi (2013).*

வேண்டும் என்று ஜெரார்ட் ஃபஸ்மன் சிந்தித்துப்பார்ப்பது ஓரளவுக்கு யதார்த்தத்தைப் பிரதிபலிப்பதாக இருக்கிறது:

> பொதுவாக நாம் கொண்டிருக்கும் கருத்துக்கு மாறாக, மௌரியப் பேரரசு, அளவில் அதற்கு ஒத்திருந்த பிற இந்தியப் பேரரசுகள் (குப்தர்கள், முகலாயர்கள், பிரிட்டிஷ்காரர்கள்) எவ்வாறு செயல்பட்டனவோ அதற்கு ஒத்தே செயல்பட்டது என்று நாம் அனுமானிக்க முடியும். அதாவது, மையப்பட்ட முற்றும்முழுவதுமான அதிகாரம்; தனிநபரை, அதாவது அரசரின் தனிப்பட்ட செயல்பாடுகளைச் சார்ந்திருப்பது; ராணுவத்தையும் திறன்மிக்க அதிகாரிகளையும் சார்ந்திருப்பது; அரசதிகாரத்தை நடைமுறைப்படுத்தும் முறைமையற்ற முறையில் ஒழுங்கமைக்கப்பட்டிருக்கும் வட்டார நிர்வாகம்; அரசதிகாரத்திலிருந்து எவ்வளவு தொலைவில் இருக்கிறதோ அந்த அளவுக்குக் கூடுதலான சுதந்திரம் கொண்டிருப்பது, அரசரின் கட்டளைகளை உள்ளூர்ச் சூழலுக்கு ஏற்றாற்போல் இருந்தால் மட்டுமே அவற்றை நடைமுறைப்படுத்துவது; பெரிய மாகாணங்கள் அரசரின் நேரடி முகவர்களால் நிர்வகிக்கப்படுவது; மரபான உள்ளூர் அதிகாரங்கள் (இனக்குழுக்கள், நகரங்கள், நிலப்பிரபுத்துவ ராஜ்ஜியங்கள்) பல விஷயங்களில் (வரி, வாடகை, நீதி வழங்குவதற்கான விதிமுறைகள், பழக்கவழக்கங்கள், மொழி, பண்பாடு, மதப் பழக்கங்கள் போன்றவை) ஏறக்குறைய பேரரசின் அதிகாரிகளில் தீவிரமான கண்காணிப்பில் தன்னாட்சி கொண்ட அமைப்புகளாகச் செயல்படுவது.[28]

பண்டைய பேரரசின் ஆட்சிமை குறித்த கோட்பாட்டுரீதியான மாதிரிகளைக் கடந்துசெல்வோம் என்றால், அசோகரது சொந்த எழுத்துகளில் ஆட்சிமை, நிர்வாகக் கட்டமைப்பு குறித்துக் குறைவான தகவல்களே காணப்பட்டாலும், அவை முக்கியமான பல விஷயங்களைக் கொண்டிருப்பதை நம்மால் பார்க்க முடியும். தன்னுடைய அரசதிகாரிகள் குறித்து அசோகர் குறிப்பிடுவது எதுவும் முறைமைக்கு உட்பட்டதாகவும் இல்லை, விரிவாகவும் இல்லை. இருந்தாலும், அசோகரது அரசாங்கம் எவ்வாறு ஒழுங்கமைக்கப்பட்டிருந்தது என்பது குறித்து சில ஆழமான பார்வைகளை – குறைந்தபட்சம்,

28 Fussman (1987: 71–72). வரலாற்றியலாளர் ரே (H.P. Ray, 2008) மௌரிய மாகாணங்களில் பல உருப்படிகளிலான உள்ளூர் அதிகாரம் குறித்து முன்வைக்கிறார்: 'அதிகாரத்துக்கான, கட்டுப்பாட்டுக்கான ஒற்றை மையமாக அரசைப் பார்ப்பதைவிட, இந்த ஆய்வுக் கட்டுரை ஒரு தொகுப்பாக இல்லாத மாதிரியாகக் காட்சிப்படுத்தப்படுகிறது. சமூகத்தில் இருக்கும் அதிகாரக் கணுக்களில் அரசும் ஒன்றாக இருக்கிறது; வியாபாரிகள், நிலவுடைமையாளர்கள், மதப் பொறுப்பாளர்கள் எல்லாம் பிற கணுக்களாகிறார்கள்.

அரசாங்கக் கட்டமைப்பு எப்படியாக இருக்க வேண்டும் என்று அவர் எதிர்பார்த்ததைக் கொடுக்கின்றன. நிர்வாகப் படிநிலையின் உச்சத்தில் இருப்பது மஹாமாத்ரர்கள் என்றழைக்கப்படும் ஒரு வகைமையிலான அதிகாரிகள். இப்படியானவர்கள் பலர் இருந்தார்கள் — எவ்வளவு என்று நமக்குத் தெரியாது. மேலும், நவீன வகைமையான 'மந்திரி' என்பதுபோல், மஹாமாத்ரர் என்ற சொல் நேரடியாகக் குறிப்பிட்ட பொறுப்புகளையோ செயல்பாடுகளையோ குறிக்கவில்லை. மாறாக, நிர்வாகத்தில் மிக மூத்த அதிகாரிகள் என்ற அந்தஸ்தையே குறிக்கிறது. மஹாமாத்ரர்களுக்குக் கீழாக நான்கு விதமான அதிகாரிகளை அசோகர் குறிப்பிடுகிறார்: யூக்தர்கள், ராஜுகர்கள், ரஸ்த்ரிகர்கள், பிரதேஸிகர்கள். பாறை அரசாணை *XIII*-இல் ரஸ்த்ரிகர்கள் தவிர கொடுக்கப்பட்டிருக்கும் முறையில் பட்டியலிடப்பட்டிருப்பதால், அதிகாரத்தில் யார் மூத்தவர்கள் என்று குறிப்பிடுவதாக நாம் அனுமானிப்பது ஏற்புடையதாகவே இருக்கும். சிறு பாறை அரசாணை *II*-இல் ஒரே ஒருமுறை மட்டுமே ரஸ்த்ரிகர்கள் குறிக்கப்படுகிறார்கள். இதில் ராஜுகர்கள் ரஸ்த்ரிகர்களுக்குக் கட்டளைகள் பிறப்பிக்க வேண்டும் என்றும் சொல்லப்படுகிறது. அசோகர் ராஜுகர்கள் குறித்துத் தொடர்ந்து பேசுகிறார். இவர்கள் ஆயிரக்கணக்கான மக்களை ஆட்சிசெய்வதோடு, அடிப்படையில் கிராமப்புறங்களில் செயல்படுகிறவர்களாகவும் அசோகர் குறிப்பிடுகிறார் (பாறை அரசாணை *VII*).

எலும்பும் தோலுமான இந்த நிர்வாகக் கட்டமைப்புக்கு வெளியே குமாரா என்றழைக்கப்படும் நிர்வாக அதிகாரி ஒருவரும் இருக்கிறார். இச்சொல் 'இளவரசர்' என்ற அர்த்தத்தைக் கொண்டது. அரசரின் சொந்த மகனாக இருக்க வேண்டிய அவசியமில்லை என்றாலும்கூட, அரசக் குடும்பத்தைச் சேர்ந்தவராக, அரசருக்கு நெருங்கிய உறவினராக இருக்கலாம் என்பது தெளிவாக இருக்கிறது. எடுத்துக்காட்டாக, தூண் அரசாணை *VII*-இல் தன்னுடைய சொந்த மகன்களையும் 'பிற இளவரசர்'களையும் வேறுபடுத்தி முன்வைக்கிறார். இந்தக் குமாரர்கள் மஹாமாத்ரர்களைவிட மேலான நிலையில் இருந்தார்கள். இவர்கள் அரசரோடு ரத்த உறவும் கொண்டிருப்பதால், இவர்களை அரசுப் பிரதிநிதிகள் என்றழைக்கவும் முடியும். இவர்கள் அரசரின் பேரால் ஆட்சிசெய்தார்கள்.

இப்படியான இளவரசர்கள் பலரைக் கல்வெட்டுகள் குறிப்பிடுகின்றன — ஒன்று, இன்றைய மத்தியப் பிரதேசத்தில் உள்ள உஜ்ஜயினில் உள்ளது; மற்றொன்று, ஒடிசாவில் உள்ள தொசாலி என்றழைக்கப்படும் இடத்தில் உள்ளது; மேலும், ஒன்று வடமேற்கில் டாக்ஸீலாவில் உள்ளது (தனித்த அரசாணை *I*). ஆந்திரப் பிரதேசத்தில் உள்ள சுவர்ணகிரியில் ஓர் அதிகாரி 'ஆரியபுத்திரர்' (நேரடியான அர்த்தத்தில்:

ஆரியரின் மகன்) என்று அடையாளம் காணப்படுகிறார். இவரும் இளவரசராக இருந்திருக்கலாம்.[29] இந்த இளவரசர்களின் செயல்பாடுகள் என்னவென்று சொல்லப்படவில்லை. ஆனாலும்கூட உஜ்ஜயின், தொசாலி, டாக்ஸீலா ஆகிய இடங்களில் உள்ள இளவரசர்களுக்கு அசோகர் தனது கட்டளைகளை அனுப்பிவைக்கிறார். மாறாக, சுவர்ணகிரியில் உள்ள இளவரசர் ஐலாவில் உள்ள மஹாமாத்ரர்களுக்குக் கட்டளையிடுமாறு கேட்டுக்கொள்ளப்படுகிறார். இவையெல்லாம் இளவரசர்கள் விரிந்த தளத்தில் அதிகாரம் கொண்டிருந்தார்கள் என்பதையே வெளிப்படுத்துகின்றன. இதனால், சில அறிஞர்கள் இவர்களுக்கு 'ஆளுநர்' என்று பட்டம் கொடுப்பது பொருத்தமானதுபோல்தான் தெரிகிறது. தொசாலியில் உள்ள ஆளுநர் அலுவலகம் இளவரசரையும் கொண்டிருந்தது, பல மஹாமாத்ரர்களையும் (பன்மையில்) கொண்டிருந்தது.

மஹாமாத்ரர்கள் தலைநகரமான பாடலிபுத்திரத்தில் இருந்தும் செயல்பட்டார்கள், மாகாண மையங்களில் இருந்தும் செயல்பட்டார்கள். இவர்கள், கல்வெட்டுகளில் பதினோறு முறை குறிக்கப்படுகிறார்கள். தூண் அரசாணை I-இல் அசோகர் 'எல்லையோர மஹாமாத்ரர்கள்' என்று குறிப்பிடுகிறார். எல்லைப் பாதுகாப்பு, அண்டைப் பகுதிகளில் இருக்கும் மக்களையும் ராஜ்ஜியங்களையும் கையாள்வது போன்றவற்றுக்கு இவர்கள் பொறுப்பானவர்களாக இருந்திருக்கலாம். வழமையான அரசாங்கக் கருவிகளாக இருப்பதற்கு அப்பால், வேறு இரண்டு பிரத்யேக மஹாமாத்ரர்களையும் நாம் கொண்டிருக்கிறோம்: தர்மத்துக்குப் பொறுப்பானவர்கள் (தர்ம-மஹாமாத்ரர்); இவர்கள் ஏழு முறை குறிக்கப்படுகிறார்கள்; பெண்களுக்குப் பொறுப்பானவர்கள் ஒரே ஒரு முறை மட்டுமே குறிக்கப்படுகிறார்கள். பேரரசர், இளவரசர்களுக்கும் அப்பால் அரசு நிர்வாகத்தில் மிக மேலான நிலையில் இருந்தது மஹாமாத்ரர்கள் என்பது மட்டும் தெளிவாக இருக்கிறது. ஆனால், மிகச் சரியாக இவர்கள் என்ன செய்தார்கள், இவர்களுடைய பொறுப்புகள் என்ன என்பவையெல்லாம் அவ்வளவு தெளிவாக இல்லை. தலைநகரத்துக்கு வெளியே பெருமளவிலான மக்களைக் கொண்டிருக்கும் மையங்களில் இருந்த இவர்கள், தங்களுக்குக் கீழாக உள்ள அதிகாரிகளின் உதவிகளோடு பெரிய மகாணங்களை நிர்வகிக்கும் பொறுப்பைக் கொண்டவர்களாக இருந்திருக்க வேண்டும். இப்படியாகத்தான், தொசாலியிலும் சமபாவிலும் உள்ள இரண்டு தனித்த அரசாணைகளும், இவ்விரண்டு மையங்களிலும் உள்ள மஹாமாத்ரர்களுக்குத் தங்களது பொறுப்பில் உள்ள மக்களை எப்படியாகக் கையாள வேண்டும் என்று அறிவுரைகள்

29 சிறு பாறை அரசாணை I–இல், பிரஹ்மகிரியில் 'முகப்புக் கடிதம்' அரசாணையோடு சேர்க்கப்பட்டுள்ளது.

கொடுக்கின்றன. பாடலிபுத்திரத்தில் வசித்துவந்த மஹாமாத்ரர்கள் ஒருவேளை மைய நிர்வாகத்தின் பகுதியாக இருந்திருக்கலாம். இவர்களில் சிலர், சர்ச்சைக்குரிய விஷயங்கள், சிக்கலான விஷயங்கள் விவாதிக்கப்படும் பரிஷத் என்றழைக்கப்படும் அமைச்சரவையின் பகுதியாகவும் இருந்திருக்கலாம். பாறை அரசாணை VI-இல், அவரது பிற செயல்பாடுகளுக்கு இடையூறாக இருந்தாலும்கூட, இப்படியான விஷயங்களைத் தனது கவனத்துக்கு உடனடியாகக் கொண்டுவர வேண்டும் என்று அசோகர் அறிவுறுத்துகிறார். இங்கு, பிரஜைகளின் நலன் மீது எப்போதும் அக்கறைகொண்டிருக்கும், பிரச்சினைகளில் நேரடியாகத் தலையிடக்கூடிய ஒருவராகத் தன்னை அதிகாரிகளுக்கு உணர்த்த முயல்கிறார். பிற விஷயங்களில் உள்ளதுபோலவே, இவ்விஷயத்தில் அவருக்கு முன் இருந்தவர்களிலிருந்து தன்னை வேறுபடுத்திக்காட்டிக்கொள்கிறார்.

> கடந்த காலங்களில், இப்படியான நடைமுறை இருந்ததில்லை: எந்த நேரத்திலும் கவனம்செலுத்த வேண்டிய விவகாரங்கள் அல்லது தொடர்புடைய விஷயங்களைக் கவனத்துக்குக் கொண்டுவருவது. ஆனால், நான் இவ்வாறு செய்திருக்கிறேன்.
>
> எந்த நேரத்திலும் – நான் சாப்பிட்டுக்கொண்டிருந்தாலும், என்னுடைய இருப்பிடத்தில் இருந்தாலும், என்னுடைய அந்தப்புரத்தில் இருந்தாலும், பண்ணையில் இருந்தாலும், வண்டியில் இருந்தாலும் அல்லது பூங்காவில் இருந்தாலும் – எந்த இடத்தில் இருந்தாலும், மக்கள் விவகாரங்கள் குறித்துத் தகவலாளர் என்னிடம் தெரிவிக்க வேண்டும். எந்த இடத்தில் இருந்தாலும், மக்கள் விவகாரங்களில் நானே நேரடியாக ஈடுபடுவேன்.
>
> மேலும், வாய்மொழியாக நான் என்ன கட்டளையிட்டாலும், அது தானம் கொடுப்பது அல்லது பிரகடனப்படுத்துவது குறித்ததாக இருந்தாலும் அல்லது மஹாமாத்ரர்களுக்குக் கொடுக்கப்பட்டிருக்கும் பொறுப்பு தொடர்பான அவசரச் செய்தியாக இருந்தாலும் – இப்படியான விஷயங்கள் குறித்து சபையில் முரண்பாடுகள் அல்லது விவாதங்கள் நடந்தால், அது குறித்து, எந்த நேரத்திலும் எந்த இடத்தில் இருந்தாலும் என்னிடம் உடனடியாகத் தெரிவிக்க வேண்டும்.
>
> இப்படியாக, நான் கட்டளையிடுகிறேன்.

சில மஹாமாத்ரர்களுக்குப் பிரத்யேகமான துறைகள் கொடுக்கப் பட்டிருந்தன. தர்மத்தைப் பரப்புரைசெய்வதற்குப் பொறுப்பானவர்களாக

இருந்த தர்ம-மஹாமாத்ரர்கள் என்றழைப்பட்டவர்கள் விஷயத்தில் இது மிகத் தெளிவாக இருக்கிறது. பாறை அரசாணை *V*-இல் இவ்வகையான அதிகாரிகள் இதற்கு முன் இருந்ததில்லை என்று அசோகர் குறிப்பிடுகிறார். இதை அவர் பொ.ஆ.மு. 255-இல் உருவாக்குகிறார்: 'கடந்த காலங்களில் தர்ம-மஹாமாத்ரர் என்று ஒன்று இருந்ததே கிடையாது. ஆனால், அரியணை ஏறி பதிமூன்று ஆண்டுகளுக்குப் பிறகு, நான் தர்ம-மஹாமாத்ரர்களை உருவாக்கியிருக்கிறேன்.' இதுபோலவே பாறை அரசாணை *XII*-இல் பெண்களை மேற்பார்வை பார்க்கும் மஹாமாத்ரர்கள் குறித்துப் பேசுகிறார். இந்தப் பெண்கள் யாரென்று அவ்வளவு தெளிவாக இல்லை. ஆனால், பாஸந்தா என்றழைக்கப்படும் மதக் குழுக்களை மேற்பார்வை செய்யும் பின்னணியில் கொடுக்கப்பட்டுள்ளதால் (இயல் 11-ஐப் பார்க்கவும்), இவர்கள் பௌத்தப் பிக்குனிகள் போன்று சமய அமைப்புகளைச் சேர்ந்த பெண்களாக இருக்கலாம். வேறான பொறுப்புகளைக் கொண்டிருக்கும் வேறான மஹாமாத்ரர்கள் இருந்தார்கள். இப்படியான அதிகாரிகளை அவரது அரசாணையில் 'பிற வகையினர்' என்று அசோகர் குறிப்பிடுகிறார்.

தனித்த அரசாணை *I*-இல், நகர நீதித் துறையைச் சேர்ந்தவர்களைப் போல் தெரியும் ஒருவிதமான அதிகாரிகள் 'நகரவ்யோஹலகா' என்றழைக்கப்படுபவர்கள் குறித்துக் காணப்படுகிறது: 'கடவுள்களின் அன்புக்குரியவன் வழங்கும் வழிகாட்டுதலின் அடிப்படையில் தொசாலியில் உள்ள மஹாமாத்ரர்கள், நகர நீதித் துறை அதிகாரிகளாக இருப்பவர்களுக்கு இவ்வாறு அறிவுறுத்த வேண்டும்.' இந்த வாக்கியத் தொடரமைப்பில் இரண்டு சொற்களுக்கு இடையே இணைப்புச் சொல் இல்லாமல் இருப்பது என்பது, இந்த மஹாமாத்ரர்கள் நகரத்தின் நீதித் துறை அதிகாரிகளாக, அதாவது நீதித் துறைச் செயல்பாடுகளுக்கு இந்த அதிகாரிகள் பொறுப்பானவர்களாக இருந்தார்கள் என்று முன்வைப்பதுபோல் இருக்கிறது. இங்கேயும்கூட, நாம் கீழே கொடுத்திருக்கும் மேற்கோளில் ராஜுகர்களுக்கு அறிவுறுத்துவதைப் போலவே, நீதித் துறை அதிகாரிகளும் தங்களது கடமைகளைப் பாரபட்சமின்றிச் செயல்படுத்த வேண்டும் என்று அறிவுறுத்துகிறார்.

பாறை அரசாணை *III*-இல் அசோகர் பட்டியலிடும் பிற வகையான அரசதிகாரிகளைப் — யூக்தர்கள், ராஜுகர்கள், பிரதேஸிகர்கள் — பொறுத்தமட்டில், ராஜுகர்கள் குறித்து நாம் கூடுதலாகத் தகவல்கள் கொண்டிருக்கிறோம். முதலாவதாக உள்ள யூக்தர்கள், ராஜுகர்களைக் காட்டிலும் மேல் நிலையில் இருந்த அதிகாரிகளாக இருந்திருக்கலாம்.[30]

30 *Kauṭilya's Arthashastra* (2.8.23; 2.9.34): இதில், யூக்தா என்ற அதிகாரி குறிப்பிடப்படுகிறார். மேலும், 2.8.23-இல் உபயூக்தா (*upayukta*) என்ற அதிகாரியும் குறிப்பிடப்படுகிறார். உபயூக்தா அதிகாரிகள் யூக்தாவுக்குக் கீழாக இருக்கலாம்.

இம்மூன்று வகை அதிகாரிகளுக்கு அவர் அரியணை ஏறி பன்னிரண்டு ஆண்டுகளுக்குப் (பொ.ஆ.மு. 256) பிறகு கொடுத்த அறிவுரைகளை அசோகர் இங்கு நினைவுகூர்கிறார்: ஒவ்வொரு ஐந்து வருடமும் தங்களது கட்டுப்பாட்டில் உள்ள பகுதிகளுக்கு அவர்கள் பயணம் மேற்கொள்ள வேண்டும். இது அசோகர் தொடங்கிவைத்த புதுப் பழக்கமா அல்லது முன்னரே இருந்ததில் புதிய பொறுப்பைச் சேர்க்கிறாரா என்பது அவ்வளவு தெளிவாக இல்லை: அவர்களது பிற பொறுப்புகளோடு சேர்த்து தர்மத்தைப் போதிக்குமாறு சொல்கிறார். இதன் முடிவில், தனது அறிவுறுத்தல்களை யூக்தர்கள் பதிவுசெய்யுமாறு சபை கட்டளையிட வேண்டும் என்று அசோகர் அறிவுறுத்துகிறார்: 'இதைப் பதிவுசெய்யுமாறு யூக்தா அதிகாரிகளுக்கு அமைச்சரவை கட்டளையிட வேண்டும் – இதற்கான காரணங்களை விளக்கிச்சொல்ல வேண்டும். மேலும், இதன் உட்கூறுகளுக்கு உட்பட்டு நடக்க வேண்டும்.'

அவர் அரியணை ஏறி இருபத்தாறு ஆண்டுகளுக்குப் பிறகு, அதாவது பொ.ஆ.மு. 242-இல் எழுதிய நீண்ட தூண் அரசாணை IV-இல், ராஜுகர்கள் குறித்து விரிவான தகவல்களை அசோகர் முன்வைக்கிறார். கீழே கொடுக்கப்பட்டிருக்கும் இந்த அரசாணையில், 'கிராமப்புற மக்கள்' (ஜனபாதா) என்ற வெளிப்பாடு பயன்படுத்தப்பட்டிருப்பதால், ராஜுகர்கள் பரந்த நிலப்பரப்பின் மீது – ஒருவேளை கிராம மாவட்டங்களாக இருக்கலாம் – அதிகாரம் கொண்டிருந்தார்கள் என்று காட்டுகிறது. இவர்கள் 'பல லட்சம் மக்களுக்கும்' பொறுப்பானவர்களாக நியமிக்கப்பட்டிருப்பதாக அசோகர் சொல்கிறார். ஓர் இடைநிலை அதிகாரிக்கு இது உண்மையிலேயே மிகப் பெரிய அளவிலான மக்கள்தொகையாக இருக்கிறது. ஒருவேளை அசோகரது மிகைப்படுத்தலுக்கு இது மற்றுமொரு எடுத்துக்காட்டாக இருக்கலாம். தங்களுடைய பிற பொறுப்புகளோடு சேர்த்து நீதித் துறைச் செயல்பாடுகளையும் ராஜுகர்கள் கவனித்துக்கொண்டார்கள். சட்டரீதியான நடைமுறைகளிலும், தண்டனைகள் வழங்குவதிலும் இவர்களுக்குச் சுதந்திரமாக அதிகாரம் இருந்தது. ஆனால், சட்டரீதியான அதிகாரத்தைப் பாரபட்சமின்றிச் செயல்படுத்த வேண்டும் என்று அசோகர் கேட்டுக்கொள்கிறார். மரணதண்டனை விதிக்கக்கூட இவர்களுக்கு அதிகாரம் இருந்தது. மரணதண்டனை வழங்கப்பட்ட பிறகு அதை நிறைவேற்றும் காரியத்தை மூன்று நாள்களுக்கு நிறுத்திவைக்க வேண்டும் என்கிறார். அதாவது, ஒருவருக்கு மரணதண்டனை வழங்கப்பட்ட பிறகு, அதை உடனடியாக நிறைவேற்றாமல் மூன்று நாள்களுக்கு நிறுத்திவைக்க வேண்டும் என்கிறார். அவருடைய மரணத்துக்குப் பிறகு அவருக்கு என்ன காத்திருக்கிறது என்பது குறித்து, அவரது உறவினர்கள் அவரைத் தயார் செய்வதற்கு ஏதுவாக நிறுத்திவைக்க

வேண்டும் என்று ராஜுகர்களிடம் சொல்கிறார்.[31] தன் பிரஜைகளின் நலன், சந்தோஷம் குறித்து மட்டுமே தான் அக்கறைகாட்டுவதாக அவர் திரும்பத் திரும்பப் பொதுவெளியில் சூளுரைக்கிறார்; இந்த அறத்தை, அதைப் பழகும் மனநிலையைத் தன் நிர்வாகிகளுக்குப் புகுத்த வேண்டும் என்ற அவரது விருப்பத்தை இந்த அரசாணை கோடிட்டுக்காட்டுகிறது. ராஜுகர்களுக்கு அசோகர் கொடுத்திருக்கும் சுதந்திரமும், இன்னும் கூடுதலான காரணங்களால் மஹாமாத்ரர்களுக்கு அவர் கொடுத்திருக்கும் சுதந்திரமும், அவரது பேரரசுக்குள்ளாக அதிகாரம் பரவலாக்கப்பட்டிருப்பதையே காட்டுகிறது — எப்போதும் பேரரசரின் இறுதியான, முற்றுமுழுதான அதிகாரத்துக்குக் கட்டுப்பட்டதாக இருந்தாலும்கூட.

> மக்கள் மத்தியில் இருக்கும் என்னுடைய அதிகாரிகளான ராஜுகர்கள், பல நூறாயிரம் உயிரினங்களைப் பார்த்துக்கொள்கிறார்கள். வெகுமதிகள் அளிக்கவும், தண்டனைகள் கொடுக்கவும் நகரங்களிலிருந்து விலகியிருக்கும் மக்களின் நல்வாழ்வை உத்தரவாதப்படுத்தவும், அவர்கள் நலன்கள் மீது அக்கறை கொள்ளவும், ராஜுகா அதிகாரிகள் தன்னம்பிக்கையோடும் அச்சமேதுமில்லாமலும் தங்களுடைய பொறுப்புகளைச் செயல்படுத்தும் விதத்திலும், நான் அவர்களுக்குச் சுதந்திரமான அதிகாரத்தைக் கொடுத்திருக்கிறேன். (தூண் அரசாணை IV)

ராஜுகர்களுக்கு அவர் கொடுத்திருக்கும் சுதந்திரம் எல்லையற்றதல்ல என்று இந்த அரசாணை முன்வைத்து மேலும் தொடர்கிறது. இவர்கள் பேரரசரின் கட்டளைகளுக்கும், அவரது தனிப்பட்ட தூதுவர்களின் அறிவுறுத்தல்களுக்கும் கட்டுப்பட்டு நடக்க வேண்டும். இந்த அதிகாரிகள் வெறுமனே புருஷர்கள் (ஆண்கள்) என்றழைக்கப்படுகிறார்கள். இவர்களுடைய வார்த்தைகளைப் பேரரசரின் வார்த்தைகளாக எடுத்துக்கொள்ளக்கூடிய அளவுக்கு நம்பத்தகுந்த அரசின் மையப் பிரதிநிதிகளாக இருந்திருக்கலாம். பேரரசரின் கட்டளைகளோடு பல்வேறு நிர்வாக மையங்களுக்கு இவர்கள் அனுப்பிவைக்கப்பட்டிருக்கலாம். தூண் அரசாணை IV-இல், இந்த 'ஆண்'களின் சொல்படி ராஜுகர்கள் நடந்துகொள்ள வேண்டும் என்று அசோகர் குறிப்பிடுகிறார்.

> ராஜுகா அதிகாரிகள் எனக்கும் கட்டுப்பட்டவர்களாக இருக்க வேண்டும். என்னுடைய விருப்பங்களை அறிந்திருக்கும் என் தனிப்பட்ட தூதுவர்களுக்கும் கட்டுப்பட்டவர்களாக இருக்க வேண்டும். ராஜுகா அதிகாரிகள் என்னைத் திருப்திப்படுத்தும் விதத்தில் இந்தத் தூதுவர்கள் அவர்களுக்கு அறிவுறுத்துவார்கள்.

---

31 அசோகருக்குக் கீழ் மரணதண்டனை குறித்த விஷயத்துக்கு இயல் 9-ஐப் பார்க்கவும்.

ஒருவர் தன்னுடைய குழந்தையை, 'இவள் அனுபவமிக்க செவிலியர். என்னுடைய குழந்தையை அவர் நன்றாகப் பார்த்துக்கொள்வார்' என்ற நம்பிக்கையோடு அனுபவமிக்க செவிலியரிடம் ஒப்படைப்பதைப் போல், கிராமங்களில் இருக்கும் மக்களுடைய நல்வாழ்க்கைக்கும் நலன்களுக்கும் நான் ராஜுகா அதிகாரிகளை நியமித்திருக்கிறேன்.

ராஜுகா அதிகாரிகள், அச்சமேதுமில்லாமலும் தன்னம்பிக்கையோடும் அவர்களுடைய கடமைகளைத் தயக்கமில்லாமலும் செய்ய வேண்டும் — இக்காரணத்துக்காகத்தான், வெகுமதிகள் அளிக்கவும் தண்டனைகள் கொடுக்கவும் அவர்களுக்கு எல்லா அதிகாரங்களும் கொடுத்திருக்கிறேன். ஏனெனில், இதுதான் வேண்டப்படுகிறது: நீதி வழங்குவதில் பாரபட்சமற்ற தன்மை இருக்க வேண்டும்; தண்டனைகள் கொடுப்பதில் பாரபட்சமற்ற தன்மை இருக்க வேண்டும்.

ராஜுகர்களுக்கு அசோகர் சொல்லும் செய்தி ஓர் உட்பிரதி கொண்டிருப்பதுபோல் தெரிகிறது. இப்படிச் சொல்ல வேண்டிய கட்டாயம் ஏன் அவருக்கு ஏற்பட்டது: 'ராஜுகா அதிகாரிகள் எனக்கும் கட்டுப்பட்டவர்களாக இருக்க வேண்டும். என்னுடைய விருப்பங்களை அறிந்திருக்கும் என் தனிப்பட்ட தூதுவர்களுக்கும் கட்டுப்பட்டவர்களாக இருக்க வேண்டும்.' இந்தக் கடிதத்தை எழுத எது அவரைக் கட்டாயப்படுத்தியது? சில ராஜுகா அதிகாரிகள் பேரரசின் அறிவுறுத்தல்களையும் வேண்டுதல்களையும் மதிக்காமல் அத்துமீறி நடந்துகொள்வதாக அசோகருக்குச் செய்திகள் கிடைத்தனவா? தனித்த அரசாணை 1-இலும்கூட இதற்கு ஒத்த அறிவுறுத்தல்களை நாம் பார்க்கிறோம். இதில், கிராமப்புற மாகாணங்களில் இருக்கும் அதிகாரிகள் தம்முடைய அறிவுறுத்தல்களைப் பின்பற்றுகிறார்கள் என்று நிச்சயப்படுத்திக்கொள்ள தம்முடைய தூதுவர்களை அனுப்பிவைக்கும் நோக்கம் குறித்து அசோகர் பேசுகிறார்: 'மேலும், இந்த நோக்கத்துக்காகவும், ஒவ்வொரு ஐந்து வருடமும், முரடர்களாகவோ கடுமையானவர்களாகவோ இல்லாத மஹாமாத்ரர்களை நான் அனுப்பிவைப்பேன். இவர்கள் தங்களுடைய மென்மையான செயல்பாடுகள் மூலம் என்னுடைய அறிவுறுத்தல்களுக்கு ஏற்ப அவர்கள் செயல்படுகிறார்களா என்று உறுதிசெய்வார்கள்.' அசோகர் தன்னுடைய அதிகாரிகளைக் கடிந்துகொள்ளாமல், நற்பண்புகளைத் தூண்டிவிடும் விதத்தில் அவர்களை உற்சாகப்படுத்த முயல்வதாக நான் நினைக்கிறேன். தங்களது பொறுப்பில் இருக்கும் மக்களுடைய நல்வாழ்வையும் மகிழ்ச்சியையும் வளர்த்தெடுக்கும் செயல்திட்டத்தில் இந்த அதிகாரிகளும் அசோகரும் கூட்டாகத் தலைப்படுகிறார்கள்.

ஆனாலும்கூட, உட்பிரதி கவலைதருவதாக இருக்கிறது: பேரரசின் சில பகுதிகளில் பிரச்சினைகள் தோன்றத் தொடங்கியிருக்கலாம்; அசோகர் அதை அறிந்தும் இருக்கலாம்.

நல்லாட்சியின் தேவை குறித்து அசோகர் பிரதிபலிக்கும்போது, அதாவது அவர் மட்டுமல்லாமல் அரசாங்கத்தை நடத்துவதற்குப் பொறுப்பான அதிகாரிகளும் பிரஜைகளோடு கொள்ள வேண்டிய உறவுமுறை, கடமைகள் குறித்துப் பிரதிபலிக்கும்போது, நீண்ட காலம் உருவக வழக்கில் உள்ள இரண்டை அவர் முன்வைக்கிறார். ஒன்று கடன் என்ற கருத்தமைவு என்றால், மற்றொன்று தந்தைக்கும் மகனுக்கும் இடையேயான உறவுமுறை அரசனுக்கும் அவனது பிரஜைக்கும் இடையேயான உறவுமுறைக்கான மாதிரியாகிறது.

வியாபாரப் பரிவர்த்தனை, சட்டவியல் இரண்டிலுமே கடன் மையக் கருத்தாக்கமாக இருக்கிறது. பண்டைய இந்தியச் சட்ட நூல்களில், சட்டத்தின் முதல் தலைப்பு திருப்பித்தரப்படாத கடன் குறித்தே இருக்கிறது. ஒருவேளை, நீதிமன்றங்கள் நோக்கி மக்கள் சென்றதற்கு இது முக்கியக் காரணமாக இருந்திருக்கலாம். மேலும், பண்டைய இந்திய மதத் தத்துவங்கள், சட்டரீதியான கருத்தாக்கத்தை இறையியல்ரீதியான ஒன்றாக மாற்றி, மனிதர்களின் சமூகரீதியான, மதரீதியான கடமைகளைக் கடனாகவே கற்பிதம்செய்தன. வேதங்களில் ஒரு ஆண் மூன்று கடன்களோடு பிறப்பதாகப் பார்க்கின்றன: கடவுள்களுக்கு, வேத ரிஷிகளுக்கு, மூதாதையர்களுக்கு. பலிகொடுப்பது, வேதங்கள் கற்பது, குழந்தைகள் பெற்றுக்கொள்வது ஆகியவற்றின் ஊடாக ஒருவர் இந்தக் கடன்களை அடைக்கிறார்.[32] கடனை இப்படி உருவகரீதியாகப் பிற கதையாடல்களில் பயன்படுத்துவது சகஜமான ஒன்றாக இருந்திருக்கலாம். அரசாங்க அதிகாரிகளுக்கும் அரசருக்கும், அரசருக்கும் பிரஜைகளுக்கும் இடையேயான உறவுமுறையை வரையறுக்க அசோகர் கடனைப் பயன்படுத்திக்கொள்கிறார். ஓர் அரசராக அசோகரது கடமை என்பது அவரது பிரஜைகளுக்கு அவர் பட்டிருக்கும் கடனாகிறது. இந்தக் கடனை அவர் திருப்பிக்கொடுக்க வேண்டும்; இந்தக் கடனிலிருந்து அவர் தன்னை விடுவித்துக்கொள்ள வேண்டும். ஆனால், அரசு இயந்திரத்தை இயக்கிக்கொண்டிருக்கும் அதிகாரிகளின் உதவியோடும், ஒத்துழைப்பின் ஊடாகவுமே அவர் தன்னைக் கடனிலிருந்து விடுவித்துக்கொள்ள முடியும். அதிகாரிகள் அரசனுக்குப் பட்டிருக்கும் கடன் இதுதான். ஆக, கடன் என்பது அரசரும் அதிகாரிகளும் மக்களும் ஒருவரையொருவர் சார்ந்திருக்கும் பெரும் வலைப்பின்னலாகிறது. பாறை அரசாணை VI-இல் அசோகர் இந்த மொழியைப் பயன்படுத்துகிறார்:

---

32 கடன் குறித்த இறையியல்ரீதியான வாசிப்புக்குப் பார்க்கவும்: Olivelle (1993: 46–53).

நான் என்ன அரும்பாடுபட்டாலும், அதெல்லாம் இதற்காகத்தான்: ஜீவராசிகளுக்கு நான் பட்டிருக்கும் கடனிலிருந்தது என்னை விடுவித்துக்கொள்வது; அவற்றின் நலன்களுக்காக இந்த உலகத்தில் என்னால் முடிந்ததைச் செய்வது; இப்படியாக அடுத்ததில் அவர்கள் சொர்க்கத்தை அடைவார்கள்.

தனித்த அரசாணைகள் இரண்டிலும், இந்த உள்ளடக்கத்துக்கு அசோகர் திரும்புகிறார். மக்களுக்குத் தான் பட்டிருக்கும் கடனை அடைக்க, அதிகாரிகள் தனக்குப் பட்டிருக்கும் கடனை அடைத்துத் தனக்கு உதவ வேண்டும் என்று அசோகர் வேண்டிக்கொள்கிறார். தனித்த அரசாணை II-இல் அதிகாரிகளுக்கு இவ்வாறு அறிவுறுத்துகிறார்.

இந்த நோக்கத்துக்காக நான் உங்களுக்கு அறிவுறுத்துகிறேன் — இதன் மூலம் நான் பட்டிருக்கும் கடனிலிருந்து நான் விடுதலை அடைய வேண்டும். அதாவது, உங்களுக்கு அறிவுரைகள்சொல்வது, என்னுடைய விருப்பங்களை உங்களுக்குத் தெரியப்படுத்துவது. இது என்னுடைய அசைக்க முடியாத தீர்மானமாக இருக்கிறது; ஊசலாட்டமில்லாத உறுதிப்பாடாக இருக்கிறது... நான் உங்களுக்கு அறிவுரை கொடுத்த பின், என்னுடைய விருப்பங்களை உங்களுக்குத் தெரிவித்த பின், இந்த நாட்டுக்கு நான் செய்ய வேண்டிய கடமையைச் செய்துமுடித்தவனாகிறேன். இனி இந்தக் காரியம் உங்களிடம்தான் இருக்கிறது: அவர்களுக்கு நம்பிக்கை ஊட்ட வேண்டும். இந்த உலகத்திலும் அடுத்ததிலும் அவர்கள் நன்மையும் நல்வாழ்க்கையும் அடைய வேண்டும். எப்படியிருந்தாலும், இவ்வாறு நடந்துகொள்வதன் ஊடாக நீங்கள் சொர்க்கத்தை அடைவீர்கள், நீங்கள் எனக்குப் பட்டிருக்கும் கடனிலிருந்து விடுதலை அடைவீர்கள்.

தனித்த அரசாணை I அரசருக்கு அரசதிகாரிகள் பட்டிருக்கும் கடன் குறித்துப் பிரத்யேகமாகக் கவனம்செலுத்துகிறது.

உங்களில் யாரெல்லாம் இப்படியாகப் பார்க்கிறீர்களோ அவர்களெல்லாம் ஒருவருக்கு ஒருவர் இவ்வாறு சொல்லிக்கொள்ள வேண்டும்:

பாருங்கள், இப்படி இப்படியெல்லாம் கடவுள்களின் அன்புக்குரியவனின் அறிவுரைகள் இருக்கின்றன. இவற்றை முழுமையாகப் பின்பற்றுவது பெரும் வெகுமதிகளைக் கொடுக்கும் என்றால், இவற்றைப் பின்பற்றத் தவறுவது பெரும் துரதிர்ஷ்டத்தையே கொடுக்கும். இவற்றை முறையாக

> நடைமுறைப்படுத்தாதவர்களுக்கு சொர்க்கத்தின் பலன்களும் கிடைக்காது, அரசின் பலன்களும் கிடைக்காது.
>
> இந்தக் காரியத்தை ஓரளவு சுமாராகச் செய்வதே இரண்டு பலன்களையும் கொடுக்கும்; இவற்றை இன்னும் சிறப்பாகச் செய்ய முடிந்தால் எப்படியான பலன்களெல்லாம் கொடுக்கும்! இருப்பினும், நீங்கள் இதை முழுமையாகச் செய்வீர்கள் என்றால், நீங்கள் சொர்க்கத்தை அடைவீர்கள்; எனக்குப் பட்டிருக்கும் கடனிலிருந்து நீங்கள் விடுதலை அடைவீர்கள்.

தனது நிர்வாக அதிகாரிகளுக்கு அசோகர் தன்னையே முன்மாதிரியாக நிறுத்திக்கொள்கிறார். தன்னுடைய மக்கள் நலன் சார்ந்து இடைவிடாமல், தீவிரமாக உழைக்கிறார். இரவு பகல் பாராமல் எல்லா நேரங்களிலும் தன்னுடைய கடமைகளுக்குத் தன்னை ஒப்புக்கொடுத்துச் செயல்படும் தலைமை அதிகாரியாக இருக்கிறார். முந்தைய அரசர்கள் இப்படியாக இல்லை என்றும் சேர்த்துக்கொள்கிறார்.

> கடந்த காலங்களில், இப்படியான நடைமுறை இருந்ததில்லை: எந்த நேரத்திலும் கவனம்செலுத்த வேண்டிய விவகாரங்கள் அல்லது தொடர்புடைய விஷயங்களைக் கவனத்துக்குக் கொண்டுவருவது. ஆனால், நான் இவ்வாறு செய்திருக்கிறேன்.
>
> எந்த நேரத்திலும் — நான் சாப்பிட்டுக்கொண்டிருந்தாலும், என்னுடைய இருப்பிடத்தில் இருந்தாலும், என்னுடைய அந்தப்புரத்தில் இருந்தாலும், பண்ணையில் இருந்தாலும், வண்டியில் இருந்தாலும் அல்லது பூங்காவில் இருந்தாலும் — எந்த இடத்தில் இருந்தாலும், மக்கள் விவகாரங்கள் குறித்துத் தகவலாளர்கள் என்னிடம் தெரிவிக்க வேண்டும். எந்த இடத்தில் இருந்தாலும், மக்கள் விவகாரங்களில் நானே நேரடியாக ஈடுபடுவேன். *(பாறை அரசாணை VI)*

ராணுவ அதிகாரம், அரசாங்கக் கருவிகளுக்கு அப்பால் வேறு ஏதோ ஒன்று தேவைப்படுகிறது. நாட்டின் மக்களை ஒன்றிணைக்க, இந்த நாட்டுக்கு உரியவர்கள் என்ற உணர்வை அவர்களுக்குக் கொடுக்கக்கூடிய ஏதோ ஒருவிதமான பசை தேவைப்படுகிறது. அரசியல் அறிவியலாளர் பெனடிக்ட் ஆண்டர்சனின் 'கற்பிதமான குமுக'த்தைக் கற்பனைசெய்ய ஏதோ சில மூலப் பொருட்கள் தேவைப்படுகின்றன. ஒருக்கால், மௌரியப் பேரரசுக்கு அப்படியான ஒன்றை அசோகர் வழங்கியிருக்கலாம். இவ்விஷயம் குறித்து இந்த இயலின் பிற்பகுதியில் எடுத்துக்கொள்ளவிருக்கிறேன் என்றாலும், பேரரசை ஒரு குடும்பமாக அசோகர் பார்க்க முயன்றதை, அதாவது

அவர் தன்னையே தந்தையாக முன்வைத்துத் தற்செயலான அரசியல் உருப்படியை மெய்மையாக உள்வாங்கிக்கொண்டு அதை இயல்பான ஒன்றாக்க முயன்றார் என்பதை மட்டும் இங்கே கோடிட்டுக்காட்ட விரும்புகிறேன். இது ஒன்றும், இந்திய வரலாற்றில் அவ்வளவு புதிய விஷயமில்லை. பல அரசர்கள் இப்படியாகத்தான் தங்களை வெளிப் படுத்திக்கொண்டிருக்கிறார்கள். 'பிரஜை' (பிரஜா) என்ற சம்ஸ்கிருதச் சொல், 'ஆளப்படுபவர்', 'சந்ததியர்' ஆகிய இரண்டு அர்த்தங்களையும் கொண்டிருக்கிறது. இச்சொல் கொண்டிருக்கும் இருபொருள், அரசருக்கும் அவரது பிரஜைகளுக்கும் இடையேயான உறவின் அடிப்படையைக் குடும்பரீதியான உறவாக அழுத்தம்கொடுக்க அசோகரை அனுமதிக்கிறது. தன்னுடைய குழந்தைகளின் நலன் மீது, அதாவது தனது பேரரசில் உள்ள மக்களின் நலன் மீது எப்போதும் அக்கறைகொண்டிருக்கும் ஒரு தந்தையாகத் தன்னை முன்னிறுத்திக்கொள்ள அசோகர் பெரும் முயற்சி எடுக்கிறார்.

அவர் பட்டிருக்கும் கடன் குறித்து மேலே கொடுத்திருந்த அரசாணையில், தன்னுடைய மக்களுடைய நலன்களுக்கு ஒரு தந்தையாக இருந்து அவரது அக்கறையை வெளிப்படுத்துகிறார் என்று பார்த்தோம். தூண் அரசாணை *IV*-இல் உணர்வுபூர்வமான அறிவுறுத்தலை நம்மால் காண முடிகிறது. தன் ராஜுகா அதிகாரிகளோடு அவர் பேசுகிறார்:

> ஒருவர் தன்னுடைய குழந்தையை, 'இவள் அனுபவமிக்க செவிலியர். என்னுடைய குழந்தையை அவர் நன்றாகப் பார்த்துக்கொள்வார்' என்ற நம்பிக்கையோடு ஒப்படைப்பதைப் போல், கிராமங்களில் இருக்கும் மக்களுடைய நல்வாழ்க்கைக்கும் நலன்களுக்கும் நான் ராஜுகா அதிகாரிகளை நியமித்திருக்கிறேன்.

மேலும், தனித்த அரசாணை *II*-இலும் இதே உள்ளடக்கத்துக்குத் திரும்புகிறார்:

> எல்லா ஆண்களும் என்னுடைய குழந்தைகளே. இப்போது, என்னுடைய குழந்தைகளுக்கு நான் என்ன வேண்டுவேனோ, அதாவது இந்த உலகத்திலும் அடுத்ததிலும் அவர்களது நலனுக்கும் நல்வாழ்க்கைக்கும் தேவையானவற்றையெல்லாம் முழுமையாக அமைத்துக்கொடுக்க வேண்டும் என்று எப்படி விரும்புவேனோ அதுபோலவே எல்லா ஆண்களுக்கும் விரும்புகிறேன்.

தந்தை என்ற உருவகத்தை அசோகர் மேலும் ஒரு படி முன்னே கொண்டுசெல்கிறார். அரசரால் தன்னுடைய குழந்தைகளை, அதாவது பிரஜைகளையெல்லாம் தனிப்பட்ட முறையில் பார்த்துக்கொள்ள முடியவில்லை. ஆகவேதான் தன்னுடைய பிரஜை-குழந்தைகளைப்

பார்த்துக்கொள்ளும் பொறுப்பை அனுபவம் கொண்ட, அன்பு கொண்ட தன்னுடைய அதிகாரிகளிடம் ஒப்படைக்கிறார். அரசுக்கும் மக்களுக்கும் இடையேயான அரசியல் உறவு இங்கே தந்தைக்கும் அவரது குழந்தைகளுக்கும் இடையேயான குடும்ப உறவாக மாற்றப்படுகிறது.

அவரது பேரரசின் எல்லைப் பகுதிகளில் உள்ள ராஜ்ஜியங்களில் வாழும் மக்களிடம் பேசும்போதுகூட, ஒரு தந்தையாகவே அசோகர் தன்னை முன்னிறுத்திக்கொள்கிறார். தனித்த அரசாணை II-இல் அவர்கள் மீது பேரரசர் கொண்டிருக்கும் அன்பு குறித்து அவர்களுக்குத் தெரிவிக்குமாறு அதிகாரிகளுக்கு அறிவுறுத்துகிறார்.

ஆக, இப்படியாகச் செய்வதன் மூலம் உங்களுடைய பொறுப்பை உங்களால் நிறைவேற்ற முடியும். அவர்கள் [எல்லையோர மக்கள்] நம்பிக்கையைக் கைக்கொள்ளும் விதத்தில் நீங்கள் அவர்களுக்கு உறுதியளிக்க வேண்டும்:

'கடவுள்களின் அன்புக்குரியவன், நம் எல்லோருக்கும் தந்தை போன்றவன். கடவுள்களின் அன்புக்குரியவன் தன் மீது எவ்வளவு அன்பு கொண்டிருக்கிறானோ அதே அளவுக்கு நம் மீதும் கொண்டிருக்கிறான். கடவுள்களின் அன்புக்குரியவனுக்கு நாம் எல்லோரும் அவனுடைய குழந்தை போன்றவர்களே.'

ஒரு தீங்கற்ற ஆட்சியாளரின் பாத்திரம் என்பது சமூகத்தில் மோசமானவர்கள் மீதும், சட்டத்துக்குப் புறம்பாக நடந்துகொண்டு சிறைப்பட்டவர்கள் மீதும் அசோகர் வெளிப்படுத்தும் நல்லுணர்வை உள்ளடக்கியதாக இருக்கிறது. சிறைவாசிகளின் தலையெழுத்து கல்வெட்டுகளில் தொடர்ந்து வெளிப்படுத்தப்படுகிறது. தூண் அரசாணை V-இல் இவர்கள் மீது ஒரு தந்தையாகத் தன்னுடைய அக்கறையை வெளிப்படுத்தும்போது அவர் கொஞ்சம் தற்பெருமை அடித்துக்கொள்வதுபோல் தெரிகிறது: 'நான் அரியணை ஏறி இருபத்தாறு ஆண்டுகள் ஆகின்றன. இக்காலத்தில் கைதிகள் இருபத்தைந்து முறை விடுவிக்கப்பட்டிருக்கிறார்கள்.' அவர் அரியணை ஏறிய ஒவ்வொரு ஆண்டின் நிறைவின்போது, கைதிகளை விடுவிக்கும் பழக்கத்தை அவர் பின்பற்றியிருப்பதுபோல் தெரிகிறது. கைதிகள் மீது அவர் கொண்டிருந்த அக்கறையைத் தனது அதிகாரிகளுக்குத் தெரியப்படுத்துகிறார்: அதிகாரிகள் இடைப்பட்ட நிலைப்பாட்டை எடுக்க வேண்டும். மிகக் கடினமாகவோ மிகக் கனிவாகவோ நடந்துகொள்ளக் கூடாது. நீதித் துறைப் பொறுப்புகளைச் செயல்படுத்தும்போது பாரபட்சமின்றி நடந்துகொள்ள வேண்டும். இங்கு அசோகர் நவீனச் சட்டவியல் மந்திரத்தை எதிர்பார்ப்பதுபோல் இருக்கிறது: பாரபட்சமின்றி, அச்சமில்லாமல் நீதி வழங்க வேண்டும். அதே நேரத்தில், கருணையால் நீதி மட்டுப்படுத்தப்பட்டதாக இருக்க

வேண்டும். பாறை அரசாணை V-இல், கைதிகளின் தேவைகளைப் பூர்த்திசெய்யுமாறும், தகுதியானவர்களை விடுதலை செய்யுமாறும் தனது தர்ம-மஹாமாத்ரர்களுக்கு அறிவுறுத்துகிறார்:

> இவர்கள் கைதிகளுக்கு உதவிகள்புரியவும், அவர்கள் எதிர்கொள்ளும் தடைகளை அப்புறப்படுத்தவும், அவர்கள் குறித்து இவ்வாறு அறிந்துகொண்டால் — 'அவர் தன்னுடைய குடும்பத்தையும் குழந்தைகளையும் காப்பாற்ற வேண்டும்'; அல்லது 'அவருக்குக் கடமைகள் இருக்கின்றன'; அல்லது 'அவர் வயதானவர்' — அவர்களை விடுதலை செய்வதிலும் தங்களை ஈடுபடுத்திக்கொள்வார்கள்.

மக்களை நியாயமாகவும் கருணையோடும் நடத்துவது ஆட்சிமையின் தரநிலையாகிறது. பாறை அரசாணை XIII-இல், 'தண்டனைகளைக் கருணையோடு கொடுக்க வேண்டும்' என்று அவரது மகன்களிடமும் பேரன்களிடமும் அசோகர் கேட்டுக்கொள்கிறார். தனித்த அரசாணை I-இல் அவரது நீதித் துறை அதிகாரிகளிடம் 'போதுமான காரணமில்லாமல் மக்களை விலங்கிடக் கூடாது அல்லது துன்புறுத்தக் கூடாது' என்று தெரிவிக்கிறார்.

இருந்தாலும், ஆட்சிமையின் முறையான கட்டமைப்பை அமைப்பாக்கம் செய்த இந்த அதிகாரிகள் குறித்த கேள்விகள் இப்படியான உதிரியான கூற்றுகளில் விடைகளற்று நீடிக்கின்றன. ராஜுகர்கள் போன்ற அதிகாரிகள் எங்கெல்லாம் பொறுப்பேற்றார்கள் என்றுகூட அவ்வளவு உறுதியாக எதுவும் சொல்ல முடியவில்லை: இவர்கள் பேரரசு முழுக்க இருந்தார்களா அல்லது முக்கியமான சில பகுதிகளில் மட்டுமே இருந்தார்களா? வனவாசிகளுக்கு அசோகர் முன்வைத்த எச்சரிக்கை குறித்து முன்னர் பார்த்தோம். இது, அவரது பேரரசுக்குள்ளாகச் சில குழுமங்கள் சுதந்திரமாகவும் அரசு நிர்வாகத்தின் மேற்பார்வைக்கு உட்படாமல் அல்லது மிகக் குறைந்த அளவில் ஊடாடிய பகுதிகள் இருந்ததையே வெளிப்படுத்துகிறது. நிர்வாகத்தில் மூத்த நிலையில் இருந்த அதிகாரிகளுக்கு மத்தியில், குறிப்பாக அசோகர் அரியணை ஏறி பதிமூன்று ஆண்டுகளுக்குப் பிறகு தர்ம-மஹாமாத்ரர்கள் என்ற புதிய நிர்வாக அடுக்கை உருவாக்கிய பிறகு (பாறை அரசாணை V) அரசதிகாரிகளுக்கு இடையே எப்படியான போட்டிகள், மோதல்கள் இருந்தன என்பது நம்மால் தீர்க்க முடியும் என்ற நம்பிக்கையேதும் கொடுக்காத பிரச்சினையாகத் தொடர்கிறது. இவர்களுடைய அதிகாரம் மிக விரிந்திருந்தது: இவர்கள் எவரை வேண்டுமென்றாலும், எங்கு வேண்டுமென்றாலும், அசோகரது சொந்த சகோதர, சகோதரிகளின் குடும்பத்தைக்கூட விசாரணை செய்யும் அதிகாரம் கொண்டவர்களாக

இருந்தார்கள். முன்னரே நிலைபெற்றிருக்கும் மஹாமாத்ரர்களுக்கு மத்தியில் இப்படியான தார்மிகக் கண்காணிப்பு எப்படியான விரோதத்தை உருவாக்கியிருக்கும் என்று கற்பனைசெய்து பார்ப்பது அப்படியொன்றும் கடினமல்ல.

அரசின் பிரதானக் கூறான பொருளாதாரம் அசோகக் கல்வெட்டுகளில் குறிக்கப்படவே இல்லை. பரந்த பேரரசை நிர்வகிக்கவும், பெருமளவில் அரசதிகாரிகளையும் ராணுவத்தையும் கொண்டிருக்கவும் நிறையப் பணம் தேவைப்பட்டிருக்கும். பலமான பொருளாதார அடித்தளமும் பயன்தரக்கூடிய விதத்திலான வரி முறைமையும் இருந்தால் மட்டுமே இவ்வளவு பணத்தைத் திரட்ட முடியும். பரந்த தளத்தில் சொல்வதென்றால், பண்டைய இந்திய அரசுகள் மூன்று விதமான வருவாயைச் சார்ந்திருந்தன: விவசாய உற்பத்தி மற்றும் விவசாய வருமானத்தின் மீதான வரிகள், வியாபாரிகள் பொருட்களை வாங்கி விற்பதன் மீதான வரிகள், அரசுக் கட்டுப்பாட்டில் உள்ள சுரங்கத் தொழில் மூலமாகவும் உப்பு, மது போன்றவற்றின் உற்பத்தி மூலமாகவும் கிடைக்கும் வருமானம்; விவசாயத்தில் அரசு பங்கேற்பதன் மூலம் கிடைக்கும் வருமானம். பண்டைய இந்திய அரசுகளை நாம் கலப்புப் பொருளாதாரம் என்றழைக்க முடியும் – பெருமளவிலான துறைகள் தனியார் வசம் ஒப்படைக்கப்பட்டிருந்தன என்றால், லாபம் தரக்கூடிய பொருளாதார நடவடிக்கைகளில் அரசு பங்கேற்று அவற்றைத் தன் கட்டுப்பாட்டில் வைத்திருந்தது.[33] இவை குறித்தெல்லாம் அசோகக் கல்வெட்டுகளிலிருந்து எந்தத் தகவல்களும் நமக்குக் கிடைக்கவில்லை.

வருவாய் அதிகாரிகள் குறித்து எதுவும் இல்லை. இவர்கள் இல்லாமல் வரிகளை வசூலித்திருக்க முடியாது. ராஜுகர்களும் பிரதேஸிகர்களும் வருவாய் அதிகாரிகளாகவும் இருந்திருக்கலாம் என்று நாம் ஊகிக்கலாம் – இது இவர்களது பொறுப்பு என்று அசோகர் எங்கும் குறிப்பிடவில்லை என்றபோதும். வரிவிதிப்பு குறித்து நாம் ஓரளவு தெரிந்துகொள்ளும் இடம் குறித்துச் சொல்ல முடியும் என்றால், அது புத்தரின் பிறப்பிடமான லும்பினியில் இருக்கும் கல்வெட்டைச் சொல்லலாம் (படம் 3). மிக நீண்ட காலங்களுக்கு இந்தக் கல்வெட்டு தவறாகப் புரிந்துகொள்ளப்பட்டிருந்தது. இறுதியாக, ஹாரி ஃபால்க் ஏற்றுக்கொள்ளக்கூடிய விதத்தில் அந்தக் கல்வெட்டை அர்த்தப்படுத்துகிறார்:[34]

33 அரசு மேற்கொண்ட பொருளாதார நடவடிக்கைகளுக்குப் பார்க்கவும்: *Kautilya's Arthashastra, Book II; Trautmann (2012).*

34 *Falk (2012: 204–16).*

> கடவுள்களின் அன்புக்குரியவன், அரசன் பியதஸி, அரியணை ஏறி இருபது வருடங்களுக்குப் பிறகு, இங்கு நேரடியாக வந்து தனது மரியாதையைத் தெரிவித்துக்கொண்டான்.
>
> 'இங்குதான் சாக்கிய முனி, புத்தர் பிறந்தார்' — இப்படிச் சொல்லி, ஒரு கல்தூணை நிறுவி, கல்வேலியையும் எழுப்பினான்.
>
> 'இங்குதான் பெருமான் பிறந்தார்' — இப்படிச் சொல்லி, லும்பினியை வரிவிலக்கு கிராமமாக அறிவித்து, எட்டில் ஒரு பங்கை எடுத்துக்கொள்ளலாம் என்றும் அறிவித்தான்.[35]

லும்பினி கிராமத்துக்கு அளிக்கப்பட்டிருக்கும் வரிவிலக்கு என்பது, கிராமங்கள் மீது விதிக்கப்படும் வரிகளை, ஒருவேளை விளைநிலங்களிலிருந்து, வயல்களிலிருந்து உற்பத்தி செய்யப்படுவதன் மீதான வரிகளை உள்ளடக்கியிருக்கலாம் என்பதாக முன்னூகிக்கப்படுகிறது.

இரண்டு இடங்களில் — பாறை அரசாணைகள் VI-இலும் XII-இலும் — அசோகர் 'வக' (அல்லது வக்க) என்ற சொல்லைப் பயன்படுத்துகிறார். இச்சொல்லின் அர்த்தம் அவ்வளவு தெளிவாக இல்லை. பாறை அரசாணை VI-இல், அவரது அதிகாரிகள் எந்த நேரமாக இருந்தாலும், எந்த இடத்தில் இருந்தாலும் மக்கள் குறித்த செய்திகளை அவருக்குத் தெரிவிக்க அவரைத் தொந்தரவு செய்யலாம் என்கிறார். அவரது அதிகாரிகள் அவரைத் தொந்தரவு செய்யலாம் என்று சொல்லும் இடங்களில் 'வக'வும் ஒன்றாக இருக்கிறது. இச்சொல் ஒருவேளை வயலைக் குறிக்கலாம். இது சரியாக இருக்குமென்றால், அரசக் குடும்பத்தினர் விவசாயத்தில் ஈடுபட்டார்கள் என்பதற்கு நமக்கு ஆதாரம் கிடைக்கிறது. இதே சொல், ஒருவிதமான உயர் அதிகாரிகளைக் குறிக்க (வகபூமிக்கா) பாறை அரசாணை XII-இல் பயன்படுத்தப்படுகிறது. இவர்கள் அரசக் குடும்பத்தினர் பண்ணைகளை மேற்பார்வை செய்தவர்களாக இருக்கலாம். அரசக் குடும்பத்தினர் பண்ணைகள் கொண்டிருந்தது குறித்தும், விவசாயத்தில் ஈடுபட்டது குறித்தும் பின்னர் வந்த கௌடில்யர் உறுதிப்படுத்துகிறார். இந்த உள்ளடக்கத்துக்கு அவரது அர்த்தசாஸ்திரத்தில் பல இயல்களை ஒதுக்குகிறார். விவசாயமும் விவசாய உற்பத்தியும் அரசு வருவாய்க்குப் பிரதான மூலங்களாக இருந்தன.

---

35 'எட்டில் ஒரு பங்கு' என்பது லும்பினியில் உள்ள ஸ்தூபிக்கு அடியில் புதைக்கப்பட்டிருக்கும் புத்தரது எச்சங்களைக் குறிக்கிறது என்று ஃபால்க் வாதிடுகிறார்.

சுரங்கத் தொழில் மற்றுமொரு பொருளாதார அடிப்படையாக இருந்திருக்கலாம்.[36] தங்கத்துக்கு இந்தியா பிரதான மூலமாக இருந்தது குறித்து கிரேக்க மூலங்களிலிருந்து நம்மால் அறிந்துகொள்ள முடிகிறது. இந்தியாவில் எறும்புகள்கூடத் தங்கத்தைத் தோண்டி எடுக்கின்றன போன்ற கட்டுக்கதைகளை மதிப்புமிக்க கிரேக்க வரலாற்றியலாளர்கள்கூட முன்வைக்கிறார்கள். தெற்கில் அரசாங்கத்தின் பிரதான மையமாக இருந்த 'தங்க மலை', அதாவது சுவர்ணகிரி என்றழைக்கப்பட்ட இடம் அதற்கென்று ஒரு மஹாமாத்ரரைக் கொண்டிருந்தது குறித்து அசோகக் கல்வெட்டுகளிலும் காணப்படுகிறது.[37]

சில மூலங்கள் அரசால் பராமரிக்கப்படும் பலவிதமான காடுகள் பற்றிக் குறிப்பிடுகின்றன — யானைக் காடுகள், வேட்டைக் காடுகள், மரக்கட்டை போன்றவற்றை உற்பத்திசெய்யும் காடுகள் போன்றவை குறித்து மட்டுமல்லாமல் பொழுதுபோக்குக்கான காடுகள் குறித்தும் குறிப்பிடுகின்றன. இவை அரசுக்கு வருமானம் கொடுத்ததோடு மட்டுமல்லாமல் நிலத்துக்குச் சூழலியலார்ந்த பலன்களையும் கொடுத்தன.[38] தூண் அரசாணை V-இல் அசோகர் யானைக் காடுகள், மீன்வளப் பாதுகாப்பு பற்றிக் குறிப்பிடுகிறார். இதற்கு நிகராக, முக்கியமான விலங்குகள், பழங்களுக்கும் மரக்கட்டைகளுக்குமான மரங்கள் போன்று பொருளாதாரரீதியாகப் பயன்படுத்தக்கூடியவை பாதுகாக்கப்பட்டவையாக இருந்திருக்கலாம் என்று நம்மால் அனுமானிக்க முடியும்.

ஓர் அரசுக்கு, அதிலும் குறிப்பாக அசோகரது அரசு போன்று மிகப் பெரிய ஒன்றுக்கு சாலைகளை உருவாக்குவதும் அவற்றைப் பராமரிப்பதும் மிக அவசியமாகிறது. அவரது கல்வெட்டுகள் சாலை உருவாக்கம் குறித்து எதுவும் சொல்லவில்லை என்றாலும்கூட, ஒரு சிறு தகவல் இதற்கான குறிப்பைக் கொடுக்கிறது. அவர் அரியணை ஏறி இருபத்தேழு வருடங்கள் கழிந்த பிறகு, வயதான மனிதராக அவர் தூண் அரசாணை VII-இல், அவர் செய்த நற்காரியங்கள் குறித்து நினைத்துப்பார்க்கிறார். மனிதர்களுக்கும் விலங்குகளுக்கும் நிழல் தரும் விதத்தில் சாலையோரங்களில் ஆலமரம், மாமரம் போன்றவை உள்பட நட்டு வளர்த்திருக்கிறார். மேலும் 8 கரோஸகள் (தோராயமாக 28 கிலோமீட்டர்) இடைவெளியில் பயணிக்கும் மனிதர்களுக்கும் விலங்குகளுக்கும் பயன்தரும் விதத்தில் சத்திரங்களையும் கொட்டகைகளையும் உருவாக்கியிருந்ததோடு, தண்ணீர்த் தேவைக்காகக் கிணறுகளையும் வெட்டியிருக்கிறார்.

36 *பண்டைய இந்தியாவில் சுரங்கத் தொழில் குறித்தும், அதன் மீது அரசு கொண்டிருந்த கட்டுப்பாடு குறித்தும் பார்க்கவும்: Olivelle (2012a).*

37 *பிரஹ்மகிரியிலும் சித்தாபூரிலும் உள்ள சிறு பாறை அரசாணை I–இன் முகப்புரை.*

38 *பார்க்கவும்: Trautman (2015); Olivelle (2016).*

இந்த முன்னெடுப்புகள் எல்லாம், அவரது நிர்வாகம் சாலைகளை பராமரித்ததோடு பயணிப்பவர்களுக்குப் பாதுகாப்பும் கொடுத்தது என்று நாம் அனுமானிக்கலாம். அதிகாரிகள் 'சாலைகள் உருவாக்கி ஒவ்வொரு பத்து ஸ்டேடுக்கும் (தோராயமாக 1,850 மீட்டர்) கிளைச்சாலைகள், தொலைவுகள் குறித்த விவரங்களைக் கொண்டிருக்கும் தூண்களை நிறுவ வேண்டும்' என்று எதிர்பார்க்கப்பட்டதாக செலுக்கஸ், சந்திரகுப்தரிடம் அனுப்பிவைத்த மெகஸ்தனிஸ் குறிப்பிடுகிறார். மேலும், தலைநகரத்திலிருந்து மேற்கத்திய இந்தியாவின் கோடிவரை விரிந்திருந்த ராஜபாட்டையும் மெகஸ்தனிஸ் குறிப்பிடுகிறார்.[39]

அசோகரது சொல்லாடல்கள் பௌத்தப் பற்றுறுதி மீதான அவரது அர்ப்பணிப்புக்கும் தன் பிரஜைகளின் நலன், மகிழ்ச்சி மீதான அவரது அர்ப்பணிப்புக்கும் இடையே சுவாரசியமான இணைப்பைக் கொண்டிருக்கின்றன. நாம் இயல் 5-இல் பார்க்கவிருப்பதுபோல், அவர் புதிதாக ஏற்றுக்கொண்ட பௌத்தப் பற்றுறுதி குறித்து சிறு பாறை அரசாணை I-இல் பிரகடனப்படுத்துகிறார். இதில் 'பலகம்தே' (சம்ஸ்கிருதம்: பராக்ரமதே,) என்ற சொல்லுக்கு இணையாகத் தொடர்புகொண்டிருக்கும் 'பகம்தே' (சம்ஸ்கிருதம்: பரக்ரமதே) என்ற சொல்லை – அதாவது, 'அரும்பாடுபடுதல்' என்பதாக நான் மொழியாக்கம் செய்திருக்கும் சொல்லை – மீண்டும்மீண்டும் அசோகர் பயன்படுத்துகிறார்.[40]

> நான் உபாசகராக மாறி இரண்டரை வருடங்களுக்கு மேலாகிவிட்டன. ஆனால், ஒரு வருட காலத்துக்கு நான் தீவிரமாக அரும்பாடுபடவில்லை. இருந்தாலும், ஒரு வருடத்துக்கு முன்புதான், நான் சங்கத்தை நாடிச்சென்று தீவிரமாக அரும்பாடுபடத் தொடங்கினேன்.

> ஆனால், அந்தக் காலத்தில் ஜாம்புத்விபாவில்[41] கடவுள்களோடு ஒன்றிணையாத ஆண்கள் ஒன்றிணைய வைக்கப்பட்டார்கள். இதுதான் அரும்பாடுபடுவதன் பலனாகிறது. மேலான மக்கள் மட்டுமே இதைச் சாதிக்க முடியும் என்றில்லாமல், மிகக் கீழாக இருப்பவர்களும்கூட அரும்பாடுபடுவார்கள் என்றால்,

---

39 பார்க்கவும்: Kosmin (2014: 168).

40 சிறு பாறை அரசாணை I-இல், பெரும்பாலும் 'பகம்தே' என்ற வடிவத்தில் உள்ளது. பிஹாரில் உள்ள சஹஸ்ரமில் 'பரா√க்ரம்' (parā√kram) என்பதிலிருந்து தருவிக்கப்பட்டதைக் கொண்டிருக்கிறது. அசோகரது அரசாங்க வேலைகளைப் பொறுத்தமட்டில் பெரும் பாறை அரசாணைகளில் பிந்தைய வடிவத்துக்கே முக்கியத்துவம் கொடுக்கப்படுகிறது.

41 நேரடியான அர்த்தத்தில் 'நாவல் பழத் தீவு (அல்லது கண்டம்) என்பதாக இருக்கிறது. இது பொதுவாக இந்தியத் துணைக்கண்ட நிலப்பரப்பைக் குறிக்கப் பயன்படுத்தப்படுகிறது.

உண்மையிலேயே அவர்களாலும் அளப்பரிய சொர்க்கத்தை அடைய முடியும்.

பின்வரும் தேவைகளுக்காக இந்தப் பிரகடனம் பிரகடனப்படுத்தப்படுகிறது — மேலாக இருப்பவர்கள், கீழாக இருப்பவர்கள் ஆகிய இருசாராரும் அரும்பாடுபட வேண்டும், எல்லையோர மக்களும் இது குறித்துத் தெரிந்துகொள்ள வேண்டும். மேலும், இப்படி அரும்பாடுபடுவது காலகாலத்துக்குத் தொடர வேண்டும்.

மரணத்துக்குப் பிறகு சந்தோஷம் அடைவதற்கான தனது முயற்சிகளை விவரிக்க அசோகர் இதே சொல்லைப் பாறை அரசாணை X-இலும் பயன்படுத்துகிறார். இதை எல்லா மக்களுக்கும் அவர் பரிந்துரைக்கிறார் — கீழாக இருப்பவர்களைக் காட்டிலும் மேலாக இருப்பவர்கள் அரும்பாடுபடுவது இன்னும் கடினமானது என்ற சுவாரசியமான கருத்தைப் போகிறபோக்கில் தெரிவிக்கிறார்.

இருப்பினும், கடவுள்களின் அன்புக்குரியவன், அரசன் பியதஸி, அரும்பாடுபட்டு என்ன செய்ய முயன்றாலும், அவையெல்லாம் இனிமேலானதற்கு மட்டுமே. ஒவ்வொருவரும் மிகக் குறைவான இடர்ப்பாடுகளையே எதிர்கொள்ள வேண்டும் என்பதற்காகத்தான். ஆனால், இது ஓர் இடர்ப்பாடுதான்: தகுதியில்லாமை.

இருப்பினும், கீழ்-வர்க்கத்தைச் சேர்ந்தவராக இருந்தாலும், அல்லது மேல்-வர்க்கத்தைச் சேர்ந்தவராக இருந்தாலும் அரும்பாடுபடாமல், எல்லாவற்றையும் துறக்காமல் இதைச் செய்வது கடினம். ஆனால், இவர்களுக்கு இடையே, மேல்-வர்க்கத்தைச் சேர்ந்தவருக்கு இது இன்னும் கடினமானது.

ஆக, பாறை அரசாணை VI-இல் அவரது நிர்வாகச் செயல்பாடுகளை, மக்கள் சார்பாக அவர் மேற்கொண்ட முயற்சிகளை, தன்னுடைய வாரிசுகளிலிருந்து அவர் எதிர்பார்ப்பதை விவரிக்கவும் அசோகர் இதே சொல்லைப் பயன்படுத்துவது மிக முக்கியமான ஒன்றாக இருக்கிறது. இதே சொல்லைப் பயன்படுத்துவது என்பது பௌத்தப் பாதையில் பயணிப்பதற்கான அவரது முயற்சிகளுக்கும் மக்களுடைய நன்மைக்காக ஓய்வில்லாமல், தளர்வடையாமல் கடுமுயற்சி செய்வதற்கும் இடையே மிக சுவாரசியமான இணைப்பை உருவாக்குகிறது.

நான் என்ன அரும்பாடுபட்டாலும், அதெல்லாம் இதற்காகத்தான்: ஜீவராசிகளுக்கு நான் பட்டிருக்கும் கடனிலிருந்து என்னை விடுவித்துக்கொள்வது; அவற்றின் நலன்களுக்காக இந்த

உலகத்தில் என்னால் முடிந்ததைச் செய்வது; இப்படியாக அடுத்ததில் அவர்கள் சொர்க்கத்தை அடைவார்கள்.

இப்போது, இந்த நோக்கத்துக்காக தர்மம் குறித்த இந்த எழுத்து இங்கே பொறிக்கப்படுகிறது: இது காலகாலத்துக்கும் நிலைத்திருக்க வேண்டும். இப்படியாக, என்னுடைய மகன்களும் பேரன்களும் மொத்த உலகின் நன்மைக்காக அரும்பாடுபடுவார்கள். ஆனால், அரும்பாடுபடாமல் இதைச் சாதிப்பது உண்மையிலேயே கடினமான காரியம்தான்.

இதே அரசாணையில், தளர்வடையாமல் ஒருவர் தன்னை வருத்திக் கொள்வது என்ற ஓர் அர்த்தத்தை மட்டுமே கொண்டிருக்கும் வேறொரு சொல்லைப் பயன்படுத்துகிறார்.[42]

வருத்திக்கொள்வதிலும் விவகாரங்களை முடிவுக்குக் கொண்டுவருவதிலும் நான் எப்போதும் மனநிறைவடைவதில்லை. ஏனெனில், மக்கள் எல்லோருடைய நலன்களையும் என்னுடைய பொறுப்பாகப் பார்க்கிறேன். இதற்கான வேர், மீண்டும், வருத்திக்கொள்வதிலும் விவகாரங்களை முடிவுக்குக் கொண்டுவருவதிலும்தான் உள்ளது. மொத்த உலகின் நலனுக்காக உழைப்பதைவிட முக்கியமான காரியம் என்று எதுவும் இருக்க முடியாது.

தனது அதிகாரிகளின் தனிப்பட்ட நேர்மையே வெற்றிகரமான, இரக்கமுள்ள ஒரு அரசாங்கத்துக்கான அடிக்கல்லாக இருக்க முடியும் என்று அசோகர் அடையாளம் காண்கிறார். நீதி வழங்கும் நடைமுறைகளில் பாரபட்சமற்ற தன்மை குறித்துத் தனித்த அரசாணை 1-இல் பேசும்போது அசோகர் இதை மிகவும் வெளிப்படையாக முன்வைக்கிறார். தனிப்பட்ட நற்பண்புகளை வளர்த்துக்கொள்ளாமல் ஒருவரால் பாரபட்சமின்றி நடந்துகொள்ள முடியாது. தனது அதிகாரிகளிடம் அசோகர் இப்படியாகச் சொல்கிறார்:

... இதற்கு நீங்கள் விழைய வேண்டும்: 'நாம் இடைப்பட்ட நிலைப்பாட்டை எடுப்போம்.' பொறாமை, முன்கோபம், கொடூரம், அவசரம், முனைப்பற்ற தன்மை, சோம்பேறித்தனம், அக்கறையின்மை போன்றவற்றைக் கொண்டிருப்பதால்தான் ஒருவர் இப்படியாகத் தவறிழைக்கிறார். ஆக, இதற்கு நீங்கள் விழைய வேண்டும்: 'இப்படியானவை என்னிடம் வளராமல் இருக்க வேண்டும்.' எப்போதும் முன்கோபத்திலிருந்தும்

---

42 இச்சொல் 'உத்தனா' (சம்ஸ்கிருதம்: உத்தானா) அதாவது, எழுந்துகொள்வது, வருத்திக்கொள்வது, வியர்வை சிந்துவது போன்ற அர்த்தங்களைக் கொண்டிருக்கிறது.

அவசரப்படுவதிலிருந்தும் நம்மை விடுவித்துக்கொள்வதே இதற்கான மூலமாகிறது.

இறுதியாக, அசோகர் அவருக்கு மிகப் பிடித்த விஷயமான தர்மத்துக்கு வருகிறார். தர்மத்தின் மீதான காதல்தான், தர்மத்துக்கு உட்பட்டு நடப்பதுதான் ஓர் ஆட்சியை வெற்றிகரமான ஒன்றாக்குகிறது. தூண் அரசாணை I-இல் அவரது நிர்வாகிகளுக்கு அசோகர் கொடுக்கும் மையச் செய்தியாக இருப்பதும் இதுதான்:

> தர்மத்தின் மீது பெருமளவு காதல் கொள்ளாமல், மெருமளவு கவனம் கொள்ளாமல், மெருமளவு கீழ்ப்படியாமல், பெருமளவு அச்சம் கொள்ளாமல், பெருமளவு வருத்திக்கொள்ளாமல் இவ்வுலகத்தோடும் அடுத்ததோடும் தொடர்புடையவற்றைப் பெற்றுக்கொள்வது மிகக் கடினம். ஆனால், உண்மையிலேயே, என்னுடைய அறிவுரைகளின் ஊடாக தர்மத்தின் மீதான அக்கறையும், தர்மத்தின் மீதான காதலும் ஒவ்வொரு நாளும் பெருகிக்கொண்டே இருக்கின்றன; தொடர்ந்து பெருகிக்கொண்டே இருக்கும். என்னுடைய தனிப்பட்ட தூதுவர்கள்கூட — மிக உயர்ந்த பதவியில் இருப்பவர்கள், மிகக் கீழாக இருப்பவர்கள், இடைப்பட்ட நிலையில் இருப்பவர்கள் — இதற்கு உட்பட்டு நடந்துகொள்கிறார்கள்; பெற்றுக்கொள்கிறார்கள்; ஊசலாட்டத்தில் இருப்பவர்களை அவர்கள் உற்சாகப்படுத்துகிறார்கள். இதுபோலவே, எல்லையோரங்களில் இருக்கும் மஹாமாத்ரர்களும். ஏனெனில், இதுதான் வழிகாட்டுதலாக இருக்கிறது — தர்மத்துக்கு உட்பட்டுப் பாதுகாப்பது, தர்மத்துக்கு உட்பட்டு ஆட்சிசெய்வது, தர்மத்துக்கு உட்பட்டு நல்வாழ்க்கை வழங்குவது, தர்மத்துக்கு உட்பட்டுத் தற்காத்துக்கொள்வது.

கற்பிதக் குழுமம்

நவீன தேசிய அரசுகளின் பின்னணியில், 'கற்பிதக் குழுமம்' என்ற கருத்தாக்கம் அரசியல் அறிவியலாளரான பெனடிக்ட் ஆண்டர்சனால் முதலில் வளர்த்தெடுக்கப்பட்டது.[43] ஓர் அரசுக்கு, குடிநபர்கள் பொதுவான ஓர் அடையாளத்தை அதன் பகுதியாகக் கொண்டிருப்பது மிக அவசியமாகிறது. பண்டைய சமூகங்கள் நவீன தேசிய அரசுகளிலிருந்து வெகு தொலைவில் இருக்கின்றன என்றாலும்கூட, அசோகரது போன்ற பண்டைய அரசை விசாரணை செய்வதற்கு,

43 இந்தக் கருத்தாக்கம் இந்த நூலில் வளர்த்தெடுக்கப்படுகிறது: *Imagined Communities: Reflections on the Origin and Spread of Nationalism (London: Verso, 1983).*

இது ஒரு பூதக்கண்ணாடிபோல் பயனுள்ள வகைமையாக இருக்க முடியும். அதிலும் குறிப்பாக, அவரது பிரஜைகளிடம் தர்மத்தைப் பொதுவான ஒரு தார்மிக அடையாளமாக உருவாக்குவதற்கான அவரது முயற்சிகளைப் புரிந்துகொள்ள இது பயனுள்ளதாக இருக்கிறது — இது குறித்து நான் இயல் 13-இல் எடுத்துக்கொள்ளவிருக்கிறேன். இப்படியான முயற்சிகள் எப்படியானவையாக இருந்தாலும் அதில் உள்ள சவால்கள் வெளிப்படையாக இருக்கின்றன. அசோகரது நிலப்பரப்புக்குள் வாழ்ந்து மக்களுக்கு அந்த நிலப்பரப்பைக் காட்சிரீதியாகப் பிரதிநிதித்துவப்படுத்தும் ஒரு வரைபடத்தைக்கூட அவர்கள் கொண்டிருக்கவில்லை. கர்நாடகத்தில் வாழும் ஒருவர் காஷ்மீரில் அல்லது வங்கத்தில் வாழும் சக 'குடிநபர்' குறித்து என்ன தெரிந்துகொண்டிருக்க முடியும்? இன்று நாம் மௌரிய அரசு என்று அழைக்கும் ஒன்றைக் குறிக்க ஒரு பெயரைக்கூட அது கொண்டிருக்கவில்லை. சில பார்ப்பனிய மூலங்களில் பயன்படுத்தப்படும் 'பாரதம்' என்பது, பொதுவான பயன்பாட்டில் இல்லாத ஒன்றாகிறது என்றால் அசோகரே பயன்படுத்தும் ஜாம்புத்விபா என்ற சொல், பேரரசைக் குறிக்கும் ஒன்றாக இல்லாமல், கற்பிதமான அண்டமைப்பியலார்ந்த (cosmography) நிலப்பரப்பைக் குறிப்பதாக இருக்கிறது.

ஒருவரது மனதுக்குள் புகுந்து அவரது நோக்கங்களை வாசிப்பது, அதுவும் குறிப்பாக இரண்டாயிரம் வருடங்களுக்கு முன் வாழ்ந்த ஒருவரது மனதுக்குள் புகுந்து வாசிப்பது மிகக் கடினமானது என்றாலும்கூட, அவர் வெற்றிபெற்றாரா இல்லையா என்பதையெல்லாம் மீறி, அசோகர் ஆட்சிபுரிந்த மக்களுக்குப் பொதுவான ஓர் அடையாளத்தைக் கொடுக்க வேண்டும் என்ற விருப்புறுதியை அவர் கொண்டிருந்தார், அதை அடைய அவர் முயன்றார் என்பதாகப் பார்க்க முடியும். பண்டைய ஆட்சியாளர்கள் பலரையும் போலவே அசோகர் தனது பிரஜைகளோடான உறவுமுறையை முன்வைக்க குடும்பம் என்ற மாதிரியைப் பயன்படுத்துகிறார் — இது குறித்து நாம் முன்னரே பார்த்தோம். இவர் தந்தையாக இருக்கிறார் என்றால் பிரஜைகள் இவரது குழந்தைகளாகின்றன. உறவுமுறையை இப்படியாக முன்வைப்பது, பேரரசு போன்ற செயற்கையான, தற்செயல் பண்பிலான அரசியல் உருப்படிகளை ஓரளவுக்கு 'இயற்கையான' ஒன்றாக்குகிறது. இருந்தாலும், இதற்கு மேல் ஏதோ ஒன்றைச் செய்ய அசோகர் முயல்கிறார். அதாவது, ஜனத்தொகையை 'மக்களாக' உருமாற்ற முயல்கிறார்.

இன்று நாம் பிராமி என்றழைக்கும் எழுத்து வடிவத்தை அசோகர்தான் கண்டுபிடித்தார் என்பதில் ஒத்த கருத்து இல்லை. ஆனாலும், நான் அடுத்த இயலில் விவாதிக்கவிருப்பதுபோல், அவரது பேரரசுக்கு அவர்

பொதுவான ஒரு எழுத்து வடிவத்தை உருவாக்கிக்கொடுத்தார் என்பதில் எந்தச் சந்தேகமும் இல்லை — வடக்கு மேற்கு கோடியைத் தவிர. இங்கு அவர் சில காலமாகப் பயன்பாட்டில் இருந்துவந்த எழுத்து வடிவமான கரோஷ்தீயைப் பயன்படுத்துகிறார். இந்திய வரலாற்றிலேயே முதன்முறையாக, துணைக்கண்டத்தில் உள்ள பெரும்பாலான மக்கள், அவர்கள் படிக்கத் தெரிந்தவர்களாக இருந்ததால், ஒரே எழுத்து வடிவத்தில் செய்திகளைப் படித்தார்கள் — மத்திய கால ஐரோப்பா முழுவதும் லத்தீன் எழுத்து வடிவத்தைப் படித்ததுபோல். அவரது பேரரசு மறைந்துபோனாலும்கூட, அசோகப் பேரரசின் எழுத்து வடிவ வெற்றி வெளிப்படையாக இருக்கிறது: இதற்குப் பிந்தைய இந்திய எழுத்து வடிவங்கள் எல்லாமும் — சில தென்கிழக்கு ஆசிய நாடுகளில் உள்ளது உள்பட — இதிலிருந்து தருவிக்கப்பட்டவையாக இருக்கின்றன.

மொழியைப் புரிந்துகொள்ள முடியவில்லை என்றால், படித்தல் என்பது எதுவுமே இல்லை. அசோகர் பொதுவான மொழி ஒன்றை உருவாக்குகிறார். நாம் இன்று அதை அசோகரது பிராகிருதம் என்றழைக்கிறோம். அவரது கல்வெட்டுகள் எல்லாமும் இந்த மொழியில்தான் பொறிக்கப்பட்டிருக்கின்றன. இந்த மொழி, பேரரசின் பெரும்பாலான பகுதிகளில் பேசப்பட்ட மொழியாக *(Vernacular)* இருந்திருக்க முடியாது என்பது மட்டும் தெளிவாக இருக்கிறது. குறிப்பாகத் தென்கோடியில்; இங்கே பல வகையான திராவிட மொழிகள் பேசப்பட்டிருக்க வேண்டும். சில வடக்குப் பகுதிகளில், பல வகையான பிராகிருதம் பேச்சு மொழியாக இருந்திருக்கலாம். ஆனாலும், இவை ஒன்றையொன்று ஓரளவு புரிந்துகொள்ளக்கூடியதாகவும் இருந்திருக்கலாம். இப்படி வட்டாரம் சார்ந்த பேச்சுவழக்கு வேறுபாடுகளை அசோகக் கல்வெட்டுத் தொகுப்பிலும்கூட நம்மால் காண முடிகிறது. அவரது கல்வெட்டியலார்ந்த மொழியின் ஊடாக, பல்வேறு வட்டாரங்களில் உள்ள பல விதமான பேச்சுமொழிகளைக் கடந்து, குறைந்தபட்சம் அவரது பேரரசு அதிகாரிகளும் படித்த வர்க்கத்தினரும் புரிந்துகொள்ளக்கூடிய ஒரு பொது மொழியை *(Koine)* உருவாக்கவே அசோகர் முயல்கிறார். பேரரசு முழுக்க மொழியையும் எழுத்து வடிவத்தையும் தரநிலைப்படுத்துவது பேரரசின் பரந்துபட்ட சித்தாந்தத்தின் பிரதானப் பகுதியாக இருந்தது.

நாடு முழுவதும் கல்வியறிவைப் பரப்பியது — குறைந்தபட்சம் மக்களில் ஒரு பகுதியினர் இடையே — இதன் விளைவாகிறது என்று சொல்ல முடியும். கல்வியறிவு இல்லையென்றால், கல்வெட்டு மொழியைப் புரிந்துகொள்ள முடியவில்லை என்றால், அவரது கல்வெட்டுகள் வழிபாட்டு நாள்களன்று உரக்கப் படிக்கப்பட வேண்டும் என்ற அசோகரது அறிவுறுத்தலுக்கு எந்த அர்த்தமும் இருக்க முடியாது.

எவரால் இவற்றைப் படிக்க முடிந்தது? எவரெல்லாம் இவற்றைப் புரிந்துகொண்டார்கள்? அவரது அதிகாரிகள் இவற்றை விளக்க வேண்டும் என்றோ அர்த்தப்படுத்த வேண்டும் என்றோ அசோகர் கேட்டுக்கொள்ளவில்லை — விளக்கவுரை கொடுக்கப்பட்டிருக்க சாத்தியங்கள் இருந்திருக்கலாம் என்றபோதும். மாறாக, உரக்கப் படிக்க வேண்டும் என்று மட்டுமே கேட்டுக்கொள்கிறார். இம்மூன்று புதிய கண்டுபிடிப்புகள் — பொதுவான எழுத்து வடிவம், பொதுவான மொழி, கல்வியறிவு — அசோகர் கட்டியெழுப்ப விரும்பிய புதிய கற்பிதக் குமுகத்துக்கு பலமான அஸ்திவாரமாக இருந்திருக்க முடியும்.

எழுத்து வடிவம், மொழி, கல்வியறிவு ஒரு குமுகத்தைக் கட்டியெழுப்புவதற்கான கருவிகளாக இருக்கின்றனவே தவிர, இவையே கட்டடங்களாக இருக்க முடியாது. ஒரு குமுகத்தைக் கற்பனாவாதத்தோடு இணைப்பதற்கு எதையோ கூடுதலாக, பலமான பசையாக இருக்கக்கூடிய ஏதோ ஒன்று அவசியமாகிறது. அப்படியென்றால் கால் நூற்றாண்டுக்கும் மேலான அசோகரது செயல்பாடுகளை — இயல் 3-இல் விவாதித்திருப்பதுபோல் அவரது இலக்கியத் தொகுப்பு குறித்தும், தர்மத்தைப் பயில்பவர்களாக அவரது பிரஜைகளை மாற்றுவதற்கான அவரது ஓய்வற்ற முயற்சிகள் குறித்தும், இயல் 10-இல் விவாதித்திருப்பதுபோல் அவரது லட்சியத்தை அடைவதற்காக அவரது நிர்வாகக் கட்டமைப்பை மாற்றிக் கட்டமைத்தது குறித்தும் — நாம் எப்படிக் கோட்பாட்டாக்கம் செய்யப்போகிறோம்? அசோகரது செயல்பாடுகளை, குறிப்பாக தர்மத்துக்குக் கட்டுப்பட்டிருக்கும் தார்மிகரீதியான மக்களை உருவாக்குவதற்கான அவரது முயற்சிகளைக் கோட்பாட்டாக்கம் செய்வதற்கு ஓர் ஆய்வுக் கருவியாக ‘குடிமை மதம்’ என்ற வகைமை பயனுள்ளதாக இருக்க முடியும் என்று நான் முன்வைக்க விரும்புகிறேன். இவ்விஷயத்தை நான் இயல் 13-இல் எடுத்துக்கொள்கிறேன். தர்மம் என்ற குடிமை மதம் அசோகப் பேரரசுக்குள் மக்கள் ஒருவரோடு ஒருவர் உரையாடுவதற்கும் ஒரே தார்மிகப் பேரரசின் பகுதியாக உணர்வதற்கும் — பொதுவான மொழி, எழுத்து வடிவத்துக்கு இணையாக — பொதுவான மதரீதியான தார்மிகரீதியான மொழி எதுவாக இருந்தது என்றே நான் வாதிட விரும்புகிறேன். அதுதான், அசோகர் கட்டியெழுப்ப முயன்ற ‘தர்மக் குமுகம்’.

தூதியல்

நாம் முன்னர் பார்த்ததுபோல், அவரது பேரரசின் எல்லையைச் சுற்றியிருக்கும் நாடுகள் குறித்தும் ஆட்சியாளர்கள் குறித்தும் அசோகர் நன்கு அறிந்திருந்தார். பண்டைய இந்திய அரசியல் கோட்பாட்டின் பொதுவான கொள்கைகளின் அடிப்படையில் சொல்வதென்றால், இந்த நாடுகள் எல்லாம் எதிரிகள் நாடாகின்றன. சந்தர்ப்பம் கிடைக்குமென்றால், தூதியல் ஊடாக அல்லது ராணுவ பலத்தின் ஊடாக வெற்றிகொள்வதற்கான பிரதான இலக்காக இவை இருந்திருக்க வேண்டும். நாம் இதைக் கலிங்கப் போரில் பார்த்தோம். ஆனால், கலிங்கத்துக்குப் பிந்தைய அசோகர் வேறான பாதையை வடிவமைக்கிறார்.

அவரது பல கல்வெட்டுகளில், அந்நிய நாடுகள் மீது அசோகர் பிரத்யேகக் கவனம் கொள்கிறார். சுவாரசியமாக இந்த நாடுகளை அவர் ‘அவிஜிதா’ என்று, அதாவது எல்லைகளில் ‘வென்றெடுக்கப்படாத’ நிலங்கள் என்ற அர்த்தத்தில்தான் குறிப்பிடுகிறார். இதற்கு மாறாக, அவரது சொந்தப் பேரரசின் நிலங்களைக் குறிக்க, நாம் முன்னர் பார்த்ததுபோல், ‘விஜிதா’ என்று, அதாவது ‘வென்றெடுக்கப்பட்ட’ நிலங்கள் என்று குறிப்பிடுகிறார். இருப்பினும், இந்த அந்நிய நிலங்கள் எல்லாம், வென்றெடுத்தல் அல்லது பாதுகாத்தல் என்ற பின்னணியில் குறிப்பிடப்படவில்லை. இவை அசோகரது பல்வேறு தூதியல் நடவடிக்கைகள், மறைபணிச் செயல்பாடுகள் என்ற பின்னணியிலேயே குறிப்பிடப்படுகின்றன. இந்தக் கூற்றுகளில், அசோகரது வெளியுறவுக் கொள்கை குறித்த சில அறிகுறிகள் நமக்குக் கிடைக்கின்றன — ஒருவேளை சர்வதேச உறவுகள் குறித்த முழுமையடையாத கோட்பாடாகவும் இது இருக்கலாம். தீர்மானிக்கப்பட்ட எல்லைகளைக் கொண்டிருக்கும் ஒன்றாகத் தனது சொந்தப் பேரரசை அசோகர் கருத்தாக்கம் செய்வதற்கான நிழற்படத்தை, சுதந்திரமான ஹெல்லனிய ராஜ்ஜியங்கள் வழங்கின என்று நாம் மேலே பார்த்தோம்.

எல்லையோரங்களில் உள்ள நிலங்களைப் பாறை அரசாணை II-இல் பெயர் சொல்லிக் குறிப்பிடுகிறார்: தமிழ்ப் பகுதியில் சோழர்கள், பாண்டியர்கள், சத்யப்புத்ரர்கள் (இன்றைய தமிழ்நாட்டின் வடக்குக்கு சற்றே மேலாக இருக்கலாம்), கேரளம், தம்ரபர்னி அல்லது இலங்கை. இவையெல்லாம் அவரது பேரரசின் தெற்கு எல்லையில் இருக்கின்றன. பிறகு, அவர் ஹெல்லனிய அரசர் அந்தியோச்சுஸ் பக்கமும் — ஒருவேளை இவர் செலுக்கஸின் பேரன் அந்தியோச்சுஸ் II-ஆக இருக்கலாம், அந்தியோச்சுஸுக்கு அருகில் உள்ள நாடுகளில் இருக்கும் அரசர்கள் பக்கமும் திரும்புகிறார். இவர்களெல்லாம் வடமேற்கு

எல்லைக்கு அப்பால் இருக்கிறார்கள். இங்கே சுவாரசியமான ஒரு வேறுபாட்டை நாம் காண்கிறோம். தெற்கில் உள்ளவர்களை இனம் அல்லது புவியியல்ரீதியான பெயர் சொல்லி முகமற்றவர்களாக அசோகர் குறிப்பிடுகிறார். ஆனால், மேற்கில் உள்ள ஹெல்லனிய அரசர்களைப் பெயர் சொல்லிக் குறிப்பிடுகிறார். பாறை அரசாணை XIII-இலும் இந்த பாணி பின்பற்றப்படுகிறது. இதில் அந்தியோச்சுஸ் தவிர நான்கு அரசர்களுடைய பெயர்களை அசோகர் குறிப்பிடுகிறார்: துலமாயர், அந்தேகிநா, மகா, அலிகஸுந்தரா. இவர்கள், எகிப்தின் தாலமி II ஃபிலதெல்பஸ் (பொ.ஆ.மு. 285-247), மாஸெடோனியாவைச் சேர்ந்த அந்திகோநுஸ் கோநதஸ் (பொ.ஆ.மு. 276-239), ஸைரீனைச் சேர்ந்த மாகாஸ் (இறப்பு பொ.ஆ.மு. 258-க்கும் 250-க்கும் இடையில் இருக்கலாம்), கடைசியாக உள்ளவர் கோரிந்த்தைச் சேர்ந்த அலெக்சாண்டராக (பொ.ஆ.மு. 252-244) அல்லது எபிரஸைச் சேர்ந்த அலெக்சாண்டராக (பொ.ஆ.மு. 272-255) இருக்கலாம்.[44] அந்தியோச்சுஸ் 800 யோஜனா தொலைவில் இருப்பதாக அசோகர் கணக்கிடுகிறார். பண்டைய இந்தியாவில் சூழலுக்கு ஏற்றாற்போல் ஒரு யோஜனாவின் அளவு மாறுபடுவதால், இதில் உள்ள தெளிவற்ற தன்மையை ஏற்றுக்கொண்டு, ஒரு யோஜனா என்பது 7.2 கிலோமீட்டர் என்று எடுத்துக்கொள்வோம் என்றால், அந்தியோச்சுஸ் 4,320 கிலோமீட்டர் தொலைவில் இருந்ததாக நம்மால் கணக்கிட முடியும். இது, இந்தியாவில் உள்ள பாடலிபுத்திரத்துக்கும் (பாட்னா) துருக்கியில் உள்ள அந்தியோச்சுஸுக்கும் (அந்தக்யா) இடையேயான தொலைவுக்கு மிக நெருக்கத்தில் இருக்கிறது.[45] அந்தியோச்சுஸுக்கும் தூதியல் உறவுகள் கொண்டிருந்ததால் — ஒருவேளை திருமண உறவும் கொண்டிருக்கலாம் — இந்தத் தொலைவை அசோகர் அறிந்திருந்தாரா?

சிந்து ஒப்பந்தத்தைத் தொடர்ந்து, மத்திய கிழக்கில் உள்ள ஹெல்லனிய அரசர்களோடு கொண்டிருந்த தூதியல் தொடர்புகள் அசோகரது தந்தை பிந்துஸாரராலும், தாத்தா சந்திரகுப்தராலும் வளர்த்தெடுக்கப்பட்டன. பாடலிபுத்திரத்தில் இருந்த சந்திரகுப்தரிடம் செலுக்கஸ் தூதுவரை

44 பார்க்கவும்: Thapar (1961: 41); Karttunen (1989: 100; 1997: 264); Kosmin (2014: 57).

45 பண்டைய இந்தியாவில் 'யோஜனத்தின்' அளவு தெளிவில்லாத ஒன்றாக இருக்கிறது. பார்க்கவும்: Basham (1967: 506): இவர், 'இரண்டு யோஜனங்கள் இருந்திருக்கலாம் என்பது மட்டும் தெளிவாக இருக்கிறது. அதனால் பனுவல்களில் கொடுக்கப்பட்டிருக்கும் தொலைவை அப்படியே எடுத்துக்கொள்ள முடியாது. தொடக்க காலங்களில் நடைமுறைத் தேவைகளுக்கு நீண்ட யோஜனா அளவைவிடக் குறைந்த யோஜனா அளவே பயன்பாட்டில் இருந்தது என்று சொல்ல முடியும்'. பாஷம் சொல்லும் குறைந்த யோஜனா என்பது 7.2 கிலோமீட்டர் கொண்டிருக்கிறது. கோஸ்மின் (Kosmin, 2014: 57) 600 யோஜனாக்களை 4,800 முதல் 6,000 மைல் வரை எடுத்துக்கொள்கிறார். இது மிக அதிக அளவிலானதாக இருக்கிறது.

அனுப்பிவைத்தது குறித்தும், பிந்துஸாரர் அந்தியோச்சுஸிடம் அனுப்பிவைத்தது குறித்தும் நாம் முன்னரே பார்த்தோம். மேலும், பாடலிபுத்திரத்தில் கிரேக்கர்களின் இருப்பு சாத்தியப்பட்டிருக்கலாம் என்பது குறித்தும் நாம் முன்னர் பார்த்தோம். அசோகர் உலகுணர்வுவாதக் குடும்பச் சூழலில் வளர்ந்திருக்கலாம். ஹெல்லனிய மேற்கில் 'சர்வதேச ஒழுங்கு', 'சம்மான அரசுகளுக்கு இடையேயான ஊடாட்டங்களில் ஓரளவு முறைப்படுத்தப்பட்ட செயலாக்கங்கள்' போன்றவற்றில் ஏற்பட்ட வளர்ச்சி குறித்து பால் கோஸ்மின் அவரது கருத்துகளை முன்வைக்கிறார். இதனால், தூதியல் தொடர்புகள் ஒரு நெறிமுறையாகத் தொடர்ந்திருக்கலாம்.[46] மௌரிய ஆட்சியாளர்களும் இந்த 'சர்வதேச ஒழுங்கின்' பகுதியாக இருந்தார்கள்; ஹெல்லனிய ஆட்சியாளர்களுக்குச் சமமானவர்களாகத் தங்களைக் கருதியிருக்கலாம். இப்படியான அங்கீகாரம் எதுவும் — குறைந்தபட்சம் அசோகரால் — தெற்கு எல்லையில் உள்ள பிரதேசங்களுக்குக் கொடுக்கப்படவில்லை.

ஆக, அசோகர் அவரது தந்தை, தாத்தா வழியில் மேற்கில் உள்ள ஹெல்லனிய அரசர்களோடு மட்டுமே தூதியல் தொடர்புகள் கொண்டிராமல், அவரது பேரரசுக்கு வெளியே தெற்கில் உள்ள ஆட்சியாளர்களோடும், அதாவது இன்று உள்ள தமிழ்நாடு, கேரளம், இலங்கை ஆகியவற்றோடும், அவர் தூதியல் தொடர்புகளைக் கொண்டிருப்பதற்கான சாத்தியங்கள் இருக்கின்றன. ஆனால், இப்படியான தூதியல் தொடர்புகள் குறித்து எதுவுமே, தர்மத்தைப் பரப்புரை செய்வதை நோக்கமாகக் கொண்டிருந்த அவரது சொந்தக் கல்வெட்டுகளில் அசோகரால் பதிவுசெய்யப்படவில்லை. பண்டைய இந்தியாவின் ஒற்றைப் பண்பாக அண்டையில் இருப்பவர்களை நிராகரிக்கும் இந்தப் போக்கு பற்றி ரொமிலா தாப்பர் இவ்வாறு குறிப்பிடுகிறார்:

> ஹெல்லனிய ராஜ்ஜியங்களோடு மிக நெருக்கமாக இருந்தாலும் அவர்கள் குறித்து இந்திய மூலங்கள் பெரிதாக எதையும் முன்வைக்கவில்லை. செலுக்கஸ்களிடமும் தாலமிகளிடமும் மாஸெடோனியர்களிடமும் தூதுவர்களை மௌரியர்கள் அனுப்பிவைத்தார்கள் என்றாலும், தூதுவர்களின் குறிப்புகள் என்று எதுவுமில்லை. இதுபோலவே அந்தியோச்சுஸுக்கும் அலெக்ஸாண்ரியாவுக்கும் பயணித்து அங்குள்ள சந்தைகளில் வியாபாரம் செய்த துடிப்புமிக்க வியாபாரிகளின் பதிவுகள் என்றுகூட எதுவுமில்லை. புறத்தே உள்ள நிலப்பரப்புகள் மீது வியப்பளிக்கும் அளவுக்கான அக்கறையற்ற தன்மை

---

46 Kosmin (2014: 31-32).

காணப்படுகிறது. இப்போக்கு தொடக்க கால இந்தியாவின் நெறிமுறையாகவே இருந்திருக்கிறது.[47]

இந்திய மெகஸ்தனிஸ் என்று எவருமில்லை.

உலக அளவில் தர்மத்தைப் பரப்புவதற்கு அண்டை நாடுகளுக்குத் தூதுவர்களை அனுப்பிவைத்தது குறித்து அசோகர் குறிப்பிடவே செய்கிறார். அவரது தூதியல் தொடர்புகள் குறித்து ஏதேனும் ஓர் இடத்தில் வெளிப்படுகிறது என்றால் அது பாறை அரசாணை XIII-ஆக இருக்கிறது. இது, கலிங்கப் போர் ஏற்படுத்திய பேரழிவுக்காக அவர் வருத்தம்கொள்வதைக் கையாள்கிறது. வஞ்சப்புகழ்ச்சியோடு இந்த அரசாணையை அசோகர் தொடங்குகிறார்: 'கடவுள்களின் அன்புக்குரியவன், அரசன் பியதஸி, அரியணை ஏறி எட்டு ஆண்டுகளுக்குப் பிறகு கலிங்கத்தை வென்றெடுத்தான்.' தூதியல் விஷயம் குறித்த விவாதத்தில் அவர் 'வென்றெடுத்தல்' (விஜிதா) என்ற சொல்லைப் பயன்படுத்துகிறார்: 'இருந்தாலும், கடவுள்களின் அன்புக்குரியவன் இதையே முதன்மையான வெற்றியாகப் பார்க்கிறான் — அதாவது, தர்மத்தின் மூலம் வெற்றிகொள்வது.' அவர் அடைய விரும்பியது வழமையான ஆயுதத்தின் ஊடான வெற்றியை அல்ல. அது தர்மத்தின் தார்மிக விதிகளை ஏற்றுக்கொள்வதன் மூலம் கிடைக்கக்கூடிய தார்மிகரீதியான வெற்றியாகிறது. மேற்கிலும் தெற்கிலும் உள்ள அண்டை நாடுகளையெல்லாம் இப்படியாக வென்றெடுத்திருப்பதாக அசோகர் கோருகிறார்.

இந்த தர்ம-தூதியல் குறித்து இன்னும் விரிவாக இயல் 10-இல் நான் எடுத்துக்கொள்ளவிருக்கிறேன் என்றாலும், அசோகரது செயல்திட்டங்கள் வெறுமனே தர்மத்தைப் போதிப்பதாக மட்டும் இல்லாமல் அதைக் கடந்துசென்றதன் சில கூறுகளை இங்கே கோடிட்டுக்காட்ட விரும்புகிறேன். அவரது சொந்த நிலப்பரப்புக்குள்ளும், இன்னும் குறிப்பாக எல்லையோரப் பகுதிகளிலும் தர்மத்தைப் பரப்புவதற்கான அவரது முயற்சிகளின் பகுதியாக, அயல்நாட்டு உதவி என்று நாம் இன்று அழைக்கும் ஒன்றில் அசோகர் தன்னை ஈடுபடுத்திக்கொள்கிறார். அசோகர் விஷயத்தைப் பொறுத்தமட்டில் இது பிரதானமான மருத்துவப் பொருட்களையும் வழிவகைகளையும் அளிப்பதாக இருக்கிறது. பாறை அரசாணை II-இல் இப்படியான மருத்துவச் செயல்திட்டங்கள் குறித்துப் பேசுகிறார்:

> எல்லா இடங்களிலும் — கடவுள்களின் அன்புக்குரியவன், அரசன் பியதஸியின் நிலப்பரப்புக்குள்ளும் எல்லைகளுக்கு

---

47 Thapar (1987: 32).

அப்பாலும், அதாவது கோடர்கள் [சோழர்கள்], பாண்டியர்கள், சத்யபுத்ரர்கள், கேரளப்புத்ரர்கள், தம்ரபர்னியர்கள், அந்தியோச்சுஸ் என்றழைக்கப்படும் கிரேக்க அரசன், அந்தியோச்சுஸ் நாட்டுக்கு அருகில் இருக்கும் பிற அரசர்கள் என்று எல்லா இடங்களிலும் கடவுள்களின் அன்புக்குரியவன், அரசன் பியதஸி இரண்டு வகையான மருத்துவச் சேவைகளை நிறுவியிருக்கிறான்: மனிதர்களுக்கான மருத்துவச் சேவை; வீட்டுப் பிராணிகளுக்கான மருத்துவச் சேவை.

எங்கெல்லாம், மனிதர்களுக்கும் வீட்டுப் பிராணிகளுக்கும் பயன்தரக்கூடிய மூலிகைகள் இல்லையோ, அப்படியான எல்லா இடங்களிலும், அவற்றைக் கொண்டுவந்து நட்டு வளர்த்திருக்கிறான். இதுபோலவே, எங்கெல்லாம் வேர்க்காய்களும், பழ மரங்களும் இல்லையோ அப்படியான எல்லா இடங்களிலும் அவற்றைக் கொண்டுவந்து நட்டு வளர்த்திருக்கிறான்.

மனிதர்களுக்கும் வீட்டுப் பிராணிகளுக்கும் நன்மை செய்யக்கூடிய வகையில் சாலைகள் ஓரமாக மரங்கள் நட்டிருக்கிறான்; கிணறுகள் வெட்டியிருக்கிறான்.

நவீனக் காலங்களில் தூதியல் பகுதியாக அயல்நாட்டு உதவி இருப்பதை நாம் நன்கு அறிவோம். கிறிஸ்தவப் பரப்புரையாளர்கள் உலகம் முழுக்க வெறும் கையோடு போகவில்லை. இவர்களும் இரண்டு விதமான சேவையில் தங்களை ஈடுபடுத்திக்கொண்டார்கள்: மருத்துவம் மற்றும் கல்வி. ஆக, அசோகரது தூதியல் பரப்புரைச் செயல்பாடுகள் நன்கு அறியப்பட்ட சட்டத்துக்கு உட்பட்டதாகத்தான் இருக்கிறது. இருப்பினும், நவீனச் செயல்திட்டங்களை நாம் இரண்டாயிரம் வருடங்களுக்கு முன் கொண்டுசெல்வோம் என்றால், அசோகர் முன்னோடியாகிறார்.

உதவிசெய்து செல்வாக்கு செலுத்துவதற்கான ஒன்றாக மருத்துவத்தை ஏன் அசோகர் தேர்ந்தெடுத்தார்? இந்த நாடுகளெல்லாம் மருத்துவ அறிவும் மருந்துகளும் இல்லாமல் இருந்தனவா? அவர்களைவிடத் தான் இன்னும் சிறந்த மருத்துவர்களையும் மருந்துகளையும் கொண்டிருப்பதாக அசோகர் நினைத்தாரா? இவ்விஷயத்தைப் பொறுத்தமட்டில், இந்திய மருத்துவத்தின் தொடக்க கால வரலாற்றைப் பார்ப்பது பயனுள்ளதாக இருக்கும். இதுவே பின்னர் ஆயுர்வேதம் என்ற மருத்துவ முறைமையாக வளர்ந்தது. மருத்துவத்தின் தொடக்க கால வரலாறு துறவற மரபோடு கொண்டிருந்த தொடர்பு குறித்தும், அதிலும் குறிப்பாக அசோகர் பிறந்த இடமான மகதத்தில் இருந்த பௌத்தத்தோடு கொண்டிருந்த

நெருக்கமான உறவு குறித்தும் ஆய்வாளர்கள் சில புரிதல்களைக் கொடுக்கிறார்கள். மருத்துவ வரலாற்றியலாளரான கென்னத் ஸைஸ்க் அவரது வாதங்களைச் செறிவாக முன்வைக்கிறார்:

> பொ.ஆ.மு. ஒன்பதாம் நூற்றாண்டிலிருந்து பொது ஆண்டின் தொடக்கம் வரையிலான மூலங்களை நாம் கவனமாக ஆராய்வோம் என்றால், மருத்துவம் பழகியவர்கள் அசுத்தமான மக்களைத் தொடுவதன் மூலம் தீட்டுப்படுவதால், இவர்கள் பார்ப்பனப் படிநிலையில் இழிவானவர்களாகப் பார்க்கப்பட்டதையும் வைதிகச் சடங்கு வழிபாடுகளிலிருந்து ஒதுக்கிவைக்கப்பட்டதையும் வெளிப்படுத்துகின்றன. இவர்களுடைய தத்துவங்களை, நடைமுறைகளை, தொடர்புகளை நிராகரிக்காமல் அவைதிகத் துறவிகளால், சந்நியாசிகளால், யாசித்து வாழும் குமுகங்களால் ஏற்றுக்கொள்ளப்பட்டதால், மருத்துவம் பழகியவர்கள் அறிவைத் தேடும் துறவிகள்போல் கிராமப்புறங்களில் அலைந்துகொண்டிருந்தார்கள், குணப்படுத்தினார்கள், புது மருந்துகளை, சிகிச்சை முறைகளை, மருத்துவத் தகவல்களைச் சேகரித்தார்கள். இதன் விளைவாக, இவர்கள் எந்தத் துறவிகளோடு நெருக்கமாக இருந்தார்களோ அவர்களிடமிருந்து வேறுபடுத்திப்பார்க்க முடியாதவர்களாக மாறிப்போனார்கள். இவ்வாறு அலைந்துதிரிந்துகொண்டிருந்த மருத்துவர்களிடம் மருத்துவ அறிவு ஒரு களஞ்சியமாகவே வளர்ந்தது. இவர்கள் பார்ப்பனியக் கட்டுதிட்டங்களற்று, எதிர்-நெறிமுறைகளற்று அனுபவம் சார்ந்தும் பகுத்தறிவு சார்ந்தும் உள்வாங்கப்பட்டதன் அடிப்படையிலான மருத்துவ அறிவறிதலைப் பெற்றுக்கொள்ளத் தொடங்கினார்கள்; இதைக் கொண்டு பயன்தரும் விதத்தில் மருத்துவத் தகவல்களை விதிகளாக்கி அதை முறைமைப்படுத்தினார்கள்... மருத்துவ அறிவுக்களஞ்சியத்தின் சில பகுதிகள் தொடக்க காலத்தில் மடாலய விதிகளால் முறைப்படுத்தப்பட்டன. இப்படியாகத்தான் பௌத்த மடாலய மருத்துவ மரபு உருவானது.[48]

மௌரியப் பேரரசின் இதயமாக இருந்த பகுதியில் பௌத்தத்துக்குள்ளாக அனுபவவாத மருத்துவ அறிவியலும் நடைமுறையும் வளர்ந்தது என்பது அசோகர் பெருமைப்பட்ட ஒன்றாக இருந்திருக்கலாம். ஒருவேளை, அவரது பேரரசின் எல்லையோரப் பகுதிகளிலும், அண்டை நாடுகளிலும் இத்தகைய நடைமுறை சார்ந்த மருத்துவ நிபுணத்துவம் இல்லாமல் இருப்பது குறித்த தகவல் அசோகருக்குக் கிடைத்திருக்கும்

48 *Kenneth Zysk (1991: 5–6).* மகதத்தின் பின்னணியில் இவ்விஷயம் குறித்த ஆய்வுக்குப் பார்க்கவும்: *Bronkhorst (2007: 56–60).*

சாத்தியப்பாடு உள்ளது. இந்தப் பிரதேசங்கள் எல்லாம் புது வடிவிலான மருந்துகளையும் மருத்துவத் தொழில்நுட்பத்தையும் வரவேற்கத் தயாராகவும் இருந்திருக்கலாம். இப்படியாக இருந்திருக்குமென்றால், அசோகர் ஏன் மருத்துவரீதியான தூதியலில் ஈடுபட்டார் என்று நம்மால் புரிந்துகொள்ள முடிகிறது.

அசோகரது பாறை அராசணை II-இல் உள்ள 'சிகிஸா' (சம்ஸ்கிருதம்: சிகித்ஸா) என்ற சொல்லை, நான் 'மருத்துவச் சேவை' என்பதாக மொழியாக்கம் செய்திருக்கிறேன். இது, மருத்துவச் சிகிச்சை, மருத்துவ நடைமுறை, மருத்துவ அறிவியல் போன்ற பரந்த அர்த்தங்களைக் கொண்டிருக்கிறது. இதோடு தொடர்புடைய 'சிகித்ஸகா' என்ற சொல் தொடக்க கால இலக்கியங்களில் பொதுவாக மனிதர்கள், கால்நடை இரண்டுக்குமான மருத்துவர்களைக் குறிக்கத் தொடர்ந்து பயன்படுத்தப்படுகிறது.[49] 'சிகிஸா' என்ற சொல்லை அசோகர் பயன்படுத்தும்போது இந்தச் சொல்லின் சகல பரிமாணங்களையும் அவர் உள்ளடக்கியிருக்கலாம். ஒருவேளை அசோகர், மருத்துவம் பழகுகிறவர்களை அவர்களது மருத்துவ அறிவோடும், மருந்துகள் தயாரிக்கச் செடிகள், மூலிகைகளோடும் அனுப்பிவைத்திருக்கலாம். அசோகரது தர்மா செயல்திட்டத்தை மேலும் முன்னெடுக்கும் விதமாக அரசியல் சகாக்களோடு சேர்ந்து உழைத்த மருத்துவத் தூதுவர்களாக நாம் இவர்களைப் பார்க்க முடியும்.

சமூகம்

ஆப்கானிஸ்தானிலிருந்து வங்கதேசம் வரையிலும், நேபாளத்திலிருந்து கர்நாடகம் வரையிலும் என்று மிகப் பரந்த சமூகத்தைக் — ஒருவேளை சமூகங்களைக் — கொண்டிருந்த அசோகப் பேரரசு குறித்து ஒரு விஷயத்தைத் தீர்மானமாகச் சொல்ல முடியும் என்றால் — அது பலதரப்பட்டதாக இருந்தது. இனரீதியாகவும் மொழிரீதியாகவும் பண்பாட்டுரீதியாகவும் மதரீதியாகவும் உணவுரீதியாகவும் உடைரீதியாகவும் இது பெருமளவில் பலதரப்பட்டதாக இருந்தது. இப்படிப் பலதரப்பட்டதை ஒற்றை அரசியல் குடும்பமாக வடிவமைப்பதுதான், ஒரு கற்பிதக் குழுமத்தை உருவாக்குவதுதான் அசோகர் எதிர்கொண்ட சவாலாக இருந்தது. நான் இங்கு அசோகரது சமூகத்தில் இருந்த சமூகக் கட்டமைப்புகள் குறித்தும், அவற்றின் பாத்திரங்கள் குறித்தும், விவாதிக்க விரும்புகிறேன்.

49 தொடக்க காலத்தில் மருத்துவம் பயின்றவர்கள் குறித்த விரிவான வாசிப்புக்குப் பார்க்கவும்: Olivelle (2017).

மேலும், இந்தக் கட்டமைப்புகளும் பாத்திரங்களும் பேரரசின் வேறான பகுதிகளில் வேறாகவும் இருந்திருக்கலாம்.

அவரது சமூகத்தை வருங்காலத் தலைமுறையினருக்கு விவரிக்க வேண்டும் என்ற நோக்கத்தோடு அசோகர் அவரது அரசாணைகளை எழுதவில்லை என்பதை நாம் முதலில் ஏற்றுக்கொள்ள வேண்டும். அவரது எழுத்துகள் அவரது அதிகாரிகளை, பிரஜைகளை நோக்கியதாக இருந்ததோடு அதன் அடிப்படையான கவனம் தர்மத்தின் மீதாக இருந்தது. சமூகம் குறித்தும் சமூகக் கட்டமைப்புகள் குறித்தும் அவர் குறிப்பிடுபவையெல்லாம் புறவரையறையாக இருக்கின்றன. நாம் வரிகளுக்கு இடையே படிக்க வேண்டியுள்ளது; உள்ளார்ந்து காணப்படும் செய்திகளை வெளிக்கொணர வேண்டியுள்ளது; குறிப்பாக, நாம் மௌனங்களைக் கேட்க வேண்டியுள்ளது. எழுதப்பட்டிருப்பதைப் படிக்கும்போது, அது கல்லில் எழுதப்பட்டிருந்தாலும் அல்லது காகிதத்தில் எழுதப்பட்டிருந்தாலும், நாம் வெறுமனே எழுதப்பட்டிருக்கும் வரிகளை மட்டுமே, அதாவது ஆசிரியர் நாம் படிக்க வேண்டும் என்று எதிர்பார்க்கும் வரிகளை மட்டுமே படிக்கக் கூடாது. நாம் வரிகளுக்கு இடையே படிக்க வேண்டும். நாம் படிக்கக் கூடாது என்று ஆசிரியர் நினைக்கும், உள்ளார்ந்து காணப்படும் வரிகளையும், இல்லாத வரிகளையும் நாம் படிக்க வேண்டும். இப்படியான வரிகள் சுவாரசியமான விஷயங்களை மட்டுமல்லாமல், முக்கியமான விஷயங்களையும் அவற்றுக்குள்ளாகக் கொண்டிருக்க முடியும். மேலும், நாம் மௌனங்களைக் கேட்கக் கற்றுக்கொள்ள வேண்டும் — அசோகர் என்ன சொல்லவில்லை என்பதை நாம் கேட்க வேண்டும். மௌனங்கள் நிறையப் பேசுகின்றன — பின்வரும் பக்கங்களில் இவ்விஷயத்துக்கு நான் மீண்டும்மீண்டும் வரவிருக்கிறேன்.

பல்வேறு நாடுகள் சமூகரீதியாகவும் மதரீதியாகவும் எப்படியாக இருக்கின்றன என்று தான் அறிந்திருப்பதாக அசோகர் வெளிப்படுத்துகிறார். எடுத்துக்காட்டாக, பாறை அரசாணை XIII-இல், மதரீதியாக இரண்டு வகையான மக்களைக் — அதாவது பார்ப்பனர்களை, சிரமணர்களை — கொண்டிராத நிலமே இல்லை என்று குறிப்பிடுகிறார். உடனடியாக ஒரு விலகலையும் சேர்த்துக்கொள்கிறார். அவரது வடமேற்கு எல்லைக்கு அப்பால் இருக்கும் கிரேக்க ராஜ்ஜியங்களில் இவர்களைக் காண முடியாது என்கிறார். இருந்தாலும், 'இவர்கள் இல்லாத இடங்களிலும்கூட' — கிரேக்க நிலப்பரப்பாக இருக்கலாம் — 'ஏதோ ஒரு பாஸந்தாவுக்குத் தங்களை ஒப்புக்கொடுக்காத மனிதர்கள் இருக்கும் இடம் என்று எதுவுமில்லை' என்றும் குறிப்படுகிறார். ஆக, இயல் 11-இல் விவாதிக்கப்படும் பாஸந்தாக்கள் கிரேக்கர்கள் மத்தியிலும் காணப்படுகிறார்கள். இங்கு, அவரது சொந்த நாட்டிலும் மேற்கு ஆசிய

நாடுகளிலும் உள்ள மதங்களுக்கும் மத அமைப்புகளுக்கும் இடையே தெளிவான வேறுபாடு இருப்பதாக அசோகர் பொத்தாம்பொதுவாக முன்வைக்கிறார்.

இருப்பினும், மதங்களுக்கு அப்பால் பார்ப்போம் என்றால், நாம் எடுத்துக்கொள்ளக்கூடியவை மிகச் சொற்பமாகவே இருக்கின்றன. நான் இயல் 9-இல் இன்னும் விரிவாக விவாதிக்கவிருப்பதுபோல், தர்மம் என்ற அவரது கருத்தமைவுக்குள்ளாக உள்ளடக்கப்பட்டிருக்கும் சமூகக் குழுமங்கள் பெரும்பாலும் குடும்பரீதியாக அல்லது குடும்பம் என்பதைச் சுற்றிவருபவையாக இருக்கின்றன. இது, தர்மம் குறித்த அசோகரது அறிவுறுத்தல்களுக்கு இலக்காக இருக்கும் தனிநபர்களைவிட மேலானவர்களாக இருப்பவர்களையும்: தாய், தந்தை, பெரியவர்கள்; சரிசமமாக இருப்பவர்களையும்: உறவினர்கள், அறிந்தவர்கள், சகாக்கள்; மதரீதியானவர்களையும்: பார்ப்பனர்கள், சிரமணர்கள்; கீழாக இருப்பவர்களையும்: அடிமைகள், வேலையாட்கள் உள்ளடக்கியதாக இருக்கிறது. இது மிக சுவாரசியமான சமூக வட்டமாக இருப்பதோடு, இதில் சேர்க்கப்பட்டிருக்கும் பலர் குறிப்பிடத்தக்கவர்களாகவும் இல்லை.

இருந்தாலும், இரண்டு வகைமைகள் அசோகரது சமூகம் குறித்துக்கொஞ்சம் வெளிச்சம்போட்டுக் காட்டுகின்றன: அடிமைகளும் வேலையாட்களும். இங்கு சம்ஸ்கிருதத்தில் பயன்படுத்தப்படும் சொற்களான 'தாஸா', 'பற்தகா' இரண்டுமே கீழாக இருக்கும் வர்க்கத்தினரைக் குறிக்கிறது. பிந்தையது அவர்களுடைய சேவைக்காக ஊதியம் கொடுக்கப்படும் தொழிலாளிகளைக் குறிக்கிறது. கறாராகச் சொல்வதென்றால் இவர்கள் சுதந்திரமான தனிநபர்களாகிறார்கள் — உண்மையிலேயே எந்த அளவுக்குச் சுதந்திரமானவர்களாக இருந்தார்கள் என்று சொல்ல முடியாவிட்டாலும்கூட. இவர்கள் ஒரு எஜமானனை விட்டு விலகி மற்றொருவருக்கும் தன்னுடைய சேவையை விற்க முடியுமா? அல்லது இவர்கள் ஒப்பந்தத் தொழிலாளிகளாக இருந்தார்களா? மறுபுறம், அடிமைகளைத் தனிநபர்கள் கொண்டிருந்தார்கள் — அசோகரது தர்மம் குறித்த அறிவுறுத்தல்களுக்கு இலக்காக இருந்தவர்கள் இப்படியான தனிநபர்களே. வேறு பல பண்டையச் சமூகங்களில் இருந்ததுபோலவே, அசோகருடைய சமூகத்திலும் அடிமைகள் கொண்டிருப்பது சட்டப்படி அங்கீகரிக்கப்பட்ட, சமூகத்தால் ஏற்றுக்கொள்ளப்பட்ட நிறுவனமாக இருந்தது. தார்மிகரீதியாக இது இழிவான ஒன்றாகப் பார்க்கப்படவில்லை — நற்பண்புக்குச் சிறந்த எடுத்துக்காட்டாக, தார்மிக நடத்தை கொண்ட ஒருவராகத் தன்னை நிலைநிறுத்திக்கொண்ட அசோகருக்கும்கூட இது இழிவாகத் தெரியவில்லை. பிந்தைய சம்ஸ்கிருதச் சட்ட நூல்கள் அடிமைகள் குறித்துச் சிக்கலான வகைமைகளை முன்வைக்கின்றன.

அதில் அசோகருடன் தொடர்புடைய ஒன்று தனித்துநிற்கிறது: போர்களில் பிடிக்கப்பட்டு அடிமைகளாக ஆக்கப்பட்டார்கள். கலிங்கப் போர் குறித்து முன்வைக்கும் பாறை அரசாணை XIII-இல், பெரும் எண்ணிக்கையிலானவர்கள் இறந்துபோனதோடு 1,50,000 மக்கள் 'இழுத்துச்செல்லப்பட்டார்கள்' என்று அசோகர் குறிப்பிடுகிறார். 'அபவஹா' (சம்ஸ்கிருதம்: அபவாஹா) என்று பயன்படுத்தப்படும் சொல், பொதுவாக மொழியாக்கம் செய்யப்படுவதுபோல் நாடுகடத்தப்பட்டு என்பதை மட்டுமே குறிக்காமல், இழுத்துச் செல்லப்பட்டவர்களையும் குறிப்பதால், இச்சொல் மிகத் தெளிவாக மக்கள் ஏதோ ஒருவிதத்தில் அடிமையாக்கப்பட்டிருப்பதைக் குறிக்கிறது. இவ்விரு வகையானவர்களும், அதாவது அடிமைகளும் வேலையாட்களும், இவர்களின் உரிமையாளராக இருக்கும் அல்லது வேலைக்கு வைத்திருக்கும் தனிநபருடைய குடும்பத்தின் பகுதியாகிறார்கள். இவர்கள் தங்குவதற்கு இடம், உணவு, உடை போன்றவை குடும்பஸ்தர்களால் கொடுக்கப்படுகின்றன. ஆக, வேலையாட்கள் என்பவர்கள் மாலையில் தங்களுடைய வீட்டுக்குத் திரும்பிச்செல்லக்கூடிய சுய-தொழில் செய்பவர்கள் போன்றவர்கள் அல்ல. தோராயமாக அசோகரது காலத்துக்கு ஒத்ததாக இருக்கும் ஆபஸ்தம்பாவின் சட்ட நூல், அடிமைகளுக்கும் வேலையாட்களுக்கும் உணவு கொடுக்க வேண்டிய கட்டாயத்தைச் சுட்டிக்காட்டுகிறது. இதில் வேலையாட்கள் 'கர்மகரா', அதாவது 'உழைப்பாளி' என்ற சொல் கொண்டு குறிக்கப்படுகிறார்கள்: 'தேவையென்றால், ஒருவர் தன்னை, தன் மனைவியை, அல்லது தன் மகனை இழக்கலாம். ஆனால், அடிமை அல்லது வேலையாட்களை எப்போதும் இழக்கக் கூடாது.'[50]

அசோகப் பேரரசு உண்மையிலேயே இனரீதியில் பலதரப்பட்டதாக இருந்தது என்பதே அவரது எழுத்துகளிலிருந்து நமக்குக் கிடைக்கும் சித்திரமாக இருக்கிறது. இந்த இனக்குழுக்களைப் புவியியல்ரீதியாக அடையாளப்படுத்த முடிவதோடு, அவற்றுக்கான இனப் பெயர்களையும் அவை கொண்டிருந்தன. அசோகர் அப்படி ஒன்பது குழுமங்களைக் குறிப்பிடுகிறார்: வடமேற்கில் கம்போஜர்கள், கந்தாரர்கள், ரிஸ்திகர்கள், நபபந்கிட்டர்கள்; தக்காணத்தில் பலாதர்கள், போஜர்கள், ஆந்திரர்கள், கலிங்கர்கள், பிதிநிகர்கள் (வரைபடத்தைப் பார்க்கவும்). துரதிர்ஷ்டவசமாக, இவர்களது பண்பாடு, மொழி, வாழ்க்கை முறை குறித்தெல்லாம் எந்தத் தகவலையும் அசோகர் கொடுக்கவில்லை.

இருப்பினும், சமூகம் குறித்த அசோகரது கூற்றுகளில் மிகவும் அறிவுறுத்தக்கூடியவையாக இருப்பது அவர் சொல்லாத

---

50 *Āpastamba Dharmasūtra* 2.9.11.

விஷயங்கள்தான். அவரது மௌனம், குறிப்பாகப் பண்டைய இந்தியச் சமூகக் கட்டமைப்பு குறித்த அவரது மௌனம் நிறையச் சொல்கிறது. எடுத்துக்காட்டாக, பண்டைய இந்தியாவில் இருந்ததாக அனுமானிக்க நமக்குக் கற்றுத்தரப்பட்டிருக்கும் சமூகப் பிரிவுகள் குறித்தோ, அவற்றின் பாத்திரங்கள் குறித்தோ அசோகர் எதுவுமே சொல்லவில்லை. பண்டைய இந்தியாவின் சமூக ஒழுங்கமைப்பு குறித்த சித்திரம் கற்றறிந்த புத்தகங்களிலும் வெகுஜனக் கற்பனைகளிலும் ஒன்றுபோல் உள்ளது. இந்து மதம் குறித்த காவின் ஃப்ளடின் அறிமுகப் புத்தகத்தில் இவ்வாறு முன்வைக்கப்படுகிறது: 'வேதச் சமூகம்... நான்கு வகைகளாக (வர்ணங்கள்), அதாவது பார்ப்பனர்கள், மேட்டுக்குடிகள் அல்லது போர்வீரர்கள் (ராஜன்யா, க்ஷத்ரியா), சாமானியர்கள் (வைசியர்), பண்ணையாட்கள் (சூத்திரர்) என்று பிரிக்கப்பட்டுள்ளது.'[51] பண்டைய இந்தியாவின் வரலாறு, பண்பாடு, மதம் குறித்த பாடப்புத்தகங்கள் பலவும் இப்படியாகவே விவரிக்கின்றன. அசோகரது இந்தியாவில் இப்படியான நான்கு அடுக்குப் படிநிலை இருந்திருக்குமானால், அல்லது அசோகரது காலத்தில் தனிநபர்கள் இந்தச் சமூக வகைப்படுத்தலுக்கு உட்பட்டுத் தங்களை அடையாளப்படுத்திக் கொண்டிருப்பார்கள் என்றால், அதுகுறித்து ஒன்று அசோகர் அறிந்திருக்கவில்லை என்றாகிறது அல்லது அதை அவ்வளவு முக்கியமான ஒன்றாக அசோகர் பார்க்கவில்லை என்றாகிறது. வர்ணம் என்ற சொல்லோ அல்லது பிற மூன்று வர்ணப் பெயர்களான க்ஷத்ரியர், வைசியர், சூத்திரர் என்ற சொற்களோ அசோகரது சொற்களஞ்சியத்தில் எங்குமே இல்லை. தர்மத்தைப் பயில்வது என்ற பின்னணியில் சமூக உறவுமுறைகள் குறித்து விரிவாக விவாதிக்கும்போது வர்ண முறைமையை அசோகர் கணக்கில் கொள்ளவில்லை. இந்த முறைமையின் உறுப்பினராக இருக்கும் பார்ப்பனர் என்பதை மட்டுமே அசோகர் குறிப்பிடுகிறார். ஆனால், இது பாஸந்தா என்ற மதரீதியான அமைப்புகளின் பின்னணியில் சொல்லப்படுகிறதே தவிர, சமூகரீதியாகவோ புவியியல்ரீதியான குழுமமாகவோ முன்வைக்கப்படவில்லை.[52] மேலும், பார்ப்பனர்கள் பிற மூன்று வர்ணங்களிலிருந்து வேறுபடுத்திப் பார்க்கப்படவில்லை. மாறாக, அலைந்துகொண்டிருக்கும் துறவிகள் அல்லது சிரமணத் துறவிகளிடமிருந்தே வேறுபடுத்திப் பார்க்கப்படுகிறார்கள். சிரமணர்களோடு சேர்ந்து பரந்த தளத்தில் பார்ப்பனர்களும் மதரீதியான நிபுணர்களாக அசோகர் ஏற்றுக்கொள்வதன் பகுதியாக இருக்கிறார்கள். வர்ண முறைமையை ஆட்சிசெய்த மேட்டுக்குடிகள் அல்லது மக்கள்

51 பார்க்கவும்: Gavin Flood, "Introduction to Hinduism" (Cambridge: Cambridge University Press, 1996) p. 58.

52 அசோகருக்கும், ஒருவேளை மகதத்தில் வாழ்ந்த மக்களுக்கும் 'பார்ப்பனர்' என்னவான அர்த்தத்தைக் கொடுத்தது என்பது குறித்த வாசிப்புக்குப் பார்க்கவும்: Lubin (2013).

தன்வயப்படுத்திக்கொண்டிருப்பார்கள் என்றால் அல்லது சமூகப் பாத்திரங்கள, படிநிலைகள் குறித்து மக்கள் இப்படியாகச் சிந்தித்திருப்பார்கள் என்றால், ஒருசில சமயங்களிலேனும் பார்ப்பனர்களைப் பிற மூன்று வர்ணங்களோடு இணைத்துப்பார்ப்பதை அசோகர் இயல்பாகச் செய்திருக்க வேண்டும். ஆனால், அசோகர் அப்படி எப்போதும் செய்யவில்லை. சிரமணர்களோடுதான் பார்ப்பனர்கள் எப்போதும் இணைத்துப் பார்க்கப்படுகிறார்கள்.

நாம் இதை எப்படி எடுத்துக்கொள்ளப்போகிறோம்? சாதாரண மௌனம், எந்தக் குறிப்புகளும் கொண்டிராததால், அசோகர் காலத்தில் வர்ண முறை ஒரு நிறுவனமாக இருக்கவில்லை என்பதை நிரூபிக்கப் போதுமானதாக இருக்க முடியாது. இருந்தாலும், நான்கு அடுக்கு சமூகப் பிரிவை முன்வைக்கும் மூலங்களிலும், பண்டைய இந்தியச் சமூகத்தை விவரிக்கும் பாடப்புத்தகங்களிலும் காணப்படும் விவரிப்புகள் நம்பத்தகுந்தவைதானா என்று நாம் கேட்டுக்கொள்ளத் தொடங்கலாம். இவையெல்லாம் பெரும்பாலும் பார்ப்பனர்களால் இயற்றப்பட்டவையாக இருக்கின்றன. வரலாற்றுரீதியாக நான்கு அடுக்குப் படிநிலையில் இவர்கள் உச்சத்தில் வைக்கப்பட்டிருக்கிறார்கள். இவர்கள் சமூகவியல் என்ற வேடத்தில் தங்களுடைய சித்தாந்தத்தை முன்வைக்கிறார்களா? வர்ண முறைமை என்பது ஒரு விவரிப்பாக இருப்பதைவிட விழைதலாகவும் பரிந்துரைப்பதாகவும் இருக்கிறதா? வர்ண முறைமையின் வரலாற்றுத் தன்மையை வெளிப்படுத்தும் அசோகரது மௌனம், அது வெளிப்படுத்த வேண்டியதைத் திறம்பட வெளிப்படுத்துகிறது என்றே நினைக்கிறேன்.

இவ்விஷயத்தைப் பொறுத்தமட்டில் அசோகர் மட்டுமே மௌனமாக இல்லை. வரலாற்றியலாளர் ஜோஹனீஸ் ப்ராங்ஹோர்ஸ்ட அவதானிப்பதுபோல், பொ.ஆ. இரண்டாம் நூற்றாண்டுக்கு முன் சம்ஸ்கிருதத்தில் இல்லாத கல்வெட்டுகள் எல்லாமும் வர்ண முறைமை குறித்து மௌனமாக இருக்கின்றன:

> தெற்கு ஆசியாவில் சம்ஸ்கிருதத்தில் இல்லாத கல்வெட்டுகளில் எல்லாம், பார்ப்பனியத்தோடு எத்தகைய தொடர்பும் இல்லாதவர்கள் உருவாக்கிய அல்லது காரணமாக இருந்த கல்வெட்டுகளில் எல்லாம் சமூகம் குறித்த பார்ப்பனப் பார்வை, பெரும்பாலும் காணப்படுவதில்லை. அசோகக் கல்வெட்டுகளிலும் இது குறித்து இல்லை. இவையெல்லாம் பார்ப்பனர் என்பது தவிர நான்கு வர்ணங்கள் குறித்தும் எதையும் குறிப்பிடவில்லை அல்லது ஒரு மொத்த முறைமையாகவும்

குறிப்பிடவில்லை. தொடக்க காலத் தமிழ் கல்வெட்டுகளைப் பொறுத்தமட்டிலும்கூட இப்படியாகத்தான் இருக்கிறது.[53]

அசோகரோடும் சமூகம் குறித்த அவரது பார்வையோடும் தொடர்புடைய மற்றொரு பிரதான விஷயம், பெண்கள் பாத்திரம் குறித்ததாகவும் பாலினத்தோடு தொடர்புடைய விஷயங்கள் குறித்ததாகவும் இருக்கிறது. அவர் எங்கும் நேரடியாகப் பெண்களோடு பேசவில்லை. அவருடைய அரசாணைகளெல்லாம் அரசாங்க அதிகாரிகளுக்கானவையாகவும் — இவர்கள் எல்லோரும் ஆண்கள் என்று நாம் அனுமானித்துக்கொள்கிறோம் — பொதுமக்களுக்கானவையாகவும் இருக்கின்றன. ராணி அரசாணை என்றழைக்கப்படும் ஒன்றில் அவரது ராணிகளில் ஒருவரை அவர் குறிப்பிடுகிறார். ஆனால், இது சாதாரணமான கணக்குவழக்கு தொடர்பான ஒன்றாக இருக்கிறது. ராணி அவராக தானம் கொடுக்கிறார் என்பதையும், ஆவணங்களில் ராணியின் கணக்கில் இந்தச் செலவு சேர்க்கப்படுகிறது என்பதையும் கணக்கில்கொள்வோம் என்றால், ராணியிடம் செல்வம் இருந்தது என்றும், அதன் மீதான கட்டுப்பாடும் அவரிடம் இருந்தது என்றும் நாம் அனுமானிக்கலாம். பாறை அரசாணை V-இல், தர்ம-மஹாமாத்ரர்களின் கடமை குறித்துப் பேசும்போது, அசோகர் தன்னுடைய சகோதர, சகோதரிகளைக் குறிப்பிடுகிறார். ஆனாலும், தாய் பாத்திரத்தை ஏற்பதன் அடிப்படையிலேயே பொதுவாகப் பெண்கள் குறிக்கப்படுகிறார்கள். தர்மம் குறித்த அசோகரது வரையறையில் தாய், தந்தைக்குக் கட்டுப்பட்டு இருக்க வேண்டும் என்பது மீண்டும்மீண்டும் வரும் விஷயமாக இருக்கிறது. மேலும், இந்த வரிசையில் தாய் எப்போதும் முதலாவதாகவே வருகிறார். பெண்கள் குறித்த மூன்றாவது குறிப்பு பௌத்தப் பெண் துறவிகள் குறித்ததாக, அதாவது பிக்குனிகள் குறித்ததாக இருக்கிறது. இது குறித்து இயல் 6-இல் நான் விவாதிக்கவிருக்கிறேன். இறுதியாக, பெண்களை ஒருவார்ப்பாகப் பார்க்கும் பார்வையைப் பாறை அரசாணை IX-இல் அசோகர் வெளிப்படுத்துகிறார். இதில், திருமணம், பிறப்பு போன்ற சமயங்களில் (இயல் 11-இல் விவாதிக்கப்படுகிறது) நடத்தப்படும் மங்களச் சடங்குகள் விஷயத்தைக் கையாள்கிறார். இப்படியான நாட்டார் பழக்கங்கள் பலவற்றை அசோகர் பெண்களோடு தொடர்புபடுத்திப் பார்க்கிறார்; இந்தச் சடங்குகளைப் பயனற்றவையாகவும் அர்த்தமற்றவையாகவும் பார்க்கிறார்,

> மக்கள் பலதரப்பட்ட மங்களச் சடங்குகளில் ஈடுபடுகிறார்கள் — நோய்வாய்ப்பட்டிருக்கும்போது, மகன் அல்லது மகளின் திருமணத்தின்போது, குழந்தை பிறக்கும்போது, பயணங்கள்

---

53 Bronkhorst (2011: 64). அழுத்தம் மூலத்தில் உள்ளது.

> மேற்கொள்ளும்போது. இதுபோன்ற மற்றும் இதற்கு நிகரான சமயங்களில் மக்கள் பலதரப்பட்ட மங்களச் சடங்குகளில் ஈடுபடுகிறார்கள். இருந்தாலும், இப்படியான சமயங்களில், பெண்கள் எண்ணற்ற, பலவித அற்பமான, பயனற்ற மங்களச் சடங்குகளில் ஈடுபடுகிறார்கள்.

தெளிவாகச் சொல்ல வேண்டும் என்றால், அசோகர் ஆட்சிசெய்த சமூகம் அடிப்படையில் ஆணாதிக்கச் சமூகமாக இருந்தது என்பது மட்டும் மிகத் தெளிவாக இருக்கிறது என்று சொல்லலாம். அசோகரது எழுத்துகளில் பெண்கள் ஏறக்குறைய புலப்படாதவர்களாக இருப்பதை இது விளக்கவும் செய்கிறது. பெண்கள் இவரது எழுத்துகளில் மனைவி, தாய் என்று இரண்டு பிரதானப் பாத்திரங்களை மட்டுமே கொண்டிருக்கிறார்கள். ஆனாலும், திருமணம் செய்துகொள்ளாத சுதந்திரமான பெண்கள், ஆணாதிக்கக் கட்டுப்பாடுகளுக்கு வெளியே சுயசார்புள்ள குழுமங்களாகத் தங்களைத் தாங்களே ஒழுங்கமைத்துக்கொண்டது என்பது — பிக்குனிகள் இதைத்தான் பிரதிநிதித்துவம் செய்கிறார்கள் — அக்காலத்தில் பெண்களின் மற்றொரு பக்கத்தை, அவர்களுடைய பாத்திரத்தை, விழைவுகளைத் திறந்துகாட்டுவதாக இருக்கிறது. அக்காலகட்டத்தில், வேறு எந்தச் சமூகத்திலும் இதற்கு இணையான பெண்-மைய நிலைப்பாட்டை நம்மால் பார்க்க முடியாது.

மேலும் ஒரு மௌனம் காணப்படுகிறது. ஆனால், அது புதிராகவும் இருக்கிறது. நாம் இயல் 9-இல் பார்க்கவிருப்பதுபோல் தர்மத்தை அசோகர் கருத்தாக்கம் செய்வது என்பது ஒரு மனிதரைச் சுற்றி — இது பெரும்பாலும் ஆணாக இருக்கிறது — காணப்படும் உறவுமுறைகளின் அடிப்படையில் கட்டப்பட்டதாக இருக்கிறது. அசோகர் மூன்று வகையான உறவுமுறைகளை முன்வைக்கிறார் என்றாலும் அதில் மிக முக்கியமான ஒன்றை அவர் தவிர்க்கிறார்: மனைவி. மனைவி என்பவர் அவரது எழுத்துகளுக்குள் நுழையவில்லை. கணவன் - மனைவி உறவை எப்படி முறையாக வளர்த்துக்கொள்வது என்று அசோகர் வரையறுக்கவில்லை. இது, அசோகர் விட்டுச்சென்றிருக்கும் மற்றொரு புதிராக இருக்கிறது.

3
எழுத்தாளர்

பாறை அரசாணைத் தொகுப்பின் முடிவுரையைப் போல் இருக்கும் பாறை அரசாணை XIV-இல், 'என்னுடைய நிலப்பரப்பு மிக விரிந்தது. மேலும், நான் நிறைய எழுதியிருக்கிறேன். எப்படியிருந்தாலும் நான் இன்னும் கூடுதலாக நிறைய எழுதவிருக்கிறேன்' என்கிறார் அசோகர். அவரது நோக்கமாக இருந்ததா இல்லையா என்பதை மீறி, பின்வரும் சந்ததியினருக்கு அவர் விட்டுச்சென்றிருக்கும் பிரதான அடையாளம் ஓர் எழுத்தாளராக, அதுவும் கல்லில் எழுதியவராக இருக்கிறது.[1] அவரது எழுத்துகளைப் படிக்கும்போது, எழுத்தாளராக இருப்பதில் அசோகர் பெரும் உவகை கொண்டிருக்க வேண்டும் என்றே எனக்குத் தோன்றுகிறது. எழுதும் நுட்பத்தை அவர் அறிந்திருப்பதாக நினைத்திருக்கலாம்: அவரது எழுத்துகள் சில 'வசீகர'மாக இருப்பதாக அவர் சொல்கிறார். பொதுவாகச் சொல்வதென்றால், அவர் நல்ல எழுத்தாளராக இருக்கிறார் என்பதாகவே நினைக்கிறேன்; அவரது எழுத்துகள் இலக்கியத் தகுதியற்றவை அல்ல.

நிலைத்ததன்மைதான் கல்லில் எழுதும் வடிவத்துக்கு அசோகரை இழுத்திருக்க வேண்டும். பாறை அரசாணை VI உள்பட, பல கல்வெட்டுகளின் இறுதியில் இவ்வாறு குறிப்பிடுகிறார்:

> இப்போது, இந்த நோக்கத்துக்காக தர்மம் குறித்த இந்த எழுத்து இங்கே பொறிக்கப்படுகிறது: இது காலகாலத்துக்கும் நிலைத்திருக்க வேண்டும். இப்படியாக, என்னுடைய மகன்களும் பேரன்களும் மொத்த உலகின் நன்மைக்காக அரும்பாடுபடுவார்கள்.

---

1 அசோகரது எழுத்துகள் குறித்த விரிவான வாசிப்புக்குப் பார்க்கவும்: Allchin and Norman (1985); Norman (2021b). அசோகக் கல்வெட்டுகள் குறித்த விரிவான பட்டியலுக்கு வரைபடம் 3.2-ஐப் பார்க்கவும்.

இதற்கு நிகரான கூற்றை அவர் பாறை அரசாணை V-இலும் தூண் அரசாணை II-இலும் முன்வைக்கிறார். தன்னுடைய எழுத்துகள் எக்காலத்துக்கும் நிலைத்தவையாக இருக்க வேண்டும் என்றே அசோகர் விரும்புகிறார். தூண் அரசாணை VII-இல் பொறிக்கப்பட்டிருக்கும் எழுத்துகள் சூரியனும் சந்திரனும் இருக்கும் வரையில் நிலைத்திருக்கும் என்ற நம்பிக்கையை வெளிப்படுத்துகிறார்.

எவ்வாறு பொறித்திருந்தாரோ அதுபோலவே நமக்குக் கிடைத்திருக்கும் அவருடைய எழுத்துகள் தனித்துவமான ஒரு நபரை நம் பார்வைக்குக் கொண்டுவருகின்றன; அவரது வாழ்க்கை வரலாற்றுச் சொல்லோவியத்தைத் தீட்டவும் நம்மை அனுமதிக்கின்றன.

அசோகரது பெரும்பாலான கல்வெட்டுகள் நாம் இன்று பிராமி என்றழைக்கும் எழுத்து வடிவத்தில் எழுதப்பட்டிருக்கின்றன — வடமேற்கில் காணப்படும் ஒருசில கரோஷ்தீ எழுத்து வடிவத்தில் இருக்கின்றன என்றபோதும். பிராமி கண்டுபிடிக்கப்படுவதற்குச் சில காலங்கள் முன்பு கரோஷ்தீ கண்டுபிடிக்கப்பட்டது என்றும், அது அருகில் இருந்த ஆகமெனீத் பேரரசில் விரிவாகப் பயன்படுத்தப்பட்ட அராமெய எழுத்து வடிவத்தை அடிப்படையாகக் கொண்டது அல்லது அதனால் தாக்கம் பெற்றது என்றும் ஆய்வாளர்கள் மத்தியில் ஒருமித்த கருத்து காணப்படுகிறது. எடுத்துக்காட்டாக, இரண்டு எழுத்து வடிவங்களும் [அராமெய, கரோஷ்தீ] வலமிருந்து இடமாகப் படிக்கப்படுகின்றன என்றால், பிராமியும் பிற இந்திய எழுத்து வடிவங்களும் இடமிருந்து வலமாகப் படிக்கப்படுகின்றன. பாகிஸ்தானில் உள்ள இன்றைய கைபர் பாக்துங்க்வாவில் (வடமேற்கு எல்லையோர மாகாணம் என்று முன்னர் அழைக்கப்பட்டது) உள்ள டாக்ஸிலா நகரத்தை மையமிட்டு இருந்த பெரும் கந்தாரா பகுதியில், பொ.ஆ. மூன்றாம் நூற்றாண்டு வரையில் கரோஷ்தீ பயன்பாட்டில் இருந்துவந்தது. பிறகு, அது மெல்ல பயனற்றுப்போனது.[2] இதற்கு மாறாக, பிராமி எழுத்துகள் இன்னும் பிரகாசமான எதிர்காலத்தைக் கொண்டிருந்தன. இது பிந்தைய எல்லா இந்திய எழுத்து வடிவங்களுக்கும், ஏன் தென்கிழக்கு ஆசியாவில் உள்ளதற்கும் தாயாக மாறியது. இதன் வரலாற்றை ரிச்சர்ட் சாலமன் சுருக்கமாகத் தொகுத்து இவ்வாறு முன்வைக்கிறார்.

> எப்போதும் புவியியல்ரீதியாக மட்டுப்பட்டு இருந்ததோடு, தொடக்க காலங்களிலேயே மறைந்துபோன கரோஷ்தீபோல் இல்லாமல், இந்தியா முழுவதுக்கும் முழுமையாக வளர்ந்த ஒரு தேசிய எழுத்து வடிவமாக பொ.ஆ.மு. மூன்றாம் நூற்றாண்டில்

2 கரோஷ்தீ பயன்பாட்டின் புவியியல்ரீதியான பரப்பு குறித்தும் காலவரிசை குறித்தும் விரிவான விவாதத்துக்குப் பார்க்கவும்: Salomon (1998: 42–56).

பிராமி எழுத்து வடிவம் தோன்றியது... மேலும், இது வரலாறு முழுக்கத் தொடர்ந்து பங்காற்றியிருக்கிறது, நவீன இந்திய எழுத்து வடிவங்களுக்கெல்லாம் தாயாகவும் மாறியிருக்கிறது.[3]

பிராமி எழுத்துகளுக்கான தொடக்க கால எடுத்துக்காட்டுகளாக அசோகக் கல்வெட்டுகள் இருக்கின்றன. இந்த எழுத்து வடிவங்கள் அவருக்கு முன்னரே இருந்தனவா அல்லது அவரால் அல்லது அவரது தலைமையில் கண்டுபிடிக்கப்பட்டனவா? இது இன்னும் கேள்வியாகவே தொடர்கிறது. இது குறித்துப் புத்தகங்கள் எழுதப்பட்டிருக்கின்றன; இவ்விஷயத்தைச் சுற்றி ஆய்வுபூர்வமான விவாதங்கள் தொடர்ந்துகொண்டிருக்கின்றன. ஓர் எழுத்தாளராக அசோகருடன் தொடர்புடைய ஒருசில விஷயங்களை மட்டும் இங்கு விரித்துரைக்க விரும்புகிறேன். அசோகக் கல்வெட்டுகளில் பயன்படுத்தப்படும் பிராமி எழுத்து வடிவம் அவரால் அல்லது அவருக்குச் சற்று முன் கண்டுபிடிக்கப்பட்டதாக இருக்கலாம் என்று பல ஆய்வாளர்கள் முன்வைக்கிறார்கள்.[4] இக்கருத்துக்கு எதிர்ப்புகள் இருக்கின்றன என்றபோதும், இதுவே இன்னும் பெருமளவு ஏற்றுக்கொள்ளப்பட்டிருக்கும் கருத்தாக இருந்துவருகிறது. இந்த எழுத்து வடிவத்துக்கான முந்தைய எடுத்துக்காட்டுகள், அதாவது தென் இந்தியாவிலும் இலங்கையிலும் கண்டெடுக்கப்பட்ட பானை ஓடுகளில் எழுதப்பட்டிருப்பவை அசோகருக்கு முந்தையது என்று கோரப்பட்டாலும், அது இன்னும் எல்லோராலும் ஏற்றுக்கொள்ளப்படவில்லை. அப்படியே இந்த எழுத்து வடிவங்கள் அசோகருக்கு முந்தையதாக இருந்தாலும், அவை வெகுகாலத்துக்கு முந்தையதாக இருக்க முடியாது. அசோகரது காலத்தில் பிராமி புதிய எழுத்து வடிவமாக இருந்தது. இதை எப்படி எழுதுவது என்று — தெற்கில் உள்ள மிக முந்தைய சிறு பாறை அரசாணைகளிலிருந்து கங்கைக் கரையில் உள்ள மிகப் பிந்தைய தூண் அரசாணைகள் வரையிலும் — பொறிப்பதன் ஊடாகவே எழுத்தர்களும் கல்தச்சர்களும் கற்றுக்கொண்டிருக்கிறார்கள் என்பதை இவ்வெழுத்துகள் கல்வெட்டுகளில் பயன்படுத்தப்பட்டிருக்கும் முறை வெளிப்படுத்துகிறது.

---

3 Salomon (1998:17).

4 பார்க்கவும்: Falk (1993); Hinüber (1989); Fussman (1988–89). இது குறித்த விவாதத்துக்குப் பார்க்கவும்: Saloman (1998: 17–31). குறிப்பாக: Salomon (1995): இவர் இவ்வாறு குறிப்பிடுகிறார் (ப. 272): 'ஃபஸ்மன், வான் ஹினுபெர், ஃபிளாக் ஆகியோர் வரும் முடிவுகள் ஒன்றுபோல் இருக்கின்றன. அதாவது, பிராமி எழுத்துகள் மட்டுமல்லாமல் கரோஷ்தீயும்கூட மௌரியர்கள் காலத்தில் தோன்றியிருக்க வேண்டும்... இந்தியா முழுவதும் காணப்பட்ட பிராமிக்கு முந்தையதாக கரோஷ்தீ இருந்திருக்க வேண்டும், பிராமியின் வடிவாக்கத்தில் தாக்கம் செலுத்தியிருக்க வேண்டும்.' பிராமி எழுத்துகள் 'கண்டுபிடிக்கப்பட்டது' என்ற கோட்பாட்டை மேக்ஸ் முல்லர் (Max Muller) உள்பட பல்வேறு ஆய்வாளர்கள் ஏற்றுக்கொள்கிறார்கள். பார்க்கவும்: Falk (1993: 163); Goyal (1979).

அசோகரது எழுத்துகளைப் பொறிக்கும் செயல் மிகச் சிக்கலானதாகவும் கடினமானதாகவும் இருந்திருக்க வேண்டும். இந்தியாவில் இதற்கு முன் கல்வெட்டு மரபு என்று எதுவும் இருந்ததில்லை. மிகப் பெரிய அளவில் எழுத்தர்களையும் கல்தச்சர்களையும் இதற்காகப் பயிற்றுவித்திருக்க வேண்டும். அவர்கள் எல்லோரும் முகமற்றவர்களாக இருக்கிறார்கள். அவர்களது உருவாக்கங்களில் தங்களுடைய கையொப்பம் என்று எதையும் அவர்கள் பொறிக்கவில்லை — துணைக்கண்டத்தின் வடமேற்கில் உள்ள கந்தாரா பகுதியைச் சேர்ந்த துடிப்புமிக்க, சபடா என்ற பெயர் கொண்ட ஓர் எழுத்தரைத் தவிர. அவரது உள்ளூர் எழுத்து வடிவம் கரோஷ்தீயாக இருந்திருக்க வேண்டும். ஏனெனில், தெற்கு கோடி கர்நாடகத்தில் உள்ள பிராமி கல்வெட்டின் முடிவில் கரோஷ்தீ எழுத்து வடிவில் கையெழுத்திட்டிருக்கிறார். நிச்சயமாக, அசோகரால் பணியமர்த்தப்பட்ட எழுத்தர்கள் இந்தப் பணியில் ஈடுபடுவதற்குக் குறுக்கும்நெடுக்கும் பெரும் தொலைவு பயணித்திருக்க வேண்டும். அசோகரது கல்வெட்டியலார்ந்த மரபில் இவர்கள் கொண்டாடப்படாத நாயகர்களாகிறார்கள்.

ஓர் எழுத்தாளராக அசோகர் இரண்டு விதத்தில் தனித்துவமானவராக இருக்கிறார்: இந்தியத் துணைக்கண்டத்தில் முதல் கல்வெட்டுகளை எழுதியவராகவும், இந்த எழுத்து வடிவத்தைக் கண்டுபிடித்தவர் என்பதற்கான சாத்தியப்பாட்டைக் கொண்டிருப்பவராகவும் இருக்கிறார். குறைந்தபட்சம், இந்த எழுத்து வடிவத்தைப் பெருமளவில் பயன்படுத்தியவராகவும் பரப்பியவராகவும் இருக்கிறார். இதன் மூலம், துணைக்கண்டம் முழுக்கக் கல்வியறிவைப் பரப்பியவராகவும் இருக்கிறார்.

அசோகக் கல்வெட்டுகளின் பக்கம் திரும்புவோம் என்றால், இந்த இயலின் முடிவில் கொடுக்கப்பட்டிருக்கும் வரைபடம் 3.2-இல் அசோகரது எழுத்துகளில் நமக்குக் கிடைத்திருக்கும் தொகுப்பு குறித்துப் பருந்துப்பார்வையை வாசகர் பெற்றுக்கொள்ள முடியும். நான் இந்த எழுத்துகளை இரண்டு குழுக்களாகப் பிரித்திருக்கிறேன். அ-குழு ஒன்பது இடங்களில் காணப்படும் பாறை அரசாணைகளையும், ஆறு இடங்களில் காணப்படும் தூண் அரசாணைகளையும் இரண்டு தூண் கல்வெட்டுகளையும் உள்ளடக்கியிருக்கிறது. ஆ-குழு பதினெட்டு இடங்களில் காணப்படும் சிறு பாறை அரசாணைகளையும், இரண்டு இடங்களில் உள்ள தனித்த அரசாணைகளையும், துறவற வாழ்க்கையைக் கையாளும் இரண்டு பௌத்த எழுத்துகளையும், தானம் கொடுப்பதைக் குறிக்கும் அல்லது பதிவுசெய்யும் கல்வெட்டுகளையும் உள்ளடக்கியிருக்கிறது. பின்னிணைப்பில் கொடுத்திருக்கும் கிரேக்க,

அராமெய மொழியாக்கங்களை இ-குழுவாகச் சேர்த்திருக்கிறேன் (படம் 4, 5, 6, 7).

என்னுடைய கணக்கின்படி, அசோகரது எழுத்துகள் மொத்தம் 4,614 சொற்களைக் கொண்டிருக்கின்றன. ஒவ்வொரு கல்வெட்டிலும் உள்ள சொற்களின் எண்ணிக்கை, வரைபடம் 3.2-இல் உள்ள கடைசிக் கட்டத்தில் கொடுக்கப்பட்டுள்ளது. இந்த எண்ணிக்கைகள் எப்படியிருந்தாலும் தோராயமானவையே. சரியான எண்ணிக்கையை அடைவதில் பல இடர்ப்பாடுகள் இருக்கின்றன. பல கல்வெட்டுகள் சேதமடைந்துள்ளன அல்லது துண்டுகளாக இருக்கின்றன. சில கல்வெட்டுகள், பாறை அரசாணைகள்போல், ஒவ்வொரு இடத்திலும் ஒவ்வொரு எண்ணிக்கையைக் கொண்டிருக்கின்றன. மேலும், அசோகரது எழுத்து முறைமை, நவீன முறைமையில் உள்ளதுபோல், வார்த்தைகளுக்கு இடையே இடைவெளிகள் எதையும் கொண்டிருக்கவில்லை: இடைவெளிகளோ நிறுத்தற்குறிகளோ இல்லாமல் சொற்கள் தொடர்ந்து காணப்படுகின்றன. நீங்கள் படித்துக்கொண்டிருக்கும் இந்தப் பக்கம், சொற்களுக்கு இடையில் 'வெள்ளை இடைவெளிகள்' என்று எதுவுமில்லாமல் அச்சாகியிருக்குமானால் இதைப் படிக்கும் வாசகராக நீங்கள் எதிர்கொள்ளும் சிரமத்தைக் கற்பனைசெய்து பாருங்கள். நவீனத் தொகுப்பாசிரியர்களும் மொழிபெயர்ப்பாளர்களும் ஒரு சொல் எங்கே முடிகிறது, அடுத்த சொல் எங்கே தொடங்குகிறது என்று கண்டுபிடிக்க வேண்டியுள்ளது. சில சமயங்களில், சொற்களை வேறான வழிகளில் பிரிப்பது வேறான அர்த்தங்களையும் உருவாக்க முடியும். சொற்களின் எண்ணிக்கையும் இதற்கு ஏற்றாற்போல் மாறக்கூடும். இவற்றையெல்லாம் மீறி, நான் கொடுத்திருக்கும் சொற்களின் எண்ணிக்கை பயன்படுத்தக்கூடிய அளவுக்கு நெருக்கமாக இருக்கிறது என்று சொல்ல முடியும். விளையாட்டுப் படிமத்தைப் பயன்படுத்திச் சொல்வதென்றால், 'விளையாட்டு மைதானத்துக்குள்' இருக்கிறோம் என்று சொல்லலாம். இன்றைய தரநிலையிலிருந்து பார்த்தாலும் – அச்சுத் தொழில்நுட்பத்துக்குத்தான் நாம் நன்றி சொல்ல வேண்டும் – முன்னர் வாய்மொழியாகக் கடத்தப்பட்ட பண்டைய இந்திய நூல்களின் தரநிலையிலிருந்து பார்த்தாலும்கூட – இவை எதுவுமே அசோகரது எழுத்துகள்போல் கல்லில் பொறிக்கப்பட்டவை அல்ல – நான்காயிரத்து ஐநூறு என்ற கணக்கில் சொற்களைக் கொண்டிருக்கும் எழுத்துகளின் தொகுப்பு அவ்வளவு ஒன்றும் பெரிதல்ல. அசோகரது எழுத்துகள் செதுக்கப்பட்டவையாக இருப்பதால் அவை மிகச் சுருக்கமாக இருக்க வேண்டியுள்ளன. பண்டைய இந்திய அரசர்கள் பலரும் விட்டுச்சென்றிருக்கும் கல்வெட்டுகளோடு ஒப்பிடுவோம் என்றால், அசோகரது தொகுப்பு மிக விரிவாக இருப்பதோடு, பரந்த தளத்திலான உள்ளடக்கங்களைக் கொண்டிருக்கும் ஒன்றாகவும் இருக்கிறது.

நான் அ-குழுவில் உள்ள எழுத்துகளை 'அரசப் பிரகடனங்கள்' என்றும் ஆ-குழுவில் உள்ளதை 'அரசின் அறிவிப்புகள்' என்றும் அழைக்கிறேன். தனித்த குழுவாகப் பிரிக்கப்பட்டிருந்தாலும் கிரேக்க, அராமெய மொழியாக்கங்கள் பெரும் பாறை, சிறு பாறை அரசாணைகளையே அடிப்படையாகக் கொண்டிருக்கின்றன. அ-குழு, ஆ-குழு என்று பிரிப்பதற்கான காரணத்தையும், நான் பெயரிட்டிருப்பதைப் போல் பெயரிடுவதற்கான காரணத்தையும் இந்த அரசாணைகளின் தொடக்கத்தில் உள்ள கூற்றுகளிலும் அவற்றின் உள்ளடக்கத்திலும் காண முடியும். கல்வெட்டுகள் பொதுவாக அசோகருக்குச் சார்த்துரை வழங்குவதிலிருந்தே தொடங்குகின்றன. ஆனாலும், அரசரது பட்டமும் பெயரும் இவ்விரு குழுக்களிலும் பெருமளவில் வேறாக இருக்கின்றன. அ-குழு அவரது பட்டத்தை மூன்று சொற்களில் முழுமையாகக் கொண்டிருக்கிறது: 'தேவாநம்பிய' (*devānampiya*), 'பியதஸி' (*piyadasi*), 'ராஜா' (அல்லது லாஜா) — கடவுள்களின் அன்புக்குரியவன், அரசன் பியதஸி. நேரடியாக இல்லாமல் முறையாக மொழியாக்கம் செய்வோம் என்றால், அது இப்படித்தான் இருக்க வேண்டும்: 'மாட்சிமைதங்கிய அரசர் பியதஸி'. ஆ-குழுவில் அவரது பட்டம் சுருக்கப்பட்ட வடிவத்தில் காணப்படுகிறது. பெரும்பாலும் ஒரு வார்த்தை மட்டுமே கொண்டிருக்கிறது: தேவாநம்பிய. இச்சொல் எல்லாக் கல்வெட்டுகளிலும் காணப்படுகிறது — பௌத்தப் பிக்குகளுக்கும் பிக்குனிகளுக்கும் நேரடியாக விஷயங்களைச் சொல்லும் கல்வெட்டைத் தவிர. இந்தக் கல்வெட்டில் அவர் தன்னை வெறுமனே 'பியதஸி, மகத அரசன்' என்று மட்டுமே குறிப்பிட்டுக்கொள்கிறார்.[5] முறையான 'பிரகடனங்கள்' பரந்துபட்ட பார்வையாளர்களுக்கானவை என்பதால் அவை முறையாக, மூன்று கூறுகளைக் கொண்டிருக்கும் பட்டத்தை முழுமையாகக் கொண்டிருப்பதாக நினைக்கிறேன். பல்வேறு அதிகாரிகளுக்கு அனுப்பப்பட்ட அவ்வளவு முறையாக இல்லாத 'கடிதங்கள்' வெறுமனே 'தேவாநம்பிய' என்று மட்டுமே கொண்டிருக்கின்றன.

அ-குழுவில் உள்ள ஏழு தூண் அரசாணைகளும், ஐந்து பாறை அரசாணைகளும் (*III, V, VI, IX, X*) தொடக்கக் கூற்றாக இதைக் கொண்டிருக்கின்றன: 'தேவாநம்பியோ பியதஸி ராஜா ஹேவம் ஆஹா' (*devānampiyo piyadasi rājā hevaṃ āhā*) — 'கடவுள்களின் அன்புக்குரியவன், அரசன் பியதஸி இவ்வாறு பிரகடனப்படுத்துகிறான்'. வேறு பாறை அரசாணைகள் இதே மூன்று சொற்களைப் பயன்படுத்தி வேறான வழிகளில் குறிக்கப்படுகின்றன. மேலும் இரண்டு கல்வெட்டுகளில் — புத்தரது பிறப்பிடமான லும்பினிக்கு அசோகர் அவரது

5 பைரத் கல்வெட்டில் இப்படியாக இருக்கிறது: பிரியதஸி லாஜா மாகதே (*priyadasi lājā māgadhe*). இந்த வடிவம் குறித்து நான் இயல் 6–இல் எடுத்துக்கொள்கிறேன்.

ஆட்சியின் இருபதாவது வருடத்தில் சென்றுவந்ததன் நினைவாக எழுப்பப்பட்ட கல்வெட்டிலும் (படம் 3), அவரது ஆட்சியின் பதினான்காவது வருடத்தில் கோணாகமனா புத்தர் பிறந்த இடத்துக்குப் போய்வந்ததன் நினைவாக எழுப்பிய ஸ்தூபியிலும் சுருக்கமாகக் காணப்படுகின்றன. அரசப் பிரகடனங்களில் இருக்கும் இப்படியான தொடக்கம், அசோகரது ஆட்சியின் பின்பகுதியில் தரநிலையாக மாற்றப்பட்டிருக்கலாம். ஏனெனில், அவர் அரியணை ஏறிய இருபத்தாறு அல்லது இருபத்தேழு ஆண்டுகளுக்குப் பிறகு எழுதப்பட்ட எல்லாத் தூண் அரசாணைகளிலும் இது ஒரே மாதிரியாக உள்ளது. இவை முறையான பட்டத்தைக் கொண்டிருப்பதால் மட்டுமே நான் இவற்றை அரசப் பிரகடனங்கள் என்றழைக்கவில்லை. அவை அவரது எல்லாப் பிரஜைகளுக்குமானவையாகவும் இருக்கின்றன. பௌத்தத் தளங்களில் நினைவுகூரும் சுருக்கமான கூற்றுகளும்கூட இந்த இடங்களுக்கு வந்துபோகும் எல்லோருக்குமானவையாக இருக்கின்றன.

அ-குழுவில் உள்ள தொடக்கக் கூற்றுகள் பாரசீக அரசர்களின் அரசாணைகளோடு முறையான தொடர்பைக் கொண்டிருக்கும் சாத்தியத்தை வெளிப்படுத்துகின்றன. பாரசீக அரசர்களின் அரசாணைகள் இதற்கு நிகரான முறையிலேயே தொடங்குகின்றன: 'அரசன் டாரியஸ் சொல்கிறான்'. ஆனாலும் தொனியும் செய்தியும் முற்றிலும் வேறாக இருக்கின்றன. பெஹிஸ்துனில் உள்ள டாரியஸ் I-இன் நீண்ட கல்வெட்டு அரசாணை இவ்வாறு அறிமுகப்படுத்துகிறது: நான் டாரியஸ் I, மாபெரும் அரசன், அரசர்களின் அரசன், பாரசீகத்தின் அரசன், நாடுகளின் அரசன், ஹிஸ்டாபெஸின் மகன், ஆகமெனீத்தரான அர்ஸமேஸின் பேரன்'. தனது வெற்றிகள் குறித்தோ அல்லது தனது எதிரிகளை அவமானப்படுத்தியது அல்லது கொன்றது குறித்தோ தற்பெருமையாக எதுவும் அசோகரிடம் இல்லை. ஆக, ஆகமெனீத் கல்வெட்டு மரபுகளிலிருந்து ஏதேனும் தாக்கம் இருந்தாலும்கூட அவை வடிவத்திலானதாக இருக்கிறதே தவிர பொருள்கொள்ளத்தக்க அளவில் எதையும் கொண்டிருக்கவில்லை.

தனது செய்திகளைக் கிரேக்கத்துக்கும் அராமெயத்துக்கும் மொழியாக்கம் செய்தது மக்களைச் சென்றடைய வேண்டும் என்ற அசோகரது முன்னெடுப்பின் முக்கிய அம்சமாக வெளிப்படுகிறது. சுவாரசியமாக, வடமேற்குப் பகுதிகளில் இவ்விரண்டு மொழிகளும் சாதாரண மக்களால் பேசப்பட்டவை அல்ல. இருப்பினும், அலெக்சாண்டர் வென்ற பகுதிகளைத் தங்களுடையதாக்கிக்கொண்ட மேட்டுக்குடிகளின் மொழியாகக் கிரேக்கம் இருந்தது என்றால் முந்தைய ஆகமெனீத் பேரரசின் அதிகாரபூர்வமான மொழியாக அராமெயம் இருந்தது. குறிப்பாக, அராமெய மொழியாக்கத்தில் உள்ள செய்திகளும் பலதரப்பட்ட

வேறு கல்வெட்டுகளில் உள்ள செய்திகளும் நேரடியாக அங்கிருக்கும் மக்களுக்கானவையாக இல்லாமல், அதிகாரிகளுக்கானவையாக இருந்திருக்கலாம். இந்தப் பகுதியில் 'அராமெய மொழி பேசுகிறவர் எவருமில்லை' என்று குறிப்பிடுகிறார் வரலாற்றியலாளர் ஆஸ்கர் வான் ஹினுபெர்.[6] ஆக, அந்தப் பகுதியில் உள்ள மக்களை நேரடியாகச் சென்றடைவதைவிட மேட்டுக்குடிகளைச் சென்றடைவதையே அசோகர் நோக்கமாகக் கொண்டுள்ளார். இவ்விரண்டு மொழிகளில் உள்ள கல்வெட்டுகளையும் பொதுவில் காட்சிப்படுத்தியது என்பது குறியீட்டுரீதியான எதையோ முன்வைப்பதைப் போல்தான் இருக்கிறது. கிரான்ட் பார்க்கர் இவ்வாறு சொல்கிறார்:

> கடந்த கால கிரேக்க அதிகாரத்தின் நினைவுகளையும், செலுக்கஸ்கள் பேரரசின் அருகில் இருந்ததையும் கணக்கில் எடுத்துக்கொள்வோம் என்றால், கிரேக்கப் பிரஜைகள் மீது தன் தாக்கத்தைச் செலுத்துவதற்கு, ஓர் அரசர் கிரேக்க மொழியை நன்கு அறிந்திருப்பவராகத் தன்னை வெளிப்படுத்திக்கொள்வது என்பது சிறிதளவு குறியீட்டுரீதியான அதிகாரத்தை இன்னமும் கொண்டிருந்தது.[7]

அ-குழுவில் உள்ள எழுத்துகள் பாறைகளிலும் தூண்களிலும் பொறிக்கப்படுவதற்கானவையாக இருந்தன என்பது தெளிவாக இருக்கிறது. இதை அவர் அவரது கல்வெட்டுகளிலேயே சொல்லிவிடுகிறார். ஆ-குழுவில் உள்ள எழுத்துகளைப் பொறுத்தமட்டில் விஷயம் முற்றிலும் வேறு. எல்லாமும் இல்லையென்றாலும்கூட, இவற்றில் பலவும் பாறை அல்லது தூணில் பொறிக்கப்பட்டுப் பொதுவில் காட்சிப்படுத்தும் நோக்கத்தைக் கொண்டவை அல்ல. இவற்றின் பொறிக்கப்பட்ட வடிவங்களுக்கு உள்ளூர் முன்னெடுப்புகள் காரணமாக இருந்திருக்கலாம். சிலவற்றைப் பொறுத்தமட்டில், அரசப் பிரகடனங்களோடு சேர்ந்திருக்கும் எழுத்துகள் — 'முகப்புக் கடிதம்' என்று சில சமயங்களில் அழைக்கப்படுவது — ஒன்று தவறாகப் புரிந்துகொள்ளப்பட்டிருக்க வேண்டும் அல்லது இவற்றையும் அரசர் பொறிக்க விரும்புகிறார் என்பதாக உள்ளூர் அதிகாரிகள் அர்த்தப்படுத்திக்கொண்டிருக்க வேண்டும். நிலைத்திருக்கும் எழுத்துகளில், அசோகரது தொடக்க கால எழுத்துக்கு ஒரு மாதிரியாக இருக்கக்கூடிய சிறு பாறை அரசாணை I, பொதுவில் காட்சிப்படுத்துவதற்கான ஒன்றாக இருந்திருக்க வேண்டும். மிகப் பரந்த தளத்தில் பதினேழு இடங்களில் இது பொறிக்கப்பட்டிருப்பதைக் கணக்கில்கொள்வோம் என்றால், இவை

6 *Hinüber (2012: 196).*

7 *Parker (2012: 323).*

கல்லில் செதுக்கப்பட்டது வெறுமனே உள்ளூர் முன்னெடுப்பாகவோ தவறாகப் புரிந்துகொள்ளப்பட்டதாகவோ இருந்திருக்க முடியாது. இந்த அரசாணையை, மூத்த அதிகாரிகள் தங்களுடைய அதிகார எல்லைக்கு உட்பட்டுத் தங்களுக்குக் கீழ் இருப்பவர்களுக்கு விநியோகித்திருக்கிறார்கள். இப்படியான ஒரு 'முகப்புக் கடிதம்' தவறுதலாக பிரஹ்மகிரி என்ற இடத்தில் பொறிக்கப்பட்டுள்ளது. இந்தக் கடிதம் சுவர்ணகிரியில் இருக்கும் இளவரசர்கள், மஹாமாத்ரர்களிடமிருந்து ஐலாவில் உள்ள மஹாமாத்ரர்களுக்கு அனுப்பப்பட்டதாக இருக்கிறது: 'சுவர்ணகிரியில் இருக்கும் இளவரசர், மஹாமாத்ரர் வழிகாட்டுதலின்படி, ஐலாவில் இருக்கும் மஹாமாத்ரர் உடல்நலம் விசாரிக்கப்பட்ட பின், கீழ்க்காண்பது அவரிடம் தெரிவிக்கப்பட வேண்டும்.' மூன்று இடங்களில் பொறிக்கப்பட்டிருக்கும் பிளவு அரசாணை என்றழைக்கப்படுவதும்கூட, பொதுப் பார்வைக்கான ஒன்றாக இருந்திருக்க முடியும். இது குறித்து நான் இயல் 6-இல் விவாதிக்கவிருக்கிறேன்.

அ-குழுவில் உள்ள இரண்டு பிரிவுகளும்கூட — அதாவது, பாறை அரசாணைகள், தூண் அரசாணைகள் — அசோகரது பிற கல்வெட்டுகளிலிருந்து வேறாக இருக்கின்றன. ஏனெனில், இந்தக் குழு பதினான்கு பாறை அரசாணைகளையும் ஆறு தூண் அரசாணைகளையும் கொண்டிருக்கிறது. ஆ-குழுவில் உள்ளவையெல்லாம் தனித்த எழுத்துகளாக இருக்கின்றன — வெவ்வேறு இடங்களில் பொறிக்கப்பட்டிருக்கும் இவை ஒருசில மாற்றங்களையும் திருத்தங்களையும் கொண்டிருக்கின்றன என்றாலும்கூட. ஆக, இவற்றின் உள்ளடக்கத்தை நாம் ஒழுங்காக உள்வாங்கிக்கொள்ள இவற்றின் வரலாற்றுரீதியான பின்னணியைப் புரிந்துகொள்வது அவசியம்.

முதல் கேள்வி ஆசிரியத்துவத்தோடு தொடர்புடையதாக இருக்கிறது. பொதுவாக, இவை எல்லாமே அசோகரால் எழுதப்பட்டவை என்றே எடுத்துக்கொள்ளப்படுகின்றன. எப்படியிருந்தாலும் இவையெல்லாம் அவரது செய்திகளைத்தான் கொண்டிருக்கின்றன; பெரும்பாலும் தன்னிலையிலிருந்தே முன்வைக்கப்படுகின்றன. இந்தச் செய்திகளின் உள்ளடக்கம் சந்தேகத்துக்கு இடமில்லாமல் அசோகரிடமிருந்தே வருகின்றன என்றாலும்கூட, இதைப் பிரச்சினைக்குரிய ஒன்றாகப் பார்க்க வேண்டியுள்ளது. இவையெல்லாம் அசோகரது ஒப்புதலோடுதான் பிரசுரிக்கப்பட்டிருக்கின்றன. ஆனால், இந்த எழுத்துகள் எந்த வடிவத்தில் பொறிக்கப்பட்டிருக்கின்றனவோ அந்த வடிவத்தில் உண்மையிலேயே எழுதியவர் யார்?[8] இவையெல்லாம் அசோகர்

8 'எழுதியவர்' என்று பயன்படுத்துவதன் மூலம், நான் அசோகர் எழுத்தறிவு கொண்டவரா என்ற பிரச்சினையை ஒதுக்கிவைக்கிறேன். இந்த எழுத்துகளையெல்லாம் அவரே எழுதினாரா அல்லது அவர் வாய்மொழியாகச் சொல்ல ஒரு எழுத்தர் அதை எழுதினாரா — இப்படித்தான்

அவராக எழுதியவையா? அவருக்கு உதவிபுரிய 'எழுதிக்கொடுப்பவர்' என்று ஒருவரை அசோகர் கொண்டிருந்தாரா? இவற்றில் ஒருசில அவரது பணித்துறையைச் சேர்ந்தவர்களால் எழுதப்பட்டனவா? இவையெல்லாம் எப்படியாக எழுதப்பட்டிருந்தனவோ அதுபோலவே நமக்குக் கிடைக்கின்றனவா அல்லது தொகுப்பாசிரியரின் இடையூடுகளை அவை பிரதிபலிக்கின்றனவா? இவற்றில் பெரும்பாலானவை, குறிப்பாகப் பாறை அரசாணைகளும் தூண் அரசாணைகளும் ஒரு தொகுப்பு நூலைப் போல் சேர்க்கப்பட்டிருப்பது எப்படியான விளைவுகளை ஏற்படுத்துகிறது? மேலும், வட்டாரம் சார்ந்த மொழி வேறுபாடுகளையும் ஒரே விதமான செய்திகள் பல்வேறு இடங்களில் பல விதமான சொற்கள் கொண்டிருப்பதையும் நாம் எவ்வாறு விளக்கப்போகிறாம்? இவற்றில் சில விஷயங்களை நாம் இங்கு விரிவாக எடுத்துக்கொள்ள முடியாது என்றாலும்கூட, அசோகரது எழுத்துகளைத் துருவியகழும்போது நம்முடைய மண்டைக்குள் இக்கேள்விகளைக் கொண்டிருப்பது பயனுள்ளதாக இருக்கும்.[9]

பொறிக்கப்பட்ட எழுத்துகள் அசோகரது சொற்களைத் துல்லியமாகக் கொண்டிருக்கின்றன என்பதாக எடுத்துக்கொள்வோம் என்றால், நாம் பல பிரச்சினைகளை எதிர்கொள்ள வேண்டியிருக்கும். எடுத்துக்காட்டாக, வெவ்வேறான இடங்களில் பொறிக்கப்பட்டிருக்கும் இரண்டு சிறு பாறை அரசாணைகள் பல்வேறு மாற்றங்களையும் தொகுப்பாசிரியர் குறுக்கீடுகளையும் வெளிப்படையாகக் கொண்டிருக்கின்றன.[10] குறிப்பிட்டுச் சொல்வதென்றால், நீண்ட சிறு பாறை அரசாணை II, தெற்கில் மட்டுமே காணக்கூடியது, பல்வேறு இடங்களில் சேர்க்கப்பட்டவை, விடுபட்டவை என்பது உள்பட பெருமளவில் மாற்றங்களைக் கொண்டிருக்கிறது. சில இடங்களில் சிறு பாறை அரசாணை I மட்டுமே காணப்படுகிறது என்றால், சில இடங்களில் இரண்டும் காணப்படுகின்றன. ஒருசில இடங்களில் இவ்விரண்டும் தனித்த ஆவணங்களாகக் கொடுக்கப்பட்டுள்ளன என்றால், வேறு சில இடங்களில் ஒரே ஆவணமாகத் தொகுக்கப்பட்டுள்ளன. சிறு பாறை அரசாணை II-ஐ அசோகர் எழுதியிருக்க முடியாது என்பதாகவும், ஒரு அதிகாரியால் அல்லது அதிகாரிகள் குழுவால் எழுதப்பட்டிருக்கலாம்

இருந்திருக்க வேண்டும் என்பதுபோல் தெரிகிறது — என்பது தெளிவாக இல்லை. கிரேக்கத்தில் இதற்கு இணையாக இருந்ததற்குப் பார்க்கவும்: (Welles, 1934: xxxix), அசோகரது பணித் துறையைச் சேர்ந்தவர்களில் தொழில்ரீதியாக எழுதிக்கொடுப்பவர்கள் இருந்திருக்கலாம். அரசரின் நிர்வாகரீதியான செய்திகளை இவர்கள் எழுதிக்கொடுத்திருக்கலாம்.

9   இவ்விஷயங்கள் குறித்த விரிவான வாசிப்புக்குப் பார்க்கவும்: Olivelle (2021b).
10 இவ்விஷயத்தை நார்மன் விரிவாக ஆராய்ந்திருக்கிறார். பார்க்கவும்: Norman (1967a); Falk (2006). இந்த அரசாணைகள் குறித்த சுருக்கமான முன்வைப்புக்குப் பார்க்கவும்: Anderson (1990).

என்பதாகவும் ஹாரி ஃபால்க் நினைக்கிறார்: 'எல்லோராலும் புரிந்துகொள்ளக்கூடிய முறையில் நடத்தைகளுக்கான சில நியதிகளை அவர் முன்வைக்கிறார். மேலும், யார் எது குறித்து யாரிடம் அறிவுறுத்த வேண்டும் என்றும் மிகத் துல்லியமாகப் பரிந்துரைக்கிறார். இறுதியில், இவையெல்லாம் அசோகரது பெயரால் சொல்லப்படுகின்றன என்று சொல்லிமுடிக்கிறார்.'[11]

மேலும், பொறிக்கப்படுவதற்கான எழுத்துகளோடு சேர்ந்து, அவரது அதிகாரிகளுக்கு அறிவுறுத்தும் 'முகப்புக் கடித'மும் கொடுக்கப்பட்டிருக்க வேண்டும் என்பதாக மொழியியல் மற்றும் பௌத்த அறிஞரான கே.ஆர். நார்மன் நினைக்கிறார்.[12] இருந்தாலும், ஒருசில இடங்களில் இந்த அதிகாரிகள் தவறுதலாக அல்லது வேண்டுமென்றே இந்த அறிவுறுத்தல்களையும் சேர்த்துப் பொறித்திருக்கிறார்கள். பண்டைய ஹெல்லனியப் பேரரசின் கல்வெட்டுகளில் இப்படியான முகப்புக் கடிதங்களைப் பொதுவாகக் காண முடியும். இந்த முகப்புக் கடிதங்கள் பெரும்பாலும் அரசாணைகள் அல்ல என்றாலும்கூட, புறத்தோற்றத்தில் தனிப்பட்ட கடிதங்கள்போல் தெரிந்தாலும்கூட, இவை பொதுப் பார்வைக்கானவையாக இருந்தன.[13] கிரேக்கக் கல்வெட்டுகளிலும்கூட 'முகப்புக் கடிதங்கள்' பொறிக்கப்பட்டிருந்தன என்பதும், அசோகரது எழுத்துகளில் இதற்கு நிகரான கடிதங்களும் செதுக்கப்பட்டிருந்தன என்பதும் இயல்பாக நடந்த தவறாக இல்லாமல், உள்ளூர் அதிகாரிகள் தீர்மானித்து நடைமுறைப்படுத்தியதாகவும் இருக்கலாம்.

இரண்டு சிறு பாறை அரசாணைகளைவிட உள்ளடக்கத்தில் மேலும் ஒன்றுபோல் இருக்கும் பெரும் பாறை அரசாணைகளிலும்கூட[14], நாம் பதிப்பாசிரியர்களின் குறுக்கீட்டைப் பார்க்க முடிகிறது. வேறான இடங்களில் மொழி சார்ந்து வேறுபாடுகளைப் பார்க்க முடிகிறது. அதாவது, கிழக்கில் உள்ள இடங்களில் 'ல' (லாஜாவில் உள்ளது போன்று) மேற்கில் உள்ள இடங்களில் 'ரா'வாக (ராஜாவில் உள்ளது

11 பார்க்கவும்: *Falk (2006: 58).*

12 *Norman (1987a).*

13 *Welles (1934: 13, 19, 37, 40)*: கிரெக்கக் கல்வெட்டுகளிலிருந்து நான்கு முகப்புக் கடிதங்களை இவர் கொடுக்கிறார். எடுத்துக்காட்டு *(37, translated by Welles): Anaximbrotus to Dionytas, greeting. Enclosed is the copy of the decree written by the king concerning the appointment of Berenice, the daughter of Ptolemy son of Lysimachus, as chief-priestess of the queen in the satrapy. Carry out its provisions as "he" thinks best, and see to it that the copies are inscribed on a stone stele and set up in the place where they may best be seen. Farewell. Year 108, Artemisius 19.' For the Greek epistolary tradition, see Exler 1923. See also Hinüber 2010.*

14 இங்கே சொல்லப்படும் சில விஷயங்கள் இதிலிருந்து எடுக்கப்பட்டுள்ளன: *Olivelle (2021b).*

போன்று) மாறுவது போன்று எழுத்தாக்கத்தில் வேறுபாடுகளைக் கொண்டிருப்பதோடு, மொழியிலும் உள்ளடக்கத்திலும்கூடப் பொருள்கொள்ளத்தக்க அளவில், தீர்மானித்துச் செய்யப்பட்ட மாற்றங்களையும் கொண்டிருக்கிறது. பிராகிருதத்தின் வட்டார உச்சரிப்பு, இந்த எழுத்துகள் எழுதப்பட்ட பாடலிபுத்திரத்தில் அசோகரது சொந்த மகதப் பிராகிருத உச்சரிப்பிலிருந்து வேறாக இருப்பதால் இந்த மாற்றங்கள் செய்யப்பட்டிருக்கலாம். பொதுவான சொற்களை மொழியாக்கம் செய்யும்போது, பல்வேறு பகுதிகளைச் சேர்ந்த எழுத்தர்கள் வேறான சொற்களைப் பயன்படுத்தியிருக்கிறார்கள். இதற்கான சிறந்த எடுத்துக்காட்டைப் பாறை அரசாணை *IX*-இல் காண முடியும். 'பெண்கள்' என்பதற்கு நான்கு இடங்களில் நான்கு வெவ்வேறு சொற்கள் பயன்படுத்தப்படுகின்றன.[15] ஒருவேளை அசோகர் அல்லது அவரது காரியதரிசிகள் பயன்படுத்தும் சொற்கள் பிற பகுதிகளில் சகஜமாகப் பயன்பாட்டில் இல்லாத சொற்களாக இருந்திருக்கலாம்.[16] பாறை அரசாணை *IX* மீது நம் கவனத்தைத் திருப்புகிறார் நார்மன். இதில் குறிப்பிட்ட புள்ளியில், 'அரசாணை இரண்டு பதிப்புகளில் தொடர்கிறது. இந்தக் கட்டுரையில் இதை நான் 'திருத்தப்பட்ட பதிப்பு' என்று அழைக்க விரும்புகிறேன்... மற்ற பதிமூன்று பாறை அரசாணைகளை ஆராய்வோம் என்றால், இவற்றில் பெரும்பாலானவை குறைந்தபட்சம் இரண்டு திருத்தப்பட்ட பதிப்புகளைக் கொண்டிருக்கின்றன என்று சொல்ல முடியும்.'[17]

ஜாவுகடா, தவுலி ஆகிய இரண்டு இடங்களில் உள்ள இரண்டு தனித்த பாறை அரசாணைகளிலும்கூட நாம் பதிப்பாசிரியர்களின் குறுக்கீட்டைப் பார்க்க முடிகிறது. இந்த அரசாணை பிற இடங்களுக்கு அனுப்பிவைக்கப்பட்டிருக்கலாம் என்றாலும்கூட, இவ்விரண்டு இடங்களில் மட்டுமே இவை பொறிக்கப்பட்டுள்ளன. இவ்விரு எழுத்துகளும் — ஒன்று சமபாவில் உள்ள மஹாமாத்ரருக்கானதாக இருக்கிறது என்றால், மற்றொன்று தொசாலியில் உள்ள மஹாமாத்ரருக்கு எழுதப்பட்டதாக இருக்கிறது — பல பத்திகளை ஒன்றுபோல் கொண்டிருக்கின்றன என்றாலும்கூடக் குறிப்பிடத்தக்க மாற்றங்களையும்

15 இந்த நான்கு சொற்கள்: அம்பிகஜநிகா, ஸ்த்ரியக, இதி, மஹிதாயொ. தொகுப்பாளர் ஷ்னைடர் மூலத்தில் அசோகர் முதலாவதை, அதாவது அம்பிகஜநிகா என்று பயன்படுத்தியிருக்க வேண்டும் என்பதாக நினைக்கிறார். பார்க்கவும்: Schneider (1978: 53).

16 பார்க்கவும்: Norman (1967a). வேறான வார்த்தைகளுக்கான எடுத்துக்காட்டுகள்: மகன்/வாரிசு என்பதற்கு புத்ர, பஜா; கொல்லுதல் என்பதற்கு ஹன், ஆலப்; கிணறு என்பதற்கு உதுபாந; சகோதரி என்பதற்கு ஸ்பஸு, பாகிநீ; வயதானவர் என்பதற்கு ஸ்தவிர, மஹாலக.

17 Norman (1978–79: 78). வெவ்வேறு இடங்களில் உள்ள பாறை அரசாணைகளுக்கு இடையேயான குடும்ப உறவுக்குப் பார்க்கவும்: Schneider (1978: 18).

கொண்டிருக்கின்றன.[18] ஒருவேளை பணித் துறையின் பிரதான மையங்களில் இருந்த யாரோ ஒருவர், இந்த எழுத்தை எடுத்துக்கொண்டு புவியியல்ரீதியான, சமூகரீதியான, அரசியல்ரீதியான சூழ்நிலைக்கு ஏற்றாற்போல் இரண்டு இடங்களிலும் மாற்றியிருக்கலாம்.

பாறை அரசாணை IX, X-களின் (படம் 4) கிர்னார் பதிப்பில் பதிப்பாசிரியர் குறிக்கீடு மிகத் தெளிவாக இருக்கிறது. எடுத்துக்காட்டாக, கிர்னார் பதிப்பாசிரியர், 'ஸாது' (அருமை) என்ற சொல் மீது பிரியம் கொண்டிருக்கிறார். இந்தச் சொல் மீது அசோகர் ஈர்ப்புகொண்டு தர்மத்தை வரையறுக்கும் பாறை அரசாணை III-இல் (பார்க்கவும் இயல் 9) இச்சொல்லைப் பயன்படுத்துகிறார். கிர்னார் பதிப்பாசிரியர் இந்தச் சொல்லை அரசாணைகள் IX, XI-களுக்கும் இறக்குமதி செய்கிறார்:

அப்படியென்றால், இக்கேள்வி எழுகிறது: இந்தத் திருத்தங்களையும் பதிப்பு மாற்றங்களையும் செய்தது யார்? அசோகக் கல்வெட்டுகளில் வெளிப்படும் பதிப்பு மாற்றங்கள் எல்லாம் அசோகரால் செய்யப்பட்டவையா அல்லது இடையே இருப்பவர்களால், உயர் அதிகாரியாக இருக்கும் தனிநபர்களால் அல்லது இப்படியான அதிகாரிகளைக் கொண்டிருக்கும் குழுவால் — இப்படித்தான் பெரும்பாலும் இருந்திருக்க வேண்டும் — செய்யப்பட்டவையா? சிலவற்றில் எழுத்தர்கள் அல்லது கல்வெட்டு இருக்கும் இடங்களில் இருந்த அதிகாரிகள் இந்த மாற்றங்களை மேற்கொண்டார்களா?[19]

---

18 இதுகுறித்த விவாதத்துக்குப் பார்க்கவும்: Alsdorf (1962); Majumdar et al. (2019).

19 கிரேக்க மரபில் அரசின் ஆவணங்களை எழுதிக்கொடுக்கும் அலுவலகத்துக்குள் எபிஸ்டோலோகிராபஸ் (epistolographus) என்ற பிரிவைச் சேர்ந்தவர்கள் இருந்தார்கள். இவர்கள்தான் அரசர்களின் கடிதங்களை எழுதிக்கொடுத்தார்கள் என்பது சுவாரசியமான விஷயமாக இருக்கிறது. பார்க்கவும்: Welles (1934: xxxix). இருந்தாலும், அசோகரது பணித் துறையில் அப்படியானவர்கள் இருந்தார்களா என்பது அவ்வளவு உறுதியாகத் தெரியவில்லை. அசோகர் நிறையக் கடிதப் பரிமாற்றங்கள் கொண்டிருந்ததால், கடிதங்கள் எழுதுவதற்கு, அவற்றைக் கடத்துவதற்கு, அசோகரது கடிதங்களை மாற்றி எழுதுவதற்கு என்று இதற்கு நிகரான அலுவலகத்தை அசோகர் கொண்டிருந்திருக்க வேண்டும். அரசாணைகள் (சாசனம்) எழுதப்படுவதற்கான பண்டைய ஆதாரம் கௌடில்யரின் அர்த்தசாஸ்திரத்திலிருந்து (2.10) மட்டுமே கிடைக்கிறது. அரசன் வாய்மொழியாகக் கொடுக்கும் வழிகாட்டுதல்களைத் தொகுப்பது, எழுதுவது ஆகிய இரண்டு வேலைகளையும் ஓர் எழுத்தர் செய்தார்: 'இவர்கள் முழுக் கவனத்தோடு அரசர் சொல்லும் வழிகாட்டுதல்களைக் கேட்க வேண்டும். பிறகு அர்த்தம் பிசகாமல், ஆவணத்தைத் தொகுக்க வேண்டும் — விஷயம் அரசரோடு தொடர்புடையதாக இருந்தால் நாடு, இறையாண்மை, பரம்பரை, பெயர் ஆகியவற்றை மரியாதையோடு குறிப்பிட வேண்டும். அரசரல்லாத வேறொருவர் குறித்து இருந்தால் நாடு, பெயர் ஆகியவற்றை மரியாதையோடு குறிப்பிட வேண்டும்.'

வரைபடம் 3.1

பாறை அரசாணைகள் IX, XI: கிர்னார் பதிப்பு

மூலப் பதிப்பு	கிர்னார் பதிப்பு
இது (தர்மம்) இவற்றை உள்ளடக்கியிருக்கிறது:	இது (தர்மம்) இவற்றை உள்ளடக்கியிருக்கிறது:
அடிமைகளிடமும் வேலையாட்களிடமும் முறையாக நடந்துகொள்வது, பெரியவர்களுக்கு மரியாதை கொடுப்பது, உயிரினங்கள் என்று வரும்போது சுய-கட்டுப்பாடு கொண்டிருப்பது, சிரமணர்களுக்கும் பார்ப்பனர்களுக்கும் தானம் கொடுப்பது. (பாறை அரசாணை IX)	அடிமைகளிடமும் வேலையாட்களிடமும் முறையாக நடந்துகொள்வது, பெரியவர்களுக்கு மரியாதை கொடுப்பது —அருமை! உயிரினங்கள் என்று வரும்போது சுய-கட்டுப்பாடு கொண்டிருப்பது — அருமை! சிரமணர்களுக்கும் பார்ப்பனர்களுக்கும் தானம் கொடுப்பது — அருமை! (பாறை அரசாணை IX).
அடிமைகளிடமும் வேலையாட்களிடம் முறையாக நடந்துகொள்வது; தாய், தந்தைக்குக் கீழ்ப்படிந்து நடந்துகொள்வது; நண்பர்களுக்கும் சகாக்களுக்கும் உறவினர்களுக்கும் பார்ப்பனர்களுக்கும் சிரமணர்களுக்கும் தானம் கொடுப்பது; மேலும், உயிரினங்களைக் கொல்லாமல் இருப்பது. (பாறை அரசாணை XI)	அடிமைகளிடமும் வேலையாட்களிடம் முறையாக நடந்துகொள்வது; தாய், தந்தைக்குக் கீழ்ப்படிந்து நடந்துகொள்வது — அருமை! நண்பர்களுக்கும் சகாக்களுக்கும் உறவினர்களுக்கும் பார்ப்பனர்களுக்கும் சிரமணர்களுக்கு தானம் கொடுப்பது — அருமை! உயிரினங்களைக் கொல்லாமல் இருப்பது — அருமை! (பாறை அரசாணை XI)

மற்றொரு பிரச்சினை, கல்வெட்டு எழுத்துகளுக்கு முந்தைய, பிந்தைய வரலாற்றோடு தொடர்புடையதாக இருக்கிறது. சில கல்வெட்டுச்செய்திகள் பனை ஓலை அல்லது பிர்ச் பட்டை போன்று அழுகிப்போகக்கூடிய ஒன்றில் எழுதப்பட்டு, கல்வெட்டுகள் இருக்கக்கூடிய இடங்களுக்குக் கொண்டுசெல்லப்பட்டிருக்க வேண்டும். எடுத்துக்காட்டாக, ஒரே விதமான பிராமிக் குறிகள் வேறாக வாசிக்கப்பட்டிருக்கின்றன — 'ஐ' 'ஆ'வாகவும், 'நா' 'யா'வாகவும். எல்லாக் கையெழுத்துப் பிரதிகள்போலவே, எழுதப்பட்ட இந்த மூலங்கள் பிரதி எடுக்கப்படும்போது அல்லது பொறிக்கப்படும்போது வேண்டுமென்றோ விபத்தாகவோ சில மாற்றங்களுக்கு உள்ளாகியிருக்க முடியும். மேலும், இவற்றில் ஒருசிலவேனும் கிரேக்கம், அராமெய மொழிகளுக்கு மொழியாக்கம் செய்யப்பட்டிருக்கின்றன. மொழிபெயர்ப்பாளர்கள் மூலத்தில் உள்ளதையெல்லாம் முழுமையாக மொழிபெயர்க்கவில்லை. ஏனெனில், சில பகுதிகள் பேரரசின் வடமேற்கு எல்லையில்

பொருத்தமில்லாதவையாக இருந்திருக்கலாம் அல்லது மிகக் கடினமாக, புரியாத சொற்களைக் கொண்டிருந்திருக்கலாம். ஒருசில பகுதிகள் விடுபட்டுப்போயிருக்கின்றன என்றால் வேறுசில மாற்றி அல்லது சுருக்கி எழுதப்பட்டிருக்கின்றன. ஆக, 'அசோகரது எழுத்துகள்' எழுத்தர்களின், பதிப்பாசிரியர்களின், மொழிபெயர்ப்பாளர்களின் இடையீட்டைக் கொண்டிருக்கும் ஒன்றாக இருக்கிறது.

இதற்கெல்லாம் அப்பால், பதினான்கு பாறை அரசாணைகளும் அவை பொறிக்கப்பட்டிருக்கும் வடிவத்தில் ஒரு தொகுப்பாகின்றன.[20] பெரும்பாலான சமயங்களில், எழுதப்பட்ட மாதிரிகள் கல்வெட்டுகள் இருக்கும் பல்வேறு இடங்களுக்குப் பகுதிபகுதியாக அனுப்பிவைக்கப்பட்டிருக்க வேண்டும். ஆக, இந்த இடங்களில் பல்வேறு எழுத்துகளின் பகுதிகள் கொஞ்சம்கொஞ்சமாகச் சேர்ந்து இறுதியான தொகுப்பாகியிருக்க வேண்டும். இதற்கு மாறாக, மேற்கில் உள்ள கிர்னார் எனும் இடத்தில் உள்ள பதினான்கும் ஒரே பகுதியாக அனுப்பிவைக்கப்பட்டிருக்க வேண்டும். அதாவது, கிர்னாரில் பொறிக்கப்பட்ட காலத்தில், இந்தத் தொகுப்பு ஒரு முடிவுக்கு வந்ததுபோல் தோன்றுகிறது. இந்தக் கல்வெட்டுத் தொகுப்புகள் பொ.ஆ.மு. 256-க்குப் பிறகாக, அதாவது அசோகரது ஆட்சியின் பதிமூன்றாம் ஆண்டில் எழுதப்பட்டிருக்க வேண்டும்.

இதற்கு நிகராக, ஆறு தூண் அரசாணைகளும் ஒரு தொகுப்பாகின்றன.[21] இவை ஒரு சமயத்தில் ஒரு தூணில் பொறிக்கப்பட்டவையாக இருக்கின்றன. இந்தத் தொகுப்பில் உள்ள ஒவ்வொரு தனித்த எழுத்துகளும் அசோகரது ஆட்சியின் இருபத்தேழாவது ஆண்டில், மிகக் குறுகிய காலத்தில் அதாவது பொ.ஆ.மு. 242-க்கு சற்று முன் அல்லது அந்த ஆண்டுக்குள்ளாக எழுதப்பட்டவையாக இருக்க வேண்டும். நான் அடுத்த இயலில் விவாதிக்கவிருப்பதைப் போல், ஐந்து இடங்களில் தூண்கள் கிடைமட்டமாக இருக்கும்போது எழுத்துகள் பொறிக்கப்பட்டிருக்கின்றன. அதாவது, இந்தத் தூண்களில் செதுக்குவதற்குப் பொறுப்பான கல்தச்சர்கள் தூண்களைக் கொண்டுசென்று நேராக நிறுத்துவதற்கு முன்னால் பொறிப்பதை முடித்துவிட வேண்டும் என்று அறிந்திருந்ததையே இது காட்டுகிறது. அலஹாபாத் தூண் மட்டுமே இதற்கு விலக்காக இருக்கிறது. இங்கே தூண் கல்வெட்டு, செங்குத்தாக நிற்கும் நிலையில் எழுத்துகள் வட்டமாகச் செதுக்கப்பட்டிருக்கின்றன. அதாவது, தூண்களின் நிலை உள்பட பல்வேறு சுட்டிகளின் அடிப்படையில் சொல்வதென்றால், முதல் மூன்று தூண் அரசாணைகளில் உள்ள

---

20 பார்க்கவும்: Falk (2006: 111).
21 தூண் அரசாணைகளை ஒரு தொகுப்பாகப் பார்க்கும் வாசிப்புக்கு: Tieken (2012).

எழுத்துகள் ஒரே எழுத்தாக இருந்திருக்க வேண்டும் என்பதுபோல் தெரிகிறது. ஆனால், செதுக்கியவர்கள் அதைத் தவறுதலாக மூன்றாக எடுத்துக்கொண்டிருக்கிறார்கள். இப்படி எடுத்துக்கொள்வோம் என்றால், தூண் அரசாணைத் தொகுப்பு ஆறு அரசாணைகளைக் கொண்டிராமல் நான்கை மட்டுமே கொண்டிருக்கிறது என்று சொல்ல முடியும்.[22] சொல்லப்போனால், நாம் தூண் அரசாணைகளை, தனித்த, வேறான எழுத்துகளாக எடுத்துக்கொள்ளாமல் ஒரு மொத்தத் தொகுப்பாகவே எடுத்துக்கொள்ள வேண்டியிருக்கிறது. பாறை அரசாணைகள், தூண் அரசாணைகள் இரண்டையுமே நாம் வெறுமனே தனித்த எழுத்துகளாகப் பார்க்காமல் ஒரு தொகுப்பாகப் பார்ப்போம் என்றால், நாம் புதிய, குறிப்பிடத்தக்க கேள்விகளை எழுப்பிக்கொள்ள முடியும்.

இந்தக் கேள்விகளில் முதலாவது கொத்து இந்தத் தொகுப்புகளில் உள்ள எழுத்துகள் சார்ந்த வரலாறுகளோடு தொடர்புடையதாக இருக்கிறது. பாறை அரசாணையில் உள்ள எழுத்துகள் பல்வேறு இடங்களுக்குப் பல்வேறு சமயங்களில் அனுப்பப்பட்டதை நாம் கணக்கில்கொள்வோம் என்றால், இந்தத் தனித்த எழுத்துகளெல்லாம் ஒரு தொகுப்பாவதற்கு முன்னர் எழுதப்பட்டவையாக இருக்க வேண்டும் அல்லது ஒரு தொகுப்பாக உள்ளடக்கப்படுவதற்கு முன்னரே இருந்தவையாக இருக்க வேண்டும். இப்படி இருக்குமென்றால், இவை எந்த வடிவத்தில் எங்கு இருந்தன? இவற்றின் தொகுப்பிலான இருப்புக்கு முன்னர் எந்தக் காரணத்துக்காக இவை எழுதப்பட்டன? அசோகரது கட்டளைகளால் உருவாக்கப்பட்ட ஒன்றாகப் பார்க்கக்கூடிய இதையெல்லாம் ஒரு தொகுப்பாக உருவாக்கியவர்கள் யார் என்ற கேள்வி முக்கியமான ஒன்றாகிறது. எழுத்துகளில் எவையெல்லாம் தேர்ந்தெடுக்கப்பட்டன? என்ன அளவுகோல்கள் பயன்படுத்தப்பட்டன? எந்த எழுத்துகளில் எவற்றைச் சேர்ப்பது, எவற்றை நிராகரிப்பது, தொகுப்பை எப்படி

---

22 பார்க்கவும்: Norman (1987b); Tieken (2012). தூண் அரசாணை VII அதுவாகச் சில பிரச்சினைகளைக் கொண்டிருக்கிறது. 'இந்த அரசாணை (டோப்ரா தவிர) பிற இடங்களுக்கு ஏன் கொண்டுசெல்லப்படவில்லை என்பது அசோகரது நிர்வாகத்தின் பெரும் புதிராக இருந்துவருகிறது' என்று நார்மன் குறிப்பிடுகிறார் (Norman, 1987b). மற்றொரு புதிர் என்னவென்றால், எல்லா அரசாணைகளிலும் தூண் அரசாணை VII–இல் மட்டுமே 'தேவாநம்பியே பியதஸி ராஜா ஹேவம் ஆஹா' என்ற அறிமுகம் ஒன்பது முறை திரும்பத்திரும்ப வருகிறது என்றால், பத்தாவது முறை 'இதம் தேவாநம்பியே ஆஹா' என்று சுருக்கப்பட்ட வடிவத்தில் உள்ளது. பிற எல்லா அரசாணைகளிலும் இது ஒரே ஒருமுறை மட்டுமே வருகிறது. அதுவும் தொடக்கத்தில் வருகிறது. இப்படி மீண்டும்மீண்டும் இவையெல்லாம் அரசருடைய வார்த்தைகள் என்று சொல்லப்படுவதை நாம் பாரசீகக் கல்வெட்டுகளில் காண முடியும். இருந்தாலும்கூட, அசோகரைப் பொறுத்தமட்டில் இதில் வழக்கத்துக்கு மாறானதாக இருக்கிறது. ஆகவே, இதில் உள்ள ஒன்பது பிரிவுகளும் தனித்த எழுத்துகளாகப் பார்க்கப்பட வேண்டியவையா அல்லது பாறை மற்றும் தூண் தொகுப்புபோல் இதுவும் ஒரு தொகுப்பாக இருக்கிறதா என்று ஒருவர் கேட்டுக்கொள்ள முடியும்.

ஒழுங்கமைப்பது என்றெல்லாம் தீர்மானித்தவர்கள் யார்? அசோகரே தீர்மானித்தாரா அல்லது எழுத்துகளைத் தொகுத்து, கடத்தும் பொறுப்பைக் கொண்டிருந்த உயர் அதிகாரிகள் சிலரால் அல்லது குழுவால் தீர்மானிக்கப்பட்டதா? இறுதியாக இந்தத் தொகுப்பிலிருந்து விடுபட்டுப்போனவை எவை, ஏன் அவை விடுபட்டுப்போயின? ஏதோ காரணங்களுக்காகத் தொகுப்பாளர்கள் இந்தக் கட்டளைகளோடு சேர்ப்பது பொருத்தமில்லாமல் இருக்கும் என்று நினைத்திருக்கக்கூடிய அசோகரது வேறுபல செய்திகளும் இருந்திருக்க வேண்டும். இக்கேள்விகளுக்கெல்லாம் ஏற்றுக்கொள்ளக்கூடிய பதில்கள் நமக்கு எப்போதும் கிடைக்கப்போவதில்லை என்றாலும்கூட, அசோகரது இலக்கியத் தொகுப்பைத் துருவியகழும்போது நாம் இந்தக் கேள்விகளை மனதில் கொண்டிருப்பது முக்கியமாகிறது.[23]

இந்த எழுத்துகளில் நாம் காணும் பதிப்பாசிரியர் குறுக்கீடுகள் சிலவேனும் திட்டமிட்டவையாக இருக்க வேண்டும். அசோகரும்கூட அவரது பாறை அரசாணை XIV-இல் இது குறித்துப் பேசுகிறார். சில ஆவணங்கள் துல்லியமாக அல்லது சுருக்கப்பட்டதாக இருக்கின்றன என்றால், வேறுசில விரிவாக இருக்கின்றன என்கிறார் அசோகர். எல்லா ஆவணங்களும் எல்லா இடங்களிலும் ஒன்றுசேர்க்கப்படவில்லை. சில உள்ளடக்கங்கள் மீண்டும்மீண்டும் பல இடங்களில் காணப்படுகின்றன என்றால், வேறுசில குறிப்பிட்ட இடத்துக்கு ஏற்றதல்ல என்பதால் தவிர்க்கப்பட்டுள்ளன. அவரது கடிதங்களைப் பொறுத்தமட்டில் பதிப்பு மாற்றங்கள், தொகுப்பு நடவடிக்கைகள் குறித்து அசோகர் அறிந்திருப்பதுபோல் தெரிகிறது. இப்படியான நடவடிக்கைகள் எல்லாவற்றையும் இல்லையென்றாலும், சிலவற்றையாவது அவர் அங்கீகரித்ததைப் போலவும் தெரிகிறது. சில அவரது கட்டுப்பாட்டை மீறியதாக இருக்கிறது என்பதையும், அவற்றை அவர் ஒருவேளை அங்கீகரிக்க மறுத்தார் என்பதையும் அரசாணையின் முடிவில் உள்ள அவரது கூற்று தெளிவாக வெளிப்படுத்துகிறது: சில ஆவணங்கள் பிரத்யேகக் காரணங்களுக்காகச் சுருக்கப்பட்டிருக்கின்றன என்றால், சில எழுத்தர்கள் செய்த பிழைகளின் விளைவுகளாகின்றன என்கிறார்.[24] மேலும், நாம் பின்னர் பார்க்கவிருப்பதுபோல், பாறை அரசாணைத் தொகுப்பில் உள்ள ஒருசில தனித்த எழுத்துகளும்கூட முன்னரே

---

23 தனித்த அரசாணைகள் பொறிக்கப்படுவதற்கானவை அல்ல என்று நார்மன் முன்வைப்பது சரி என்றே நினைக்கிறேன். பார்க்கவும்: Norman (1983, Collected Papers II: 263). இப்படியாக இருக்குமென்றால், பொறிக்கப்படக் கூடாது என்பதற்கும் அல்லது உண்மையிலேயே பொறிக்கப்படாமல் இருந்திருப்பதற்கும் வேறுசில காரணங்கள் இருந்திருக்கலாம்.

24 அசோகக் கல்வெட்டுகளில் எழுத்தர்கள் செய்த பிழை குறித்த வாசிப்புக்குப் பார்க்கவும்: Norman (1967a, 1975a).

உதிரியாக இருந்த எழுத்துகளிலிருந்து உருவாக்கப்பட்டவைபோல் தெரிகின்றன.

ஆக, 'இந்த அரசாணைகளை எழுதியது யார்?' என்ற கேள்விக்குப் பதில் சொல்வது சிக்கலாக இருக்கிறது. குறைந்தபட்சம், பொறிக்கப்பட்டிருக்கும் எழுத்துகளாக நமக்குக் கிடைக்கக்கூடியவை எல்லாம் பல தளங்களில் பதிப்பாசிரியர், தொகுப்பாசிரியர், கல்வெட்டியலார்ந்து இடையீடுகளையும் இன்னும் சில மொழிபெயர்ப்பு போன்ற இடையீடுகளையும் கொண்டிருக்கின்றன. ஆனாலும், கல்வெட்டுகள் அசோகரது சொந்தச் சிந்தனைகளைப் பொருள்கொள்ளத்தக்க அளவில் கொண்டிருக்கின்றன என்பதுதான் நம்முடைய தேவைக்கு முக்கியமாக இருக்கிறது.

இந்த எழுத்துகள் கல்வெட்டியலார்ந்த இருப்புக்கு அப்பால் (கல்வெட்டுகளுக்கு முந்தைய, பிந்தைய), அதாவது இந்த எழுத்துகள் அவற்றில் பொறிக்கப்பட்ட வடிவத்துக்கு அப்பாலான இருப்பைக் கொண்டிருந்தன. பாறை அரசாணைகளின், தூண் அரசாணைகளின் இயல்பும், இந்தக் கல்வெட்டுகளிலேயே காணப்படும் ஒருசில கருத்துகளும் இதை மிகத் தெளிவாக வெளிப்படுத்துகின்றன. எடுத்துக்காட்டாக, பாறை அரசாணை III-இல், 'அரியணை ஏறி பன்னிரண்டு வருடங்களுக்குப் பிறகு நான் இந்தக் கட்டளையை வழங்குகிறேன்' என்கிறார் அசோகர். மூலத்தில் 'ஆஞபிதம்' என்றிருக்கும் சொல், எழுத்தின் ஊடாகவோ, பொறிக்கப்பட்டதன் ஊடாகவோ வழங்கப்பட்டதைக் குறிக்காமல், வாய்மொழியாகக் கொடுக்கப்பட்ட உத்தரவையே குறிக்கிறது.[25] இதைத் தொடர்ந்து, முன்னர் கொடுக்கப்பட்ட வாய்மொழிக் கட்டளையை மேற்கோள் கொடுப்பதாக இருக்கிறது. இது இந்தக் குறிப்பிட்ட கல்வெட்டுக்கு வெளியே எழுத்துமொழியாக அல்லது வாய்மொழியாக முன்னரே இருந்திருக்க வேண்டும். ஆக, பொறிக்கப்பட்ட கட்டளை என்பது முந்தைய வாய்மொழி உத்தரவை மீண்டும் உற்பத்திசெய்வதாக இருக்கிறது. சிறு பாறை அரசாணை II விஷயத்திலும் நாம் இப்படியாகச் சொல்ல முடியும். இதில் பயன்படுத்தப்பட்டிருக்கும் வினைச்சொற்கள் பொறிக்கப்படுவதற்கான ஒன்றாக இல்லாமல், கட்டளைகளுக்கான ஒன்றாகவே பயன்படுத்தப்படுகின்றன.

இவை கல்லில் பொறிக்கப்பட்ட பின், எல்லா எழுத்துகளும் இல்லையென்றாலும்கூட, சில சடங்குரீதியாக உரக்கப் படிக்கப்பட்ட

25 கல்வெட்டுகளை உருவாக்க வேண்டும் என்று கட்டளையிடுவதற்குப் பிறவினையான 'லேகாபிடா' என்று, அதாவது எழுதப்பட வேண்டிய செயலைக் குறிக்கும் சொல்லை அசோகர் பயன்படுத்துகிறார்.

வடிவத்தில் கல்வெட்டியலார்ந்த இருப்புக்கு அப்பாலான இருப்பைக் கொண்டிருக்கின்றன. தூண் அரசாணைச் சொற்குவியலுக்கு இடையில் காணப்படும் வெற்றிடங்கள், இந்தச் செய்திகளைப் பொதுவில் உரக்கப் படிக்கும்போது கொடுக்க வேண்டிய இடைநிறுத்தத்தைக் குறிக்கும் நிறுத்தற்குறிகளாக இருப்பதையே சுட்டிக்காட்டுகின்றன.[26]

மேலும், தனித்த பாறை அரசாணைகளில், இந்த எழுத்துகள் குறிப்பிட்ட நாள்களில், அதாவது மழைக்கால பௌர்ணமி அன்றும் (ஜூன்-அக்டோபர்) டிஷ்ய நாள்களிலும் பொதுவில் உரக்கப் படிக்கப்பட வேண்டும் என்று தெளிவாக அறிவுறுத்துகிறார். அவருடைய பார்வையாளர்களில் சிலர், இந்தச் செய்திகளைப் பிற நாள்களிலும் கேட்க விரும்பலாம் என்றும் அசோகர் சேர்த்துக்கொள்கிறார். அரசரின் செய்திகள் இப்படிப் பொதுவில் உரக்கப் படிக்கப்படுவது என்பது பொறிக்கப்பட்டிருக்கும் எழுத்துகளிலிருந்து சாத்தியப்பட்டிருக்காது. ஏனெனில், இவை மிக உயரத்தில் இருப்பதால், தரைமட்டத்திலிருந்து இதை நேரடியாகப் படிப்பது மிகக் கடினம். பல இடங்களில் அதிகாரிகளிடம் இருக்கும் 'மென்' நகலிலிருந்து அல்லது நினைவிலிருந்து இவை படிக்கப்பட்டிருக்க வேண்டும்.

பௌத்த மடாலயங்களை ஒற்றுமையாக வைத்திருக்க வேண்டும் என்று சில மஹாமாத்ரர்களுக்கு அறிவுரை கொடுக்கும் சார்நாத் தூண் கல்வெட்டு, பேரரசின் செய்திகள் சடங்குரீதியாக உரக்கப்

---

26 Klaus Janert (1973: 142-43): இவர், 'விவாதத்துக்கு எடுத்துக்கொள்ளப்பட்டிருக்கும் அரசாணைப் பதிப்புகளில், வரிகளுக்கு இடையே வெற்றிடங்கள் தொடர்ந்து காணப்படுகின்றன. குறிப்பாக, இரண்டு அல்லது அதிக வார்த்தைகள் ஒரு குழுமமாக இந்த இடைவெளிகளைக் கொண்டிருக்கின்றன. இப்படியான இடைவெளிகள் என்பது, அரசாணைகள் உரக்கப் படிக்கப்படும்போது கொடுக்க வேண்டிய நிறுத்தற்குறிகளாக இருக்கின்றன என்பதே என்னுடைய முடிவாக இருக்கிறது. எழுத்தர்களும் இந்த பாணியில்தான் இதைப் பதிவுசெய்திருக்கிறார்கள்'. மேலும், பார்க்கவும்: Janert (1967-68: 511-518; 1973: 141-145). Michael Gagarin (2008: 46-48 on the Dreros inscription). பொ.ஆ.மு. 500-இல் பண்டைய கிரேக்கச் சட்டக் கல்வெட்டுகளில் வாசிப்பவர்கள் எழுத்துகளை சுலபமாகப் பின்தொடரும் விதமாக ஒற்றை வார்த்தைகளுக்கு இடையில் அல்லது ஒருசில வார்த்தைத் தொகுப்புக்கு இடையில் செங்குத்தான சிறிய கோடு ஒன்றையும் எழுத்தர்கள் உருவாக்கியிருந்தார்கள். இந்த பாணியை நாம் அசோகக் கல்வெட்டில் காண முடியாது. பாறை அரசாணைகளுக்கும் தூண் அரசாணைகளுக்கும் இடையேயான காலகட்டத்தில் இந்தக் கிரேக்க முறையை அசோகர் அல்லது அவரது எழுத்தர்கள் அறிந்துகொண்டிருக்க முடியுமா? சமீபத்திய ஆய்வுகள் (பார்க்கவும்: Hinüber 2010) அசோகருக்கும் அருகில் இருந்த கிரேக்க அரசர்களுக்கும் கடிதப் போக்குவரத்து இருந்திருக்கலாம் என்று சுட்டிக்காட்டுகின்றன. இந்தத் தொடர்பு அசோகர் எழுத்துகளில் தாக்கம்செலுத்தியிருக்கலாம். இதற்கு நிகராக, அரசாணைகளை எழுதும்போது அல்லது கடிதங்கள் எழுதும்போது இரண்டு அல்லது அதற்கு மேற்பட்ட வார்த்தைகளை ஒரு கொத்தாக ஆக்க வேண்டும் என்று அர்த்தசாஸ்திரத்தில் கௌடில்யர் அறிவுறுத்துகிறார்.

படிப்பதற்கானவை என்று மிக வெளிப்படையாக முன்வைக்கிறது. மஹாமாத்ரர்கள் அவரது செய்தியின் ஒரு நகலைத் தங்கள் வசம் வைத்திருக்க வேண்டும் என்கிறார் அசோகர். இரண்டாவது நகல், சாதாரண பௌத்தத் தாளாளர்களாக இருக்கும், அதாவது உபாசகர்களிடம் ஒப்படைக்கப்பட வேண்டும் என்கிறார். இந்த நகல்களுக்கு அசோகர் 'லிபி' என்ற சொல்லைப் பயன்படுத்துகிறார். இச்சொல் பாறைகளில் பொறிக்கப்படுவதை மட்டுமே குறிக்காமல், பொதுவாக எழுதப்பட்டதையும் குறிக்கிறது. ஆகையால், கையில் எடுத்துச்செல்லக்கூடிய நகல்கள் கல்வெட்டியலார்ந்த இருப்புக்கு அப்பாலான இருப்பைக் கொண்டிருப்பவையாகின்றன. இக்குறிப்பிட்ட விஷயத்தைப் பொறுத்தமட்டில், இந்த எழுத்து உண்மையிலேயே பொறிக்கப்படுவதற்கானதுதானா என்பது அவ்வளவு தெளிவாக இல்லை. ராணி அரசாணை என்றழைக்கப்படும் விஷயத்தில் நிச்சயமாக இது இப்படியாகத்தான் இருக்கிறது. அதாவது, முன்னர் அனுப்பப்பட்ட அறிவுறுத்தல்களுக்குப் பின்னிணைப்பாக இது அனுப்பப்பட்டிருக்கலாம்.[27] மேலும், இது பிரசுரிப்பதற்கான ஒன்றாக இருந்திருக்க முடியாது.

இவையெல்லாம் இவ்விஷயங்களைச் சுட்டிக்காட்டுகின்றன: (அ) பேரரசர் உருவாக்கிய எழுத்துகளில் ஒரு சிறு பகுதியை மட்டுமே பொறிக்கப்பட்டிருக்கும் அசோகரது எழுத்துகள் ஊடாக நம்மால் அணுக முடிகிறது; (ஆ) பொறிக்கப்பட்டிருக்கும் எழுத்துகள் எல்லாமும் அசோகரது சொற்களை அப்படியே கொண்டிருப்பவையாக நாம் எடுத்துக்கொள்ள முடியாது; (இ) நம்மால் அணுகக்கூடிய எழுத்துகள்கூட அவற்றின் பொறிக்கப்பட்ட இருப்புக்கும் வெளியே அல்லது அதற்கு இணையாக அழுகிப்போகக்கூடிய பொருள்களில் எழுதப்பட்டுக் கையில் கொண்டுசெல்லக்கூடிய நகல் வடிவத்தில், பொதுவில் உரக்கப் படிக்கப்படும் — ஒருவேளை, அரசதிகாரிகளால் வாய்மொழியாக விளக்கம் கொடுக்கப்பட்ட — இருப்பைக் கொண்டிருக்கலாம்.

இது இலக்கிய வடிவம் குறித்த பிரச்சினைக்கு நம்மைக் கொண்டு விடுகிறது. இந்த எழுத்துகளில் சில தன்னிலை சார்ந்து, தன்னிலை வினைச்சொற்களையும் பெயர்ச்சொற்களையும் பயன்படுத்துகின்றன. மற்றவை படர்க்கையில் எழுதப்பட்டிருக்கின்றன. ஓர் இலக்கியமாக, இவ்விரண்டு வகையான எழுத்துகள் இரண்டு இலக்கிய பாணிகளாக இருக்கின்றன. தன்னிலை சார்ந்த எழுத்துகளை நாம் கடிதங்களாகப் பார்க்க முடியும். இப்படியாக இது கடித இலக்கிய வகையாகிறது. படர்க்கையில் உள்ள எழுத்துகள் படர்ந்த தளத்தில் புகழுரைக்கும்

27 Norman (1976: 57).

அறிவுறுத்துவதற்கும் இடையே ஊசலாடும் அரசரின் செயல்களும், தன் மக்களுக்கான அரசரின் விருப்பங்களும் இணைந்திருக்கும் ஒரு வகையிலானவையாக இருக்கின்றன. இப்படி இரண்டு வகைகளாக இருப்பதால், இவ்வெழுத்துகள் இரண்டு விதமான ஆசிரியர்களால் எழுதப்பட்டிருக்க வேண்டும் என்ற அவசியம் ஏதுமில்லை. வெவ்வேறு சூழ்நிலைகளில் தன்னிலை, படர்க்கை குரலில் அசோகரே எழுதியிருக்க முடியும். இதனால்தான், தன்னிலையிலான வாக்கியத்துக்குள்ளாகப் படர்க்கையில் எழுதப்பட்டிருப்பதும் உள்ளடங்கியிருக்கிறது.

மற்றொரு பிரச்சினை, இந்த எழுத்துகள் இருக்கும் இடங்கள் குறித்ததாக, அவை பொதுப்பார்வைக்குக் காட்சிப்படுத்தப்பட்டிருக்கும் முறை குறித்ததாக இருக்கிறது. தேர்ந்தெடுக்கப்பட்டிருக்கும் கல்வெட்டுகளுக்கான இடங்களும், கல்வெட்டுகள் காட்சிப்படுத்தப்பட்ட முறையும் தீர்மானித்துச் செய்யப்பட்டவையாக இருக்கின்றன. இவற்றை விசாரணை செய்வது, அசோகக் கல்வெட்டுகள் செதுக்கப்பட்டதன் பின்னணியில் உள்ள பதிப்புச் செயல்பாடுகள் குறித்து இன்னும் கூடுதலான புரிதலை நமக்குக் கொடுக்கக்கூடியதாக இருக்கிறது. நயன்ஜோத் லாஹிரி, திலீப் சக்கரவர்த்தி இருவரும் எழுதிய சமீபத்திய நூல்கள் இதை நிரூபிக்கின்றன.[28] தேர்ந்தெடுக்கப்பட்ட ஒவ்வொரு இடத்துக்கான காரணத்தைத் துருவியகழ்வது நம்மை மிகவும் விலகிப்போகவைக்கும். சுருக்கமாகச் சொல்வதென்றால், பதினான்கு பெரும் பாறை அரசாணைகளும் பேரரசின் மையத்திலிருந்து வெகுதொலைவில் உள்ள மாவட்டங்களில் இருக்கின்றன. ஹாரி ஃபால்க் இவ்வாறு குறிப்பிடுகிறார்: 'பெரிய நகரங்களுக்கு மிக அருகில் பாறை அரசாணைகள் காணப்படுகின்றன. மேலும், இந்தப் பெரிய நகரங்களெல்லாம் பேரரசின் எல்லையோரங்களில் காணப்படுகின்றன'.[29] இது, மலை மீது, குன்றில் உள்ள கற்பாறைகள் மீது, குகைகள் என்று மனித இருப்பிடங்களுக்குத் தொலைவில் உள்ள இடங்களில் அமைக்கப்பட்டிருக்கும் சிறு பாறை அரசாணைகளிலிருந்து முற்றிலும் வேறாக இருக்கிறது. தொலைவில் இருக்கும் இந்த இடங்கள் அசோகரது காலத்தில் நாட்டார் பண்டிகைகளோடும் யாத்திரைகளோடும் தொடர்புடையவையாக இருந்திருக்க முடியும். மாறாக, தூண் அரசாணைகள் பேரரசின் மையப் பகுதிகளில் அமைக்கப்பட்டிருக்கின்றன.

---

28 பார்க்கவும்: Lahiri (2015). அசோகக் கல்வெட்டுகள் இருக்கும் இடங்கள் குறித்த பொதுவான சில பார்வைகளையும் இந்த இடங்களின் சமூக-பொருளாதார முக்கியத்துவம் குறித்தும் அறிந்துகொள்ள இந்தியத் தொல்லியலாளர் திலீப் சக்கரவர்த்தியின் புத்தகத்தைப் பார்க்கவும்: Dilip Chakrabarti (2011).

29 Falk (2006: 111). தென்னிந்தியாவில் காணப்படும் அரசாணைகள் குறித்த விரிவான வாசிப்புக்குப் பார்க்கவும்: Basu et al. (2017).

ஒரு பார்வையாளர் வெவ்வேறு இடங்களில் இருக்கும் கல்வெட்டு எழுத்துகளை ஒன்றன்பின் ஒன்றாக அணுகும்போது எதிர்கொள்ளக்கூடியதன் முக்கியத்துவத்தை ஹாரி ஃபால்க் சுட்டிக்காட்டுகிறார்.[30] பாறைகளிலும் தூண்களிலும் பொறிக்கப் பட்டிருக்கும் எழுத்துகள் பொதுவில் காட்சிப்படுத்தப்படுவது பார்வையாளர்களுக்கு பிரம்மாண்ட அனுபவத்தைக் கொடுத்திருக்க வேண்டும். அதுவும், குறிப்பாக அக்காலத்து மக்களில், பெரும்பாலானோர் எழுத்தறிவற்றவர்களாக இருப்பதை நாம் கணக்கில்கொள்வோம் என்றால், அவர்கள் முதன்முறையாகப் 'பேசும் கற்'களைப் பார்க்கிறார்கள். இந்தக் கற்கள் மதரீதியாக முக்கியத்துவம் பெற்றவையா? கல்வெட்டு இருக்கும் இடங்களில் பலவும், நாட்டாரியல் சடங்குகளுக்கான, யாத்திரைகள் மேற்கொள்ளும் இடங்களாக மதரீதியாக முக்கியத்துவம் பெற்றிருப்பதைப் போல்தான் தெரிகிறது. இன்றைக்கும்கூட இந்தக் கல்வெட்டு இருக்கும் இடங்களில் பூக்களும் பிற வழிபாட்டுப் பொருட்களும் படைக்கப்படுவதை நம்மால் பார்க்க முடியும்.[31] இன்றும்கூடப் பொறிக்கப்பட்டிருக்கும் வார்த்தைகள் பெரும் முக்கியத்துவம் பெறுவதை ஒரு சின்ன கதை படம்பிடித்துக்காட்டுகிறது. விஸ்கொன்சின் (*Wisconsin*) பல்கலைக்கழகத்தின் (மேடிசன், வட அமெரிக்கா) தொல்லியல் மாணவர் ஒருவர், அவரது பாடத்திட்டத்தின் பகுதியாக அவரது பல்கலைக்கழகத்துக்கு அருகில் இருந்த ஒரு பாறையில் அசோகரது கல்வெட்டைப் பொறிக்கிறார். பின்னர் ஒருநாள், அந்தப் பாறைக்கு அருகில் மலர்கள் வைக்கப்பட்டிருப்பதை அவர் காண்கிறார்.[32]

பிந்தைய இந்திய அரசர்களின் 'கல்வெட்டியலார்ந்த பழக்கம்' என்று அவர் குறிப்பிடுவதோடு ஒப்பிட்டு அசோகக் கல்வெட்டுகள் எவ்வளவு தனித்துவமானவையாகவும் வழக்கத்துக்கு மாறானவையாகவும் இருக்கின்றன என்று ரிச்சர்ட் சாலமன் குறிப்பிடுகிறார். 'வடிவம், உள்ளடக்கம், தொனி, இவற்றில் அசோகக் கல்வெட்டுகளை ஒத்திருக்கக்கூடிய ஒன்றைக்கூட இந்தியக் கல்வெட்டுத் தொகுப்பு உலகில் நம்மால் காண முடியவில்லை.'[33] மேலும், 'நன்மதி கூறும் பண்பைக் கொண்டிருக்கும் அரசுக் கல்வெட்டுகள் மிக அபூர்வமானவையாக இருக்கின்றன' என்றும் 'சொல்லப்போனால், இப்பண்பு அசோகக்

30 *Falk 2006: 111–12.*

31 புகைப்படத்துக்குப் பார்க்கவும்: *Monica Smith et al. (2016: 381).*

32 ஹிதர் வால்டர் (*Heather Walder*) என்ற மாணவர் அசோகக் கல்வெட்டுகளைப் பொறிக்கும் அவரது அனுபவத்தை விவரிக்கிறார். பார்க்கவும்: *Walder (2018).*

33 *Salomon (2009: 45).*

கல்வெட்டுகளில் மட்டுமே காணக்கூடிய ஒன்றாக இருக்கிறது' என்றும் சாலமன் சேர்த்துக்கொள்கிறார்.[34]

நான் மேலே சொல்ல முயன்றிருப்பதை சாலமன் கூற்று முன்மொழிவதாக இருக்கிறது. அதே சமயத்தில், அசோகரது தனித்துவத்துக்கான காரணத்தையும் முன்வைக்கிறது. அவரது கல்வெட்டுகள், அரசருடைய பெருமைகள், சாதனைகள் போன்று பொதுவான புகழுரை ஆவணங்களாக இல்லாமல், கல்லில் செதுக்கப்பட்ட கடிதங்களாகவும் நன்மதிகளாகவும் இருக்கின்றன. இவை தார்மிக விஷயங்களோடு தொடர்புடைய நிதானமான அறிவுரைகளாக இருக்கின்றன; போர்கள் எவ்வளவு கொடூரமானவை என்று காட்டுவதற்கும், அவரது செயல்களுக்காக மன்னிப்புகோருவதற்கும், அவரது சந்ததியினர் அதிகாரத்தையும் பெருமையையும் நாடுவதற்குப் பதிலாக தர்மத்தின் மூலமாக வெற்றிகொள்ள விழைய வேண்டும் என்று சொல்வதற்கும் கலிங்க வெற்றி குறித்த பதிப்பு காணப்படுகிறதே தவிர, அரசனின் வெற்றி அல்லது அதிகாரம் போன்றவை குறித்து எந்தக் குறிப்பும் இல்லை. இந்த எழுத்துகளின் தனித்துவமான இயல்பு, இவற்றை வெறுமனே அரசாணைகளாகவும் புகழுரைகளாகவும் பார்க்காமல் தனித்த இலக்கிய வகையாகப் பார்க்க முயல்வதை நியாயப்படுத்துகிறது.

நாம் பின்வரும் இயல்களில் பார்க்கவிருப்பதுபோல், அசோகர் பெரும் செயல்திட்டத்தை மேற்கொண்டிருக்கிறார். தன்னுடைய பிரஜைகள் என்று மட்டுமல்லாமல் அவரது பேரரசுக்கு வெளியே வாழும் மக்களும் தர்மத்தின் ஆணைகளுக்குக் கட்டுப்பட்டுத் தார்மிகரீதியாக வாழ்பவர்களாக மாறுவதற்கே அசோகர் முயன்றார். இந்தச் செயல்திட்டத்துக்காக அவரது மொத்த வாழ்க்கையையும் அவரது பேரரசின் சகலத்தையும் அவர் அர்ப்பணித்தார். ஓர் எழுத்தாளராக அவரது புது முயற்சி — அதாவது, தன்னுடைய பிரஜைகளுக்கும் அதிகாரிகளுக்கும் கடிதங்கள் எழுதுவது, அவற்றில் சிலவற்றைக் கல்லில் செதுக்குவது — இந்தச் செயல்திட்டத்தை மேலும் முன்னெடுக்கும் விதமாகவே செய்யப்பட்டது. அசோகர் புத்திசாலியான அரசியலாளராகவும் இருந்தார். 'செய்திகளைப் பகிர்ந்துகொள்வதன்' முக்கியத்துவத்தை அவர் உணர்ந்திருந்தார். அன்றாட வாழ்க்கையில் உழன்றுகொண்டிருக்கும், அன்றாடத் தேவைகளைப் பூர்த்திசெய்துகொள்ள முயன்றுகொண்டிருக்கும் மக்கள், மிகத் தொலைவில் இருக்கும் ஒரு தத்துவவியலாளர்-அரசர் தர்மம் குறித்தும், தார்மிகம் குறித்தும் பேசுவதன் மீது அவர்களுடைய கவனத்தை எப்படித் திருப்ப முடியும்? சட்டத்தின் இரும்புப் பிடிகளைவிட மென்மையாக இணங்கவைப்பது

34 Salomon (1998: 111).

பயனுறுதிமிக்க உத்தியாக இருக்கும் என்று அவர் குறிப்பிடுகிறார். அவரது எழுத்துகள், கட்டளையிடுவதைவிட, அக்கறையற்ற மக்கள் அவரது அறிவுரைகளைத் தீவிரமாக எடுத்துக்கொள்ள வேண்டும் என்று வேண்டிக்கொள்பவையாகவே இருக்கின்றன.

இரண்டு தொகுப்புகளில் காணப்படும் இறுதியானதை, நாம் முன்னரே குறிப்பிட்டது போன்று, ஒரு முடிவுரையாக எடுத்துக்கொள்ள முடியும் — அவரது தொகுப்பை முடித்துவைக்கும் விதமான கூற்றுகள். பாறை அரசாணை XIV நிச்சயமாக ஒரு முடிவுரைபோல் இருக்கிறது. இது பாறை அரசாணைத் தொகுப்பு குறித்துப் பிரதிபலித்து, அவை ஏன், எப்படி எழுதப்பட்டன என்றும் அவற்றில் சில குறைபாடுகள் ஏன் காணப்படுகின்றன என்றும் வாசகர்களுக்குச் சொல்வதாக இருக்கிறது.

தர்மம் குறித்த இந்த எழுத்துகள் கடவுள்களின் அன்புக்குரியவன், அரசன் பியதஸியால் இங்கே பொறிக்கப்பட்டுள்ளன. இவை பெருமளவு அல்லது ஓரளவு சுருக்கப்பட்ட வடிவத்தில் அல்லது மிக விரிவான வடிவத்தில் கொடுக்கப்பட்டுள்ளன. ஏனெனில், எல்லா விஷயங்களும் எல்லா இடங்களுக்கும் உகந்தவையாக இருப்பதில்லை. ஏனெனில், என்னுடைய நிலப்பரப்பு மிக விரிந்தது. மேலும், நான் நிறைய எழுதியிருக்கிறேன். எப்போதும் நான் இன்னும் கூடுதலாக நிறைய எழுதியிருக்கிறேன். இவற்றில் பல, அவை கொண்டிருக்கும் வசீகரத்தாலும் மக்கள் அதற்கு ஏற்ப நடக்க வேண்டும் என்பதற்காகவும் திரும்பத்திரும்பச் சொல்லப்பட்டிருக்கின்றன. இங்கு, அங்கு என்று ஒருசில விஷயங்கள் முழுமையற்றவையாகவோ அல்லது ஒரு பிரதேசத்துக்கு உகந்தவையாக இல்லாமலோ இருக்கலாம். அல்லது குறிப்பிட்ட காரணத்தைக் கணக்கில் எடுத்துக்கொண்டதாக இருக்கலாம் அல்லது எழுத்தர்களின் பிழைகளாகவும் இருக்கலாம்.

இதில் சில முக்கியமான விஷயங்களை அசோகர் எழுப்புகிறார். முதலாவதாக, அவரது கல்வெட்டுகள் சில இடங்களில் விரிவாக இருக்கின்றனவென்றால், வேறுசில இடங்களில் சுருக்கமாக இருக்கின்றன என்று ஒப்புக்கொள்கிறார். மீண்டும் மீண்டும் சொல்லப்படுவதற்கு — பிந்தைய இந்தியச் சொல்லணியாளர்கள் இந்த இலக்கணப் பிழையைத் தரக்குறைவாகப் பார்க்கிறார்கள் — சில உள்ளடக்கங்கள் அல்லது அவர் கண்டுபிடித்த சொற்றொடர்கள், வசீகரமாக அல்லது 'இனிமை'யாக இருப்பதே காரணம் என்று விளக்கம் கொடுக்கிறார் — இவ்விஷயத்துக்கு நான் மீண்டும் வரவிருக்கிறேன். ஆனாலும், அவரது எழுத்துகள் மிக விரிவாக இருப்பதாக அவர் முன்வைப்பதுதான் முக்கிய விஷயமாகிறது. அவரது எழுத்துகள்

ஏன் ஒருசில இடங்களில் சுருக்கப்பட்டிருக்கின்றன — ஏன் ஒருசில இடங்களில் முழுமையாகத் தவிர்க்கப்பட்டிருக்கின்றன — என்பதற்கான காரணம் அவரது நிலப்பரப்புபோலவே அவரது எழுத்துகளும் அவ்வளவு விரிந்து இருந்ததுதான். மேலும், வருங்காலங்களில் இன்னும் நிறைய எழுதவிருப்பதாகவும் உறுதியளிக்கிறார்.

பாறை அரசாணை XIV போல் அவ்வளவு தெளிவாக இல்லை என்றாலும்கூட, தூண் அரசாணை VI, ஒருவேளை தூண் அரசாணைத் தொகுப்புக்கு முடிவுரையாக இருக்க முடியும் என்பதுபோல் தெரிகிறது. இதில், அரியணை ஏறி பன்னிரண்டு வருடங்களுக்குப் பிறகு தர்மம் குறித்து எழுதத் தொடங்கியதை அவர் நினைத்துப்பார்க்கிறார். மக்களுக்குக் கூடுதலான மகிழ்ச்சி கொடுக்கும் விதத்தில், அவர்களுடைய நன்மையையும் நல்வாழ்வையும் முதன்மைப்படுத்த அவர் இதைச் செய்கிறார். அவர் எல்லாத் தரப்பு மக்கள் மீதும் அக்கறைசெலுத்துகிறார்; எல்லா மத அமைப்புகளையும் அல்லது பாஸந்தாக்களையும் மதிக்கிறார் — இது குறித்துப் பகுதி 4-இல் நான் விவாதிக்கவிருக்கிறேன். நேரில் சென்று பார்த்துவருவதுதான் அவரது தலையாய கடமை என்று முடிக்கிறார் — இது மதக் குழுக்களை நேரில் சென்று பார்த்துவருவதைக் குறிக்கிறதா அல்லது பொதுவாக மக்களைச் சந்திப்பதைக் குறிக்கிறதா என்பது தெளிவாக இல்லை. இந்த முடிவுரை, பாறை அரசாணைத் தொகுப்பில் இணைக்கப்பட்டிருப்பதுபோல் அவ்வளவு குறிப்பிட்டதாக இல்லாமல், ஓர் அரசராக அவரது கால் நூற்றாண்டுச் செயல்பாடுகளை நினைத்துப்பார்ப்பதாக இருக்கிறது.

இது நம்மை அசோகரது எழுத்துகளின் பரப்புக்குக் கொண்டுவிடுகிறது. நமக்குக் கிடைக்கக்கூடிய அவரது தொகுப்பு, வரைபடம் 3.2-இல் கொடுக்கப்பட்டிருப்பதுபோல், முப்பத்து நான்கு எழுத்துகளோடு சேர்ந்து இரண்டு மொழிபெயர்ப்புகளை உள்ளடக்கித் தோராயமாக 4,614 சொற்களைக் கொண்டிருக்கிறது. நான் முன்னரே குறிப்பிட்டதுபோல் இந்த வார்த்தைக் கணக்கு தோராயமானதே. அசோகரது எழுத்துகள் எல்லாம் கல்லில் பொறிக்கப்பட்டிருக்கின்றன என்பதையும் கல்லில் பொறிக்கக் கடும் உழைப்பும் நேரமும் செலவிட வேண்டியிருக்கும் என்பதையும் நாம் கணக்கில் கொள்வோம் என்றால், அவரது எழுத்துகள் பெருமளவிலானவையாக இருக்கின்றன என்று சொல்ல முடியும். மேலும், அவர் எழுதிய எல்லாக் கல்வெட்டுகளும் நமக்குக் கிடைக்கவில்லை; ஒவ்வொரு பத்தாண்டு அல்லது அதுபோல் என்ற கணக்கில் தொல்லியலாளர்கள் புதிய கல்வெட்டுகளைக் கண்டெடுக்கிறார்கள். பெருமளவிலான தன்னுடைய எழுத்துகள் குறித்து — வருங்காலத்தில் இவை இன்னும் கூடுதலாக இருக்கும் என்றும் — பாறை அரசாணை XIV-இல் அசோகர் முன்வைப்பது, நான் முன்னரே

குறிப்பிட்டது போன்று, பெரும்பாலான அவரது எழுத்துகள் கல்லில் பொறிக்கப்படாமல், நம் காலத்தில் இருக்கும் 'காகிதம்' போன்று மட்கிப்போகக்கூடிய பொருட்களில் எழுதப்பட்டிருக்கலாம்.

அசோகரது பெரும்பாலான எழுத்துகள், தர்மத்தைப் பரப்புரை செய்யும் அவரது முயற்சிகளோடு தொடர்புடையவையாக இருக்கின்றன. மிகத் தொலைவில் இருக்கும் நிர்வாகிகளோடு அரசர் தன்னுடைய செய்திகளைப் பகிர்ந்துகொள்ள வேண்டியிருப்பதால், ராஜ்ஜியம் நடத்துவதோடு தொடர்புடைய எழுத்துகள் ஒருசிலவும் காணப்படுகின்றன. இப்படியான எழுத்துகள் இருந்திருக்க வேண்டும் என்று அனுமானிப்பது ஏற்றுக்கொள்ளக்கூடிய ஒன்றாகவே இருக்கும். நிலைத்திருக்கும் எழுத்துகளும் இதையே முன்வைக்கின்றன. எடுத்துக்காட்டாக, ராணி அரசாணை என்றழைக்கப்படுவது கணக்குவழக்குகள் குறித்து மிகச் சாதாரண விஷயத்தை அரசர் அவரது அதிகாரிகளுக்குத் தெரிவிக்கும் ஒன்றாக இருக்கிறது.

கடவுள்களின் அன்புக்குரியவன் வழங்கும் வழிகாட்டுதலின் அடிப்படையில், எல்லா இடங்களிலும் உள்ள மஹாமாத்ரர்களுக்கு இவ்வாறு அறிவுறுத்த வேண்டும்:

இரண்டாவது, ராணி இங்கு தானமாக எதைக் கொடுத்திருந்தாலும்[35] — மாந்தோப்பு, பூஞ்சோலை, அன்னதானச் சத்திரம் அல்லது வேறு எதுவாக இருந்தாலும் — அவையெல்லாம் ராணியின் கணக்கில் ஏற்றப்பட வேண்டும். நீங்கள் அதை இரண்டாவது ராணி, கலுவகி அதாவது திவாலாவின் தாயுடைய கணக்கில் ஏற்ற வேண்டும்.

இந்த அரசக் கட்டளை மிகச் சாதாரண விஷயத்தைக் கையாள்கிறது. ஆனாலும், அதிர்ஷ்டவசமாக அவரது மகன், மனைவி ஆகியோரின் பெயர்களை — அசோகரது மொத்தத் தொகுப்பிலிருந்து இரண்டே இரண்டு இந்தியப் பெயர்களை நாம் அறிந்துகொள்கிறோம். இதற்கு நிகராக, ஒருவேளை இதைவிட முக்கியமான ஒன்றை, அசோகரால் எழுதப்பட்ட தூண் அரசாணை IV-இல் உள்ள அரசுச் செய்தி வெளிப்படுத்துகிறது. இதில் அவரது மூத்த நிர்வாகிகள் சுதந்திரமாகச் செயல்பட அவர் கொடுத்திருக்கும் சுதந்திரம் குறித்தும், அவர்கள் பாரபட்சமின்றி, குறிப்பாக நீதித் துறை நடவடிக்கைகளில், செயல்பட வேண்டும் என்ற அவரது விருப்பம் குறித்தும் பேசுகிறார். பிறகு,

---

35 இங்கே பயன்படுத்தப்படும் 'ஹெடா' என்ற சொல்லின் அர்த்தம் அவ்வளவு தெளிவாக இல்லை. ஒருவேளை, இது தானங்கள் எங்கே கொடுக்கப்படுகின்றனவோ அந்தப் பகுதிகளெல்லாம் அங்கிருக்கும் மஹாமாத்ரர்களின் மேற்பார்வையில் இருப்பதைக் குறிக்கலாம்.

மரணதண்டனை விதிக்கப்பட்டவர்களுக்கு அந்தத் தண்டனையை மூன்று நாள்களுக்கு நிறுத்திவைக்க வேண்டும் என்று முன்னர் ஒரு கட்டளையை அனுப்பிவைத்திருப்பது குறித்தும் பேசுகிறார். இதுவும், இதற்கு நிகரான கட்டளைகளும் எழுத்து வடிவத்தில் பேரரசு முழுக்க உள்ள மூத்த நிர்வாகிகளுக்கு அனுப்பிவைக்கப்பட்டிருக்க வேண்டும் என்பது தெளிவாக இருக்கிறது. துரதிர்ஷ்டவசமாக, அசோகரது இந்த எழுத்துகளையெல்லாம் நாம் எக்காலத்துக்கும் தொலைத்துவிட்டோம்.

ஹெல்லனிய அரசர்களின் தூதுவர்கள் இந்தியாவில் இருந்ததையும், நான்கு கிரேக்க அரசர்களிடம் தூதுவர்களை அனுப்பிவைத்ததாகச் சொல்லும் அசோகரது சொந்த வார்த்தைகளையும் கணக்கில்கொள்வோம் என்றால், கிரேக்க அரசர்களுக்குத் தூதியல் விஷயங்கள் குறித்துக் கடிதங்கள் எழுதியிருந்திருக்க வேண்டும் என்றும், அவர்களிடமிருந்து கடிதங்கள் பெற்றிருந்திருக்க வேண்டும் என்றும் அனுமானிப்பது அப்படியொன்றும் நீட்டித்துப் பார்ப்பதாக இருக்காது. அவரது தெற்கு எல்லையில், இலங்கை உள்பட, இருந்த ஆட்சியாளர்கள் விஷயத்திலும் இப்படியாக நடந்திருக்க வேண்டும். இப்படி, தூதியல் தொடர்பான தகவல் பரிமாற்றங்களையும்கூட நாம் எக்காலத்துக்கும் தொலைத்துவிட்டோம்.

இறுதியாக, தொடக்கத்தில் நான் குறிப்பிட்ட ஒரு விஷயத்துக்கு மீண்டும் வர விரும்புகிறேன்: அசோகரது சில எழுத்துகள் இலக்கிய மதிப்பைக் கொண்டிருக்கின்றன. அசோகர் பட்டத்திலேயே காணப்படும் மோனைப் பண்பு (alliterative) குறித்து முகப்புரையில் நான் சுட்டிக்காட்டியிருந்தேன் 'தேவாநம்பியே பியதஸி'. இதில் 'பிய' என்ற சொல் இடையில் இரண்டு முறை வருகிறது. தன்னுடைய சில எழுத்துகளில் காணப்படும் இலக்கியத் தகுதியை விவரிக்கும் விதமாக, பாறை அரசாணை XIV-இல் 'இனிமை' அல்லது வசீகரம் என்ற சொல்லை — சம்ஸ்கிருதத்தில் 'மாதுர்யா' — அசோகர் பயன்படுத்துவதன் மீது ஹெர்மென் டீகென் நம் கவனத்தை ஈர்க்கிறார்.[36] அசோகருக்குச் சில நூற்றாண்டுகளுக்குப் பிறகு, கவிதையியலில் பெரும் செல்வாக்கு செலுத்திய பரதரின் நாட்டியசாஸ்திரத்தில், காவியம் என்றழைக்கப்படும் இலக்கியப் படைப்பு கொண்டிருக்க வேண்டிய பத்து அழகியல் குணங்களில் ஒன்றாக இனிமை (மாதுர்ய-குணா) முன்வைக்கப்படுவதிலிருந்துதான் இந்தச் சொல்லின் முக்கியத்துவம் தருவிக்கப்படுகிறது.[37] இந்த இலக்கிய வகையும் அது குறித்த ஆய்வும் சம்ஸ்கிருத இலக்கிய மரபுக்குள் தோன்றுவதற்கு முன் பிராகிருதத்தில் அல்லது மத்திய-

---

36 Tieken (2006).
37 Nāṭyaśāstra XVI: 104.

இந்தோ மொழியில் நீண்ட காலங்களுக்கு முன் தோன்றியிருக்க வேண்டும். மொழியியலாளரும் வரலாற்றியலாளருமான ஸ்டீபன் ஜேமிஸன் இவ்வாறு குறிப்பிடுகிறார்: 'எப்படிப் பார்த்தாலும், இந்த முக்கியமான காலகட்டத்தில் [பொ.ஆ.மு. கடைசி சில நூற்றாண்டுகள்] சம்ஸ்கிருதம் மட்டுமே காவியம் என்ற சொல்லைக் கொண்டிராத மொழியாக இருந்தது; வெளியே புலப்படாத வகையில் மத்திய-இந்தோ மொழியில் நீண்ட காலங்களாக இச்சொல் இருந்துவந்திருக்கிறது. இந்தச் சொல்லும் அதன் நடைமுறையும் சம்ஸ்கிருத இலக்கியத்துக்குள் மீண்டும் நுழைந்திருக்கலாம்.'[38] அசோகரது மொழியான பிராகிருதத்தில் முதிர்ந்த கவிதை மரபு காணப்படுகிறது; இந்தக் கவிதை மரபை அசோகர் அறிந்தும் இருக்கலாம்.

துரதிர்ஷ்டவசமாக, இந்தியக் கோட்பாட்டாளர்கள் 'சப்தலங்காரம்' என்று அழைப்பதற்குள்ளாக வரும் மோனைப் பண்பை – மொழியாக்கத்தில் கொண்டுவருவது சாத்தியமே இல்லை. எடுத்துக்காட்டாக, பாறை அரசாணை *X*-இல் பிற 'பி' (*p*) என்ற ஒலியோடு 'பல்' (*pal*) என்ற ஒலி ஆறு முறை ஒத்திசைந்து மோனையை உருவாக்கும் வார்த்தை விளையாட்டில் அசோகர் ஈடுபடுகிறார்.[39] மேலும், 'சவம்' என்பதில் உள்ள 'ச' என்ற ஒலிக்குப் பின் உடனடியாக சகலே என்று ஒலித்து, 'சவம்' என்ற ஒலியோடு முடிகிறது. நான் இங்கு மோனை ஒலிகளை வாசகர்கள் சுலபமாக உள்வாங்கக்கூடிய விதத்தில் ஆங்கிலத்தில் பெரிய-சாய்வு எழுத்துகளில் கொடுக்கிறேன்:

> *aṃ cu kichi PALakamati devānaṃPiye Piyadasi lājā, taṃ SAvaṃ PĀLatikāye vā kiti: SAkale apaPALiSAve siyā ti. esa cu PALiSAve e aPune. dukale cu kho esa khudakena vā vagenā usaṭena vā aṃnata agenā PALakamenā SAvaṃ PALitijitu.*

> அம் சு கிசி **பல**கமதி தேவாநம்பியே பியதஸி லாஜா, தம் **சவம்** **பால**திகாயே வா கிதி: **சக**லே அப**பலீஸா**வே சியா தி. எஸ சு **பலிஸா**வே எ அ**பூ**நே. துகலே சு கோ எஸ குதகேந வா வகேநா உஸடேந வா அம்நத அகேநா **பல**கமேநா **சவம்** **பலி**திஜிது.

மொழியாக்கத்தில் சீர் முற்றிலும் தொலைந்துபோகிறது.

> இருப்பினும், கடவுள்களின் அன்புக்குரியவன், அரசன் பியதஸி, அரும்பாடுபட்டு என்ன செய்ய முயன்றாலும், அவையெல்லாம் இனிமேலானதற்கு மட்டுமே. ஒவ்வொருவரும் மிகக்

---

38 Jamison (2007: 142).

39 அரசாணைகளில் காணப்படும் இந்த மோனைப் பண்பை என் கவனத்துக்குக் கொண்டுவந்த என் சகாவான ஜோயல் பிரெரெட்டனுக்கு என்னுடைய நன்றியைத் தெரிவித்துக்கொள்கிறேன்.

குறைவான இடர்ப்பாடுகளையே எதிர்கொள்ள வேண்டும் என்பதற்காகத்தான். ஆனால், இது ஓர் இடர்ப்பாடுதான்: தகுதியில்லாமை. இருப்பினும், கீழ்-வர்க்கத்தைச் சேர்ந்தவராக இருந்தாலும், அல்லது மேல்-வர்க்கத்தைச் சேர்ந்தவராக இருந்தாலும் அரும்பாடுபடாமல், எல்லாவற்றையும் துறக்காமல் இதைச் செய்வது கடினம். ஆனால், இவர்களுக்கு இடையே, மேல்-வர்க்கத்தைச் சேர்ந்தவருக்கு இது இன்னும் கடினமானது.

பாறை அரசாணை II-இல், ஒரு கூற்றின் தொடக்கத்தில் உள்ள சொற்களைத் திரும்பச் சொல்லும் உத்தியை அசோகர் பயன்படுத்துகிறார். இந்தச் சொல்லை, நீண்ட பெயர்விளக்கக் கூற்றுக்குப் (parenthetical statement) பிறகு மீண்டும் இடையில் பயன்படுத்துகிறார். வாய்மொழி ஆக்கங்களில் இப்படியாகத் திரும்பப் பயன்படுத்துவது பொதுவான பண்பாக இருக்கிறது. இங்கு 'எல்லா இடங்களிலும்' (சவதா, சம்ஸ்கிருதம்: சர்வத்ரா) என்ற சொல் அப்படியாகப் பயன்படுத்தப்படுகிறது:

எல்லா இடங்களிலும் – கடவுள்களின் அன்புக்குரியவன், அரசன் பியதஸியின் நிலப்பரப்புக்குள்ளும் எல்லைகளுக்கு அப்பாலும், அதாவது கோடர்கள் [சோழர்கள்], பாண்டியர்கள், சத்யபுத்ரர்கள், கேரளப்புத்ரர்கள், தம்ரபர்னியர்கள், அந்தியோச்சுஸ் என்றழைக்கப்படும் கிரேக்க அரசன், அந்தியோச்சுஸ் நாட்டுக்கு அருகில் இருக்கும் பிற அரசர்கள் – **எல்லா இடங்களிலும்** கடவுள்களின் அன்புக்குரியவன், அரசன் பியதஸி இரண்டு வகையான மருத்துவச் சேவைகளை நிறுவியிருக்கிறான்: மனிதர்களுக்கான மருத்துவச் சேவை, வீட்டுப் பிராணிகளுக்கான மருத்துவச் சேவை.

இதே அரசாணையில் உள்ள அடுத்த இரண்டு வாக்கியங்கள், கடைசி எட்டு வார்த்தைகளைத் திரும்பப் பயன்படுத்துகின்றன. ஐந்து வார்த்தைகளில் கடைசி இரண்டு சீர்கள் -ஆநி (-āni) என்று மீண்டும்மீண்டும் வருவதைக் கவனியுங்கள்.

osadhāni munisopagāni ca pasuopagāni ca, ***ata atā nathi, savata hālāpitā ca lopāpitā ca.*** hemeva mūlāni ca phalāni ca, ***atā ata nathi, savata hālāpitā ca lopāpitā ca.***

ஒஸதாநி முநிஸோபகாநி பஸுயோபகாநி, ச ***அத அதா நதி, ஸவத ஹாலாபிதா ச லோபாபிதா ச.*** ஹேமேவ மூலாநி ச பாலாநி ச, ***அத அதா நதி, ஸவத ஹலாபிதா ச லோபாபிதா ச.***

எங்கெல்லாம், மனிதர்களுக்கும் வீட்டுப் பிராணிகளுக்கும் பயன்தரக்கூடிய மூலிகைகள் இல்லையோ, ***அப்படியான***

எல்லா இடங்களிலும், அவற்றைக் கொண்டுவந்து நட்டு வளர்த்திருக்கிறான். இதுபோலவே, வேர்க் காய்களும், பழ மரங்களும் எங்கெல்லாம் இல்லையோ அப்படியான எல்லா இடங்களிலும் அவற்றைக் கொண்டுவந்து நட்டு வளர்த்திருக்கிறான்.

இப்படியான இலக்கிய அலங்காரங்கள் குறித்து நாம் சொல்லிக்கொண்டே போக முடியும். ஆனால், இவற்றை நாம் பிராகிருத மூலத்தில் மட்டுமே அனுபவிக்க முடியும். இருந்தாலும், தன்னுடைய எழுத்துகள் அர்த்தமுள்ளதாக மட்டுமல்லாமல், இலக்கியரீதியான இனிமையையும் — மாதுர்யா — கொண்டிருப்பதற்கு அசோகர் மெனக்கெட்டிருப்பதையே இது சுட்டிக்காட்டுகிறது.

வரைபடம் 3.2

அசோகக் கல்வெட்டுத் தொகுப்பின் அ-குழு: அரசப் பிரகடனங்கள்

பெயர்	தேதி	இடங்கள்	மேற்பரப்பு	எழுத்து வடிவம்	மொழி	நிலை	சொற்கள் எண்ணிக்கை[40]
பா.அ-I	தேதியற்றது	9[41]	பாறை	பிராமி/ கரோஷ்டீ	பிராகிருதம்	படர்க்கை	87
பா.அ-II	தேதியற்றது	9	பாறை	பிராமி/ கரோஷ்டீ	பிராகிருதம்	படர்க்கை	84
பா.அ-III	12[42]	9	பாறை	பிராமி/ கரோஷ்டீ	பிராகிருதம்	தன்னிலை	64
பா.அ-IV	12	9	பாறை	பிராமி/ கரோஷ்டீ	பிராகிருதம்	படர்க்கை	160
பா.அ-V	13?[43]	9	பாறை	பிராமி/ கரோஷ்டீ	பிராகிருதம்	தன்னிலை	179
பா.அ-VI	தேதியற்றது	9	பாறை	பிராமி/ கரோஷ்டீ	பிராகிருதம்	தன்னிலை	153
பா.அ-VII	தேதியற்றது	9	பாறை	பிராமி/ கரோஷ்டீ	பிராகிருதம்	படர்க்கை	47
பா.அ-VIII	தேதியற்றது	9	பாறை	பிராமி/ கரோஷ்டீ	பிராகிருதம்	படர்க்கை	66
பா.அ-IX	தேதியற்றது	9	பாறை	பிராமி/ கரோஷ்டீ	பிராகிருதம்	படர்க்கை	168

40 *பெயரளவு சேர்மானச் சொற்கள் தனித்த வார்த்தைகளாகக் கணக்கிடப்படுகின்றன.*

41 *தவுலி, எர்ராகுடி, கிர்னார், ஜாவுகடா, கல்ஸி, மந்ஸேஹ்ரா, சந்நதி, ஷாபாஸ்கர்ஹி, சோபாரா. சந்நதியில் தனித்து இருக்கும் கற்பலகையில் செதுக்கப்பட்டிருக்கும் அரசாணைகள் XII, IV மட்டுமே நாம் கொண்டிருக்கிறோம். இதற்கு முந்தைய பதினொறு அரசாணைகள் வேறு தனித்த கற்பலகைகளில் பொறிக்கப்பட்டிருக்க வேண்டும் என்று அனுமானித்துக்கொள்கிறோம். ஆனால், தவுலியிலும் ஜாவுகடாவிலும் அரசாணை XIII தவிர்க்கப்பட்டிருக்கிறது.*

42 *இங்கே கொடுக்கப்பட்டிருக்கும் தேதிகள் அசோகர் அரியணை ஏறியதற்குப் பிறகானதைக் குறிக்கின்றன.*

43 *இந்த அரசாணை தேதியிடப்படவில்லை. மேலும், அரியணை ஏறி பதிமூன்று வருடங்களுக்குப் பிறகு தர்ம–மஹாமாத்ரர்கள் அலுவலகத்தை நிறுவியதாக அசோகர் சொல்கிறார். ஆக, இந்த அரசாணை இதற்கு அடுத்த வருடத்தில் எழுதப்பட்டிருக்க வேண்டும்.*

பெயர்	தேதி	இடங்கள்	மேற்பரப்பு	எழுத்து வடிவம்	மொழி	நிலை	சொற்கள் எண்ணிக்கை
பா.அ-X	தேதியற்றது	9	பாறை	பிராமி/ கரோஷ்தீ	பிராகிருதம்	படர்க்கை	91
பா.அ-XI	தேதியற்றது	7[44]	பாறை	பிராமி/ கரோஷ்தீ	பிராகிருதம்	படர்க்கை	71
பா.அ-XII	தேதியற்றது	7	பாறை	பிராமி/ கரோஷ்தீ	பிராகிருதம்	படர்க்கை	206
பா.அ-XIII	தேதியற்றது	6	பாறை	பிராமி/ கரோஷ்தீ	பிராகிருதம்	படர்க்கை	425
பா.அ-IV	தேதியற்றது	9	பாறை	பிராமி/ கரோஷ்தீ	பிராகிருதம்	தன்னிலை	61
பெரும் பாறை அரசாணைகளில் உள்ள சொற்களின் எண்ணிக்கை: 1,862							
தூ.அ-I	26	6[45]	தூண்	பிராமி	பிராகிருதம்	தன்னிலை	81
தூ.அ-II	26	6	தூண்	பிராமி	பிராகிருதம்	தன்னிலை	69
தூ.அ-III	26	6	தூண்	பிராமி	பிராகிருதம்	படர்க்கை	66
தூ.அ-IV	26	6	தூண்	பிராமி	பிராகிருதம்	தன்னிலை	191
தூ.அ-V	26	6	தூண்	பிராமி	பிராகிருதம்	தன்னிலை	176
தூ.அ-VI	26	6	தூண்	பிராமி	பிராகிருதம்	தன்னிலை	77
தூ.அ-VII	27	டில்லி-டோப்ரா	தூண்	பிராமி	பிராகிருதம்	தன்னிலை	542
தூண் அரசாணைகளில் உள்ள சொற்களின் எண்ணிக்கை: 1,202							

பௌத்தம்	12	தூண்	பிராமி	பிராகிருதம்	படர்க்கை	36
பௌத்தம்	14	தூண்	பிராமி	பிராகிருதம்	படர்க்கை	24

44 *அரசாணைகள் XI, XII, XIII ஆகியவை தவுலி, ஜாவுடா ஆகிய இடங்களில் தவிர்க்கப்பட்டிருக்கின்றன.*

45 *டில்லி–டோப்ரா, டில்லி–மிரார்ஹ், லாவுரிய–அரராஜ், லாவுரிய–நந்தன்கர்ஹ், ராம்பூர்வா, அலஹாபாத்–கோஸம், கோஸம்பி.*

ஆ-குழு: அரசுச் செய்திகள்

சி.பா.அ-I	தேதியற்றது	18[46]	பாறை	பிராமி	பிராகிருதம்	தன்னிலை	140
சி.பா.அ-II	தேதியற்றது	7[47]	பாறை	பிராமி	பிராகிருதம்	படர்க்கை	103
தனி. பா.அ-I	தேதியற்றது	2[48]	பாறை	பிராமி	பிராகிருதம்	தன்னிலை	324
தனி. பா.அ-II	தேதியற்றது	2	பாறை	பிராமி	பிராகிருதம்	தன்னிலை	237
பிளவு	தேதியற்றது	சாஞ்சி	தூண்	பிராமி	பிராகிருதம்	தன்னிலை	துண்டு களாக
பிளவு	தேதியற்றது	சார்நாத்	தூண்	பிராமி	பிராகிருதம்	தன்னிலை	93
பிளவு	தேதியற்றது	கோஸம்பி	தூண்	பிராமி	பிராகிருதம்	தன்னிலை	துண்டு களாக
பௌத்தம்	தேதியற்றது	பைரத்	பாறை	பிராமி	பிராகிருதம்	தன்னிலை	107
ராணி	தேதியற்றது	கௌஸம்பி	தூண்	பிராமி	பிராகிருதம்	படர்க்கை	38
பராபர்-I	12	பராபர்	குகை	பிராமி	பிராகிருதம்	படர்க்கை	12
பராபர்-II	12	பராபர்	குகை	பிராமி	பிராகிருதம்	படர்க்கை	12
பராபர்-III	19	பராபர்	குகை	பிராமி	பிராகிருதம்	படர்க்கை	15
பங்குரரியா	தேதியற்றது	பங்குரரியா	பாறை	பிராமி	பிராகிருதம்	படர்க்கை	12

இ-குழு: மொழியாக்கங்கள்

கிரேக்கம்	தேதியற்றது	கந்தஹார்	பாறை	கிரேக்கம்	கிரேக்கம்	படர்க்கை	255
இரு மொழி-I	தேதியற்றது	கந்தஹார்	பாறை	கிரேக்கம்+ அராமெயம்	கிரேக்கம்+ அராமெயம்	படர்க்கை	72
இரு மொழி-II	தேதியற்றது	கந்தஹார்	பாறை	கிரேக்கம்+ அராமெயம்	கிரேக்கம்+ அராமெயம்	படர்க்கை	70
எல்லா அரசாணைகளிலும் உள்ள மொத்த சொற்களின் எண்ணிக்கை: 4,614							

46 *அஹ்ரயுரா, பைரத், பிரஹ்மகிரி, டில்லி (பஹபூர்) எர்ராகுடி, காவிமாத், குஜர்ரா, ஜதிங்கா–ராமேஷ்வரா, மஸ்கி, நித்தூர், பலிகுந்து, பங்குரரியா, ராஜுல–மந்தகரி, ரதன்பூர்வா, ரூப்நாத், சஹஸ்ரம், சித்தாபூர், உதேகோலம்.*

47 *பிரஹ்மகிரி, எர்ராகுடி, ஜதிங்கா–ராமேஷ்வரா, நித்தூர், ராஜுல–மந்தகரி, சித்தாபூர், உதேகோலம்.*

48 *தவுலி, ஜாவுகடா.*

4

கட்டுநர்

ஆட்சியாளர்கள் எல்லோரும், பண்டைய அரசர்களாக இருந்தாலும் சரி, நவீன ஜனாதிபதிகளாக இருந்தாலும் சரி, கட்டுவதற்கு விரும்புகிறார்கள். அவர்கள் எழுப்பியிருக்கும் நினைவுச்சின்னங்கள் அவர்களது அதிகாரத்துக்கும் பெருமைக்கும் கட்புலனார்ந்த சாட்சிகளாகின்றன. பண்டைய உலகம் முழுவதும் உள்ள நினைவுச்சின்னங்கள் அதிகாரத்துவமிக்க நபர்களைப் பறைசாற்றும் சாட்சிகளாக நிற்கின்றன. இதற்கு, அசோகரும் விதிவிலக்கல்ல. இருப்பினும், அசோகரது கட்டும் திட்டம் இந்திய வரலாற்றில் தனித்துவமான ஒன்றாக இருப்பதோடு, அவரது காலத்தில் இதற்கு இணையாக எதையும் கொண்டிராத ஒன்றாகவும் இருக்கிறது. கற்களைக் கொண்டு முதலில் கட்டியவர் அசோகர்தான். கலை வரலாற்றியலாளர் பிரடெரிக் ஆஷர் குறிப்பிடுவதுபோல், 'நாம் அறிந்தமட்டும் இந்தியக் கலையின் முதல் புரவலராக' அசோகர் இருக்கிறார்.[1] நமக்குக் கிடைத்திருப்பதன் அடிப்படையில் சொல்வதென்றால், அசோகர் அவருக்காக என்று எந்த நினைவுச்சின்னத்தையும் கட்டியெழுப்பவில்லை.

அசோகர் எழுப்பிய நினைவுச்சின்னங்களில் நிலைத்திருப்பவை அவற்றின் தலையில் சிங்கச் சிற்பங்களைக் கொண்டிருக்கும் தூண்கள் மட்டுமே — இவற்றில் பல அவரது கல்வெட்டுகளைக் கொண்டிருக்கின்றன. அசோகர் இவற்றை 'ஸிலா-தம்பே' அல்லது 'கல்தூண்கள்' என்றழைக்கிறார். வேறு சில கல்லிலான கட்டடங்களையும் கலை ஆக்கங்களையும் அவர் உருவாக்கியிருக்கலாம்; உருவாக்கியிருக்க வேண்டும் — ஆனால், எவையும் இதுவரை கண்டுபிடிக்கப்படவில்லை. ஒரு கட்டுநராக, அவரது கவனம் முழுக்க அவரது தலைநகரமான பாடலிபுத்திரத்தின் மீது குவிந்திருக்க வேண்டும். இருந்தாலும், நான் முன்னரே குறிப்பிட்டதைப்

1 Asher (2006: 51).

போன்று, நவீன பாட்னா நகரத்துக்குக் கீழே இருப்பது இன்னும் முழுமையாக அகழாயப்படவில்லை. ஆக, நமக்குக் கிடைக்கக்கூடியவை தூண்கள் மட்டுமே — ஆஷரின் வார்த்தைகளில் சொல்வதென்றால், 'அசோகரது காலத்திலிருந்து ஒரே வகையான நினைவுச்சின்னங்களை மட்டுமே, அதாவது தூண்களை மட்டுமே நாம் பெற்றிருக்கிறோம்'.[2]

அசோகரது காலத்தைச் சேர்ந்தவையாக இருக்கக்கூடிய சுமார் இருபது தூண்கள் வாக்கில் மிச்சம் நமக்குக் கிடைத்திருக்கின்றன — இவற்றில் சில இன்னும் நின்றுகொண்டிருக்கின்றன.[3] வேறுசில உடைந்த பகுதிகளாக இருக்கின்றன. 9 மீட்டர் முதல் 13 மீட்டர் வரையிலான உயரத்தில் உள்ள தூண்கள் ஒற்றைத் துண்டுகளாக நின்றுகொண்டிருக்கின்றன. இவை பரற்கட்டையிலேயோ மேடையிலேயோ நிறுத்தப்படவில்லை. மாறாக, பூமியில் 2.5 மீட்டர் ஆழத்துக்கு நேரடியாகப் புதைக்கப்பட்டிருக்கின்றன. ஆக, நிலத்துக்கு மேல் புலப்படக்கூடிய தூண் உயரம் என்பது 7 முதல் 11 மீட்டர் வரையில் இருக்கிறது. எல்லாத் தூண்களும் வட்டமாகவும் மேலே போகப்போகக் கூம்பியவையாகவும் இருக்கின்றன. தூணின் அடிவிட்டம் 1.85 முதல் 0.75 மீட்டர் என்றும், மேலே 0.95 முதல் 0.55 மீட்டர் என்றும் இருக்கின்றன. குறைந்தபட்சம், ஒருசில தூண்கள் 2.4 சதுர அளவில் இருக்கும் கற்பலகை மீது அல்லது 2 மீட்டருக்கு 2.4 மீட்டர் என்ற அளவில் நீள்சதுர வடிவில் இருக்கும் கற்பலகை மீது நிற்கின்றன. இந்தக் கற்பலகைகள் பூமியில் தூணுக்கு அடியில் வைக்கப்பட்டிருக்கின்றன[4]. பல தூண்கள் மணி, பரற்கட்டை, விலங்குகள் ஆகியவற்றை அதன் தலையில் கொண்டிருக்கின்றன. எல்லாத் தூண்களும் இப்படித் தலையைக் கொண்டிருந்தன என்று உறுதியாகச் சொல்ல முடியவில்லை. ஏனெனில், சில துண்டுகளாக உடைந்திருக்கின்றன (படம் 16).

தூண் தண்டுகள் ஒற்றையான, இயற்கையான பாறையிலிருந்து நீண்ட துண்டாகச் செதுக்கப்பட்டிருக்கின்றன.[5] தோராயமாக 50

---

2 Asher (2006: 57).

3 தூண்கள், அவை நிறுவப்பட்டிருக்கும் இடங்கள், அளவுகள் குறித்த விரிவான வாசிப்புக்குப் பார்க்கவும்: Falk (2006: 139–224).

4 இப்படியான பலகைகளையெல்லாம் தூண்களும் கொண்டிருந்தன என்பது சர்ச்சைக்குரியதாக இருக்கிறது. பார்க்கவும்: Irwin (1973, 1974): பழைய தூண்கள் நேரடியாக நிலத்தில் புதைக்கப்பட்டிருந்தன என்கிறார் இவர். இதனால், நிலம் கீழிறங்கியது. பிந்தைய தூண்களுக்கு அடியில் பலகையைப் போட்டு இதற்குப் பொறியாளர்கள் தீர்வுகண்டார்கள் என்கிறார். ஆனால், பிற அறிஞர்கள் இதை ஏற்றுக்கொள்ள மறுக்கிறார்கள். பார்க்கவும்: Falk (2006: 139). பாட்னாவில் கண்டெடுக்கப்பட்ட தூண் ஒன்று அதன் அடியில் மரப்பலகையைக் கொண்டிருந்தது.

5 அசோகத் தூண்கள், பாரசீகத்தில் உள்ளது போன்று, பல உருளைகள் ஒன்றன் மீது ஒன்றாக அடுக்கிவைக்கப்பட்டிருக்கின்றன என்றும், 'இளஞ்சிவப்பு மணற்கல்லைப் பொடியாக்கி

டன் எடையுள்ள ஒற்றைக் கற்களை வெட்டியெடுத்து, உருண்ட தண்டாக வடிவமைத்து, வழுவழுப்பாக மெருகிட்டு, அந்தந்த இடங்களுக்குக் கொண்டுசெல்வதற்கான பொறியியல் அறிவும் கலை உணர்வும் எங்கிருந்து வந்தன? இந்தப் பொறியியல் அறிவும் கலை உணர்வும் உள்ளூரில் அதன் போக்கில் வளர்ந்தன என்பதற்கான ஆதாரங்கள் எதுவுமில்லை. அசோகருக்கு வெகு முன்பே, தூண்களைக் கொண்டிருக்கும் விரிவான, பிரம்மாண்டமான கட்டடங்களைக் கற்கள் கொண்டு கட்டியெழுப்பிய பாரசீகத்திலிருந்து தாக்கம் பெற்றிருக்கலாம் என்று அறிஞர்கள் சிலர் முன்வைக்கிறார்கள். பாரசீகத் தூண்கள், தனித்துநிற்கும் ஒற்றைத் தூண்களாக இல்லாமல், கட்டடத்தின் உள்ளார்ந்த பகுதிகளாக இருக்கின்றன. மேலும், அவை சிறிய பாறைகளிலிருந்து வெட்டியெடுக்கப்பட்டு, துண்டுகளாக ஒன்றன் மேல் ஒன்றாக வைக்கப்பட்டிருக்கின்றன. அவை ஒரே கல்லில் ஆனவையல்ல. துணைக்கண்டத்துக்கு வெளியே இருக்கும் ஒரே எடுத்துக்காட்டு எகிப்து மட்டும்தான். இங்கு 455 டன் கனமுள்ள ஒற்றைக் கல்லிலான சதுரத் தூண்கள் அஸ்வனிலிருந்து வெட்டியெடுக்கப்பட்டு நைல் நதியின் ஊடாக அந்தந்த இடங்களுக்குக் கொண்டுசெல்லப்பட்டிருக்கின்றன. ஃபெரோ ஹாட்ஷெப்சூடின் (பொ.ஆ.மு. 1479-1458) முடிக்கப்படாத சதுரத் தூண் ஒன்றை அஸ்வனில் உள்ள சுரங்கத்தில் இன்றுகூடக் காண முடியும். பெரும் ஒற்றைக் கற்களை வெட்டியெடுக்கும் அறிவு எகிப்திலிருந்து இந்தியாவுக்கு வந்ததா என்று சொல்வது மிகக் கடினம் என்றாலும், நாம் முன்னரே பார்த்தது போன்று, எகிப்து உள்பட மொத்த மேற்கு ஆசியாவும் மௌரியர்கள் நெருக்கமான தொடர்பில் இருந்த ஹெல்லனிய அரசியல், பண்பாட்டு வட்டத்தின் பகுதியாக இருந்தன. எகிப்திய அலெக்சாண்டிரியாவில் இருந்த ஹெல்லனிய அரசரிடம் தூதுவர் ஒருவரை அனுப்பிவைத்ததை அசோகர் குறிப்பிடுகிறார். எகிப்துபோலவே, இந்தியாவிலும் நதிகளின் ஊடாகப் படகுகளிலும் பரிசல்களிலும் சரக்குகள் கொண்டுசெல்லப்பட்டன. இருந்தாலும், பெரிய பளுக்களை இழுப்பதற்கு யானைகள் இருந்தன என்பது இந்திய ஆட்சியாளர்களுக்குச் சாதகமாக இருந்தது.

இவ்வளவு கனமான, நுண்ணிய தூண்களை ஓரிடத்திலிருந்து இன்னொரு இடத்துக்குக் கொண்டுசென்ற முறைகளுக்கு, மத்திய காலத்தில் அசோகத் தூண்களை இடமாற்றி நிறுவியது நமக்குச் சில ஆதாரங்களைக் கொடுக்கிறது. டில்லி சுல்தான் ஆட்சிக் காலத்தில், அதாவது 1367-இல், ஃபிரூஸ் ஷா துக்ளக் டோப்ராவில் இருந்த அசோகத் தூணை அங்கிருந்து

ஹமைட்டைட் (hamaetite) துகள்களோடு கலக்கப்பட்டு' மெருகேற்றப்பட்டிருக்கிறது என்றும் ஒரு கருதுகோளை முன்வைக்கிறார் ஜெயஸ்வால். இந்தக் கருதுகோளுக்கு அவ்வளவாக ஆதரவு இல்லை. பார்க்கவும்: Vidula Jayaswal (1998: 222; 2004: 44; 2012: 229–57).

அப்புறப்படுத்தி, டில்லியில் நிறுவினார். அக்காலத்தைச் சேர்ந்த இரண்டு மூலங்கள், இடம் மாற்றுவதற்கு நாற்பத்து இரண்டு சக்கரங்கள் கொண்ட கட்டை வண்டி, பல்லாயிரக்கணக்கான தொழிலாளர்கள் பயன்படுத்தப்பட்டது உள்பட இதன் தொழில்நுட்பம் குறித்த சில தகவல்களையும் நமக்குத் தெரிவிக்கின்றன. டோப்ரா தூண் இடம் மாற்றப்பட்டது குறித்த தனது விவரிப்பில் வரலாற்றியலாளர் செய்யது அலீ நதீம் ரெஸாவீ இந்த மூலங்களைப் பயன்படுத்திக்கொள்கிறார்.[6]

அசோகத் தூண்களின் தனித்தன்மை குறித்தும் அவற்றின் கலை முதிர்ச்சி குறித்தும் ஹாரி ஃபால்க் இவ்வாறு தொகுத்து முன்வைக்கிறார்:

> அசோகத் தூண்கள் திடீரென்று எங்கிருந்தோ தோன்றியதுபோல் தெரிகின்றன; துணைக்கண்டத்தில் இதற்கு முன்னோடிகள் என்று எவரும் கிடையாது. இந்தத் தூண்கள் ஒருவிதமான முழு நிறைவைக் கொண்டிருக்கின்றன; போற்றத்தக்க அளவில் மெருகேற்றப்பட்டிருக்கின்றன; கூம்பு வடிவம் அதற்கான நேர்த்தியைக் கொண்டிருக்கின்றன; அவற்றின் விகிதங்கள் சரியான அளவில் பொருந்திப்போகின்றன. மும்மடிப்பிலான தலை, பின்னர் எப்போதும் அதுபோல் செய்ய முயன்றவர்களால் அடைய முடியாத தரத்தில் வடிவமைக்கப்பட்டு, செதுக்கப்பட்டிருக்கிறது. இப்படியான ஒரு கலைப் படைப்பை உருவாக்கக் கொஞ்சம்போல் திறமையும் அனுபவமும் தேவைப்படுகின்றன; கல் சுரங்கங்களிலிருந்து அவை நிறுவப்படும் இடங்களுக்குக் கொண்டுசெல்ல வேறுவிதமான அனுபவம் தேவைப்படுகிறது. மேலும், 8.6 டன்னிலிருந்து (லும்பினியில் உள்ளது) 51 டன் வரையிலான (வேஸலீயில் உள்ளது) தூண்களை நிற்கவைத்ததற்குப் பிறகு அவற்றின் மேல் 2 டன் எடையுள்ள தலைகளை நிறுவுவதற்கு வேறுவிதமான நிபுணத்துவம் தேவைப்படுகிறது.[7]

இந்தியப் புத்தமைப்புகளையெல்லாம் அந்நியர்களின், குறிப்பாகக் கிரேக்கத்தால் உந்துதல் பெற்றதாக முன்வைக்கப்படும் ஐரோப்பிய மையப் போக்கு குறித்துப் பிரதிபலித்து, பிரடெரிக் ஆஷர் தனது சங்கடங்களை வெளிப்படுத்துகிறார்:

> இந்தியக் கலை வரலாற்றில் ஏற்பட்ட பிரதான மாற்றங்களெல்லாம் இந்தியாவுக்கு வெளியிலிருந்து பெற்றுக்கொண்ட உந்துதல்களாலேயே சாத்தியப்பட்டிருக்கின்றன என்று சொல்லப்

6 பார்க்கவும்: Rezavi (2009: 10).

7 அசோகத் தூண்கள், தலைகள் உருவாக்குவதில் அந்நியரின் தாக்கம் குறித்த பல்வேறு பார்வைகளை ஃபால்க் விரிவாக விவாதிக்கிறார். பார்க்கவும்: Falk (2006: 139).

> படுவதை ஏற்றுக்கொள்ளச் சங்கடமாக இருந்தாலும்கூட, இந்தியக் கலை வரலாற்றில் மிகவும் படைப்பூக்கமிக்க காலகட்டம் என்பது உலகளாவிய முறைமையில் இந்தியா பிரதானப் பாத்திரம் ஏற்றுக்கொண்ட காலகட்டத்தோடு ஒத்தே காணப்படுகிறது என்பதும் மறுக்க முடியாத ஒன்றாகத்தான் இருக்கிறது.[8]

இருந்தாலும், 'தேசம்', 'அந்நிய', ஏன் 'இந்திய' போன்ற அடையாளங்களெல்லாம் கடந்த சில நூற்றாண்டுகளில் வடிவமைக்கப்பட்டவை என்பதையும், இவற்றையெல்லாம் 2000 வருடங்களுக்கு முந்தைய காலகட்டத்துக்கு நாம் கொண்டுசெல்ல முடியாது என்பதையும் நினைவில்கொள்வது நல்லது. இன்று நாம் தமிழ்நாடு என்றழைக்கும் ஒன்றின் பண்பாட்டுரீதியான, மொழியியல்ரீதியான உலகமானது பாரசீகம் அல்லது சிரியாவில் வாழ்ந்த மக்களைவிட, காஷ்மீர் அல்லது கந்தாரத்தில் வாழ்ந்த மக்களுக்கு மேலும் 'அந்நியமான' ஒன்றாக இருந்திருக்கக்கூடும். இப்படிப் பண்பாட்டுரீதியாகவும் மொழியியல்ரீதியாகவும் பலதரப்பட்டதாக இருந்த பின்னணியிலிருந்து ஒரு பேரரசை முதல் மூன்று மௌரிய அரசர்கள் உருவாக்கினார்கள் என்பது உண்மையிலேயே ஆச்சரியப்படக்கூடிய விஷயமாகத்தான் இருக்கிறது. அதே சமயத்தில், துணைக்கண்டத்துக்குள்ளாகச் சில பண்பாட்டுரீதியான 'குடும்பச் சாயல்' காணப்படுவதையும் நாம் ஏற்றுக்கொள்ளத்தான் வேண்டும். ஆனாலும், மேற்கு ஆசியா மற்றும் இந்தியத் துணைக்கண்ட நிலப்பரப்பு முழுவதும் மக்களும் சரக்குகளும் கருத்துகளும் இடம்பெயர்ந்தன என்பது – நாம் முன்னர் விவாதித்த சிந்து ஒப்பந்தம், 'சமமான அரசுகள்' உருவாக்கம், 'சர்வதேச ஒழுங்கு'[9] ஆகியவற்றின் மூலம் சாத்தியப்பட்டது – கருத்துகளும் தொழில்நுட்பங்களும் ஒன்றையொன்று ஊடுருவுவதற்கான பண்பாட்டுரீதியான உலகுணர்வைப் படைத்தன எனச் சொல்லலாம். கலைஞர்களும் கைவினைஞர்களும் கட்டடக் கலைஞர்களும் வாய்ப்புகள் தேடி, ஆதரவு தேடிப் பயணித்தார்கள் என்பது மட்டும் உறுதி. சபடா என்பவர் துணைக்கண்டத்தின் வடகிழக்குப் பகுதியிலிருந்து கர்நாடகம் வரை மிக நீண்ட தூரம் பயணித்து அசோகரது எழுத்தராக வேலைபார்த்தார் என்று முந்தைய இயலில் பார்த்தோம். அசோகத் தூண்கள் கட்டியமைக்கப்பட்டதில் 'அந்நியத் தாக்கம்' என்றழைக்கப்படும் ஒன்று ஏதேனும் இருக்குமென்றால், அதை இந்தப் பின்னணியிலிருந்து நாம் பார்க்க வேண்டியுள்ளது. எங்கிருந்து வந்தவர்களாக இருந்தாலும், தன்னால் முடிந்த அளவுக்கு மிகச் சிறந்த கலைஞர்களையும் பொறியாளர்களையும்

8 *Asher (2006: 51).*

9 *Kosmin (2014: 32).*

கைவினைஞர்களையும் பெற்றுக்கொள்ள அசோகர் முயன்றிருக்கிறார் என்பதில் எந்தச் சந்தேகமும் இல்லை. தன்னுடைய தேடலைக் கொல்லைப்புறத்தோடு மட்டுப்படுத்திக்கொள்ள முடியாத அளவுக்கு அசோகர் உலகுணர்வுவாதியாக இருந்தார்.

தூண்களுக்கான கற்கள், கங்கையை ஒட்டினாற்போல் இருக்கும் மிர்ஸாபூரில் உள்ள சுனாரிலும், அசோகத் தூண்களின் தலையில் உள்ளதற்கு யமுனை நதியை ஒட்டியிருக்கும் கோஸமுக்கு அருகில் உள்ள பரபோஸாவிலும் உள்ள கல் சுரங்கங்களிலிருந்து கற்கள் எடுக்கப்பட்டிருக்க வேண்டும் என்று ஆய்வாளர்கள் முன்வைக்கிறார்கள்.[10] இந்தச் சுரங்கங்கள் நீர்வழிகளுக்கு அருகில் இருந்ததால் இந்தக் கற்களை நீண்ட தொலைவுக்குக் கொண்டுசெல்வதைச் சுலபமாக்கியிருக்க வேண்டும். பழுப்பு நிறத்திலான மணற்கற்களை சுனார் உற்பத்திசெய்தது என்றால், கறுப்பை உள்ளடக்கிய பழுப்பு நிறத்திலிருந்து ரோஜா நிறம் வரையிலான மணற்கற்களை பரபோஸா உற்பத்திசெய்தது. இரண்டு வகைகளும் அசோகரது கல்தச்சர்களால் பயன்படுத்தப்பட்டிருக்கின்றன. 'அசோகத் தூண்கள் மையமான ஓரிடத்தில் உற்பத்திசெய்யப்பட்டு, பின் நிறுவப்பட வேண்டிய இடங்களுக்குக் கொண்டுசெல்லப்பட்டன என்று ஓரளவுக்கு உறுதியாகச் சொல்ல முடியும். கற்களெல்லாம் ஒன்றுபோல் இருப்பதே, அவை மையமான ஓர் இடத்தில் உருவாக்கப்பட்டன என்று முன்வைப்பதாக இருக்கிறது' என்கிறார் ஆஷர்.[11]

அசோகரால் நிறுவப்பட்ட இருபத்துச் சொச்சம் தூண்கள் மிகக் குறுகிய காலத்தில், அதாவது பொ.ஆ.மு. 256-இலிருந்து 242 வரை அல்லது அதற்குச் சற்றே பிறகு வடிவமைக்கப்பட்டு நிறுவப்பட்டுள்ளன. இந்தத் தலைதெறிக்கும் வேகம், நிறுவுவதற்குப் பல ராஜ்ஜியங்கள் எடுத்துக்கொண்ட எகிப்து சதுரத் தூண்களிலிருந்து முற்றிலும் மாறானதாக இருக்கிறது. ஒரு சதுரத் தூணைச் செதுக்குவதற்கு ஏழு மாதங்கள் எடுத்துக்கொண்டிருக்கலாம் என்று அறிஞர்கள் கணக்கிடுகிறார்கள். புதிய பொறியியல் நுட்பத்தை நாம் கணக்கில்கொள்வோம் என்றால், அசோகரது சிற்பிகளும் தொழிலாளிகளும் இன்னும் கூடுதலான காலம் எடுத்துக்கொண்டிருக்க வேண்டும். தூண்களை ஓரிடத்திலிருந்து மற்றொரு இடத்துக்குக் கொண்டுசெல்வதற்கும் அவற்றை நிறுவுவதற்கும் மேலும் பல மாதங்களை எடுத்துக்கொண்டிருக்க வேண்டும். எப்படியிருந்தாலும், அசோகத் தூண்களில் கல்வெட்டுகள் பலவும் செதுக்கப்பட வேண்டியிருந்தன. இவை, பெரும்பாலும்

10 தூண் கற்களுக்கு சுனார் மட்டுமே மூலமாக இருந்தது என்பதாகப் பார்க்கப்பட்டுவந்தது. ஆனால், இதை ஃபால்க் வெற்றிகரமாக மறுக்கிறார். பார்க்கவும்: *Falk (2006: 154–57); Asher (2006).*

11 *Asher (2006: 61).*

தரையில் படுத்தவாக்கில் வைத்துச் செதுக்கப்பட்டிருக்கின்றன. தூண் ஒவ்வொன்றையும் உருவாக்குவதற்கும் நிறுவுவதற்கும் ஒரு வருடம்போல் எடுத்துக்கொண்டிருக்க வேண்டும் என்று நாம் அனுமானிப்பது ஏற்புடையதாக இருக்கும். எகிப்தின் சதுரத் தூண்கள் கொண்டிராத ஒரு பண்பை அசோகத் தூண்கள் கொண்டிருக்கின்றன: அசோகத் தூண்கள் அவற்றுக்கு மேலே மிகப் பெரிய, நேர்த்தியாகச் செதுக்கப்பட்ட தலையைக் கொண்டிருக்கின்றன. இந்தத் தலைகளுக்குக் கல்லை உடைத்தெடுப்பது, செதுக்குவது, மெருகூட்டுவது, வேண்டிய இடத்துக்குக் கொண்டுசெல்வது எல்லாவற்றுக்கும் பல மாதங்கள் எடுத்துக்கொண்டிருக்க வேண்டும். ஆகவே, கல்தச்சர்களும் பொறியாளர்களும் சிற்பிகளும் சுரங்கம் இருக்கும் இடத்தில் ஒன்றாக இருந்து இணையாகச் செயல்பட்டிருப்பதற்கான சாத்தியங்கள் அதிகம் இருக்கின்றன.

தூண்களில் அரசாணைகள் பொறிக்கப்படுவதற்கு இரண்டு முறைகள் உள்ளன. இவற்றில் ஒருசில தூண்கள் நேராக நிற்கவைக்கப்பட்ட பின் செதுக்கப்பட்டுள்ளன. இப்படியானதில், கல்வெட்டுகள் சுருளாகத் தூணைச் சுற்றி வருகின்றன. பெரும் தூண் அரசாணைகளைப் பொறுத்தமட்டில், இந்த முறை அலஹாபாத் தூணில் மட்டுமே பின்பற்றப்பட்டுள்ளது. பிற தூண்கள் எல்லாம் நேராக நிறுவுவதற்கு முன்பாக, தரையில் படுத்தவாக்கில் இருக்கும்போது செதுக்கப்பட்டுள்ளன. இப்படியான தூண்கள் நெடுவரிசையில் செதுக்கப்பட்டுள்ளன (படம் 5). இது தர்க்கத்துக்கு உட்பட்டதாக இருக்கிறது. ஏனெனில், செதுக்குபவர் ஒரு நெடுவரிசையில் மேலிருந்து கீழாகச் செதுக்கிய பின், தூணைத் திருப்பிவைத்துப் புது இடத்தில் வேறொரு நெடுவரிசையில் செதுக்கியிருக்க வேண்டும். சில தூண்கள் இரண்டு நெடுவரிசைகளை மட்டுமே கொண்டிருக்கின்றன என்றால் வேறுசில குறுகிய நான்கு நெடுவரிசைகளைக் கொண்டிருக்கின்றன. இப்படியான கல்வெட்டுகளைப் பல கல்தச்சர்களும் வேறு நிபுணர்களும் அங்கேயே தங்கியிருந்து, சுரங்கங்களிலேயே இவற்றைச் செதுக்கியிருக்க வேண்டும். இருந்தாலும், இந்தக் கல்வெட்டுகளில் உள்ள கையெழுத்துகள் வேறாக இருப்பது என்பது செதுக்குபவர்கள் பலர் இதில் ஈடுபட்டிருப்பதையே வெளிப்படுத்துகிறது.[12]

அசோகத் தூண்களிலும் தலைகளிலும் காணப்படும் மிக முக்கியமான ஓர் அம்சம், அதுவும் வெளிப்படையாகத் தெரிவது, அவை மிக உயர்ந்த தரத்தில் மெருகேற்றப்பட்டிருப்பதுதான். இப்படி மெருகேற்றுவதை பராபர் குகைகள் போன்ற அசோகர் நிறுவிய வேறு பிற இடங்களிலும் பார்க்க

---

12 விளக்கங்களுக்குப் பார்க்கவும்: Falk (1993b; 2006: 146).

முடியும். இது தனிச்சிறப்பிலானதாக இருக்கிறது — அசோகருக்கு முன் நாம் இப்படியான ஒன்றை எதிர்கொண்டதில்லை; மீண்டும் இதுபோல் எவராலும் அதைச் செய்ய முடியவில்லை. இப்படி மெருகேற்றுவது எப்படிச் சாத்தியப்பட்டது? மேலும், இந்தியக் கட்டடக்கலை, கலை வரலாற்றிலிருந்து இது எப்படிக் காணாமல்போனது? நம்மிடம் தெளிவான பதில்கள் இல்லாத கேள்விகளாக இவை தொடர்கின்றன. 'பச்சைக்கல்போல் பொலிவு' கொண்ட அளவுக்கு மெருகேற்றும் தொழில்நுட்பத்தைப் பொறுத்தமட்டில், கலை வரலாற்றியலாளராக ஜான் இர்வின் இப்படியான கருத்தை முன்வைக்கிறார்: 'இந்தத் தன்மையிலான தொழில்நுட்பம், அதாவது 'மௌரிய மெருகு' என்றழைக்கப்படுவது, இன்னும் போதுமான அளவுக்கு அறிவியலார்ந்து விளக்கப்படாமல் இருக்கிறது. இந்தியாவில் பொ.ஆ. முதல் நூற்றாண்டுக்குப் பிறகு இந்தத் தொழில்நுட்பம் பயன்பாட்டில் இல்லாமல்போனது.'[13] இதுவும், அசோகரைச் சுற்றியிருக்கும் புதிர்களில் ஒன்றாக, மேலும் சிறிய, ஆனால் அந்த அளவுக்குச் சிறியதாக இல்லாத மற்றொரு புதிராகத் தொடர்ந்துகொண்டிருக்கிறது.

அசோகத் தூண்கள் என்பதன் அர்த்தம் என்ன? அவை எதைக் குறிக்கின்றன? பண்டைய இந்தியக் குறியியலுக்குள் (symbology) மிக ஆழமாகத் தேடிச்சென்று, விளங்கிக்கொள்ள முடியாத முதன்மையான மதக் குறியியல் உலகத்துக்குள் — அதாவது, விண்ணுலகத்தையும் மண்ணுலகத்தையும் இணைக்கும் அச்சு குறித்த தொன்மம் (Axis Mundi) போன்றவற்றில் விடைதேடி ஆய்வாளர்கள் முயன்றிருக்கிறார்கள்.[14] இன்னும் சிறப்பாக, பயனுள்ள வழியில் கேள்வியை நாம் இவ்வாறு கேட்டுக்கொள்ளலாம்: பெரும் பொருட்செலவில், பெரும் முயற்சி எடுத்து அசோகர் இந்தத் தூண்களை ஏன் நிறுவ வேண்டும்? எதைச் சாதிக்க அவர் இதைச் செய்தார்? இந்தக் கேள்விகள் வரலாற்றில் நிலைகொண்டிருப்பதோடு, நாம் முன்வைக்கும் விடைகள் ஆதாரங்களால் நிறுவப்பட்டவையாக இருக்க வேண்டியுள்ளன. அசோகர் அவரது ஆட்சியின் கடைசி வருடங்களில் கட்டடக் கலைஞர்கள், பொறியாளர்கள், சிற்பிகள், மிகப் பெரும் அளவிலான பணியாளர்கள் என்று — மொத்த நிர்வாகம் உள்பட — எல்லாவற்றையும் ஒன்றிணைத்து, நடைமுறையில் கொஞ்சமும் பயனில்லாத பிரமிக்கத்தக்க இந்தத் தூண்களை, பெரும் பொருட்செலவில், பெரும் எண்ணிக்கையில் — நூற்றாண்டுகள் கழித்து சீனத்திலிருந்து வந்த யாத்திரிகர் சார்நாத்தில்

---

13 பார்க்கவும்: Irwin (1973, 1974); Falk (2006: 142): இவரும் இப்படியாக ஒப்புக்கொள்கிறார்: 'மௌரிய மெருகேற்றம் அதன் தொழில்நுட்ப அடிப்படையில் இதுவரை விவரிக்கப்படாததாக இருந்துவருகிறது.'

14 குறிப்பாகப் பார்க்கவும்: Irwin (1976).

உள்ள தூணைப் பார்த்து, 'மரகதம்போல் பிரகாசமாக... பளபளக்கும் (மின்னும்)' என்று சொன்ன தூண்களை ஏன் எழுப்பினார் என்று நம்மால் தெரிந்துகொள்ள முடியாது என்பது என்னவோ உண்மைதான்.[15] அசோகத் தூண்களின் முக்கியத்துவத்தை நாம் பார்க்கத் தவறக் கூடாது. இந்தத் தூண்களையும், அவற்றின் தலையில் இருப்பதையும் ரொமிலா தாப்பர் ஒரு விதமான 'கட்புலனார்ந்த கல்வியறிவு வடிவமாக' குணாம்சப்படுத்துகிறார்.[16] இருந்தாலும், பிற விஷயங்களைவிட, நமக்குக் கிடைக்கக்கூடிய தூண்கள் இருக்கும் இடங்களையும், அவற்றின் தலையில் செதுக்கப்பட்டிருக்கும் உருவங்களையும் கொண்டு நாம் தர்க்கத்துக்கு உட்பட்ட சில அனுமானங்களை முன்வைக்க முடியும்.

அவை இருக்கும் இடங்களை எடுத்துக்கொள்வோம் என்றால் முக்கியமான ஒரு விஷயம் வெளிப்படுகிறது: பெரும்பாலான தூண்கள் பௌத்த மடாலயங்களோடும், பௌத்தர்கள் யாத்திரை மேற்கொள்ளும் பாதைகளோடும், பௌத்தர்களின் பழக்கவழக்கங்களோடும் ஏதோ ஒரு விதத்தில் தொடர்புடையவையாக இருக்கின்றன. பல பௌத்த ஸ்தூபிகள் இருக்கும், பௌத்த மடாலயங்கள் இருக்கும், பௌத்தத்தில் முக்கியத்துவம் கொண்டதாக இருக்கும் இடங்களில் அல்லது அவற்றுக்கு அருகில் தூண்கள் நிறுவப்பட்டுள்ளன: சாஞ்சி, சார்நாத், லும்பினி, கும்ரஹர், நிகலி, கோதிஹவா. மத்திய பிரதேசத்தில் உள்ள சாஞ்சி பண்டைய மடாலய வளாகமாக இருந்தது. ஆனால், இது பௌத்த, மௌரிய மையத்திலிருந்து வெகுதொலைவில் உள்ளது. இருந்தாலும், நான்கு சிங்கங்களை அதன் தலையில் கொண்டிருக்கும் தூணை அங்கு நிறுவ வேண்டும் என்று அசோகர் நினைத்தது முக்கியமாக இருக்கிறது. முக்கிய பௌத்தத் தலமாக சார்நாத் இருக்கிறது. இங்குதான் புத்தர் அவரது முதல் சமய போதனையைக் கொடுக்கிறார். இது புனித நகரமான வாராணசிக்கு (பனாரஸ்) அருகில் இருக்கிறது. சாஞ்சி, சார்நாத் இரண்டு இடங்களிலும் உள்ள தூண்களிலும், பௌத்த ஒழுங்குக்குள்ளான எதிர்ப்புகளைத் தடைசெய்யும் அசோகரது பிளவு அரசாணைகள் காணப்படுகின்றன. கும்ரஹர் தலைநகரமான பாடலிபுத்திரத்துக்கு அருகில் இருப்பதோடு, பௌத்த மடாலயத்தைக் கொண்டிருந்த இடமாகவும் இருக்கிறது. நிகலியும் கோதிஹவாவும் முந்தைய இரண்டு புத்தர்களாக கோணாகமனாவின், கரகுச்சந்தாவின் பிறப்பிடங்களாகின்றன. நிகலியில் உள்ள தூண் கல்வெட்டில், அரியணை ஏறி இருபது ஆண்டுகளுக்குப் பிறகு அசோகர் மேற்கொண்ட யாத்திரையை அவர் நினைவுகூர்கிறார்.

15 *Cited in Susan and John Huntington (2014: 47).*

16 *Thapar (2000: 446).*

பாடலிபுத்திரத்திலிருந்து, இன்று நேபாளத்தில் இருக்கும் புத்தர் பிறந்த இடமான லும்பினிக்குப் போகும் சாலையில் குறைந்தபட்சம் ஆறு தூண்கள் நிறுவப்பட்டுள்ளன: வேஸலீ, அரராஜ், நந்தன்கர்ஹ், ராம்பூர்வா, திரிபேனி, இறுதியாக லும்பினி. ஒரு தூணுக்கும் மற்றொன்றுக்கும் இடையேயான தொலைவை ஹாரி ஃபால்க் கொடுக்கிறார்: 'பாட்னாவிலிருந்து வேஸலீக்கு 43 கிலோமீட்டர், வேஸலீலிருந்து கந்தக் வழியாக அரராஜுக்கு 112 கிலோமீட்டர், அரராஜிலிருந்து நந்தன்கர்ஹ்க்கு 23 கிலோமீட்டர், இங்கிருந்து ராம்பூர்வா வரையில் 34 கிலோமீட்டர், இங்கிருந்து திரிபேனி வரையில் 63 கிலோமீட்டர், இங்கிருந்து லும்பினிக்கு 60 கிலோமீட்டர்'.[17] இந்த வழியெங்கும், வேறு பல தூண்களும் இருந்திருக்கலாம்; அவை தொலைந்தும் போயிருக்கலாம். சுவாரசியமாக, இந்தத் தூண்களுக்கு அருகில் கிணறுகளும் காணப்படுகின்றன. ஃபால்க் இக்கருத்தை முன்வைக்கிறார்:

> அசோகரது நிலைப்பாட்டிலிருந்து இந்த நிறுத்தங்களெல்லாம் அர்த்தமுள்ளவையாக இருந்திருக்கின்றன: இந்தத் தூண்கள் யாத்திரிகள் லும்பினிக்குச் செல்ல வழிகாட்டிகளாக இருக்கின்றன. கிணற்றிலிருந்து கிணறுகளுக்கு என்று, போகிற வழியில் பல புனித ஸ்தலங்களைத் தொட்டுச்செல்கின்றன. அதில் ஒன்று வேஸலீ. சாக்கியமுனியின் வாழ்க்கையோடு தொடர்புடையதாக இருக்கும் பல ஸ்தலங்களில் இதுவும் ஒன்றாகிறது.[18]

கிணறுகளுக்கு அருகில், தூண் அரசாணை VII (iii)-இல் குறிப்பிடப்பட்டிருப்பதைப் போல், யாத்திரிகள் தங்குவதற்குச் சத்திரங்களும் இருந்திருக்கலாம். சில தூண்கள் அவை முதலில் நிறுவப்பட்ட இடங்களிலிருந்து இடம்மாற்றப்பட்டுள்ளன. இதனால், இவை முதலில் நிறுவப்பட்ட இடங்களின் முக்கியத்துவத்தை நம்மால் அடையாளம் காண முடியாமல்போகிறது. இருந்தாலும்கூட, இந்தப் பன்னிரண்டு தூண்களும் பௌத்தத்தோடும் பௌத்தப் புனிதப் பயணங்களோடும் தொடர்புகொண்டிருப்பதை மிகத் தெளிவாக வெளிப்படுத்துகின்றன.

நமக்குக் கிடைக்கக்கூடிய தூண் தலைகளும்கூட நம்மை இந்தத் திசையில்தான் அழைத்துச்செல்கின்றன. தூண் தலைகள் மூன்று விதமான விலங்குகளைக் கொண்டிருக்கின்றன: சிங்கம், யானை, காளை (படங்கள் 13, 18, 19). சாஞ்சியிலும் சார்நாத்திலும் உள்ள தூண்களில் நான்கு திசைகளை நோக்கியபடி, ஒவ்வொன்றின் பின்புறமும்

---

17 *Falk (2006: 148).*

18 *Falk (2006: 148).*

தொட்டுக்கொண்டிருக்கும் நான்கு சிங்கங்கள் அலங்கரிக்கின்றன; ராம்பூர்வாவிலும் வைஷாலியிலும் உள்ள தூண்களில் ஒரு சிங்கம் அலங்கரிக்கிறது. சங்கிஸாவில் யானையும், ராம்பூர்வாவில் காளையும் காணப்படுகின்றன. இந்த விலங்குகளின் முக்கியத்துவத்தை — மொத்தமாகவோ தனியாகவோ — புரிந்துகொள்ள அறிஞர்கள் பல்வேறு முயற்சிகள் மேற்கொண்டிருக்கிறார்கள். இந்த முயற்சிகளெல்லாம், விலங்குகளை அசோகர் வைத்தது முழுமையான ஒரு திட்டத்தின் பகுதியாக இருக்கும் என்ற அனுமானத்தின் அடிப்படையிலானவையாக இருக்கின்றன. இது இப்படித்தான் இருக்க வேண்டும் என்று நாம் எடுத்துக்கொள்ளவும் முடியாது; இதற்கான காரணங்களை நம்மால் ஒருபோதும் கண்டறிய முடியாமலும்போகலாம். இருந்தாலும், இம்மூன்று விலங்குகளும் பண்டைய இந்தியப் பண்பாட்டில் குறியீட்டுரீதியான மதிப்பைக் கொண்டிருந்தன. சிங்கம் தனிச் சிறப்பிலான 'விலங்குகளின் அரச'னாக இருக்கிறது. மேலும், பெரும்பாலும் இது அரசனைக் குறிப்பதாகவும் இருக்கிறது. அரசனின் அரியணை 'சிம்ஹாஸனா', அதாவது 'சிங்கத்தின் இருக்கை' என்றே அழைக்கப்படுகிறது. யானை மீது அமர்ந்து பயணிப்பது அரசனின் உரிமையாக இருந்தது; அரசனுடைய ராணுவத்தில் பிரதானமான ஒன்றாகவும் யானை இருந்தது. யானையின் வாழ்விடங்களை அரசர்கள் தங்களுடைய கட்டுப்பாட்டில் வைத்திருந்தார்கள்; அவற்றைப் பிடித்துப் பயிற்றுவித்தார்கள்; ஆட்சியாளர்களுக்கு இடையே யானைகள் விற்கப்பட்டும்வந்தன.[19] சந்திரகுப்தருக்கும் செலுக்கஸ் நிகேடருக்கும் இடையே போர் யானைகள் பரிமாறிக்கொள்ளப்பட்டது குறித்து முன்னர் பார்த்தோம். ஆண்மைக்கும் அதிகாரத்துக்குமான குறியாகிறது காளை. புகழுரைகளில் மானுடர்கள் என்று மட்டுமல்லாமல், கடவுள்களும் காளையோடு ஒப்பிடப்படுகிறார்கள். மாறாக, அரசுச் சின்னங்கள், துறவற அமைப்புகளால், குறிப்பாக பௌத்தர்களால் கைக்கொள்ளப்பட்டன. புத்தரும் வேறு புதிய மதங்களை அக்காலத்தில் தோற்றுவித்தவர்களும் 'ஜினா', அதாவது வெற்றிகொண்டவர் என்றே அழைக்கப்பட்டார்கள். புத்தரது கொள்கை போர் ரதத்துக்கான, வெற்றிக்கான ஆகுபெயரான சக்கரத்தோடு ஒப்பிடப்படுகிறது; புத்தரது முதல் சமய போதனை 'தர்மசக்ரப்ரவர்தநஸூத்ரா' (dharmacakrapravartanasūtra), அதாவது, 'தர்மத்தின் சக்கரத்தைச் சுழலவிட்ட சூத்திரம்' என்றே அழைக்கப்படுகிறது. புத்தரது போதனை, அரசாணைகளுக்கு இணையாக 'சாசன'மாகிறது. இவையெல்லாம், மிகத் தெளிவாக அரசுக் குறியீடுகளாக இருக்கின்றன. புதிய துறவறக் குழுமத்தை, புதிய மதச்

19 யானை வளர்க்கப்பட்டது, ராணுவத்தில் பயன்படுத்தப்பட்டது குறித்த விரிவான வாசிப்புக்குப் பார்க்கவும்: *Trautmann (2015).*

சித்தாந்தங்களை வரையறுப்பதற்கு இவையெல்லாம் திட்டமிட்டுக் கைக்கொள்ளப்பட்டதாகவே நினைக்கிறேன்.

தூண் தலையில் இருப்பதன் குறியீட்டுத்தன்மை, இரட்டைக் குறிப்புகளை அதாவது பேரரசரையும் புத்தரையும் உள்ளடக்கியதாக இருக்கிறது. சாஞ்சியிலும் சார்நாத்திலும் கர்ஜிக்கும், திறந்த வாய் கொண்டிருக்கும் நான்கு சிங்கங்கள் குறியீட்டுரீதியாக மிகச் செழிப்பானவையாக இருக்கின்றன. எப்போதும், புத்தரது போதனைகள் சிங்கத்தின் கர்ஜனையோடு ஒப்பிடப்படுகின்றன.[20] கலை வரலாற்றியலாளர் சூஸன் ஹன்டிங்டன் இவ்வாறு முன்வைக்கிறார்:

> எப்போதும் புத்தர் 'சிங்கம்' என்றும், அவரது வார்த்தைகள் 'சிங்கத்தின் குரல்' அல்லது சிம்ஹகோஷா என்றுமே அழைக்கப்படுகின்றன. பின்பகுதிகள் ஒன்றோடு ஒன்று ஒட்டியிருக்க, திறந்த வாய் கொண்ட நான்கு சிங்கங்களும் உருவகரீதியாக இரண்டு விதமாகச் செயல்படுகின்றன. இது, அசோகரைக் குறிக்கிறது; இவருடைய வார்த்தைகள்தான் தூணில் செதுக்கப்பட்டுள்ளன; இந்தத் தூண்கள் அவரது நிலம் முழுக்கக் காணப்படுகின்றன. சாக்கிய முனியையும் (அதாவது, புத்தர்) அவரது போதனைகளையும் குறிக்கிறது; இவற்றில் சில சார்நாத்தில்தான் முதன்முதலாக வெளிப்படுத்தப்பட்டன.[21]

புத்தரைக் கருவுறும்போது வெள்ளை யானை ஒன்று தன்னுடைய கருவுக்குள் நுழைந்ததாக அவரது தாய் கனவுகண்டது பிரத்யேகமான வழியில் புத்தரோடு யானை தொடர்புபடுத்தப்படுகிறது. நாம் பார்க்கவிருப்பதுபோல், இங்கும் பிற இடங்களிலும் இருபொருட்சிலேடை போல் இருப்பது அசோகரின் திட்டமிட்ட வெளிப்பாடாக இருக்கலாம் என்பதாகத் தெரிகிறது. இதைத்தான் நான் அசோகரது 'திட்டமிட்ட தெளிவின்மை' என்றழைக்கிறேன். அதாவது, மொழியையும் குறியீடுகளையும் வேறான மக்கள் வேறான வழிகளில் வாசிக்கும் விதத்தில் பயன்படுத்தப்படுகின்றன. அர்த்தத்தில் காணப்படும் இந்த நீர்மத்தன்மை திட்டமிட்ட ஒன்றாக இருப்பதோடு, அசோகரது தர்மா செயல்திட்டத்துக்கும் பௌத்தம் மீதான அவரது பற்றார்வத்தை வளர்ப்பதற்கும் பயனுள்ளதாகவும் இருக்கிறது.

20 பௌத்த சமய நூல்களில் சிங்கத்தின் கர்ஜனை குறித்த விரிவான முன்வைப்புக்குப் பார்க்கவும்: *Anālayo, 'The Lion's Roar in Early Buddhism: A Study Based on the Ekottarika-āgama Parallel to the Cūḷmasīhanāda-sutta'. Chung-Hwa Buddhist Journal. Taipei: Chung- Hwa Institute of Buddhist Studies, 22 (2009): 3–24.*

21 *Huntington and Huntington (2014: 47).* பௌத்தப் பின்னணியில் சிங்கத்தின் குறியீட்டுத்தன்மைக்கு மேலும் பார்க்கவும்: *Irwin (1973, 1975).*

தூண்களுக்கு மெருகேற்றப்பட்ட விதம் எப்படியான மதிப்பையும் ஆச்சரியத்தையும் புதிர்த்தன்மையையும் கொடுக்கிறதோ அதே உணர்வுகளைத் தூண் தலைகளில் இருக்கும் நேர்த்தியான சிற்பங்கள், குறிப்பாக சார்நாத் தூண் தலையில் உள்ள நான்கு சிங்கங்களும் கொடுக்கின்றன. இந்தத் தூண் தலைகளும்கூடத் தூண்கள் கொண்டிருக்கும் அதே 'மௌரிய மெருகு' கொண்டிருக்கின்றன. இந்தியாவில் இதற்கு முன்மாதிரிகள் என்று எதுவும் இல்லாததைக் கணக்கில்கொள்வோம் என்றால், எப்படி இதுபோல் ஒரு முதிர்ந்த சிற்பம் சாத்தியப்பட்டது என்பது கலை வரலாற்றியலாளர்களுக்கும் பெரும் புதிராகவே இருந்துவருகிறது. இருந்தாலும், அதன் வரலாறு, தோற்றம் குறித்தெல்லாம் கவலைப்படாமல், இந்தச் சிற்பத்தின் அழகை நம்மால் ரசிக்க முடியும். சமீப காலத்தில் அசோகர் குறித்து எழுதிவருபவர்களுள் ஒருவரான சார்லஸ் ஆலன் இவ்வாறு குறிப்பிடுகிறார்:

> அசோகரது காலத்தில் சிற்பக் கலையின் நிலையை விளக்குவதற்கு, சார்நாத்தில் உள்ள சிங்கங்களைவிட வேறொரு நல்ல எடுத்துக்காட்டு இருக்க முடியாது. நாம் இதை மௌரிய மைக்கலாஞ்சலோவின் படைப்பு என்று அழைப்பது எவ்விதத்திலும் மிகையாகாது. ஒரு கைவினைஞர் அவர் பயன்படுத்தும் மூலப்பொருளின் மீது கொண்டிருந்த கட்டுப்பாடு முழுமையானதாக இருக்கிறது. இதுக்குச் சமமான ஒன்றை அஸ்ஸிரியர்களோ (Assyrians) பாரசீகர்களோ அல்லது கிரேக்கர்களோ படைக்கவில்லை.[22]

கற்களில் பிரம்மாண்டமான வேறு சிலவற்றையும் அசோகர் உருவாக்கியிருக்கலாம். இப்படியானதில், அசோகர் மூலம் உருவானது என்று புத்தர் பிறந்த இடமான லும்பினியில் உள்ள சால் மரத்தைச் சுற்றி அமைக்கப்பட்டிருக்கும் கல்லிலான வேலியை மட்டுமே நம்மால் உறுதியுடன் சொல்ல முடியும். இப்போது இது இருக்கும் இடமான சார்நாத்துக்குப் பின்னர் பௌத்தத் துறவிகளால் இடமாற்றம் செய்யப்பட்டது என்கிறார் ஹாரி ஃபால்க்.[23] இந்த வேலியும் அசோகத் தூண்கள், தலைகள்போலவே ஒற்றை மணற்கல்லில் செதுக்கப்பட்டு, பளபளக்கும் அளவுக்கு மெருகேற்றப்பட்டிருக்கிறது. எந்த மணற்கல்லிலிருந்து இந்த வேலி செதுக்கப்பட்டதோ அதன் எடை ஏறக்குறைய 22 டன்கள் இருந்திருக்க வேண்டும் என்று கணக்கிடுகிறார் ஃபால்க். இவ்வளவு பிரம்மாண்டமான ஒன்றை உருவாக்குவதற்கும் இடம்பெயர்ப்பதற்கும் அரசின் ஆதரவும் மூலாதாரங்களும் நிச்சயம் தேவைப்பட்டிருக்கும்.

---

22 *Allen (2012: 335).*

23 *Falk (2012: 204–16).*

ஒரு கட்டுநராக அசோகரது செயல்பாடுகளை நாம் மதிப்புரை செய்வோம் என்றால், அதில் ஒரு விஷயம் தனித்து நிற்கிறது: அவர் கட்டியெழுப்பிய பிரம்மாண்டமானவை எல்லாம், தர்மத்தைப் பரப்புரை செய்வது, பௌத்தத்தின் மீதான அவரது அர்ப்பணிப்பு என்ற அவரது மையமான செயல்திட்டத்தின் மீதே கவனம் கொண்டிருந்தன. அவரது பேரரசு முழுக்கப் பரவியிருக்கும் பாறை அரசாணைகளுக்கு இணையாக இருக்கும் பிரம்மாண்டமான தூண்களில்தான் அவரது தூண் அரசாணைகள் பொறிக்கப்பட்டுள்ளன. கல்வெட்டுகளில் தர்மம் குறித்து வார்த்தைகளாக முன்வைக்கப்படுகிறது என்றால், இந்தத் தூண்கள் அதற்கான கட்புலனார்ந்த பிரதிநிதித்துவங்களாகின்றன. தூண் அரசாணை VII-இல் அசோகர் இவற்றை 'தம்ம-தம்பாநி', அதாவது 'தர்ம-தூண்கள்' என்றே அழைக்கிறார். இந்தத் தூண்கள் படைக்கப்பட்டவுடன் — ஒருசில பௌத்த மரபுகளுக்குள்ளாகவும், ஒருவேளை விரிந்த தளத்தில் மொத்த பௌத்த மரபுக்குள்ளாகவும் — வழிபாட்டுப் பொருளாக மாறியிருப்பதுபோல் தெரிகிறது. சாஞ்சியில் பொ.ஆ.மு. முதல் நூற்றாண்டைச் சேர்ந்த ஒரு சிற்பத்தில், இரண்டு பெண்கள் வழிபடும் விதத்தில் அவர்களுடைய கைகளும் தலையும் தூணைத் தொட்டுக்கொண்டிருப்பதுபோல் வடிவமைக்கப்பட்டுள்ளது. பெரிய அளவிலான சக்கரத்தை அதன் மேல் கொண்டிருக்கும் இந்தத் தூண், அசோகரது தூணை நினைவூட்டுவதாக இருக்கிறது (படம் 12). ஒருவேளை, புத்தரது செய்தி வழிபடப்படுவதை இந்தத் தூணும் சக்கரமும் காட்சிரீதியாகச் சித்தரிப்பதாக இருக்கலாம்.

தூண்களிலும் அதன் தலைகளிலும் நாம் பார்த்த மௌரிய மெருகேற்றத்தையும் நுட்பத்தையும் அசோகரது இறுதியான தொல்பொருளான பராபர் குகை இருப்பிடம் கொண்டிருக்கிறது. அசோகர் இதை ஆஜீவிகர்களுக்கு தானமாகக் கொடுத்தார். நாம் இயல் 11-இல் பார்க்கவிருப்பதுபோல், ஒருவேளை செயற்கையாகக் குடைந்தெடுக்கப்பட்ட இந்தக் குகைகளை, தூண் தலைகளைச் செதுக்கித் திறன்பெற்ற அதே கல்தச்சர்களாலும் தூண்களுக்குப் பொறுப்பான அவர்களது சகாக்களாலும் செதுக்கப்பட்டிருக்கலாம். இந்தக் குகைகள் நம்மை பிரமிக்கவைக்கின்றன என்கிறார் ஃபால்க்: 'கண்ணாடிபோல் சுவர்கள் மிளிர்கின்றன'.[24]

□

இந்த இயலின் தொடக்கத்தில், கட்டுநராக அசோகரது திட்டம் இந்திய வரலாற்றில் தனித்துவமானது என்றும், அவரது காலத்தில் இதற்கு இணையாக எதுவுமில்லை என்றும் குறிப்பிட்டிருந்தேன்.

---

24 Falk (2008: 245).

'நாம் அறிந்தமட்டும் இந்தியக் கலையின் முதல் புரவலராக' அசோகர் இருக்கிறார் என்று பிரடெரிக் ஆஷர் குறிப்பிடுவதுபோல்,[25] அசோகர்தான் கற்களைக் கொண்டு முதன்முதலில் கட்டியெழுப்பியவராக இருக்கிறார். ஆனால் வேறு வழிகளிலும், இந்தியாவில் மட்டுமல்லாமல், அசோகர் தனித்துவமானவராக இருக்கிறார்.

ஓர் ஆட்சியாளராகவும் எழுத்தாளராகவும் அவரது செயல்பாடுகளிலும், ஒரு கட்டுநராக அவரது ஆக்கங்களிலும், இந்தியாவில் மட்டுமல்லாமல் உலகம் முழுவதும் இருந்த பண்டைய அரசர்களில் அசோகர் அபூர்வமான ஒருவராக இருக்கிறார். அவரது செயல்பாடுகளெல்லாம், அதிலும் குறிப்பாக ஓர் எழுத்தாளராக, கட்டுநராக அவரது செயல்பாடுகளில் அவர் தன் பெருமைகளையும் வெற்றிகளையும் தம்பட்டம் அடித்துக்கொள்ளவில்லை. நேர்த்தியான தூண்களும் கண்கவரும் அதன் தலைகளும் ஆச்சரியத்தையும் வியப்பையும் உருவாக்கியிருக்க வேண்டும். ஆனாலும், அசோகர் இந்தக் கலை அதிசயங்களுக்கு, தான் அளித்த ஆதரவு குறித்து எங்கும் பெருமைகொள்ளவில்லை. மாறாக, தர்மம் குறித்த செய்திகளை அவற்றில் பொறித்துவிட்டு, அப்படியே கடந்துபோகிறார். தான் செய்ய முயன்றிருப்பது குறித்துக் கோரும்போது, பாறை அரசாணை X-இல் அசோகர் இதை அடிக்கோடிட்டுக்காட்டுகிறார்:

> கடவுள்களின் அன்புக்குரியவன், அரசன் பியதஸி, பேரும் புகழும் பெரிய நன்மைகள் எதையும் கொடுக்கும் என்று நினைக்கவில்லை — இவ்விஷயத்தைத் தவிர: கடவுள்களின் அன்புக்குரியவன், அரசன் பியதஸி, எப்படியான பேரும் புகழும் வேண்டினாலும், அது இப்போதும் எக்காலத்துக்கும் மக்கள் தர்மத்துக்குக் கீழ்ப்படிந்து நடக்க வேண்டும், தர்மம் குறித்து நான் போதிப்பதைப் பின்பற்ற வேண்டும் என்பதற்காகத்தான். இக்காரணத்துக்காகத்தான் கடவுள்களின் அன்புக்குரியவன், அரசன் பியதஸி, பேரும் புகழும் வேண்டுகிறான்.

---

25 Asher (2006: 51).

பகுதி இரண்டு

உபாசகர்:
பௌத்தராக அசோகர்

ஓர் அரசர் என்ற அடையாளத்துக்கு அடுத்து, அசோகரது அடையாளத்தை வரையறுக்கும் மிகப் பிரதானமான, மிக அடிப்படையான ஒன்றாக இருப்பது, மிக வெளிப்படையாக — நாம் இன்று அழைக்கும் — பௌத்தர் என்று அவர் கோரியது. வரும் சந்ததியினருக்கு அவர் விட்டுச்சென்ற அவரது தொடக்க எழுத்துகளிலேயே, அதாவது சிறு பாறை அரசாணை I-இலேயே அவர் இந்த அடையாளத்தைக் கோருகிறார். இந்த அரசாணையில், தன்னை அடையாளப்படுத்திக்கொள்ள, 'உபாசகர்' என்ற மிகப் பிரத்யேகச் சொல்லை அவர் பயன்படுத்துகிறார். இச்சொல் சமணம் போன்று பலவிதமான சமயங்களில் உள்ள சாதாரணப் பற்றுறுதியாளர்களைக் குறிக்கிறது என்றாலும்கூட, இந்த அரசாணையில் இது மிகத் தெளிவாக பௌத்தப் பற்றுறுதியாளரையே குறிக்கிறது. இன்னும் குறிப்பாக, பௌத்தக் கொள்கைகளுக்கும் பழக்கவழக்கங்களுக்கும் தங்களை ஒப்புக்கொடுத்தவர்களை, இந்தப் பழக்கவழக்கங்களைத் தீவிரமாக எடுத்துக்கொண்டு அதைத் தங்களுடைய வாழ்க்கையின் பிரதானக் கூறாக்கிக்கொண்டவர்களைக் குறிக்கிறது. இப்படியானவர்கள், பௌத்த மடாலயங்களோடு நெருங்கிய தொடர்புகொண்டவர்களாகவும் இருந்திருக்கலாம்.[1] புத்தர் பிறந்த இடமான லும்பினியில் உள்ள தானம் குறித்த கல்வெட்டுகளிலும், முந்தைய புத்தரான கோணாகமனா பிறந்த இடமான நிக்லிவாவில் என்று மட்டுமல்லாமல், பௌத்தச் சங்கங்கள் குறித்து நேரடியாகக் கையாளும் (இயல் 6-ஐப் பார்க்கவும்)

1 மஸ்கியில் பொறிக்கப்பட்டிருக்கும் சிறு பாறை அரசாணை I வேறு விதமான வாசிப்பைக் கொண்டிருக்கிறது. ஆனாலும், இந்த வாசிப்பு குறித்து நம்மால் உறுதியாக எதுவும் சொல்ல முடியாது. இங்கு, உபாசகர் என்பது புத்தர்–சாக்யர் என்ற அர்த்தத்தில் புத்தசாகா என்பதாக மாற்றப்பட்டிருக்கிறது. ஒருவேளை, பௌத்தப் பாதையைப் பின்பற்றுகிறவர்களைக் குறிக்க இது புழக்கத்தில் இருந்த சொல்லாகவும் இருக்கலாம். சாகியர் என்பது புத்தரது குலத்தைக் குறிக்கிறது.

இரண்டு கல்வெட்டுகளிலும் (பைரத் மற்றும் பிளவு அரசாணைகள்) பௌத்தத்தின் மீதான அசோகரது பற்றுறுதி மிக வெளிப்படையாக முன்வைக்கப்படுகிறது. பைரத்தில் பௌத்தத்தின் மீதான தனது பற்றுறுதியை அவரது வாக்குமூலத்தில் வெளிப்படையாக அசோகர் முன்வைக்கிறார்: 'புத்தம், தம்மம், சங்கம் மீது நான் கொண்டிருக்கும் மதிப்பு குறித்தும், பற்றுறுதி குறித்தும், மதிப்புக்குரியவர்களே, நீங்கள் எல்லோரும் அறிவீர்கள். எப்படியிருந்தாலும், மதிப்புக்குரியவர்களே, பகவான் புத்தர் பேசியிருக்கிறார்; பேசியிருப்பவை எல்லாம் சிறப்பாகப் பேசப்பட்டிருக்கின்றன.'

அசோகர் விட்டுச்சென்றிருக்கும் எழுத்துபூர்வமான ஆவணங்களையும் அவர் உருவாக்கியிருக்கும் தொல்பொருட்களையும் நாம் விசாரணை செய்வதற்கும் அர்த்தப்படுத்துவதற்கும் பௌத்தர் என்ற அவரது பிரதான அடையாளத்தை நாம் அடிநாதமாகக் கொண்டிருக்க வேண்டியுள்ளது. வட இந்தியாவின் பெரும் பகுதியில் அவர் எழுப்பியிருக்கும் பிரம்மாண்டமான தூண்கள், அவர் பௌத்தர் என்பதற்கான முத்திரை கொண்டிருப்பது குறித்து முன்னரே பார்த்தோம். அவர் ஒரு பௌத்தராக மட்டுமே எப்போதும் பேசவில்லை; பெரும்பாலும் அவர் ஓர் அரசராகவும், தார்மிகத்தை, அதாவது தர்மத்தை முன்னிலைப்படுத்துபவராகவுமே பேசுகிறார். ஆனாலும், அவரது பௌத்த அடையாளம் அவ்வளவு வெளிப்படையாகவும் திறந்த தன்மையிலும் இல்லை என்றாலும்கூட, அந்த அடையாளத்திலிருந்து அவர் அப்படியொன்றும் விலகியிருக்கவில்லை. சில சமயங்களில், அசோகரது தர்மம் வெறுமனே பௌத்த தர்மமாக இல்லை என்று நிலைநாட்ட முயலும் அறிஞர்கள் அவரது பௌத்த அடையாளத்தைப் பின்னுக்குத்தள்ளும் அல்லது நிராகரிக்கும் தவறைச் செய்கிறார்கள். நான் குறிப்பிட்டிருப்பதுபோல், அசோகர் சிக்கலான மனிதராக இருக்கிறார்.

5

பற்றுறுதியை ஆழப்படுத்துதல்

பௌத்தத்துக்கு அசோகர் 'மதம் மாறியது' குறித்து நிறைய எழுதப்பட்டிருக்கின்றன. இதுவே, அசோகரது புகழ்பாடும் பௌத்த ஓகிவாழ்க்கை வரலாறுகளின் தலைக்கல்லாகவும் இருக்கிறது. மக்களைத் துன்புறுத்தி, கொடுமைப்படுத்தி அதில் இன்பம் கண்டவராக இருந்த 'கொடூர அசோகர்' (சண்ட அசோகா) மதம் மாறிய பின்னரே, 'நன்னடத்தை அசோக'ராக (தர்ம அசோகா), சமயப் பற்றுள்ள பௌத்தராக மாறினார் என்று இந்தக் கதையாடல்களில் முன்வைக்கப்படுகின்றன. இப்படித் தலைகீழாக மாறுவது நிச்சயமாக நல்ல கதைக்கான கருவாக இருக்கலாம்; சிறப்பான புகழ்பாடும் ஓகிவாழ்க்கை வரலாறாகவும் இருக்கலாம். இருந்தாலும், வரலாற்றுரீதியான உண்மை என்று எதையும் இது கொண்டிருக்கவில்லை. அசோகரது கல்வெட்டுகள், அவர் மனம் உருகி மாறிய அனுபவம் குறித்து எதையும் கொண்டிருக்கவில்லை. மேலும், 'திடீரென்று எந்த மாற்றமும் நடக்கவில்லை. பௌத்தத்தோடான பிணைப்பு கொஞ்சம் கொஞ்சமாக அதிகப்பட்டது' என்று ரொமிலா தாப்பர் சொல்வதுதான் சரி.[1] அசோகர் பௌத்தத்துக்கு மாறிய காலக்கணக்கை ஓரளவுக்குச் சரியாகக் கொடுக்க நான் முயன்றுபார்க்கிறேன். தர்மம் குறித்த அசோகரது பிந்தைய கல்வெட்டுகளைப் புரிந்துகொள்வதிலும் இந்தக் காலக்கணக்கு பங்காற்ற முடியும்.

பௌத்தராதல்

பௌத்தத்தோடு அசோகர் கொண்டிருக்கும் தொடர்பு குறித்த விரிவான விவரிப்பை, சிறு பாறை அரசாணை I கொண்டிருக்கிறது. இதுவே

1 *Thapar (2000: 424)*

நமக்குக் கிடைக்கக்கூடிய அவரது மிகத் தொடக்க கால எழுத்தாகவும் இருக்கிறது. இதில் உள்ள விவரிப்பு வெறுமனே கோடிட்டுக்காட்டுவதாக இருப்பதோடு, ஒத்த கருத்தை அடைய முடியாமல் பலவிதமான அர்த்தப்பாடுகளுக்குக் கொண்டுவிடும் புதிரான பல கூற்றுகளையும் கொண்டிருக்கிறது. அசோகரது கல்வெட்டுகளில், புவியியல்ரீதியாக மிகப் பரந்த அளவில் நிறுவப்பட்டிருப்பது இதுவே (தொடக்கத்தில் உள்ள வரைபடத்தைப் பார்க்கவும்). தெற்கில் இன்றைய கர்நாடகமும் ஆந்திராவும் உள்ள பகுதிகள் உள்பட துணைக்கண்டம் முழுவதும் பதினெட்டு இடங்களில் இது கண்டெடுக்கப்பட்டுள்ளது. அவரது தொடக்க எழுத்தாக இருப்பதால், இதில் சில பரிசோதனை முயற்சிகள் மேற்கொள்ளப்பட்டிருப்பதை நம்மால் பார்க்க முடிகிறது; இதற்குப் பொறுப்பான அதிகாரிகளோ எழுத்தர்களோ இதற்கு முன் இது போன்று ஒன்றைச் செய்ய எப்போதும் முற்பட்டதில்லை. பாறை மேற்பரப்புகளில் இந்த எழுத்துகளைப் பொறிக்க வேண்டிய பொறுப்பு கொண்டிருந்த உள்ளூர் அதிகாரிகளின் அல்லது எழுத்தர்களின் குறுக்கீடுகளுக்கு உள்ளாகி இது பல வேறுபாடுகளைக் கொண்டிருக்கிறது. இந்த அரசாணை முழுவதுமாக இங்கே கொடுக்கப்படுகிறது (படம் 14):

கடவுள்களின் அன்புக்குரியவன்
இவ்வாறு பிரகடனப்படுத்துகிறான்:

நான் உபாசகராக மாறி இரண்டரை வருடங்களுக்கு மேலாகிவிட்டன. ஆனால், ஒரு வருட காலத்துக்கு நான் தீவிரமாக அரும்பாடுபடவில்லை. இருந்தாலும், ஒரு வருடத்துக்கு முன்புதான், நான் சங்கத்தை நாடிச்சென்று தீவிரமாக அரும்பாடுபடத் தொடங்கினேன்.

ஆனால், அந்தக் காலத்தில் ஜாம்புத்விபாவில்[2] கடவுள்களோடு ஒன்றிணையாத ஆண்கள் ஒன்றிணைய வைக்கப்பட்டார்கள். இதுதான் அரும்பாடுபடுவதன் பலனாகிறது. மேலான மக்கள் மட்டுமே இதைச் சாதிக்க முடியும் என்றில்லாமல், மிகக் கீழாக இருப்பவர்களும்கூட அரும்பாடுபடுவார்கள் என்றால், உண்மையிலேயே அவர்களாலும் அளப்பரிய சொர்க்கத்தை அடைய முடியும்.

பின்வரும் தேவைகளுக்காக இந்தப் பிரகடனம் பிரகடனப்படுத்தப்படுகிறது – மேலாக இருப்பவர்கள், கீழாக இருப்பவர்கள் ஆகிய இருசாராரும் அரும்பாடுபட வேண்டும்,

---

2 நேரடியான அர்த்தத்தில் 'நாவல் மரங்களின் தீவு (அல்லது கண்டம்)' என்ற பொருளைக் கொண்டது. இது பொதுவாக, இந்தியத் துணைக்கண்டத்தைக் குறிக்கும் சொல்லாகிறது.

எல்லையோர மக்களும் இது குறித்துத் தெரிந்துகொள்ள வேண்டும். மேலும், இப்படி அரும்பாடுபடுவது காலகாலத்துக்குத் தொடர வேண்டும். மேலும், இவ்விஷயம் பரவும், அளப்பரிய அளவில் பரவும் – குறைந்தபட்சம் ஒன்றரை மடங்காவது பரவும்.

இந்தப் பிரகடனம் 256 முடிந்த பின் பிரகடனப்படுத்தப்படுகிறது.

இந்தச் செய்தியில் நாம் முதலில் குறித்துக்கொள்ள வேண்டிய விஷயம் இதுதான்: இதில்தான் அசோகர் – நமக்குத் தெரிந்தமட்டில் பொதுவெளியில் முதன்முறையாக – அவர் இரண்டரை வருடங்களாக உபாசகராக இருப்பதாக அறிவிக்கிறார். இதில் அவர் மிகப் பிரத்யேகமான ஒரு சொல்லை, அதுவும் மிகத் தெளிவாக பௌத்தம் முன்வைக்கும் அர்த்தத்தில் பயன்படுத்தப்படுவதை நாம் குறித்துக்கொள்ள வேண்டும். பௌத்த மடாலயத்தைக் குறிக்க அசோகர் பயன்படுத்தும் மற்றொரு பிரத்யேகமான சொல்லான 'சங்கம்' குறித்தும் நாம் இப்படியாகச் சொல்ல முடியும். அவருடைய பார்வையாளர்கள், அதாவது இதைப் படிக்கக்கூடிய அல்லது கேட்கக்கூடிய அதிகாரிகளும் பொதுமக்களும் இந்தச் சொற்களின் அர்த்தத்தைப் புரிந்துகொள்வார்கள் என்று அவர் எதிர்பார்த்திருப்பதுபோல் தெரிகிறது. ஏனெனில், மிகப் பிரத்யேகமான இந்தச் சொற்களை விளக்குவதற்கு அவர் எவ்வித முயற்சியும் எடுக்கவில்லை. வேறு பல பின்னணிகளில், பதிப்பாசிரியர் கருத்துகளை முன்வைக்கும் உள்ளூர் அதிகாரிகளும் எழுத்தர்களும்கூட எவ்வித மாற்றங்களையும் இதில் செய்யவில்லை – மஸ்கி மட்டும் விலக்காக இருக்கிறது; இது குறித்துக் கீழே விவாதிக்கவிருக்கிறேன். இப்படியான ஒரு எதிர்பார்ப்பை அசோகர் ஏன் கொண்டிருக்க வேண்டும்? அசோகரது அரசாணைகளில் இதுவே பரந்துவிரிந்து காணப்படும் ஒன்றாக இருக்கிறது என்பதை நான் நினைவில்கொள்ள வேண்டும். அவரது பேரரசின் ஒதுக்குப்புறமான பகுதிகளில் இருக்கும் மக்களும்கூட மிகப் பிரத்யேகமான இந்த பௌத்தச் சொற்களோடு பரிச்சயம் கொண்டிருக்க வேண்டும் என்று அவர் எதிர்பார்த்தாரா? இக்கேள்வியை நான் இயல் 7-இல் எடுத்துக்கொள்கிறேன். இருந்தாலும், அவரது காலத்தில் இந்தச் சொற்கள் பொது வழக்கில் அல்லது பெருமளவில் அறியப்பட்டிருக்கும் ஒன்றாக இருந்திருக்கும் அளவுக்கு பௌத்தம் பரவியிருக்க வேண்டும் என்பதாக நாம் அனுமானித்துக்கொள்ளலாம். இந்தக் கல்வெட்டு இருக்கும் இடங்கள் பரந்துவிரிந்து காணப்படுவதும், அதன் பார்வையாளர்களாக 'எல்லையோர மக்க'ளை உள்ளடக்கியிருப்பதும், இந்தக் கல்வெட்டு பேரரசின் கடைக்கோடியில் உள்ள இடங்களை அதன் நோக்கமாகக் கொண்டிருப்பதையும் வெளிப்படுத்துகிறது.

தென்னிந்தியாவில் கர்நாடக மாநிலத்தில் இருக்கும் மஸ்கி என்னும் இடத்தில் உள்ள அரசாணை வடிவம் இந்த மிகப் பிரத்யேகச் சொற்கள் கொண்டிருக்கும் பிரச்சினையை வெளிப்படுத்துகிறது. மஸ்கியில் இருந்த அதிகாரிகள் அல்லது எழுத்தர்கள், உபாசகர் என்ற சொல்லின் அர்த்தத்தை மக்களால் புரிந்துகொள்ள முடியாமல்போகலாம் என்று கருதியிருக்கலாம் அல்லது இந்தச் சொல் மூலத்தில் வேறொன்றாக இருந்திருக்க வேண்டும் என்பதாக நினைத்திருக்கலாம். இதனால், இவர்கள் வேறொரு பொதுவான சொல் கொண்டு மாற்றியிருக்கிறார்கள்: புதஷகே, அதாவது பௌத்த-சாக்கியர் — இதில் உள்ள வார்த்தைகள் அவ்வளவு தெளிவாக இல்லை என்றாலும்கூட இப்படியாகத்தான் வாசிக்கப்படுகிறது. ஒருவேளை, மூலத்தில் இருந்த உபாசகர் என்ற சொல், பின்னர் இப்படியான வாசிப்பைக் கொடுக்கும் விதமாகப் பின்னர் வந்த பதிப்பாசிரியர்களால் மாற்றப்பட்டிருக்கலாம் என்று முன்வைக்கப்படுவது[3] போலும் இருந்திருக்கலாம். இவ்வாறு மாற்றிய தனிநபர்கள், உபாசகர் என்ற சொல்லை அதன் குறுகிய அர்த்தத்தில் புரிந்துகொள்ளாமல், பரந்துபட்ட தளத்தில் புத்தர் மீது தீவிரப் பற்று கொண்டவர் என்று அர்த்தப்படுத்துவதுபோல் தெரிகிறது.

தான் உபாசகரான பிறகு, ஒரு வருடம் முழுவதும் 'அரும்பாடுபடவில்லை' என்கிறார் அசோகர். இச்சொல் அரசாணையின் மையமாக இருப்பதோடு, இந்தச் சிறிய பத்தியில் ஆறு முறை பயன்படுத்தப்படுகிறது. மூலத்தில் 'பகம்தே' என்ற சொல் உள்ளது. சில சமயங்களில் 'பலகம்தே' (அல்லது அதுபோல்) என்றும் முன்வைக்கப்படுகிறது. முதலில் இருப்பது சம்ஸ்கிருதத்தில் உள்ள 'ப்ரக்ரமதி' என்ற சொல்லோடும், இரண்டாவது 'பராக்ரமதி' என்ற சொல்லோடும் தொடர்புடையவையாக இருக்கின்றன. சுவாரசியமாக, இவ்விரு சொற்களும் வீரத்தோடு தொடர்புடைய — ராணுவத் தாக்குதல், போரில் துணிவை வெளிப்படுத்துதல் போன்ற அர்த்தத்தைப் பலமாகக் கொண்டிருக்கின்றன. இங்கு மீண்டும், பௌத்தம் மேற்கொள்வதை வரையறுக்க ராணுவத்தோடு/அரசோடு தொடர்புடைய சொற்களை அசோகர் பயன்படுத்துவதைப் பார்க்க முடிகிறது. இரண்டு பின்னணிகளிலுமே அசோகர் அரும்பாடுபட வேண்டியுள்ளது; துணிச்சலோடு இருக்க வேண்டியுள்ளது; வருத்திக்கொள்ள வேண்டியுள்ளது. அசோகரது கல்வெட்டுத் தொகுப்புகளில் இவற்றுக்கு நிகரான சொற்கள் பெரும் பாறை அரசாணை *VI*, *X*-இல் பயன்படுத்தப்படுகின்றன. பிந்தையதில் மக்கள் நலன்சார்ந்து உழைப்பதற்கான அசோகரது பற்றார்வம் உள்ளடக்கமாக இருக்கிறது. மக்கள் தொடர்பான விஷயங்களெல்லாம், அவர் எங்கு இருக்கிறார் அல்லது என்ன செய்துகொண்டிருக்கிறார்

3 பார்க்கவும்: Anderson (1990: 59).

என்றெல்லாம் பாராமல் உடனடியாக அவரிடம் தெரிவிக்கப்பட வேண்டும் என்று அதிகாரிகளிடம் சொல்கிறார். வருங்காலங்களில், அவரது மகன்களும் பேரன்களும் அவரைப் போலவே மொத்த உலகின் நன்மைக்காக அரும்பாடுபடுவார்கள் என்ற நம்பிக்கையையும் வெளிப்படுத்துகிறார். இப்படியான லட்சியத்தை 'தீவிரமாக அரும்பாடுபடாமல்' அடைவது மிகக் கடினம் என்றும் முடிக்கிறார். இதற்கு இன்னும் இணையான அர்த்தத்தில், பாறை அரசாணை X-இல், பௌத்தத்தின் பின்னணியில் இச்சொல்லைப் பயன்படுத்துகிறார். இங்கு அசோகர், அடுத்த உலகத்துக்கான புண்ணியத்தைச் சேர்ப்பதற்கும், புண்ணியமற்ற செயல்கள் அல்லது பாவச் செயல்களை இல்லாமல் பார்த்துக்கொள்வதற்கும் அரும்பாடுபட வேண்டியிருப்பது குறித்துப் பேசுகிறார். இவ்வாறு சொல்லி இந்த எழுத்தை முடிக்கிறார்: இருந்தாலும், கீழ்-வர்க்கத்தை அல்லது மேல்-வர்க்கத்தைச் சேர்ந்த எவராக இருந்தாலும் அரும்பாடுபடாமல், எல்லாவற்றையும் துறக்காமல் இதைச் செய்வது மிகக் கடினம். ஆனால், இவர்களுக்கு இடையில் மேல்-வர்க்கத்தைச் சேர்ந்தவருக்கு, சந்தேகமில்லாமல் இது இன்னும் கடினமானது. இந்த எடுத்துக்காட்டுகளில், இச்சொல் தார்மிகரீதியான லட்சியத்தை, தனிநபரின் வளர்ச்சியிலார்ந்த லட்சியத்தை அடையும் நோக்கில் தொடர்ந்து வருத்திக்கொள்வதை, முயல்வதைக் குறிக்கிறது. சிறு பாறை அரசாணை I-இல் காணப்படும் இச்சொல்லின் அர்த்தமும் இதுவாக அல்லது இதற்கு நிகரானதாகவே இருக்க வேண்டும் — இது கொஞ்சம் கூடுதலாக பௌத்தத்தன்மையைக் கொண்டிருக்கலாம் என்றபோதும்.

சங்கத்துக்குச் சென்றுவந்ததே இதற்கெல்லாம் காரணம் என்று புதிதாக மதம் மாறிய ஒருவரின் உற்சாகத்தோடும் பற்றார்வத்தோடும் அசோகர் வெளிப்படுகிறார். எந்த மடாலயத்துக்கு அவர் சென்றுவந்தார் என்றோ, அது எங்கிருக்கிறது என்றோ அவர் அடையாளம் காட்டவில்லை. ஆனால், அது தலைநகரமான பாடலிபுத்திரத்தில் அல்லது அதற்கு அருகில் இருந்திருக்க வேண்டும் என்று நம்மால் உறுதியாகச் சொல்ல முடியும். இது துறவிகளுக்கு வெறுமனே மரியாதை நிமித்தமாகச் சென்றுவருவதுபோல் இல்லை. அவர் குறிப்பிட்ட நோக்கத்தோடு சென்றிருக்கிறார்; ஆன்மிகரீதியான அறிவுரைகள் வேண்டி, வழிகாட்டுதல் வேண்டி சென்றிருக்கிறார். இங்கே சென்றுவந்தது அசோகரது வாழ்க்கையில் திருப்புமுனையாக அமைந்தது. இது நடக்காமல் இருந்திருக்குமானால், அசோகரது பல கல்வெட்டுகளையும் அவர் உருவாக்கிய தொல்பொருள்களையும் நாம் கொண்டிருந்திருக்க முடியாது. பண்டைய இந்தியா குறித்த நமது அறிவும் இன்னும் வறட்சியாக இருந்திருக்கும். இச்சொல்லில் முழுமையான அர்த்தத்தில் அசோகரைப் பற்றார்வம் கொண்டவராக்கும் அளவுக்கு — அதாவது,

முழுக்க பற்றார்வம் கொண்ட ஒருவராக, அரும்பாடுபடும் ஒருவராக ஆக்கும் விதத்தில் அந்தத் துறவி அல்லது துறவிகள் அசோகரிடம் அப்படி என்ன சொன்னார்கள், அவருக்கு என்ன செய்தார்கள்? அந்தத் துறவிகளோடு எப்படியாக ஊடாடினார் என்று அசோகர் நமக்கு எதுவும் தெரிவிக்கவில்லை என்றாலும், அது பௌத்தக் கொள்கைகள், பழக்கவழக்கங்கள் குறித்த அறிவுரைகளாக இருந்திருக்க வேண்டும் என்று நாம் ஊகிப்பது ஏற்கக்கூடிய ஒன்றுதான்.

இவையெல்லாம், அவர் 'அரும்பாடுபடுவதற்கு' கொண்டுவிடுகிறது. ஆனால், இங்கும்கூட அசோகர் இப்படி அரும்பாடுபடுவது என்ன கொண்டிருக்கிறது என்று சொல்லவில்லை. தர்மத்தைப் பரப்புரை செய்வதோடு தொடர்புடைய அவரது பிந்தைய அரசாணைகளில் குறிப்பிடுவதுபோல், அது தார்மிக வாழ்க்கை வாழ்வதை நோக்கியதாக இருக்கிறதா? அது பிரத்யேகமான சில பௌத்தப் பழக்கவழக்கங்களை — அதாவது பௌர்ணமி போன்ற விஷேசமான நாள்களில் பௌத்தர்கள் வழிபடும் இடங்களுக்குச் சென்றுவருவது அல்லது பௌத்தர்களில் ஐந்து கொள்கைகளை ஓதுவது, கடைப்பிடிப்பது அல்லது ஒருவிதமான தியானத்தில் ஈடுபடுவது போன்றவற்றை நோக்கியதாக இருக்கிறதா? சில சமயங்களில் அசோகர் எரிச்சலூட்டும் அளவுக்கு அவ்வளவு சுருக்கமாக முன்வைக்கிறார் — நம்மிடம் அவர் நிறையச் சொல்ல வேண்டும், இன்னும் தொடர வேண்டும் என்று நாம் எதிர்பார்க்கும் சமயத்தில் அவர் நிறுத்திவிடுகிறார்.

மாறாக, அவர் பேச்சை மாற்றி, 'ஜாம்புத்விபாவில் கடவுள்களோடு ஒன்றிணையாத ஆண்கள் ஒன்றிணைய வைக்கப்பட்ட' காலம் குறித்துப் பேசுகிறார். இது அரும்பாடுபடுவதன் விளைவாகிறது என்கிறார். இங்கு இரண்டு விஷயங்கள் தனித்துநிற்கின்றன. முதல் முறையாகவும் — கடைசி முறையாகவும் — ஜாம்புத்விபா (ஜம்பு மரங்களின் தீவு) என்று அழைக்கப்படும் புவியியலார்ந்த பகுதியைப் பெயர் சொல்லி அசோகர் குறிப்பிடுகிறார். இது பொதுவாக இந்தியத் துணைக்கண்டத்துக்குக் கொடுக்கப்படும் இடுகுறிப்பெயராகும். ஆக, இச்சொல்லை அசோகர் பயன்படுத்துவது என்பது, அவரது பேரரசு துணைக்கண்டம் முழுவதும் அல்லது அதன் பெரும்பகுதிக்கு விரிந்திருப்பதை அவர் அறிந்திருக்கிறார் என்பதையே குறிக்கிறது. 'கடவுள்களோடு ஒன்றிணைவது' என்பதன் அர்த்தம் ஏறக்குறைய இருநூறாண்டுகளாக அறிஞர்களை வாட்டிவதைக்கிறது. இன்னும் ஒத்த கருத்துக்கு வந்துசேர முடியவில்லை. இருந்தாலும், இது அசோகர் முன்வைக்கும் 'அரும்பாடுபடுவதன்' நேரடி விளைவாகிறது. இது ஆன்மிகரீதியான ஒன்றை அடைவதைக் குறிக்கிறதே தவிர இவ்வுலகம் சார்ந்ததையோ சடங்குரீதியானதையோ குறிக்கவில்லை. ஒருவேளை,

இப்படி அரும்பாடுபடுவது இறப்புக்குப் பின் மனிதர்கள் கடவுள்களோடு ஒன்றிணைவதை உத்தரவாதப்படுத்தலாம்.[4] இதற்குப் பிறகு உடனடியாக, அரும்பாடுபடுவதன் விளைவாக 'மிகப் பெருமளவிலான சொர்க்க'த்தை அடைய முடியும் என்கிறார். இங்கே பயன்படுத்தப்படும் மொழி உருவகரீதியாக எதையோ கொண்டிருக்க வேண்டும். ஏனெனில், கந்தஹாரில் உள்ள அரசாணையின் கிரேக்க மொழியாக்கப் பதிப்பில் 'உலகம் முழுவதும் சகலமும் தழைந்தோங்கின' என்று குறிப்பதாக இருக்கிறது.[5] இது, இந்தப் பூமியில் ஒருவிதமான சொர்க்க நிலையைக் குறிப்பதாகவும் இருக்கலாம்.

அசோகருடைய பார்வையாளர்கள் குறித்தும் இந்த அரசாணை நமக்குச் சில புரிதல்களைக் கொடுக்கிறது: இது கீழாக இருக்கும் மக்களையும் உள்ளடக்கியிருக்கிறது. அவர் எந்த அரும்பாடுபடுதல் குறித்துப் பேசுகிறாரோ அதை, 'மேலான மக்களால் மட்டுமே சாதிக்க முடியும் என்றில்லாமல், மிகக் கீழாக இருப்பவர்களும்கூட அரும்பாடுபடுவார்கள் என்றால், உண்மையிலேயே அவர்களாலும் அளப்பரிய சொர்க்கத்தை அடைய முடியும்'. பாறை அரசாணை X-இலும் இதற்கு நிகரான உணர்வு வெளிப்படுத்தப்படுகிறது. இதில் அவர், சாதாரண மக்களை முதன்மைப்படுத்துகிறார்: 'இருப்பினும், கீழ்-வர்க்கத்தைச் சேர்ந்தவராக இருந்தாலும், அல்லது மேல்-வர்க்கத்தைச் சேர்ந்தவராக இருந்தாலும் அரும்பாடுபடாமல், எல்லாவற்றையும் துறக்காமல் இதைச் செய்வது கடினம். ஆனால், இவர்களுக்கு இடையே, மேல்-வர்க்கத்தைச் சேர்ந்தவருக்கு இது இன்னும் கடினமானது.' ஆனாலும், இங்கே கீழான அல்லது கீழ்-வர்க்கம் போன்றவை ஏழைகளைக் குறிக்கிறதா அல்லது சமூகரீதியாகக் கீழாக இருப்பவர்களைக் குறிக்கிறதா அல்லது இரண்டையும் குறிக்கிறதா என்பது தெளிவாக இல்லை. அவரது அரசாணையில் முதல் முறையாக அவரது பேரரசுக்கு வெளியே, எல்லையோரங்களில் இருக்கும் மக்கள் குறித்துப் பேசுகிறார். அவர் சென்றடைய வேண்டும் என்று விரும்புகிறவர்களில் எல்லையோர மக்களும் உள்ளடங்கியிருக்கிறார்கள்.

---

4 *Norman (2012a: 119): 'மனிதர்களைச் சொர்க்கத்துக்குக் கொண்டுவருவதில் அசோகர் வெற்றியடைகிறார் என்பதாகவே நான் எடுத்துக்கொள்கிறேன். நிச்சயமாக அவர்கள் மறுபிறவியில் கடவுள்களாகப் பிறக்கிறார்கள். அதாவது, பிற கடவுள்களோடு ஒன்றிணைகிறார்கள்'. John Strong (2012): இவர், கடவுள்களோடு ஒன்றிணைவதையும் சொர்க்கத்திலிருந்து புத்தர் இறங்கிவந்து அவரது எச்சங்களை அங்கீகரிப்பதோடு இணைத்துப்பார்க்கிறார். Wright (2000: 335): இவர், இக்கூற்றை 'பூமியில் பௌத்தர்கள் மீண்டும் தோன்றுவதற்கான உருவகமாக' எடுத்துக்கொள்கிறார் — அதாவது, மக்கள் தங்களுடைய அடுத்த வாழ்க்கையில் கடவுள்களோடு இருப்பதற்கான வழியை அசோகர் உருவாக்கிக்கொடுக்கிறார்.*

5 பார்க்கவும்: *Gaál and Tóth (2018)*

'இவ்விஷயம்' பரந்துவிரிந்து பரவும் என்றும், 'அரும்பாடுபடுவதற்கும்' கற்பிக்கும் அவரது திட்டம் வெற்றியடையும் என்றும் அவர் முன்னறிந்து சொல்கிறார். நான் 'விஷயம்' என்பதாக மொழியாக்கம் செய்திருக்கும் 'அததே' (சம்ஸ்கிருதம்: அர்த்தா) என்று மூலத்தில் இருக்கும் சொல், அதன் விரிந்த பொருண்மையான பரப்பால் சம்ஸ்கிருத மொழியில் மிகவும் எரிச்சலூட்டக்கூடிய ஒரு சொல்லாக இருக்கிறது. 'அர்த்தா' எதைக் குறிக்கிறது? 'இவ்விஷயம்' அல்லது 'இது' என்பது எதைக் குறிக்கிறது? முந்தைய வாக்கியத்தில் உள்ள 'அரும்பாடுபடுதல்' என்று சொல்லப்படுவதோடு இணைத்துப்பார்ப்பது ஏரணத்துக்கு உட்பட்டதாக இருக்கும் என்று நினைக்கிறேன். எல்லோரும், அதாவது அவரது நிலப்பரப்புக்கு வெளியே இருப்பவர்கள் உள்பட படிநிலையில் கீழே இருப்பவர்களும் மேலே இருப்பவர்களும் அரும்பாடுபட்டுத் தன்னுடைய அறிவுரைகளைப் பின்பற்றினால் வெற்றியடைய முடியும் என்றே அசோகர் எதிர்பார்க்கிறார், நம்புகிறார்.

இந்த அரசாணை 256 என்ற எண்ணோடு முடிகிறது. இது இந்த அரசாணையில் வருடத்தோடு தொடர்புகொண்டதுபோல் தோன்றுகிறது: 'இந்தப் பிரகடனம் 256 முடிந்த பின் பிரகடனப்படுத்தப்படுகிறது.' இது, அசோகர் குறித்து ஆய்வுசெய்யும் பல ஆய்வாளர்கள் விடைகாண முயலும் மற்றுமொரு அசோகரது புதிராக இருந்துவருகிறது. அவர்களால் இதில் அவ்வளவாக வெற்றியடைய முடியவில்லை. நான் 'முடிவில்' என்று மொழியாக்கம் செய்திருக்கும் மூலச் சொல்லான 'வியூதேநா'[6] தெளிவற்ற தன்மையைக் கொண்டிருக்கிறது. சிலர் அசோகர் 'பயணம்' மேற்கொண்டு வீட்டுக்கு வெளியே இருப்பதைக் குறிப்பதாக எடுத்துக்கொள்கிறார்கள். ஆனாலும், கௌடில்யரின் அர்த்தசாஸ்திரம் போன்ற பண்டைய மூலங்களை ஆதாரமாகக் கொண்டு சொல்வதென்றால், நான் கைக்கொண்டிருப்பது சரியாக இருக்கிறது. வரலாற்றியலாளர் ஜே.சி. ரைட்டின் வாசிப்பு சரி என்றே நினைக்கிறேன்: 'சிறு பாறை அரசாணையில் தேதியிடப்பட்டிருப்பதன் உண்மையான நோக்கம், அது பாறைகளில் பொறிக்கப்பட்ட காலத்திலிருந்து எப்போதும் சரியாகப் புரிந்துகொள்ளப்படவில்லை.'[7] இந்த அரசாணையைப் பொறித்த அதிகாரிகளும் எழுத்தர்களும்கூட இதன் அர்த்தம் குறித்துத் தெளிவுகொண்டிருக்கவில்லை. சிலர் தெளிவான

6 *'வியூதேநா'* என்ற சொல், உபோஸதா நாள்களில் காலையில் *'விளக்கேற்றுவது'* என்று அர்த்தப்படுத்துவதற்குப் பார்க்கவும்: Falk (2013). இச்சொல்லின் வேறு விதமான அர்த்தப்பாடுகளுக்கு (மாறுபாடுகளோடு) பார்க்கவும்: Norman (1983). அசோகர் வீட்டுக்கு வெளியே இருந்தார் என்று அர்த்தப்படுத்துவதை நார்மன் ஏற்றுக்கொள்கிறார். பார்க்கவும்: Wright (2000, குறிப்பாக ப. 327): *'நிறைவுபெற்றது'* என்று நான் அர்த்தப்படுத்துவதை இவர் ஏற்றுக்கொள்கிறார்.

7 Wright (2000: 331)

அர்த்தத்தைக் கொடுக்கும் விதத்தில் இதை மாற்றியும் பொறித்தார்கள். 256 எதைக் குறிக்கிறது என்று ஆய்வுபூர்வமான எல்லா முயற்சிகளையும் விமர்சனபூர்வமாக அணுகுவதற்கான இடம் இதுவல்ல என்றாலும், முப்பத்திரண்டு நாள்களைக் கொண்டிருக்கும் 'ராணுவ மாதம்' என்பதன் அடிப்படையில் அணுகுவது சிறந்த தீர்வைக் கொடுக்கும் என்றே நினைக்கிறேன்.[8] ஆக, 256 என்பது எட்டு மாதங்களிலான வறட்சிக் காலமாக மொழியாக்கமாகிறது. இந்தக் காலத்தில், அதாவது நான்கு மாத மழைக்காலத்துக்கு முன்னர் ராணுவம், வர்த்தகம் அல்லது மதரீதியாக என்று எதுவாக இருந்தாலும் பயணங்கள் மேற்கொள்வது சாத்தியப்படுகிறது. சமணர்கள், பௌத்தர்கள் போன்று ஓரிடத்தில் தங்காத துறவிகள், மழைக்காலத்தில் ஓரிடத்தில் ஒதுங்குவதற்கு முன் அலைந்துகொண்டிருக்கும் காலமாகிறது இது. இப்படியாக அர்த்தப்படுத்துவதை நாம் ஏற்றுக்கொள்வோம் என்றால், மழைக்காலம் தொடங்குவதற்கு முன், அசோகர் அவரது எட்டு மாத காலப் பயணத்தின் முடிவில், இந்த அரசாணையை எழுதியிருக்க வேண்டும்.

இந்தக் கணக்கு சரியாக இருக்குமென்றால், மழைக்காலத் தொடக்கத்தில் அதாவது ஜூன் மாதம் இடையில் இந்த அரசாணையை அசோகர் வெளியிட்டிருக்க வேண்டும். மேலும், அவர் அரியணை ஏறி பத்தாண்டுகளுக்குப் பிறகு, அதாவது அவரது ஆட்சியின் பதினொன்றாவது ஆண்டில் இந்த அரசாணை வெளியிடப்பட்டிருக்கிறது என்பதற்குப் போதுமான ஆதாரங்கள் இருக்கின்றன.[9] கந்தஹார் I-இல் உள்ள அராமேய, கிரேக்க மொழியாக்கங்கள், அசோகர் அவரது தர்மப் பிரச்சாரத்தை அவரது ஆட்சியின் பதினொன்றாம் ஆண்டில் தொடங்கியதாகக் குறிப்பிடுகின்றன. நாம் பொ.ஆ.மு. 268-ஐ அவர் அரியணை ஏறிய வருடமாக எடுத்துக்கொள்வோம் என்றால் — இதில் ஏதேனும் மாற்றங்கள் இருந்தால், இதற்கு ஏற்ப பிற வருடங்களை நாம் மாற்றியமைக்க வேண்டியிருக்கும் — இந்தத் தேதியிலிருந்து பின்னகர்ந்துசென்று, சிறு பாறை அரசாணை I-இன் வருடத்தை நம்மால் கணக்கிட முடியும்: பொ.ஆ.மு. 258. ஆனால், அவர் அரியணை ஏறிய வருடத்தை நாம் முதலில் கணக்கிட வேண்டியுள்ளது.

8 இந்த எண் குறித்த ஆய்வுபூர்வமான அர்த்தப்பாடுகளின் வரலாற்றுக்குப் பார்க்கவும்: Wright (2000).

9 பார்க்கவும்: Falk (2006: 55). Wright (2000: 338): 'ஆட்சியின் பதிமூன்றாவது வருடத்தில்' இந்த அரசாணை வழங்கப்பட்டது என்று இவர் சொல்கிறார். ஆனால், இந்தத் தேதியை எப்படி வந்தடைந்தார் என்று இவர் விளக்கவில்லை. இவர் சொல்லும் தேதியை ஏற்றுக்கொண்டால், அது கலிங்கப் போருக்கும் ஐந்து வருடங்கள் கழித்து எழுதப்பட்டதாகிறது. ஆனால் அசோகரே, அவரது பெரும் பாறை அரசாணைகளில் அவர் அறியணை ஏறி பன்னிரண்டு வருடங்களுக்கும் எழுதியதாகக் குறிப்பிடுகிறார்.

அவ்வளவு நிச்சயமாகச் சொல்ல முடியாது என்றாலும்கூட, அவர் அரியணை ஏறியது சந்திர மாதமான பிரகாசமான சித்திரைக்கு இடையில் — இது பொதுவாக மார்ச் மாதம் இடையில் வரும் — இருக்க வேண்டும் என்று நம்மால் அனுமானிக்க முடியும். இதற்குக் காரணம், அரசர்கள் அரியணை ஏறும் வேதச் சடங்கின் (ராஜஸூயா) மையமான ஒன்றாக இருக்கும் அரசர்கள் தலையில் புனித நீரை ஊற்றுவது, அதாவது அபிஷேகம் — இச்சொல்லை அசோகர் பயன்படுத்துகிறார் — செய்வது, இந்த மாதத்தில்தான் நடைபெறும். இந்திய நாள்காட்டியில் சித்திரை மாதம் வசந்த காலத்தின் முதல் மாதமாகிறது. இதனால், இந்தப் பழக்கம் வேதச் சடங்குகளுக்கு வெளியேயும், இந்த மாதத்தில் மங்களச் சடங்குகள் செய்யும் பழக்கம் இருந்திருக்கலாம். ஆக, 268 மார்ச் மாதம் இடையில் அசோகர் அரியணை ஏறியிருப்பார் என்றால், பதினொன்றாவது வருடம் ஜூன் மாதம் — அதாவது, சிறுபாறை அரசாணை I எழுதப்பட்டது, பொ.ஆ.மு. 258-இல் ஜூன் மாதமாக இருக்க வேண்டும்.

இப்போது, அசோகர் உபாசகராக மாறிய காலத்தை நம்மால் கணக்கிட முடியும். இந்த அரசாணை எழுதுவதற்கு இரண்டரை வருடங்களுக்கு முன் உபாசகராக மாறியதாக அசோகர் சொல்கிறார். இது பொ.ஆ.மு. 260 டிசம்பர் மாதத்தில் நடந்திருக்கலாம். இதற்கு ஒரு வருடத்துக்குப் பிறகு, அதாவது பொ.ஆ.மு. 259 டிசம்பர் மாதத்தில் பௌத்தப் பற்றுறுதியைச் சிரத்தையாகப் பயிலும் ஒருவராகிறார்.

இந்தத் தேதிகளை நாம் நினைவில் கொண்டு, கலிங்கத்தின் மீது அசோகர் தொடுத்த போர் குறித்து இயல் 2-இல் நாம் விவாதித்த விஷயத்துக்குத் திரும்புவோம். நாம் சில விஷயங்களை இங்கு நினைவூட்டிக்கொள்வது நல்லது. ஏனெனில், பௌத்தத்துக்கு அசோகர் மாறியதும் போரின் கொடூரங்களும் மிக நெருக்கமாகப் பிணைந்திருக்கின்றன. பாறை அரசாணை XIII-இலும், கந்தகாரில் உள்ள இதன் சுருக்கப்பட்ட கிரேக்க மொழியாக்கத்திலும் கலிங்கப் போர் அவர் அரியணை ஏறி எட்டு வருடங்களுக்குப் பின் நடந்ததாகக் குறிப்பிடப்படுகிறது — அதாவது, பொ.ஆ.மு. 260 மார்ச் வாக்கில், அவரது ஆட்சியின் ஒன்பதாவது வருடத் தொடக்கத்தில். இருந்தாலும், அவர் போர் தொடுத்த மாதத்தை நாம் இன்னும் துல்லியமாக வந்தடைய வேண்டியிருக்கிறது. பிந்தைய மூலங்களில் சில விலகல்கள் குறிக்கப்படுகின்றன என்றாலும்கூட, பொதுவாக மழைக்காலங்களில், அதாவது ஜூன் இடையிலிருந்து அக்டோபர் இடைவரை ராணுவ நடவடிக்கைகள் எவற்றையும் ராணுவ வியூக வல்லுநர்கள் மேற்கொள்ள மாட்டார்கள் என்று குறிப்பிடப்படுகின்றன. இந்தக் காலத்தில் பெரும் கணம்கொண்ட பொருட்களோடும் விலங்குகளோடும்

பயணம் மேற்கொள்வது பொதுவாகச் சாத்தியமில்லை. சாலைகள் சேறும் சகதியுமாக இருக்கும்; ஆறுகளில் வெள்ளம் பாய்ந்தோடும். இவற்றைக் கடக்க முயல்வது மனிதர்களுக்கும் பொருட்களுக்கும் விலங்குகளுக்கும் ஆபத்தாக இருக்கும். பண்டைய இந்தியாவில் நதிகளின் மேல் நிரந்தரமான பாலங்கள் என்று எதுவும் கிடையாது என்பதை நாம் இங்கு நினைவில்கொள்ள வேண்டும். ஆற்றில் இறங்கித்தான் அதைக் கடக்க வேண்டும். மேலும், புயல்கள் வீசும் வானிலை சாத்தியம் என்பதால், பெரும்பாலும் மழைக்காலங்கள் தவிர்க்கப்பட்டன. ஆக, ராணுவ நடவடிக்கைகளுக்கு இரண்டு காலங்கள்தான் இருக்கின்றன: மார்ச் மத்தியிலிருந்து ஜூன் இடைவரை; அக்டோபர் மத்தியிலிருந்து டிசம்பர் இடைவரை. பிந்தைய எழுத்துகள், நவம்பர் இடையிலிருந்து தொடங்கும் சந்திர மாதமான மார்கசிர்ஷாவை உகந்ததாக முன்வைக்கின்றன. கலிங்கப் போர் நடந்திருப்பதற்கான சாத்தியமுள்ள இரண்டு தேதிகளும், அசோகர் உபாசகராக மாறிய காலத்துக்கு முன் அல்லது அதற்கு நெருக்கமாக இருக்கின்றன — அதாவது, பொ.ஆ.மு. 260 டிசம்பர் மாதம். அது நவம்பர் மாதமாக இருக்கலாம் என்று நான் நினைக்கிறேன். கலிங்கப் போர் ஏற்படுத்திய துயரத்தையும் உயிர் இழப்பையும் கண்டு அசோகர் தனது வருத்தத்தைத் தெரிவிக்கிறார். நிச்சயமாகச் சொல்ல முடியாது என்றாலும், கலிங்க மக்களுக்குப் பெரும் துயரத்தை அவர் ஏற்படுத்தியதும், அதற்காக அவர் தனிப்பட்ட முறையில் வருந்தியதும் அவர் சுழலச்சாக பௌத்தத்தைக் கொண்டதன் தாக்கத்தால் இருக்கலாம் என்று நாம் நினைத்துப்பார்க்க முடியும். இங்கே கொடுக்கப்பட்டிருக்கும் வரைபடம் அசோகரது ஆட்சியின் முதல் பத்து வருடங்களில் நடந்த முக்கிய நிகழ்வுகளைக் அடிக்கோடிட்டுக்காட்டுகிறது.[10]

வரைபடம் 5.1

அசோகரது சமயமாற்றம்: காலவரிசை

அரியணை ஏறியது	பொ.ஆ.மு. 268, மார்ச்
கலிங்கப் போர்	பொ.ஆ.மு. 260, ஏப்ரல் - ஜூன் அல்லது அக்டோபர் - டிசம்பர்
உபாசகராக மாறுவது	பொ.ஆ.மு. 260 டிசம்பர்
பற்றார்வமிக்கவராக மாறுவது	பொ.ஆ.மு. 259 டிசம்பர்
சிறு பாறை அரசாணை I	பொ.ஆ.மு. 257 ஜூன்

---

10 இதற்கு நிகரான முடிவை இவர்களும் வந்தடைகிறார்கள். பார்க்கவும் *Gaál and Tóth* (2018: 92)

யாத்திரை மேற்கொள்ளுதல்

சிறு பாறை அரசாணை I எழுதுவதற்கு முன் அசோகர் மேற்கொண்ட எட்டு மாதப் பயணத்துக்கு நாம் திரும்புவதற்கு முன், இரண்டு வெளிப்படையான கேள்விகள் எழுகின்றன: இந்தப் பயணத்தின் நோக்கம் என்ன? இந்தப் பயணத்தின்போது எப்படியான இடங்களுக்கு அவர் சென்றுவந்தார், எப்படியானவர்களையெல்லாம் அவர் சந்தித்தார்? பாறை அரசாணை VIII-இல் இதற்கான துப்பு கிடைக்கிறது. இதில் அரசக் குடும்பத்தினரோடு உல்லாசப் பயணங்கள் மேற்கொள்வதை மத யாத்திரைகளாக மாற்றியது குறித்து அசோகர் பேசுகிறார். முக்கியமாக, இவ்வாறு வெளியே போகும் பழக்கத்தை, சம்போதி' என்றழைப்பதை, தொடங்கிய வருடத்தையும் அவர் குறிப்பிடுகிறார். இச்சொல் அறிவொளி அல்லது முழுமையான அறிவொளி போன்று நேரடியான அர்த்தங்களைக் கொண்டிருக்கிறது. அறிவொளி பெறுவதற்கான அகப் பயணம் மேற்கொள்ளப்பட்டது என்ற அர்த்தத்தில் அசோகர் சொல்கிறாரா அல்லது புத்தர் எந்த இடத்தில் அல்லது மரத்துக்குக் கீழாக அறிவொளி பெற்றாரோ அந்த இடத்துக்குச் சென்றுவந்ததைச் சொல்கிறாரா என்பதில் வேறுபட்ட கருத்துகள் இருக்கின்றன. நான் பிந்தையதை எடுத்துக்கொள்கிறேன்.[11] அரச மரம் (*Ficus religiosa*) இன்றும்கூட இலங்கையில் போ-மரம் (போதி மரம்) என்றழைக்கப்படுகிறது. அவர் அரியணை ஏறி பத்து ஆண்டுகள் முடிந்த பின், அதாவது பதினொன்றாம் ஆண்டில், இன்று 'போத் கயா' என்றழைக்கப்படும் புத்தர் அறிவொளி பெற்ற இடத்துக்குச் சென்றுவந்ததாக அசோகர் சொல்கிறார். மிகச் சரியாக, நாம் ஆய்வுசெய்துகொண்டிருக்கும் பாறை அரசாணை I, இந்த ஆண்டில்தான் வெளியிடப்பட்டது.

இப்போது, காட்சியை நம்மால் தெளிவாக விளக்க முடியும். அசோகர் அவரது ஆட்சியின் பதினொன்றாம் ஆண்டின் கோடை காலத்தில், அதாவது பொ.ஆ.மு. 258-இல் பயணத்தை மேற்கொள்கிறார். இந்தப் பயணத்தின்போது அவர் போத் கயாவுக்குச் சென்றுவருகிறார். இந்த யாத்திரையின் முடிவில் — எட்டு மாத வறண்ட காலத்தின் முடிவிலும், ஒதுங்குவதற்கான நான்கு மாத மழைக்காலத் தொடக்கத்திலும் — அசோகர் இந்த அரசாணையை வெளியிடுகிறார். அவர் மேற்கொண்ட யாத்திரை குறித்து, பாறை அரசாணை VIII-இல் விவரிக்கிறார்:

---

11 போதி மரம் இருக்கும் இடத்துக்கு அசோகர் நேரடியாகச் சென்றுவந்தது குறித்து கனஜனஹல்லியில் காட்சிரீதியாகப் பிரதிநிதித்துவம் செய்யப்பட்டுள்ளது. இது குறித்து மோனிகா ஸின் (Monika Zin, 2022: 546) இவ்வாறு குறிப்பிடுகிறார்: 'போத் கயாவில் உள்ள போதி மரத்துக்கு அசோகர் சென்றுவந்ததை இரண்டு சட்டகங்கள் முன்வைக்கின்றன. கனஜனஹல்லியில் ஸ்தூபியைப் படைத்த சிற்பிகளும் மற்றவர்களும் போதி மரத்துக்கு அசோகர் யாத்திரை மேற்கொண்டதை அறிந்திருக்கிறார்கள்'.

கடந்த காலங்களில், கடவுள்களின் அன்புக்குரியவர்கள் [= அரசர்கள்] உல்லாசப் பயணங்கள் மேற்கொண்டார்கள். இந்தப் பயணங்களில் வேட்டையாடுதலும் அது போன்று மகிழ்ச்சி தரக்கூடிய விஷயங்களும் நடந்தன.

ஆனால், கடவுள்களின் அன்புக்குரியவன், அரசன் பியதஸி, அரியணை ஏறிப் பத்து வருடங்களுக்குப் பிறகு அறிவொளிக்கான பயணம் மேற்கொண்டான். அதன் ஊடாக வந்ததுதான் தர்ம-பயணம்.

இந்தப் பயணத்தின்போது இவையெல்லாம் நடந்தன: சிரமணர்களையும் பார்ப்பனர்களையும் சென்று பார்ப்பது; அவர்களுக்குத் தானங்கள் கொடுப்பது; முதியோர்களைச் சென்று பார்த்து அவர்களுக்குப் பொருளுதவிகள் செய்வது. கிராமப்புறங்களில் இருக்கும் மக்களைச் சென்று பார்த்து அவர்களுக்கு தர்மம் குறித்தும் தர்மத்தோடு உறவுகொண்ட கேள்விகள் குறித்தும் அறிவுரைகள் வழங்குவது.

கடவுள்களின் அன்புக்குரியவன், அரசன் பியதஸிக்கு இதுவே பெருமகிழ்ச்சியைக் கொடுக்கிறது. மற்றவையெல்லாம் சொற்ப அளவு மட்டுமே.

அசோகரது 'தர்ம-பயணம்' (தர்மயாத்திரை) போத் கயாவுக்குச் சென்றுவருவதிலிருந்து தொடங்குகிறது என்றாலும்கூட, இந்த யாத்திரை இங்கு இன்னும் விரிந்த பார்வையில் முன்வைக்கப்படுகிறது. இந்தப் பயணத்தின்போது, மதரீதியான இரண்டு வகையினரையும் அவர் சென்று பார்க்கிறார்: சிரமணர்கள், பார்ப்பனர்கள். அவர்களுக்குத் தானங்கள் கொடுக்கிறார், வேறுபல உதவிகளும் செய்கிறார். பிரத்யேகமான வழியில், இந்தப் பயணங்கள் மக்களுக்கு தர்மம் குறித்து போதிப்பதை நோக்கமாகக் கொண்டிருக்கின்றன. இங்கே பயன்படுத்தப்படும் 'யாத்ரா' என்ற சொல் குறித்துச் சிறு விளக்கம் தேவைப்படுகிறது. இச்சொல் நீண்ட பயணம் எதுவானாலும் அதைக் குறிக்கிறது — பக்கத்தில் உள்ள கடைக்குச் சென்றுவருவது அல்ல. வேட்டையாடுதல் போன்று உல்லாசத்துக்காக, பொழுதுபோக்குக்காக மேற்கொள்ளும் பயணங்களைக்கூட நாம் யாத்திரை என்றழைக்கலாம். ஆனால் இச்சொல், முக்கியமான மதம் தொடர்பான இடங்களுக்குச் சென்றுவருவதை மட்டுமே குறிக்கும் மதரீதியான அர்த்தத்தைப் பெற்றது. பிந்தைய இந்தியாவிலும்கூட, மதரீதியாக மேற்கொள்ளும் பயணங்களெல்லாம் யாத்திரை என்றே அழைக்கப்படுகின்றன. பிறவற்றில் இருப்பதுபோல், இந்த அரசாணையிலும், கடந்த கால அரசர்களின் செயல்பாடுகளிலிருந்து தன்னுடையதை வேறுபடுத்திக்காட்ட அசோகர் விரும்புகிறார். தான்

மேற்கொண்ட யாத்திரைகள் இன்பத்துக்கானவையாக இல்லாமல் தர்மத்துக்கானவையாக இருக்கின்றன என்கிறார் – இது இன்பத்துக்கான ஒன்றாக இருக்குமானாலும்கூட, முற்றிலும் வேறு விதமான இன்பத்துக்கானதாகிறது. அதாவது, இறுதியில் குறிப்பிடுவதுபோல் அது ஆன்மிக இன்பத்துக்கானதாகிறது.

வேறு சமயங்களில், புத்தரது வாழ்க்கையோடு தொடர்புடைய பல இடங்களுக்கும் அசோகர் சென்றுவந்திருக்கிறார். அவரது வாழ்க்கையின் பிற்பகுதியில், அவர் அரியணை ஏறி இருபது வருடங்கள் கழித்து அவர் புத்தர் பிறந்த இடமான லும்பினிக்குச் சென்றுவருகிறார். அங்கு அவர் ஒரு தூணை நிறுவி இந்த நிகழ்வை நினைவுகூரும் விதத்தில் சிறு குறிப்பொன்றை எழுதுகிறார் (படம் 3).

> கடவுள்களின் அன்புக்குரியவன், அரசன் பியதஸி, அரியணை ஏறி இருபது வருடங்களுக்குப் பிறகு, இங்கு நேரடியாக வந்து தனது மரியாதையைத் தெரிவித்துக்கொண்டான்.

> 'இங்குதான் சாக்கிய முனி, புத்தர் பிறந்தார்' – இப்படிச் சொல்லி, ஒரு கல்தூணை நிறுவி, கல்வேலியையும் எழுப்பினான்.

> 'இங்குதான் பெருமான் பிறந்தார்' – இப்படிச் சொல்லி, லும்பினியை வரிவிலக்கு கிராமமாக அறிவித்து, எட்டில் ஒரு பங்கை எடுத்துக்கொள்ளலாம் என்றும் அறிவித்தான்.

நான் முன்னரே இயல் 4-இல் குறிப்பிட்டிருந்தது போன்று, புத்தர் எந்தச் சால் மரத்தின்கீழ் பிறந்தாரோ அந்த மரத்தைச் சுற்றி வேலி ஒன்று இருந்திருக்கலாம். மிக நீண்ட காலம் இருந்த அந்த மரம், அசோகர் காலத்திலும் இருந்திருக்கலாம். அவர் லும்பினியை வரிவிலக்கு பெற்ற கிராமமாக அறிவிக்கிறார். அதாவது, அரசருக்குக் கொடுக்க வேண்டிய வரி இப்போது புத்தர் பிறந்த இடத்தைப் பராமரித்து, அங்கேயே வாழும் துறவிகளுக்குக் கொடுக்கப்பட்டது என்றே இதற்கு அர்த்தம்.

இந்த அரசாணையில் இறுதியாக இருக்கும் சொல்தான் சவாலாக இருக்கிறது: அத-பகியே. இச்சொல் முன்னர் லும்பினியின் வரிகளற்ற நிலையைக் குறிப்பதாகப் புரிந்துகொள்ளப்பட்டிருந்தது. அதாவது, முழுமையாக வரிவிலக்குபெறவில்லை என்றும் வரியில் எட்டில் ஒரு பகுதி மட்டுமே விலக்காகப் பெற்றிருந்ததாகவும் புரிந்துகொள்ளப்பட்டிருந்தது. இது, ஹாரி ஃபால்க் சுட்டிக்காட்டுவதுபோல், அசோகரைக் கஞ்சனாகக் காட்டுவதோடு ஏதோ சரியாக இல்லாதது போலும் தோன்றுகிறது. புத்தரது எச்சங்களில் 'எட்டில் ஒரு பங்கு' லும்பினிக்குக் கொடுக்கப்பட்டது என்று புது அர்த்தத்தை ஃபால்க் முன்வைக்கிறார். இது சரியாக இருக்குமென்றால், புத்தர் விட்டுச்சென்ற எச்சங்களை

அசோகர் பல இடங்களுக்குப் பகிர்ந்தளித்ததற்கான கல்வெட்டு ஆதாரம் நமக்குக் கிடைத்திருப்பதுபோல் தெரிகிறது. புத்தரது எச்சங்களை அசோகர் துணைக்கண்டம் முழுக்கப் பகிர்ந்தளித்தார் என்பது புத்தர் ஓகிவாழ்க்கை நூல்களில் உள்ள விவரிப்புக்கு வலுசேர்ப்பதாகவும் இருக்கிறது.

அசோகர் மேற்கொண்ட பௌத்த யாத்திரைகள், வரலாற்றுரீதியான புத்தருக்கு முந்தைய புத்தர்களாகப் பார்க்கப்பட்டவர்களோடு தொடர்புடைய இடங்களையும் உள்ளடக்கியிருக்கிறது. அதில் ஒன்று, கோணாகமனா என்றழைக்கப்படும் புத்தரின் பிறப்பிடம்.[12] அரியணை ஏறி பதினான்கு வருடங்களுக்குப் பிறகு, இவ்விடத்தில் இருந்த ஸ்தூபியை, இருந்ததைவிட இரண்டு மடங்கு அசோகர் பெரிதுபடுத்துகிறார். பிறகு, இந்த இடத்துக்கு அவரும் சென்றுவருகிறார். அவர் போய்வந்தது இதுதான் முதல் முறையா என்பது தெளிவாக இல்லை. இருந்தாலும், அவரது இருபதாவது ஆண்டில் வரலாற்றுரீதியான புத்தர், கோணாகமனா புத்தர் ஆகிய இருவரும் பிறந்த இடங்களுக்கு அசோகர் சென்றுவந்திருக்கிறார் — இது அவர் மேற்கொண்ட அதே யாத்திரையின் பகுதியாகவும் இருந்திருக்கலாம். மேலும், அவர் இரண்டாவது முறையாகச் சென்றுவந்தபோது, அந்த நிகழ்வை நினைவுபடுத்தும் விதமாக அங்கு ஒரு தூணை அசோகர் நிறுவுகிறார். அந்தத் தூணில் கல்வெட்டுகள் பொறிக்கப்பட்டிருக்கின்றன. இந்தத் தூண் இன்று நிகலி-சாகர் தூண் என்றழைக்கப்படுகிறது.

நான் இயல் 4-இல் குறிப்பிட்டிருப்பதுபோல், பௌத்தத்தோடு தொடர்புடைய முக்கிய இடங்களைக் குறிக்கும் விதமாக, அங்கெல்லாம் கல்தூண்களை நிறுவியது அசோகரது கட்டுநர் செயல்பாடுகளில் தனித்துவமானதாக இருக்கிறது. அசோகரது தூண்களை முன்வைத்து ஹாரி ஃபால்க் இவ்வாறு குறிப்பிடுகிறார்: 'ஏதோ ஒருவிதத்தில் இவை இருக்கும் இடங்களெல்லாம், பௌத்தச் சங்கம் இருக்கும் இடங்களோடு அல்லது புத்தர் பிறந்த இடத்துக்குச் செல்லும் வழிகளோடு தொடர்புடையவையாக இருக்கின்றன.'[13]

□

தோராயமாகக் கலிங்கப் போருக்கும் முந்தைய, பிந்தைய மூன்று ஆண்டுகள், அசோகரது தனிப்பட்ட வாழ்க்கையில் பெரும் முக்கியத்துவம் வாய்ந்த காலங்களாகின்றன. பொ.ஆ.மு. 260-இன் பெரும்பகுதி அவர் தூதியல் விவகாரங்களிலும் கலிங்கப் போருக்குத் தயார்படுத்துவதிலும்

12 இந்த புத்தர் குறித்து அறிந்துகொள்ளப் பார்க்கவும்: *Hultzsch (1925: 165, n.6).*

13 *Falk (2006: 55).*

தன்னை முழுமையாக ஈடுபடுத்திக்கொண்டிருந்திருக்க வேண்டும். அந்த ஆண்டின் இறுதியில் கலிங்கப் போர் முடிந்திருக்கலாம். அவர் உருவாக்கிய பேரழிவால் வெகுவாகப் பாதிக்கப்படுகிறார். அவர் கொஞ்ச காலம் பௌத்தத்தோடு மேலெழுந்தவாரியான உறவு கொண்டிருக்கலாம். ஆனால், இப்போது ஒருவிதமான தீவிரத்தை அவர் உணர்கிறார். போருக்குச் சில மாதங்கள் கழித்து, அதாவது பொ.ஆ.மு. 260, டிசம்பர் வாக்கில் அவர் முறையாக பௌத்த உபாசகராகிறார். இப்படி மாறியது ஏதேனும் பொது நிகழ்வை அல்லது சடங்கைக் கொண்டிருந்ததா என்று நமக்குத் தெரியவில்லை. ஆனால், இந்தத் தேதியை அசோகர் மிக நன்றாக நினைவில் கொண்டிருக்கிறார்; சிறு பாறை அரசாணை I-இல் அதை நினைவுகூர்கிறார். 'அரும்பாடுபடுதல்' என்று அவர் அழைப்பதை வளர்த்துக்கொள்ள, அதாவது பௌத்தப் பற்றுறுதியின் மீது முழுக் கவனத்தையும் முழு ஈடுபாட்டையும் வளர்த்துக்கொள்ள இன்னும் ஒரு வருட காலம்போல் அவர் எடுத்துக்கொள்கிறார். பொ.ஆ.மு. 259-இல் முதலில் இது சாத்தியப்படுகிறது. பொ.ஆ.மு. 258-இன் முதல் பாதியில், அவரது ஈடுபாட்டை வெளிப்படுத்தத் தொடங்கிய சில மாதங்கள் கழித்துதான், அவரது வாழ்க்கையில் புது நிலைக்குள் அவர் நுழைந்திருக்க வேண்டும். பௌத்த தியானப் பழக்கங்கள் குறித்தும், தார்மிகம் குறித்தும் பௌத்தத் துறவிகளிடமிருந்து அவர் ஏதேனும் அறிவுரைகள் பெற்றாரா? அவர்கள் அசோகருக்கு பௌத்த எழுத்துகளைப் படித்துக்காட்டி விளக்கினார்களா? நாம் இயல் 6-இல் பார்க்கவிருப்பதுபோல், பௌத்தப் புனித நூல்கள் குறித்து அசோகர் நன்கு அறிந்திருப்பவராகத் தெரிகிறார். எந்த அளவுக்கு என்றால், படிக்க வேண்டும் என்று சில நூல்களைத் துறவிகளுக்கே துணிச்சலாக சிபாரிசு செய்யும் அளவுக்கு நன்கு அறிந்திருந்தவராக இருக்கிறார்.

பொ.ஆ.மு. 258 அக்டோபர் வாக்கில், மழைக்கால முடிவில், யாத்திரை மேற்கொள்வது என்ற முடிவை அசோகர் எடுக்கிறார். அரசு சார்ந்து பயணங்கள் மேற்கொண்டு, தங்களது நிலப்பரப்பில் இருக்கும் முக்கியமான இடங்களுக்குச் சென்று, அந்தப் பகுதிகளில் இருக்கும் மூத்த அதிகாரிகளோடு கலந்துரையாடுவது அரசர்களின் நீண்டகாலப் பழக்கமாக இருந்திருக்கலாம். இப்படியான பயணங்கள், பாறை அரசாணை VIII-இலும் பங்குரரியாவிலும் உள்ள அசோகரது எழுத்துகள் குறிப்பிடப்படுவதுபோல், வேட்டையாடுதல் போன்ற பொழுதுபோக்குக்கானதையும் கேளிக்கைகளுக்கானதையும் கொண்டிருக்கலாம். ஆனால், அரசுப் பயணங்களுக்குப் புதிய திருப்பத்தை அசோகர் கொடுக்கிறார்: அவர் அதை மதப் பயிற்சியாக உருமாற்றுகிறார். சொல்லப்போனால், எட்டு மாத காலம் ஒரு துறவி ஓரிடத்தில் தங்காமல் சுற்றிக்கொண்டிருப்பதற்கு நிகரானதாக உருமாற்றுகிறார்.

அவரது முதல் யாத்திரையின்போது, அவரது பிரஜைகளுக்குச் சொல்ல விரும்பும் செய்திகளை எழுதி, அவற்றைப் பாறையின் மேற்பரப்பில் பொறிப்பது என்ற தீர்மானத்துக்கு அவர் வந்திருக்கலாம் — இது அவரது வாழ்க்கையையும் மக்களுடைய வாழ்க்கையையும் என்று மட்டுமல்லாமல், அரசாங்கத்தின் கட்டமைப்பையும் அதன் செயல்பாடுகளையும்கூட முற்றிலும் மாற்றியமைத்த பெரும் முக்கியத்துவம் வாய்ந்த தீர்மானமாகிறது. இது இந்திய வரலாற்றை மாற்றியமைத்தது. அவரது முதல் செய்தி, இந்த யாத்திரையின் முடிவில், அதாவது பொ.ஆ.மு. 257 ஜூன் மாதத்தில் எழுதப்பட்டிருக்க வேண்டும். இதற்குப் பிந்தைய சில மாதங்களில்தான் அவை கல்லில் பொறிக்கப்பட்டிருக்க வேண்டும். மிக நீண்ட காலங்கள் மக்கள் பார்க்கக்கூடிய ஒன்றாக இருக்க வேண்டும் என்பதற்காகவே அவரது செய்திகளைக் கல்லில் பொறிக்கும் முடிவுக்கு வந்திருக்க வேண்டும். அசோகருக்கு முன், எந்த ஆட்சியாளரும் இப்படியான ஒன்றைச் செய்ய முயன்றதில்லை. அவரது செய்தியை — பாறை அரசாணை I என்பதாக நாம் அறிந்திருப்பதை — அவரது பேரரசின் பல பகுதிகளில் இருக்கும் தனது அதிகாரிகளுக்கு அனுப்பிவைக்கிறார். இந்தச் செய்தி அதிகாரிகளுக்கு இடையேயும் பகிர்ந்துகொள்ளப்படுகிறது. இந்தச் செய்தி, பௌத்தத்தின் மீதான அவரது பற்றுறுதியைப் பிரகடனப்படுத்துவதோடு பார்வையாளர்களைத் தன்னோடு சேர்ந்து 'அரும்பாடுபட' அழைப்பும் விடுக்கிறது.

6
சங்கத்துக்கு அறிவுறுத்துதல்

தன்னை உபாசகராக, அதாவது பௌத்தப் பற்றுள்ள சாதாரணமானவராகத் தன்னை அறிவித்துக்கொண்டபோது, சங்கத்துக்குச் சென்றுவரும் பௌத்த வழிமுறையைப் பின்பற்றுவதன் ஊடாக, அவர் கண்டெடுத்திருப்பதன் மீதான அவரது பற்றார்வத்தை வெளிப்படுத்துகிறார். பௌத்தத்தில் உள்ள மிகப் பிரத்யேகமான சொல்லான சங்கம், உலகளாவிய லட்சிய பௌத்த மடாலய ஒழுங்கையும் குறிக்கிறது, குறிப்பிட்ட மடாலயச் சூழலில் பிக்குகளும் பிக்குனிகளும் வாழும் குறிப்பிட்ட இடத்தையும் குறிக்கிறது. முதலாவது அர்த்தத்தை நாம் பௌத்த மும்மணிகளில் — அதாவது, திரிசரணத்தில் காண முடியும்: புத்தம், தம்மம், சங்கம். ஆனால், ஒருவரால் உலகளாவிய சங்கத்துக்குச் 'சென்றுவர' முடியாது. மிகப் பிரதானமான அவரது முதல் பயணத்தின்போது அவர் ஒரு குறிப்பிட்ட மடாலயத்துக்குச் சென்றுவந்தார் என்றோ அல்லது குறிப்பிட்ட துறவியைச் சந்தித்தார் என்றோ அசோகர் நம்மிடம் பகிர்ந்துகொள்ளவில்லை. அவரது தொடக்க கால ஊடாட்டங்களில் வழிகாட்டுதலும் அறிவுறுத்தலும் தேவைப்படும் ஒரு கத்துக்குட்டியாகத்தான் அசோகர் இருந்தார். முதல் முறையாகப் போய்வந்த பிறகு அவர் தொடர்ந்து சங்கத்துக்குச் சென்றுவந்திருக்க வேண்டும்; அது பௌத்தம் குறித்த அவரது அறிவையும் பற்றுறுதியையும் ஆழப்படுத்தியிருக்க வேண்டும், பௌத்தம் குறித்த புனித நூல்கள் அவருக்கு அறிமுகமாகியிருக்க வேண்டும்; அவரது ஆன்மிகப் பயணத்தை இன்னும் தீவிரப்படுத்தியிருக்க வேண்டும்.

சங்கத்துடனான அசோகரது ஊடாட்டம் குறித்து முந்தைய இயலில் விவரித்திருந்தேன். இந்த இயலில், அவர் பக்குவப்பட்ட, தன்னம்பிக்கை கொண்ட பௌத்தரான பிறகு சங்கங்களோடு எவ்வாறு ஊடாடினார் என்பதை எடுத்துக்கொள்ளவிருக்கிறேன். மேலும், பொதுவாக பௌத்தத்தின் மீதும் குறிப்பாகச் சங்கங்கள் முறையாக நடந்துகொள்வதன் மீதும் அவர் அதிக ஈடுபாடுகாட்டத் தொடங்கினார்.

சங்கத்தின் மீதான அசோகரது ஈடுபாடு என்பது, அவரது பேரரசுக்குள்ளாக இருந்த எல்லா மத அமைப்புகள் மீதும் – பாஸந்தாக்கள் என்று அவர் அழைத்து – காட்டிய ஈடுபாட்டின் பகுதியாக இருந்தது. பாஸந்தாக்களோடு அசோகர் கொண்டிருந்த உறவை நான் பகுதி 4-இல் ஆராயவிருக்கிறேன். இருந்தாலும், அவரே ஓர் உபாசகராக இருந்ததால், அதாவது பௌத்தப் பாஸந்தாவின் சாதாரண உறுப்பினராக இருந்ததால், சங்கத்தின் மீதான அவரது ஈடுபாடு மேலும் பரந்துவிரிந்து இருந்தது. சங்கம் குறித்த விஷயங்களை அவரது இரண்டு கல்வெட்டுகள் பிரத்யேகமாகக் கையாள்கின்றன. இது அவர் சங்கத்துக்குப் புரவலராகவும் ஆலோசனைகள் சொல்பவராகவும் இருந்ததை மீறி பௌத்தத் துறவற மடாலயங்களைக் கட்டுப்படுத்தும் விருப்புறுதியையும் அவர் கொண்டிருந்தார் என்பதை வெளிப்படுத்துகிறது. முதலாவது, டில்லியிலிருந்து 170 கிலோமீட்டர் தொலைவில் இருக்கும் பைரத் எனும் இடத்தில் கண்டெடுக்கப்பட்ட பாறையில் பொறிக்கப்பட்டிருக்கிறது. இந்தக் கல்வெட்டு இன்று கொல்கத்தாவில் உள்ள ஏசியாடிக் சொசைட்டியில் வைக்கப்பட்டுள்ளது. இரண்டாவது சாஞ்சி, சார்நாத், அலஹாபாத் ஆகிய இடங்களில் உள்ள தூண்களில் பொறிக்கப்பட்டிருக்கும் மூன்று பதிப்புகளாகின்றன.

சங்கத்துக்கு வழிகாட்டுதல்

சாதாரண மக்கள், மடாலயங்களில் உள்ளவர்கள் ஆகிய இருசாராருக்கும் தேர்ந்தெடுத்த புத்தகங்களைப் பரிந்துரைக்கும் அளவுக்கு அவர் புத்தகப்புழுவாக பைரத் கல்வெட்டில் வெளிப்படுகிறார். இந்தக் கல்வெட்டில் மட்டும்தான் அவர் பிக்குகளோடும் பிக்குனிகளோடும் நேரடியாகப் பேசுகிறார். பௌத்தம் தொடர்பான விஷயங்களைக் கையாளும் பிளவு கல்வெட்டு போன்ற பிற கல்வெட்டுகள், துறவிகளின் நடத்தை குறித்ததாக இருந்தாலும்கூட, அதிகாரிகளிடம் பேசுவதாக இருக்கிறது. பைரத் கல்வெட்டில் இவ்வாறு உள்ளது (படம் 8):

> மகத அரசன் பியதஸி, சங்கத்துக்குத் தன்னுடைய மரியாதைகளைத் தெரிவித்துக்கொண்டு, நீங்கள் நலமாகவும் வசதியாகவும் இருக்க தன்னுடைய வாழ்த்துகளைத் தெரிவித்துக்கொள்கிறான்.
>
> மதிப்புக்குரியவர்களே, புத்தம், தம்மம், சங்கம் மீது நான் கொண்டிருக்கும் மதிப்பையும் பற்றுறுதியையும் நீங்கள் அறிவீர்கள். எப்படியிருந்தாலும், மதிப்புக்குரியவர்களே, புத்த பெருமான் பேசியிருக்கிறார்; சொல்லப்போனால் அவையெல்லாம் மிகச்சிறப்பாகப் பேசப்பட்டிருக்கின்றன. ஆனால்

மதிப்புக்குரியவர்களே, ‘உண்மையான தர்மம் காலகாலத்துக்கும் நிலைத்துநிற்கும்’ என்ற கூற்று எதை உள்ளடக்கியிருப்பதாகப் பார்க்கிறேனோ, அதை, மதிப்புக்குரியவர்களே, அதாவது தர்மம் குறித்த இந்த உரையாடல்களை முன்வைக்கும் சுதந்திரத்தை அவன் எடுத்துக்கொள்கிறான்:

> விநயஸமுகஸே (மடத்தின் ஒழுக்க விதிமுறைகளைப் போற்றுதல்), அலியவஸாணி (மேன்மையானவர்களின் வம்சாவளிகள்), அநாகதபயாநி (வருங்கால ஆபத்துகள்), முனிகாதா (முனிவரின் கவிதை), மோநேயஸூதே (முனித்தன்மை குறித்த உரையாடல்), உபாதிஸபஸின் (உபாதிஸாவின் கேள்விகள்), லாகுலோவாடே (பொய்மை குறித்து ரகுலாவுக்கான அறிவுரை).

புத்த பெருமானால் பேசப்பட்டவை.

மதிப்புக்குரியவர்களே, தர்மம் குறித்த இந்த உரையாடல்களை, பெரும் எண்ணிக்கையிலான பிக்குகளும் பிக்குனிகளும் திரும்பத்திரும்பக் கேட்டு, இவை குறித்துப் பிரதிபலிக்க வேண்டும் என்றே விரும்புகிறேன். இதுபோலவே உபாசகர்களும் உபாசினிகளும். இந்தக் காரணத்துக்காகத்தான், மதிப்புக்குரியவர்களே, இங்கு இது பொறிக்கப்பட்டுள்ளது. ஆக, என்னுடைய நோக்கத்தை அவர்கள் அறிந்துகொள்வார்கள்.

இந்தச் சிறிய கல்வெட்டில் அசோகர் பௌத்தப் பிக்குகளோடும் பிக்குனிகளோடும், பௌத்தத்தின் மீது பற்றுகொண்ட சாதாரண ஆண் பெண்களோடும், அதாவது உபாசகர்களோடும் பேசுகிறார். இந்தக் கல்வெட்டுக்குள் அசோகர் மறைத்துவைத்திருக்கும் பௌத்தம் குறித்த சுவாரசியமான, முக்கியமான பல தகவல்களை நான் வெளிக்கொணர முயல்கிறேன். முதலில், அசோகர் பயன்படுத்தும் சொற்களைப் பார்ப்போம். பௌத்தத்தின் மிகப் பிரத்யேகமான சொற்களோடும், துறவிகளோடு பேசும்போது சாதாரணமானவர்கள் எப்படிப் பண்போடு அவர்களை அழைக்க வேண்டும் என்பதையும் அவர் கற்றிருந்திருக்கிறார் என்பது வெளிப்படையாகத் தெரிகிறது. தன்னை அறிமுகப்படுத்திக்கொண்ட பின், ‘பந்தே’ என்ற சொல் ஐந்து முறை ஒவ்வொரு வாக்கியத்தின் தொடக்கத்திலும் பயன்படுத்தப்படுகிறது. இவ்வாறு அழைக்கும் முறையை, நான் ‘மதிப்புக்குரியவர்களே’ என்று மொழியாக்கம் செய்திருப்பது சரியான வெளிப்பாடு அல்ல. இச்சொல், பௌத்த எழுத்துகளில் துறவியை அழைக்க ஒருவர் சகஜமாகப் பயன்படுத்தும் ஒன்றாக இருக்கிறது. இச்சொல்லை அசோகர் அடிக்கடி பயன்படுத்துவது, ஓர் அரசராக இருந்தாலும்கூட, துறவிகளின்

ஆன்மிக மேன்மையைப் பணிவோடு ஏற்றுக்கொள்கிறார் என்பதையே வெளிப்படுத்துகிறது.

பிறகு, துறவிகளின் 'நலம் குறித்தும் சௌகரியம் குறித்தும்' விசாரிப்புகள் காணப்படுகின்றன — 'எப்படி இருக்கிறீர்கள்? என்பது போன்று. ஆனாலும், பயன்படுத்தப்படும் சொல், பௌத்தத்தன்மையைப் பிரத்யேகமாகக் கொண்டிருக்கிறது. மூல மொழியில் — 'அபாபாதத்தம் பாஸுவிஹாலதம்' (*apābādhataṃ phāsuvihālataṃ*) — என்றுள்ள சொல், புத்தரை அல்லது துறவியைச் சாதாரண ஒருவர் சந்திக்கும்போது மரியாதை தெரிவிக்கும் ஒரு வடிவமாக பௌத்த நூல்களில் விரவிக்கிடக்கிறது. பாலியில் உள்ள சமய நூல்களில் இதன் நீண்ட, முழு வடிவத்தை, அதாவது சாதாரண ஒருவர் துறவியைச் சந்திக்கும்போது, 'நன்றாக இருக்குறீர்களா, உடல்நலக்குறை ஏதும் இல்லையே, உடல் புத்துணர்வோடும் பலமாகவும் இருக்கிறதா, சௌகரியமாக இருக்கிறதா' என்று கேட்பதை நம்மால் பார்க்க முடியும்.[1] அவரது காலத்தில் இப்படியான நீண்ட வடிவம் இருந்தது என்று நம்மால் உறுதியாகச் சொல்ல முடியாது என்றபோதும், இந்த நீண்ட வடிவத்தின் முதல் மற்றும் கடைசிச் சொற்களை அசோகர் பயன்படுத்துகிறார்; அல்லது, துறவிகளை மிக நீண்ட இச்சொல்லைக் கொண்டு மரியாதை தெரிவிப்பதற்குப் பதிலாக, சுருக்க வடிவில் முதல் மற்றும் கடைசிச் சொற்களை மட்டுமே பயன்படுத்துவது ஏற்றுக்கொள்ளப்பட்ட முறையாக இருந்ததா?

பிறகு, அவர் 'சத்தர்மா' என்ற சொல்லைப் பயன்படுத்துகிறார். பௌத்த இறையியலார்ந்த சொற்களில், எங்கும் எப்போதும் காணப்படும் இச்சொல், புத்தரின் கொள்கையை 'சத்' என்பதாகக் குறிக்கிறது. இது கொள்கைரீதியாக உண்மையான, தார்மிகரீதியான நல்லது, நல்லொழுக்கம் ஆகிய இரண்டையும் குறிக்கிறது. இந்த வெளிப்பாடு குறித்து வரும் பக்கங்களில் நான் எடுத்துக்கொள்ளவிருக்கிறேன்.

பௌத்தப் பிக்குகளுக்கும் பிக்குனிகளுக்கும் அவர் எழுதிய கடிதத்தின் தொடக்கத்தில், அசோகர் தன்னைப் பற்றி குறிப்பிடுவது உண்மையிலேயே மிகவும் வித்தியாசமாக இருக்கிறது: 'பியதஸி, மகத அரசன்.' தன்னை அறிமுகப்படுத்திக்கொள்ளும்போது, அவரது முறையான பட்டமான 'கடவுள்களின் அன்புக்குரியவன்' (தேவாநாம்ப்ரிய, devānāṃpriya) என்றில்லாமல், வெறுமனே மகத அரசனாக அறிமுகப்படுத்திக்கொள்வது துறவிகள் மீதான அவரது பணிவை வெளிப்படுத்துவதாக இருக்கிறது.

---

1 பார்க்கவும்: *Dīgha Nikāya (Subhasutta), I: 204 and Vinaya Piṭaka (Cullavagga), II: 127.* பாலியில் இப்படி இருக்கிறது: [அப்பபாதம் அப்பாதங்கம் லஹுட்டாநம் பலம் பாஸுவிஹாரம்] *appabādhaṃ appātaṅkaṃ lahuṭṭhānaṃ balaṃ phāsuvihāraṃ.*

துரதிர்ஷ்டவசமாக, இதற்கு இணையான எழுத்துகள் எவையும் நம்மிடம் இல்லை; துறவிகளுக்கு அவர் வேறு எதுவும் எழுதவுமில்லை.

பௌத்த மும்மணிகள் மீது — புத்தம், தம்மம், சங்கம் — எவ்வளவு பற்றோடு இருக்கிறேன் என்று சொல்வதன் மூலமாக, பிக்குகளும் பிக்குனிகளும் படிக்க வேண்டும் என்று அவர் எதிர்பார்க்கும் சமய நூல்கள் குறித்த வழிகாட்டும் மொழியைச் சற்றே பக்குவமாக முன்வைக்கிறார் என்றே நினைக்கிறேன். புத்தர் சொல்லியிருக்கும் எல்லாமும் — அதாவது, பௌத்தச் சமய நூல்கள் எல்லாமும் — 'நன்றாகச் சொல்லப்பட்டிருக்கின்றன': அவையெல்லாம் படிக்கத் தகுந்தவையாக இருக்கின்றன.[2] ஆனால், புத்தரது 'உண்மையான (அல்லது சிறந்த) தர்மம்' (சத்தர்மம்) காலகாலத்துக்கும் நிலைத்திருக்க வேண்டும் என்ற குறிக்கோளின் அடிப்படையில் பிரத்யேகக் கவனம்கொள்ள வேண்டிய ஏழு பௌத்த நூல்களைப் பரிந்துரைக்க அசோகர் விரும்புகிறார். அவரது வழிகாட்டுதலை எப்படி மறைமுகமாக முன்வைக்கிறார் என்று பாருங்கள். அவர் அலஹாமி (சம்ஸ்கிருதம்: அர்ஹாமி) என்ற சொல்லைப் பயன்படுத்துகிறார். ஒரு கட்டளையை மென்மையாக முன்வைப்பதற்கு — அதாவது, 'தயவுசெய்து', 'நீங்கள் செய்ய விரும்பினால்' போன்றெல்லாம் முன்வைப்பதற்கு இச்சொல் பெரும்பாலும் பயன்படுத்தப்படுகிறது.

மிகத் தெளிவாக, சமய விதிமுறைகளுக்கு அவர் பரிந்துரைக்கும் ஏழு நூல்களின் தொகுப்பு மிகச் சிறந்தவையாக அல்லது மிகப் பொருத்தமானவையாக இருப்பதாக அசோகர் நினைக்கிறார். இந்த நூல்களைப் படிப்பது பௌத்தத்தைக் காலகாலத்துக்கும் நிலைத்திருக்கவைக்கும். இந்த முடிவுக்கு அசோகர் தானாக வந்தாரா அல்லது அவருக்கு நெருக்கமாக இருந்து, அவருக்குப் பல விஷயங்களைச் சொல்லிக்கொடுத்த துறவிகளுடையதா? இந்தத் துறவிகள் குறுங்குழுவாதப் பாரபட்சம் கொண்டு, ஒரு குறிப்பிட்ட பிரிவினரின் கொள்கைகளையும் பழக்கங்களையும் முன்னிலைப்படுத்துகிறார்களா? பிக்குகளுக்கும் பிக்குனிகளுக்கும் அசோகர் எழுதிய கடிதம் அதற்குள்ளாக ஏதேனும் உட்பிரதியைக் கொண்டிருக்கிறதா? இந்தக் கடிதம் எழுத வேண்டிய அளவுக்கு ஏதேனும் நிகழ்ந்ததா அல்லது சூழ்நிலை காரணமாக இருந்ததா? எப்படியிருந்தாலும், பௌத்தத்தை அசோகர் தீவிரமாக எடுத்துக்கொண்டார் என்பதற்கும், அவரது காலத்தில் அவருக்குக்

2 இந்தச் சொற்றொடர் பாலி எழுத்துகளில் வேறான வடிவங்களிலும் காணப்படுகிறன: 'யம் கிந்த் ஸுபஸிதம் ஸப்பம் தம் தஸ்ஸ பகவதொ வசநம்' (*yam kind subhasitam sabbam tam tassa bhagavato vacanaṃ*): 'நன்றாகப் பேசப்பட்ட வார்த்தைகளெல்லாம் அருளப்பெற்றவனின் வார்த்தைகளாகின்றன' (*Anguttara Nikaya, IV, 164, 8*).

கிடைத்த பௌத்த நூல்களை ஆழ்ந்து பயில்வதில் ஈடுபட்டார் என்பற்கும் இது நமக்குக் கிடைக்கும் ஆதாரமாக இருக்கிறது.

இதோடு தொடர்புடைய — மேலும் முக்கியமான ஒரு கேள்வி, இந்த நூல்கள் அவருக்கு எப்படியான வடிவத்தில் கிடைத்தன? அவை வாய்மொழியாகக் கிடைத்தனவா? இப்படியாக இருக்குமென்றால், யாரோ ஒருவர் — ஒருவேளை, இதையெல்லாம் மனப்பாடமாகத் தெரிந்துவைத்திருக்கும் துறவி ஒருவர் இவற்றைப் படித்துக்காட்டி, விளக்கிச் சொன்னதைக் கேட்டு அசோகர் தெரிந்துகொண்டார் என்றாகிறது. பிறகு அவரே அவற்றை மனப்பாடமாக அறிந்திருந்தாரா? அல்லது இவை எழுத்து வடிவில் கிடைத்தனவா? இப்படியாக இருக்குமென்றால், அவரது செய்தியோடு சேர்த்து நூல்களையும் அவர் பௌத்த மடாலயங்களுக்கு அனுப்பிவைத்தாரா? இந்த மடாலயங்களில் மனப்பாடமாக அறிந்திருக்கும் பிக்குகளும் பிக்குனிகளும் இல்லாமல், எப்படிப் பிற பிக்குகளும் பிக்குனிகளும் சாதாரணமானவர்களும் இந்த நூல்களை அறிந்திருக்க முடியும்?

இந்த ஏழு நூல்களின் அடையாளம் குறித்து அறிஞர்கள் மத்தியில் பொதுவான கருத்து இல்லையென்றாலும்கூட, நம்மால் இவற்றைத் தேடியெடுக்க முடியுமா என்ற சந்தேகம் இருந்தாலும்கூட, பாலியில் நமக்குக் கிடைக்கக்கூடிய சமய நூல்களிலிருந்து தோராயமாகவாவது,[3] அவர் ஏன் இந்த நூல்களால் ஈர்க்கப்பட்டார் என்று இந்த நூல்களின் உள்ளடக்கத்தை அசோகரது நோக்கத்தின் அடிப்படையிலிருந்து பார்ப்பது பயனுள்ளதாக இருக்கும். முதலில், 'விநயஸமுகஸே' (மடாலய ஒழுக்க விதிகளைப் போற்றுதல்); இது சார்நாத்தில் புத்தர் கொடுத்த முதல் போதனையாக இருக்கலாம். விநய பிடகத்திலும் வேறு பல இடங்களிலும் இந்த போதனை 'சாமுக்கம்ஸிகா தம்மதேஸநா' (*sāmukkaṃsikā dhammadesanā,*) என்று, அதாவது 'தர்மம் குறித்த மிகச் சிறந்த போதனை' என்றழைக்கப்படுகிறது.[4] இப்படி அடையாளப்படுத்துவது சரி என்றால் — நம்மால் அவ்வளவு உறுதிபடச் சொல்ல முடியாது என்றாலும்கூட[5] — அவரது பட்டியலில் இதை முதலாவதாக அசோகர் வைத்திருப்பது தர்க்கத்துக்கு உட்பட்டதாக இருக்கிறது. இது, புத்தரது

3 'திபிடகா' என்றழைக்கப்படும் பாலி நூல்கள் தேரவாதா பள்ளியைச் சேர்ந்த பௌத்த நூல்களைக் கொண்டிருக்கின்றன. இலங்கையிலும் தென்கிழக்கு ஆசியாவிலும் பிரதானமான ஒன்றாக இந்தப் பள்ளி இருந்தது. இந்த அடையாளங்கள் குறித்த விவாதத்துக்குப் பார்க்கவும்: Schmithausen (1992: 113–17).

4 பார்க்கவும்: *Vinaya Piṭaka, Mahāvagga,* I.7.6; I.8.2.

5 வேறு சில அறிஞர்கள் இந்த நூலை 'பாடிமொக்க' என்று அடையாளப்படுத்துகிறார்கள். இது பௌத்த மடாலய விதிகளின் தொகுப்பாக இருப்பதோடு, பௌத்த 'விநய பிடகா'வின் (*Vinaya Piṭaka*) அடிப்படையாகவும் இருக்கிறது. இது சாத்தியமில்லாதது. ஏனெனில்,

முதல் போதனையாக இருப்பதோடு மட்டுமல்லாமல், அவரது கொள்கையின் சாராம்சத்தையும் கொண்டிருக்கிறது: நான்கு உன்னத உண்மைகள், எண்வகை உன்னத மார்க்கங்கள். அசோகரது அழகான சிங்கங்களைத் தலையில் கொண்டிருக்கும் தூணை சார்நாத்தில்தான் அசோகர் நிறுவினார் என்பதையும் நாம் இங்கே குறித்துக்கொள்ள வேண்டும்.

'அலியவஸாணி' (மேன்மையானவர்களின் வம்சாவளிகள்) என்ற இரண்டாவது நூலின் அடையாளம், ஓரளவுக்கு உறுதியாக இருக்கிறது: ஒரு துறவி கொண்டிருக்க வேண்டிய பத்து மேலான குணங்களை இந்த நூல் கையாள்கிறது. இந்தப் பத்து குணங்களை ஒரு துறவி வளர்த்துக்கொள்ள வேண்டும். இது திக நிகாயாவில் உள்ள சம்கீதி ஸுத்தாந்தாவில் கொடுக்கப்பட்டுள்ளது.

> (ஒரு துறவி) ஐந்து காரணிகளைத் துறக்க வேண்டும், ஆறு காரணிகளைக் கொண்டிருக்க வேண்டும், ஒன்றோடு கவனமாக இருக்க வேண்டும், அவதானிப்பின் நான்கு அடிப்படைகளைப் பின்பற்ற வேண்டும், குறுங்குழுவாதக் கருத்துகளை ஒதுக்கித்தள்ள வேண்டும், வேட்கைகளை முற்றிலுமாக விட்டொழிக்க வேண்டும், சிந்தனை தெளிவாக இருக்க வேண்டும், உடலின் அமைதியின்மையை அமைதிப்படுத்த வேண்டும், உள்ளத்திலும் அறிவிலும் சிறப்பாக விடுதலை பெற்றவராக இருக்க வேண்டும்.[6]

இவை ஒவ்வொன்றையும் இந்த நூல் விவரிக்கிறது. எடுத்துக்காட்டாக, மனவெழுச்சி, வெறுப்பு, மாயை போன்றவை இல்லாமல் இருப்பதே உள்ளத்திலிருந்து விடுதலைக்கானதாக இருக்கிறது என்றால் மனவெழுச்சி, வெறுப்பு, மாயை போன்றவற்றை அப்புறப்படுத்திவிட்டதாக உறுதிப்படுத்திக்கொள்வது அறிவிலிருந்து விடுதலைக்கானதாக இருக்கிறது. இப்படியான கணக்கெடுப்புகள், எண்களைப் பயன்படுத்தி மனப்பயிற்சி பெரும் பௌத்த முறையை நினைவூட்டுவதாக இருக்கின்றன.

மீண்டும், மூன்றாவது நூலிலும் எண்கள் வருகின்றன. அங்குத்தர நிகாயாவில் உள்ள ஐந்து 'வருங்கால ஆபத்துகள்' (அநாகதபயாநி) குறித்துக் காணப்படுகின்றன.[7] இது, அடர்ந்த காட்டில் ஒரு துறவி

உபோஸதா சடங்குகளின்போது, இவை எப்படியிருந்தாலும் படிக்கப்பட்டிருக்கும். இதனால், அசோகர் இதை மட்டுமே தனித்துக் குறிப்பிடுவதற்கு அவசியமேதுமில்லை.

6 மொழியாக்கம் ரைஸ் டேவிட்ஸ். பார்க்கவும்: *T.W. Rhys Davids, Sacred Books of the Buddhists (London: Humphrey Milford, 1921), IV, p. 247.*

7 பார்க்கவும்: *Aṅguttara Nikāya III: 100f.*

வாழும்போது எதிர்கொள்ள வேண்டியிருக்கும் ஆபத்துகளை முன்வைக்கிறது: பாம்பு மற்றும் பிற விஷ ஜந்துக்கள், கீழே விழும் ஆபத்து, புலி, சிங்கம் போன்ற கொடிய விலங்குகள், திருடர்கள் மற்றும் தீங்கிழைக்கும் ஆவிகள். இந்த ஆபத்துகள் குறித்துச் சிந்திப்பது ஒரு துறவியை அவர் அதுவரை அடையாத ஆன்மிக லட்சியங்களை வேகமாக அடைய வழிவகுக்கிறது. இந்த எச்சரிக்கைகளெல்லாம் அடர்காட்டில் வாழும் துறவிகளுக்கானதாக இருந்தாலும்கூட, இவை நன்கு நிறுவப்பட்ட மடாலயங்களுக்கும், பற்றுள்ள சாதாரணமான மக்களுக்கும் பொருந்தக்கூடியவையாக இருக்க முடியும். எதிர்காலம் நிச்சயத்தன்மையற்றது. ஆகவே, ஒருவர் பௌத்த நற்குணங்களைத் தீவிரமாக வளர்த்துக்கொள்வதை நாளைக்கு என்று தள்ளிப்போடாமல் இன்றே வளர்த்துக்கொள்ளத் தீவிரமாக முயல வேண்டும்.

பௌத்தம், பார்ப்பனியம் ஆகிய இரண்டும் கொண்டிருக்கும் லட்சிய முனிவர் குறித்து அடுத்த இரண்டு நூல்கள் பேசுகின்றன. முதலாவதான 'முனிகாதா' (முனிவரின் கவிதை), ஒரு லட்சிய பௌத்த முனிவரின் குணங்கள் குறித்துப் பேசுகிறது என்றால் இரண்டாவதான 'மோநேயஸூதே' (முனித்தன்மை குறித்த உரையாடல்) ஒரு முனிவரை முனிவராக்கும் விஷயத்தைக் கையாள்கிறது.[8] ஆக, இவ்விரண்டு நூல்களும் ஒன்றோடொன்று தொடர்புடையவையாக இருக்கின்றன. முதலாவது நூலின் அடையாளத்துக்கு இரண்டு நூல்கள் போட்டியிடுகின்றன: ஸுட்டனிபாதாவில் உள்ள 'முனிஸுத்தா' (பாடல்கள்: 207-21) மிக நெருக்கமான சாத்தியப்பாடாக இருக்கிறது. மற்றொரு சாத்தியப்பாடு, 'சம்மாபரிப்பாஜநியஸுத்தா' (ஸுட்டனிபாதா பாடல்கள்: 359-75) — இது சில சமயங்களில் முனிஸுத்தா என்றும் அழைக்கப்படுகிறது.[9]

முதலாவதான முனிஸுத்தா, ஒரு துறவியின் தனித்திருக்கும் வாழ்க்கை குறித்த, வீடற்ற நிலை குறித்த இரங்கற்பாவாக இருக்கிறது. இந்த நிலை குடும்பஸ்தர் வாழ்க்கையிலிருந்து வேறுபடுத்தி முன்வைக்கப்படுகிறது. ஒரு முனிவர் மற்றவர்கள் கொடுக்கும் உணவை மட்டுமே எடுத்துக்கொள்கிறார்; திரிந்துகொண்டே இருக்கிறார்; பாலியல் உறவுகளிலிருந்து விலகியிருக்கிறார். கடைசி இரண்டு பாடல்கள் இவ்விரண்டின் மாறுபட்ட பாதைகளை முன்வைக்கின்றன:

> முற்றிலும் வேறான வாழ்விடங்கள், வாழ்க்கை முறைகள்
> கொண்டிருக்கும் இவ்விருசாராரும் — மனைவியைக் காப்பாற்றும்

---

8 பிராகிருதத்தில் உள்ள 'மோநேயஸூதே' (சம்ஸ்கிருதம்: மநுயிய) குணப்பெயராகிறது (abstract noun). ஒரு முனிவரின் நிலையைக் குறிக்கிறது; முனி என்பதிலிருந்து தருவிக்கப்பட்டது.

9 பார்க்கவும்: Norman (1985: 188).

குடும்பஸ்தனும் சிறந்ததை உறுதிபூணும் சுயநலமற்றவனும் — சமமானவர்கள் அல்ல. பிற உயிரினங்களைக் கொல்லாமல் இருக்கும் விஷயத்தில் ஒரு குடும்பஸ்தன் முழுமையாகக் கட்டுப்பாடு கொண்டவனாக இல்லை. ஒரு முனிவர் கட்டுப்பாடு கொண்டவராக இருப்பதால், தொடர்ந்து உயிரினங்களைக் காப்பாற்றுகிறார்.

நீலநிறக் கழுத்தைக் கொண்டிருக்கும் ஒரு மயில், வானத்தில் பறக்கும்போது சிவப்பு தலை கொண்ட வாத்தின் வேகத்தை எப்போதும் அடைய முடியாது. ஆக, குடும்பஸ்தன், தனித்து வாழும், காடுகளில் தியானம் செய்யும் துறவிக்குச் சமமானவனல்ல.[10]

ஒரு துறவி முறையாக அலைந்துதிரிவதற்கான வழியை புத்தரிடம் ஓர் இடையுரையாளர் கேட்பதிலிருந்து தொடங்கும் 'சம்மாபரிப்பாஜநியஸுத்தா' (முறையாக அலைந்துதிரிவது குறித்த கதையாடல்) குறைவான சாத்தியப்பாட்டைக் கொண்டிருக்கும் நூலாகிறது. ஒரு துறவி முறையாக அலைந்துதிரிவதற்கு எப்படியான மன நிலையையும் தார்மிக நிலையையும் கொண்டிருக்க வேண்டியுள்ளது என்று புத்தர் பதினைந்து பாடல்களில் கோடிட்டுக்காட்டுகிறார். இதில் உள்ள முதல் பாடல் நமக்கு அறிவூட்டுவதாக இருக்கிறது. ஏனெனில், வெகுஜன மதங்களில் உள்ள பல அம்சங்களை வேரறுக்குமாறு துறவிகளிடம் கேட்டுக்கொள்கிறது. அதில் முதலாவதாக இருப்பது, மங்களகரமான சூழ்நிலைகளில் செய்யப்படும் மங்களச் சடங்குகள். இது ஒருவேளை சகுனம் பார்ப்பது, பிற குறிகளை அர்த்தப்படுத்துவது போன்றவற்றைக் கொண்டிருக்கலாம்.

பகவான் சொல்கிறார்: சடங்குகள் (மங்களம்)[11] எல்லாவற்றையும் வேரறுத்த ஒருவர், எறிகற்கள், கனவுகள், குறிகள் போன்றவற்றையும் வேரறுத்த ஒருவர், சடங்குகளின் கறை என்று எதுவும் கொண்டிராத துறவி ஒருவர் — இவர் இவ்வுலகில் முறையாக அலைந்துகொண்டிருப்பவராகிறார்.

அசோகரும்கூட, நாம் இயல் 11-இல் விவாதித்திருப்பது போன்று, அவரது பாறை அரசாணை IX-இல் இப்படியான அற்பச் சடங்குகளில் (மங்களம்) மக்கள் ஈடுபடுவதை, குறிப்பாகப் பெண்கள் ஈடுபடுவதை இழிவாகப் பார்க்கிறார்.

10 மாற்றங்களுடன் நார்மன் மொழியாக்கம். பார்க்கவும்: Norman (1985: 35).

11 நார்மன் 'மங்களம்' (maṅgala) என்பதை 'சகுனம்' என்பதாக மொழியாக்கம் செய்கிறார்.

பாலியில் உள்ள சமய நூலான 'மோநேயஸுதே'[12] மூன்று மோநேயஸுதேகளை — அதாவது, பொதுவாக ஒரு முனிவரின் முழுநிறைவான தார்மிகத்துக்கான முன்னுதாரணங்களாக எடுத்துக்கொள்கிறது. உடல், பேச்சு, மனம் ஆகியவை முழுநிறைவோடு தொடர்புடைய மூன்று விஷயங்களாகின்றன. மானுடச் செயல்கள் எல்லாமும் பொதுவாக இம்மூன்றிலிருந்து தோன்றுவதாகப் பார்க்கப்படுகின்றன; ஆகவே, முழுநிறைவு என்பது இம்மூன்றின் செயல்பாடுகளையும் கட்டுப்படுத்துவது அல்லது அடக்கியாள்வது என்றாகிறது. முதலாவது கொலை செய்யாமல் இருப்பது, கொடுக்கப்படாததை எடுத்துக்கொள்ளாமல் இருப்பது, முறைதவறிய பாலியல் உறவில் ஈடுபடாமல் இருப்பது ஆகியவற்றைக் கொண்டிருக்கிறது; இரண்டாவது பொய்யான, பிளவுபடுத்தும், கடுமையான பேச்சுகளிலிருந்தும் வீண்பேச்சுகளிலிருந்தும் விலகியிருப்பதைக் கொண்டிருக்கிறது. மூன்றாவது ஏக்கங்களை, கெட்ட எண்ணங்களைத் துறந்து, சரியான பார்வைகளைக் கொண்டிருப்பதாகிறது.

ஆறாவது நூலான, 'உபாதிஸபஸின்' (உபாதிஸாவின் கேள்விகள்) என்பது சாரிபுத்தஸுத்தாவாக இருக்கலாம்.[13] உபாதிஸா என்பது சாரிபுத்தாவின் மற்றொரு பெயராகும். இவர் புத்தரின் பிரதானச் சீடராகிறார். இந்த நூல் இருபத்தொரு பாடல்களைக் கொண்டிருக்கிறது. முதல் எட்டுப் பாடல்களில் சாரிபுத்தா அடிப்படையான சில கேள்விகளை புத்தரிடம் கேட்கிறார்:

> உலகில் எத்தனை அபாயங்கள் உள்ளன... ஒரு துறவி தனித்து வாழ்ந்துகொண்டிருக்கும்போது எதிர்கொள்ள வேண்டியவை? அவருடைய பேச்சு எப்படியான வழிகளில் இருக்க வேண்டும்? ஒரு துறவி எப்படியான நல்நடத்தைகளையும் விரதங்களையும் மேற்கொள்ள வேண்டும்? எப்படியான பயிற்சிகள் எடுத்துக்கொண்டால், கவனத்தோடு இருந்தால், பற்றார்வத்தோடு இருந்தால், அக்கறையோடு இருந்தால் வெளியில் உள்ள அழுக்குகளை ஒரு கொல்லர் புடம்போட்டு எடுப்பதுபோல் நமக்குள் இருக்கும் அழுக்குகளை நம்மால் புடம்போட்டு எடுக்க முடியும்?[14]

அபாயங்களைப் பட்டியலிட்டு புத்தர் பதில்கொடுக்கிறார்: கால்நடைகளைக் கடிக்கும் ஈக்கள், கொசுக்கள், பாம்புகள், மனிதர்களாலும் நாற்கால் விலங்குகளாலும் தாக்கப்படுதல். இந்தப்

12 *Aṅguttaranikāya*, I: 120.

13 *Suttanipāta* 955–975.

14 மாற்றங்களுடன் நார்மன் மொழியாக்கம். பார்க்கவும்: Norman (1985: 61).

பட்டியல் வருங்கால அபாயங்கள் குறித்து நாம் மேலே பார்த்ததற்கு நிகரானதாக இருக்கிறது. 'நான் என்ன சாப்பிடப்போகிறேன்? எங்கே சாப்பிடப்போகிறேன்?' போன்ற சிந்தனைகளில் தன் கவனத்தை ஒரு துறவி இழக்கக் கூடாது என்கிறார் புத்தர். ஒரு துறவி அவரது அகத்தைப் பயிற்றுவிப்பது குறித்துப் பேசும்போது புத்தர் பயன்படுத்தும் ஒரு சொல் நமக்குப் புரிதலைக் கொடுக்கக்கூடியதாக இருக்கிறது. ஒரு துறவி நோய், பசி, குளிர், வெப்பம் போன்றவற்றைத் தாங்கிக்கொள்ள வேண்டும் என்றும், மேலும் 'கடும்முயற்சி மேற்கொள்ள வேண்டும்' என்றும் சொல்கிறார். இங்கே பயன்படுத்தப்படும் சொல்லான 'பரக்கம்மா', அரும்பாடுபடுதல், தொடர்ந்து உழைத்தல், பெருமுயற்சி மேற்கொள்ளுதல், கடுமையாக முயல்தல் போன்ற அர்த்தங்களைக் கொண்டிருக்கிறது. அசோகரும் சிறு பாறை அரசாணை I-இல் அவரது ஆன்மிகப் பயணம் குறித்துப் பேசும்போது (இயல் 5-இல் விவாதித்திருக்கிறோம்) இதே சொல்லைத்தான் பயன்படுத்துகிறார்: 'இருந்தாலும், ஒரு வருடத்துக்கு முன்புதான், நான் சங்கத்தை நாடிச்சென்று தீவிரமாக அரும்பாடுபடத் தொடங்கினேன்.'

நமக்குக் கிடைக்கக்கூடிய பாலி நூல்களில் மிகச் சுலபமாக அடையாளப்படுத்தக்கூடியதாக இருக்கிறது 'ராகுலாவுக்கான அறிவுரை'. பௌத்த நூல்கள் குறித்த அசோகரது அறிவு இங்கு நிறுவப்படுகிறது. ஏனெனில், இந்த நூல் குறித்துப் பேசும்போது அவர் அதைத் தகுதியுடையதாக்குகிறார்: பொய்கள் சொல்வதை இந்த எழுத்து 'கையாள்கிறது. சொல்லப்போனால், இதே பெயரில் இரண்டு நூல்கள் இருக்கின்றன. அதில் ஒன்று மட்டுமே பொய் சொல்வது குறித்து இருக்கிறது. இதை நாம் மஜ்ஹிம நிகாயா, 61-இல் காண முடியும். இதற்கு அடுத்த பாடல் (62) 'ராகுலாவுக்கான அறிவுரை' என்று தலைப்பிடப்பட்டிருப்பது, வேறு விஷயங்கள் குறித்துப் பேசுகிறது. அசோகர் பரிந்துரைக்கும் 'ராகுலாவுக்கான அறிவுரை' பொய்கள் சொல்வதன் மூலம் துறவற மடாலய நிலையை அழித்துவிடும் தீங்கு குறித்துப் பேசுகிறது. புத்தர் அவர் சொல்லவரும் விஷயத்துக்குப் பொருத்தமான எடுத்துக்காட்டுகளைப் பயன்படுத்துகிறார். ராகுலாவிடம் அவனது கால்களைக் கழுவுவதற்கு ஒரு பாத்திரத்தில் மிச்சமிருக்கும் சிறு அளவிலான தண்ணீரை அவனால் பார்க்க முடிகிறதா என்று கேட்கிறார். பிறகு 'திட்டமிட்ட பொய் சொல்வதில் கொஞ்சமும் வெட்கப்படாதவர்களின் மடாலய நிலை இந்த அளவுக்குக் குறைவாக இருக்கிறது' என்று கருத்துரைக்கிறார். பிறகு, இருக்கும் சிறு அளவினால் தண்ணீரைத் தூக்கி வீசிவிட்டு ராகுலாவிடம் புத்தர் இவ்வாறு சொல்கிறார்: 'ஆக, திட்டமிட்டுப் பொய் சொல்வதில் கொஞ்சமும் வெட்கப்படாதவர்கள் தங்களுடைய மடாலய நிலையைத் தூக்கி எறிகிறார்கள்.' ராகுலாவுக்கான அவரது இறுதியான

அறிவுரை என்பது உடல், பேச்சு, மனம் ஆகியவற்றின் செயல்களைத் தூய்மைப்படுத்துவதோடு தொடர்புடையதாக இருக்கிறது. இப்படியான செய்தியை நாம் மோநேயஸூதேவிலும் பார்த்தோம்.

பௌத்தச் சமய நூல் தொகுப்பில் இந்த ஏழு புத்தகங்களே சிறந்தவை என்பதாக அசோகர் நினைப்பதுபோல் தோன்றுகிறது. ஆனால், எதனால் சிறந்தது? பௌத்த தர்மம் நீண்ட காலத்துக்கு அல்லது எக்காலத்துக்கும் நிலைத்துநிற்பதற்காகவா? இந்த ஏழு நூல்களைப் படிப்பதால் இதை எப்படிச் சாத்தியப்படுத்த முடியும்? நான் நினைக்கும் சுருக்கமான பதில் இதுதான்: பௌத்த தர்மம் நிலைத்திருப்பதும் மேலும் வளர்வதும் சங்கம் தொடர்ந்து இருப்பதை, அது மேலும் வளர்வதைச் சார்ந்திருக்கிறது. சங்கத்துக்கு அறிவுரையாகத்தான் அசோகர் இந்த வாசிப்புப் பட்டியலை அனுப்பிவைக்கிறார்.

இந்தப் பட்டியலில் இரண்டு விஷயங்கள் தனித்துநிற்கின்றன. முதலாவதாக, அசோகர் பரிந்துரைக்கும் நூல்களெல்லாம் மடாலயங்களில் உள்ளவர்களின் தார்மிக நற்குணத்தை, மன வளர்ச்சியைக் கையாள்பவையாகவும் மடாலய வாழ்க்கையின் உள்ளார்ந்த சிரமங்களைக் கையாள்பவையாகவும் இருக்கின்றன. இரண்டாவதாக, இந்தப் பட்டியலில் உள்ள பெரும்பாலான நூல்கள் எண்களைக் கையாள்கின்றன. பௌத்தச் சமய நூல் தொகுப்பில் சில பகுதிகளில் எண்களின் முக்கியத்துவத்தை நம்மால் பார்க்க முடிகிறது. எடுத்துக்காட்டாக, அங்குத்தர நிகாயா எண்கள் அடிப்படையில் ஒழுங்கமைக்கப்பட்டுள்ளது: ஒன்றை, இரண்டை என்று கையாளும் விதத்தில் எழுத்துகள் ஒழுங்கமைக்கப்பட்டுள்ளன. அபிதர்மா என்றழைக்கப்படும் கல்விசார் நூல்களும்கூட, புத்தரது தொடக்க காலச் சமய உரைகள் செய்வதுபோலவே எண்களுக்கு முக்கியத்துவம் கொடுக்கின்றன: நான்கு மேலான உண்மைகள், எண்மடங்கு மேலான பாதை.

அசோகரது இரண்டு கூற்றுகளை முன்வைத்து அவர் சொல்லவரும் செய்தியை முடிக்கிறார். இவை அவற்றின் நோக்கத்திலும் சொல்லணியிலும் சுவாரசியமாக இருக்கின்றன. முதலாவதில், 'பெரும் எண்ணிக்கையிலான பிக்குகளும் பிக்குனிகளும் இவற்றைத் திரும்பத்திரும்பக் கேட்டு, இவை குறித்துப் பிரதிபலிக்க வேண்டும் என்றே விரும்புகிறேன். இதுபோலவே உபாசகர்களும் உபாசினிகளும்.' நோக்கத்தின் அடிப்படையில் பார்ப்போம் என்றால், இது ஒரு கட்டளையாகத்தான் இருக்கிறது. இதைக் கேட்ட அல்லது படித்த பிக்குகளும் பிக்குனிகளும் உபாசகர்களும்கூட இப்படியாகத்தான் பார்த்திருப்பார்கள். ஆனால் சொல்லும் முறையில், நான் முன்னரே

குறிப்பிட்டிருந்ததுபோல், அசோகர் பக்குவமான மொழியைப் பயன்படுத்துகிறார். இங்கு அவர் பரிந்துரைக்கும் நூல்களை அவர்கள் கேட்க வேண்டும், அவை குறித்துச் சிந்திக்க வேண்டும் என்று முன்வைக்கும் கட்டளையை விருப்புறுதியாக, விருப்பமாக முன்வைக்கிறார். ஒரு கட்டளையை விருப்பமாக முன்வைக்கும் உத்தியைத் திரும்பத்திரும்பப் பயன்படுத்துவதைத் தனித்த அரசாணை II-இலும் பார்க்க முடியும்: எடுத்துக்காட்டாக, 'எல்லையோர மக்கள் விஷயத்திலும் நான் இதை மட்டுமே வேண்டுகிறேன் — அவர்கள் நம்பிக்கை பெற வேண்டும்'.

இரண்டாவது கூற்று, அவரது செய்தியைப் பொறிப்பதற்கான காரணத்தை வெளிப்படுத்துகிறது: 'இக்காரணத்துக்காக, மதிப்புக்குரியவர்களே, இங்கு இது பொறிக்கப்படுகிறது. ஆக, என்னுடைய நோக்கத்தை அவர்கள் அறிந்துகொள்வார்கள்.' இங்கு அவரது நோக்கம் பார்வையாளர்களுக்கு நினைவூட்டப்படுகிறது. முதல் கூற்றில், 'நான் விரும்புகிறேன் (அல்லது என்னுடைய விருப்புறுதி) என்பதை வெளிப்படுத்த அவர் 'இச்சாமி' என்ற சொல்லை, வினைச்சொல்லாகப் பயன்படுத்துகிறார். இரண்டாவதில் 'அபிப்ரிதம்' அதாவது 'நோக்கத்தை' என்ற இறந்த கால வினையெச்சத்தைப் பயன்படுத்துகிறார். இரண்டுமே பேரரசரின் விருப்பத்தையும் நோக்கத்தையும் தெரிவிக்கின்றன. இவை நிச்சயமாகக் கட்டளையிலான அர்த்தத்தையும் செய்தியையும் கொண்டிருக்கின்றன. அதுவும் கல்வெட்டில் உறைந்த நிலையில் இருக்கும்போது அவை துறவிகளுக்கும் சாதாரணமான மக்களுக்கும் அரசக் கட்டளையை எக்காலத்துக்கும் தொடர்ந்து நினைவூட்டுபவையாக இருக்கின்றன.

தன்னுடையபௌத்தப்பயணத்தைஅப்போதுதான்தொடங்கியிருந்ததோடு தன்னுடைய முன்னெடுப்புகளுக்குத் துணையாக இருந்து அவரது பற்றுறுதியை ஆழப்படுத்தியது சங்கம்தான் என்று சிறு பாறை அரசாணை I-இல் கத்துக்குட்டியாக வெளிப்பட்ட அசோகர், இப்போது அதிலிருந்து வெகுதூரம் முன்னேறியிருக்கிறார். பைரத் கல்வெட்டில் தன்னம்பிக்கை கொண்ட முதிர்ந்த பௌத்தராகவும், பௌத்த நூல்களை நன்கு அறிந்தவராகவும், சங்கத்துக்கே போதிக்கும் அளவுக்கு நம்பிக்கை கொண்டவராகவும் பிக்குகளும் பிக்குனிகளும் பௌத்தக் கொள்கைகளையும் பழக்கவழக்கங்களை ஆழமாகப் புரிந்துகொண்டு இன்னும் மேலான துறவிகளாவதற்கு 'வாசிக்க வேண்டிய பட்டியலை' அவர்களுக்குக் கொடுக்கும் அளவுக்கு அவர் வளர்ந்திருக்கிறார். கத்துக்குட்டியாக இருந்ததிலிருந்து அறிவுறுத்தும் அளவுக்கு மாறுவதற்கு அவர் எவ்வளவு காலம் எடுத்துக்கொண்டார்? துரதிர்ஷ்டவசமாக, பைரத் கல்வெட்டும் தேதியிடப்படவில்லை; சங்கத்தை நோக்கி முன்வைக்கப்படும் இணைக் கல்வெட்டான

பிளவுக் கல்வெட்டுகளும் தேதியிடப்படவில்லை. பெரும் பாறை அரசாணைகள் அவர் அரியணை ஏறி பதிமூன்றாம் வருடத்தில் அல்லது அதற்கு சற்று பிறகு முடிக்கப்பட்டதாக எடுத்துக்கொள்வோம் என்றால், பைரத் மற்றும் பிளவு அரசாணைகள் இதற்குப் பிறகு எழுதப்பட்டவையாக எடுத்துக்கொள்வோம் என்றால், நமக்குப் பத்து வருட கால இடைவெளி கிடைக்கிறது: அவர் அரியணை ஏறி பதினைந்திலிருந்து இருபத்தைந்து வருடங்களுக்குள்ளாக இருக்க வேண்டும். இப்படியாக இருக்குமென்றால், அவர் குறைந்தபட்சம் ஐந்து வருட காலம் பௌத்தராக இருந்திருக்கிறார் என்றே இதற்கு அர்த்தமாகிறது. ஆனாலும், அவர் சங்கங்களுக்கு அறிவுறுத்தும் கடிந்துரைக்கும் செய்திகளை எழுதியபோது அவர் இன்னும் கூடுதலான ஆண்டுகளுக்கு பௌத்தராக இருந்திருக்க வாய்ப்புள்ளது.

பௌத்தச் சங்கம் என்று மட்டுமல்லாமல், நாம் பகுதி 4-இல் பார்க்கவிருப்பதுபோல், பாஸந்தாக்கள் என்று அவர் அழைத்த பிற மத அமைப்புகள் எல்லாமும் அவற்றைத் தானாகப் பார்த்துக்கொள்ளும் என்று நாம் எதிர்பார்க்கும் விஷயங்களிலும்கூட அசோகர் தன்னை ஈடுபடுத்திக்கொண்டு குறுக்கிடும் நாட்டத்தை வெளிப்படுத்துகிறார். நாம் மேலே கொடுத்திருக்கும் பத்தியில் பார்த்தது போன்று, சில வருடங்களுக்கு முன்புதான் அசோகர் பௌத்தராக மாறினார் என்பதையும் இன்னும் சாதாரண பௌத்தராகத்தான் அவர் இருந்தார் என்பதையும் கணக்கில்கொண்டு சொல்வோம் என்றால், துறவிகள் எந்த நூல்களையெல்லாம் படிக்க வேண்டும் என்று சொல்லும் அளவுக்கான தற்பெருமை கொண்டவராக வெளிப்படுகிறார். பாஸந்தா மத அமைப்புகளைச் சேர்ந்த உறுப்பினர்களிடம் மட்டுமல்லாமல் சாதாரண மக்களிடமும்கூட அவரது தர்ம-செயல்திட்டத்தைக் கொண்டுசெல்வதில் எவ்வளவு தீவிரமாக இருந்தார் என்பது குறித்து நாம் பின்னர் பார்ப்போம். அவரது செய்திகளையும் நோக்கங்களையும் எல்லோரும், குறிப்பாக அவரது அதிகாரிகள் தீவிரமாக எடுத்துக்கொண்டு நடைமுறைப்படுத்த வேண்டும் என்றே அவர் விரும்புகிறார். அசோகரது பணிவான மொழி மென்பட்டுக் கையுறையை அணிந்திருப்பது போன்றதொரு தோற்றத்தைக் கொடுத்தாலும் அதற்குள்ளே இரும்புப் பிடி இருந்தது.

சங்கத்தைக் கடிந்துரைத்தல்

பௌத்தத் துறவற அமைப்புகள் விஷயத்தில் குறுக்கீடு செய்யும் அசோகரது அணுகுமுறையை பைரத் கல்வெட்டு எந்த அளவுக்கு வெளிப்படுத்துகிறதோ அதுபோலவே பிளவு அரசாணை என்றழைக்கப்படும் ஒன்றும் வெளிப்படுத்துவதைத் தெளிவாகப்

பார்க்க முடிகிறது. சாஞ்சி, சார்நாத், அலஹாபாத் ஆகிய மூன்று இடங்களில் உள்ள மூன்று தூண்களில் மூன்று விதமான பதிப்புகளை இந்த அரசாணை கொண்டிருக்கிறது. சார்நாத்தில் உள்ளதுதான் மிக நீண்டதாக இருக்கிறது; இரண்டு தனித்த பகுதிகளைக் கொண்டிருக்கிறது. முதலாவது பகுதி, அரசாணையின் முறையான பகுதியாக இருப்பது, துறவறக் குழுமகத்துக்குள்ளாகக் காணப்படும் கருத்து மோதல்களைக் கையாள்கிறது. இந்தப் பகுதி மூன்று இடங்களிலும் வேறான வடிவங்களில் கொடுக்கப்பட்டிருக்கிறது. இரண்டாவது பகுதி தன்னுடைய அதிகாரிகளுக்கான அசோகரது அறிவுரைகளைக் கொண்டிருக்கிறது. அதாவது, இந்த அரசாணையைக் கொண்டு அவர்கள் என்ன செய்ய வேண்டும் என்று அவர்களுக்கு அறிவுறுத்துகிறது. இதைத்தான் நாம் 'முகப்புக் கடிதம்' என்று அழைக்கிறோம். இது பொறிக்கப்படுவதற்கான ஒன்றாக இருந்திருக்க முடியாது.[15] இந்தக் கடிதத்தையும் பொறித்தது என்பது அதிகாரிகள் செய்த 'பிழை'யாகவும் இருக்கலாம்; இல்லாமலும் இருக்கலாம். ஆனால், வரலாற்றியலாளர்களுக்கு இது தெய்வாதீனமான ஒன்றாகிறது. இப்படி ஒரு பிழையைச் செய்யும் அளவுக்கு அறிவுகொண்டிருந்த சார்நாத் அதிகாரிகளுக்குத்தான் நாம் நன்றி சொல்ல வேண்டும்.

இந்த அரசாணை மூன்று இடங்களிலும் மிக மோசமாகச் சேதமடைந்துள்ளது (படம் 15). கிடைக்கும் துண்டுகளையெல்லாம் லூத்விக் அல்ஸ்டார்ஃப் தோராயமாக ஒன்றுசேர்த்திருக்கிறார்:[16]

> சங்கத்தின் ஒற்றுமை நிலைநிறுத்தப்பட்டிருக்கிறது. சங்கத்தில் எப்படியான பிளவையும் ஏற்றுக்கொள்ள முடியாது. சங்கத்தைப் பிளவுபடுத்துகிறவர்கள் யாராக இருந்தாலும், அது பிக்குவாக அல்லது பிக்குனியாக இருந்தாலும், அந்த நபருக்கு வெள்ளை ஆடை அணிவித்து, மடாலயத்துக்கு வெளியே வாழும்படி செய்ய வேண்டும்.

இந்த அரசாணையின் நோக்கம் மிகத் தெளிவாக இருக்கிறது: சங்கத்தின் ஒற்றுமையும் ஒருமைப்பாடும் கட்டிக்காக்கப்பட வேண்டும்; சங்கத்துக்குள் பிளவுகளை உருவாக்கும் பிக்குகளை, பிக்குனிகளை வெளியேற்ற வேண்டும் என்றே அசோகர் விரும்புகிறார். இது பொதுவான கட்டளையாக இருக்கிறதா அல்லது ஏதோ ஒன்று அல்லது ஒன்றுக்கும் மேற்பட்ட மடாலயங்களில் நடந்த குறிப்பிட்ட நிகழ்வை அசோகர் எதிர்கொள்வதாக இருக்கிறதா என்பது அவ்வளவு

15 'முகப்புக் கடிதம்' குறித்து மேலும் விவாதங்களுக்கு இயல் 3-ஐப் பார்க்கவும்.

16 பார்க்கவும்: Alsdorf (1959). இந்தக் கல்வெட்டு குறித்த வாசிப்புக்குப் பார்க்கவும்: Tieken (2000); மேலும், மூன்று வாசிப்புகளுக்குப் பார்க்கவும்: Sasaki (1989, 1992, 1993).

தெளிவாக இல்லை. தன் அதிகாரிகளுக்கு முகப்புக் கடிதத்தில் அவர் கொடுத்திருக்கும் அறிவுரையைப் பார்த்தால் பிந்தையதற்கான சாத்தியங்கள் உள்ளதாகவே நான் நினைக்கிறேன்.

கருத்து வேறுபாடுகளைக் குறிக்க 'பேதம்' என்ற சொல் அல்லது அதற்கு இணையானவை பயன்படுத்தப்படுகின்றன. ஆக, சங்கத்தின் ஒற்றுமை குலைந்த நிலையை 'சங்கபேதம்' என்றழைக்க முடியும். சொல்லப்போனால், பௌத்த மடாலயங்களின் ஒழுக்க விதிகளுக்குள் (விநயா) இது பெரும் குற்றமாகவும் பார்க்கப்படுகிறது. சங்கத்தின் ஒற்றுமையைக் குலைக்கும் அல்லது கருத்து வேறுபாடுகள் என்பது கிறிஸ்தவ வரலாற்றுக்குள்ளிருந்து அறியப்படும் அர்த்தத்தில் 'உட்பிரிவு' (schism) என்ற அர்த்தத்தைக் கொண்டிருக்கவில்லை என்று பௌத்த வரலாற்றியலாளரான ஹாய்ன்ஸ் பெக்கர்ட் சுட்டிக்காட்டுகிறார்.[17] பொதுவாக, கிறிஸ்தவ வரலாற்றுக்குள் உட்பிரிவு என்பது இறையியல் கோட்பாடுகளை வேறு விதமாக அர்த்தப்படுத்துவதோடு தொடர்புடையதாக இருக்கிறது. நாம் பார்க்கவிருப்பது போன்று, எப்படியான சங்கமாக இருந்தாலும் அரசியல்ரீதியான, தொழில் நிறுவனரீதியான அல்லது மதரீதியான என்று எதுவாக இருந்தாலும், அதற்குள்ளாகக் கருத்து வேறுபாடுகள் என்பது அந்தச் சங்கத்தின் இருப்புக்கே பெரும் அச்சுறுத்தலாக மாறுகிறது.

சங்கத்துக்கான பௌத்த ஒழுக்க விதிகள் இப்படியான 'சங்கபேத'த்தை மிகச் சரியாக எதிர்பார்த்து, பிக்குகளும் பிக்குனிகளும் பிளவு நடவடிக்கைகளில் ஈடுபடும்போது அதற்கான தீர்வுகளையும் தண்டனைகளையும் முன்வைக்கின்றன. ஆக, பௌத்த விதிகளே போதுமான, ஆனால் குறைவான தண்டனை கொடுக்கும்போது, ஒரு பேரரசர் கருத்து வேறுபாடுகளை முன்வைக்கும் பிக்குகளையும் பிக்குனிகளையும் இரும்புக்கரம் கொண்டு கையாள வேண்டிய அவசியம் என்ன?

நிறுவனரீதியான உருப்படிகளின் உள் நிர்வாகத்தை ஒழுங்கமைக்கும் பண்டைய இந்தியச் சட்ட விதிகள் 'சமயா', அதாவது நிறுவனரீதியான விதிகள் என்ற வகைமைக்குள் கொண்டுவரப்படுகின்றன. நமக்குக் கிடைக்கக்கூடிய இப்படியான விதிகளெல்லாம் அசோகருக்குப் பிந்தைய காலத்தைச் சேர்ந்தவையாக இருந்தாலும், இவை பழைய சட்டரீதியான தத்துவத்தைப் பிரதிபலிப்பவையாக இருக்க முடியும். சட்டரீதியாகச் சொல்வதென்றால் பௌத்தச் சங்கமும் ஒரு நிறுவனரீதியான உருப்படிதான். சொல்லப்போனால், சட்ட இலக்கியங்களில் வணிகர் சங்கம், தொழிலாளர்கள் சங்கம் போன்ற மதமல்லாத நிறுவனங்களைக்

---

17 பார்க்கவும்: Bechert (1982).

குறிக்கவும் 'சங்கம்' என்ற சொல்தான் பயன்படுகிறது. மநுவின் சட்டம் (8.218-19) இப்படியானதைக் கொண்டிருக்கிறது: 'ஒரு கிராமத்தை, பகுதியை, அல்லது நிறுவனரீதியான உருப்படியைச் (சங்கம்) சேர்ந்த ஒருவர் தானாக ஓர் ஒப்பந்தத்தில் ஈடுபட்டு, பிறகு பேராசையில் அதை மீறுவார் எனில், அரசன் அந்த மனிதரைத் தனது ராஜ்ஜியத்திலிருந்து அப்புறப்படுத்த வேண்டும்.' நிறுவனரீதியான உருப்படிகளின் கருத்து வேற்றுமையை விதைக்கும் தனிநபர்கள் குறித்தும் இதற்கு நிகரான கருத்துகள் வேறுசில சட்டரீதியான எழுத்துகளிலும் காணப்படுகின்றன.

ஆக, முழுக்க சட்ட நிலைப்பாட்டிலிருந்து சொல்வதென்றால், சங்கத்துக்கு ஒற்றுமையைக் குலைக்கும் துறவிகளின் விஷயத்தில் அசோகர் குறிக்கீடு செய்வது அப்படியொன்றும் அதிசயமான விஷயமல்ல. ஆனால், நிறுவனரீதியான உருப்படிகள் அரசின் தலையீடு எதுவுமில்லாமல் தன்னைத்தானே கண்காணித்துக்கொள்ளும் என்றே பண்டைய இந்தியச் சட்டங்கள் அனுமானித்தன. நிறுவனரீதியான உருப்படிகள் இதைச் செய்யத் தவறும்பட்சத்தில் அல்லது கடுங்காவல் அல்லது மரணதண்டனை கொடுக்கக்கூடிய அளவுக்குப் பெரும் குற்றம் நிகழும்போது மட்டும்தான் இந்த உருப்படிகள் அரசின் தலையீட்டைக் கோர முடியும். இந்தப் பின்னணியும் உட்பிரதியும் அசோகர் அவருடைய அதிகாரிகளுக்கு இட்ட கட்டளையை முக்கியத்துவம் வாய்ந்ததாக்குகின்றன. ஏதோ ஒருநாள் திடீரென்று தீர்மானித்து அசோகர் இந்தக் கட்டளையை அனுப்பிவைத்தாரா? இதற்கான சாத்தியப்பாடுகள் மிகக் குறைவு என்பதுபோல்தான் தெரிகிறது. இப்படிச் செய்வதற்குக் குறிப்பிட்ட காரணம் இருந்திருப்பதற்கான சாத்தியங்கள் நிறைய இருக்கின்றன. எதற்கும் அடங்காத சில துறவிகளின் நடத்தையைச் சட்டரீதியாக எதிர்கொள்ள வேண்டும், அரசு தலையிட வேண்டும் என்று பல துறவிகள் அல்லது மடாலயங்கள் பேரரசரிடம் கேட்டுக்கொண்டால் இது அவசியமானதா? அரசு தலையிடும் அளவுக்கு பௌத்தச் சங்கத்துக்குள்ளாக மடாலய ஒழுங்கு பெருமளவு சீர்கெட்டுப்போயிருந்ததா? சங்கத்துக்குள்ளாக இப்படியான சூழ்நிலையே இந்தக் கல்வெட்டுகளில் அசோகர் அவரது கட்டளையைப் பதிவுசெய்வதற்குக் காரணமாக இருந்திருக்க வேண்டும்.

சங்கத்தின் ஒற்றுமைக்கு ஊறுவிளைவிக்கும் பிக்குகளுக்கும் பிக்குனிகளுக்கும் 'வெள்ளை ஆடை அணிவித்து, மடாலயத்துக்கு வெளியே வாழும்படி செய்ய வேண்டும்'. வெள்ளை ஆடை அணியவைப்பது ஒருவருடைய அந்தஸ்தைக் குறைத்து அவரைச் சாதாரணமான ஒருவராக ஆக்குவதாகிறது; துறவிகள் காவியுடை அணிந்தார்கள். வெளியேற்றப்படும் நபர் 'மடாலயத்துக்கு வெளியே வாழ' அனுப்பிவைக்கப்படுகிறார். மூலத்தில் இருக்கும் 'அநாவாஸா'

என்ற சொல், 'ஆவாஸா' – மிகப் பிரத்யேக பௌத்தச் சொல்லான இது துறவிகளின் இருப்பிடத்தை, அதாவது நிரந்தரமான மடாலயத்தை அல்லது மழைக்காலங்களில் ஒதுங்கும் தற்காலிகக் கூரையைக் குறிக்கிறது – என்பதன் எதிர்மறை வடிவமாகிறது. நிரந்தரமான ஆவாஸா அதற்கான எல்லைகளை மிகத் தெளிவாகக் கொண்டிருந்தன.[18] ஆக, அநாவாஸா என்பது மடாலய எல்லைக்கு வெளியே எந்த இடமாக வேண்டுமென்றாலும் இருக்கலாம். மொத்தத்தில், அப்படியான பிக்கு அல்லது பிக்குனி ஆடை, இருப்பிடம் ஆகிய இரண்டிலும் சாதாரணமான நிலைக்குத் தாழ்த்தப்படுகிறார்கள்.

இந்த அரசாணையின் சார்நாத் பதிப்பு கூடுதலாக ஒரு வாக்கியத்தைக் கொண்டிருக்கிறது: 'இந்தக் கட்டளை இந்த வடிவத்தில் பிக்குகள் சங்கத்துக்கும், பிக்குனிகள் சங்கத்துக்கும் தெரிவிக்கப்பட வேண்டும்.' அதாவது, இந்த அரசாணை நேரடியாகச் சங்கத்துக்கு அனுப்பிவைக்கப்படாமல், இதைப் பிக்குகளிடமும் பிக்குனிகளிடமும் கொண்டுசேர்க்கக்கூடிய வேறு ஒருவர் அல்லது பலருக்கு அனுப்பிவைக்கப்பட்டிருக்கும் அர்த்தத்தை இந்த வாக்கியம் கொடுக்கிறது. இந்த நபர்கள், இந்த அரசாணையின் சார்நாத் பதிப்பில் உள்ள 'முகப்புக் கடிதத்தில்' அடையாளம் காணப்படுகிறார்கள். சாஞ்சி பதிப்பில் பிக்குகளின், பிக்குனிகளின் சங்கம் 'என்னுடைய பேரன்களும் கொள்ளுப்பேரன்களும் இருக்கும் வரையிலும், சூரியனும் சந்திரனும் இருக்கும் வரையிலும்' ஒற்றுமையாக இருக்க வேண்டும் என்ற கூடுதலான ஒரு கூற்றையும் கொண்டிருக்கிறது. இது, சங்கம் காலகாலத்துக்கு நிலைத்திருக்க வேண்டும் என்று பைரத் கல்வெட்டில் காணப்படும் அசோகரது கூற்றை நமக்கு நினைவூட்டுகிறது. மடாலய ஒழுங்கின் சிதைவுக்கான அடிப்படைக் காரணமாக உள்முரண்பாடுகளை அசோகர் பார்க்கிறார்.

அரசாணையின் இரண்டாவது பகுதிக்கு வருவோம் என்றால், சார்நாத் பதிப்பில் சேர்க்கப்பட்டிருக்கும் 'முகப்புக் கடிதம்' பௌத்த மடாலய ஒழுங்கு தொடர்பான விஷயத்தில், அசோகரது சிந்தனையையும் உத்தியையும் இன்னும் கூடுதலாக வெளிப்படுத்துகிறது. இந்தக் கடிதம் மஹாமாத்ரர்களுக்கும் எழுதப்பட்டிருக்கிறது. பாதுகாக்கப்பட்டிருக்கும் அலஹாபாத் பதிப்பின் எச்சத்தில், கோஸம்பி மஹாமாத்ரர்கள் குறிப்பிடப்படுகிறார்கள். இந்த அரசாணையின் பல பதிப்புகளும் 'முகப்புக் கடிதமும்' நாட்டின் பல பகுதிகளுக்கு அனுப்பிவைக்கப்பட்டிருக்க வேண்டும். இந்த அரசாணையில் உள்ளவற்றை நடைமுறைப்படுத்தும் பொறுப்பு, துறவிகள் அல்லாத அரசதிகாரிகளிடம் கொடுக்கப்படுகிறது.

---

18 மேலும் விவரங்களுக்குப் பார்க்கவும்: Sukumar Dutt (1960: 102–09).

> கடவுள்களின் அன்புக்குரியவன் இவ்வாறு சொல்கிறான் — இந்த அரசாணையின் நகல் ஒன்று உங்களிடம் இருக்க வேண்டும். இதை அரசுச் செயலகத்தில்[19] ஒப்படைக்க வேண்டும். மற்றொரு நகலை, உபாசகர்களிடம் ஒப்படைக்க வேண்டும். இந்த உபாசகர்கள், இந்தக் கட்டளையின் மீது நம்பிக்கையை உருவாக்கும் விதத்தில் ஒவ்வொரு உபோஸதா நாளன்றும் படிக்க வேண்டும். மேலும், ஒவ்வொரு உபோஸதா நாளன்றும் இந்தக் கட்டளை மீது நம்பிக்கையை வளர்த்தெடுக்கும் விதமாகவும் இதன் மீதான கவனத்தை வளர்த்தெடுக்கும் விதமாகவும் அந்தந்த மஹாமாத்ரர்கள் தவறாமல் உபோஸதா விழாவுக்குச் சென்றுவர வேண்டும்.

சங்கத்துக்கான இந்தச் செய்தியில் அசோகர் 'கட்டளை' என்பதற்குப் பயன்படுத்தும் சொல் 'சாசனம்'. இச்சொல் பிராகிருதம், சம்ஸ்கிருதம் இரண்டிலுமே அரசனின் ஆணை அல்லது கட்டளை என்ற அர்த்தத்தையே கொண்டிருக்கின்றன. எப்படியிருந்தாலும், பௌத்தம் 'அரசச் சொல்லாடல்களிலிருந்து' பல சொற்களைக் கடனாகப் பெற்றுக்கொண்டு, அவற்றின் அர்த்தத்தை மாற்றியமைத்திருக்கிறது. இப்படியாகத்தான், சாசனம் என்ற சொல் பௌத்தப் பனுவல்களில் பொதுவாகக் 'கற்பித்தல், கொள்கை' போன்ற அர்த்தங்களில் அல்லது குறிப்பாக புத்தரது போதனை அல்லது அறிவுரை என்ற அர்த்தத்தில் பயன்படுத்தப்படுகிறது. இங்கும், வேறு பல இடங்களிலும் அசோகர் திட்டமிட்ட இந்தத் தெளிவின்மையைப் பயன்படுத்திக்கொள்வதுபோல் தெரிகிறது. அவரது செய்தி பிக்குகளுக்கு, பிக்குனிகளுக்கான அவரது அரசக் கட்டளையாக இருப்பது — அவரது அறிவுரையாக, அவரது சாசனமாக இருப்பது — புத்தரது சொந்த அறிவுரைகளுக்கு இணையான ஒன்றாக இருக்கும் அர்த்தத்தைக் கொடுக்கிறது. புத்தரது சாசனத்தைக் கொண்டிருக்கும் பௌத்த நூல்களோடு பழக்கப்பட்டிருக்கும் பிக்குகளும் பிக்குனிகளும் இப்படியான அர்த்தத்தைப் பார்க்க நிச்சயமாகத் தவறியிருக்க முடியாது.

மஹாமாத்ரர்களும் பிற அதிகாரிகளும் தங்களது அதிகாரத்துக்கு உட்பட்ட பகுதிகளில் இந்த அரசாணையைப் பரவலாகக் கொண்டுசெல்ல வேண்டும் என்ற அறிவுறுத்தலோடு 'முகப்புக் கடிதம்' முடிகிறது.

> தங்களுடைய அதிகாரத்துக்கு உட்பட்ட பகுதிகளைப் பொறுத்தமட்டில், இந்த வழிகாட்டுதலுக்கு உட்பட்டு

19 மூலத்தில் உள்ள 'ஸம்ஸலந' என்பதன் அர்த்தம் அவ்வளவு தெளிவாக இல்லை. பொது விஷயங்கள் குறித்து விவாதிக்க ஒன்றுகூடும், பொது ஆவணங்களைப் பாதுகாத்துவைத்திருக்கும் இடத்தைக் குறிப்பதாக இருக்கலாம்.

அதிகாரிகளை எல்லா இடங்களுக்கும் அனுப்பிவைக்க வேண்டும். இதுபோலவே, இந்த வழிகாட்டுதலுக்கு உட்பட்டு அதிகாரிகளைக் கோட்டையைச் சுற்றியுள்ள பகுதிகளுக்கும் அனுப்பிவைக்க வேண்டும்.

இந்த அரசாணை இரண்டு பிரதிகள் எடுக்கப்பட வேண்டும். ஒன்று மஹாமாத்ரர்களுக்கானது, மற்றொன்று உபாசகர்களுக்கானது. உபோஸதா நாள்களில் சடங்குரீதியாக — ஒருவேளை, இதைப் படித்து அல்லது படிக்கப்படுவதைக் கேட்டு — இந்த அரசாணை மீதான நம்பிக்கையுறுதியை வளர்த்தெடுக்கும் முறையில் எல்லோரும் செயல்பட வேண்டும் என்று எதிர்பார்க்கப்படுகிறது. ஆனால், யார் இந்த நம்பிக்கையுறுதியை வளர்த்துக்கொள்ள வேண்டும் என்பது அவ்வளவு தெளிவாக இல்லை என்றாலும்கூட, இது மடாலயங்களில் உள்ளவர்களைக் குறிப்பதாக இந்த அரசாணையின் உள்ளடக்கத்தை வைத்துச் சொல்ல முடியும். உபோஸதா என்பது பௌர்ணமி, அமாவாசை நாள்களைக் குறிக்கிறது. இந்த நாள்கள் பௌத்த வழிபாட்டு நாள்காட்டியில் முக்கிய நாள்களாகின்றன. இந்த நாள்களில், பௌத்தப் பிக்குகளும் பிக்குனிகளும் ஒன்றுகூடி, மடாலய விதிமுறைகளை உரக்கப் படிப்பார்கள். மேலும், இந்த விதிகள் மீறப்பட்டிருக்குமானால் அதைப் பொதுவில் ஒப்புக்கொள்வார்கள். சாதாரண பௌத்தர்களும்கூட இந்த நாள்களில் மடாலயங்களில் ஒன்றுகூடி, சமய போதனைகள் கேட்டு பௌத்தம் முன்வைக்கும் தார்மிக விதிகள் மீதான அவர்களது உறுதிப்பாட்டை ஒருவேளை உறுதிப்படுத்தியிருக்கலாம். இப்படியான நாள்களில் அரசாணையை ஒத்திகைபார்ப்பது என்பது விசித்திரமாக இருந்திருக்க வேண்டும். ஒருவேளை இது, அரசதிகாரிகளும் உபாசகர்களும் பிரபலமான, செல்வாக்கு கொண்ட சாதாரணப் புரவலர்களும், துறவறக் குமுகங்களை ஒருவிதமாகக் கண்காணிப்பதை, மேற்பார்வையிடுவதைக் குறிப்பிடுவதாகவும் இருக்கலாம்.

'முகப்புக் கடித'த்தில் இறுதியாகச் சேர்க்கப்பட்டிருப்பது இன்னும் ஒரு படி மேலே போகிறது. இது, தங்களுடைய அதிகாரத்துக்கு உட்பட்ட பகுதிகளிலும், எல்லையோரப் பகுதிகளில் உள்ள கோட்டைகளைக் கைப்பற்றி அரசதிகார இருப்பை உறுதிப்படுத்தியிருக்கும் பகுதிகளிலும், பேரரசின் அதிகாரத்தை நிலைநிறுத்தியிருக்கும் பகுதிகளிலும் இந்த அரசாணையைப் பரப்ப வேண்டும் என்று மஹாமாத்ரர்களுக்கு வழிகாட்டுகிறது. 'முகப்புக் கடித'த்திலிருந்து வெளிப்படும் முக்கியமான ஒரு விஷயம் என்னவென்றால், குறிப்பிட்ட மதக் குழுமமான பௌத்தச் சங்கத்தோடு தொடர்புடைய வழிகாட்டுதல்களை நடைமுறைப்படுத்த அசோகர் அரசு நிர்வாகத்தின் வழமையான கூறுகளையெல்லாம் பயன்படுத்திக்கொள்கிறார். தர்மத்தை, அதாவது அவரது தார்மிகத்

தத்துவத்தைப் பரப்புரை செய்வதற்கு மூத்த அதிகாரிகளைக் கொண்ட தர்ம-மஹாமாத்ரர் என்ற புது வகைமையை அசோகர் உருவாக்கியிருப்பது குறித்து இயல் 2-இல் பார்த்தோம். இப்படியான அதிகாரிகளில் சிலரை பௌத்தச் சங்கத்தோடு தொடர்புடைய பிரச்சினைகளை, குறிப்பாக ஒழுக்கம் மற்றும் ஆட்சிமை குறித்த பிரச்சினைகளைக் கையாள்வதற்கு — பகுதி 4-இல் நான் விவாதிக்கவிருக்கும் தூண் அரசாணை VII-இல் அவர் தெரிவிப்பதுபோல் — அசோகர் அனுப்பிவைத்திருக்க வேண்டும் என்றே நாம் எதிர்பார்ப்போம். மாறாக, நாம் 'முகப்புக் கடித'த்தில் பௌத்தச் சங்கத்துக்குக் கற்பிப்பதோடு, மேற்பார்வை பார்ப்பதோடு தொடர்புடைய திட்டங்களை முன்னெடுக்க அரசு நிர்வாக அலகுகளைப் பயன்படுத்துவதை மட்டுமே நம்மால் பார்க்க முடிகிறது. இவையெல்லாம், அசோகர் பௌத்தத்தைப் பரப்ப, அரசு இயந்திரங்கள் பயன்படுத்தப்பட்டதையே முன்வைக்கின்றன. இப்பிரச்சினையை நான் அடுத்த இயலில் எடுத்துக்கொள்கிறேன்.

இவ்விஷயத்துக்கு வருவதற்கு முன், அசோகரது சொந்தக் கல்வெட்டின் நான்கு முனைகளைக் கடந்து, மடாலய ஒழுக்கத்தோடு தொடர்புடைய விஷயத்தில், அவர் ஏன் சங்கத்தின் ஒற்றுமைக் குலைவு மீது கவனம்குவித்தார் என்று பார்க்க விரும்புகிறேன். இவ்விஷயத்தோடு தொடர்புடைய இரண்டு முக்கியமான ஆவணங்கள் மிகப் பயனுடையவையாக இருக்கின்றன. முதலாவது அரசாட்சி, ஆட்சிமை குறித்த கௌடில்யரின் அர்த்தசாஸ்திரம். இதில் பதினோராவது அத்தியாயம், அரசியல்ரீதியான சங்கங்களை, அதாவது அரசியலார்ந்த கூட்டமைப்புகளை (confederacy), அடிபணியவைக்கும் அல்லது வெல்லும் விஷயத்தைக் கையாள்கிறது. இரண்டாவது, பாலியில் உள்ள பௌத்த நூலான 'மஹாபரிநிப்பாநஸுத்தாந்தா' (Mahāparinibbānasuttanta). சொல்லப்போனால், இந்தப் புத்தகம் புத்தரது இறுதி நாள்களை விவரிக்கிறது. புத்தருக்கும் மகத அரசனான அஜதஸத்துவின் மந்திரியான வஸ்ஸகராவுக்கும் இடையே நடந்த நீண்ட உரையாடல் ஒன்றை இந்த நூல் கொண்டிருக்கிறது. இந்த உரையாடல், சங்கத்துக்குள் பிளவை உண்டாக்குவதன் மீதே அதன் முழுக் கவனத்தையும் கொண்டிருக்கிறது.

அர்த்தசாஸ்திரத்தில் உள்ள விவாதம், வஸ்ஸகராவின் கேள்விகளுக்கு புத்தர் கொடுக்கும் பதில்களின் அரசியல் பின்னணியையும் சங்கத்துக்குள்ளாகக் கருத்து வேறுபாடுகளின், ஒற்றுமையின்மையின் விளைவுகளை விளக்குவதாகவும் இருக்கிறது. நாம் இங்கு எதிர்கொள்ளும் ஒரு பிரச்சினை காலவரிசை. அசோகரின் தாத்தாவான சந்திரகுப்தரின் பிரதான மந்திரியாக இருந்த சாணக்கியர் இந்த நூலை எழுதியதாகப் பல அறிஞர்கள் எடுத்துக்கொள்கிறார்கள்.

இப்படியாக இந்த நூலின் காலத்தை நாம் ஏற்றுக்கொள்வோம் என்றால், அர்த்தசாஸ்திரமும் நாம் ஆய்வுசெய்துகொண்டிருக்கும் இரண்டு பனுவல்களும் ஒரே காலத்தைச் சேர்ந்தவையாக இருக்கின்றன. ஆனால், கௌடில்யர் பொ.ஆ. முதலாம் நூற்றாண்டைச் சேர்ந்தவர் என்பதற்கு வலுவான ஆதாரங்கள் இருப்பதாலும், கௌடில்யரின் மூலங்கள் பல நூற்றாண்டுகளாக இருக்கும் சிலவற்றைச் சார்ந்திருக்கலாம் என்றபோதும் இது பிற இரண்டு ஆவணங்களுக்கும் பல நூற்றாண்டுகளுக்குப் பிறகானதாக இருக்கிறது.[20] எப்படியிருந்தாலும், அரசியலார்ந்த கூட்டமைப்புகளைப் பொறுத்தமட்டில், அவருக்குப் பல காலம் முன்னரே நிலைநிறுத்தப்பட்டிருக்கும் அரசியல் கோட்பாடுகளையும் உத்திகளையும் கௌடில்யர் முன்வைப்பதாகவே நான் நினைக்கிறேன். அர்த்தசாஸ்திரம் முன்வைக்கும் பார்வை என்பது அரசியலார்ந்த கூட்டமைப்புகளோடு அரசர்கள் ஊடாடுவது குறித்து ஏற்றுக்கொள்ளப்பட்டிருக்கும் அரசியல் அறிவத்தை வெளிப்படுத்துவதாக இருக்கலாம். பிற அரசர்களை எப்படிக் கையாள வேண்டும், அவர்களுக்கு எதிராக எப்படிப் போர் தொடுக்க வேண்டும் என்றெல்லாம் அரசர்கள் அறிந்திருந்தார்கள். ஆனால், அரசியலார்ந்த கூட்டமைப்பின் அரசியலை எதிர்கொள்வதில் அரசர்கள் சிரமப்பட்டார்கள்.

நாம் முன்னரே பார்த்தது போன்று, முதலாவதாக 'சங்கம்' என்ற சொல் பௌத்த மடாலய ஒழுங்கைக் குறிக்கும் சொல்லாக அல்லது அதன் மூலத்திலும் அப்படியான அர்த்தத்தைக் கொண்டிருந்த சொல்லாக இருந்ததில்லை. நாம் பார்த்தது போன்று, இந்தியச் சட்ட இலக்கியங்கள், பல்வேறு கைவினைஞர்கள், வியாபாரக் கூட்டமைப்புகளைக் குறிக்க சங்கம் என்ற சொல் உள்பட பல பிரத்யேகமான சொற்களைப் பயன்படுத்தியிருக்கின்றன. ஆனால், பண்டைய இந்திய அரசியல் கதையாடல்களில், சங்கம் என்ற சொல் அரசாட்சியிலிருந்து வேறானதாக இருக்கும் ஒரு குறிப்பிட்ட அரசியல் வடிவத்தைப் பிரத்யேகமாகக் குறிக்கும் ஒன்றாக இருந்தது. இந்த வடிவம் விரிவுபட்ட குடும்பக் குழுமங்களைச் சேர்ந்த தலைவர்களால் ஒருமித்த கருத்தின் ஊடாக நிர்வகிக்கப்பட்டது. இதை நாம் அரசியலார்ந்த கூட்டமைப்பு என்றழைக்க முடியும். சொல்லப்போனால், சாக்கிய குலம் – இந்தக் குலத்தைச் சேர்ந்தவர்தான் புத்தர் – இப்படியான ஒரு அரசியலார்ந்த சங்கமாக இருந்திருக்கலாம். ஆக, புத்தர் இப்படியான அரசியல் வடிவத்தில் பரிச்சயமுடையவராகவும் இருந்திருக்கலாம். 'சங்கங்களோடான நடத்தை முறை' என்பது அர்த்தசாஸ்திரத்தின் பதினோராவது இயலாக இருக்கிறது. கௌடில்யர் தொடக்கத்திலேயே,

---

20 இந்தத் தேதிக்குச் சாதகமான வாதங்களுக்குப் பார்க்கவும்: Trautmann (1971), Olivelle (2013), McClish (2019).

சங்கத்தை வெற்றிகொள்வது அவ்வளவு சுலபமில்லை என்று அரசருக்குத் தெரிவிக்கிறார்: 'சங்கங்கள், நெருக்கமாகப் பின்னிப்பிணைந்திருப்பதால் (சம்ஹதா) எதிரிகள் தாக்குதல் நடத்தி அவற்றுக்குள் ஊடுருவ முடியாது' (11.1.2). சங்கம், சம்ஹதா ஆகிய இரண்டு சொற்களின் சொல்லாய்வியலார்ந்த இணைப்பைப் பார்க்கவும். இவ்விரண்டு சொற்களுமே சம்ஸ்கிருத வேர்ச்சொல்லான சம்√ஹன் (sam√han, சேர்த்தல், இணைத்தல், பிணைத்தல்) என்பதிலிருந்து தோன்றுகின்றன.

குறிப்பிட்டுச் சொல்வதென்றால், சங்கங்கள் நெருக்கமாகப் பின்னிப்பிணைந்திருப்பதாலும் ஒற்றுமையுடன் இருப்பதாலும் அவை அபாயகரமானவையாகவும் பலம்வாய்ந்தவையாகவும் இருக்கின்றன. இதனால், இவற்றை நேரடி மோதலின் ஊடாக எதிர்கொள்ளாமல், மறைமுகமாக எதிர்கொள்ள வேண்டியுள்ளது. அரசியலார்ந்த கூட்டமைப்பு என்ற வடிவத்தின் பின்னணியில், 'சம்ஹதா' என்ற சொல் குடும்பரீதியான பிணைப்பின் ஊடான ஒத்திசைவு, ஒன்றிணைந்த குறிக்கோள் போன்ற அர்த்தத்தில் பயன்படுத்தப்படுகின்றன. சங்கம் என்பது எப்போதும் அதன் இயல்பில் சம்ஹதாவாக இருப்பதுதான். இவற்றை மரபான ராணுவ வழிகளில் அவ்வளவு சுலபமாகத் தோற்கடிக்க முடியாது. அரசியலார்ந்த கூட்டமைப்பைத் தோற்கடிப்பதற்குச் சிறந்த வழி — ஒருவேளை இது ஒன்று மட்டுமே வழியாகவும் இருக்கலாம் — அவற்றுக்குள் பிளவையும் ஒற்றுமையின்மையையும், அதாவது பேதத்தை உருவாக்குவதாகத்தான் இருக்க முடியும். அதாவது, ஒரு சங்கம் சம்ஹதாவாக இல்லாதபோது, அதாவது நெருக்கமாகப் பின்னிப்பிணைந்து, ஒற்றுமையாக இல்லாதபோது, அவை பலவீனமாகின்றன. பலவிதமான உத்திகளின் ஊடாகவும், ஒற்றர்களை அனுப்புவதன் ஊடாகவும் கருத்து வேறுபாடுகள் விதைக்கப்படுகின்றன. இதோ ஒரு எடுத்துக்காட்டு:

> சங்கங்களின் உறுப்பினர்கள் ஒருவரை ஒருவர் பரஸ்பரம் திட்டுவதற்கு, வெறுப்பதற்கு, விரோதம்கொள்வதற்கு, சண்டைச் சச்சரவுகளை உருவாக்குவதற்கான உகந்த சூழ்நிலைகளை அவற்றின் அருகில் செயல்பட்டுக்கொண்டிருக்கும் ஒற்றர்கள் கண்டறிய வேண்டும். இந்த ஒற்றர்கள் யாருடைய நம்பிக்கையைப் பெறுகிறார்களோ அவர்களிடையே இப்படியாகக் கருத்து வேறுபாடுகளை விதைக்க வேண்டும்: 'அந்த நபர் உன்னை அவதூறாகப் பேசுகிறான்.' இப்படி இருசாரார்களிடமும் கெட்ட எண்ணத்தை விதைத்த பின், ஒற்றர்கள் ஆசிரியர்களாக நடித்து இளைஞர்களுக்கு இடையே அவர்களுடைய அறிவு,

திறன், சூதாட்டம், விளையாட்டு ஆகியவற்றில் சச்சரவுகளைத் தூண்டிவிட வேண்டும்.[21]

குறிப்பாக, அரசியலார்ந்த கூட்டமைப்பு விஷயத்தைப் பொறுத்தமட்டில், புத்தருக்கும் வஸ்ஸகராவுக்கும் இடையேயான உரையாடலைப் புரிந்துகொள்ள பேதம் அல்லது அரசியல் உத்தியாக இசைவின்மையை விதைப்பதன் மையமாக இருப்பதைப் புரிந்துகொள்வது மிக முக்கியமாகிறது. சங்கத்தின் அரசியல் வடிவத்தில் உள்முரண்பாடுகள் தோன்றுமானால் அவை அதை நிலைகுலையச்செய்யும்; உள்ளிருந்து அதைப் பலவீனமானதாக்கும்.

கௌடில்யரின் லட்சிய அரசன் எப்படி வெற்றிகளை அடைய வேண்டியவனாக இருக்கிறானோ, அதுபோலவே மகத அரசரான அஜதஸத்துவும், ஒரு சங்கமாக அமைப்பாக்கம் பெற்றிருந்த வஜ்ஜிகள் (Vajjis) மீது படையெடுக்கத் திட்டமிட்டிருந்தார். ஆனாலும், அரசர் முன்னெச்சரிக்கையாக இருந்தார். அதற்குக் காரணமும் இருந்தது. அரசியலார்ந்த கூட்டமைப்புகளோடு நேரடியாக மோதி வெற்றிகொள்வது மிகக் கடினம் என்று கௌடில்யர் சுட்டிக்காட்டுகிறார். ஆகவே, அஜதஸத்து அவரது பிரதான மந்திரியான வஸ்ஸகராவை புத்தரிடம் பேசுமாறு அனுப்பிவைக்கிறார். ஏனெனில், புத்தருக்கு எதிர்காலம் தெரியும். மேலும், அவர் உண்மையைச் சொல்லக்கூடியவர். புத்தர் சொல்வதை வைத்து அவரது படையெடுப்பு வெற்றிகரமான ஒன்றாக இருக்குமா என்று அரசரால் அறிந்துகொள்ள முடியும். வஜ்ஜிகள் மீது படையெடுக்கத் திட்டமிட்டிருக்கும் அஜதஸத்துவின் திட்டத்தை வஸ்ஸகரா புத்தரிடம் வெளிப்படையாகச் சொல்கிறார்:

> மகத அரசர் அஜதஸத்து... இவ்வாறு சொல்கிறார்: 'இந்த வஜ்ஜிகள் — அவ்வளவு செழிப்பாகவும் பலமாகவும் இருக்கிறார்கள். நான் வஜ்ஜிகளை நிர்மூலமாக்குவேன்! வஜ்ஜிகளை அழித்தொழிப்பேன்! அவர்களுக்குப் பெரும் அழிவை ஏற்படுத்துவேன்![22]

அஜதஸத்துவின் செருக்கு வெற்றாக ஒலிக்கிறது. அவர் கவலைப்படுகிறார்; புத்தரது கணிப்பைத் தெரிந்துகொள்ள விரும்புகிறார். புத்தரது பிரதானச் சீடரான அனந்தாவுக்குப் பதில்கொடுப்பதுபோல், அஜதஸத்துவின் மந்திரிக்கு புத்தர் கொடுக்கும் பதில், மடாலயம் சார்ந்த, அரசியல் சார்ந்த சங்கத்துக்குள்ளாகக் கருத்து வேறுபாடுகள் ஒற்றுமையின்மை ஆகியவை குறித்துத் தெளிவைக் கொடுக்கிறது.

---

21 *Kautilya, Arthashastra,* 11.1.6–7.

22 *Digha Nikāya,* II: 73.

அதுவரையிலும், அனந்தா, கூட்டங்களில் வஜ்ஜிகள் தொடர்ந்து ஒன்றாக அமர்ந்திருக்கும் வரையிலும், இப்படியான கூட்டங்களைத் தொடர்ந்து நடத்தும் வரையிலும், வஜ்ஜிகள் மேலும் செழிப்பார்களே தவிர வீழ்ச்சியடைய மாட்டார்கள் என்றே எதிர்பார்க்க வேண்டும். அதுவரையிலும், அனந்தா, கூட்டங்களில் வஜ்ஜிகள் தொடர்ந்து ஒற்றுமையாக (சமக்கா), அமர்ந்திருக்கும் வரையிலும், ஒற்றுமையாக எழுந்துகொள்ளும் வரையிலும், விஷயங்களை ஒற்றுமையாக நடைமுறைப்படுத்தும் வரையிலும், வஜ்ஜிகள் மேலும் செழிப்பார்களே தவிர வீழ்ச்சியடைய மாட்டார்கள் என்றே எதிர்பார்க்க வேண்டும்.[23]

புத்தர் சொல்வதைக் கேட்டுக்கொண்டு கிளம்பியபோது, வஸ்ஸகரா சொல்லும் வார்த்தைகள் அரசியலார்ந்த கூட்டமைப்புகளை வெற்றிகொள்வதற்கு கௌடில்யர் சொல்லும் அறிவுரையை நமக்கு நினைவூட்டுகிறது.

மதிப்புக்குரிய கௌதமா, மகத அரசரான அஜதஸத்துவால் வஜ்ஜிகளை அடிபணியவைக்க முடியாது... போர் தொடுப்பதன் ஊடாக முடியாது. மறைமுகமாகத் தூண்டிவிடுவதன் ஊடாகவும் பரஸ்பரம் கருத்து வேறுபாடுகளை (பேதங்கள்) உருவாக்குவதன் ஊடாகவுமே சாத்தியம்.[24]

வஸ்ஸகரா கிளம்பிச்சென்ற உடன், பிக்குகள் பக்கம் திரும்பிய புத்தர், பௌத்தச் சங்கத்தின் நலனுக்கான நிபந்தனைகள் குறித்து அறிவுறுத்துகிறார்; இது அரசியலார்ந்த சங்கத்துக்கான நிபந்தனைகளுக்கு நிகரானதாக இருக்கிறது:

அதுவரையிலும், ஓ பிக்குகளே, கூட்டங்களில் பிக்குகள் தொடர்ந்து ஒன்றாக அமர்ந்திருக்கும் வரையிலும், தொடர்ந்து கூட்டங்கள் நடத்தும் வரையிலும், பிக்குகள் மேலும் செழிப்பார்களே தவிர விழ்ச்சியடைய மாட்டார்கள் என்று எதிர்பார்க்கலாம். அது வரையிலும், ஓ பிக்குகளே, கூட்டங்களில் பிக்குகள் ஒற்றுமையாக (சமக்கா) உட்கார்ந்து இருக்கும் வரையிலும், ஒற்றுமையாக எழுந்துகொள்ளும் வரையிலும், சங்கத்தின் விஷயங்களை ஒற்றுமையாகக் கையாளும் வரையிலும், ஓ பிக்குகளே, பிக்குகள் செழிப்படைவார்களே தவிர வீழ்ச்சியடைய மாட்டார்கள் என்று எதிர்பார்க்கலாம்.

---

23 Digha Nikaya, II: 73–74.
24 Digha Nikaya, II: 76.

சங்கம் செழிப்பதற்கும் வெளியே இருந்து வரும் தாக்குதலை எதிர்கொள்வதற்கும் கௌடில்யர் முன்வைப்பதும் புத்தர் முன்வைப்பதும் ஒன்றுபோல் இருக்கின்றன. ஒரு சங்கத்தை — அது அரசியல் சார்ந்ததாக இருந்தாலும், மடாலயம் சார்ந்ததாக இருந்தாலும் — பலமானதாகவும் செழிப்பானதாகவும் வைத்திருப்பது ஒற்றுமையே; உடன்படிக்கை, ஒத்திசைவோடு முடிவுகள் எடுப்பது போன்றவையே: கௌடில்யரின் சம்ஹதாவும் புத்தரின் சமக்காவும். இதற்கு இணையாக, பௌத்தச் சங்கத்துக்குள்ளாக ஒற்றுமையையும் உடன்படிக்கையையும் வளர்த்தெடுக்கும் தனது விருப்பத்துக்கு அசோகர் மகதப் பிராகிருத வடிவத்தில் சமகே என்று பயன்படுத்துவது இதை உறுதிப்படுத்துவதாக இருக்கிறது.

பௌத்தச் சங்க ஒழுங்குகள் விஷயத்தைக் கையாளும்போது கருத்து வேறுபாடுகள் மீது அசோகர் ஏன் கவனம்செலுத்தினார் என்று நம்மால் இப்போது புரிந்துகொள்ள முடிகிறது. எதிர்ப்பு மற்றும் முரண்பாடுகளைக் கலைவதும் ஒற்றுமையை முதன்மைப்படுத்துவதும் காலகாலத்துக்கு நிலைத்திருப்பதற்கும் செழிப்பதற்கும் உத்தரவாதமான வழிகளாகின்றன.

7
பற்றுறுதியைப் பரப்புதல்

கத்துக்குட்டி பௌத்தராக இருந்த அசோகர் தன்னம்பிக்கை கொண்ட சாதாரண பௌத்த இறையியலாளராக மாறிய பயணத்தை நாம் முந்தைய இரண்டு இயல்களில் பார்த்தோம். இன்று நாம் அவரை 'பௌத்தச் செயல்பாட்டாளர்' என்றும் சொல்லக்கூடும். ஆன்மிகரீதியான வளர்ச்சிக்கான விருப்புறுதிக்கும், பௌத்தச் சங்கத்தை, அதன் மூலம் பௌத்த மதத்தைக் காலகாலத்துக்கு நிலைத்திருக்கவைக்க வேண்டும் என்ற விருப்புறுதிக்கும், அவர் தனது அதிகாரத்தைப் பயன்படுத்தியதற்கு அவரது எழுத்துகளே சாட்சிகளாக இருக்கின்றன. பௌத்தத்தை அவரது பேரரசுக்குள்ளாகவும் அதற்கு அப்பாலும் பரப்புவதற்கு அரசதிகாரத்தை அசோகர் பயன்படுத்தினாரா? பொதுவாகக் கோரப்படுவதுபோல் அவர் பௌத்த கான்ஸ்டன்டைனாக [கிறிஸ்தவராக மாறி அதைப் பரப்புரை செய்த ரோமானியப் பேரரசர்] இருந்தாரா?

பிந்தைய பௌத்தக் கதையாடல்கள், இந்தியாவிலும் அதற்கு அண்மையில் உள்ள நாடுகளிலும் பௌத்தத்தைப் பரப்பிய பௌத்தப் பரப்புரையாளராகவே அசோகரைப் பார்க்கின்றன. பௌத்தம் பரவியதற்கும் அசோகரது பௌத்த ஆதரவுக்கும் இடையே தொடர்பு இருப்பதாக நவீன அறிஞர்களும்கூட முன்வைக்கிறார்கள். மிகத் தொடக்கத்தில், அதாவது 1910-இல் அசோகரது வாழ்க்கை வரலாற்றை எழுதிய வின்சென்ட் ஏ. ஸ்மித், 'நான் அறிந்தமட்டில், அசோகரது செயல்கள் மட்டுமே சிறிய உள்ளூர் சமயமாக இருந்த ஒன்றை (அதாவது பௌத்தத்தை) உலக மதமாக உருமாற்றியது' என்று முன்வைக்கிறார்.[1] துரதிர்ஷ்டவசமாக, இந்த அனுமானம் சமகால அறிஞர்களாலும்

---

1   பார்க்கவும்: Vincent Smith (1901a: 22). மேலும், பார்க்கவும்: Vincent Smith (1901b: 854): இதில் இவர் பௌத்தத்தைக் 'கங்கைச் சமவெளியில் அறியப்படாத ஓர் இந்துப் பிரிவாக' இருந்தது என்றும் அதை அசோகர் 'உலக-மதம் என்ற அந்தஸ்துக்கு உயர்த்தினார்' என்றும் சொல்கிறார்.

எதிரொலிக்கப்படுகிறது. இப்படியான பார்வைக்கு எடுத்துக்காட்டாக, நம்முடைய காலத்தில் மிக முக்கியமான அறிஞரான கே.ஆர். நார்மன் (K.R. Norman) சொல்வதை முன்வைக்கலாம்: 'அசோகரே முதல் பௌத்தப் பேரரசராகிறார்.'[2] மிகவும் சொல்வாக்கு பெற்ற பௌத்தத் துறவியான வால்போலா ராகுலா (Walpola Rahula) எழுதிய புத்தகம் ஒன்றில் இதற்கு நிகரான முடிவுக்கு வருகிறார்:

> ஒரு நாட்டில் அல்லது ஓர் இடத்தில் சாசனத்தை அல்லது பௌத்தத்தை ஒரு நிறுவனமாக நிறுவுவது என்ற கருத்தமைவு ஒருவேளை முதலில் அசோகர் தானாக வந்தடைந்த ஒன்றாக இருக்கலாம். பௌத்தத்தை ஓர் அரசு மதமாகக் கைக்கொண்டு, தர்மவிஜயம் என்று அழைக்கப்படும் ஆன்மிக வெற்றிக்கான செயலைத் தொடங்கிவைத்த முதல் அரசர் அசோகர்தான்... ஒரு ஆட்சியாளர், ஒரு வெற்றியாளர்போல், அவர் அரசியல்ரீதியாக வென்றெடுத்த நாடுகளில் எப்படித் தன்னுடைய அரசாங்கத்தை நிறுவுவார்களோ அதுபோலவே ஆன்மிகரீதியாக வெற்றிகொண்ட (தர்ம-விஜ்ஜிதா) நாடுகளில் சாசனத்தை நிறுவ வேண்டும் என்று ஒருவேளை அசோகர் நினைத்திருக்கலாம்.[3]

ட்ரெவர் லிங் எழுதிய 'தி புத்தா' என்ற பிரபலமான புத்தகம், 'அசோகரும் பௌத்த அரசும்' என்று தலைப்பிடப்பட்டிருக்கும் ஓர் இயலைக் கொண்டுள்ளது.[4] பெரும் மதிப்புமிக்க தொல்லியலாளர் ஒருவர் பௌத்தம் 'அசோகரது உதவி கிடைப்பதற்கு முன் ஒப்பீட்டளவில் மிகச் சிறிய, அவ்வளவாக அறியப்படாத ஒரு சமயப் பிரிவாக இருந்தது'[5] என்றும், 'அசோகர் அவரது வாழ்க்கையில் பௌத்தத்தை ஏற்றுக்கொண்டதே, பௌத்தக் கொள்கையை அது தோன்றிய கங்கைக்கரைக்கு அப்பால் பரந்துபட்ட பார்வையாளர்களுக்குக் கொண்டுசென்றது' என்றும் முன்வைக்கிறார்.[6]

இப்படியான முன்வைப்புக்கு அசோகரது எழுத்துகளிலோ பிற வரலாற்று மூலங்களிலோ எந்த அடிப்படைகளும் காணக்கிடைக்கவில்லை — பௌத்த ஒகிவாழ்க்கை நூல்கள் தவிர. சொல்லப்போனால், இதற்கு

2 *Norman (2012a: 113).*

3 *Walpola Rahula (1966: 55).*

4 *Trevor Ling (1976: 183–212).*

5 *Monika Smith et al. (2016: 389).* மதிப்புமிக்க வரலாற்றியலாளரான ஏ.எல். பாஷம் முன்வைக்கும் கருத்துக்குப் பார்க்கவும்: *Basham (1982: 139)*: 'அசோகருக்கு முன்பு பௌத்தம் ஒப்பீட்டளவில் இந்திய மதரீதியான வாழ்க்கையில் அவ்வளவு முக்கியத்துவம் இல்லாத ஒன்றாகத்தான் இருந்தது' என்கிறார் பாஷம்.

6 *Monika Smith et al. (2016: 378).*

எதிரானது ஒருவேளை உண்மையாக இருக்கலாம். அதாவது, அசோகர் வெளிப்படையாகத் தன்னை சாதாரண பௌத்தராகப் பிரகடனம்செய்த காலத்திலேயே, பௌத்தமும் பௌத்தச் சங்கங்களும் உறுதியாக நிலைகொண்டு இந்தியத் துணைக்கண்டத்தின் பெரும் பகுதியில் பரவியிருக்க வேண்டும். இதற்கான ஆதாரத்தை நாம் இயல் 5-இல் பார்த்தோம். என்னால் இங்கு கே.ஆர். நார்மன் வரும் முடிவை எதிரொலிக்க மட்டுமே முடியும்.

> மௌரியப் பேரரசு தோன்றுவதற்கு முன் நினைத்துப்பார்க்க முடியாத அளவுக்கு இன்னும் விரிவான நிலப்பரப்புகளில் பௌத்தத்தை நிலைநிறுத்துவதற்கு அசோகரது ஆதரவுதான் காரணம் என்று சொல்லப்படுகிறது. அவரது அரசாணைகளில் பிற சமயப் பிரிவுகளைக் காட்டிலும் பௌத்தத்துக்கு இன்னும் கூடுதலான ஆதரவைக் கொடுத்தார் என்று சொல்வதற்கு எந்த ஆதாரத்தையும் நம்மால் கண்டெடுக்க முடியவில்லை என்பதைக் குறித்துக்கொள்ள வேண்டும்... அசோகரது ஆட்சிக் காலத்தில் பௌத்தம் பரவலாகக் காணப்பட்டது என்பது உண்மையாக இருக்குமென்றால், என்னைப் பொறுத்தமட்டில் அது அவரது ஆதரவின் விளைவால் ஆனதாக இருப்பதைவிட அல்லது திட்டமிட்டு அவர் அதைப் பரப்புரை செய்தார் என்பதைவிட... அவர் நிலைநிறுத்திய அமைதியின் விளைவானதாக இருக்கிறது. இதுவே மேலான வளர்ச்சிக்கும் வர்த்தக விரிவாக்கத்துக்கும் கொண்டுவிட்டது.[7]

இருப்பினும், நாம் பார்க்கவிருப்பதுபோல், மக்களிடைய பௌத்தத்தின் இருப்பை மேலும் புலப்படுத்தக்கூடிய ஒன்றாக்கினார் என்பதற்கும், பௌத்தத்தைப் பேரரசர் அங்கீகரித்தார் என்பதற்கும் அசோகரது எழுத்துகளிலும் அவர் உருவாக்கிய தொல்பொருள்களிலும் மறைமுகமாகச் செய்திகள் இருக்கத்தான் செய்கின்றன.

அசோகரது காலத்தில் ஒரு நிறுவனமாக பௌத்தம் எப்படியாக இருந்தது என்று முதலில் பார்ப்போம். இதற்கான தொல்லியல் ஆதாரங்கள் நம்மிடம் ஏதுமில்லை என்பதால், இத்தேவைக்காக அசோகரது எழுத்துகளைத்தான் நாம் மீண்டும் அகழ்ந்தெடுக்க வேண்டியிருக்கிறது. அவரது முதலாவது கல்வெட்டான சிறு பாறை அரசாணை *I*, நாம் முன்னேரே பார்த்தது போன்று, தோராயமாகப் பொ.ஆ.மு. 257 ஜூன் மாதம், அதாவது அவர் அரியணை ஏறி பதினோராவது வருடத்தில் எழுதப்பட்டது. நாம் இந்தக் கல்வெட்டை முன்னரே

---

7 *Norman (2012a: 128–29).*

ஆராய்ந்திருக்கிறோம். இருப்பினும், இக்கேள்வியை மனதில் கொண்டு இந்தக் கல்வெட்டை மீண்டும் படித்துப்பார்ப்போம்.

கடவுள்களின் அன்புக்குரியவன்
இவ்வாறு பிரகடனப்படுத்துகிறான்:

நான் உபாசகராக மாறி இரண்டரை வருடங்களுக்கு மேலாகிவிட்டன. ஆனால், ஒரு வருட காலத்துக்கு நான் தீவிரமாக அரும்பாடுபடவில்லை. இருந்தாலும், ஒரு வருடத்துக்கு முன்புதான், நான் சங்கத்தை நாடிச்சென்று தீவிரமாக அரும்பாடுபடத் தொடங்கினேன்.

ஆனால், அந்தக் காலத்தில் ஜாம்புத்விபாவில் கடவுள்களோடு ஒன்றிணையாத ஆண்கள் ஒன்றிணைய வைக்கப்பட்டார்கள். இதுதான் அரும்பாடுபடுவதன் பலனாகிறது. மேலான மக்கள் மட்டுமே இதைச் சாதிக்க முடியும் என்றில்லாமல், மிகக் கீழாக இருப்பவர்களும்கூட அரும்பாடுபடுவார்கள் என்றால், உண்மையிலேயே அவர்களாலும் அளப்பரிய சொர்க்கத்தை அடைய முடியும்.

பின்வரும் தேவைகளுக்காக இந்தப் பிரகடனம் பிரகடனப் படுத்தப்படுகிறது — மேலாக இருப்பவர்கள், கீழாக இருப்பவர்கள் ஆகிய இருசாராரும் அரும்பாடுபட வேண்டும், எல்லையோர மக்களும் இது குறித்துத் தெரிந்துகொள்ள வேண்டும். மேலும், இப்படி அரும்பாடுபடுவது காலகாலத்துக்குத் தொடர வேண்டும். மேலும், இவ்விஷயம் பரவும், அளப்பரிய அளவில் பரவும் — குறைந்தபட்சம் ஒன்றரை மடங்காவது பரவும்.

இந்தக்கல்வெட்டு அசோகரது பிற அரசாணைகள்போல் அரசதிகாரிகளுக்கு எழுதப்பட்டதல்ல. இதன் நோக்கம் 'அரும்பாடுபடுவதன் பலன்கள்' குறித்துக் கற்பிப்பதாகும் — இதை அசோகர் ஏற்கெனவே அடைந்துவிட்டார்; அவரது செய்தியைக் கேட்பவர்களும் அடைய வேண்டும் என்று அவர் விரும்புகிறார். 'மேலான மக்கள் மட்டுமே இதைச் சாதிக்க முடியும் என்றில்லாமல்' — அதாவது, அவரைப் போன்று என்று நாம் அனுமானித்துக்கொள்ளலாம் — 'மிகக் கீழாக இருப்பவர்களும்கூட' அரும்பாடுபட முடியும் என்பதில் மிகத் தெளிவாக இருந்தார். மேலானவர்கள், கீழானவர்கள் ஆகிய இருசாராரும், 'எல்லையோர மக்க'ளும்கூட அரும்பாடுபட வேண்டும் என்றே அவர் விரும்புகிறார். அவருடைய பார்வையாளர்களாகக் கீழான மனிதர்களும் எல்லையோர மக்களும் உள்ளடங்கியிருக்கிறார்கள் என்று தெளிவுபட வெளிப்படுத்துகிறார்.

இது உண்மையாக இருக்குமென்றால், செய்தியின் தொடக்கம் பிரச்சினைக்குரியதாகிறது. பௌத்தச் சொல்லாடல்களிலிருந்து பிரத்யேகமான இரண்டு சொற்களை அசோகர் பயன்படுத்துகிறார்: 'உபாசகர்' — பற்றுகொண்ட சாதாரண பௌத்தர்; சங்கம் — பௌத்த மடாலய ஒழுங்கு. ஒரு பௌத்தராக அவர் மாறியிருப்பதைக்கூடத் தனது பார்வையாளர்களிடம் அசோகர் சொல்லவில்லை என்பதை நாம் குறித்துக்கொள்ள வேண்டும். இந்த இன்மையை உணர்ந்துகொள்ள முடிந்ததால்தான், நான் முன்னரே குறிப்பிட்டிருந்ததுபோல், புத்தர் சாக்கிய குலத்தைச் சேர்ந்தவர் என்பதால் பௌத்தத்தில் பொதுவாகப் பயன்படுத்தப்படும் 'சாக்கிய' என்ற சொல்லை இடைச்சொருகியிருக்கிறார்கள். 'கீழான மனிதர்களும்', 'எல்லையோர மக்களும்' இந்தப் பிரத்யேகச் சொற்களைப் புரிந்துகொள்வார்கள் என்று அசோகர் எதிர்பார்ப்பதுபோல் தெரிகிறது. இந்தப் பின்னணியில் 'அரும்பாடுபடுதல்' என்பதுகூட ஏதேனும் பிரத்யேக அர்த்தத்தைக் கொண்டிருக்கிறதா என்பது அவ்வளவு தெளிவாக இல்லை. அப்படியாக இருந்திருக்கலாம் என்றாலும், மக்கள் புரிந்துகொள்ளக்கூடிய ஒரு சொல்லாக இருந்ததா என்பதும் அவ்வளவு தெளிவாக இல்லை.

மேலும், இந்தச் சிறு பாறை அரசாணைதான் வடக்கிலிருந்து தெற்குவரை இந்தியா முழுவதும் காணப்படும் ஒன்றாக இருக்கிறது. சிறு பாறை அரசாணை I-இன் புவியியல்ரீதியான பரப்பைத் துருவியகழும் ஹாரி ஃபால்க் (Hary Falk), இந்தக் கல்வெட்டுகள் நிறுவப்பட்டிருக்கும் இடங்கள் பெருநகரங்களிலிருந்தும் சிறுநகரங்களிலிருந்தும் மிக விலகி, பெரும்பாலும் குன்றுகள் மேலும் குகைகளுக்கு அருகிலும் நிறுவப்பட்டிருப்பதாகக் குறிப்பிடுகிறார்.[8] உள்ளூர் மதத் திருவிழாக்களும் யாத்திரைகள் மேற்கொள்ளும் இடங்களுக்கு அருகிலும் இவை திட்டமிட்டு நிறுவப்பட்டிருக்கலாம் என்பதாக அவர் நினைக்கிறார். மதரீதியானசெயல்பாடுகளில் ஈடுபடும்போது மக்களைப் பிடித்துவிடலாம் என்று அசோகர் நினைத்திருக்கலாம். துணைக்கண்டத்தைச் சுற்றிலும் உள்ள மக்கள் எல்லோரும் பிரத்யேகமாக பௌத்தச் சொற்களைப் புரிந்துகொள்வார்கள் என்று அவர் எதிர்பார்த்து இருப்பாரேயானால், இந்தக் கல்வெட்டுகள் இருக்கும் இடங்களுக்கு அருகில் — அல்லது குறைந்தபட்சம் இவற்றுக்கு அவ்வளவு தொலைவில் இல்லாமல் — பௌத்த மடாலயங்களும் சாதாரண பௌத்தப் பற்றாளர்களும் இருந்திருக்கக்கூடிய இடங்களாக இருந்திருக்க வேண்டும். வேறு விதமாகச் சொல்வென்றால், அசோகர் அவரது முதல் கல்வெட்டை எழுதிய காலத்திலேயே பௌத்தம் 'சிறிய, ஒப்பீட்டளவில் அறியப்படாத

8 Falk (2006: 55–58).

சமயப் பிரிவாக' இல்லாமல், பரவலாக அறியப்பட்ட ஒன்றாக இருந்திருக்க வேண்டும்.

மேலும், சிலர் மறைமுகமாக முன்வைப்பதுபோல், மக்கள் பௌத்தர்களாக மாற வேண்டும் என்று அசோகர் உபதேசம் செய்யவில்லை. மக்கள் 'அரும்பாடுபட வேண்டும்' அல்லது 'பற்றார்வம்கொள்ள' வேண்டும் என்று மட்டுமே கேட்டுக்கொள்கிறார் — பாறை அரசாணை *VI*, *X*-இல் இந்தச் சொற்கள் இன்னும் பரந்த அர்த்தத்தில் தீவிரமாக, தொடர்ந்து முயல வேண்டும் என்ற அர்த்தத்தில் அசோகர் பயன்படுத்துவது குறித்து நாம் முன்னர் பார்த்தோம். நாம் விவாதித்துக்கொண்டிருக்கும் இந்த அரசாணையின் பின்னணியில், இச்சொல் பௌத்தப் பழக்கத்தோடு தொடர்புடைய பௌத்த அர்த்தத்தைப் பிரத்யேகமாகக் கொண்டிருக்குமானால், அரும்பாடுபட வேண்டும் என்று கேட்டுக்கொள்ளப்படுகிறவர்கள் எல்லோரும் முன்னரே பௌத்தர்களாக இருந்திருக்க வேண்டும். அவரது தொடக்க காலங்களில் அசோகர் இருந்ததுபோலவே, அவர்களும் பௌத்தப் பாதையில் முன்னேறுவதற்குப் போதுமான அளவுக்கு அரும்பாடுபடவில்லை என்றாகிறது — அல்லது குறைந்தபட்சம் அசோகர் பயன்படுத்தும் சொற்களின் அர்த்தத்தை அவர்கள் அறிந்திருக்கிறார்கள் என்றாகிறது.

'இவ்விஷயம் பரவும், அளப்பரிய அளவில் பரவும்' என்று நம்பிக்கையோடும் எதிர்பார்ப்போடும் அசோகர் அவரது செய்தியை முடிக்கிறார். 'இவ்விஷயம்' என்றிருப்பது எதைக் குறிக்கிறது என்று அவர் விளக்கவில்லை. இயல் 5-இல் நான் முன்னரே குறிப்பிட்டது போன்று, இது அசோகரது செய்தியின் சாரமாகிறது — அதாவது, சமூகத்தில் மேலான நிலையிலும் கீழான நிலையிலும் இருக்கும் இருசாராரையும் உள்ளடக்கிய எல்லா மக்களும் 'அரும்பாடுபடுவதில்' ஈடுபட வேண்டும் என்பதைக் குறிக்கிறது. ஆக, அவரது செய்தி பரந்துவிரிந்து செல்ல வேண்டும் என்பதும், அவரது பேரரசில் இருக்கும் மக்கள் இன்னும் அதிக அளவில் இந்தச் செய்தியை அறிந்துகொண்டு 'அரும்பாடுபட' வேண்டும் என்பதுமே அசோகரது விருப்பமாக இருக்கிறது. பாறை அரசாணை *X*-இலும் இதே செய்தியைத்தான் அசோகர் முன்வைக்கிறார்; இயல் 5-இல் அரும்பாடுபடுதல் என்ற பின்னணியில் இது குறித்து விவாதித்திருக்கிறோம்.

இந்தத் தொடக்க கால எழுத்துகளில், பௌத்தத்தின் மீதான தன்னுடைய பற்றுறுதியை வெளிப்படையாக அசோகர் அறிவிக்கிறார்; உபாசகர் என்ற பிரத்யேகமான சொல்லைக் கொண்டு தீவிரப் பற்றாளர் என்றும் கோருகிறார். மேலும், அவரது பிரஜைகளுக்கு மட்டுமல்லாமல், எல்லையோரப் பகுதிகளில் வசிக்கும் அவரது பிரஜைகளாக

இல்லாதவர்களும்கூட பௌத்தப் பழக்கவழக்கங்களைத் தீவிரமாக எடுத்துக்கொள்ள வேண்டும் என்று தன்னை ஒரு போதகராக முன்னிறுத்திக்கொண்டு சொல்கிறார். இதை அப்போதுதான் பௌத்தராக மாறியிருக்கும் ஒருவருடைய உற்சாகமாகவும் ஆர்வமாகவும் எடுத்துக்கொள்ள முடியுமா? அல்லது நாம் பார்க்கவிருப்பதுபோல், அதன் அரசியல்ரீதியான விளைவுகளைக் கணக்கில் எடுத்துக்கொள்ளாத ஒரு முரட்டு முடிவாக இருந்திருக்குமா? நான் கணக்கிடுவது சரியாக இருக்குமென்றால், இந்தச் செய்தியை அவர் உபாசகராக மாறி இரண்டரை வருடங்களுக்குப் பிறகு (பொ.ஆ.மு. 257 ஜூன் மாதத்தில்), அதாவது அவர் தீவிரமாக 'அரும்பாடுபட' தொடங்கி ஒன்றரை ஆண்டுகளுக்குப் பிறகு (பொ.ஆ.மு. 259, டிசம்பர் மாதத்தில்) எழுதியிருக்க வேண்டும். அவர் இந்தப் பாதையிலேயே தொடர்ந்து பயணித்திருப்பார் என்றால், பிந்தைய பௌத்த மரபு மட்டுமல்லாமல், சில நவீன அறிஞர்களும் அவர் குறித்துச் சொல்வதுபோல், அவரது பேரரசுக்குள்ளாகவும் சர்வதேச அளவிலும் புத்தரின் செய்தியைப் பரப்பிய உண்மையான பௌத்தத் தூதராக மாறியிருப்பார். ஆனால், அப்படி நடக்கவில்லை.

சிறு பாறை அரசாணை I-ஐப் பிரகடனப்படுத்தியதற்கும் பொ.ஆ.மு. 256-இல் பெரும் பாறை அரசாணை வரிசையைத் தொடங்கியதற்கும் இடையில் — அதாவது, தோராயமாக ஓர் ஆண்டு காலம் அல்லது ஒன்றரை ஆண்டு காலம் வரை — அசோகர் அவரது மதரீதியான, அறரீதியான செயல்திட்டம் குறித்துத் தீவிரமாகச் சிந்தித்து, பாதை மாறியதுபோல் தெரிகிறது. அணுகுமுறையில் ஏற்பட்டிருக்கும் இந்த மாற்றம் குறித்து இன்னும் விரிவாக இயல் 8-இல் நான் விவாதிக்கவிருக்கிறேன். இங்கே சுருக்கமாகச் சொல்வதென்றால், வேறு விதமான உத்தியைப் பேரரசின் சுழல்மையமாகக் கொண்டு அசோகர் செயல்பட்டதுபோல் தெரிகிறது — அதாவது, பௌத்தத்தை வெளிப்படையாக ஆதரிப்பது என்ற நிலைப்பாட்டிலிருந்து விலகி, தர்மம் குறித்த தன்னுடைய சொந்த அர்த்தப்படுத்தலின் அடிப்படையில் புதிய தார்மிகத் தத்துவத்தை நோக்கி நகர்கிறார். தர்மம் குறித்த அசோகரது இந்தத் தார்மிகத் தத்துவமே, நாம் இயல் 9-இல் பார்க்கவிருப்பதுபோல், பேரரசின் சித்தாந்தமாகவும் பேரரசுத் திட்டத்தின் அஸ்திவாரமாகவும் மாறுகிறது.

முதலாவதாக, அசோகரது தார்மிகத் தத்துவத்தின் தனித்துவமான கருத்தாக்கமாக இருக்கும் ஒன்று, அதாவது தர்மம், அவர் முதலில் எழுதிய எழுத்தில் இல்லை என்பதை நாம் நினைவில்கொள்வது முக்கியம். அவரது வாழ்க்கையின் இந்தக் கட்டத்தில், அதாவது பௌத்தத்தைத் தழுவிய பிறகு, அவரது கவனம் வேறெங்கோ இருக்கிறது. அவர் முதலில் எழுதிய எழுத்தில் இது இல்லாமல் இருப்பதைச் சிறு பாறை அரசாணை II அடிக்கோடிட்டுக்காட்டுகிறது;

பெரிதுபடுத்திக்காட்டுகிறது. சொல்லப்போனால், இந்த அரசாணையின் மைய கவனமாக இருப்பது தர்மம். இந்தக் கல்வெட்டு தெற்கில் ஒருசில இடங்களில் மட்டுமே காணப்படுகிறது; வடக்கில் எங்குமில்லை. இது ஐந்து இடங்களில் சிறு பாறை அரசாணை I-உடன் சேர்ந்து காணப்படுகிறது; தனியாக எங்குமில்லை. சிறு பாறை அரசாணை II தர்மம் குறித்த வரையறையைக் கொண்டிருக்கிறது. இதை நாம் பெரும் பாறை அரசாணைகளிலும் தொடர்ந்து எதிர்கொள்கிறோம். இது குறித்து இயல் 9-இல் நாம் விவாதிக்கலாம். சிறு பாறை அரசாணை II-இல் உள்ள செய்தியானது பொறிக்கப்படுவதற்காக எழுதப்பட்டதல்ல என்று அறிஞர்கள் முன்வைக்கிறார்கள்.[9] அசோகர் இங்கே 'கட்டளைகள்' என்ற அர்த்தத்தைக் கொண்ட 'ஆநபயதி' என்ற சொல்லைப் பயன்படுத்துகிறாரே தவிர, 'எழுதப்பட்டது' அல்லது 'பொறிக்கப்பட்டது' என்ற அர்த்தத்தைக் கொண்டிருக்கும் 'லிகிதா' என்ற சொல்லைப் பயன்படுத்தவில்லை. இது, தனது அதிகாரிகளுக்கு அசோகர் வாய்மொழியாகக் கொடுத்த செய்தியாக இருந்திருக்கலாம். இப்படியான கட்டளைகள் துல்லியமாக எப்போது கொடுக்கப்பட்டன என்பது அவ்வளவு தெளிவாக இல்லை என்றாலும், தர்மத்தை அவரது செய்தியின் மையமாக அசோகர் பார்க்கத் தொடங்கியதற்குப் பிறகாக இருக்கலாம் என்று சொல்ல முடியும். இது, மேற்கில் உள்ள இடங்களில் வழங்கப்பட்டு, பொறிக்கப்பட்ட கணிசமான காலத்துக்குப் பிறகே தெற்கில் உள்ள சிறு பாறைக் கல்வெட்டுகள் பொறிக்கப்பட்டிருக்க வேண்டும் என்று முன்வைப்பதாக இருக்கிறது. தெற்கில் பொறிப்பதற்கான பொறுப்பு கொடுக்கப்பட்டிருந்த அதிகாரிகள், தர்மத்தின் மீது அசோகரது புதிய கவனம் குறித்து முன்னரே அறிந்திருக்கலாம். இதனால்தான், இந்த அரசாணையைப் பொறித்தபோது, பாடலிபுத்திரத்திலிருந்து வந்த வாய்மொழி உத்தரவையும் அதோடு சேர்த்திருக்கிறார்கள்.

பொ.ஆ.மு. 256 மார்ச் மாதத்துக்கும் 255 மார்ச் மாதத்துக்கும் இடையில், அதாவது அவர் அறியணை ஏறிய பதிமூன்றாவது வருடத்தில், அசோகரது செய்திகள் பதினான்கு பெரும் பாறை அரசாணைகளில் தொகுக்கப்பட்டிருக்கின்றன. இவற்றில், தர்மம் என்ற கருத்தாக்கத்தை மையமாகக் கொண்டு, அவர் புதிதாகக் கண்டெடுத்த தார்மிகத் தத்துவத்தின் மீது கவனம்குவிக்கத் தொடங்குகிறார். இவற்றையும், தூண் அரசாணைத் தொகுப்பிலும் — பொ.ஆ.மு. 241-இல், அதாவது அவர் அரியணை ஏறிய இருபத்தெட்டாவது வருடத்தில் வழங்கிய தூண் அரசாணை VII-தான் அதில் கடைசியானது — பௌத்தம் குறித்தோ

9 சிறு பாறை அரசாணை II எவ்வாறு சிறு பாறை அரசாணை I–இல் சொருகப்பட்டது என்பது குறித்த விரிவான வாசிப்புக்குப் பார்க்கவும்: Falk (2006: 57–58).

அதோடான அவரது இணைவு குறித்தோ, இங்கே அங்கே என்று ஒருசில குறிப்புகள் காணப்படுவதைத் தவிர பெரிதாக எதுவும் இல்லை.

அப்படியென்றால், அவர் பௌத்தத்தைக் கைவிட்டார் என்றும், அவரது புதிய பற்றுறுதியை வளர்த்தெடுக்கும் செயலைக் கைவிட்டார் என்றும் அர்த்தமாகிறதா? நான் அப்படி நினைக்கவில்லை. தர்மத்தைச் சுழல்மையமாகக் கொண்ட பின்பும், முழுக்க பௌத்தம் தொடர்பான விஷயம் மீது கவனம்குவிக்கும் இரண்டு கல்வெட்டுகளை நாம் கொண்டிருக்கிறோம்: பைரத் கல்வெட்டு, பிளவு அரசாணை — இவ்விரண்டு குறித்தும் நாம் மேலே ஆராய்ந்திருக்கிறோம். இவ்விரண்டு கல்வெட்டுகளும் பௌத்த மடாலய நிறுவனங்கள் மீதும், அவற்றை அறிவார்த்தரீதியாகவும் நிறுவனரீதியாகவும் பலப்படுத்துவதன் மீதும் அவர் கொண்டிருந்த ஈடுபாட்டை வெளிப்படுத்துகின்றன. நாம் லும்பினி, நிக்லிவா ஆகிய இரண்டு இடங்களிலும், பௌத்தத் தூண் கல்வெட்டுகளைக் கொண்டிருக்கிறோம். ஆனால், இவ்விரண்டு கல்வெட்டுகளிலும் அவரது பேரரசுக்குள்ளாக, தர்மத்தைப் பரப்புரை செய்வதைப் போலவே செயலூக்கத்தோடு பௌத்தத்தைப் பரப்புரை செய்ததற்கான அறிகுறிகள் எதுவுமில்லை.

பௌத்தத்துக்கும் பௌத்தப் பழக்கவழக்கங்களுக்கும் அசோகர் தொடர்ந்து ஆதரவு கொடுத்துவந்தார் என்பதற்கான அறிகுறிகள் எழுத்து வடிவில் இல்லையென்றாலும், அவர் மேற்கொண்ட கட்டுமானச் செயல்கள் கண்கூடாக வெளிப்படுகின்றன. இது குறித்து நாம் இயல் 4-இல் துருவியகழ்ந்திருக்கிறோம். இந்தக் கட்டுமான நடவடிக்கைகள் அதிகபட்சம் பதினான்கு ஆண்டுகள் (பொ.ஆ.மு. 256-242) நடந்திருக்கலாம். சொல்லப்போனால், இன்னும் குறைவாகக்கூட இருக்கலாம். அங்கு, இக்கேள்வியை நாம் கேட்டுக்கொண்டோம்: பெருமளவு செலவுசெய்து கடும் முயற்சி எடுத்து அசோகர் ஏன் இந்தத் தூண்களை எழுப்ப வேண்டும்? இதற்கான விடை, அடிப்படையில் இந்தத் தூண்களின் புவியியல்ரீதியான இருப்பில் காணப்படுகிறது. பெரும்பாலானவை, பௌத்தத்தோடு தொடர்புடைய முக்கியமான இடங்களில் காணப்படுகின்றன. இவற்றில் சில, சாஞ்சி, சார்நாத்தில் உள்ளது போன்று, பிரபலமான பௌத்த மடாலய வளாகங்களில் எழுப்பப்பட்டிருக்கின்றன. பிற இடங்கள் புத்தரின் வாழ்க்கையோடு தொடர்புடையவையாக இருக்கின்றன. இன்னும் வெளிப்படையாக இருக்கும் விஷயம் என்னவென்றால், இந்தத் தூண்களெல்லாம் அசோகரின் தலைநகரமான பாடலிபுத்திரத்திலிருந்து புத்தரின் பிறப்பிடமான லும்பினிக்கு யாத்திரை போகும் வழியெங்கும் நிறுவப்பட்டிருக்கின்றன. இந்தத் தூண்களெல்லாம் யாத்திரிகர்களுக்கு ஒரு தூணிலிருந்து மற்றொன்று என்று லும்பினிக்குப் போகும் வழியைக்

காட்டுகின்றன. இந்தத் தூண்களுக்கு அருகில் தண்ணீருக்கான கிணறுகள் இருந்தன. இந்தத் தூண்களுக்கு அருகில் யாத்திரிகர்கள் ஓய்வெடுக்கவும், இரவைக் கழிக்கவும் சத்திரங்கள் இருந்திருக்கலாம் என்று சுலபமாகக் கற்பனைசெய்து பார்க்க முடியும். இவ்விஷயம் குறித்து, முன்னர் பாறை அரசாணை *II*-இல் அசோகர் விவாதித்திருப்பதை, தூண் அரசாணை *VII (iii)*-இல் மேலும் விரிவுபடுத்துவது மிகப் பொருத்தமாகவே இருக்கிறது:

> மேலும், சாலைகள்தோறும், வளர்ப்புப் பிராணிகளுக்கும் மனிதர்களுக்கும் நிழல் கொடுக்கும் விதமாக, அரச மரங்களை நட்டு வளர்த்திருக்கிறேன்; மாந்தோப்புகளை உருவாக்கியிருக்கிறேன்; 8 கரோஸகள் (சுமார் 28 கிலோமீட்டர்) இடையிடையே கிணறுகள் வெட்டியிருக்கிறேன், சத்திரங்கள் கட்டியிருக்கிறேன். வளர்ப்புப் பிராணிகளுக்காகவும் மனிதர்களுக்காகவும் பல இடங்களில் தண்ணீர் வசதி அமைத்துக்கொடுத்திருக்கிறேன். ஆனால், இதன் பலன்களெல்லாம் அற்பமானவை. ஏனெனில், முந்தைய அரசர்களும், நான் உள்பட, பலவிதமான மகிழ்ச்சிகளால் மக்களை மகிழ்ச்சிப்படுத்தியிருக்கிறோம். ஆனால், அவர்கள் தர்மத்துக்குக் கட்டுப்பட்டு நடக்க வேண்டும் என்பதற்காக நான் இவற்றையெல்லாம் செய்திருக்கிறேன்.

சாலைகள் அமைக்கும் திட்டத்தை அசோகர் அவரது பேரரசு முழுக்க மேற்கொண்டிருப்பாரானால், அது புத்தர் பிறந்த இடத்துக்கு யாத்திரை போகும் வழியெங்கும்கூட அவர் சாலைகள் அமைத்திருக்க வேண்டும். அதிலும் குறிப்பாக அவ்வழி நெடுக பிரம்மாண்டமான தூண்களை எழுப்பியிருப்பதைக் கணக்கில் கொண்டு சொல்வதென்றால் இது காரணியத்துக்கு உட்பட்டதாகத்தான் இருக்கிறது.

மிக நுட்பமான, பெரும் செலவிலான தூண்களை, அதுவும் அவற்றின் தலையில் சிங்கங்களின் சிற்பத்தோடு எழுப்பியிருப்பது பௌத்த நிறுவனத்தோடும் யாத்திரிகர்களின் பழக்கங்களோடும் மிக நெருக்கமாகப் பிணைந்திருக்கிறது. இப்படியான திட்டத்தைப் பொதுவெளியில் செயல்படுத்தியது, பௌத்தத்துக்கான உரத்த, நிலையான விளம்பரமாக இருப்பதோடு, பௌத்தத்துக்கான பேரரசரின் ஆதரவை வெளிப்படுத்துவதாகவும் இருக்கிறது. இந்தக் கட்டுமானத் திட்டத்தின் வீச்சும் பிரமிக்கத்தக்கதாக இருக்கிறது. இது, கிழக்குக் கோடியில் உள்ள தலைநகரமான பாடலிபுத்திரத்திலிருந்து தொடங்கி மேற்குக் கோடியில் உள்ள சாஞ்சி வரையில், ஏறக்குறைய 900 கிலோமீட்டர் அளவுக்கு நீள்கிறது. அதுபோலவே பாடலிபுத்திரத்துக்கும் தெற்கு நேபாளத்தின் வடகோடியில் உள்ள லும்பினிக்கும் இடையேயான தொலைவு 350 கிலோமீட்டர். ஆக, இந்தத் தூண்களின் குறியீட்டுரீதியான

மதிப்பானது மத்திய மேற்கு மற்றும் வடகிழக்கு இந்தியா முழுவதும் பரந்துவிரிந்து காணப்படுகிறது. இந்தத் தூண்களின் குறியீட்டுரீதியான மதிப்பு ஒன்றுக்கும் மேலானதாக இருந்திருக்கலாம். இவை, பல்வேறு பிரிவைச் சேர்ந்த மக்கள் மதரீதியாகவும் பண்பாட்டுரீதியாகவும் பலவிதமாக அர்த்தப்படுத்திக்கொள்வதை, பலவிதமாகத் தன்வயப்படுத்திக்கொள்வதைச் சாத்தியப்படுத்தியிருக்க வேண்டும். இவை கொண்டிருக்கும் பௌத்தத்தன்மையை ஒருவர் அறியாமல் இருந்திருக்கவும் முடியாது, அதை நிராகரித்திருக்கவும் முடியாது.

அசோகரது கட்டடக்கலையார்ந்த குறியீடுகளின் தெளிவின்மை, பன்மையிலான அர்த்தம் குறித்து நாம் பார்த்ததுபோலவே, அவரது வார்த்தைகளைச் சுற்றிக் காணப்படும் பொருண்மையான நிறமாலையையும் நம்மால் கண்டுணர முடியும் – அதுவும் குறிப்பாகப் பண்பாட்டுரீதியான, மதரீதியான பிரத்யேகச் சொற்கள் விஷயத்தில். சொல்லவே வேண்டாம், இப்படியான வார்த்தைகளில் மிக முக்கியமான ஒன்றாக இருப்பது தர்மம் என்ற சொல். சொல்லப்போனால், மதரீதியான, பண்பாட்டுரீதியான, இனரீதியான வேறுபாடுகளையெல்லாம் கடந்து இந்தியாவின் மையக் கருத்தாக்கமாக தர்மம் இருந்தது என்றும், தொடர்ந்து இருந்துவருகிறது என்றும் நம்மால் கோர முடியும். நாம் பகுதி 3-இல் விவாதிக்கவிருப்பது போன்று, அசோகர் பெருமளவில் அவரது பொது வாழ்க்கையை தர்மத்தைப் பரப்புவதற்குச் செலவிட்டார்; தர்மத்தை வரையறுப்பதிலும் அவர் கவனமாக இருந்தார். அசோகரது தர்மம் வெறுமனே பௌத்த தர்மமாக இல்லையென்றாலும்கூட, இச்சொல்லின் பொருண்மையான வீச்சைக் கணக்கில்கொள்வோம் என்றால், அசோகரது காலத்தில் இச்சொல்லைக் கேட்ட மக்கள், அதற்குள் பௌத்த தர்மத்தை முக்கியமான ஒன்றாக உள்ளடக்கியிருக்க வேண்டும்.

திட்டமிட்டதாக இருந்தாலும் இல்லையென்றாலும் அசோகர் அவரது குடும்ப உறுப்பினர்கள், அரசதிகாரிகள், மக்கள் ஆகியோருக்கு மத்தியில் தர்மத்தைப் பரப்புரை செய்ததை, குறைந்தபட்சம் ஒருசில பிரிவினர்கள் பௌத்தத்துக்கு ஆதரவாகப் பார்த்திருக்கலாம். அக்காலகட்டத்தில் இருந்த ஒழுங்கமைக்கபட்ட பிற எல்லா சமயங்களையும்விட, 'தர்மம்' என்ற சொல்லை பௌத்த இறையியல் அதன் மையமான, பிரதானமான ஒன்றாகக் கொண்டிருந்தது. நாம் முன்னரே பார்த்ததுபோல், அது பௌத்தத்தின் மும்மணிகளின் பகுதியாக இருந்தது: புத்தம், தம்மம், சங்கம். பௌத்த முழக்கங்களின் தொடக்கம் முன்மணிகளில் சரணடைவதாக இருக்கிறது: 'புத்தம் சரணம் கச்சாமி, தம்மம் சரணம் கச்சாமி, சங்கம் சரணம் கச்சாமி.'

இருப்பினும், தர்மத்தைப் பரப்புவதும் பௌத்தத்தைப் பரப்புவதும் ஒன்றல்ல. அசோகர் அதைக் குறுங்குழுவாதத் தன்மையற்று மதரீதியான தார்மிகரீதியான கருத்தாக்கத்தின் மையமாகப் பயன்படுத்துகிறார். அவரது காலத்தில் இருந்த எல்லாப் பாஸந்தாக்களுக்கும், அதாவது பௌத்தர்கள், பார்ப்பனர்கள், சமணர்கள், ஆஜீவிகர்கள் என்று மதரீதியான நிறுவனங்கள் எல்லாவற்றுக்கும் தான் ஆதரவு கொடுப்பதாக எல்லோரிடமும் அசோகர் சொல்கிறார். அப்படிச் சொன்னது உண்மையாகவும் இருக்கலாம். இருந்தாலும், நான் முன்னர் குறிப்பிட்டது போன்று, 'உத்திபூர்வமான தெளிவின்மை' என்று நாம் சொல்லக்கூடிய ஒன்றில் அசோகர் ஈடுபடுகிறார். பௌத்தத்தை ஆதரிப்பதற்கும் அதைப் பரப்புவதற்கும் சொற்களும் தொல்பொருட்களும் தெளிவின்மையையும் பன்மையிலான அர்த்தத்தையும் கொண்டிருப்பது மிகவும் அவசியமாகிறது. தார்மிகரீதியாகவும் நிர்வாகரீதியாகவும் அசோகர் கொடுத்த ஆதரவு என்பது பௌத்தப் பிக்குகளின் பிக்குனிகளின் சமயப் பரப்புரைச் செயல்பாடுகளுக்கும் சாதகமாக இருந்திருக்க வேண்டும்; அவர் கொடுத்த பொருளாதார ஆதரவு பௌத்தப் புனித இடங்களைக் கட்டியெழுப்புவதற்குப் பெரும் உதவியாக இருந்திருக்க வேண்டும். பொ.ஆ.மு. மூன்றாம் நூற்றாண்டில் இந்திய நிலப்பரப்பில் கட்புலனார்ந்த, நிரந்தரமான இருப்பை பௌத்தம் கொண்டிருந்ததுபோல் மதரீதியான பிற போட்டியாளர்கள் எவரும் கொண்டிருக்கவில்லை.

அசோகரது பௌத்தம்

பைரத் கல்வெட்டு மற்றும் பிளவு அரசாணைகளின் பின்னணியில் அசோகரது தீவிரமான பற்றுறுதி குறித்தும் மதரீதியான பௌத்தத்தை அவர் கற்றது குறித்தும் இக்கேள்வியை நாம் கேட்கக்கொள்ள வேண்டியுள்ளது: அசோகரது பௌத்தம் என்னவாக இருந்தது? இக்கேள்விக்கான பதில், அசோகர் குறித்த இச்சொல்லோவியத்துக்கு மட்டுமல்லாமல், பரந்த தளத்தில் பௌத்த வரலாற்றுக்கும் மிக முக்கியமான ஒன்றாகிறது. அசோகரது கல்வெட்டுத் தொகுப்பு பௌத்தக் கொள்கைகளின், பழக்கவழக்கங்களின் வரலாற்றுக்குத் தனித்துவமான, முக்கியமான மூலமாகிறது.

ஆக, அசோகரது பௌத்தம் என்னவாக இருந்தது? அவர் எதன் மீது நம்பிக்கை கொண்டிருந்தார்? நேர்மறையாக நமக்கு மிகக் குறைவான தகவல்களே கிடைக்கின்றன. புத்தரின் பிறப்பிடம், அவர் அறிவொளி பெற்ற இடம் போன்ற பிரதான பௌத்த ஸ்தலங்களுக்கு அவர் நிச்சயமாக யாத்திரைகள் மேற்கொள்கிறார்; சங்கத்துக்குச் சென்றுவருகிறார். இதன் விளைவாக 'அரும்பாடுபடுதல்'

அல்லது ‘முயல்தல்’ என்று அவர் விவரித்ததை மேற்கொள்ள பிக்குகளிடமிருந்து உந்துதல் பெறுகிறார். ஆனால், அவரது பற்றார்வ முயற்சிகளின் உள்ளடக்கம் குறித்து நம்மிடம் அவர் பெரிதாக எதுவும் சொல்லவில்லை. சொல்லப்போனால், பௌத்தக் கொள்கைகள், நம்பிக்கைகள், அறநீதியான பழக்கங்கள் குறித்தெல்லாம்கூட மிகமிகக் குறைவாகவே நம்மோடு பகிர்ந்துகொள்கிறார். ஒருவேளை, நான் இயல் 9-இல் ஆராயவிருப்பதுபோல், கொல்லாமைக்கு, அதாவது அகிம்சைக்கு அவர் அழுத்தம் கொடுத்தது என்பது பௌத்தத்திலிருந்து உந்துதல் பெற்றதாக இருக்கலாம்[10] — அக்காலகட்டத்தைச் சேர்ந்த மத மரபான சமணத்திலும் அகிம்சை மையக் கருத்தாக இருந்தது என்றபோதும். நாம் பார்க்கவிருப்பதுபோல், தர்மம் குறித்து அசோகரது வரையறை கொண்டிருக்கும் கூறுகள்கூட, பௌத்தத்தைப் பிரத்யேகமாகக் கொண்டிருக்கவில்லை. சொல்லப்போனால், தர்மம் குறித்த அவரது வரையறையில், பௌத்தத்தின் ஐந்து கட்டளைகளுக்கு இடமேதுமில்லை.

அசோகரது பண்பாட்டு உலகத்தைப் புரிந்துகொள்வதற்கு, அசோகரது மௌனங்களின் முக்கியத்துவம் குறித்து — அதாவது, அவர் என்ன சொல்லவில்லை என்பதன் முக்கியத்துவம் குறித்து நான் முன்னர் பேசியிருக்கிறேன். பண்டைய இந்தியாவின் சமூக வகைமையின் மையமாக இருந்த — பிந்தைய காலத்தின் சாதியோடு இணைக்கப்படும் — வர்ணங்கள் என்றழைக்கப்படும் நான்கு சமூகக் குழுமங்கள் குறித்த அசோகரது மௌனத்தை முன்னரே பார்த்தோம். ஆனால், பௌத்தத்தின் கொள்கைகள் என்று வரும்போது அவரது மௌனம் காதுகளைச் செவிடாக்கும் அளவுக்கு இருக்கிறது. பௌத்தச் சமய நூல்களிலிருந்து நாம் அறிந்துகொள்ளும் பௌத்தக் கோட்பாடுகள் என்று எது ஒன்றையும் அசோகர் குறிப்பிடவில்லை. இது, மானுட இடர்களையும் உள்ளடக்கியிருக்கிறது: வாழ்க்கை என்பதே உள்ளார்ந்தும் இறுதியாகவும் துக்கம்தான்; மானுட வாழ்க்கை தொடர்ந்து மறுபிறவிகளுக்கு, அதாவது இறப்புகளுக்கும் பிறப்புகளுக்கும் உள்ளாவதே உள்ளார்ந்த துக்கத்துக்குக் காரணமாகிறது. இந்தச் சுழற்சியே சம்சாரம் என்றழைக்கப்படுகிறது. இந்தத் துக்கத்தை அழித்து, மறுபிறவிச் சுழற்சியிலிருந்து விடுதலை அடைவதே — இதுவே

10 இயற்கை குறித்த பௌத்த அறத்தின் மையமாக அகிம்சை இருந்ததற்குப் பார்க்கவும்: Schmithausen (2000). இவர் சொல்கிறார்: ‘தொடக்கத்திலிருந்தே மரபான பௌத்தம் விலங்குகள் மீதான அறத்தில் வேர்கொண்டிருந்தது. இயற்கை குறித்து இந்தப் புதிய அறம் பௌத்தத்தின் மிக முக்கியப் பங்களிப்பாக இருக்கிறது என்றும் சொல்ல முடியும். நாம் அறிந்திருப்பதுபோல், உயிரினங்களைக் கொல்லாமல் இருப்பது என்பது பௌத்தத் துறவிகளும் சாதாரணமானவர்களும் தங்களை ஒப்புக்கொடுக்க வேண்டிய அல்லது முதல் தார்மிக விதிமுறையாக இருக்கிறது’ (ப.29).

நிர்வாணம் என்றழைக்கப்படுகிறது — பௌத்தத்தின் இறுதி லட்சியமாக இருக்கிறது. நல்லது, கெட்டது இரண்டையும் உள்ளடக்கிய மானுடச் செயல்களே — இதுவே கர்மா என்றழைக்கப்படுகிறது — இந்தச் சுழற்சியை எக்காலத்துக்கும் தொடர்ந்து இயங்கும் ஆற்றலாகவும் உந்துசக்தியாகவும் இருக்கிறது. பௌத்தக் கொள்கைகளின் தொகுப்பில் காணப்படும் இந்த அம்சங்கள், குறிப்பாக மறுபிறவியும் கர்மாவும், அக்காலத்தின் சமணம் போன்ற பிற பிரதான மதங்களிலும் மையக் கருத்தாக்கமாக இருந்தன. இவையெல்லாம், 'பெரும் மகதம்' என்பதாக ஜோஹனீஸ் ப்ராங்ஹோர்ஸ்ட் அடையாளம் காணும் பகுதியின் முக்கியப் பண்பாட்டுக் கூறுகளாக முன்வைக்கப்படுகின்றன.[11] மேலும், அசோகப் பேரரசின் இதயமாக மகதம் இருந்தது. ஆக, மகதத்தைச் சேர்ந்தவராகவும் ஒரு பௌத்தராகவும் இவையெல்லாம் குறித்து அசோகர் கருத்துரைக்க இரட்டைக் காரணங்கள் இருந்தன. ஆனாலும், அவர் ஏன் செய்யவில்லை?

அசோகருடைய மௌனத்தின் இரண்டாவது பகுதியாக இருப்பது, பஞ்சசீலம் என்றழைக்கப்படும் ஐந்து தார்மிக நெறிமுறைகள் — ஒரு பௌத்தர் பின்பற்ற வேண்டிய அடிப்படையான அறத்தின், ஒழுக்கத்தின் இதயமாக இருப்பதோடு தொடர்புடையதாக இருக்கிறது. (1) மனிதர்களைக் கொல்லாமல் இருப்பது, (2) கொடுக்கப்படாததை எடுத்துக்கொள்ளாமல் இருப்பது (அதாவது திருடாமல் இருப்பது), (3) முறையற்ற பாலியல் உறவில் ஈடுபடாமல் இருப்பது, (4) பொய் சொல்லாமல் அல்லது தவறாகப் பேசாமல் இருப்பது, (5) மது அருந்தாமல் இருப்பது ஆகியவை பஞ்சசீல நெறிமுறைகளாகின்றன. இவற்றில், முதலாவது மட்டுமே, அதாவது கொல்லாமை மட்டுமே, தர்மம் குறித்த அசோகரது வரையறையின் பகுதியாக இருக்கிறது — உண்மை பேசுதல் கடைசிக் கூற்றாகத் தூண் அரசாணை VIII-இலும், சிறு பாறை அரசாணை II-இலும் கொடுக்கப்பட்டிருக்கிறது என்றபோதும், பௌத்தத்தின் ஐந்து நெறிமுறைகளை அசோகர் ஏன் அவரது தர்மம் குறித்த வரையறையின் பகுதியாக முன்வைக்கவில்லை?

பிந்தைய கேள்வியை நான் பகுதி 3-இல் எடுத்துக்கொள்கிறேன். ஆனால் இங்கு, பௌத்தத்தின் மையக் கொள்கைகள் குறித்த அசோகரது மௌனத்தின் மீது நான் கவனம்செலுத்துகிறேன். அசோகரது இந்த மௌனம் கடந்த ஒரு நூற்றாண்டுபோல் அறிஞர்களுக்குப் பெரும் புதிராக இருந்துவருகிறது. இந்தப் புதிரை விடுவிக்க அவர்கள் பலவிதமான பதில்களை முன்வைத்துப் பார்த்திருக்கிறார்கள் — அசோகர் அறியாமையில் இருந்த சாதாரண மனிதர்; அவரது அரசாணைகளைப்

11 பார்க்கவும்: *Bronkhorst (2007).* சில ஆதாரமான நம்பிக்கைகள் குறித்த அசோகரது மௌனம் பற்றிய விவாதத்துக்குப் பார்க்கவும்: *Schmithausen (1992: 137–39).*

பிரசுரிப்பதன் மூலம் அவர் என்ன செய்ய நினைத்தாரோ அதற்கு இந்தக் கொள்கைகள் பொருத்தமற்றவையாக இருந்தன; அசோகரது காலத்தில் இருந்த பௌத்தம் அதன் குழந்தைப்பருவத்தில் இருந்ததால் இந்தக் கொள்கைகளை பௌத்தம் அப்போது கொண்டிருக்கவில்லை; பௌத்தம் அதன் மூலத்தில் வெறும் தார்மிகத் தத்துவமாக மட்டுமே இருந்தது; மேலான கொள்கைகள் விடுதலை வேண்டிய துறவிகளுக்கானவையாக மட்டுமே இருந்தன என்றால், சாதாரண மக்கள் இப்போது இருப்பதுபோலவே அப்போதும், சொர்க்கத்தை அடைய புண்ணியங்கள் சேகரிப்பதன் மீது மட்டுமே கவனம்குவித்தார்கள். இவை எவையுமே திருப்திகரமான பதிலை முன்வைக்கவில்லை.

அசோகரது முழுக் கவனமும் தன்னுடைய புதிய தர்மத்தைப் பரப்புவதன் மேல் மட்டுமே இருந்தது. இந்தத் தேவைக்காக, அவரது பரந்த பேரரசுக்குள் காணப்பட்ட வேறுபட்ட குழுமங்களால் சுலபமாகப் புரிந்துகொள்ளக்கூடிய, ஏற்றுக்கொள்ளக்கூடிய கொள்கைகளையும் தார்மிக அம்சங்களையும் மட்டுமே அவர் தேர்ந்தெடுத்துக்கொண்டார். பௌத்தக் கொள்கைகளுக்குள் ஆழமாகச் செல்வதன் மீதான அசோகரது தயக்கத்தை இது ஓரளவு விளக்குவதாக இருக்கிறது என்பதில் எந்தச் சந்தேகமும் இல்லை. இருந்தாலும், சில வட்டாரங்களில் ஏற்றுக்கொள்ள முடியாத அகிம்சை போன்ற சில கொள்கைகளை அவர் முதன்மைப்படுத்தினார். இந்தத் தார்மிக நிலைப்பாடானது இறைச்சிக்காரர்கள், மீனவர்கள், வேட்டைக்காரர்கள் போன்று பல தரப்பு மக்களின் வாழ்வாதாரத்தைப் பாதித்திருக்க வேண்டும்; சொல்லவே வேண்டாம், சில மக்களின் உணவுப் பழக்கவழக்கங்களையும் பாதித்திருக்க வேண்டும். ஆக, அவரது தயக்கம் மட்டுமே அவரது மௌனத்தை முழுமையாக விளக்குவதற்குப் போதுமானதாக இல்லை. கர்மா, மறுபிறவி ஆகியவற்றின் அறம், பிரத்யேகமான வழிகளில் மக்கள் தர்மத்தைப் பின்பற்ற, இறப்புக்குப் பின் சொர்க்கத்தை அடைய ஊக்குவிக்கும் அவரது முயற்சிகளுக்கு மிகச் சரியாகப் பொருந்திப்போகக்கூடிய ஒன்றாக இருக்கிறது. சமூகவியலாளர் மேக்ஸ் வெப்பர் குறிப்பிடுவதைப் போல் கர்மாவைவிடச் சிறந்த இறைமைவாதம் எதுவும் இதுவரை கண்டுபிடிக்கப்படவில்லை. தார்மிகரீதியாக வாழ்வதற்கு அவ்வளவு பொருந்திப்போகக்கூடிய ஒரு நியாயப்பாடு இருக்கும்போது, அசோகர் ஏன் அதைப் பயன்படுத்திக்கொள்ளவில்லை?

புதிர் இன்னும் தொடர்கிறது.

பகுதி மூன்று

தர்மம்:
தார்மிகத் தத்துவவியலாளராக அசோகர்

பரந்துபட்டதான, பலதரப்பட்டதான நிலப்பரப்பை ஆள வேண்டிய பொறுப்புள்ள ஆட்சியாளராக இருந்தார் அசோகர். எதிரிகளிடமிருந்து — உள்ளேயிருந்தும் வெளியேயிருந்தும் — காப்பாற்ற வேண்டிய பொறுப்பைக் கொண்டிருந்தார். அவர் ஓர் எழுத்தாளர். இந்தியாவில் வரும் தலைமுறையினர் படிக்க வேண்டும் என்பதற்காகத் தன்னுடைய எழுத்துகளைக் கல்லில் பொறித்திருக்கும் முதல் எழுத்தாளர். சிலர் முன்வைப்பதன் அடிப்படையில் சொல்வதென்றால், அவரது எழுத்து வடிவத்தை அவரே கண்டுபிடித்தவராகவும் இருக்கிறார்; வரும் தலைமுறையினருக்கு இந்த எழுத்து வடிவங்களை விட்டுச்சென்றிருக்கிறார். இந்த எழுத்து வடிவமே இந்திய எழுத்து வடிவங்கள் எல்லாவற்றுக்குமான தாயாகவும் இருக்கிறது. சொல்லப்போனால், அவர் ஒரு கட்டுநராகவும் இருந்தார். பண்டைய இந்தியா கண்டிராத மிகப் பெரிய கட்டுமானங்களை அவர் எழுப்பினார். நேர்த்தியான, அழகான நினைவுத் தூண்களையும் தலைகளையும் (captials) நிறுவியிருக்கிறார். அதில் ஒன்றுதான் சார்நாத்தில் சிங்கங்களைத் தலையாகக் கொண்டிருப்பது. இதுவே இந்தியக் குடியரசின் சின்னமாகவும் ஆனது. மேலும், ஒரு சாதாரணச் சீடராக புத்தர் மீது கொண்டிருந்த பற்றுறுதியைப் பறைசாற்றுவதில் பெருமைகொண்ட பௌத்தராகவும் இருந்தார். பௌத்தச் சங்கங்களுக்கு வழிகாட்டுதல்கள், அறிவுறுத்தல்கள் கொடுக்கவும் முயன்றார். ஆனால், இவை எவையுமே அவரது அடையாளத்தை முழுமையாக வரையறுப்பதாக இல்லை.

அவரது வாழ்க்கையில் கடைசி இரண்டு பத்தாண்டுகளில், அசோகர் அவரது நேரத்தின், சக்தியின் பெரும்பகுதியை ஸ்தூலமான கட்டடங்கள் கட்டுவதிலேயோ அல்லது சலிப்பூட்டுகிற அரசு நிர்வாகத்திலேயோ செலவிடவில்லை. இந்தக் காலகட்டத்தில், அவர் ஒரு கருத்தின் மீதே, அதாவது 'தர்மம்' என்ற கருத்தில் பொதிந்திருப்பதன் மீதே அவரது

நேரத்தையெல்லாம் செலவிட்டார் (படம் 2). அசோகரது அடையாளத்தை வரையறுக்கக்கூடிய ஆதாரமான ஒன்று இருக்குமானால், அது தர்மத்தின் மீதான அவரது அர்ப்பணிப்பாகத்தான் இருக்க முடியும். உலகம் முழுவதும் தர்மத்தைப் பரப்புவதையே, அவரது சொந்த நாட்டினுள்ளும் பரந்துபட்ட உலகத்திலும் அவரது புகழை நிலைநிறுத்தக்கூடிய ஒன்றாகக் கருதினார்.

பரந்த நாகரிகத் தளத்திலான அவரது திட்டத்துக்கு தர்மம் அடிக்கல்லாக இருந்தது. இந்தத் திட்டத்தைப் பொ.ஆ.மு. 256 மார்ச் மாதத்துக்குச் சற்று முன்னர், அதாவது அவர் அரியணை ஏறிப் பன்னிரண்டாவது வருடத்தில் தொடங்கினார். இந்தத் திட்டம், அவரது பேரரசுக்குள்ளும், அவர் அறிந்திருந்த பிற அந்நிய நாடுகளிலும் தார்மிகரீதியான குடிநபருக்கான பண்பை முன்வைக்க முயன்றது. இந்தத் திட்டத்தின் மையமான பகுதி, எல்லா மக்களுக்குமான ஒரு தார்மிகத் தத்துவத்தை — மக்களுடைய சமூக மற்றும் பொருளாதார நிலை எதுவாக இருந்தாலும், அல்லது மதரீதியாக, பண்பாட்டுரீதியாக அல்லது இனரீதியாக எதைச் சேர்ந்தவர்களாக இருந்தாலும், அல்லது எந்த மொழியைப் பேசுகிறவர்களாக இருந்தாலும் அல்லது எப்படியான ஆட்சியின் கீழ் இருந்தவர்களாக இருந்தாலும் — வடிவமைத்து, ஏற்றுக்கொள்ளவைத்து, அவர்களுடைய வாழ்க்கையில் அதைத் தன்வயப்படுத்திக்கொள்ள வேண்டும் என்பதாக இருந்தது. இதுவே அசோகரது 'தர்ம-திட்ட'த்தின் தொடக்கமாகும். இந்தத் திட்டத்துக்கு, கொஞ்சமும் ஊசலாட்டமில்லாமல் தன்னுடைய முழு சக்தியையும் கொடுத்ததோடு, அவருடைய பேரரசின் நிர்வாகத்தையும் பெருமளவு அதன் பகுதியாக்கினார். ஒருவேளை அவரது செல்வமும் இதில் உள்ளடங்கியிருக்கலாம். இதுவே, இந்தப் பகுதியில் அசோகரது சொல்லோவியத்தின் உள்ளடக்கமாக இருக்கிறது.

8

சுழலச்சாக தர்மம்

பொ.ஆ.மு. 259 டிசம்பர் வாக்கில்தான், அறிவுரைக்காகவும் வழிகாட்டுதலுக்காகவும் சில பௌத்தப் பிக்குகளை அல்லது நன்கு கற்றறிந்த மிக முக்கியமான ஒரு பௌத்தப் பிக்குவை அசோகர் சந்திக்கச்சென்றார். முக்கியத்துவம் வாய்ந்த இந்தச் சந்திப்பு ஒரு மனிதராகவும் அரசராகவும் அவரை முழுமையாக உருமாற்றியது — இந்த உருமாற்றத்தை இயல் 5-இல் நாம் பார்த்தோம். ஒரு வருடத்துக்கு மேலாக அவர் உபாசகராக இருந்திருக்கிறார் என்றாலும், அந்தக் காலத்தில் அவர் பெயரளவுக்கே பௌத்தராக இருந்தார். அசோகர் சந்திக்கச்சென்ற பிக்கு அல்லது பிக்குகள் அவரிடம் என்ன சொன்னார்கள் என்றோ அல்லது அவர்களுடைய வழிகாட்டுதலுக்கு உட்பட்டு எப்படியான ஆன்மிகப் பயிற்சிகளை மேற்கொண்டார் என்றோ நமக்குத் தெரியாது. ஆனாலும், இந்தச் சந்திப்புக்குப் பிறகு, பௌத்தப் பாதையில் தீவிரமாக 'அரும்பாடுபடும்' ஒருவராக மாறியிருப்பதாக அசோகர் நம்மிடம் சொல்கிறார்.

ஒன்றரை வருடங்கள் கழித்து, அதாவது பொ.ஆ.மு. 256 ஜூன் அல்லது அதற்கு அருகில், மிகப் பிரகாசமான சிந்தனை ஒன்று அவருக்குத் தோன்றுகிறது: 'சில மாதங்களுக்கு முன் எனக்கு ஏற்பட்ட அற்புதமான அனுபவம் குறித்து என்னுடைய பிரஜைகளுக்கு நான் ஏன் கடிதம் எழுதக் கூடாது? அவர்களும் இதே பாதையில் பயணிப்பதை நான் ஏன் ஊக்குவிக்கக் கூடாது?' இந்தக் கடிதத்தைத்தான் நாம் சிறு பாறை அரசாணை I என்று அழைக்கிறோம். அவரது ராஜ்ஜியம் முழுக்க உள்ள பல்வேறு பாறைகளின் மேல் இந்தச் செய்தியைத் தன்னுடைய பெரும் நிர்வாக அமைப்பை இணைத்துக்கொண்டு பொறித்தது என்பது அவர்களுக்கு விநோதமான முயற்சியாக — டான் கிஹொத்தே காற்றாலைகளைச் சாய்த்ததுபோல் — இருந்திருக்க வேண்டும் என்றாலும், புது வகையான வெற்றியை நோக்கி அவர்

படையெடுப்பதாக, அதாவது நிலப்பரப்பு சார்ந்து வெற்றிகொள்வது என்பதாக இல்லாமல் ஆன்மிகரீதியான ஒன்றைத் தொடங்கியிருப்பதாக நினைத்தார். அவரது நிலம் முழுக்க புத்தரது ‘சிங்க கர்ஜனை’ எதிரொலிக்க வேண்டும் என்பதில் அவர் தீர்மானமாக இருந்தார்.

அவரது பிரஜைகளுக்காகப் பொறிக்கப்பட்ட முதல் செய்தியைத் தொடர்ந்து, ஒரு வருடம் அல்லது அதுபோல் கடந்த பின், அதாவது பொ.ஆ.மு. 257 ஜூன் மாதத்துக்கும் பொ.ஆ.மு. 256-இன் வசந்த காலத்துக்கும் இடையே — அவர் அரியணை ஏறிய பன்னிரண்டாவது வருடம், அசோகரது அறிவார்த்தரீதியான, மதரீதியான போக்கு மிக முக்கியமானதாக இருக்கிறது. இந்த இடைப்பட்ட காலத்தில் அவரது போக்கில் தீர்மானமான மாற்றம் ஏற்படுகிறது. அசோகர் மேற்கொண்ட பொதுச் செயல்திட்டமானது பௌத்தத்தைப் பிரச்சாரம் செய்வதிலிருந்து, ஒரு பழைய கருத்தை, அதாவது தர்மம் என்ற கருத்துக்கு அவர் தானாகக் கொடுத்த அர்த்தப்பாட்டில் வேர்கொண்டிருந்த தார்மிகத் தத்துவத்தை வெகுமக்களிடையே கொண்டுசெல்லும் பரப்புரையாக மாறுகிறது.

நான் இதைச் ‘சுழலச்சாக தர்மம்’ என்றழைக்கிறேன். ஆனால், அவர் பௌத்தத்தின் மீதான பற்றுறுதியையோ அதன் மீதான பிடிமானத்தையோ உதறித்தள்ளினார் என்று முன்வைப்பதற்காக நான் இப்படி அழைக்கவில்லை. மாறாக, மக்களுக்குத் தார்மிகத்தைக் கற்பித்தல் என்ற அவரது பொதுக் கொள்கை, பௌத்தத்துக்கு அவர் கொடுத்த முந்தைய அழுத்தத்திலிருந்து — நாம் இதைச் சிறு பாறை அரசாணை *I*-இல் பார்க்க முடியும் — தீர்மானமாக விலகி, குறுங்குழுவாத வேறுபாடுகளுக்கு அப்பால் தர்மம் ஒரு தார்மிகத் தத்துவமாக மையம் கொண்டிருக்கும் கொள்கையை நோக்கி நகர்கிறார். சுழலச்சான இந்த நகர்வை, பெரும் பாறை அரசாணை வரிசையில் உள்ள அவரது செய்திகளின் தொகுப்பு மிகத் தெளிவாக வெளிப்படுத்துகிறது. பெரும் பாறை அரசாணை வரிசை மிகப் பொருத்தமாக ‘தர்மலிபி’ என்ற வெளிப்பாட்டிலிருந்து தொடங்குகிறது. தர்மம் குறித்த எழுத்துகள், பொறிக்கப்பட்டவை ஆகிய இரண்டையும் இச்சொல் ஒரே சமயத்தில் குறிக்கிறது. அவர் பௌத்தர் அல்லாத ஒருவராக ஆகவில்லை என்றாலும்கூட, இப்போதிலிருந்து அவரது எழுத்துகள் தர்மத்தின் மீது அக்கறை கொண்டிருந்தனவே தவிர வெளிப்படையாக பௌத்தத்தின் மீதாக இல்லை. இந்தப் பதினான்கு அரசாணை வரிசையில், ஒரே ஒரு இடத்தில் மட்டுமே பௌத்தம் குறிப்பிடப்படுகிறது. அதாவது, பாறை அரசாணை *VIII*-இல் ‘அறிவொளிக்காக மேற்கொண்ட பயணம்’ என்ற குறிப்பு ஒருவேளை சில வருடங்களுக்கு முன்பு, புத்தர் ‘புத்தராக’, அதாவது அறிவொளி பெற்றவராக மாறிய புத்தகயாவுக்கு அவர் மேற்கொண்ட பயணத்தைக் குறிப்பதாக இருக்கலாம்.

எப்படி, ஏன் அசோகரது சிந்தனையிலும் அணுகுமுறைகளிலும் இது சுழலச்சானது?

நமக்குத் தெரியாது. உண்மைதான், அது குறித்து நாம் தெரிந்துகொள்ள நிச்சயமாக வழியேதும் இல்லைதான். நான் சரியாக இருக்கலாம் என்று நினைக்கும் — ஊகிக்கிறேன் என்று சொல்வதுதான் சரியாக இருக்கும் என்றாலும்கூட — கருதுகோள் ஒன்றை முன்வைக்க விரும்புகிறேன். எட்டு மாத கால நீண்ட பயணம் மேற்கொண்ட பிறகு அசோகர் சிறு பாறை அரசாணை I-ஐ எழுதுகிறார். ஒருவேளை மதரீதியான — இன்னும் குறிப்பாக பௌத்தரீதியான — நோக்கத்தையும் உந்துதலையும் இந்தப் பயணம் கொண்டிருக்கலாம். பாறை அரசாணை VIII-இல் குறிப்பிடப்படும் பயணத்தின்போது, அவர் புத்தகயாவுக்குச் சென்றுவந்திருக்கலாம். ஆக, எட்டு மாதப் பயணத்துக்குப் பிறகு, புதிதாக பௌத்த மதத்துக்கு மாறிய ஒருவரது பற்றார்வத்தோடு, அவர் புதிதாகக் கண்டெடுத்த பற்றுறுதி குறித்த நற்செய்தியை உலகுக்குப் பறைசாற்றுவது என்று முடிவெடுத்திருக்கலாம். அவர் கடிதம் ஒன்று எழுதுகிறார். அதில் ஒரு முறைகூட தர்மம் என்ற சொல்லை அவர் பயன்படுத்தவில்லை. பின்னர், அவரது வாழ்க்கையின் பிடிமானமாக மாறிய இந்தச் சொல், அந்தச் சமயத்தில் அவரது சிந்தனையில் பிரதானமாக இருக்கவில்லை என்பது மட்டும் தெளிவாக இருக்கிறது.

பிறகு, அவர் வீடு திரும்புகிறார். அவரது தலைநகரமான பாடலிபுத்திரத்துக்குத் திரும்புகிறார். நிர்வாக நடவடிக்கைகளில் தன்னை முழுமையாக இணைத்துக்கொள்கிறார். அப்போது அது பொ.ஆ.மு. 257-இன் மழைக்காலமாக இருந்தது. அவரது பிந்தைய எழுத்துகள் சிலவற்றில் அவர் இந்தப் பரிஷத் குறித்து, அதாவது மூத்த மந்திரிகளைக் கொண்ட சபை குறித்துப் பேசுகிறார் — இது குறித்து நாம் இயல் 2-இல் விவாதித்திருக்கிறோம். இந்த இளம் அரசனின் முனைப்புகளுக்கு மூத்த மந்திரிகளும் ஆலோசகர்களும் என்ன சொல்லியிருப்பார்கள்? அவர்கள் மறுப்பெழுப்பினார்களா? வேறுசில மூத்த ஆலோசகர்களின் அறிவுரைகளை அவர் பெற்றுக்கொண்டாரா? குடும்ப உறுப்பினர்களோடு விவாதித்தாரா? அவரது பேரரசு முழுக்க உள்ள பிரதான நகரங்களில் அரசுப் பிரதிநிதிகளாக இருந்த இளவரசர்களோடு ஆலோசித்தாரா? முக்கியமான பௌத்தத் துறவிகளோடு ஆலோசித்தாரா? இவற்றையெல்லாம் தெரிந்துகொள்ள நமக்கு வழியேதுமில்லை. ஆனால், என்னவோ நடந்திருக்க வேண்டும். சில அல்லது பல தனிநபர்கள் குறுக்கீடு செய்திருக்க வேண்டும். அல்லது, அசோகரே இது குறித்து வேறு விதமாகச் சிந்திக்கத் தொடங்கினாரா? இந்தக் காலகட்டத்தில் அவரது சிந்தனைகள் மேலும்

பரந்த தளத்துக்கு, பிரம்மாண்டமான, இன்னும் மேலான படைப்பூக்கம் மிக்க அறிவார்ந்தத் திட்டத்துக்கு அவரை நகர்த்திச்சென்றனவா?

வினையூக்கி எதுவாக இருந்தாலும், பௌத்தத்தை மையமாகக் கொண்டிருந்த செய்திகளிலிருந்து வெளிப்படையாக அன்று இருந்த — பாஸந்தாக்கள் என்று அவரால் அழைக்கப்பட்ட — ஒழுங்கமைக்கப்பட்ட மதங்களை நடுநிலையோடு அணுகும் நிலைக்கு மாறுகிறார். மதரீதியான அடையாளங்கள், சண்டைச் சச்சரவுகள் போன்றவற்றுக்கு அப்பால் நிற்க அவர் தீர்மானிக்கிறார். அவரது தர்மத்தைத் தார்மிகத் தத்துவார்த்த வடிவமாகவும், முறைப்படுத்தப்பட்ட ஒன்றாகவும் முன்வைத்தது இந்தக் காலத்தில் அவர் சிந்தித்ததன் விளைவாக இருக்கிறது. இப்படிச் சுழலச்சானது, வேறு வழியேதுமில்லாமல் வெறுமனே இருந்திருக்க வேண்டிய மழைக்கால வாழ்க்கையில் நடந்திருக்க வேண்டும். அது சுயபிரதிபலிப்பும் சிந்தனைகளும் கொண்ட வாழ்க்கைக் கட்டமாக இருந்திருக்க வேண்டும்.

சில மாதங்கள் கழித்து, பொ.ஆ.மு. 256-இன் வசந்த காலத்துக்குப் பிறகு, அதாவது அவர் அரியணை ஏறி பதிமூன்று வருடங்கள் கழித்து, அசோகர் தர்மம் குறித்து எழுதத் தொடங்குகிறார். இது, அவர் அரியணை ஏறி இருபத்தாறு வருடங்களுக்குப் பிறகு — அதாவது, தர்மம் குறித்து அவர் எழுதத் தொடங்கிப் பதினான்கு வருடங்களுக்குப் பிறகு — எழுதப்பட்ட தூண் அரசாணை VI-இல் மிகத் தெளிவாகக் குறிப்பிடப்படுகிறது. இதில் அவர் இவ்வாறு குறிப்பிடுகிறார்: ‘அரியணை ஏறி பன்னிரண்டு வருடங்களுக்குப் பிறகு, தர்மம் குறித்த எனது இந்த எழுத்துகள் மக்களுடைய நன்மைக்காகவும் நல்வாழ்வுக்காகவும் இங்கே பொறிக்கப்படுகின்றன’. புதிதாக தர்மம் குறித்த அறிவுரைகளை மக்களுக்குக் கடத்துவதற்கான அவரது முதல் முயற்சியான சிறு பாறை அரசாணை II, தெளிவில்லாமலும் ஒழுங்கில்லாமலும் இருக்கிறது என்று வாதிட முடியும். இந்தச் செய்தி, பௌத்தத்தை மையமாகக் கொண்டிருக்கும் சிறு பாறை அரசாணை I-இன் பிற்சேர்க்கையாக அல்லது அனுபந்தமாகச் சேர்க்கப்பட்டிருக்க வேண்டும் என்பதை மிகத் தெளிவாக வெளிப்படுத்துகிறது. ஐந்து இடங்களில் இவ்விரு அரசாணைகளும் ஒன்றாகப் பொறிக்கப்பட்டிருப்பதைச் சமகால வாசகர் ஒருவர் கூர்ந்து அணுகுவார் என்றால், அசோகரது மையம் பௌத்த போதனைகளிலிருந்து தர்மத்தை நோக்கி நுட்பமாக நகர்ந்திருப்பதை மிகவும் வெளிப்படையாகப் பார்க்க முடியும்.

இருந்தாலும், அரசதிகாரிகளுக்கு வாய்மொழியாகச் சொல்லப்பட்ட இந்த அரசாணை, பெரும் பாறை அரசாணைகளுக்கு முந்தையதாக இருக்கிறது என்று நம்மால் அவ்வளவு உறுதியாகச் சொல்ல முடியாது.

இருப்பினும், இப்படித்தான் இருந்திருக்க வேண்டும் என்று நான் மதிப்பிடுகிறேன். பரிசோதனை செய்துபார்க்கும் குணத்தை இந்த அரசாணை கொண்டிருக்கிறது. பல வெளிப்பாடுகள் — 'பண்டைய தரநிலைகள்' இரண்டு முறை 'தர்மத்தின் பண்பியல்புகளாக'[1] பயன்படுத்தப்படுவது — பிந்தைய எழுத்துகள் எவற்றிலும் மீண்டும் பயன்படுத்தப்படவில்லை. தர்மத்தை அசோகர் வரையறுக்கும் முறையும்கூட வளர்ச்சியடையா ஒன்றாக இருக்கிறது. பெரும் பாறை அரசாணைகளில் பட்டியலிடப்படும் பண்புகள் எவையும் இதில் இல்லை. மேலும், தர்மத்தின் பகுதியாக உண்மையைப் பேசுதல் இங்கே பட்டியலிடப்படுகிறது என்றால், பிந்தைய வரையறைகளில் இது தவிர்க்கப்பட்டிருக்கிறது.[2] மேலும், இதில் முன்வைக்கப்படும் பல கூற்றுகள், யானைப் பாகர்கள், குதிரைப் பயிற்றாளர்கள் போன்ற சொற்கள் தெளிவில்லாமலும்.சிதைத்துரைப்பவையாகவும் இருக்கின்றன. அசோகர் இன்று வாழ்ந்திருப்பார் என்றால், சிறு பாறை அரசாணை II-ஐ எழுதிமுடித்த பின், அவருக்கு எழுதிக்கொடுத்தவரை மாற்றியிருப்பார். காரணம் என்னவாக இருந்தாலும், பாறை அரசாணைத் தொகுப்பில் உள்ள எழுத்துகள் திறம்பட எழுதப்பட்டவையாக இருக்கின்றன. அவற்றின் உரைநடை தெளிவாகவும் கூர்மையாகவும் நேர்த்தியாகவும் இருக்கிறது.

தர்மத்தைப் போதிப்பதற்கான முதல் பரிசோதனை முயற்சியாகச் சிறு பாறை அரசாணை II இருக்குமென்றால், நாம் இதைப் பொ.ஆ.மு. 257-இன் மழைக்காலத்தை அல்லது வசந்த காலத்தைச் சேர்ந்தது என்று குறிப்பிட முடியும். பாறை அரசாணைத் தொகுப்பில் உ.ள்ள எழுத்துகள் சில பொ.ஆ.மு. 256-இன் பிற்பகுதியை அல்லது பொ.ஆ.மு. 255-இன் முற்பகுதியைச் சேர்ந்தவையாக இருக்க வேண்டும்.

நாம் இயல் 3-இல் பார்த்தது போன்று, பொ.ஆ.மு. 256-க்குப் பிந்தைய அவரது எழுத்துகள் பெரும்பாலும் தர்மத்தை மையமிட்டே இருக்கின்றன — அதன் அர்த்தம் குறித்தும், அதைப் பரப்புரை செய்வது குறித்தும். இந்த எழுத்துகளெல்லாம் இன்று பெரும் பாறை அரசாணைகள் என்றழைக்கப்படுவதன்கீழ் தொகுக்கப்பட்டுள்ளன. இவை மொத்தம் பதினான்கு இருக்கின்றன; ஒன்பது இடங்களில் காணப்படுகின்றன. வேறு சில இடங்களிலும் இருந்திருக்கலாம் என்றாலும் நாம் அவற்றைத் தொலைத்துவிட்டோம். வேறொரு தனித்த எழுத்துகள் — ஒருவேளை பாறை அரசாணை வரிசைக்குப்

1 பிராகிருத மூலச்சொல் இப்படியாக இருக்கிறது: பொராணா பகிதி, தம்மகுணா (*porāṇā pakiti and dhammaguṇā*)

2 மிகக் கடைசிக் கல்வெட்டான தூண் அரசாணை VII–இல் உள்ள பட்டியலில் மட்டுமே இது சேர்க்கப்பட்டிருக்கிறது.

பல வருடங்கள் கழித்து எழுதப்பட்டவையாக இருக்கலாம் — பொ.ஆ.மு. 242-இல் பொறிக்கப்பட்ட ஆறு தூண் அரசாணைகளில் தொகுக்கப்பட்டிருக்கின்றன. இதற்கு அடுத்த ஆண்டு, அதாவது பொ.ஆ.மு. 241-இல் நிறுவப்பட்ட ஏழாவது தூண் அரசாணை தனித்த ஒன்றாகத் தொகுக்கப்பட்டுள்ளது. இவற்றிலெல்லாம், ஒருசில விலக்குகள் தவிர, தர்மம் குறித்த போதனைகள் பிரதானமாக இடம்பெறுகின்றன.

தர்மம் குறித்து அவர் எழுதத் தொடங்கி ஓர் ஆண்டு மட்டுமே கழிந்த பிறகு, அதாவது பொ.ஆ.மு. 255-இல் அரசு நிர்வாகத்தின் உயர்மட்டத்தைப் பெருமளவு மாற்றியமைக்கப் புதிய முன்னெடுப்புகளை அவர் மேற்கொள்கிறார். தர்மா செயல்திட்டத்துக்குப் பொறுப்பாளர்களாக மூத்த அதிகாரிகளைக் கொண்ட ஓர் அதிகாரப் பிரிவை அவர் உருவாக்குகிறார். இந்த அதிகாரிகள் இயல்பாகவே தர்ம-மஹாமாத்ரர்கள் என்றழைக்கப்பட்டார்கள். இவர்கள் பழைய பொதுவான மஹாமாத்ரர்களுக்கு இணையானவர்களாக இருந்தார்கள். இந்தப் புதிய மஹாமாத்ரர்கள் குழுமம் ஒரு காரியத்துக்கு மட்டுமானதாக உருவாக்கப்பட்டது: மக்களிடமும் பாஸந்தாக்கள் என்றழைக்கப்பட்ட ஒழுங்கமைக்கப்பட்ட மதக் குழுமங்களிடமும் தர்மம் குறித்த அசோகரது போதனைகளைக் கொண்டுசெல்வது. இந்த முன்னெடுப்பு குறித்துப் பாறை அரசாணை V-இல் விவரிக்கும்போது, அவருக்கு முன்பிருந்த எவருக்கும் இதுபோல் செய்ய வேண்டும் என்று தோன்றவில்லை எனத் தவறாமல் சுட்டிக்காட்டுகிறார்: ‘கடந்த காலங்களில் தர்ம-மஹாமாத்ரர் என்று ஒன்று இருந்ததே கிடையாது. ஆனால், அரியணை ஏறி பதிமூன்று ஆண்டுகள் கழித்து தர்ம-மஹாமாத்ரர்களை உருவாக்கியிருக்கிறேன்.’

இவ்விரண்டு பெரும் தொகுப்புகளில் உள்ள அசோகரது எழுத்துகளைப் பார்க்கும்போது, தார்மிகரீதியாக வாழ்வதன் மையமாக தர்மத்தை மக்களுக்குக் கற்பிப்பதே இந்த மனிதரின் பேரார்வமாக இருந்திருக்கிறது என்ற எண்ணத்தைப் பெறுகிறோம். இதுதான், இந்த உலகத்திலும் அடுத்ததிலும் உண்மையான மானுட மகிழ்ச்சிக்கான தீர்வாக இருக்க முடியும் என்று ஓயாமல் சுட்டிக்காட்டுகிறார். அறிஞர்கள் சிலர், அசோகரது இந்தப் பேரார்வத்தை அவரை ‘ஆட்டிப்படைத்த’ ஒன்றாகக் குணாம்சப்படுத்துகிறார்கள். இது ஓரளவு உண்மையாகவும் இருக்கலாம். குறிப்பாக, அவரது பிந்தைய எழுத்துகளில், அதாவது தூண் அரசாணைக் காலகட்டத்தில் நம்மால் இதைப் பார்க்க முடிகிறது. ஆனால், அவர் உத்திபூர்வமாகச் சிந்திக்கக்கூடியவராகவும் இருந்தார். தன்னுடைய மக்களுக்குத் தார்மிகத்தைக் கற்பிக்கும் நோக்கத்துக்கு ஏற்ப கருத்துகளைப் பரிமாறிக்கொள்ளும் திறனையும், மிகப் பரந்த பேரரசின் நிர்வாகத்தைத்

தன்னுடைய கட்டுப்பாட்டுக்குள் வைத்திருக்கும் ஆற்றலையும் அவரது எழுத்துகளில் காண முடிகிறது.

தன்னுடைய தார்மிகத் தத்துவத்தின் அடிப்படையாகவும் அடிக்கல்லாகவும் தர்மம் என்ற கருத்தாக்கத்தை அசோகர் முன்வைத்தாலும்கூட, சொல்ல விரும்பியதை எழுதுவதற்கு அவர் சுத்தமான சிலேட்டைப் பயன்படுத்தவில்லை. தர்மம் என்பது அறியப்படாத ஒரு கருத்தாக்கமாகவோ அல்லது நடுநிலையான ஒன்றாகவோ இல்லை. அந்தச் சொல் இறையியல்ரீதியான, அறரீதியான, ஏன் அரசியல்ரீதியான அர்த்தங்களை முன்னரே கொண்டிருந்தது. மேலும், அசோகரது காலத்தில் மொழியியல்ரீதியாகவும் பொருண்மைரீதியாகவும் ஓராயிரம் ஆண்டு வரலாற்றைக் கொண்டதாக இருந்தது.[3] பிந்தைய இந்திய மதங்களில் இச்சொல், பரவலான ஒன்றாகவும் பிரதானமான ஒன்றாகவும் காணப்படுவதை நாம் கணக்கில்கொள்வோம் என்றால், தொடக்க கால இந்தியாவில் மதரீதியான, தத்துவார்த்தரீதியான கதையாடல்களில் இச்சொல் அதே அளவுக்குப் பரவலான ஒன்றாகவும் பிரதானமான ஒன்றாகவும் இல்லாமல் இருந்ததை நாம் இந்தத் தொலைவிலிருந்து உள்வாங்கிக்கொள்வது கடினம்தான். இதனால், தர்மத்தை அசோகர் தன்வயப்படுத்திக்கொண்டதையும், இக்கருத்தாக்கத்தை மையமாகக் கொண்ட அவரது தார்மிகத் தத்துவத்தையும் புரிந்துகொள்ள இச்சொல்லின் பொருண்மையான வரலாற்றைச் சுருக்கமாகப் பார்ப்பது பயனுள்ளதாக இருக்கும்.

அசோகருக்கு முன்பிருந்த தர்மம்

தர்மத்தின் வாழ்க்கை, நான் இப்படியாகச் சொல்ல முடியும் என்றால், பழமையான இலக்கியத் தொகுப்பான ரிக் வேதத்தில் அதன் பிறப்பைக் கொண்டிருக்கிறது. பொ.ஆ.மு. இரண்டாம் நூற்றாண்டின் பிற்பகுதியில் எழுதப்பட்ட பாடல்களின் தொகுப்பாகிறது ரிக் வேதம். நாம் இதை 'தர்மத்தின் பிறப்பு' என்றழைக்க முடியும். ஏனெனில், தர்மாவுக்கு நிகரான சொல் இந்தோ-ஐரோப்பிய மொழிகள் எவற்றிலும் — பழைய வேத மொழிக்கு மிக நெருக்கமாக இருக்கும் அவெஸ்தா மொழி உள்பட (பாரசீகத்தின் பழைய வடிவம்) — இல்லை. இச்சொல் ரிக் வேதக் கவிஞர்களால் உருவாக்கப்பட்ட ஒன்றாகிறது.

இச்சொல்லின் தொடக்க காலப் பயன்பாட்டில் இதன் அடிப்படையான அர்த்தம் 'அஸ்திவாரம்' என்பதாக இருந்தது. பௌதிக உலகம்

---

3   தர்மம் என்ற சொல்லின் பொருண்மையான வரலாறு குறித்த பல ஆய்வுகள் ஆலிவெல் தொகுத்த புத்தகத்தில் உள்ளது. பார்க்கவும்: Olivelle (2009a).

பாதுகாப்பாகவும் உறுதியாகவும் இருப்பதற்கான சடங்கு முறைமையாகவும் தார்மிக அடிப்படைகளிலான அஸ்திவாரமாகவும் இருக்கிறது. வருண பகவானின் தர்மம்தான் பூமியையும் சொர்க்கத்தையும் தனித்துநிறுத்துகிறது: 'வருணனின் தர்மத்துக்கு உட்பட்டே சொர்க்கமும் பூமியும் பிரித்து நிறுத்தப்படுகின்றன.'[4] நெறிமுறைகளோடும் கூட்டணிகளோடும் தொடர்புடைய மித்ரன், வருணன் ஆகிய இரண்டு வேதக் கடவுள்களை தர்மத்தோடு இணைத்ததுதான், இன்று நாம் தார்மிகப் பரிமாணம் என்று சொல்லும் ஒன்றைக் கொடுக்கிறது. மேலும் இது, அரசனோடும் அரசனின் கடமைகளோடும் தொடர்புபடுத்தப்படுகிறது. வருணன் ஓர் அரசன். தெய்வீகத்தன்மையிலான இவனுக்கு இணையானவனாகிறான் இந்தப் பூமியில் உள்ள அரசன். வருணனின் தர்மத்தை அத்துமீறும் செயல்களுக்காகக் கவிஞர் மன்னிப்புகோருகிறார்: 'கவனக்குறைவால் நாங்கள் உன்னுடைய தர்மத்தை அழித்திருந்தால், ஓ... கடவுளே அந்தக் குற்றத்துக்காக எங்களைக் காயப்படுத்தாதே.'[5]

பிரபஞ்ச ஒழுங்கை வருணன் மேற்பார்வை பார்க்கிறான் என்றால், சமூக ஒழுங்கை — மானுடச் சமூகங்களின் தார்மிகரீதியான, சமூகரீதியான நெறிமுறைகளை — தெய்வீகத்தன்மை பெற்றவனாகவும் வருணனின் பிரதிநிதியாகவும் பார்க்கப்பட்ட அரசன் பார்த்துக்கொள்கிறான். அரியணை ஏறும் சடங்கில், இந்தத் தொடர்பு — வருணன், தர்மம், அரசன் — மிக வெளிப்படையாக இருக்கிறது. நாம் முன்னர் பார்த்ததுபோல், எல்லாத் தேதிகளையும் அவர் அரியணை ஏறியதிலிருந்தே அசோகர் கணக்கிடுகிறார். ஓர் ஆண் அரசனாக உருமாறும் வேதச் சடங்கில் தர்மம் பிரதான இடம்பெறுகிறது. தர்மத்தின் எஜமானனாக அல்லது காப்பாளனாக (தர்மபதி) வருணன் முன்வைக்கப்படுகிறான். இதற்குப் பிறகு, உடனடியாக, தர்மத்தைப் பொறுத்தமட்டில், அரசனே வருணனாகிறான் என்றும் சொல்லப்படுகிறது: 'தர்மத்தின் எஜமானனான வருணனே, அவனை (அரசனை) தர்மத்தின் எஜமானனாக்குகிறான்.'[6]

தர்மத்துக்கும் அரசனுக்கும் இடையேயான இந்தத் தொடர்பு, முக்கிய உபநிஷத் ஒன்றில் முன்வைக்கப்படுகிறது. அதில், 'தர்மம்' அரசனுக்கும் மேலானது என்கிறது. இப்படியாக, அரசனுக்கான அங்கீகாரத்தையும் வழங்குகிறது:

4 *Rig Veda, 6.70.1 (translation from Jamison and Brereton, 2014).*

5 *Rig Veda, 7.89.5 (translation from Jamison and Brereton, 2014).*

6 *சதபத பிராமணம் (Śatapatha Brāhmaṇa), 5.3.3.9.*

> அரசதிகாரத்துக்கு மேலாக ஆட்சிபுரியும் அதிகாரமாக இருக்கிறது தர்மம். ஆகையால், தர்மத்தைவிட மேலானது எதுவுமில்லை. இதனால்தான், ஒருவர் அரசனிடம் எப்படி தர்மத்தை முன்வைத்து முறையிடுவானோ அதுபோலவே பலவீனமான ஒருவன் பலமான ஒருவனிடம் முறையிடுகிறான்.[7]

'அரசதிகாரம்' என்பதற்கான சம்ஸ்கிருதச் சொல் 'க்ஷத்ரா' இந்தச் சொல்லிலிருந்துதான் அரசன், ஆளும் மேட்டுக்குடி ஆகிய இரண்டையும் குறிக்கும் சொல்லான 'க்ஷத்ரியர்' வருவிக்கப்படுகிறது. தர்மத்தின் அடிப்படைகளைக் கொண்டு அரசனிடம் முறையிடுவதன் மூலம், பலமான மனிதனிடமிருந்து நியாயம் பெற, பலவீனமான மனிதனுக்கான அதிகாரத்தை தர்மம் வழங்குகிறது. அசோகர் இந்தச் சொல்லைப் பயன்படுத்தும் முறையை நாம் விசாரணை செய்யும்போது, சமூகநீதியையும் சட்டத்தையும் நடைமுறைப்படுத்த பொறுப்பான சட்ட முறைமைக்கும் தர்மத்துக்கும் இடையேயான தொடர்பு மிக முக்கியமான ஒன்றாக வெளிப்படுகிறது.

இதனால், தர்மத்தின் எஜமானனாக ஓர் அரசனின் பிரதானக் கடமை என்பது பிரஜைகள் எல்லோரும் தர்மத்துக்குக் கட்டுப்பட்டு நடப்பது, தர்மத்தைப் பின்பற்றுவது போன்றவற்றை உத்தரவாதப்படுத்துவதாக இருக்கிறது. இப்படியாகத்தான், தர்மம் 'அரசதிகாரத்தைவிட மேலான அதிகாரமாக இருக்கிறது'. தர்மம் அரசனுக்கும் மேலான ஒன்றாக இருக்கிறது; ஆட்சிபுரிவதற்கான அதிகாரத்தை ஓர் அரசனுக்குக் கொடுக்கிறது. இந்தப் பொருண்மையான வரலாறே தர்மத்தைத் தனது பேரரசின் திட்டமாக அசோகர் பின்பற்றியதன் பின்னணியாகிறது.

ஆக, 'மத்திய வேதகாலம்' என்று சொல்லப்படுவதன், அதாவது பொ.ஆ.மு. 500-க்கு மூன்று அல்லது நான்கு நூற்றாண்டுகளுக்கு முன்பு, 'தர்மம்' என்ற சொல், ஒருபக்கம் இந்தக் காலத்தில் படைக்கப்பட்ட பார்ப்பனியப் பனுவல்களில் — பிரமாணங்கள் மற்றும் தொடக்க கால உபநிஷத்துகள் — அவ்வளவு பிரதானமாக ஒன்றாக இல்லையென்றால், மறுபக்கம் இதன் பொருண்மைத் தளம் அடிப்படையில் அரசு மற்றும் அறம் சார்ந்த தளங்களுக்கானதாகச் சுருங்கிப்போனது. எடுத்துக்காட்டாக, தொடக்க கால உரைநடை உபநிஷத்துகளில் தர்மம் என்ற கருத்தாக்கம் பிரதானமான ஒன்றாக இருந்திருக்கும் என்றே எதிர்பார்ப்போம். ஆனால், இந்தக் கருத்தாக்கம் கதையாடல்களின் விளிம்பில் இருப்பதோடு ஐந்து இடங்களில் மட்டுமே காணப்படுகிறது. பிந்தைய இந்திய மதத்திலும் பண்பாட்டிலும் தர்மம் என்ற சொல் பெருமளவு ஆக்கிரமித்துள்ளதால், மக்கள் என்று மட்டுமில்லாமல்,

7 பிருஹதாரண்யக உபநிஷத் (*Bṛhadāraṇyaka Upaniṣad*), 1.4.14

தீவிர அறிஞர்களிடமும்கூட, நினைவுகூரத்தக்க காலத்திலிருந்து இந்திய நாகரிகத்தில் இது மையமான ஒன்றாக இருந்துவந்தது என்று அனுமானித்துக்கொள்கிறார்கள். ஆனால், இது இப்படியாக இல்லை. சொல்லப்போனால், இந்திய வரலாற்றில் தர்மம் மையமான இடத்தைப் பெற்றிருப்பதற்குப் பெருமளவு அசோகரே பொறுப்பாகிறார்.

தர்மத்தின் பொருண்மையான இந்தப் பின்னணியில்தான், அசோகப் பேரரசின் இதயமாக இருந்த வடகிழக்கு இந்தியாவில், மதரீதியாகப் புதிய கொள்கைகளை முன்வைத்த துறவறக் குழுமங்கள் — பாஸந்தாக்கள் என்று அசோகரால் அழைக்கப்பட்டவை — தோன்றின.

பழைய பார்ப்பனியச் சடங்குவாதத்திலும் உபநிஷத்துவத் தத்துவங்களிலும் உள்ளதைக் காட்டிலும், இந்தப் புதிய மதங்களில் தர்மம் என்ற சொல் இறையியல்ரீதியான கருத்தாக்கங்களில் இன்னும் கூடுதலாக முக்கியத்துவம் கொண்டிருந்தது. ஆனால், ஏன்? நான் முன்வைக்கும் கருதுகோள் இதுதான்[8]: இந்தப் புதிய மதங்களைத் — குறிப்பாக, பௌத்தம் — தோற்றுவித்தவர்கள் உலகை-வெல்லும் பேரரசர்களுக்கு (சக்கரவர்த்தி) இணையாக ஆன்மிகரீதியாகத் தங்களை முன்வைக்கும் இறையியலை வளர்த்தெடுத்தார்கள். இந்தப் புதிய மதங்களைத் தோற்றுவித்தவர்கள், உலகை வெற்றிகொள்ளும் புதிய வகையினராகக் கற்பனை செய்யப்பட்டார்கள். ஆனால், இந்த வெற்றிகொள்ளுதல் என்பது ராணுவரீதியான ஒன்றாக இல்லாமல் ஆன்மிகரீதியான ஒன்றாக இருந்தது — இதைத்தான் 'தர்மத்தின் ஊடாக வெற்றிகொள்ளுதல்' (தர்மவிஜயா) என்ற கருத்தாக்கத்தின் மூலம் அசோகர் பின்பற்ற முயன்றார். மேலும், இப்படியான புதிய மதரீதியான கதையாடல்கள் அரசோடு தொடர்புடைய ரதச்சக்கரம் போன்ற குறியீடுகள் பலவற்றைப் பயன்படுத்திக்கொண்டன. 'சக்கரா' என்பதிலிருந்துதான் 'சக்கரவர்த்தி' — அதாவது சக்கரத்தைச் சுழலவிடுபவர் — என்ற சொல்லை நாம் பெறுகிறோம். இது போர் ரதத்துக்கான ஆகுபெயராகிறது. நாம் முன்னரே பார்த்ததுபோல், புத்தரது முதல் பிரசங்கம், 'தர்ம-சக்ர-ப்ரவர்தந-ஸூத்ர' (dharma-cakra-pravartana-sūtra) என்றே அழைக்கப்படுகிறது. அதாவது, தர்மச் சக்கரத்தைச் சுழலவிட்ட பிரசங்கம். இந்தப் புதிய மதங்களைத் தோற்றுவித்தவர்கள் 'ஜினா', அதாவது வென்றெடுத்தவர் என்றழைக்கப்பட்டார்கள். இந்தச் சொல்லிலிருந்துதான், 'ஜினா'வான மஹாவீரர் தோற்றுவித்த 'ஜைனம்' (சமணம்) என்ற சொல்லைப் பெறுகிறோம். பௌத்தக் கொள்கைகள் 'சாசனம்' என்றழைக்கப்பட்டன — அரசாணைகளுக்கு இணையான அறிவுறுத்தல்களாக இருக்கின்றன.

8 என்னுடைய இரண்டு கட்டுரைகளையும் பார்க்கவும்: *'Power of Words: The Ascetic Appropriation and Semantic Evolution of Dharma', and 'Semantic History of Dharma: The Middle and Late Vedic Periods', in Olivelle 2005: 121–54.*

இந்தப் புதிய மதங்களுடைய இறையியல்ரீதியான கருத்தாக்கங்களின் தர்மம் மையமான ஒன்றாக இருப்பதை நாம் கண்டெடுக்க வேண்டும் என்றால் பரந்த தளத்தில் அரசு சார்ந்த குறியீடுகளையும் சொல்லாடல்களையும் இவை தன்வயப்படுத்திக்கொண்டதிலிருந்தே கண்டெடுக்க முடியும். சமூகத்தின், சமூக-அறத்தின் அஸ்திவாரமாக இருக்கும் தர்மத்தை ஓர் அரசன் பறைசாற்றுகிறான்; அதைக் காக்கிறான். அது போலவே, புத்தர் அவரது புதிய தர்மத்தை, இவ்வுலகத் துக்கங்களிலிருந்து விடுதலை அடைவதற்கான புதிய பாதையாக தர்மத்தைப் பறைசாற்றுகிறார்.

இருந்தாலும், அசோகருக்கு ஒன்று அல்லது இரண்டு நூற்றாண்டுகளுக்கு முன், ஒழுங்கமைக்கப்பட்ட இந்த மதக் குழுமங்கள், அதாவது பாஸந்தாக்கள், அவற்றை வலுப்படுத்திக்கொண்ட பின், தர்மம் என்ற கோட்பாடு சர்ச்சைக்குரிய தளமானது. இந்தச் சொல்லுக்கான அர்த்தம் குறித்து இறையியல்ரீதியான மோதல்கள் நடந்தன. அசோகருக்கு முந்தையது என்று உறுதியாகச் சொல்லக்கூடிய, பௌத்த நூல்களில் மிகப் பழமையானதாகப் பார்க்கப்படும் பௌத்த நெறிமுறைகளின் தொகுப்பான 'ஸுட்டனிபாதா'வின் அட்டகவக்காவில்[9] உள்ள சில செய்யுள்களில் பௌத்தர்களை மட்டுமல்லாமல் பிற துறவிகளையும் கண்டிக்கும் சுவாரசியமான போக்கைக் காண முடியும். எந்த தர்மம் உண்மையானது அல்லது சிறந்தது என்ற விவாதங்களில் ஈடுபட வேண்டாம் என்றும் அதைத் தனியே விட்டுவிடும்படியும் இந்தச் செய்யுள்கள் கோருகின்றன. சில எடுத்துக்காட்டுகள் இங்கே கொடுக்கப்படுகின்றன:

> தங்களுடைய தர்மமே மேலானது என்கிறார்கள்; மற்றவர்களுடையது கீழானது என்கிறார்கள்.
>
> சிலர் ஒரு தர்மத்தை மிக மேலானது என்கிறார்கள்; அதே தர்மத்தை வேறுசிலர் மிகக் கீழானது என்கிறார்கள்.
>
> வேறொரு பிரிவைச் சேர்ந்தவரை அசுத்தமான தர்மத்தைக் கொண்டிருக்கும் முட்டாள் என்றழைக்கிறார்கள்.
>
> என்னுடைய தர்மம் உனக்குத் தெரியவில்லை என்றால் நீ மிருகமாகிறாய்; இப்படித்தான் சொல்கிறார்கள்.[10]

9 இந்த நூல்கள் குறித்த ஆய்வுக்குப் பார்க்கவும்: Olivelle (2005: 130).

10 *Aṭṭakavagga of the Suttanipāta*, verses 904, 903, 893, 880. அட்டகவக்காவின் காலம் குறித்த ஆய்வுக்குப் பார்க்கவும்: Gomez (1976); Vetter (1990). பைரத் கல்வெட்டில் அசோகர் பட்டியலிட்டிருக்கும் நூல்கள் பல ஸுட்டனிபாதாவிலிருந்து எடுக்கப்பட்டவையாக இருக்கின்றன. (பார்க்கவும்: இயல் 6).

தங்களுடைய கொள்கைகளையும் போதனைகளையும் வரையறுப்பதற்கு தர்மம் என்ற சொல்லாடலைத் தன்வயப்படுத்திக்கொண்டு அர்த்தப்படுத்திய துறவறச் சமயங்களைச் சேர்ந்த உறுப்பினர்கள் கடுமையான, காயப்படுத்தக்கூடிய மொழியை ஒருவர் மீது ஒருவர் வீசிக்கொண்டார்கள் என்பது மட்டும் மிகத் தெளிவாக இருக்கிறது. நான்காவது பகுதியில் பாஸந்தாக்களுக்கு அசோகர் கொடுத்த அறிவுரைகள் குறித்து விவாதிக்கும்போது, இந்தக் கடுமையான மோதல்களின் பிரதிபலிப்புகளை நம்மால் உணர்ந்துகொள்ள முடியும். நாவடக்கம் வேண்டும் என்கிறார் அசோகர்.

தர்மா என்ற கருத்தாக்கத்தின் மீது தன் முத்திரையைப் பதியவைக்கவும், தான் கட்டமைக்க விரும்பிய புதிய தார்மிகத் தத்துவத்தின் அடிக்கல்லாக தர்மத்தை மாற்றும் அவரது முயற்சியிலும் இப்படியான மோசமான சூழ்நிலையை அசோகர் எதிர்கொள்ள வேண்டியிருந்தது.

தர்மத்தின் தொடக்க காலப் பொருண்மை வரலாறு குறித்த என்னுடைய கருதுகோளின் ஒரு பகுதி இப்படியாக இருக்கிறது: தர்மம் என்ற கருத்தமைவை அசோகர் மிகப் பரவலாகப் பயன்படுத்தி, 'பிரபலப்படுத்தியதன்' விளைவாகத்தான் இந்திய நாகரிகத்தை வரையறுக்கும் ஒரு கருத்தாக்கமாக தர்மம் மாறியிருக்கிறது. 'முக்திநெறி சோஷலிசத்தின் அரசியலார்ந்த இறைத் தூதுவராகிறார்' அசோகர் என்று உபிந்தர் சிங் மிகச் சரியாகக் குறிப்பிடுகிறார்[11]. இந்தச் சொல்லை, பேரரசர் அந்த அளவுக்குப் பயன்படுத்தியதால், அதை எவராலும், பார்ப்பனிய இறையாளர்களாலும்கூட நிராகரிக்க முடியாத ஒன்றாக மாறியது. இந்தக் காலகட்டத்தில்தான், தர்மத்துக்கு என்று அர்ப்பணிக்கப்பட்ட ஒரு புதிய இலக்கிய வகை — தர்மசாஸ்திரங்கள் என்று அழைக்கப்படுபவை — பார்ப்பன மரபில் உருவாக்கப்பட்டது. இந்த இலக்கிய வகையில் நமக்குக் கிடைக்கக்கூடியதில், மிகப் பழமையானது ஆமஸ்தம்ப தர்மசூத்திரம்; இது அசோகரது காலத்துக்கு மிக நெருக்கமான ஒன்றாக இருக்கிறது.

இச்சொல்லை அசோகர் தொடர்ந்து பயன்படுத்தியது, ஒரு பேரரசராக இது அவரது வாழ்க்கையை வரையறுக்கும் ஒன்றாகவும், வாழ்க்கையின் மையமான ஒன்றாகவும் இருந்திருப்பதை நம்மால் ஓரளவு புரிந்துகொள்ள முடிகிறது. அடிப்படையாக, பாறை அரசாணைகள், தூண் அரசாணைகள் ஆகிய இரண்டு தொகுப்புகளில் தர்மம் குறித்த அவரது தத்துவத்தை அசோகர் முன்வைக்கிறார். இவ்விரண்டு தொகுப்புகளும் தோராயமாக 3,064 வார்த்தைகள் கொண்டிருக்கின்றன. பிரமாணங்கள், உபநிஷத்துகள் போன்ற தொடக்க கால இந்தியப் பனுவல்களை அடிப்படையாகக்

11 Upinder Singh (2017: 49).

கொண்டு சொல்வதென்றால், அசோகரது எழுத்துகள் அசாதாரணமான தன்மையில் மிகச் சுருக்கமாக இருக்கின்றன. இருந்தும், சுருக்கமான இந்த எழுத்துகளில் தர்மம் என்ற சொல்லை அசோகர் 106 முறை பயன்படுத்துகிறார். சராசரியாக, ஒவ்வொரு இருபத்தொன்பது வார்த்தைகளுக்கு ஒரு முறை என்ற விகிதத்தில். அசோகருக்கு இச்சொல் முக்கியத்துவம் வாய்ந்த ஒன்றாக இருந்தது என்று சொல்வது — அவரது மனதில் இச்சொல் முதன்மையான ஒன்றாக இருந்தது என்பதே உண்மை — மிகையாக இருக்காது.

அசோகரது சொந்த வார்த்தைகளிலிருந்து நாம் மீட்டெடுக்க முயலும் அவரது சொல்லோவியத்தில், தர்மத்தோடு அவர் கொண்டிருந்த ஈடுபாடு முதலாவதாகவும் மையமானதாகவும் முன்னிலையிலானதாகவும் இருக்கிறது. இந்தத் திட்டம் அவருக்கு மிக நெருக்கமான ஒன்றாக இருந்ததோடு மட்டுமல்லாமல் தர்ம-திட்டத்தின் பல்வேறு கூறுகளுக்கு அவர் அரசுப் பணத்திலிருந்து பெருமளவு செலவழித்திருக்கவும் வேண்டும். இனிவரும் இயல்களில், அவரது பேரரசுக்குள்ளாகவும், தெற்கிலும் மேற்கிலும் உள்ள அண்டை நாடுகளிலும் தர்மத்தை வரையறுப்பதற்கும் பரவலாக்குவதற்கும் அசோகர் கொண்டிருந்த ஈடுபாட்டை நான் வெளிக்கொணர முயல்கிறேன்.

9

தார்மிகத் தத்துவமாக தர்மம்

தர்மத்தைப் பிரத்யேகமாகக் கையாளும் மிகப் பழமையான பார்ப்பனியப் பனுவல் ஆபஸ்தம்பா தர்மசூத்திரமாகும். அசோகரது காலத்துக்கு அருகில் எழுதப்பட்ட இந்தப் பனுவல், தர்மத்தை நாம் எவ்வாறு அறிந்துகொள்ள முடியும் என்ற முக்கியமான கூற்றை முன்வைக்கிறது: ‘தர்மமாகட்டும் அதர்மமாகட்டும், இப்படிச் சொல்லிக்கொண்டு திரிவதில்லை: நாங்கள் இங்குதான் இருக்கிறோம்!’[1] அறிவறிதலார்ந்த இக்கூற்று ‘உண்மையான’, ‘சரியான’ தர்மம் என்று ஒன்றை அதுவாக வெளிப்படுத்திக்கொள்வதில்லை அல்லது அதை அடையாளம் காண்பது அவ்வளவு சுலபமல்ல என்று அதன் பார்வையாளர்களுக்குச் சொல்ல விரும்புகிறது. பார்ப்பனர்களின் தனித்த சொத்தான வேதங்களிலும், பார்ப்பனக் குழுகங்களால் நிலைநிறுத்தப்படும் சமூக நெறிமுறைகளிலுமே இதைக் காண முடியும். இது போன்ற முக்கியமான ஓர் உள்ளடக்கம் குறித்து எவர் வேண்டுமென்றாலும், அவர் பேரரசராகவே இருந்தாலும்கூட, தங்களது கருத்துகளைச் சொல்லிக்கொண்டிருக்க முடியாது.

ஆனால், அசோகர் இதையெல்லாம் ஏற்றுக்கொள்ளக்கூடியவர் இல்லை. தர்மம் என்பது ஒரு சமயத்தின் அல்லது குழுமத்தின் தனிச்சொத்தாக இருக்க முடியாது. அது உலகளாவியது. புத்துணர்வோடும் நேரடியாகவும் முற்றிலும் வெளிப்படையாகவும், தர்மம் என்றால் என்னவென்று அவர் மனதில் இருப்பதை வெளிப்படுத்துகிறார். அவரது முக்கியமான எழுத்துகள் பலவற்றிலும் தர்மம் குறித்து மிக விரிவாக விளக்குகிறார். ஆனால், இன்னும் முக்கியமானது என்னவென்றால், பொ.ஆ.மு. 256 வாக்கிலான அவரது தொடக்க கால எழுத்துகளிலிருந்து பதினைந்து வருடங்களுக்குப் பிறகு பொறிக்கப்பட்ட அவரது கடைசி எழுத்துகள்

1 *Āpastamba Dharmasūtra*, 1.20.6.

வரையிலும் — தர்மம் குறித்து முறையான வரையறையை ஒன்பது முறை கொடுக்கிறார். பார்ப்பனிய விளக்கத்துக்கு எதிரானதாக இருக்கும் அசோகரது தர்மம் என்பது தார்மிக நடத்தைகளுக்கான முறைமையாகிறது. இது காரணியத்தை — வேறு வார்த்தை கிடைக்காததால் இதைப் பயன்படுத்துகிறேன் — அடிப்படையாகக் கொண்டிருப்பதாகிறது. இது ஏழைகள், செல்வந்தர்கள் ஆகிய இருசாராருக்கும், மேலானவர், கீழானவர் ஆகிய இருசாராருக்கும், அவரது எல்லைக்கு உட்பட்ட, அதற்கு அப்பால் இருக்கும் மக்கள் ஆகிய இருசாராருக்கும் பொருந்தக்கூடிய பொதுவான ஒன்றாகிறது. இதைத்தான் உபிந்தர் சிங் ‘முக்திநெறியிலான சோஷலிசம்’ என்றழைக்கிறார்.[2] பார்ப்பனர்களுக்கு ஒரு தர்மம் என்றும், மற்றவர்களுக்கு ஒன்று என்றும், ஏழைகளுக்கும் சமூகத்தில் கீழாக இருப்பவர்களும் ஒன்று என்றும், செல்வந்தர்களுக்கும் மேட்டுக்குடிகளுக்கும் ஒன்று என்றும் தர்மம் இருக்க முடியாது. குறிப்பிட்ட மக்களுக்கான குறிப்பிட்ட தர்மம் — பார்ப்பன மரபில் பிரத்யேகமான ஒன்றாக இருக்கும் சவதர்மம் — என்ற கருத்தமைவை அசோகர் நிராகரிக்கிறார். தர்மம் உலகளாவிய தன்மை கொண்டது என்ற பார்வையை அவர் பௌத்தத்தோடு பகிர்ந்துகொள்கிறார் — ஒருவேளை பௌத்தத்திலிருந்து பெற்றுக்கொண்டதாகவும் இருக்கலாம். இருந்தாலும், ஆபஸ்தம்பாவின் இந்த அறிவறிதலான கேள்விக்கு அசோகர் நேரடியாக, வெளிப்படையாகப் பதில் ஏதும் சொல்லவில்லை: உண்மையான தர்மத்தை வெளிப்படுத்தக்கூடிய மூலங்கள் எவை? காரணியம் நம்மை அங்கே கொண்டுசெல்ல முடியும் என்று அசோகர் அனுமானித்துக்கொண்டதுபோல் இருக்கிறது. தர்மம் தானாக அதை விளக்கிக்கொள்ளக்கூடிய ஒன்றாகவும், நிரூபணம் அல்லது ஆதாரம் எதுவும் அவசியமில்லாத ஒன்றாகவும் அனுமானித்துக்கொண்டு தர்மம் குறித்த வரையறைகளை அசோகர் முன்வைக்கிறார்.

தர்மமாக அகிம்சை

தர்மம் குறித்த பல்வேறு வரையறைகளிலும், அவருடைய பிற எழுத்துகளில் அகிம்சையின் நற்குணத்தைத் — அதாவது, உயிரினங்களைக் கொல்லாமல், நோகடிக்காமல், காயப்படுத்தாமல் இருப்பது — தனது தார்மிகத் தத்துவத்தின் அடிக்கல்லாக அசோகர் முன்வைக்கிறார். தர்மம் குறித்த அவரது எழுத்துகளைத் தொடங்கிவைக்கும் பாறை அரசாணை I-இல் இதுவே பிரதான உள்ளடக்கமாக இருக்கிறது. ‘அகிம்சை’ என்ற சொல்லைத் துல்லியமாக அவர் பயன்படுத்தவில்லை என்றபோதும், ‘-வி’ என்ற முன்னொட்டின் பல்வேறு வடிவங்களை

2 *Upinder Singh (2017: 49).*

அவர் பயன்படுத்துகிறார்: கொல்லாமல்/காயப்படுத்தாமல் என்பதற்கு அவிஹிஸா (சம்ஸ்கிருதம்: அவிஹிம்ஸா) என்ற சொல்லைப் பயன்படுத்துகிறார்; இதற்கு எதிராக, அதாவது கொல்லுதல்/காயப்படுத்துதல் என்பதற்கு விஹிஸா (சம்ஸ்கிருதம்: விஹிம்ஸா) என்ற சொல்லைப் பயன்படுத்துகிறார். முன்னொட்டைச் சேர்ப்பது இச்சொல்லை இன்னும் நுட்பமான ஒன்றாக்குகிறதே ஒழிய, அடிநாதமாக இருக்கும் அதன் அர்த்தத்தில் அப்படி ஒன்றும் பெரிய மாற்றத்தைக் கொண்டுவரவில்லை. இச்சொல்லின் இரட்டை அர்த்தம், காயம் அல்லது தாக்குதல் என்ற இதன் மூல அடிப்படையிலிருந்து பெறப்படுகிறது. இதிலிருந்துதான் விரிவுபட்ட அர்த்தமான காயப்படுத்துதல் அல்லது கொல்லுதல் போன்ற அர்த்தங்களை நாம் பெறுகிறோம். இரண்டு அர்த்தங்களையுமே — தாக்குதல்/காயப்படுத்துதல் மற்றும் கொல்லுதல் — இச்சொல் உள்ளார்ந்து கொண்டிருக்கிறது. இப்படியாகவே 'நான்-வயலன்ஸ்' (non-violence) என்ற நவீன அர்த்தப்படுத்தலுக்குக் கொண்டுவிடுகிறது.[3]

இதோடு தொடர்புடைய, அசோகர் பயன்படுத்தும் பிற சொற்கள் 'அலம்பா' என்ற சம்ஸ்கிருதச் சொல்லோடு இணைந்திருக்கின்றன. இதன் மூல அர்த்தம், கைப்பற்றுதல் அல்லது பிடித்துக்கொள்ளுதல் என்பதாக இருக்கிறது. இது, சடங்குரீதியாக பலிகொடுக்கப்படும் விலங்கைப் 'பிடித்துக்கொண்டு வந்து பலிபீடக் கம்பத்தில் கட்டுவது' என்பதோடு நெருங்கிய தொடர்புகொண்டிருக்கிறது.[4] விலங்குகள் கொல்லப்படுவதற்கும் சடங்குரீதியாக பலிகொடுக்கப்படுவதற்கும் இடையேயான தொடர்பு, தர்மம் குறித்த அசோகரது முதல் எழுத்தான பாறை அரசாணை 1-இல் மிக வெளிப்படையாக உள்ளது. இதில் அசோகர் இவ்வாறு சொல்கிறார்: 'இங்கு, எந்த உயிரினங்களையும் கொல்லக் கூடாது; சடங்குகளில் பலிகொடுக்கப்படக் கூடாது. திருவிழாக்கள் ஏதும் நடத்தப்படக் கூடாது.' இங்கே 'கொல்லுதல்' என்பதற்கு 'ஆலபிது' என்ற சொல்லும் 'பலிகொடுப்பது' என்பதற்கு 'பஜோஹிதவியே' (சம்ஸ்கிருதம்: பிரஹோதவ்யா) என்ற சொல்லும் பயன்படுத்தப்படுகிறது. பிந்தைய சொல், விலங்குகளின் உறுப்புகளை வேள்வியில் படைக்கும் செயலைக் குறிக்கும் பிரத்யேகச் சொல்லாக வேதச் சடங்கு இலக்கியங்களில் காணப்படுகிறது. சடங்குரீதியாக மிருகங்கள் பலிகொடுக்கப்படுவதை மிருகங்கள் கொல்லப்படுவதோடு சேர்த்து அசோகர் தடைசெய்வது என்பது,

---

3 பண்டைய இந்தியாவில் நடைபெற்ற வன்முறைகள் குறித்த விரிவான ஆய்வுக்குப் பார்க்கவும்: Upinder Singh (2017).

4 அசோகரது எழுத்துகளில் உள்ள சடங்குரீதியான வார்த்தைகள் குறித்த விவாதத்துக்குப் பார்க்கவும்: Lubin (2013).

இப்படி பலிகொடுக்கப்படுவது பெருமளவு வேதச் சடங்குகளோடு தொடர்புடையதாக இருந்தாலும்கூட, அதோடு மட்டுப்பட்டதாக இல்லை என்பதைத் தெளிவாக வெளிப்படுத்துகிறது. அவரது பிரகடனத்தில் முதல் சொல்லாக இருக்கும் 'இங்கு' என்பது, இந்தப் பின்னணிக்குள்ளாக — 'இங்கு' இந்த எழுத்து பொறிக்கப்பட்டிருக்கும் இடத்தில் என்றும், 'இங்கு' என்னுடைய நிலப்பரப்பில் என்றும் — குறைந்தபட்சம் இரண்டு அர்த்தங்களைக் கொண்டிருக்க முடியும். இப்படியான படைப்பூக்கமிக்க மயக்கம் அசோகருக்குக் கொடுக்கும் மகிழ்ச்சியை நாம் கணக்கில் எடுத்துக்கொண்டு சொல்வதென்றால், இந்தச் சொல் இரண்டு அர்த்தங்களையும் கொண்டிருக்கிறது என்றே நினைக்கிறேன். திருவிழாக்களைத் தடைசெய்வதும்கூட சடங்குரீதியான பலிகொடுத்தலோடு தொடர்புடையதாக இருக்கிறது: வெகுஜனங்களின் மதச் சடங்குகள் பல இது போன்ற திருவிழாக்களில் நடைபெற்றிருக்கலாம். வேறு காரணங்களுக்காகவும், அதாவது திருவிழாக்களில் மாமிசத்தை விற்பதற்காகவும் விலங்குகள் கொல்லப்பட்டிருக்கலாம். நவீனக் காலத்தில் காணப்படும் 'ஈரச் சந்தை'யில் உள்ளதுபோல் மிருகங்கள் அந்த இடத்திலேயே கொல்லப்படும் மோசமான பழக்கங்களும் இருந்திருக்கலாம். மேலும், யாருக்குத் தெரியும், சேவல் சண்டைபோல் பொழுதுபோக்குக்காக விலங்குகளை ஒன்றோடு ஒன்று மோதவிட்டுக் கொல்வது நடந்திருக்கலாம். பிந்தைய இந்தியச் சட்ட நூல்களில் மிருகங்களைச் சண்டையிடவைக்கும் பழக்கம் *சமாஹ்வயா* என்றழைக்கப்படுகிறது.[5]

திருவிழாக்களை அசோகர் தரக்குறைவாகப் பார்க்கும்போது அவர் புதிதாக எதையும் செய்துவிடவில்லை. இப்படியான திருவிழாக்களில் பௌத்தத் துறவிகள் கலந்துகொள்ளக் கூடாது என்று சொல்லும் பௌத்த நூல்களும் காணப்படுகின்றன. ஏறக்குறைய அசோகருக்குச் சமகாலத்தவரான ஆபஸ்தம்பாவின் தர்மம் குறித்த பனுவலும் இதுபோலவே திருவிழாக்களில் பார்ப்பனர்கள் கலந்துகொள்வதைத் தடைசெய்கிறது.[6]

நான் சற்று முன்னர் முன்வைத்த கூற்றில், கொல்லப்படும் ஒன்று 'உயிரினமாகிறது' (ஜீவா). இதற்கு இணையான கல்வெட்டான பாறை அரசாணை IV-இல் சற்றே சிக்கலான கூற்றை, அதாவது எவற்றையெல்லாம் கொல்லக் கூடாது அல்லது காயப்படுத்தக் கூடாது என்பது குறித்து வேறான வார்த்தைகள் பயன்படுத்தப்படுவதைக் காண முடியும்: 'விலங்குகளைக் கொல்லாமல் இருப்பது (பிராணா),

---

5 பார்க்கவும்: *Manu's Law Code*, 9.221–28; *Yājñavalkya's Law Code*, 2.203–07; *Kautilya's Arthaśāstra*, 3.20.1–13.
6 *Āpastamba Dharmasūtra*, 1.3.12; 1.32.19–20.

ஜீவராசிகளைக் காயப்படுத்தாமல் இருப்பது (பூதா). மூன்று சொற்கள் — ஜீவா, பிராணா, பூதா — ஒருவேளை ஒரே அர்த்தத்தை அல்லது நிகரான அர்த்தத்தைக் கொண்டிருக்கக்கூடும். முதலாவது சொல் நேரடியாக உயிருள்ளவற்றைக் குறிக்கிறது; இரண்டாவது சுவாசிக்கிறவற்றைக் குறிக்கிறது; இறுதியானது, அதுவும் மிகப் பரந்துபட்ட வகைமையான இது, எல்லா ஜீவராசிகளையும், அதாவது அவையும் உயிரோடு இருக்கின்றன என்பதைக் குறிக்கிறது. இந்த வகைமைகளில் சில செடி கொடிகளையும் குறிக்கலாம். ஏனெனில், அவையும் உயிரோடு இருக்கின்றன. மிருகங்களைக் கொல்லாமல் இருப்பதற்கே அசோகரது அறிவுரை அழுத்தம் கொடுக்கிறது.

அவரது பரந்த பேரரசில் மதரீதியாகவும் பண்பாட்டுரீதியாகவும் மக்கள் வேறான நுண்ணுணர்வுகள் கொண்டிருப்பதை அசோகர் ஒருவேளை நுட்பமாக உணர்ந்திருக்கலாம். நாம் முன்னர் பார்த்ததுபோல், பாறை அரசாணை *XIV*-இல் பல்வேறு பகுதிகளுக்கு ஏற்றாற்போல் அவரது செய்திகளின் தொனியை மாற்றியிருப்பதாக வெளிப்படையாகத் தெரிவிக்கிறார். ஏனெனில், ‘எல்லா விஷயங்களும் எல்லா இடங்களுக்கும் உகந்தவையாக இருப்பதில்லை’. அசோகரின் பௌத்தம் குறித்த நம்முடைய விவாதத்தில், எல்லாப் பிரஜைகளுக்கும் பொதுவாக முன்வைக்கப்படும் செய்திகளில் மறுபிறப்பு, கர்மா போன்ற குறிப்பிட்ட பௌத்தக் கொள்கைளை அவர் சேர்த்துக்கொள்ளவில்லை என்று பார்த்தோம். தனது செய்திகள் உலகளாவிய பண்பைக் கொண்டிருக்க வேண்டும் என்றே அவர் நினைத்தார். இருந்தாலும், அகிம்சை விஷயத்தைப் பொறுத்தமட்டில், அவர் கொஞ்சமும் சமரசத்துக்கு இடம்கொடுக்கவில்லை; விட்டுக்கொடுக்க மறுக்கிறார்; முற்றிலும் உறுதியாக இருக்கிறார். தர்மம் குறித்த அவரது தொடக்க எழுத்துகளிலிருந்து இறுதியானது வரையிலும், ஏன் வட-மேற்கு எல்லைக்கு அப்பால் இருக்கும் மக்களுக்காக அராமெயத்திலும் கிரேக்கத்திலும் மொழிபெயர்த்த செய்திகளிலும்கூட, அகிம்சையை முக்கியமான ஒன்றாக முன்னிலைப்படுத்துகிறார்.

அகிம்மை என்ற நற்பண்பின் மீதான அசோகரது சமரசமற்ற ஈடுபாட்டுக்கான காரணங்கள் பலவாக இருக்கலாம் என்றாலும், அவர் எப்படியான மதப் பின்னணியில் வளர்ந்தாரோ — சமணம் மற்றும் பௌத்தத்தின் தாக்கத்தையும் சேர்த்து — அது பெருமளவில் பங்காற்றியிருக்க வேண்டும். அசோகரது தந்தையும் தாத்தாவும் சமணத்தோடும் ஆஜீவிகத்தோடும் தொடர்புடையவர்களாக இருந்தார்கள் என்று இந்தியாவில் மரபாகச் சொல்லப்படுகிறது. இவ்விரண்டு மதங்களும்கூட அவற்றின் தார்மிக போதனைகளில் அகிம்சையை மையமாக முன்வைத்தன. காரணங்கள் என்னவாக இருந்தாலும்,

அவரது பார்வையாளர்கள் யாராக இருந்தாலும், தர்மம் குறித்த அவரது கருத்தாக்கத்தின் மையமாக இருக்கும் நற்பண்பை மாற்றுவதற்கு அல்லது நிராகரிப்பதற்குக் காரணங்கள் ஏதும் இருப்பதாக அசோகர் நினைக்கவில்லை.

தர்மம் குறித்த அவரது முறையான வரையறையில் அகிம்சை முக்கியமான ஒன்றாக உள்ளடங்கியிருப்பதற்கு மேல், நான் இது குறித்து விவாதிக்கவிருக்கிறேன்: விலங்குகளைக் காயப்படுத்துவதை, கொல்வதை எதிர்த்துப் பல பிரகடனங்களில் அசோகர் அகிம்சையை ஊக்குவிக்கிறார். அகிம்சையோடு தொடர்புடைய அவரது கொள்கையைத் தூண் அரசாணை II-இல் மிகச் செறிவாக முன்வைக்கிறார்: 'இருகால் பிராணிகளுக்கும் நான்குகால் பிராணிகளுக்கும் பறவைகளுக்கும் நீர்வாழ் விலங்குகளுக்கும் நான் பலவிதமான நன்மைகள் செய்திருக்கிறேன். ஏன் வாழ்க்கையின் கொடையையும்கூட அளித்திருக்கிறேன். மேலும், நான் பலவிதமான நற்காரியங்களும் செய்திருக்கிறேன்.' எல்லா உயிரினங்களின் — பறவைகள், மீன்கள், நில விலங்குகள், மனிதர்கள் — துயரத்தைப் போக்குவதற்கான அசோகரது முயற்சிகள், துயரத்தையும் வலியையும் கொடுக்கக்கூடிய முத்திரைகுத்துதல், விரையறுப்பு போன்ற பல கொடூரமான செயல்களை நிறுத்திவைக்கும் அளவுக்கு விரித்துக் கொண்டுசெல்லப்பட்டது. மதரீதியான, பண்பாட்டுரீதியான முக்கியத்துவம் கொண்ட நாள்களிலும் பருவங்களிலும் இவை நிறுத்திவைக்கப்பட வேண்டும் என்று கட்டளையிடப்பட்டது. கீழே கொடுத்திருக்கும் மேற்கோளில், புஷ்ய அல்லது பௌஷா என்றும் அழைக்கப்படும் டிஷ்ய நாள்கள் பிரதானமாக இடம்பெறுகின்றன.[7] நவீன நாள்காட்டியில் இது டிசம்பர்-ஜனவரியைக் குறிக்கிறது. ஆனால், இதே பெயரில் உள்ள சந்திர விண்மீன் குழுவைக் குறிப்பதாகவும் இருக்கலாம். பொ.ஆ.மு. 242-இல், அதாவது அசோகர் அரியணை ஏறி இருபத்தாறு ஆண்டுகள் கழித்துப் பொறிக்கப்பட்ட பாறை அரசாணை V-இல் இப்படியான கட்டளைகள் குறித்து விரிவாக முன்வைத்திருப்பதைப் பார்க்க முடியும். இருந்தாலும், அகிம்மை மீதான அவரது ஊசலாட்டமற்ற அர்ப்பணிப்பை, பதினான்கு வருடங்களுக்கு முன் வெளியிடப்பட்ட அரசாணையில் அவர் வெளிப்படுத்தியிருக்கிறார். மிருகங்கள் கொல்லப்படுவதைத் தடுக்க அவர் ஏன் இவ்வளவு காலம் தாமதித்தார்? பல்வேறு தரப்புகளிலிருந்து அவருக்கு எதிர்ப்புகள் இருந்தனவா? கொல்வதைத் தடைசெய்யும் சட்டம் அரசியல்ரீதியாக ஆபத்தானது என்று அவரது ஆலோசகர்கள் அவருக்கு அறிவுறுத்தினார்களா? நம்மால் எப்போதும் தெரிந்துகொள்ள முடியாது என்றாலும், மனிதர்களின் தேவைக்காக மிருகங்களைக்

7 புஷ்ய, டிஷ்ய குறித்துத் தெரிந்துகொள்வதற்குச் சொல்விளக்கம் பகுதியைப் பார்க்கவும்.

கொல்வது என்ற பின்னணியில் அகிம்சையைத் தீர்மானமாக முன்வைக்க அசோகர் நிச்சயமாக நீண்ட காலம் எடுத்துக்கொண்டார்.

> அரியணை ஏறி இருபத்தாறு ஆண்டுகளுக்குப் பிறகு, சிறப்பு உயிரிகள் எதுவும் கொல்லப்படக் கூடாது என்று அறிவித்திருக்கிறேன் — கிளி, மைனா, சீழ்க்கைச் சிறவி, தாராக்கோழி, செந்தாரா, செவ்வலகு லியோத்ரிக்ஸ், நீலக்கண்ணி/செவ்வாயன், மாங்குயில், ஆமை, நன்னீர் ஆமை, நீர்ப் பாம்பு, கங்கை ஓங்கில், சம்குஜா மீன், அலங்கு, பழந்திண்ணி வௌவால், சிமலே, சம்தகா, ஓகபிந்தா, தவிட்டுப் புறா, வெண்புறா, மாடப்புறா[8] என்று மட்டுமல்லாமல் பயனற்ற அல்லது உணவாக எடுத்துக்கொள்ள முடியாத நான்குகால் பிராணிகளையும் கொல்லக் கூடாது.
>
> சினையாக உள்ள அல்லது தன் குட்டிகளைப் பார்த்துக்கொள்ளும் செவிலி வெள்ளாடுகள், செம்மறி ஆடுகள், பெண் பன்றிகள் ஆகியவற்றைக் கொல்வது தடைசெய்யப்படுகிறது. அதுபோலவே ஆறு மாதம் ஆகாத பெண் பன்றிகளும்கூட. சேவல்களுக்கு விரைநீக்கம் செய்யக் கூடாது. குப்பைகளில் உயிரினங்கள் இருக்கும்பட்சத்தில் குப்பைகளை எரிக்கக் கூடாது. காரணம் ஏதுமில்லாமல் அல்லது கொல்வதற்காகக் காடுகள் எரிக்கப்படக் கூடாது. விலங்களை விலங்குகளுக்கு உணவாக அளிக்கக் கூடாது.
>
> மீன்களைக் கொல்வது தடைசெய்யப்படுகிறது. மேலும், ஒவ்வொரு பருவத்தின் தொடக்கத்தில் வரும் மூன்று பௌர்ணமி நாள்களிலும், டிஷ்ய நட்சத்திர பௌர்ணமி நாளிலும், ஒவ்வொரு இரு வாரங்களின் பதினான்காம் பதினைந்தாம் நாள்களிலும், அடுத்த இரு வாரத்தின் முதல் நாளிலும், ஒவ்வொரு உபோஸதா நாள்களிலும் மீன்களைக் கொல்வது அல்லது விற்பது தடைசெய்யப்படுகிறது. இதே நாள்களில், யானை காட்டில் உள்ள பிற விலங்குகளைக் கொல்லக் கூடாது; மீன்கள் பாதுகாக்கப்படும் இடங்களிலும் மீன்களைக் கொல்லக் கூடாது.
>
> ஒவ்வொரு பதினைந்து நாள்களிலும் வரும் எட்டாவது நாளன்றும், ஒவ்வொரு பதினைந்து நாள்களிலும் வரும் பதினான்காவது, பதினைந்தாவது நாள்களிலும், டிஷ்ய நாளிலும் புனர்பூச நாளிலும், ஒவ்வொரு பருவத்தின் தொடக்கத்தில் வரும் மூன்று பௌர்ணமி நாள்களிலும், பண்டிகை நாள்களிலும் காளை மாடுகளுக்கு

8 இந்த அரசாணையில் பட்டியலிடப்பட்டிருக்கும் மிருகங்களின் அடையாளத்துக்குப் பின்னிணைப்பில் கொடுக்கப்பட்டிருக்கும் மொழியாக்கத்தைப் பார்க்கவும்.

விரைநீக்கம் செய்யக் கூடாது. விரைநீக்கம் செய்யப்பட வேண்டிய வெள்ளாடுகள், செம்மறி ஆடுகள், பன்றிகள் மற்றும் பிற விலங்குகளுக்கு விரைநீக்கம் செய்யக் கூடாது.

டிஷ்ய நாளிலும் புனர்பூச நாளிலும், ஒவ்வொரு பருவத்தின் தொடக்க பௌர்ணமி நாள்களிலும், ஒவ்வொரு பருவத்தின் பௌர்ணமிக்குப் பின் வரும் பதினைந்து நாள்களுக்கும் குதிரைகளுக்கும் காளைகளுக்கும் முத்திரை குத்தக் கூடாது.

அகிம்சை என்ற சொல் கொண்டிருக்கும் உள்ளார்ந்த நற்பண்பின் ஒரு குணம், இச்சொல் இன்மையைச் சுட்டக்கூடிய 'அ' என்ற முன்னொட்டை எதிர்மறையாகக் கொண்டிருக்கும் கருத்தாக்கமாக இருக்கிறது: அ-காயப்படுத்துதல், அ-கொல்லுதல். விலங்குகளுடனான உறவுமுறையை, காயப்படுத்தும் செயலிலிருந்து விலகியிருத்தல் என்று முற்றிலும் எதிர்மறையான அடிப்படையில்தான் அசோகர் உள்வாங்கிக்கொண்டாரா? இப்படியாக இல்லை என்பதற்கான ஆதாரம் இருக்கிறது. இரக்கம் என்ற அக நற்பண்பின் பிற வெளிப்பாடாக அகிம்சையைப் பார்க்கிறார் அசோகர் — மூலத்தில் 'தயா' என்று இருக்கிறது. சிறு பாறை அரசாணை II-இல், அகிம்சை குறித்து அவரது தொடக்க கால வரையறையாக இருக்கும் இதில் இப்படியாக முன்வைக்கிறார்: 'உயிரினங்களையும் இரக்கத்தோடு நடத்த வேண்டும்.' தூண் அரசாணைகளில் அசோகர் இந்த உள்ளடக்கத்துக்குத் திரும்புகிறார். இதில் தர்மத்தின் பகுதியாக இரக்கம் இரண்டு முறை குறிக்கப்படுகிறது. தூண் அரசாணை II-இல் இவ்வாறு சொல்கிறார்: 'தர்மம் அருமை! ஆனால், தர்மத்தின் எல்லை என்ன? — குறைவான தீயசெயல்கள், நிறைய நற்செயல்கள், இரக்கம், தானம், உண்மை, தூய்மை.' தூண் அரசாணை VII (v)-இல் இவ்வாறு சொல்கிறார்: 'தர்மத்துக்கு உட்பட்டு இருப்பது என்பதும் தர்மத்துக்கான நற்செயல்கள் என்பதும் இவற்றைக் கொண்டிருக்கிறது — அதாவது மக்களிடையே இரக்கம், தானம், உண்மை, தூய்மை, மென்மை, நற்குணம் போன்றவையெல்லாம் வளரும்.' அகப் பண்பாக அகிம்சை பாறை அரசாணை IX-இல் வேறு விதமாக வெளிப்படுத்தப்படுகிறது: 'உயிரினங்கள் என்று வரும்போது சுய-கட்டுப்பாடு கொண்டிருப்பது.'

இரண்டு கல்வெட்டுகளில் அசோகர் தன்னைத் தனிப்பட்ட முறையில் வெளிப்படுத்திக்கொள்கிறார். தர்மம் குறித்து மக்களுக்கு அறிவுரை சொல்வதற்குத் தன்னையே எடுத்துக்காட்டாக முன்வைப்பது மிகச் சிறந்த வழி என்று அவர் நம்பினார். அசோகருக்குப் பல நூற்றாண்டுகள் கழித்து எழுதப்பட்ட இந்து நூலான பகவத் கீதையில் முக்கிய உரையாடலாளரான கிருஷ்ணன் தன்னைக் குறித்தும் மற்றவர்கள் தன்னைப் பின்பற்ற

ஓர் எடுத்துக்காட்டாக இருப்பது குறித்தும் இவ்வாறு சொல்கிறார்: என்னுடைய கடமைகளை நான் சலிக்காமல் தொடரவில்லை என்றால், மக்கள் எல்லோரும் என்னையே பின்பற்றுவார்கள்... மொத்த உலகமும் சீரழிந்துபோகும்.'⁹ சாதாரண மக்கள் பிரபலமான தனிமனிதர்களை, குறிப்பாக அரசரை ஓர் எடுத்துக்காட்டாகக் கொண்டு நிச்சயமாகப் பின்தொடர்வார்கள் என்று அசோகரும் நம்பினார். மக்கள் இப்படி நிச்சயமாகக் கேட்கக்கூடும்: 'சரி, மிருகங்களைக் கொல்வதிலிருந்து எங்களை நாங்கள் கட்டுப்படுத்திக்கொள்ள வேண்டும் என்கிறீர்கள். ஆனால் நீங்கள்? உங்களுடைய சமையலறையில் என்ன நடக்கிறது? மாமிசம் ஏதாவது பரிமாறப்படுகிறதா?' எப்படியிருந்தாலும், பண்டைய இந்திய மரபுக்கதைகளில் வேட்டையாடுவதும் மாமிசம் சாப்பிடுவதும் அரசர்களின் பிரதானமான செயல்பாடுகளாக இருந்தன.

இப்படியான எதிர்ப்புகளை அசோகர் நேரடியாக எதிர்கொள்கிறார். தர்மத்துக்காக அர்ப்பணிக்கப்பட்ட பாறை அரசாணை வரிசையில் — நாம் ஏற்கெனவே இதை ஆய்வுசெய்திருந்தோம் — சடங்குகளில் பலிகொடுப்பதையும் திருவிழாக்கள் நடத்துவதையும் தடைசெய்யும் வரிகளுக்கு அடுத்து உடனடியாக, அவரது சொந்தச் சமையலறை குறித்தும் அரசக் குடும்பத்தாரின் உணவுக்காக எப்படிப் பெருமளவிலான விலங்குகள் கொல்லப்பட்டன என்பது குறித்தும் பேசுகிறார். அவர் கொடுக்கும் எண்ணிக்கை — 'பல லட்சம்' — கலிங்கப் போரில் பாதிக்கப்பட்டவர்களின் எண்ணிக்கையைக் கொடுப்பதுபோல் மிகையாக இருக்கிறது. இருந்தும், அரசக் குடும்பத்தினரின் உணவுக்காகப் பெருமளவிலான விலங்குகளும் பறவைகளும் கொல்லப்பட்டிருக்க வேண்டும் என்பதில் எந்தச் சந்தேகமும் இருக்க முடியாது. இந்த அரசாணை எழுதப்பட்ட காலத்தில், கொல்லப்பட்டவற்றின் எண்ணிக்கை மூன்றாகக் குறைக்கப்பட்டுள்ளது — இரண்டு மயில்களும் ஒரு 'விளையாட்டு விலங்கும்' (இது மானாக இருக்கலாம்) — என்று குறிப்பிடுகிறார். வருங்காலங்களில் இவற்றையும் தவிர்ப்பதாகத் தனது பார்வையாளர்களுக்கு உத்தரவாதம் தருகிறார்.

முன்னர், கடவுள்களின் அன்புக்குரியவன், அரசன் பியதஸியின் சமையலறையில் தினமும் குழம்புவைக்க லட்சக் கணக்கில் உயிரினங்கள் பலிகொடுக்கப்பட்டுவந்தன. ஆனால், தர்மம் குறித்த இவ்வெழுத்துகள் இங்கே பொறிக்கப்படும் இந்தச் சமயத்தில், குழம்புவைக்க மூன்று பிராணிகள் மட்டுமே பலிகொடுக்கப்படுகின்றன: மயில்கள் இரண்டு, வேட்டையாடப்படும் விலங்கு ஒன்று. வேட்டையாடப்படும்

---

9 *Bhagavad Gītā*, 3.23–24.

விலங்கும் எல்லா சமயங்களிலும் கிடையாது. வருங்காலங்களில் இந்த மூன்று பிராணிகளும்கூட பலிகொடுக்கப்பட மாட்டாது. (பாறை அரசாணை I)

வட-மேற்கு எல்லையோரத்தில் இருக்கும் ஆப்கானிஸ்தானின் கந்தஹாரில் உள்ள கிரேக்க, அராமெய மொழியாக்கங்கள் இவ்விஷயத்தைக் கொண்டிருக்கும் அளவுக்கு அசோகர் அவ்வளவு தீவிரமாக எடுத்துக்கொண்டிருக்கிறார் (படம் 7). கந்தஹாரில் உள்ள கிரேக்க மொழியாக்கம் பொத்தாம் பொதுவாகவும் இருக்கிறது: 'மேலும், உயிரினங்களிடமிருந்து (கொல்வதிலிருந்து) அரசன் விலகியிருக்கிறான். மற்ற ஆண்களும், அரசனின் வேட்டைக்காரர்களும் மீனவர்களும்கூட வேட்டையாடுவதிலிருந்து விலகியிருக்கிறார்கள்.' அராமெய மொழியாக்கம் இன்னும் விரிவாக இருக்கிறது: 'இதோடு சேர்ந்து, நம் கோமான், அதாவது அரசனின் உணவைப் பொறுத்தமட்டில், மிகக் குறைவாகவே கொல்லப்பட்டன. இதைப் பார்த்த எல்லா மக்களும் (கொல்வதிலிருந்து) தங்களைக் கட்டுப்படுத்திக்கொண்டார்கள். மீன் பிடிப்பவர்களைப் பொறுத்தமட்டில், அவர்கள் அதைத் தீர்மானமாகக் கைவிட்டார்கள். இதுபோலவே, கண்ணி வைப்பவர்கள் கண்ணி வைப்பதிலிருந்து தங்களைக் கட்டுப்படுத்திக்கொண்டார்கள்.'

ஆக, அசோகர் இறுதியாக சைவ உணவாளராகிறாரா? சமையல்காரர்கள் விலங்குகளைக் கொல்ல மாட்டார்கள் என்று அசோகர் உறுதியளித்தாலும், தான் அசைவ உணவை எடுத்துக்கொள்ள மாட்டேன் என்று அவர் எங்கும் உறுதியளிக்கவில்லை. எதிர்பாராத மூலத்திலிருந்து நமக்குச் சில துப்புகள் கிடைக்கின்றன: சம்ஸ்கிருத இலக்கணவியலாளர்கள். பொ.ஆ.மு. இரண்டாம் நூற்றாண்டின் இடையில், அசோகர் இறந்து நூறு வருடங்களுக்குள்ளாக, பெரும் தாக்கம் ஏற்படுத்திய பாணினியின் இலக்கணத்துக்கு உரையாக இலக்கணவியலாளர் பதஞ்சலி மகாபாஷ்யம் (Great Commentary) எழுதுகிறார். பதஞ்சலியின் உரை, அவருக்கும் முந்தைய உரையாசிரியரான கத்யயநாவின் உரையை உள்ளடக்கியிருக்கிறது. கத்யயநா அசோகரது காலத்தில் வாழ்ந்தவர். அவர் அசோகரது ஆட்சியில் பிரஜையாக இருந்தவர் அல்லது அவரது காலத்தில் அசோகருக்கு நெருக்கமாக வாழ்ந்தவர். எப்படியிருந்தாலும் அசோகரை அவருக்குத் தெரியும் அல்லது அசோகரைப் பற்றி அவருக்குத் தெரியும். பதஞ்சலி விஷயத்திலும் இதுபோல இருப்பதற்கான சாத்தியங்கள் நிறைய இருக்கின்றன. கத்யயநாவும் அவரைத் தொடர்ந்து பதஞ்சலியும் பேச்சுவழக்கில் காணப்படும் இந்தச் சேர்மச் சொல்லுக்கு இலக்கணரீதியாக விளக்கம் கொடுக்கிறார்கள்: 'சாக-பார்திவா'. நேரடி அர்த்தத்தில் இந்த வெளிப்பாடு இப்படியாக இருக்கிறது: 'காய்கறி-அரசன்'. ஆனால், இப்படியான நேரடி அர்த்தம் சாத்தியமில்லை

என்பதால் — காய்கறியாக ஓர் அரசன் இருக்க முடியாது என்பதால், அவசியமான பின்னணியையும் அர்த்தத்தையும் கொடுக்கும் விதமாக இலக்கணவியலாளர்கள் இடையே விடுபட்டுப்போயிருக்கும் சொல்லை முன்வைக்கிறார்கள். அந்தச் சொல் 'போஜி', அதாவது உண்ணுதல். ஆக, முழு சேர்மச் சொல் 'சாக-போஜி-பார்திவா', அதாவது 'காய்கறி உண்ணும் அரசன்' என்றாகிறது. ஆனால், எல்லா அரசர்களும் இல்லையென்றாலும், பெரும்பாலானவர்கள், அவர்களுடைய தாயின் பேச்சைக் கேட்டிருப்பார்களானால் காய்கறிகளும் எடுத்துக்கொண்டிருப்பார்கள் என்பதால், இந்தச் சேர்மச் சொல் வேறு விதமான அர்த்தத்தை அதற்குள்ளாகக் கொண்டிருக்கிறது: காய்கறிகள் மட்டுமே உண்ணும் அரசன். ஆக, இந்தச் சேர்மச் சொல் உண்மையிலேயே 'சைவ-உணவாள அரசன்' என்ற அர்த்தத்தையே கொண்டிருக்க முடியும். அரசர்களும் பிரபுக்களும் வேட்டையாடுவதன் மீதும், மாமிசம் உண்பதன் மீதும் ஈடுபாடு கொண்டிருந்த பண்டைய இந்தியாவில், இப்படியான உணவுத் தேர்வு விசித்திரமான, தனித்துவமான ஒன்றாக இருந்திருக்க வேண்டும். இப்படியாக, 'சைவ உணவாள அரசன்' என்ற வெளிப்பாடு அசோகரைக் குறிப்பதற்கான சாத்தியப்பாடு நிறைய இருக்கிறது.[10]

'சைவ உணவாள அரசன்' என்ற வெளிப்பாடு குறித்து சம்ஸ்கிருத இலக்கணவியலாளர்களின் அர்த்தப்படுத்தல் சரியாக இருக்கும் என்றால் — எனக்குச் சரியாக இருப்பதுபோல்தான் தெரிகிறது — அசோகர் கொல்வதையும் மாமிசம் சாப்பிடுவதையும் வெறுத்தார் என்பதற்கு வெளியே இருந்து ஆதாரம் கிடைப்பதாகச் சொல்ல முடியும். சைவ உணவாளராக மாறுவதற்கு அசோகர் தன்னையே ஓர் எடுத்துக்காட்டாக முன்வைக்கிறார். இது விசித்திரமான ஒன்றாகவும் இயல்புக்கு மாறான ஒன்றாகவும் இருப்பதால்தான் மக்கள் 'சைவ உணவாள அரசன்' என்ற புதிய சொல்லை உருவாக்கியிருக்கிறார்கள்.

அகிம்சை குறித்து அசோகரது விவாதங்கள் பொதுவாக விலங்குகளைக் கொல்வது அல்லது காயப்படுத்துவது தொடர்பானவையாகத்தான் இருக்கின்றன. அவருடைய அக்கறை மனிதர்களுக்கும் விரித்தெடுக்கப்பட்டது என்பதும் தெளிவாக இருக்கிறது. குறிப்பாக, போரின் கொடுமைகள் குறித்த அவரது எழுத்துகளில் இதைப் பார்க்க முடியும். வழக்கம்போல், கலிங்கப் போர் அவரது மனதை முழுக்க ஆக்கிரமித்திருந்தது. இங்குதான், அவர் ஏற்படுத்திய பேரழிவுக்கு அவர் மன்னிப்புகோருகிறார். பாறை அரசாணை XIII-இல் இதெல்லாம்

10 இந்தச் சேர்மச் சொல் குறித்த நீண்ட, விரிவான வாசிப்புக்குப் பார்க்கவும்: *Scharfe (1971: 219–25).*

எவ்வளவு வலியைக் கொடுத்தது என்றும், எவ்வளவு வேதனையைக் கொடுத்தது என்றும் பேசுகிறார்:

> கலிங்கத்தை வென்றெடுத்த பின் கடவுள்களின் அன்புக்குரியவனின் வருத்தம் இதுதான். வென்றெடுக்கப்படாத நிலத்தை வென்றெடுப்பது என்பது கொல்வதை, மரணத்தை, நாடுகடத்துவதையெல்லாம் வேண்டுகிறது. இவையெல்லாம் கடவுள்களின் அன்புக்குரியவனைக் கடுமையாக வாட்டி வதைக்கின்றன, வேதனைக்கு உள்ளாக்குகின்றன... ஆகவேதான், கலிங்கர்களில் கொல்லப்பட்டவர்கள், இறந்துபோனவர்கள் அல்லது நாடுகடத்தப்பட்டவர்கள்போல் எண்ணிக்கையில் நூறில் ஒரு பங்கு, ஆயிரத்தில் ஒரு பங்கு இன்று நடக்கும் என்றால், அது கடவுள்களின் அன்புக்குரியவனால் பெரும் துயரமாகவே எடுத்துக்கொள்ளப்படும்.

ஆனால், அகிம்சை என்ற அறநீதியான கொள்கை ஒரு பிரச்சினையைக் கொண்டிருக்கிறது. அகிம்சையை அதன் அதிகபட்ச எல்லைக்குக் கொண்டுசெல்வோம் என்றால், சமரசமற்று அதன் தர்க்கரீதியான முடிவுக்குக் கொண்டுசெல்வோம் என்றால், அதைப் பின்பற்றுவது ஓர் அரசனாக இருப்பதை விட்டுத்தள்ளுவோம், சாதாரண மனிதராக இருந்தாலுமே சாத்தியமில்லாததாகிறது. இந்தியாவின் அகிம்சை வரலாறு என்பது – பௌத்தம், சமணம் போன்ற துறவற மதங்களுக்குள்ளும், பரந்துபட்ட தளத்தில் இந்து-பார்ப்பனிய மரபுக்குள்ளும் – விதிவிலக்குகளை அடையாளம் காண்பதற்கும், இந்த விதிவிலக்குகளை நியாயப்படுத்துவதற்கும் உரைவிளக்கவியலார்ந்து மல்லுக்கட்டுவதாக இருக்கிறது.[11] உள்நோக்கம் என்ற அறநீதியான முற்கோளின் ஊடாக பௌத்தம் விதிவிலக்குகளை எதிர்கொண்டது. நம்முடைய உள்நோக்கம் கொல்வது இல்லையென்றால், நாம் அகிம்சைக் கொள்கையை மீறியதாகாது. ஆக, நமக்காகப் பிரத்யேகமாக ஒரு விலங்கு கொல்லப்படாத வரையில், அதன் மாமிசத்தை நாம் எடுத்துக்கொள்ளலாம்.[12] வேதச் சடங்கின் பின்னணியில் செய்யப்படும் கொலைகள், நாம் அல்லது நம் குடும்பம் அல்லது நம்முடைய சொத்து ஒருவரது தாக்குதலுக்கு உள்ளாகும்போது தற்காப்புக்காகச் செய்யப்படும் கொலைகள் ஆகிய இரண்டையும் விதிவிலக்குகளாகப் பார்ப்பனியம் முன்வைக்கிறது. இந்தச் சூழ்நிலையில், மாபெரும் சட்டவியலாளரான மநுவின் மறக்கவே முடியாத வார்த்தைகளில்

11 அகிம்சை என்ற அறநீதியான கொள்கை ஏற்படுத்திய பிரச்சினைகளைப் பார்ப்பனிய மரபு எவ்வாறு எதிர்கொண்டது என்பது குறித்த வாசிப்புக்குப் பார்க்கவும்: Olivelle (2023).

12 பௌத்த அகிம்சையின் வரலாற்றுக்குப் பார்க்கவும்: Jerryson (2013).

சொல்வதென்றால், 'கொல்வது கொலையல்ல'.[13] 'நியாயமான போர்' அல்லது 'தர்மயுத்தம்' என்ற கொள்கைக்கு உட்பட்டு ஒரு போர் இருக்குமென்றால், அந்தப் போரில் கொலைகள் செய்வது விதிவிலக்காகிறது. சம்ஸ்கிருதக் காவியமான மகாபாரதம் முன்வைக்கும் செய்தியும் இதுதான். பகவத் கீதையில் அர்ஜுனனுக்கும் பிற போர்வீரர்களுக்கும் கிருஷ்ணன் கொடுக்கும் போதனையில் இது பொதிந்திருக்கிறது: 'நீ கொல்லப்பட்டால் சொர்க்கத்தை அடைவாய்; வெற்றிபெற்றால் இப்பூமியை அனுபவிப்பாய்.'

பௌத்தத்திலும்கூட, இப்பிரச்சினை எழுந்திருக்க வேண்டும். குறிப்பாக, 'சட்டரீதியாகக் கொல்வது' என்று நாம் இன்று அழைப்பதன் பின்னணியில் இப்பிரச்சினை எழுந்திருக்க வேண்டும். மரணதண்டனை கொடுப்பது, குற்றவாளிகளை உடல்ரீதியாகச் சித்தரவதை செய்வது, உடலுறுப்புகளை வெட்டுவது போன்றவை தார்மிகரீதியாகச் சரியான ஒன்றாக இருக்க முடியுமா? 'அரசன் மிலிந்தாவின் கேள்விகள்' (மிலிந்தபன்ஹோ) என்ற பாலி பௌத்த நூலில், பௌத்தத் துறவியான நாகசேனாவுடனான உரையாடலில் அரசன் இக்கேள்வியை எழுப்புகிறான். கருணை, காயப்படுத்தாமை குறித்த பௌத்த விதிமுறைகளை மீறி, திருடனின் கையை ஓர் அரசன் வெட்டலாம், சித்தரவதை செய்யலாம், ஏன் மரணதண்டனை கொடுத்துத் தண்டிக்கலாம் என்று அந்தத் துறவி ஏற்றுக்கொள்கிறார். இப்படியான செயல்களை நியாயமற்றவையாகவோ அல்லது பௌத்தக் கொள்கைகளின் விளைவானவையாகவோ பார்க்க வேண்டியதில்லை. இவையெல்லாம் ஒரு திருடனின் சொந்தச் செயல்களால் விளைந்தவையாகின்றன.[14]

இப்படியான உரைவிளக்கவியலார்ந்த வாதங்கள் குறித்து அசோகர் அறிந்திருந்ததாலும் அறியாமல் இருந்திருந்ததாலும் — அவர் அறிந்திருப்பதற்கான சாத்தியப்பாடுகள் நிறைய இருக்கின்றன — அவரது அகிம்சை என்ற தார்மிகக் கொள்கையில் பல விதிவிலக்குகளை அவரே உருவாக்கியிருக்கிறார். அதில் முதலாவது போர். கலிங்கப் போர் ஏற்படுத்திய மரணம், அழிவு குறித்து அவர் வருத்தம் தெரிவித்திருந்தாலும், பலமான ராணுவத்தின் தேவை குறித்தும் சில சமயங்களில் போரின் அவசியம் குறித்தும், இதன் விளைவாக நிகழும் கொலைகள் குறித்தும் அவர் மிகத் தெளிவான பார்வையைக் கொண்டிருந்தார். கலிங்க விஷயத்தைப் பொறுத்தமட்டில், 'நல்ல மனிதர்கள்' எதிர்கொள்ள

13 *Manu's Code of Law*, 5.39. இந்த உள்ளடக்கம் குறித்த விரிவான வாசிப்புக்குப் பார்க்கவும்: Halbfass (1983). பண்டைய இந்தியாவில் வன்முறை, அகிம்சை குறித்த விரிவான வாசிப்புக்குப் பார்க்கவும்: Upinder Singh (2021: 131–77).

14 *Milindapañho*, IV.3.37; T.W. Rhys Davids, *The Questions of King Milinda* (Oxford: Clarendon Press, 1890), p. 256.

வேண்டியிருந்த துன்பங்களுக்கும் மரணங்களுக்கும்தான் அவர் வருத்தம் தெரிவித்தாரே ஒழிய, ஒட்டுமொத்த மக்கள் பட்ட துன்பங்களுக்காகவும் மரணங்களுக்காகவும் அல்ல. நாடுகடத்தப்பட்ட லட்சக்கணக்கான மக்களுக்கு நடந்தது குறித்து அவர் ஒரு வார்த்தை சொல்லவில்லை. போர்க் கைதிகளுக்குப் பொதுவாக நடப்பது போன்று அவர்கள் அடிமைகளாக்கப்பட்டார்களா? அவரும் அவரது போர்வீரர்களும் அப்படியானவர்களைத் தொடர்ந்து அடிமைகளாக வைத்திருந்தார்களா? அவர்களது சொந்த இடங்களுக்கு, குடும்பத்துக்குத் திரும்பிச்செல்லும் வகையில் விடுதலை செய்யப்பட்டார்களா? இவ்விஷயங்கள் குறித்தெல்லாம் அவர் முழுக்க மௌனமாக இருக்கிறார்.

கலிங்கப் போர் விஷயத்தைக் கையாளும் அதே பாறை அரசாணை XIII-இல், அவரது நிலப்பரப்புக்கு உட்பட்ட பகுதிகளில் வாழும் வனவாசிகளிடம் பேசும் விதத்தில் ஒரு விஷயத்தைத் தொட்டுப்போகிறார். வனவாசிகள் இயல்பில் சுதந்திரமானவர்களாக இருக்கிறார்கள்; தன்னாட்சியிலான வாழ்க்கை முறையைத் தீவிரமாகப் பாதுகாத்துக்கொள்கிறவர்களாக இருக்கிறார்கள். 'நாகரிகப்பட்ட' அரசுகளுக்கு இவர்கள் எப்போதும் பிரச்சினையாக இருப்பதால், இவர்களை அடக்கிவைக்க வேண்டியிருந்தது. அசோகர் இப்பிரச்சினையை அடையாளம் காண்கிறார். தார்மிகரீதியாகப் பிரதிபலிக்கும் தனது பாதையை அவர்கள் பின்பற்ற வேண்டும் என்று அவர்களுக்கு எச்சரிக்கிறார். இல்லையென்றால் — நல்லது, தன்னிடம் மிகவும் பலமான ராணுவம் இருக்கிறது என்று அவர்களுக்கு நினைவூட்டுகிறார். அவர்களை ஏதாவது ஒரு வழியில் தன்னால் கையாள முடியும் என்கிறார். மன்னிக்கக்கூடிய குற்றங்களாக இருந்தால், குற்றமிழைத்தவர்கள் அதற்காக வருத்தம் தெரிவித்தால், தன்னால் அவர்களை மன்னிக்க முடியும் என்கிறார். இதுவே, வனவாசிகளுக்கு அவர் கொடுக்கும் அறிவுரையாகவும் எச்சரிக்கையாகவும் இருக்கிறது:

> மேலும், இன்று யாரேனும் ஒருவர் ஏதேனும் ஒரு குற்றத்தைச் செய்கிறார் என்றால், அதை மன்னிக்க முடியும் எனும் பட்சத்தில் கடவுள்களின் அன்புக்குரியவன் அதை மன்னிக்க வேண்டும் என்றே நினைக்கிறான். அவ்வளவு ஏன், கடவுள்களின் அன்புக்குரியவனின் நிலப்பரப்புக்குள் வாழும் வனவாசிகளோடும் இணக்கமாக இருக்கவே விரும்புகிறான்; அவர்களும் அதற்கு ஏற்றாற்போல் நடந்துகொள்ள வேண்டும் என்று வலியுறுத்துகிறான். மேலும், தன்னுடைய வருத்தத்தையும் தெரிவித்துக்கொள்கிறான்; கொலைசெய்வதில் மீண்டும் அவர்கள் ஒருபோதும் ஈடுபடக் கூடாது என்பதற்காகக் கடவுள்களின்

அன்புக்குரியவன் தன்னிடம் இருக்கும் அதிகாரத்தையும் அவர்களுக்குத் தெரிவித்துக்கொள்கிறான்.[15]

உடனடியாக, அகிம்மை மீது கொண்டிருக்கும் பற்றை அசோகர் சேர்த்துக்கொள்கிறார்: 'ஏனெனில், கடவுள்களின் அன்புக்குரியவன் எல்லா உயிரினங்களுக்கும் இதைத்தான் வேண்டுகிறான்: காயப்படுவதிலிருந்து சுதந்திரம், சுய-கட்டுப்பாடு, பாரபட்சமற்ற தன்மை, மென்மையாக நடந்துகொள்வது.' அவரது அன்பை, அகிம்சை மீதான அவரது கவனத்தைப் பலவீனம் என்று தவறாகப் புரிந்துகொள்ளக் கூடாது என்று மக்களுக்குத் தெரியப்படுத்த நினைக்கிறார். இருந்தும், வன்முறையான கடந்த காலத்தை அவர்களும் தன்னைப் போல் விட்டொழிக்க வேண்டும் என்றும், கொல்வதை விட்டொழிக்க வேண்டும் என்றும் அவர்களுக்கு அழைப்புவிடுக்கிறார்.

தன்னுடைய மகன்களுக்கும் பேரன்களுக்கும் கொடுக்கும் அறிவுரையிலும்கூட, போர்கள் தொடுப்பதற்கும் வெற்றிகொள்வதற்கும் ஓர் அரசர் கொண்டிருக்கும் மிக ஆழமான ஏக்கத்தை ஏற்றுக்கொள்கிறார். அதே சமயத்தில், போர்கள் தவிர்க்க முடியாமல் ஏற்படுத்தும் பலிகளையும் அதன் விளைவுகளையும் அவர் பார்க்கத் தவறவில்லை. அதே அரசாணையில், தன்னுடைய குழந்தைகள் மிதமாகவும் கருணையுடனும் நடந்துகொள்ள வேண்டும் என்று அவர் கேட்டுக்கொள்கிறார்:

இந்த நோக்கத்துக்காகத்தான், அதாவது என் மகன்களும் பேரன்களும் புதிய நாடுகளை வெற்றிகொள்வதை மதிப்புமிக்கதாக நினைக்கக் கூடாது என்பதற்காக, அவர்கள் அன்பாக நடந்துகொள்வதில் மகிழ்ச்சியடைய வேண்டும் என்பதற்காக, அவர்களுடைய சொந்த நிலப்பரப்பில் தண்டனைகளைக் கருணையோடு கொடுக்க வேண்டும் என்பதற்காக, தர்மத்தின் ஊடாக அடையும் வெற்றியையே உண்மையான வெற்றியாக ஏற்றுக்கொள்ள வேண்டும் என்பதற்காக — இப்படியான வெற்றியே இந்த உலகிலும் அடுத்ததிலும் பெறக்கூடிய வெற்றியாக இருக்க முடியும் என்பதற்காக, தர்மம் குறித்த இவ்வெழுத்துகள் இங்கே பொறிக்கப்படுகின்றன. எல்லா மகிழ்ச்சிகளும் தர்மத்தின் ஊடான மகிழ்ச்சிகளாக இருக்கட்டும் — இந்த உலகிலும் அடுத்ததிலும் இதுவே மகிழ்ச்சியாக இருக்க முடியும்.

---

15 மற்றவர்கள் இவ்வாறு மொழியாக்கம் செய்திருக்கிறார்கள்: 'கொல்லப்படாமல் இருக்க வேண்டும்'. இது, வனவாசிகள் ஒழுங்காக நடந்துகொள்ளவில்லை என்றால் அசோகரால் அவர்களைக் கொல்ல முடியும் என்றாகிறது. இலக்கணரீதியாகவும் உள்ளடக்கரீதியாகவும் இப்படியாக அர்த்தப்படுத்துவதற்கான வாய்ப்புகள் மிகக் குறைவு என்றே நான் நினைக்கிறேன்.

போர் என்று மட்டுமல்லாமல், ஒரு நாட்டை ஆட்சிபுரிவதே கொலைகளையும், சட்டப்படி கொடுக்கப்படும் கடுங்காவல் தண்டனைகள் ஏற்படுத்தும் வலிகளையும் — அக்காலத்தில் கைகால்களை வெட்டுவதும் தண்டனையின் பகுதியாகக் — கொண்டிருக்கிறது. அகிம்சை மீதான அவரது ஆழமான ஈடுபாட்டையும் மீறி, அசோகர் கடுங்காவல் அல்லது மரணதண்டனைகளை எப்போதும் தடைசெய்யவில்லை. பண்டைய காலங்களில், வெறுமனே தலையை வெட்டுவது கருணையாகப் பார்க்கப்பட்டது; இது, 'சுத்தமாகக் கொல்வது' என்றழைக்கப்பட்டது, கழுவேற்றுதல் போன்றவற்றை உள்ளடக்கிய வேறுபல வடிவங்களில் துன்புறுத்துவது 'வண்ணமயமாகக் கொல்வது' என்றழைக்கப்பட்டது.[16] தூண் அரசாணை IV-இல், அவரது வட்டார அதிகாரிகளுக்குக் கொடுக்கும் வழிமுறைகளில், மரணதண்டனையின் கொடூரத்தை ஓரளவுக்குக் குறைக்க அசோகர் முயல்வதை நம்மால் பார்க்க முடிகிறது. குடும்பத்தார்கள் வந்து பார்ப்பதை அனுமதிப்பதோடு மட்டுமல்லாமல், இறந்த பின் சந்தோஷத்தை அடைய வேண்டும் என்பதற்காக, சடங்குகள் மேற்கொள்ளவும் செய்த குற்றத்துக்காக வருந்தவும் அனுமதிக்கிறார்.

> ஆனாலும், என்னுடைய நடைமுறைகள் இதுவரை நீண்டிருக்கின்றன: சிறையில் அடைக்கப்பட்டவர்களுக்கும், தண்டனை வழங்கப்பட்டவர்களுக்கும், மரணதண்டனை விதிக்கப்பட்டவர்களுக்கும் மூன்று நாள்களுக்கு இந்தத் தண்டனையை நிறுத்திவைக்கும் உரிமை கொடுக்கப்படுகிறது. இவர்களுடைய உறவினர்கள், இவர்களுடைய வாழ்க்கைக்கு எது பாதுகாப்பு கொடுக்கும் என்பது குறித்து இவர்களைச் சிந்திக்கவைப்பார்கள். இவர்களுடைய வாழ்க்கை மரணத்தில் முடியப்போவது குறித்து இவர்கள் சிந்திக்க வேண்டியிருப்பதால், இந்த உலகத்துக்கு அப்பாலானதை அடைவதற்கு இவர்கள் தானங்கள் கொடுப்பார்கள் அல்லது உண்ணாவிரதம் இருப்பார்கள்.

அசோக தர்மம்

தர்மத்தை அசோகர் கருத்தாக்கம் செய்த முறை அகிம்சையைக் கடந்ததாக இருக்கிறது. தர்மம் என்றால் என்னவென்று முன்வைப்பதில் அவர் புத்துணர்வுடன் நேரடியாகவும் வெளிப்படையாகவும் இருக்கிறார். அவர் இதை அடிப்படையில், தன்னுடைய அதிகாரிகளுக்குக்

---

16 அசோகர் மற்றும் கடுங்காவல் தண்டனை குறித்த வாசிப்புக்குப் பார்க்கவும்: Norman (1975b). நான் நார்மன் முன்வைக்கும் அர்த்தத்தோடு உடன்பட மறுக்கிறேன். அரசாணையில் உள்ள சொல் மரணதண்டனையைக் குறிக்கவில்லை.

கொடுக்கும் கட்டளைகளின் ஊடாக, இன்னும் குறிப்பாக மௌரியப் பேரரசின் மையத்திலிருந்து, அதாவது அசோகரது தலைநகரத்திலிருந்து, அதிகாரத்தின் இருப்பிடத்திலிருந்து மிகத் தொலைவில் இருக்கும் வட்டார அதிகாரிகளுக்குக் கொடுக்கும் கட்டளைகள் ஊடாக வெளிப்படுத்துகிறார். தர்மத்தைப் பரப்புவதற்கும், தர்மத்தைப் பின்பற்ற வேண்டிய முக்கியத்துவம் குறித்து மக்களுக்குக் கற்பிப்பதற்கும், தர்மத்துக்கு உட்பட்டு நிர்வகிப்பதற்கும் அசோகர் இந்த அதிகாரிகளைச் சார்ந்திருக்கிறார். அசோகரது தர்மம் குறித்து ஜான் ஸ்ட்ராங் பயனுள்ள வகையில் தொகுத்துக்கொடுக்கிறார்: 'அசோகருக்கு தர்மம் என்பது வினையாற்றும் சமூக அக்கறையாகவும், மத சகிப்புத்தன்மையாகவும், சூழலியல் பிரக்ஞையாகவும், பொதுவான அறக் கொள்கைகளைக் கடைப்பிடிப்பதாகவும், போர்களைத் துறப்பதாகவும் இருக்கிறது என்று நம்மால் சொல்ல முடியும்.'[17] ஆக, அசோகருக்கும் தர்மம் என்பது சுயத்தை மேம்படுத்திக்கொள்வது, சமூகரீதியாகத் தீவிரமாகச் செயல்படுவது ஆகிய இரண்டுமாக இருக்கிறது.

பதினைந்து வருடங்களுக்கும் மேலான அவரது எழுத்துகளில், அசோகர் கொடுக்கும் ஒன்பது தனித்த ஆய்வுரைகளை தர்மம் குறித்து அவர் கொடுக்கும் வரையறையாகப் பார்க்க முடியும். இவற்றை மிகக் கவனமாகவும் அக்கறையோடும் ஆராய்வோம் என்றால், அசோக தர்மத்தின் முக்கியமான உருவரைகளை மட்டுமல்லாமல், இக்காலகட்டத்தில் அவரது சிந்தனையில் ஏற்பட்ட வளர்ச்சியையும் நம்மால் உள்வாங்கிக்கொள்ள முடியும். இங்கு ஒன்பது வரையறைகள் ஏறக்குறைய காலவரிசைப்படி — இந்தக் காலவரிசையை முழுமுற்றாகவோ ஒப்பீட்டளவிலோ உறுதியாகச் சொல்ல முடியாது என்றபோதும் — கொடுக்கப்பட்டிருக்கின்றன.

தர்மத்தை இயக்கும் கொள்கை முன்வைக்கப்படுவதில் வேறுபாடுகள் காணப்பட்டாலும்கூட, சுயத்திலிருந்து தோன்றும் உறவுமுறைகளின் வலைப்பின்னலாகவே அசோகர் அதை உள்வாங்கிக்கொள்கிறார். இந்த உறவுமுறைகள் தர்மத்தால் வளர்க்கப்படுபவையாக, இயக்கப்படுபவையாக இருக்கின்றன. அசோகரது கருத்தாக்கத்தில் தர்மம் என்பது உறவுமுறைகளை ஒழுங்கமைக்கும் அறரீதியான கொள்கையாகிறது. உறவுமுறைகளிலான இவையெல்லாம், சிறு பாறை அரசாணை II-இல் 'தர்மத்தின் கூறுகள்' என்றழைக்கப்படுகின்றன.

---

17 Strong (1983: 4).

விளக்கப்படம் 9.1

தர்மம் குறித்த வரையறைகள்

1 தாய், தந்தைக்குக் கீழ்ப்படிய வேண்டும். அதுபோலவே பெரியவர்களுக்கும் கீழ்ப்படிய வேண்டும். எல்லா உயிரினங்களையும் இரக்கத்தோடு நடத்த வேண்டும். உண்மை பேச வேண்டும். இவையெல்லாம் நாம் பயில வேண்டிய தர்மத்தின் குணங்களாகின்றன. **சிறு பாறை அரசாணை** II	**2** தாய், தந்தைக்குக் கீழ்ப்படிந்து நடப்பது — அருமை! நண்பர்களுக்கு, சகாக்களுக்கு, உறவினர்களுக்கு, பார்ப்பனர்களுக்கு, சிரமணர்களுக்கு தானங்கள் கொடுப்பது — அருமை! உயிரினங்களைக் கொல்லாமல் இருப்பது — அருமை! குறைவாகச் செலவழித்துக் குறைவாகச் சேமித்துவைப்பது — அருமை! **பாறை அரசாணை** III
3 உயிரினங்களைப் பலிகொடுக்காமல் இருப்பது, ஜீவராசிகளைக் காயப்படுத்தாமல் இருப்பது, உறவினர்களுக்கு உரிய மரியாதை கொடுப்பது, சிரமணர்களுக்கும் பார்ப்பனர்களுக்கும் உரிய மரியாதை கொடுப்பது, தாய்-தந்தைக்குக் கீழ்ப்படிந்து நடப்பது, பெரியவர்களுக்குக் கீழ்ப்படிந்து நடப்பது. **பாறை அரசாணை** IV	**4** இது [தர்மம்] இவற்றை உள்ளடக்கியிருக்கிறது: அடிமைகளிடமும் வேலையாட்களிடமும் முறையாக நடந்துகொள்வது, பெரியவர்களுக்கு மரியாதை கொடுப்பது, உயிரினங்கள் என்று வரும்போது சுய-கட்டுப்பாடு கொண்டிருப்பது, சிரமணர்களுக்கும் பார்ப்பனர்களுக்கும் தானங்கள் கொடுப்பது. **பாறை அரசாணை** IX
5 அடிமைகளிடமும் வேலையாட்களிடம் முறையாக நடந்துகொள்வது; தாய், தந்தைக்குக் கீழ்ப்படிந்து நடந்துகொள்வது; நண்பர்களுக்கும் சகாக்களுக்கும் உறவினர்களுக்கும் பார்ப்பனர்களுக்கும் சிரமணர்களுக்கும் தானம் கொடுப்பது; மேலும், உயிரினங்களைக் கொல்லாமல் இருப்பது. **பாறை அரசாணை** XI	**6** அதிகாரத்துக்குக் கீழ்ப்படிந்து, தாய்-தந்தைக்குக் கீழ்ப்படிந்து, பெரியவர்களுக்குக் கீழ்ப்படிந்து நடந்துகொள்பவர்கள், நண்பர்களை, சகாக்களை, உடனிருப்பவர்களை, உறவினர்களை முறையாக நடத்துபவர்கள், அடிமைகளிடமும் வேலையாட்களிடமும் முறையாக நடந்துகொள்பவர்கள். **பாறை அரசாணை** XIII

7 தர்மம் அருமை! ஆனால், தர்மத்தின் எல்லை என்ன? குறைவான தீயசெயல்கள், நிறைய நற்செயல்கள், இரக்கம், தானம், உண்மை, தூய்மை. **தூண் அரசாணை** II	**8** தர்மத்துக்கு உட்பட்டு இருப்பது என்பதும் தர்மத்துக்கான நற்செயல்கள் என்பதும் இவற்றைக் கொண்டிருக்கிறது — அதாவது, மக்களிடையே இரக்கம், தானம், உண்மை, தூய்மை, மென்மை, நற்குணம் போன்றவையெல்லாம் வளரும். **தூண் அரசாணை** VII (v)
9 தாய், தந்தைக்குக் கீழ்ப்படிந்து நடப்பது, பெரியவர்களுக்குக் கீழ்ப்படிந்து நடப்பது, வயதானவர்களுக்கு மரியாதை கொடுப்பது, பார்ப்பனர்களிடமும் சிரமணர்களிடமும், அனாதைகளிடமும் ஆதரவற்றவர்களிடமும், அடிமைகள் மற்றும் வேலையாட்கள் வரையிலும் முறையாக நடந்துகொள்வது. **தூண் அரசாணை** VII (vi)	

அவ்வப்போது கூடுதலாக வேறுசில உறவுமுறைகள் முன்வைக்கப்படுகின்றன என்றபோதும், தர்மம் குறித்த அசோகரது கட்டமைப்பு ஐந்து பிரதான உறவுமுறைகளைக் கொண்டிருக்கிறது. இது, வரைபடம் 9.2-இல், சுயத்தைச் சுற்றியுள்ள ஐங்கோணமாக முன்வைக்கப்படுகிறது. ஐங்கோணத்தின் ஒவ்வொரு பக்கமும் சுயத்தின் ஒரு முகமாக இருக்கிறது. இந்த சுயம், அதன் ஒவ்வொரு முகத்தின் வட்டத்துக்குள்ளாக இருக்கும் மற்றவர்களை எதிர்கொள்கிறது. இந்த சுயம் மற்றவர்களோடு பிரத்யேகமான உறவுமுறைகளை வளர்த்துக்கொள்கிறது.

இந்த ஐந்து முகங்களின் மையமாக இருப்பது மேலானவர்களோடு, குறிப்பாகத் தாய், தந்தையோடு தொடர்புடையதாக இருக்கிறது. பெற்றோர் தவிர, 'மேலானவர்'களாகப் பார்க்கக்கூடியவர்களையும் அசோகர் குறிப்பிடுகிறார். இதில் மிகப் பிரதானமாக இருப்பது 'பெரியவர்கள்'. மூலத்தில் 'குரு' என்ற சொல் காணப்படுகிறது. இச்சொல், பரந்த தளத்தில் ஆசிரியர், தந்தை என்று மட்டுமல்லாமல் — ஒருவருடைய தந்தையின் தலைமுறையினரையும், அதற்கு முன்னரும் அதாவது தாய்-தந்தையின் பெற்றோர்கள், தாய்-தந்தையின் சகோதர-சகோதரிகள் போன்று

பலவிதமான தனிநபர்களை உள்ளடக்கியிருக்கிறது. சில சமயங்களில் இதற்குள் குழுமத்தைச் சேர்ந்த மூத்தவர்கள், முக்கியமானவர்கள் உள்பட, ஒருவேளை செல்வாக்கு கொண்டவர்கள், பணக்காரர்கள் என்று மட்டுமல்லாமல் உயர் அதிகாரிகளையும் உள்ளடக்கியிருக்கலாம். இந்தக் குழுமங்களோடு ஒரு தனிநபர் கொள்ளும் உறவு என்பது கீழ்ப்படிவதாக இருக்கிறது. மூலத்தில் உள்ள சொல்லின் — சம்ஸ்கிருதச் சொல்லான ஸுஸ்ருஸா — பொருண்மையான பரப்பு வெறுமனே ‘கீழ்ப்படிதல்’ என்பதைவிடப் பரந்துபட்டதாக இருக்கிறது. இச்சொல், ‘கேட்டல்’ அல்லது ‘கேட்பது’ என்பதற்கான வேர்ச்சொல்லிலிருந்து தருவிக்கப்படுகிறது. அதாவது, ஒருவர் சொல்வதைக் கேட்பது அல்லது கற்றுக்கொள்வது என்ற கூடுதல் அர்த்தத்தையும் கொண்டிருக்கிறது. நாம் இயல் 12-இல் பார்க்கவிருப்பதுபோல், பலவிதமான பாஸந்தா குழுமங்களைச் சேர்ந்த மதரீதியான தனிநபர்கள் ஒவ்வொருவரும் மற்றவர்களிடமிருந்து ‘கற்றுக்கொள்ள’ வேண்டும் என்பதற்கு அசோகர் பெருமளவு முக்கியத்துவம் கொடுக்கிறார். இங்கே பயன்படுத்தப்படும் சொல்லான ‘பஹு-ஸ்ருதா’வும் (அதிகம் கற்றறிந்தவர்) அதே வேர்ச்சொல்லிலிருந்து தருவிக்கப்பட்டதுதான். ஆக, ‘கீழ்ப்படிதல்’ என்று இங்கே சொல்லப்படுவது ‘பெற்றோர் சொல்வதைக் கேள்’ என்பதுபோல், இளைய தலைமுறையினர் மூத்த தலைமுறையினரிடம் — கீழ்ப்படிதல் என்ற சொல்லில் மொத்த அர்த்தத்துக்கு உட்பட்டு — கற்பதையும் கேட்பதையும் குறிக்கிறது. இதைத்தான் அசோகர் அவரது பாறை அரசாணை II-இல் ‘பண்டைய தரப்படுத்தப்பட்ட நடைமுறைகள்’ என்று குறிப்பிடுகிறார். இவ்விஷயத்தைப் பொறுத்தமட்டில் அசோகர் தீவிர பழமைவாதியாக இருக்கிறார்.

அடுத்த முகம், முழு மதக் குழுமங்களை, அதாவது இரண்டு பரந்த குழுமங்களை உள்ளடக்கியிருக்கிறது: பார்ப்பனர்களும் சிரமணர்களும். பகுதி 4-இல் இவ்விரண்டு குழுமங்கள் குறித்து நான் இன்னும் ஆழமாக விவாதிக்கவிருக்கிறேன். இருந்தாலும், தர்மத்தின் பின்னணியில், தர்மத்தைப் பின்தொடர விரும்புகிறவர்கள் எல்லோரும் இவர்களுக்குப் பிரத்யேகக் கவனம்செலுத்தத் தகுதியானவர்களாக அசோகர் பார்க்கிறார். பல சமயங்களில், ஒரு தனிநபருக்கும் பார்ப்பனர்கள், சிரமணர்களுக்கும் இடையேயான உறவு ‘உதவுவது’ என்பதாக வரையறுக்கப்படுகிறது. மூலத்தில் ‘தானா’ என்றிருப்பது, இத்தகையவர்களுக்குப் பொருளுதவிகள் செய்வதைக் குறிக்கிறது. சிரமணர்களைப் பொறுத்தமட்டில், இவர்களில் பெரும்பாலானோர் ஓரிடத்தில் தங்காமல் யாசிப்பவர்களாக இருப்பதால், இது அடிப்படையில் இவர்களுக்கு உணவு கொடுப்பதைக் குறிக்கிறது. சிரமணர்கள் எதையும் சேர்த்துவைத்துக்கொள்ளாமல், தங்களுடைய உணவுக்காக அன்றாடம் யாசிக்க வேண்டும் என்பதால், மக்களுடனான இவர்களுடைய தொடர்பு அன்றாடத்தன்மையிலானதாக இருந்திருக்க

வேண்டும். ஆனால், பார்ப்பனர்களுக்கு எப்படியானவை தானமாகக் கொடுக்கப்பட்டன என்பது அவ்வளவு தெளிவாக இல்லை. இவர்கள் பலவிதமான சடங்கு சேவைகளில் ஈடுபட்டதால், பார்ப்பனர்களும் தானங்கள் பெற்றுக்கொண்டவர்களாக இருந்திருக்கலாம். ஆனாலும், நாம் அடுத்த பகுதியில் பார்க்கவிருப்பதுபோல், பார்ப்பனர்களில் ஒருசிலர் ஓரிடத்தில் தங்காதவர்களாக இருந்தார்கள். பிந்தைய பனுவல்களில் இவர்கள் நான்காவது ஆசிரம நிலையை அல்லது மத வாழ்க்கை முறையில் வாழ்பவர்களாக வரையறுக்கப்படுகிறார்கள். ஓரிரு முறைகள், சிரமணர்களோடும் பார்ப்பனர்களோடும் ஒரு தனிநபர் கொள்ளும் உறவு 'சம்படிபதி' (சம்ஸ்கிருதம்: சம்ப்ரதிபத்தி) என்று வரையறுக்கப்படுகிறது. இச்சொல், ஒரு குறிப்பிட்ட நபரோடு அல்லது குழுமத்தோடு முறையாக, மரியாதையாக, நயமாக நடந்துகொள்வது போன்ற பண்புகளைக் குறிக்கிறது. இச்சொல் பெரும்பாலும் ஒரு தனிநபர் பிற மக்கள் குழுமங்களோடு, அதாவது நண்பர்கள், சகாக்கள், தெரிந்தவர்கள் போன்ற குழுமங்களோடு பெரும்பாலும் தொடர்புபடுத்தப்படுகிறது. சிரமணர்கள், பார்ப்பனர்கள் என்று வரும்போது இச்சொல், அவர்களுக்குப் பொருள் சார்ந்து செய்ய வேண்டிய உதவிகளை மறைமுகமாகக் குறித்தாலும்கூட, ஒருவேளை அவர்களுக்கு மதிப்பும் மரியாதையும் கொடுக்க வேண்டும் என்பதாக நீட்டிக்கப்பட்டும் இருக்கலாம்.

மூன்றாவது முகம், பலபடித்தான மக்களைக் கொண்டிருக்கிறது. இந்தக் குழுமம் முன்வைக்கப்படும் ஒவ்வொரு முறையும் முதலாவது இடம் நண்பர்களுக்கானதாகவும் இரண்டாவது இடம் சகாக்களுக்கானதாகவும் இருக்கிறது. உறவினர்கள் மூன்றாவது இடத்துக்குத் தள்ளப்படுகிறார்கள். ஆனால், பாறை அரசாணை *IV*-இல் உறவினர்கள் மட்டுமே குறிக்கப்படுகிறார்கள். இந்த மொத்தத் தொகுப்பு, ஒரு சுயம் அன்றாடம் அல்லது வழக்கமாகத் தொடர்பில் இருக்கக்கூடியவர்களை மட்டுமே பட்டியலிடுவதுபோல் தெரிகிறது. முதல் இரண்டு முகங்களில் உள்ள குழுமங்களுக்கு மாறாக இங்கே குறிப்பிடப்படும் தனிநபர்கள் ஏறக்குறைய ஒரு சுயத்துக்குச் சமமானவர்களாக இருக்கிறார்கள். இங்கும் சிரமணர்கள், பார்ப்பனர்கள் விஷயம்போலவே உறவுமுறை 'மரியாதை கொடுப்பது அல்லது ஒழுங்கான நடத்தை' என்பதாகவே குணாம்சப்படுத்தப்படுகிறது — பாறை அரசாணை *III*-இல் சிரமணர்களுக்கும் பார்ப்பனர்களுக்கும் தானம் கொடுப்பதுபோலவே இந்தக் குழுமத்துக்கும் தானம் கொடுக்க வேண்டும் என்று சொல்லப்படுகிறது என்றபோதும். மேலும், பாறை அரசாணை *XIII*-இல் மேலும் ஒரு பண்பு சேர்த்துக்கொள்ளப்படுகிறது: 'தீவிரப்பற்று'.

வரைபடம் 9.2
தர்மத்தின் கூறுகள்

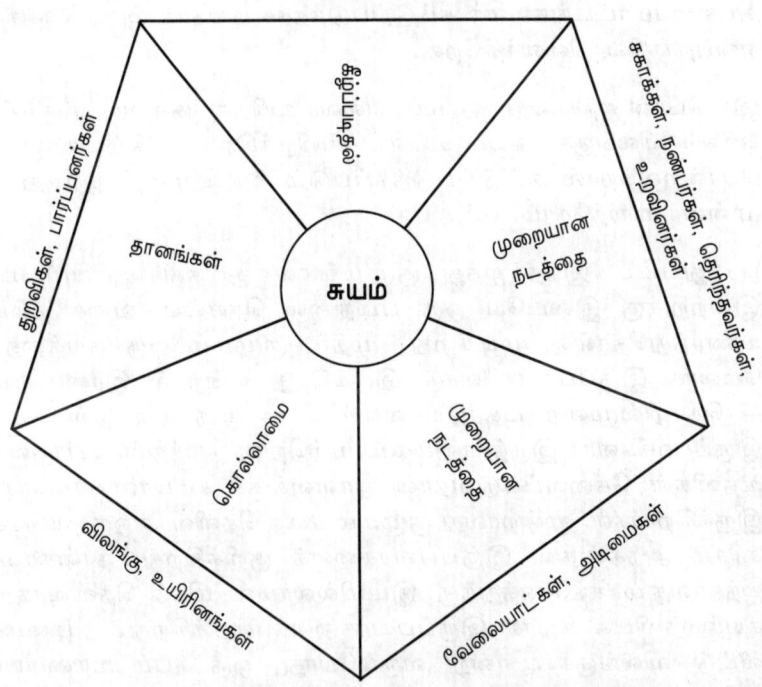

நாம் இதுவரை ஆய்வுசெய்த மூன்று குழுமங்களும், ஒரு சுயத்தைப் பொறுத்தமட்டில் அதைவிட ஒன்று மேலானவர்களாக அல்லது சமமானவர்களாக இருப்பவர்களைக் கொண்டிருக்கிறது. நான்காவது குழுமம் மிகத் தெளிவாக ஒரு சுயத்தைவிடச் சமூகரீதியாகவும் பொருளாதாரரீதியாகவும் கீழாக இருப்பவர்களைக் குறிக்கிறது. இது அடிமைகளையும் வேலையாட்களையும் கொண்டிருக்கிறது. தூண் அரசாணை VII-இல், மிகவும் வறுமையில் இருப்பவர்களும் இந்தக் குழுமத்தில் சேர்க்கப்படுகிறார்கள். இந்தக் குழுமத்துடனான உறவுமுறை, முறையான நடத்தையாகக் குணாம்சப்படுத்தப்படுகிறது. நிச்சயமாக, 'முறையான நடத்தை' என்ற கருத்தமைவு மிகவும் பரந்துபட்டதாகவும் வளைந்துகொடுக்கக்கூடியதாகவும் இருந்திருக்க வேண்டும். ஏனெனில், நண்பர்களோடும் உறவினர்களோடும் ஒருவர் கொள்ளும் உறவுமுறையும் ஒருவர் தன்னுடைய அடிமையோடும்

வேலையாட்களோடும் கொள்ளும் ஊடாட்டமும் முற்றிலும் வேறான ஒன்றாகத்தான் இருக்க முடியும். அரசு நிர்வாகத்தில் இருக்கும் அதிகாரிகளைப் பொறுத்தமட்டில் அசோகர் அடிக்கடி முன்வைக்கும் அக இரக்கம், இப்படியான அன்றாடத்தன்மையிலான சமூக ஊடாட்டங்களைக் கட்டுப்படுத்தக்கூடியதாக இருந்திருக்கலாம் என்பதாகவே நினைக்கிறேன்.

இறுதியான ஐந்தாவது குழுமம், எல்லா உயிரினங்களையும், குறிப்பாக எல்லா விலங்குகளையும் உள்ளடக்கியிருக்கிறது. அகிம்சை, இரக்கம் போன்றவற்றால் கட்டுப்படுத்தப்படும் உறவுமுறை குறித்து நாம் முன்னர் பார்த்தோம்.

பரந்துபட்ட இந்த ஐந்து குழுமங்கள் குறித்து ஆராயும்போது, இவற்றுக்கு இடையே ஒரு படிநிலை செயல்படுவதை நம்மால் உணர்ந்துகொள்ள முடிகிறது. முதல் குழுமம் ஒரு சுயத்தைவிட மேலாக இருப்பவர்களோடு இருக்கிறது என்றால் இரண்டாவதும் — தொழில்முறை மதரீதியானவர்கள் — ஒரு தளத்தில் மேலாக இருப்பவர்களாக இருந்தாலும்கூட, மற்றொரு தளத்தில், பொருளாதார உதவிகள் தேவைப்படுவதால் ஓரளவுக்குச் சமமானவர்களாகவும் இருக்கிறார்கள். மூன்றாவது குழுமம் மிகத் தெளிவாக ஒரு சுயத்தோடு சரிசம அந்தஸ்தில் இருப்பவர்களைக் குறிக்கிறது. நான்காவதும் ஐந்தாவதும் சந்தேகத்துக்கு இடமில்லாமல் மிகத் தெளிவாக ஒரு சுயத்தைவிடக் கீழாக இருப்பவர்களைக் குறிக்கிறது. அடிமைகள், வீட்டு விலங்குகள் என்று வரும்போது, ஒரு சுயம் உரிமையாளர் உரிமையை நடைமுறைப்படுத்தியும் இருக்கலாம்.

அசோகரது சிந்தனைகளில் வளர்ச்சிக்கான பண்பு எதையாவது காண முடியுமா, பதினைந்து வருட காலம் அவர் எழுதிய இந்த ஆவணங்களில் தர்மம் குறித்து அவர் முன்வைக்கும் கருத்தாக்கம் மேலும் செழுமைப்பட்டிருக்கிறதா போன்ற கேள்விகள் இந்த ஆய்வில் நமக்கு எழுகின்றன. நாம் குறித்துக்கொள்ள வேண்டிய முதல் விஷயம் என்னவென்றால், அசோகரது சிந்தனைகளில் அசாதாரணமான தொடர்ச்சியைக் காண முடிகிறது. மிக நுட்பமான, முக்கியமான மாற்றங்கள் தென்படுகின்றன என்றபோதும் தர்மத்தின் பிரதானக் கூறுகள் ஏறக்குறைய நிலையாக இருக்கின்றன.

அவரது ஆட்சியின் இருபத்தேழாம் வருடத்தில் வெளியிட்ட கடைசிச் செய்தியில், வயதான அசோகர் தர்மம் குறித்த செய்திகளைப் பரப்புவதற்கு அவரது பத்தாண்டு காலப் பிரச்சாரம் குறித்துப் பிரதிபலித்து, இரண்டு அணுகுமுறைகளை முயன்றுபார்த்ததாகச் சொல்கிறார். ஒன்று, கட்டாயப்படுத்துவது. சட்டதிட்டங்களை உருவாக்கி, அவற்றை

நடைமுறைப்படுத்துவதன் மீது கவனம்செலுத்துவது. இரண்டாவது, வலியுறுத்துவது. அவரது செய்தியை மக்கள் தன்வயப்படுத்திக்கொள்ள வேண்டும் என்பதற்காக முயல்வது. தூண் அரசாணை VII (vii)-இல் இவ்வாறு சொல்கிறார்:

> ஆனால், மக்களிடையே தர்மம் இரண்டு வழிகளில் மட்டுமே வளர்ந்திருக்கிறது: தர்மத்தோடு தொடர்புடைய விதிமுறைகள் ஊடாக; வலியுறுத்தல்கள் ஊடாக. இவ்விரண்டைப் பொறுத்தமட்டில், தர்மத்தோடு தொடர்புடைய விதிமுறைகள் குறைவாகப் பங்காற்றியிருக்கின்றன என்றால் வலியுறுத்தல் மூலமாக நிறைய சாதிக்கப்பட்டிருக்கின்றன.

சிறு பாறை அரசாணை II-இலும், பாறை அரசாணை III-இலும் தர்மம் குறித்துக் கொடுக்கப்பட்டிருக்கும் இரண்டு வரையறைகளின் மொழிக் கட்டமைப்புகளே அவரது உத்தியில் ஏற்பட்டிருக்கும் மாற்றத்தைப் பிரதிபலிக்கின்றன. நிச்சயமாகச் சொல்ல முடியாது என்றாலும், சிறு பாறை அரசாணை II-இல் முன்வைக்கப்பட்டிருப்பவை ஒருவேளை பாறை அரசாணை III-க்கு முந்தையதாக இருக்கலாம். முந்தையதில், 'செய்ய வேண்டும் அல்லது செய்தே ஆக வேண்டும்' போன்ற தொழிற்பெயர் வடிவிலான வினைச்சொற்கள் (gerundive forms of verbs) காணப்படுகின்றன. வேறு விதமான தடையிலான வினைச்சொற்களோடு (injunctive verbs) சேர்ந்து, சட்டங்களும் விதிமுறைகளும் நெறிமுறைகளும் சம்ஸ்கிருதச் சட்ட இலக்கியங்களில் தொழிற்பெயரிலான வினைச்சொற்களாகத் தொடர்ந்து பயன்படுத்தப்படுகின்றன. ஆகவேதான், சிறு பாறை அரசாணை II-இல் அசோகரது விதி இப்படியாக இருக்கிறது: 'தாய், தந்தைக்குக் கட்டுப்பட வேண்டும்'. இந்த வடிவமைப்பு பிந்தைய எழுத்துகளில், அதாவது பாறை அரசாணை III-இலிருந்து நிராகரிக்கப்படுகிறது.

பிந்தையதில், ஒரு குறிப்பிட்ட முறையில் செயல்படுவதை அசோகர் 'ஸாது' என்றழைக்கிறார். இச்சொல் நேரடியாக, 'நன்று' அல்லது 'அருமை' போன்ற அர்த்தங்களைக் கொண்டிருக்கிறது. ஆனால், பொதுவான பயன்பாட்டில், அதுவும் குறிப்பாக பௌத்தத்துக்குள்ளாக, நவீனக் காலத்தில் 'மிக நன்று!' அல்லது 'பிரமாதம்!' போன்ற ஆச்சரியத்தை வெளிப்படுத்தும் ஒன்றாக வளர்ந்துள்ளது. எடுத்துக்காட்டாக, இன்று இலங்கையில் நடக்கும் பௌத்த ஊர்வலத்துக்குச் சென்றால், வீதியில் திரண்டிருக்கும் மக்கள், புத்தரின் எச்சங்கள் தங்களைக் கடந்துசெல்லும்போது 'ஸாது! ஸாது! ஸாது!' என்று முழக்கமிடுவதைப் பார்க்க முடியும். இதில் மூன்றாவது 'ஸாது' நீட்டிக்கப்பட்டதாக இருக்கும். இப்படி ஆச்சரியப்படும் தொனியில் சொல்வது என்பது

ஏதோ ஒன்று நன்றாக இருக்கிறது என்ற அர்த்தத்தை மட்டுமே கொண்டிருக்கவில்லை – இதையும் கொண்டிருக்கிறது, இதற்கு மேலும் கொண்டிருக்கிறது. அது உணர்வுபூர்வமான எதிரொலிகளைக் கொண்டிருக்கிறது. இப்படிப் பாறை அரசாணை III-இல் தர்மத்தின் பல்வேறு கூறுகளோடு தொடர்புபடுத்தி 'ஸாது' என்ற சொல்லை, ஆச்சரியப்படும் ஒன்றாகவும் நிகழ்த்தக்கூடிய ஒன்றாகவும் அசோகர் பயன்படுத்துவதைக் காண முடியும்.

தாய், தந்தைக்குக் கீழ்ப்படிந்து நடப்பது – அருமை! நண்பர்களுக்கு, சகாக்களுக்கு, உறவினர்களுக்கு, பார்ப்பனர்களுக்கு, சிரமணர்களுக்கு தானங்கள் கொடுப்பது – அருமை! உயிரினங்களைக் கொல்லாமல் இருப்பது – அருமை! குறைவாகச் செலவழித்துக் குறைவாகச் சேமித்துவைப்பது – அருமை!

அசோகரது முன்வைப்பில் ஏற்பட்டிருக்கும் மிக முக்கியமான மாற்றம் கட்டளையிடுவதிலிருந்து ஊக்குவிப்பதை நோக்கி நகர்வதாக இருக்கிறது. 'ஸாது' என்ற சொல்லைப் பயன்படுத்துவதன் மூலம் இந்த நற்பண்புகளெல்லாம் அவ்வளவு பிரமாதமானவையாக இருப்பதைப் பார்வையாளர்கள் பார்க்க வேண்டும் என்று கேட்டுக்கொள்கிறார். அவர் அறிவார்த்தரீதியாகவும் உணர்வுபூர்வமாகவும் தன்னுடைய கோரிக்கையை முன்வைக்கிறார். அவர் மீண்டும் எப்போதும் தொழிற்பெயர்களுக்குத் திரும்பவே இல்லை.

பிந்தைய வடிவங்களில் அசோகர் 'ஸாது' என்ற சொல்லைப் பயன்படுத்தவில்லை என்றபோதும், கிர்னாரில் இருந்த தொகுப்பாளர் இச்சொல்லின் மீதான அவரது ஈடுபாட்டை வெளிப்படுத்துகிறார். பாறை அரசாணை IX, XI-களின் முன்வைப்புகளில் அவர் இச்சொல்லை நுழைத்துவிடுகிறார். இதனால்தான், கிர்னாரில் இப்படியாக உள்ளது:

இது [தர்மம்] இவற்றை உள்ளடக்கியிருக்கிறது:

அடிமைகளிடமும் வேலையாட்களிடமும் முறையாக நடந்துகொள்வது, பெரியவர்களுக்கு மரியாதை கொடுப்பது – அருமை! உயிரினங்கள் என்று வரும்போது சுய-கட்டுப்பாடு கொண்டிருப்பது – அருமை! சிரமணர்களுக்கும் பார்ப்பனர்களுக்கும் தானங்கள் கொடுப்பது – அருமை!

அடிமைகளிடமும் வேலையாட்களிடம் முறையாக நடந்துகொள்வது; தாய், தந்தைக்குக் கீழ்ப்படிந்து நடந்துகொள்வது – அருமை! நண்பர்களுக்கும் சகாக்களுக்கும் உறவினர்களுக்கும் பார்ப்பனர்களுக்கும் சிரமணர்களுக்கும் தானம் கொடுப்பது –

அருமை! மேலும், உயிரினங்களைக் கொல்லாமல் இருப்பது — அருமை!

இருந்தாலும், முறையாகப் பார்ப்போம் என்றால், தர்மத்துக்கு உட்பட்டு நடப்பதற்கான ஸ்தூலமான எடுத்துக்காட்டுகளிலிருந்து தூண் அரசாணைகளில் நற்பண்புகளை அரூபமாக முன்வைப்பது நோக்கிய நகர்வைப் பார்க்க முடிகிறது. ஆகவேதான், தூண் அரசாணை II-இல் சொல்லணியிலான இக்கேள்வியை அசோகர் கேட்கிறார்: 'ஆனால், தர்மத்தின் எல்லை எது?' நற்பண்புகளைப் பட்டியலிடுவதன் மூலம் இக்கேள்விக்குப் பதிலளிக்கிறார்: 'குறைவான தீயசெயல்கள், நிறைய நற்செயல்கள், இரக்கம், தானம் கொடுத்தல், உண்மைத்தன்மை, தூய்மை.' மேலும், தூண் அரசாணை VII (V)-இல், தர்மத்தைக் கடைப்பிடித்தல் என்ற பின்னணியில் நற்பண்புகளைப் பட்டியலிடுகிறார்: 'தர்மத்துக்கு உட்பட்டு இருப்பது என்பதும் தர்மத்துக்கான நற்செயல்கள் என்பதும் இவற்றைக் கொண்டிருக்கிறது — அதாவது, மக்களிடையே இரக்கம், தானம், உண்மை, தூய்மை, மென்மை, நற்குணம் போன்றவையெல்லாம் வளரும்.'

தர்மம் குறித்த அசோகரது விவரிப்புகளிலும் பொருள்கொள்ளத்தக்க, குறித்துக்கொள்ளத்தக்க பல்வேறு மாற்றங்களையும் நாம் எதிர்கொள்கிறோம். தர்மத்துக்கு உட்பட்டு வாழ்வது என்ற பின்னணியில் அடிமைகளும் வேலையாட்களும் நம்முடைய பிரத்யேகக் கவனத்தை வேண்டும் பிரத்யேக வகைமையாக உருப்பெறுகிறார்கள் என்பதுதான் மிக முக்கியமான ஒன்றாகிறது. இவை முதல் மூன்று வரையறைகளில் காணப்படவில்லை. நான்காவது வரையறையில்தான், அதாவது பாறை அரசாணை IX-இல்தான் இது வெளிப்படுகிறது. இந்த அரசாணையில் இவர்கள் பட்டியலில் முதலாவதாகக் குறிக்கப்படுவதோடு, அவர்களுக்கான மரியாதையும் கொடுக்கப்படுகிறது: தர்மம் இவற்றையெல்லாம் கடைப்பிடிப்பதில் உள்ளது: 'அடிமைகளிடமும் வேலையாட்களிடமும் முறையாக நடந்துகொள்வது'. பாறை அரசாணை XI-இலும்கூட முதல் இடத்தில் தொடர்வதோடு மட்டுமல்லாமல், தர்மம் குறித்து முன்வைக்கப்பட்ட வரையறைகளில் தொடர்ந்து உள்ளடக்கப்பட்டிருக்கிறது — அரூபமான நற்பண்புகளைக் கொண்டிருக்கும் பட்டியலைத் தவிர.

பிறகு, உண்மை-பேசுதல் என்ற விசித்திரமான ஒன்றும் காணப்படுகிறது. தர்மம் குறித்த முதல் வரையறையில், அதாவது சிறு பாறை அரசாணை II-இல் தர்மத்தின் கூறாக இது முன்வைக்கப்படுகிறது: 'உண்மை பேச வேண்டும்.' இதைத் தொடர்ந்து முன்வைக்கப்பட்ட வரையறைகளில் உண்மை காணாமல்போகிறது. இது நற்பண்புகளைப்

பட்டியலிடும் இரண்டு தூண் அரசாணைகளில் உள்ள வரையறைகளில் 'உண்மைத்தன்மை' என்பதாக வெளிப்படத் தொடங்குகிறது. நாம் இயல் 6-இல் பௌத்த மடாலயங்களில் படிக்கப்பட வேண்டிய புத்தகப் பட்டியலில் 'ராகுலாவுக்கான அறிவுரை'யை அசோகர் பரிந்துரைத்தார் என்று பார்த்தோம். இதே பெயரில் இரண்டு நூல்கள் இருப்பதால், எதை அசோகர் மனதில் வைத்திருக்கிறார் என்பதைத் தெளிவுபடுத்தும் விதமாக மிகக் கூர்மையாகப் 'பொய்மையோடு தொடர்புடையது' என்று சொல்லித் தகுதியுடையதாக்குகிறார். பொய்கள் சொல்வதன் தீங்கோடு தொடர்புடைய புத்தரின் பிரசங்கத்தை அசோகர் தனித்துக்காட்டுகிறார். ஆக, தர்மம் குறித்த வரையறைகளில் உண்மைத்தன்மையை அவர் சேர்க்கவில்லை என்றாலும், அதன் முக்கியத்துவத்தை அசோகர் அறிந்தே இருந்தார். இதற்கான காரணம், அவர் எழுதிக்கொண்டிருந்த காலத்தின் இடையில், குடும்ப உறவுகளையும் சமூக உறவுகளையும் ஒருவர் முறையாக வளர்த்துக்கொள்ள வேண்டும் என்பதற்கு முக்கியத்துவம் கொடுத்ததால் இருக்கலாம்.

தர்மத்தின் வேறொரு கூறு, பாறை அரசாணை III-இல் மட்டுமே வெளிப்படுகிறது. இதில், 'குறைவாகச் செலவழித்துக் குறைவாகச் சேமிப்பது' என்ற நற்பண்பை அசோகர் போதிக்கிறார். எளிமையாகக் கணக்கிடுவோம் என்றால், நிலையான வருமானம் இருக்கும்போது, குறைவாகச் செலவழிப்போம் என்றால், வங்கியில் நம்முடைய பணம் அதிகரித்துக்கொண்டே இருக்கும். ஆக, ஒருவர் குறைவாகச் செலவழித்து அதே சமயத்தில் குறைவாகச் சேமிப்பது எப்படிச் சாத்தியம்? இதற்கான விடை, பெருந்தன்மையுடன் இருப்பது என்று நினைக்கிறேன். அதாவது, தேவைப்படும் மக்களுக்குத் தன்னுடைய செல்வத்தைக் கொடுப்பது – தானம் கொடுத்தல் என்ற நற்பண்பை அசோகர் தர்மம் குறித்த வரையறைகளில் மட்டுமல்லாமல், அவரது வேறுபல எழுத்துகளிலும் முன்வைக்கிறார். குறிப்பாக, சிரமணர்களோடும் பார்ப்பனர்களோடும் தொடர்புபடுத்தித்தான் தானம் முன்வைக்கப்படுகிறது என்றாலும்கூட, பாறை அரசாணை III-இல் ஒருவரது பெருந்தன்மையால் பெற்றுக்கொள்ளக்கூடியவர்களின் பட்டியல் பெருமளவு விரிவுபடுத்தப்படுகிறது: 'நண்பர்களுக்கும் சகாக்களுக்கும் உறவினர்களுக்கும் பார்ப்பனர்களுக்கும் சிரமணர்களுக்கும் தானங்கள் கொடுப்பது.' பாறை அரசாணை V-இல் தர்ம-மஹாமாத்ரர்களுக்கு அசோகர் கொடுக்கும் அறிவுரையில் குறிப்பிடுவதுபோல், தானங்கள் கொடுக்கும் பெருந்தன்மையே ஒருவர் தன்னை தர்மத்துக்கு ஒப்புக்கொடுக்கிறார் என்பதை உறுதியாக வெளிப்படுத்துகிறது:

> 'இந்த மனிதன் தர்மத்தைப் பொறுத்தமட்டில் தீவிரமாக இருக்கிறான்' அல்லது 'இவன் தர்மத்தில் தன்னை

நிலைநிறுத்திக்கொண்டிருக்கிறான்' அல்லது 'தானங்கள் கொடுப்பதில் இவன் ஈடுபாடு கொண்டிருக்கிறான்' — இப்படி இவர்கள் என்னுடைய நிலப்பரப்பின் எல்லா இடங்களிலும் தர்ம-பக்தர்களோடு தங்களை ஈடுபடுத்திக்கொள்வார்கள்.

இப்படியான பெருந்தன்மைக்கு முன்மாதிரியாகவும் எடுத்துக்காட்டாகவும் அசோகர் தன்னையே முன்வைத்துக்கொள்கிறார். பாறை அரசாணை VIII-இல், அவரது 'தர்ம-பயணங்கள்' குறித்து, அதாவது அவரது நிலப்பரப்புக்குள் பயணங்கள் மேற்கொண்டு தர்ம காரியங்களில் ஈடுபடுவது, தர்மத்தைப் பரப்புவது குறித்துப் பேசுகிறார். இப்படியான பயணங்கள், 'சிரமணர்களையும் பார்ப்பனர்களையும் சென்று பார்ப்பது, அவர்களுக்கு தானங்கள் கொடுப்பது, முதியோர்களைச் சென்று பார்ப்பது, அவர்களுக்குப் பொருளுதவிகள் செய்வது' போன்றவற்றை உள்ளடக்கியிருக்கிறது. தானும் தன் குடும்பத்தாரும் கொடுக்கும் தானங்களைப் பகிர்ந்தளிக்க உதவுவதற்காகத் தன்னுடைய நிர்வாகத்தில் இருக்கும் அதிகாரிகளைத் தேர்ந்தெடுத்திருப்பதாகத் தூண் அரசாணை VII (v)-இல் விளக்குகிறார்:

> இவர்களும் வேறு பல உயர் அதிகாரிகளும், என்னிடமிருந்தும் ராணிகளிடமிருந்தும் என் இருப்பிடத்தில் இருக்கும் எல்லோரிடமிருந்தும் பெற்றுக்கொண்டு — தானங்கள் பகிர்ந்தளிப்பதில் தங்களை ஈடுபடுத்திக்கொள்வார்கள். வேறுபல வழிகளிலும் மனநிறைவான தளத்தை நிறுவுவார்கள் — சரியாக இங்கும்[18] பிரதேசங்களிலும். இவர்கள், தர்மத்தின் நற்செயல்களை ஊக்குவிப்பதற்காகவும் தர்மத்துக்கு உட்பட்டு நடப்பதற்காகவும் என்னுடைய மகன்களிடமிருந்தும் பிற இளவரசர்களிடமிருந்தும் ராணிகளிடமிருந்தும் பெற்றுக்கொண்டு தானங்கள் பகிர்ந்தளிப்பதில் தங்களை ஈடுபடுத்திக்கொள்ள வேண்டும் என்று நான் கட்டளையிட்டிருக்கிறேன்.

தூண் அரசாணை IV-இல் அசோகர் சொல்வதுபோல், 'தானங்கள் கொடுப்பது மக்களிடையே பெருக வேண்டும்' என்பதே அவருடைய பெரும் விருப்பமாக இருந்தது.

பெருந்தன்மைக்கும் தானங்களுக்கும் அழுத்தம் கொடுப்பதன் மூலம், பலவிதமான பண்டைய மத நூல்கள் முன்வைத்த பொதுவான அறக் கொள்கையையே அசோகர் பின்பற்றுகிறார் என்று சொல்ல முடியும். பௌத்தப் பிக்குகள் போன்று ஓரிடத்தில் தங்காத துறவிகள் யாசித்தார்கள். அவர்கள் வாழ்வதற்கே மக்களுடைய பெருந்தன்மையைச்

---

18 'இங்கு' என்பது தலைநகரமான பாடலிபுத்திரத்தைக் குறிக்கிறது.

சார்ந்திருந்தார்கள். பார்ப்பனர்களும் அவர்களுக்குக் கொடுக்கப்படும் தானங்களையே, குறிப்பாகச் சடங்குரீதியான சேவைகளுக்காகக் கொடுக்கப்படுவதையே பெருமளவு சார்ந்திருந்தார்கள். தொடக்க காலப் பார்ப்பனிய உபநிஷத் ஒன்று தானம் கொடுப்பதைச் செறிவாகப் புகழ்கிறது: 'தானம் கொடுப்பதன் மூலம் விரோதிகள் நண்பர்களாகிறார்கள். மொத்த உலகமும் தானம் கொடுப்பதிலிருந்துதான் கண்டெடுக்கப்பட்டிருக்கிறது. இதனால்தான், தானம் கொடுப்பதை மிக மேலான ஒன்றாகச் சொல்கிறார்கள்.'[19]

மௌனத்திலிருந்து சேகரித்தல்

இதுவரை, தர்மம் குறித்த அவரது முறையான வரையறைகளை அல்லது பரந்த தளத்திலான அவருடைய எழுத்துகளை அடிப்படையாகக் கொண்டு தர்மத்தின் பிரதான உருவரையை அசோகர் எவ்வாறு குணாம்சப்படுத்துகிறார் என்று பார்த்தோம். இருந்தாலும், தர்மம் என்ற கருத்தாக்கத்துக்குள்ளாக எவற்றையெல்லாம் உள்ளடக்கவில்லை என்ற அவரது தேர்வைப் பார்ப்போம் என்றால் — அதாவது, அசோகரது மௌனங்களைக் கேட்போம் என்றால், இது குறித்து நாம் முன்னர் பேசியிருக்கிறோம் — அவரது சிந்தனைகள் குறித்து இன்னும் சில பார்வைகளை நம்மால் சேகரித்துக்கொள்ள முடியும். சமூகரீதியாகவும் அறரீதியாகவும் எப்படியான செயல்பாடுகளையெல்லாம் நாம் நேர்மறையானவையாக அல்லது எப்படியான செயல்பாடுகளைத் தார்மிகமற்றவையாக அல்லது ஏன் குற்றமாகவும்கூடப் பார்க்க முடியும் என்று பார்ப்போமானால், தர்மம் குறித்த அசோகரது கருத்தாக்கத்தில் மிகப் பரந்த அளவிலான மானுடச் செயல்பாடுகள் பலவற்றை அவர் கணக்கில்கொள்ளாததை நம்மால் பார்க்க முடியும்.

அசோகர் கணக்கில் எடுத்துக்கொண்ட தார்மிகரீதியான, தார்மிகமற்ற செயல்பாடுகளுக்குள் நுழைவதற்கு முன், நாம் அவரிடம் ஒரு அடிப்படையான கேள்வியைக் கேட்க முடியும்: எது தர்மம் என்று உங்களுக்கு எப்படித் தெரியும்? தர்மம் குறித்த வரையறைகளை எங்கிருந்து பெற்றுக்கொண்டீர்கள்? இப்பிரச்சினையை நாம் இந்த இயலின் தொடக்கத்தில், ஏறக்குறைய அசோகருக்குச் சமகாலத்தவரான பார்ப்பனிய இறையியலாளர் ஆபஸ்தம்பாவின் சிந்திக்கவைக்கக்கூடிய கூற்றில் பார்த்தோம்: 'தர்மமும் அதர்மமும் இப்படியாகச் சொல்லிக்கொண்டு

19 *Mahānārāyaṇa Upaniṣad*, 523. பண்டைய இந்தியாவில் தானங்கள், விருந்தோம்பல் குறித்த விரிவான வாசிப்புக்குப் பார்க்கவும்: Jamison (1996).

திரிவதில்லை: நாங்கள் இங்குதான் இருக்கிறோம்!'[20] இக்காலத்திலான பார்ப்பனிய விதிமுறைகள் தர்மம் குறித்த அறிவறிதலார்ந்த மையப் பிரச்சினையிலிருந்தே தொடங்குகின்றன: தர்மத்தை நாம் எப்படி அறிந்துகொள்வது? தர்மத்துக்காக அங்கீகரிக்கப்பட்ட மூலங்கள் எவை? பார்ப்பனர்களைப் பொறுத்தமட்டில், இந்த மூலம் வேதங்களாகவும் பார்ப்பனக் குழுமங்களின் அதிகாரத்துவமிக்க நடைமுறைகளாகவும் இருந்தன. பௌத்தர்களைப் பொறுத்தமட்டில், உருமாறிய அனுபவத்தின் ஊடாக அறிவொளி பெற்று விழித்தெழுந்த புத்தரின் அறுதியிட்ட உண்மைகளாக இருக்கின்றன. ஆனால், தர்மத்தை அமைப்பாக்கம் செய்வதை ஒரு சாதாரண அரசன் எப்படிக் கைக்கொள்ள முடியும்? இப்பிரச்சினையை அசோகர் எதிர்கொள்ளவில்லை. அவர் மௌனமாக இருக்கிறார். பொதுவாக எல்லோராலும் ஏற்றுக்கொள்ளப்பட்டிருக்கும் தார்மிகரீதியானவற்றை, அதிலும் குறிப்பாக மதரீதியான பாஸந்தா குழுமங்களைப் பிரதிநிதித்துவப்படுத்தும் மதரீதியான மேட்டுக்குடிகளால் ஏற்றுக்கொள்ளப்பட்டிருப்பவற்றை, அசோகர் தனது வரையறையாகப் பார்த்திருக்கலாம் என்று மட்டுமே நம்மால் இங்கே சொல்ல முடியும். அவரது பேரரசுக்குள்ளாக இருக்கும் மக்களும், ஏன் அதற்கு அப்பால் வாழ்பவர்களும்கூட, தன்னுடைய தர்மத்தின் உண்மையைப் பார்க்க முடியும் என்பதாக அசோகர் அனுமானித்திருக்கலாம்.

அசோகரது தர்மத்தின் கூறுகள் மீது நம் கவனத்தைத் திருப்பி, முதலில் குற்றவியல் சட்டங்கள் தொடர்பானவற்றைப் பார்ப்போம். குற்றவாளிகளைச் சிறையில் அடைப்பது, தண்டனை கொடுப்பது உள்பட, நன்கு வளர்ந்த குற்றவியல் நீதி அமைப்பு இருந்ததற்கான துப்பை அசோகரே கொடுக்கிறார். அசோகரது நிர்வாக அமைப்பு சந்தேகத்துக்கு இடமில்லாமல் ஆயுதப் படையினரையும் குடிமை நிர்வாகத்தினரையும் மட்டுமே கொண்டிருக்கவில்லை. குற்ற நடவடிக்கைகள் தொடர்பான சட்டங்களை நடைமுறைப்படுத்தியவர்களையும் கொண்டிருந்திருக்க வேண்டும். பண்டைய இந்திய அரசியல் சிந்தனையானது திருட்டைச்சமூக நோய்க்கான எடுத்துக்காட்டாக அணுகியது. அரசாட்சி என்ற அமைப்பு குறித்த உரையாடல்கள், தொன்மங்களெல்லாம் திருட்டை ஒழிப்பதுதான் அந்த அமைப்பின் இருப்புக்கான நியாயப்பாட்டை வழங்குவதாக முன்வைக்கின்றன. தனிச் சொத்தைப் பாதுகாக்கும் அரசனுடைய ஆற்றலின் அடிப்படையிலேயே வரிகள் நியாயப்படுத்தப்படுகின்றன. பண்டைய இந்தியச் சட்டவியல், நீதித்துறை குறுக்கிடுவதற்கான வேறுபல சட்டமீறல்களையும் கணக்கில்கொள்கிறது. கடனைத் திருப்பிக்கொடுக்காதது, ஒப்பந்தத்தை மீறுவது, வார்த்தைகளாலும் உடல்ரீதியாகவும் தாக்குவது, கொலை, பாலியல் பலாத்காரம்

20 *Āpastamba Dharmasūtra*, 1.20.6.

உள்பட பிற பாலியல் குற்றங்கள் போன்றவையெல்லாம் அவற்றில் காணப்படுகின்றன. இருந்தும், அசோகரது தர்மம் இப்படியான குற்றங்கள் எவற்றையும் கணக்கில் எடுத்துக்கொள்ளவில்லை. நிச்சயமாக, இப்படியான நடத்தைகளையெல்லாம் பொறுத்துக்கொள்வது அசோகரது நோக்கமாக இருந்திருக்க முடியாது. இருந்தாலும், அவரைப் பொறுத்தமட்டில் தர்மம் என்பது மேலான லட்சியமாக இருந்தது. இது பொதுவான குடிமை உணர்வு, நேர்மை போன்றவற்றை உள்ளடக்கியதாக இருக்க வேண்டும் என்று நாம் அனுமானித்துக்கொள்ள வேண்டியிருந்தது.

அசோகர் பௌத்தத்திலிருந்தும் பௌத்தத் துறவிகளோடு அவர் ஊடாடியதிலிருந்தும் உந்துதல் பெற்றிருந்ததால், தர்மம் குறித்த அவரது சொந்த வரையறையில் பௌத்தக் கருத்தாக்கங்களின் ஒருசில கூறுகளையாவது உள்ளடக்கியிருப்பார் என்றே நாம் எதிர்பார்ப்போம். அசோகர் ஏன் ஐந்து பௌத்தக் கட்டளைகளை தர்மம் குறித்த அவரது வரையறையின் பகுதியாக்கவில்லை என்ற கேள்வியை இயல் 7-இல் நான் எழுப்பியிருந்தேன். பஞ்சசீலா என்றழைக்கப்படும் இந்த ஐந்து கட்டளைகள் ஐந்து தடைகளை முன்வைக்கின்றன: (1) உயிரினங்களைக் கொல்லாமை, (2) கொடுக்கப்படாததை எடுத்துக்கொள்ளாமை, (3) பாலியல்ரீதியில் முறைதவறாமை, (4) பொய் சொல்லாமை அல்லது தவறாகப் பேசாமை, (5) போதைப்பொருட்கள் உட்கொள்ளாமை. முதலாவதாக இருப்பது மட்டுமே, அதாவது உயிரினங்களைக் கொல்லாமல் இருப்பது மட்டுமே தர்மம் குறித்த அசோகரது முன்வைப்புகளில் தொடர்ந்து வெளிப்படுகிறது என்றால், நான்காவது அதாவது உண்மையாக இருத்தல் என்பது போகிறபோக்கில் மூன்று முறை மட்டுமே வெளிப்படுகிறது.

பௌத்தர்கள், பார்ப்பனர்கள் இருசாராருமே மது அருந்துவதைத் தீவிரமாக எதிர்த்தார்கள். அக்காலகட்டத்தில் மதரீதியான அறத்தில் மது அருந்தாமை பிரதானக் கூறாக இருந்தது. பார்ப்பனியச் சட்ட விதிகள் போன்ற சில பனுவல்களில், மது அருந்துவதற்கு எதிராகக் குற்றவியல் தடைகளும் காணப்படுகின்றன. இதற்கு எதிர்முனையில், கௌடில்யரின் அர்த்தசாஸ்திரம், மது அருந்துவதை அரசியல்ரீதியாக, நிர்வாகரீதியாக அணுகுவதை வெளிப்படுத்துகிறது.[21] இதில், மது பொதுவாகக் கிடைக்கக்கூடிய ஒன்றாகவும் பரவலாகப் பயன்படுத்தப்பட்ட ஒன்றாகவும் இருந்ததைக் காண முடிகிறது. மேலும், அது பெருமளவு அரசுக் கட்டுப்பாட்டில் இருந்தது. எது நல்ல வருமானத்தைக் கொடுக்கும் என்று எப்போதும் அரசர்கள்

21 இந்தியாவில் மது குறித்த சட்டரீதியான, தார்மிக அணுகுமுறைகள் உள்பட, விரிவான வரலாறுக்குப் பார்க்கவும்: McHugh (2021).

அறிந்திருந்தார்கள். சில நவீன அரசுகள்போலவே, தனியார் மது தயாரிப்பதை, விநியோகிப்பதை, விற்பதை ஒருசில திருவிழா நாள்கள் தவிர பிற நாள்களில் தடைசெய்தார்கள். திருவிழாக்களிலும் பொருட்காட்சிகளிலும் மது தடையற்றுக் கிடைத்தது. நாம் முன்னர் பார்த்தது போன்று திருவிழாக்களை ஏற்றுக்கொள்ள அசோகர் மறுக்கிறார். இருந்தும், மது அருந்தாமையை அசோகர் ஏன் அவரது தர்மத்தின் பகுதியாக முன்வைக்கவில்லை?

முறையற்ற பாலியல் நடத்தைகள் விஷயத்திலும் இதே கேள்வியைக் கேட்க முடியும். சில அறநீதியான முறைமைகளில் மது அருந்துவதைவிடப் முறையற்ற பாலியல் நடத்தைகள் இன்னும் தீவிரமான குற்றமாகப் பார்க்கப்பட்டன. பாலியல் வன்முறை, கன்னிகழித்தல், முறையற்ற உறவுகளெல்லாம் இதன் கூறுகளாவதோடு, அவற்றுக்கான குற்றவியல் தண்டனைகளையும் கொண்டிருந்தன. பௌத்தத்துக்குள்ளும் பிற துறவற மதங்களுக்குள்ளும் துறவற வாழக்கையின் பிரதானக் கூறாக பிரம்மச்சரியம் இருந்தது. முறையான பாலியல் நடத்தையானது தார்மிகப் படிநிலையில் மேலான இடத்தைக் கொண்டிருந்தது. ஆக, முறையற்ற பாலியல் நடத்தைகளை அசோகர் ஏன் அவரது தர்மத்தின் பகுதியாக முன்வைக்கவில்லை?

இந்தக் கேள்விகளுக்கும் இவற்றுக்கு நிகரானவற்றுக்கும் அசோகரது எழுத்துகளில் தெளிவான விடை எதுவும் இல்லை. அவர் இந்தப் பிரச்சினைகளை எளிதில் கடந்துபோகிறார். ஒன்று, இவை குறித்து அவர் சிந்திக்கவில்லை என்று சொல்லலாம் அல்லது இவை குறித்து மௌனமாக இருக்க முடிவெடுத்திருக்கிறார் என்று சொல்லலாம். ஆனால், ஏன்? அவரது எழுத்துகளின் தொகுப்பிலிருந்து விடைகளாக நாம் சில ஊகங்களைச் — ஓரளவு சாத்தியப்பாடு கொண்டவற்றைச் — சேகரிக்க மட்டுமே முடியும். முதலாவதாக, சிறு பாறை அரசாணை I-இல் பௌத்தத்தை முன்னிலைப்படுத்துவது என்ற அவரது தொடக்க கால உந்துதலைக் கடந்து, மேலும் பொதுவான, உள்ளிணைத்துக்கொள்ளும் தர்மத்துக்கான புதிய கருத்தாக்கத்தை நோக்கி நகர்ந்த பின், வெகுஜன மனதில் பௌத்தத்தோடு சுலபமாகவும் நெருக்கமாகவும் அடையாளப்படுத்திக்கொள்ளக்கூடிய எது ஒன்றிலிருந்தும் — பௌத்தப் பஞ்சசீலக் கொள்கைகள்போல் — விலகியிருக்க அவர் விரும்பியிருக்கலாம். நம்மால் இதை நிச்சயமாகப் புரிந்துகொள்ள முடிகிறது. குற்றவியல் சட்டங்களைச் சேர்ப்பதற்கான அவரது தயக்கத்தையும் நம்மால் புரிந்துகொள்ள முடிகிறது: தர்மம் என்பது மிகக் குறைந்தபட்சக் குறை எண்ணாக இருப்பதற்கான, வெறுமனே குற்றங்கள் எதிலும் ஈடுபடாத குடிநபர்த்தன்மையை உருவாக்குவதற்கான ஒன்றானது மட்டுமல்ல. அசோகரைப் பொறுத்தமட்டில் தர்மம் இதையெல்லாம்

உள்ளடக்கியிருக்கிறது. ஆனாலும், தர்மம் இதையெல்லாம்விட மேலானதாகவும் இருக்கிறது.

அசோகர் என்ன நினைத்திருக்கலாம் என்பதற்குப் பாறை அரசாணை IV-இல் உள்ள கூற்று நமக்குத் துப்பு கொடுக்கிறது. இந்த அரசாணையின் முடிவில் தன்னுடைய மகன்கள், பேரன்கள் மீதான நம்பிக்கையை வெளிப்படுத்துகிறார்: 'தர்மத்துக்கும் நன்னடத்தைக்கும் (ஸீல) கட்டுப்பட்டு அவர்கள் தர்மம் குறித்து அறிவுறுத்துவார்கள். ஏனெனில், இதுவே தலையாய காரியமாகிறது — தர்மம் குறித்து அறிவுரை வழங்குவது. எப்படியிருந்தாலும், நன்னடத்தை இல்லாத (அஸீல) ஒருவனால் தர்மத்தை நடைமுறைப்படுத்த முடியாது'. இந்த இடத்தில் மட்டும்தான், பௌத்தக் கதையாடல்களில் பிரதானமாக இடம்பெறும் 'ஸீல' (நன்னடத்தை அல்லது தார்மிக நெறிகள்) என்ற பொதுச் சொல்லை அசோகர் பயன்படுத்துகிறார். இதை ஏற்றுக்கொண்டாலும், தர்மத்திலிருந்து வேறுபடுத்திக்காட்டுகிறார். நன்னடத்தையில்லாத ஒருவனால் தர்மத்தைப் பயில முடியாது. இந்த முடிவு, 'நன்னடத்தை' அல்லது 'ஸீல' தர்மத்துக்கு உட்பட்ட வாழ்க்கையை மேற்கொள்வதற்கான முன்தேவையாக இருப்பதை முன்வைப்பதாகிறது. நாம் பார்த்ததுபோல், ஐந்து பௌத்தக் கட்டளைகள் 'ஸீல' என்றழைக்கப்பட்டன. இந்தக் கட்டளைகள், தவறான நடத்தைகளில் ஈடுபடுவதைத் தடைசெய்வதால், இவற்றையெல்லாம் தன்னுடைய தர்மத்தின் பகுதியாகப் பார்க்காமல், தர்மத்தின் பாதையைப் பின்பற்றுவதற்கான தார்மிக முன்தேவையாக அசோகர் பார்த்திருக்கலாம்.

இருந்தும், அறம் மற்றும் குற்றவியல் விஷயங்களுக்குள் நுழைய அசோகர் காட்டும் தயக்கம் கூடுதலாகச் சிலவற்றைக் கொண்டிருக்கலாம் என்று நினைக்கிறேன். நான் முன்னர் வரைபடம் 9.2-இல் கொடுக்க முயன்றிருப்பதுபோல், 'தர்மத்தின் கூறுகள்' என்று அசோகர் அழைப்பது — எல்லாமும் இல்லையென்றாலும் — பெரும்பாலும் உறவுமுறையிலானதாக இருக்கிறது. இவை ஒருவனது வாழ்க்கையில் — சுயம் என்று வரைபடத்தில் குறிக்கப்படுவது — மற்றவர்களுடனான குறிப்பிடத்தக்க உறவுமுறைகளோடு தொடர்புகொண்டவையாக இருக்கின்றன. (ஆமாம், அசோகரைப் பொறுத்தமட்டில் அது எப்போதும் ஆண்பாலாகத்தான் இருக்கிறது). இரக்கம், கருணை, மென்மை, உண்மை, சுய-கட்டுப்பாடு, நாவடக்கம், தூய்மை போன்ற நற்பண்புகளெல்லாம் சந்தேகத்துக்கு இடமில்லாமல் உறவுமுறைகளின் வட்டத்துக்குள்தான் வருகின்றன. இதனால், உறவுமுறைகளிலான அறமே முன்னணியில் வைக்கப்படுகிறது. இப்படியான உறவுமுறைகளின் வளர்ச்சியே, இவ்வுலகிலும் அடுத்ததிலும் மகிழ்ச்சியைக் கொடுக்கக்கூடிய நல்வாழ்க்கைக்கு முக்கியமானவையாக அசோகர்

பார்த்ததுபோல் தெரிகிறது. இந்தப் 'புது' வகையான அறத்தை, அசோகர் தானே தனிப்பட்ட முறையில் கண்டுணர்ந்த அல்லது கட்டமைத்த ஒன்றாகப் பார்த்திருக்கலாம். அவரது பண்பாட்டுத் தளத்துக்கு வெளியே உள்ளவர்களுக்கும்கூட, அதாவது மேற்கு ஆசிய நாடுகளை ஆண்ட கிரேக்க அரசர்கள் போன்றவர்களுக்கும்கூட இந்தப் புதிய அறத்தைப் போதிக்க முடியும் என்பதாகவும் அவர் பார்த்திருக்கலாம்.

சமூகரீதியான, குடும்பரீதியான உறவுமுறைகளை முறையாக வளர்த்துக்கொள்வதன் அடிப்படையிலான தார்மிகத் தத்துவத்துக்கு அசோகர் தன்னை ஒப்புக்கொடுப்பதாக நாம் ஏற்றுக்கொண்டாலும்கூட, ஆச்சரியப்படக்கூடிய வகையில், விளக்க முடியாத வகையில் பல விடுபடல்கள் இருக்கத்தான் செய்கின்றன. இவை குறித்துச் சொல்லத் தொடங்குவது என்றால், தாய் என்ற சொல்லைப் பயன்படுத்துவதைத் தவிர — இதுவும் 'பெற்றோர்' என்ற சொல் பாலினம் சாராமல் இருப்பதுபோல் 'தாய்-தந்தை' என்ற இணைப்பில் கொடுக்கப்படுகிறது — எல்லா உறவுமுறைகளும் ஆண் சார்ந்தே இருக்கின்றன. அசோகரது அறிவுரைகளில் உள்ளார்ந்து குறிக்கப்படும் ஒரு தனிநபர் — வரைபடம் 9.2-இல் 'சுயம்' என்று பாலினம் சாராத ஒரு சொல்லாக நான் முன்வைப்பது — உண்மையில், ஓர் ஆணாகத்தான் இருக்கிறான். அசோகரது தார்மிக போதனைகளின் உள்ளார்ந்த பார்வையாளர் யாராக இருக்கிறார் என்பது குறித்து இயல் 10-இல் நான் விவாதிக்கவிருக்கிறேன் என்றாலும், அவரது பார்வையாளர்கள் ஆண்களாகவும் மத்தியதர, மேட்டுக்குடியைச் சேர்ந்தவர்களாகவும்தான் இருந்தார்கள் என்று இங்கு முன்வைப்பது மட்டுமே போதுமானது. இந்த 'சுயம்' ஒருவேளை, சொத்துகளைத் தன்னுடைய கட்டுப்பாட்டில் வைத்திருக்கும், திருமணமான ஒருவனாகவும், குடும்பத் தலைவனாகவும் இருக்கலாம். விரிவுபட்ட குடும்பத்தில் இருக்கும் இப்படியான ஓர் ஆணிடம்தான், பெற்றோரும் பெரியவர்களும் சொல்வதைக் 'கேட்க வேண்டும்' என்று சொல்ல வேண்டியிருக்கிறது. சின்னப் பையன்களும் பெண்களும் தங்களுடைய வாழ்வாதாரத்துக்கே தங்களுடைய பெற்றோரைச் சார்ந்திருக்க வேண்டியிருப்பதால், அவர்களுக்குக் கட்டுப்பட்டு இருப்பதைத் தவிர வேறு வழியேதும் அவர்களுக்கு இருக்கப்போவதில்லை.

பொருளாதாரரீதியாகச் செயல்பட்டு, சுதந்திரமாக இருக்கும் வளர்ந்த ஓர் ஆண்தான் பொருள்கொள்ளத்தக்க அளவில் பிறருடன் உறவுமுறையிலான வலைப்பின்னலில் — தற்காலிகமாக வந்துபோகும் சில சிரமணர்கள், பார்ப்பனர்கள்போல், நிரந்தரமாக இருக்கும் பெற்றோர், உறவினர்கள், நண்பர்கள், அடிமைகள்போல் — வாழ்பவனாக இருக்கிறான். அடிமைகளையும் வேலையாட்களையும் உள்ளடக்கியிருப்பது என்பது

ஒருவிதமான பொருளாதார மற்றும் சமூக அந்தஸ்து கொண்டிருக்கும் தனிநபர்களோடுதான் அசோகர் பேசுகிறார் என்பதற்கான துப்பாகிறது. இருந்தாலும், இந்தப் பின்னணிக்குள்ளாகவும்கூட மனைவி, மகன்கள், மகள்கள், சகோதரிகள், சகோதரர்கள், ஏன் பேரப்பிள்ளைகள் போன்று பொருள்கொள்ளத்தக்க உறவுமுறைகளையும் அவர் இணைத்திருக்க வேண்டும் என்று நாம் எதிர்பார்க்க முடியும். ஆனால், இவையும் மௌனமாகக் கடந்துசெல்லப்படுகின்றன. இங்கு 'என்?' என்பதற்கு என்னைப் பொறுத்தமட்டில் வெளிப்படையான அல்லது ஏற்றுக்கொள்ளத்தக்க பதில்கள் எதுவுமில்லை — பெண்கள் விஷயம் தவிர. பொதுக் கதையாடல்களில் மிக அபூர்வமாகவே கூரையைப் பிய்த்துக்கொண்டு பெண்கள் வெளிப்பட முடிந்த மிக ஆழமான ஆண்வழி மரபு முறைமையில் அசோகர் இயங்கிக்கொண்டிருந்தார் என்று மட்டுமே நம்மால் சொல்ல முடியும். மேலும், தர்மம் குறித்த அவரது வரையறைகளில் தாய் தவிர ஒருசில இடங்களில் மட்டுமே பெண்கள் குறிப்பிடப்படுகிறார்கள்: சிறு பாறை அரசாணை II-இல் பெண் உறவினர்கள், பிளவு அரசாணை மற்றும் பைரத் அரசாணையில் அசோகரது ராணிகள், சகோதரிகள், பௌத்தப் பிக்குனிகள் குறிப்பிடப்படுகிறார்கள்.

இறுதியாக, தர்மத்தின் வரம்புகளுக்கு அப்பால் சென்று, பரந்த தளத்தில் மானுடர்களின் இரண்டும்கெட்டான் நிலைக்குள் வைத்துப் பார்த்து, சில சமயங்களில் தான் மேற்கொண்டிருக்கும் திட்டம் குறித்து அசோகர் தனக்குள் பிரதிபலிக்கிறார். அசோகரது எழுத்துகளில் ஆழ்ந்த சுய பிரதிபலிப்பைக் கொண்டிருக்கும் பாறை அரசாணை XIII-இல் இதைக் காண முடியும். இதில் அவர் தொடங்கிய போர் குறித்து மன்னிப்பு கேட்கும் தருணத்துக்கு மிக அருகில் வருகிறார். ஒருவேளை, மானுட வாழ்க்கையே உள்ளார்ந்தும் அடிப்படையாகவும் துக்கத்தால் நிரம்பியது என்பதாகக் குணாம்சப்படுத்தும் பௌத்தக் கொள்கையில் அவர் உந்துதல் பெற்றிருக்கலாம். அவர் சொல்கிறார்:

> மிக நன்றாகக் கவனித்துக்கொள்ளப்படும் இவர்களும்கூட, இவர்கள் வெளிப்படுத்தும் அன்பு கொஞ்சமும் குறைந்ததில்லை என்றாலும்கூட, இவர்களுடைய நண்பர்கள், சகாக்கள், உடனிருப்பவர்கள், உறவினர்கள் மீது துரதிர்ஷ்டம் தாக்கும்போது, இவர்களையும் அது காயப்படுத்துகிறது. இந்த அவலநிலை எல்லா உயிரினங்களுக்கும் பொதுவானதாக இருக்கிறது. கடவுள்களின் அன்புக்குரியவன் இதை மிகப் பெரும் துயரமாகப் பார்க்கிறான்.

மானுட இரண்டும்கெட்டான் நிலைக்கு அசோகரிடம் தீர்வு ஒன்று இருக்கிறது. தர்மத்தை முழுமையாகவும் முழு ஈடுபாட்டோடும்

பயின்றால், இவ்வுலகிலும் அடுத்ததிலும் அளப்பரிய மகிழ்ச்சியை அடைய முடியும்.

10
தர்மத்தைப் போதித்தல்

அரியணை ஏறி பன்னிரண்டு ஆண்டுகள் கடந்ததைப் பொ.ஆ.மு. 256-இன் வசந்த காலத்தில் அசோகர் கொண்டாடுகிறார். இதற்கு அடுத்த வருடம், அதாவது அவர் அரியணை ஏறிய பதிமூன்றாவது வருடம், அவரது வாழ்க்கையிலும் அவரது பேரரசிலும், ஏன் இந்திய வரலாற்றிலும் பெரும் மாற்றத்தை உருவாக்கிய ஆண்டாகிறது. நாம் இயல் 8-இல் பார்த்ததுபோல், இந்த வருடத்தில்தான், வெளிப்படையாக பௌத்த போதனைகளைச் சுழலச்சாகக் கொண்டிருந்த அசோகர், அதிலிருந்து நகர்ந்து ஒழுங்கமைக்கப்பட்ட சமயங்களைப் — இவற்றை அவர் பாஸந்தா என்றழைத்தார் — பொறுத்தமட்டில் சமயரீதியான அடையாளத்துக்கும் அவற்றுக்கு இடையேயான மோதல்களுக்கும் அப்பால் நடுநிலையாக இருப்பது என்ற நிலைப்பாட்டை நோக்கி நகர்கிறார். இதுவே தர்மத்தின் தார்மிகத் தத்துவமாகிறது. மிக முக்கியமான பதிமூன்றாம் ஆண்டில், அவரது வழக்கமான உற்சாகத்தோடும் பற்றார்வத்தோடும் அவரது பரந்த நிலப்பரப்புக்குள்ளும் அதற்கு அப்பாலும் தர்மத்தைப் போதிப்பது என்பதற்குள் நுழைகிறார். பாறை அரசாணை IV-இல், ஓர் அரசனுடைய கடமைகள் குறித்துச் சொல்லும்போது இவ்வாறு முன்வைக்கிறார்: 'இதுவே மிக முக்கியக் காரியமாகிறது — தர்மம் குறித்து அறிவுரை வழங்குவது.' இந்த இயல், அசோகரது புதிய செயல்திட்டம் எப்படியாக வடிவம் பெற்றது என்ற கதையை விவரிக்கிறது.

பொ.ஆ.மு. 242-இல், அதாவது அவரது ஆட்சியின் இருபத்தேழாம் ஆண்டில் — வயதானவராக இருந்தபோது, அற்புதமான வாழ்க்கையின் அஸ்தமனத்தில் இருந்தபோது — எழுப்பப்பட்ட தூண் அரசாணை VI-இல் தர்மத்தின் சார்பாக அவரது நடவடிக்கைகள் குறித்து அசோகர் இவ்வாறு சிந்திக்கிறார்:

> அரியணை ஏறி பன்னிரண்டு ஆண்டுகளுக்குப் பிறகு, தர்மம் குறித்த எனது இந்த எழுத்துகள் மக்களுடைய நன்மைக்காகவும்

நல்வாழ்க்கைக்காகவும் இங்கே பொறிக்கப்படுகின்றன — இங்கே எழுதப்பட்டிருப்பதை அத்துமீறாமல் பல்வேறு வழிகளில் தர்மத்தை அடைய வேண்டும் என்பதற்காக.

ஆக, தர்மம் குறித்த அவரது முறையான முதல் எழுத்து பொ.ஆ.மு. 256-இன் வசந்த காலத்துக்கும் பொ.ஆ.மு. 255-இன் வசந்த காலத்துக்கும் இடையே எழுதப்பட்டிருக்க வேண்டும் — இது, சிறு பாறை அரசாணை I-இல் அவர் பௌத்தத்துக்கு மாறியது குறித்துப் பொறிக்கப்பட்டிருப்பதிலிருந்து முற்றிலும் வேறானதாக இருக்கிறது. அதாவது, அவரது பல எழுத்துகள் இந்த வருடத்தைக் குறிப்பிடுவதால், அவரது ஆட்சியின் பதிமூன்றாவது ஆண்டுவாக்கில் இருக்கலாம். சொல்லப்போனால், அகிம்சை என்ற நற்பண்பு குறித்தும் விலங்குகள் கொல்லப்படுவதைத் தடைசெய்வது குறித்தும் பாறை அரசாணை I-இல் போதிக்கப்படுவதே தூண் அரசாணை VI-இல் குறிக்கப்படுவதாக இருக்கலாம். இதே வருடத்தில்தான் அவர் பாறை அரசாணை III-யும் எழுதுகிறார். இது தேதியிடப்பட்டிருப்பதோடு, அவரது அரசாங்க அதிகாரிகள் தர்மம் குறித்த அவரது போதனைகளைப் பரவலாக்க வேண்டும் என்று வெளிப்படையாகக் கோருவதாகவும் இருக்கிறது:

> அரியணை ஏறி பன்னிரண்டு வருடங்களுக்குப் பிறகு நான் இவ்வாறு கட்டளையிடுகிறேன்: என்னுடைய நிலப்பரப்பின் எல்லா இடங்களிலும் உள்ள யூக்தா அதிகாரிகளும் ராஜுகா அதிகாரிகளும் பிரதேஸிகா அதிகாரிகளும் இந்த நோக்கத்துக்காக ஒவ்வொரும் ஐந்து வருடமும் அவரவர்களுடைய அதிகாரத்துக்கு உட்பட்ட பகுதிகளையெல்லாம் சுற்றிவர வேண்டும்: தர்மம் குறித்துக் கீழ்க்காணும் அறிவுரைகள் கொடுப்பதற்காகவும் வேறு பல காரியங்களுக்காவும்.

மூன்றாவது அரசாணையான பாறை அரசாணை IV-யும் அதே ஆண்டில் எழுதப்பட்டதுதான்:

> பின்வரும் காரணங்களுக்காக இது இங்கு எழுதப்படுகிறது: அவர்கள் அதைக் குறைக்கும் விதத்தில் அல்லாமல் மேலும் அதிகரிக்கும் விதத்தில் தங்களது நடத்தைகளை அமைத்துக்கொள்ள வேண்டும். இது, அரியணை ஏறி பன்னிரண்டு வருடங்களுக்குப் பிறகு, கடவுள்களின் அன்புக்குரியவன், அரசன் பியதஸியால் எழுதப்படுகிறது.

இதே ஆண்டில்தான், ஆஜீவிகத் துறவிகளின் பயன்பாட்டுக்கு என்று, பராபர் மலையில் உள்ள இரண்டு குகை வாழ்விடங்கள் தானமாகக்

கொடுக்கப்படுகின்றன.[1] இந்த வருடத்தில் அசோகர் மிகவும் சுறுசுறுப்பாக இயங்கிக்கொண்டிருந்தார். பாறை அரசாணை வரிசையில் உள்ள முதல் நான்கு பாறை அரசாணைகள் இந்த வருடத்தில் எழுதப்பட்டவையாக இருப்பதற்கான சாத்தியங்கள் நிறைய இருக்கின்றன. ஏனெனில், நாம் பார்க்கவிருப்பதுபோல், அடுத்த வருடத்தில், அதாவது அவரது ஆட்சியின் பதினான்காம் ஆண்டில் அவர் மேற்கொண்ட பிரதான முயற்சிகளைப் பாறை அரசாணை V கையாள்கிறது.

அசோகர் விட்டுச்சென்றிருக்கும் பெருமளவிலான எழுத்துகளிலிருந்து சொல்வதென்றால், அவரது சொந்தப் பேரரசுக்குள்ளும் அதற்கு வெளியிலும் தர்மத்தைப் பரவலாக்குவதற்கான முறைகளில் அவர் பல பரிசோதனைகளை மேற்கொண்டார் என்பது தெளிவாகிறது. இந்தப் பரிசோதனைகளை நாம் மூன்று வகையாகப் பிரிக்க முடியும். 1) எழுத்துகள்: அசோகர் தன்னுடைய கருத்துகளை எழுத்துகள் ஊடாக மிகத் திறமையாகப் பகிர்ந்துகொள்கிறார். பாறைகளில் பொறிக்கப்படுவதன் ஊடான அவற்றை நிலையான பதிப்பாக்குகிறார். தர்மத்தைக் கற்பிக்க அவரது அதிகாரிகள் அவரது எழுத்துகளைப் பொதுவில் வாசித்து அதற்கான உரையைப் பகிர்ந்துகொள்ள வேண்டும் என்கிறார். 2) அரசதிகாரிகள்: மக்களிடையே தர்மத்தைப் புகுத்த, அவர்களுக்குப் பொறுப்பானவர்களாக இருக்கும் பல்வேறு அரசதிகாரிகளை இந்தத் திட்டத்தில் இணைத்துக்கொள்கிறார். 3) எடுத்துக்காட்டு: தன்னை எடுத்துக்காட்டாகக் கொண்டு மக்கள் தன்னைப் பின்பற்றுவார்கள் என்று அசோகர் நம்பினார். மற்றவர்கள் பின்பற்ற வேண்டிய ஒரு மாதிரியாகவும், தர்மத்துக்கு ஒப்புக்கொடுப்பதற்கு முன்மாதிரியாகவும் அசோகர் தன்னை முன்வைத்துக்கொள்ள விரும்பினார்.

தர்மத்துக்கான பார்வையாளர்கள்: பாலினமும் வர்க்கமும்

தர்மத்தைப் பரப்புவதற்கு அசோகர் மேற்கொண்ட பிரச்சாரங்களை நாம் துருவியகழத் தொடங்குவோம் என்றால், நம்மிடம் முதற்கட்டமாக இக்கேள்வி எழுகிறது: தர்மம் குறித்த அசோகரது உரைகளுக்கு நேரடியாகவோ மறைமுகமாகவோ யாரெல்லாம் பார்வையாளர்களாக இருந்தார்கள்? இந்த உள்ளடக்கம் குறித்து நான் முந்தைய இயலில் தொட்டுச்சென்றிருக்கிறேன் என்றாலும், இதை முழுமையாக விசாரணை செய்வது அவசியமாகிறது.

1 பின்னிணைப்பில் இதர கல்வெட்டுகள் பகுதியில் கொடுக்கப்பட்டிருக்கும் பராபர் மலைக் குகைக் கல்வெட்டுகள் I மற்றும் II-ஐப் பார்க்கவும்.

தர்மம் குறித்த அசோகரது கருத்தாக்கத்தின் மையமாக இருக்கும் உறவுமுறைகளிலான வலைப்பின்னலில் பெண்கள் முன்னிலைப்படுத்தப்படாத விஷயத்தை நான் கவனப்படுத்தியிருந்தேன். தர்மம் குறித்த அவரது வரையறைகளில் எப்படியான நபரின் உறவுமுறைகளை அசோகர் மையப்படுத்துகிறாரோ, அந்த நபரின் பாலினம் பற்றி விசாரணை செய்வோம் என்றால் — இந்த நபரை நான் வரைபடம் 9.2-இல் 'சுயம்' என்று குறிப்பிட்டிருக்கிறேன் — இக்கேள்வி முக்கியத்துவம் வாய்ந்ததாகிறது. நிச்சயமாக இல்லையென்றாலும்கூட, உள்ளார்ந்து அது பெருமளவு வளர்ந்த ஓர் ஆணாகவே இருக்கிறது என்று சொல்லலாம். ஒருசில இடங்களில் பெயர்ச்சொல் பயன்படுத்தப்படும்போது அது எப்போதும் ஆணாகத்தான் இருக்கிறது. அசோகர் அடையாளம் காணும் பெரும்பாலான உறவுமுறைகள் ஆணுக்கு மட்டுமல்லாமல் பெண்ணுக்கும் பொருந்தக்கூடியவையாக இருந்தாலும், பண்டைய இந்தியச் சூழ்நிலையில் பெண்கள் அடிமைகள் கொண்டிருப்பது சாத்தியமே இல்லை. ஆக, அசோகரது சொற்பொழிவுகளும் அவரது அதிகாரிகளின் செயல்திட்ட முயற்சிகளும் திருமணமான குடும்பத்தலைவனை, அடிமைகள் கொண்டிருக்கும் அளவுக்குச் செல்வந்தனாக இருக்கும் ஒருவனை நோக்கியதாக இருக்கிறது என்ற முடிவுக்கு வருவது ஓரளவு நியாயமானது என்றே கருதுகிறேன் — அசோகரது தர்மத்தை அடிப்படையில் மத்தியதர வர்க்கத்தின் தார்மிகமாக நம்மால் பார்க்க முடியும்.

ஆனால், இது அசோகரைக் குறைத்து மதிப்பிடுவதாக இருக்கிறது. அவரும் சிக்கலானவராக இருக்கிறார்; அவரது அறிவுரைகளும் சிக்கலானவையாக இருக்கின்றன. திருமணமான ஆண் குடும்பஸ்தனே முன்னிலையில் இருக்கிறான் என்றாலும், மொத்த நிலப்பரப்பையும் அவன் ஆக்கிரமித்துக்கொள்ளவில்லை. தர்மம் குறித்த அசோகரது அறிவுரைகள் பெண்களுக்குமானவையாக இருந்தன என்பதை அவரது பல்வேறு கூற்றுகளிலிருந்து நம்மால் உணர்ந்துகொள்ள முடியும். தூண் அரசாணை VII (v)-இல் தர்மத்தை மக்கள் கடைப்பிடிக்க ஊக்குவிக்கும் விதமாக, அவரது மனைவியும் அவருடைய குடும்பத்தைச் சேர்ந்த பிற பெண்களும் தானம் கொடுப்பதில் ஈடுபட்டுள்ளார்கள் என்று குறிப்பிடுகிறார்:

இவர்களும் வேறு பல உயர் அதிகாரிகளும், என்னிடமிருந்தும் ராணிகளிடமிருந்தும் என் இருப்பிடத்தில் இருக்கும் எல்லோரிடமிருந்தும் பெற்றுக்கொண்டு — தானங்கள் பகிர்ந்தளிப்பதில் தங்களை ஈடுபடுத்திக்கொள்வார்கள். வேறுபல வழிகளிலும் மனநிறைவான தளத்தை நிறுவுவார்கள் — சரியாக இங்கும் பிரதேசங்களிலும். இவர்கள், தர்மத்தின்

நற்செயல்களை ஊக்குவிப்பதற்காகவும் தர்மத்துக்கு உட்பட்டு நடப்பதற்காகவும், என்னுடைய மகன்களிடமிருந்தும் பிற இளவரசர்களிடமிருந்தும் ராணிகளிடமிருந்தும் பெற்றுக்கொண்டு தானங்கள் பகிர்ந்தளிப்பதில் தங்களை ஈடுபடுத்திக்கொள்ள வேண்டும் என்று நான் கட்டளையிட்டிருக்கிறேன். தர்மத்துக்கு உட்பட்டு இருப்பது என்பதும் தர்மத்துக்கான நற்செயல்கள் என்பதும் இவற்றைக் கொண்டிருக்கின்றன — அதாவது, மக்களிடையே இரக்கம், தானம், உண்மை, தூய்மை, மென்மை, நற்குணம் போன்றவையெல்லாம் வளரும்.

பல்வேறு ராணிகள் கொடுத்த பல்வேறு தானங்களை வரவுசெலவுக் கணக்கு மீதே, ராணி அரசாணை என்றழைக்கப்படுவது கவனம்கொள்கிறது.

மேலும், 'இங்கும் நகரத்துக்கு வெளியே, என்னுடைய சகோதரர்கள், சகோதரிகள் இருப்பிடங்கள் என்று மட்டுமல்லாமல் என்னுடைய பிற உறவினர்களின் இருப்பிடங்களிலும்கூட' (பாறை அரசாணை V) தர்ம-மஹாமாத்ரர்கள் அனுப்பிவைக்கப்பட்டார்கள். இவர்கள், அவரது சகோதரர்களும் சகோதரிகளும் அந்தந்தக் குடும்ப உறுப்பினர்களும் தர்மத்தைக் கடைப்பிடிக்கிறார்களா என்று உறுதிப்படுத்திக்கொள்வார்கள்.

இவற்றையெல்லாம்விட, பௌத்தத்தின் எல்லைக்குள்ளாக இருந்து பௌத்த தர்மத்தைப் பயில்வதிலும் அதைப் பரப்புவதிலும் பெண்களுடைய பங்களிப்பைக் குறிப்பிடுவதற்கு அசோகருக்கும் நிறைய சந்தர்ப்பங்கள் கிடைக்கின்றன. பௌத்தச் சங்கங்களுக்கான அவரது பைரத் கடிதத்திலும் பிளவு அரசாணைகளிலும் அவர் பிக்கு, பிக்குனி ஆகிய இருசாராரையும் குறிப்பிடுகிறார். மேலும், சாதாரண பௌத்தப் பற்றாளர்களுக்கு எழுதிய பைரத் கடிதத்தில் ஆண், பெண் உபாசகர்களைக் குறிப்பிடுகிறார். ஆக, பௌத்த நம்பிக்கையைப் பயில்வதில் சாதாரணப் பெண்களுக்கும் பெண் துறவிகளுக்கும் இருந்த அர்ப்பணிப்பை அவர் தெளிவாக அறிந்திருந்தார். பௌத்தப் பிக்குனிகள்தான், ஓர் ஆண்வழி மரபிலான குடும்பத்துக்கு வெளியே திருமணமாகாத பிரம்மச்சரியப் பெண்களால், பெண்களுக்காக அமைப்பாக்கப்பட்ட ஒரே தன்னார்வ அமைப்பாக இருந்ததையும், இந்த அமைப்பு மட்டுமே மரபான திருமணத்துக்கு வெளியே பெண்களுக்கு ஒரு மாற்றை அமைத்துக்கொடுத்தது என்பதையும் நாம் நினைவில்கொள்ள வேண்டும்.

தர்மம் குறித்த அவரது கடிதங்களில், வீட்டில் வேலையாட்களையும் அடிமைகளையும் கொண்டு சௌகரியமாக வாழும் குடும்பத்தலைவனாக இருக்கும் ஓர் ஆண்தான் அசோகரது மனதில் பிரதானமாக இருந்திருக்கலாம் என்று நான் குறிப்பிட்டிருந்தேன். சமூகப்

பொருளாதார நிலையிலிருந்து பார்ப்போம் என்றால், இப்படியான தனிநபர்கள் மக்களில் மிக முக்கியமான பகுதியினராக இருப்பதால், தர்மம் அடிப்படையிலான அவரது புதிய தார்மிகத் தத்துவத்துக்கு இப்படியானவர்களை மாற்றுவது அசோகரைப் பொறுத்தமட்டில் மிக முக்கியமாக இருந்திருக்க வேண்டும். இவர்களை மாற்றுவது, சிற்றலை விளைவை ஏற்படுத்தி, பொருளாதாரரீதியாகக் கீழாக இருப்பவர்களையும் அவர்களது வலையத்துக்குள் கொண்டுவரும். இருந்தும், 'கீழான மக்கள்' என்று அழைப்பவர்கள் மீதான நுண்ணுணர்வையும் அக்கறையையும் வெளிப்படுத்தும் அசோகரது கூற்றுகளையும் பார்க்க முடியும். நமக்குக் கிடைத்திருக்கக்கூடிய அவரது முதலாவது எழுத்திலேயே, அதாவது சிறு பாறை அரசாணை I-இல், அவர் முன்வைக்கும் 'அரும்பாடுபடுதல்' அதிகாரமுள்ளவர்களுக்கும் செல்வந்தர்களுக்கும் மட்டுமானதல்ல என்று குறிப்பிடுவதில் குறியாக இருக்கிறார். 'மேலான மக்கள் மட்டுமே இதைச் சாதிக்க முடியும் என்றில்லாமல், கீழாக இருப்பவர்களும் அரும்பாடுபடுவார்கள் என்றால், உண்மையிலேயே அவர்களாலும் அளப்பரிய சொர்க்கத்தை அடைய முடியும்' என்கிறார். இதே செய்தியில், அதன் நோக்கத்தையும் அசோகர் குறிப்பிடுகிறார்: 'பின்வரும் தேவைகளுக்காக இந்தப் பிரகடனம் பிரகடனப்படுத்தப்படுகிறது — மேலாக இருப்பவர்கள், கீழாக இருப்பவர்கள் ஆகிய இருசாராரும் அரும்பாடுபட வேண்டும், எல்லையோர மக்களும் இது குறித்துத் தெரிந்துகொள்ள வேண்டும். மேலும், இப்படி அரும்பாடுபடுவது காலகாலத்துக்குத் தொடர வேண்டும்.' அவரது நிலப்பரப்புக்குள்ளாக இருக்கும் கீழானவர்களைக் காட்டிலும் கீழானவர்களாக இருக்கும் 'எல்லையோர மக்களையும்' அவர் சென்றடைய முயல்கிறார். அசோகரது தர்மத்தின் முற்றிலுமான புதிய தன்மையை உபந்திர் சிங் கோடிட்டுக்காட்டுகிறார்:

> எல்லாவற்றையும்விட, வாய்மொழியாகவும் எழுத்துபூர்வமாகவும் ஒருவர் மேலானவராக இருந்தாலும் கீழானவராக இருந்தாலும், எல்லோரும் தம்மத்தைப் பின்பற்றுவதன் ஊடாகச் சொர்க்கத்தை அடைய முடியும் என்று திரும்பத்திரும்பச் சொல்லப்படுவதுதான் அவரது செய்திகளில் மிகவும் பிரமிக்கவைப்பதாக இருக்கிறது. இது போன்ற விஷயத்தை புத்தரும் மகாவீரரும் முன்னரே சொல்லியிருக்கிறார்கள் என்றாலும்கூட, ஒரு பேரரசர் இப்படியாக அறிவிப்பது இதுவே முதலாவதாக (கடைசியாகவும்) இருக்கிறது. அசோகர் முக்திநெறியார்ந்த சோஷலிசத்தின் (soteriological socialism) அரசியலார்ந்த இறைத்தூதராக இருக்கிறார்.[2]

---

2 Upinder Singh (2017: 49)

பாறை அரசாணை *X*-இல் நம்மை நெகிழவைக்கும் பிரகடனம் ஒன்று காணப்படுகிறது. இது, பண்டைய சமயத் தலைவர்கள் முன்வைத்த கூற்றுகளை நமக்கு நினைவூட்டுவதாக இருந்தாலும், அறிஞர்களிடமிருந்து போதுமான கவனத்தை அது பெறவில்லை. செல்வந்தர்களை, மேலானவர்களைக் காட்டிலும் கீழான மக்கள் தர்மத்தைப் பயில்வது மேலும் சுலபமானது என்றே அசோகர் நினைக்கிறார்: 'கீழ்-வர்க்கத்தைச் சேர்ந்தவராக இருந்தாலும், அல்லது மேல்-வர்க்கத்தைச் சேர்ந்தவராக இருந்தாலும் அரும்பாடுபடாமல், எல்லாவற்றையும் துறக்காமல் இதைச் செய்வது கடினம். ஆனால், இவர்களுக்கு இடையே, மேல்-வர்க்கத்தைச் சேர்ந்தவருக்கு இது இன்னும் கடினமானது.' இது, 'செல்வந்தர் ஒருவர் கடவுள் ராஜ்ஜியத்துக்குள் நுழைவதைக்காட்டிலும் ஓர் ஊசியின் காதுக்குள் ஒட்டகம் நுழைவது சுலபமாக இருக்கும்' என்ற இயேசுவின் வசனத்துக்கு அல்லது 'ஏழைகளான நீங்கள் அருளப்பட்டவர்களாக இருக்கிறீர்கள். ஏனெனில், கடவுளின் ராஜ்ஜியம் உங்களுக்கானது' என்று திருச்சபைத் தலைவர்கள் (beatitude) சொல்வதற்கு இணையானதாக இருக்கிறது.[3] அன்போடும் பக்தியோடும் கொடுக்கப்படுவது வெறும் இலையாக இருந்தாலும்கூடக் கடவுள் ஏற்றுக்கொள்வார் என்கிறது பகவத் கீதை.[4] எல்லாவற்றையும்விட, பௌத்தம் உள்பட இந்தியத் துறவற மரபுகளில் மேலான எடுத்துக்காட்டுகள் காணப்படுகின்றன. யாசித்து உண்ணும் இவர்கள் முழுமையாக வறுமையில் இருப்பதென்றும், அவர்களது வாழ்வாதாரத்துக்குக்கூட மக்களுடைய தாராள குணத்தைச் சார்ந்திருப்பது என்றும் உறுதிபூண்டிருந்தார்கள்

அவரது பேரரசின் எல்லைகளுக்கு அப்பால் இருக்கும் ஆட்சியாளர்களும் மக்களும்கூட அசோகரது பார்வையாளர்களாக இருந்தார்கள். தன்னுடைய தர்மம் உலகளாவிய ஈர்ப்பைக் கொண்டிருக்கும் என்றே அசோகர் கருதினார். அசோகர் அறிவுரைகளில் அவரது தர்மத்தின் உலகளாவிய அம்சத்தை வரும் பக்கங்களில் எடுத்துக்கொள்கிறேன். அசோகர் அவரது தர்மத்தை மொத்த உலக மக்களும் கைக்கொள்ள வேண்டிய, கைக்கொள்ளக்கூடிய உலகளாவிய தார்மிகத் தத்துவமாகப் பார்த்தார் என்று மட்டுமே இங்கு முன்வைக்கிறேன். இதை, ஆயுதங்களின் பலத்தைக் கொண்டு இல்லாமல், கருத்தின் பலத்தைக் கொண்டு 'உலகை வெல்லுதல்' என்பதாக அசோகர் பார்க்கிறார். மிகையான வெளிப்பாடுபோல் தெரிந்தாலும், அவரது சிந்தனை எப்படியாக இருந்தது என்பதை இது வெளிப்படுத்துவதாக இருக்கிறது — அதாவது, பாறை அரசாணை XIII-இல் இந்தக் காரியத்தை ஏற்கெனவே சாதித்துவிட்டதாக அசோகர் கோருகிறார்:

3 *Gospel of Matthew, 19.24; Gospel of Luke, 6.20.*

4 *Bhagavad Gita, 9.26.*

> கடவுள்களின் அன்புக்குரியவனின் தூதர்கள் போகாத இடங்களிலும்கூட, தர்மம் குறித்த போதனைகளைக் கேட்ட பின், தர்மம் குறித்த கடவுளின் அன்புக்குரியவனின் கட்டளைகளையும் அறிவுரைகளையும் கேட்ட பின், தர்மத்தைப் பின்பற்றத் தொடங்குகிறார்கள்; வருங்காலங்களிலும் அதற்கு உட்பட்டு நடப்பார்கள். இப்படியாக, இந்த வெற்றி எல்லா இடங்களிலும் உறுதிசெய்யப்பட்டிருக்கிறது. இவ்விஷயங்களிலெல்லாம் வெற்றி என்பது மகிழ்ச்சிக்கான மூலமாகிறது. ஆக, தர்மத்தின் ஊடாக வெற்றிகொள்வதன் வழியே மகிழ்ச்சி உத்தரவாதப்படுத்தப்படுகிறது.

தர்மத்தை வளர்க்க எழுதுதல்

ஒருவேளை நல்லாட்சிக்கும் வெகுஜனக் கற்பித்தலுக்கும் எழுதுவதை ஒரு கருவியாகக் பயன்படுத்திய முதலாவது அரசனாக – ஏன், கடைசி அரசனாகவும்கூட – அசோகர் இருக்கலாம். நீண்ட தூண் அரசாணை VII (*i*)-இல் இது எப்படியாகத் தொடங்கியது என்று போகிறபோக்கில் முன்வைக்கிறார்.

> இங்கு, எனக்குத் தோன்றுவது இதுதான்: நான் தர்ம-பிரகடனங்களைப் பிரகடனப்படுத்துகிறேன். நான் தர்ம-அறிவுரைகளை அறிவுரைகளாக்குகிறேன். இதைக் கேட்ட பிறகு, மக்கள் அவற்றைப் பின்பற்றுவார்கள்; அவர்கள் மேலானவர்களாவார்கள்; தர்மத்தின் வளர்ச்சிக்கு ஏற்றாற்போல் அவர்கள் உறுதியாக வளர்வார்கள். இக்காரணத்துக்காகத்தான் நான் தர்ம-பிரகடனங்களைப் பிரகடனப்படுத்துகிறேன். பலவிதமான தர்ம-அறிவுரைகளை அறிவுரைகளாக்குகிறேன். இதன் மூலம், மக்கள் மத்தியில் செயல்பட்டுக்கொண்டிருக்கும் எண்ணிலடங்கா என்னுடைய தூதுவர்கள், மக்களுக்கு அறிவுறுத்துவார்கள்; அவர்களுக்கு முழுமையாக விளக்குவார்கள்.

இந்தச் சிந்தனை எப்போது தோன்றியது என்று அவர் சொல்லவில்லை. இது பொ.ஆ.மு. 256-இல், அதாவது அவரது ஆட்சியின் பதிமூன்றாவது ஆண்டுவாக்கில் இருக்கலாம். இயல் 3-இல் நாம் பார்த்தது போன்று, அவரது அதிகாரிகளுக்கு அவர் நிறையக் கடிதங்கள் எழுதினார். இவற்றில் சில இரண்டு பிரதான வரிசைகளில் தொகுக்கப்பட்டுள்ளன: பாறை அரசாணை மற்றும் தூண் அரசாணை. இந்தக் கடிதங்களின் நோக்கம் இதுவரை எவருமே மேற்கொள்ளாத ஒரு முயற்சியில் அதிகாரிகளை இணைத்துக்கொள்வதற்கானதாக இருக்கிறது: தர்மத்துக்குக் கட்டுப்பட்டு

நடந்துகொள்ள வேண்டும் என்று பேரரசின் மொத்த மக்களுக்கும் கற்பிப்பதற்கான, பயிற்சிக்கான திட்டம். ஆனால், தர்மத்தின் பாதையைப் பின்பற்றுவதென மக்களை ஏற்றுக்கொள்ளவைப்பதற்கு – அவர்களுக்குக் கட்டளையிடுவதைவிட – தன்னுடைய வார்த்தைகள் மக்களிடம் நேரடியாகத் தாக்கம்செலுத்த வேண்டும் என்று அசோகர் எதிர்பார்த்தார். அவரது அரசாணைகள் சடங்குபோல் பொதுவில் படிக்கப்பட்டதற்கு இதுவே காரணமாகிறது.

பாறை அரசாணை வரிசையின் தொடக்கத்திலேயே, அவரது கல்வெட்டுகளை 'தர்மலிபி' என்று, அதாவது தர்மம் குறித்த எழுத்துகள் என்று அவர் அழைக்கிறார். 'பனையோலை போன்று எந்த ஒரு மேற்பரப்பில் எழுதப்படுவதையும் 'லிபி' என்ற சொல்லால் குறிப்பிடலாம். ஆனால், அது குறிப்பாகக் கற்களில் செதுக்கப்படுவதையே குறிக்கிறது. இந்த ஒரு சொல்லுக்குள் இரண்டு அர்த்தங்கள் மறைந்திருப்பதால் அதை ஒரு வார்த்தை கொண்டு துல்லியமாக மொழியாக்கம் செய்யத் தடையாக இருக்கிறது. இருந்தாலும், அடிப்படையில் தனது எழுத்துகளை, முழுமையாக இல்லை என்றாலும்கூட, தர்மம் குறித்த அறிவுரைகளைக் கொண்டிருக்கும் ஒன்றாகவே அசோகர் பார்த்தார் என்பது மட்டும் மிகத் தெளிவாக உள்ளது. அவரைப் பொறுத்தமட்டில், ஓர் அரசரின் பிரதானக் கடமை அவர் ஆசிரியராக இருப்பதுதான். அவனது அரசதிகாரிகள் உதவி ஆசிரியர்களாக இருக்க வேண்டியவர்களாகிறார்கள். சொல்லப்போனால் ஒரு சமயத்தில் தன்னுடைய பிரஜைகளை, அதாவது தன்னுடைய குழந்தைகளைப் பார்த்துக்கொள்ளும் செவிலியர்களோடு அரசதிகாரிகள் ஒப்பிடப்படுகிறார்கள். மேலும், அவருடைய எழுத்துகள் – குறிப்பாக, பொறிக்கப்பட்ட எழுத்துகளின் நிலைத்தன்மையும் பிரம்மாண்டமும் – பார்ப்பவர்/கேட்பவர்கள் மீது ஏறக்குறைய மந்திரித்துவிடப்பட்ட தன்மையை ஏற்படுத்தும் என்றும் அவர் நினைத்ததுபோல் தெரிகிறது. குறிப்பாக, அவரது மகன்களும் பேரன்களும், அதாவது பேரரசின் வருங்கால ஆட்சியாளர்கள் அதே அளவு தர்மத்துக்குக் கட்டுப்பட்டு இருக்க வேண்டும், அதைப் பரப்புரை செய்ய வேண்டும் என்பதன் மீது பிரத்யேக அக்கறை கொண்டிருந்தார். தர்மத்தைக் காக்கவும் அவரது தர்மச் செயல்திட்டத்தை வளர்த்தெடுக்கவும் கல்வெட்டுகள் அவரது வாரிசுகளுக்குத் தூண்டுதலாக இருக்க வேண்டும் என்ற அவரது அக்கறைக்கும் நம்பிக்கைக்கும் இங்கே சில எடுத்துக்காட்டுகள் கொடுக்கப்படுகின்றன.

> மேலும், கடவுள்களின் அன்புக்குரியவன், அரசன் பியதஸியின் மகன்களும் பேரன்களும் கொள்ளுப்பேரன்களும் ஊழிக்காலம் வரை தர்மத்தை நடைமுறைப்படுத்துவதை மேலும் பெருக்கிக்கொண்டே இருப்பார்கள். தர்மத்துக்கும்

> நன்னடத்தைக்கும் கட்டுப்பட்டு அவர்கள் தர்மம் குறித்து அறிவுறுத்துவார்கள். (பாறை அரசாணை IV)

> ஆக, என்னுடைய மகன்களும் பேரன்களும் என்னுடைய வம்சாவளியினரும் அவர்களுக்கு அப்பாலும் ஊழிக்காலம் வரை இதே வழியைப் பின்பற்றுவார்கள் என்றால், அவர்கள் சரியான காரியத்தைச் செய்தவர்களாகிறார்கள்... இந்தக் காரணத்துக்காக தர்மம் குறித்த இவ்வெழுத்து இங்கே பொறிக்கப்பட்டுள்ளது — இது காலகாலத்துக்கும் நிலைத்திருக்கும்; இப்படியாக என் குழந்தைகள் இதற்கிணங்கச் செயல்பட வேண்டும். (பாறை அரசாணை V)

> இப்போது, இந்த நோக்கத்துக்காக தர்மம் குறித்த இந்த எழுத்து இங்கே பொறிக்கப்படுகிறது: இது காலகாலத்துக்கும் நிலைத்திருக்க வேண்டும். இப்படியாக, என்னுடைய மகன்களும் பேரன்களும் மொத்த உலகின் நன்மைக்காக அரும்பாடுபடுவார்கள். ஆனால், அரும்பாடுபடாமல் இதைச் சாதிப்பது உண்மையிலேயே கடினமான காரியம்தான். (பாறை அரசாணை VI)

பொ.ஆ.மு. 241-இல், அதாவது அவரது ஆட்சியின் இருபத்தெட்டாவது ஆண்டில், அவர் எழுதிய கடைசிச் செய்தி இதே வார்த்தைகளை எதிரொலிக்கிறது:

> இப்போது, என்னுடைய மகன்களும் பேரன்களும் இருக்கும் வரையில், சந்திரனும் சூரியனும் இருக்கும் வரையில், காலகாலத்துக்கு நிலைத்திருக்க வேண்டும் என்பதற்காவும், பிற்காலத்திலும் மக்கள் இதற்கு ஏற்ப நடக்க வேண்டும் என்பதற்காகவும், இது இங்கே பொறிக்கப்படுகிறது. இப்படியான முறையில் நடந்துகொள்வதன் ஊடாக, ஒருவர் இந்த உலகத்தையும் அடுத்ததையும் கைக்கொள்கிறார். (தூண் அரசாணை VII [vii])

அசோகர் தன்னுடைய எழுத்துகளைப் பொதுமக்களுக்கு எந்த ஊடகத்தின் மூலமாகக் காட்சிப்படுத்தினாரோ அது புனிதத்தன்மை எதையும் கொண்டிருக்கவில்லை என்றாலும், சடங்குத்தன்மையிலான ஏதோ ஒன்று அதைச் சுற்றிக்கொண்டிருந்தது. நாம் இயல் 3-இல் பார்த்தது போன்று அசோகருக்கு முன்னர், எழுதப்பட்ட ஆவணங்கள் என்று எதுவும் இல்லாமல் இருந்தன அல்லது மிக அபூர்வமாக இருந்தன என்பதையும் நாம் நினைவில்கொள்ள வேண்டும். ஆக, பெரிய பாறையின் மேற்பரப்புகளிலும் பிரம்மாண்டமான தூண்களிலும் எழுதப்பட்ட வார்த்தைகளைக் காட்சிப்படுத்தியதானது குறைந்தபட்சம் மக்களிடையே பெரும் சலசலப்பை ஏற்படுத்தியிருக்க வேண்டும்.

ஆனால், அசோகர் மற்றொரு உத்தி ஒன்றையும் தன்வசம் வைத்திருந்தார். தர்மம் குறித்த அவரது எழுத்துகளைப் பொறிக்கத் தொடங்கிய சிறிது காலத்திலேயே, அதுவரை மேற்கொள்ளப்படாத அளவுக்கு மிகவும் பிரம்மாண்டமான கட்டுமானங்களை அவர் எழுப்பத் தொடங்கினார் — இது குறித்து நாம் இயல் 4-இல் ஆராய்ந்திருந்தோம். செதுக்கப்பட்ட தலைகளைக் கொண்டிருக்கும் ஒற்றைக் கல்லிலான, மெருகூட்டப்பட்ட தூண்களை உருவாக்கி அவற்றை நிறுவுவது என்ற மிகக் கடினமான ஒரு திட்டத்தை அவர் தொடங்கிவைக்கிறார். பிறகு, அவரது தூண் அரசாணை வரிசையை — பிரமிக்கவைக்கும் இந்தத் தூண்களில் நீடித்துநிற்கக்கூடிய அவரது தனித்துவமான எழுத்துகளை மக்கள் பார்க்கும் விதத்தில் பொறிக்கிறார். வழிபாட்டுப் பொருள்களாக அசோகரது தூண்கள் மாறியிருந்ததைத் தொடக்க கால பௌத்தக் கலை காட்சிப்படுத்துகிறது. இந்தத் தூண்களுக்கு அருகில் மனிதர்கள் மிக மரியாதையோடு நிற்கும் சிற்பங்கள் காணப்படுகின்றன (படம் 12). மேலும் அசோகர், இந்தத் தூண்களை 'தர்மஸ்தம்பா', அதாவது தர்மத்தின் தூண்கள் என்றே அழைத்தார்.

பொறிக்கப்பட்ட இந்தக் கல்வெட்டுகள், வருங்காலத் தலைமுறையினரிடம் மந்திரித்துவிட்ட தாக்கத்தை ஏற்படுத்தும் என்று அவர் நினைத்திருக்கலாம். நாம் இதைத் தானங்கள் குறித்த பண்டைய பௌத்தக் கல்வெட்டுகளில் பார்க்க முடியும். படிக்கவே முடியாத உயரத்தில் சிற்பங்களுக்கு அடியில் இவை பொறிக்கப்பட்டிருக்கின்றன.[5] புனித வாசகங்கள் பௌத்த ஸ்தூபிகளுக்குள் பொறிக்கப்பட்டிருக்கின்றன. எழுதப்பட்ட வார்த்தைகள் அவை படிக்கப்படுவதைக்காட்டிலும் பல மடங்கு கூடுதலான பலாபலனைக் கொண்டிருக்கின்றன. கல்வெட்டுகள் ஒருவிதமான உறைந்துபோன போதனைகளாகத் தொடர்ந்து பேசிக்கொண்டிருக்கின்றன. அவை காலத்தைக் கடந்த பலாபலனைக் கொண்டிருக்கின்றன.

தன்னுடைய பார்வையாளர்களிடம் எப்படியான தாக்கத்தை ஏற்படுத்த வேண்டும் என்று நினைத்தாரோ அதற்கான மொழியை எவ்வாறு

5 கிரகரி சோபன் இவ்வாறு கருத்துரைக்கிறார்: 'இவை வைக்கப்பட்டிருக்கும் இடத்தை அடிப்படையாகக் கொண்டு சொல்வதென்றால், பெரும் எண்ணிக்கையிலான தானம் குறித்த தொடக்க கால பௌத்தக் கல்வெட்டுகள், படிப்பதை விட்டுத்தள்ளுங்கள், பார்ப்பதற்கான ஒன்றாகவும் இல்லை என்பதுபோலவே இருக்கிறது'. (Schopen, 2004:387). அப்படியென்றால் 'இந்தக் கல்வெட்டுகள் ஏன் எழுப்பப்பட்டன' என்ற கேள்விக்கு சோபன் இவ்வாறு பதிலளிக்கிறார்: தானம் கொடுத்தவருடைய பெயரைக் கல்வெட்டுகளில் பொறிப்பது என்பது, ஒருவர் தானம் குறித்து நிரந்தரமாக விட்டுச்செல்லும் பயன்பாட்டைக் கொண்டிருக்கிறது. சொல்லப்போனால், இந்தியாவில் தானம் குறித்த கல்வெட்டுகள் அசோகரது காலத்திலிருந்தே தொடங்குகின்றன என்றும் சொல்ல முடியும்.

பயன்படுத்துவது என்றும் அசோகர் அறிந்திருந்தார். பல்வேறு விதமான விஷயங்களை, செயல்பாடுகளை, அணுகுமுறைகளை, உணர்வுகளைக் குறிக்க, முதல் சொல் தர்மா என்று இருக்கும் சேர்மச் சொற்களை அவர் பயன்படுத்தியது குறித்து நான் முன்னரே குறிப்பிட்டிருந்தேன். பாறை அரசாணைகள், தூண் அரசாணைகள் ஆகிய இரண்டு தொகுப்புகளிலும் 'தர்மம்' என்ற சொல் சேர்மச் சொற்களுக்கு வெளியே அபூர்வமாகவே பயன்படுத்தப்பட்டுள்ளது என்பதை நாம் குறித்துக்கொள்ள வேண்டும்: பாறை அரசாணைகளில் நான்கு முறை, தூண் அரசாணைகளில் ஆறு முறை மட்டுமே பயன்படுத்தப்படுகிறது. பிந்தையதில், அதாவது தூண் அரசாணை I-இல் மட்டும் ஒரே பத்தியில் நான்கு முறை பயன்படுத்தப்பட்டிருக்கிறது. இந்த அரசாணையில் தனது அதிகாரிகளின் நடத்தை தர்மத்துக்கு உட்பட்டு நடந்துகொள்ள வேண்டும் (தர்மேண என்ற சொல்லைக் கருவி வழக்காகப் பயன்படுத்தி) என்று அறிவுறுத்துகிறார்: 'தர்மத்துக்கு உட்பட்டுப் பாதுகாப்பது, தர்மத்துக்கு உட்பட்டு ஆட்சிசெய்வது, தர்மத்துக்கு உட்பட்டு நல்வாழ்க்கை வழங்குவது, தர்மத்துக்கு உட்பட்டுத் தற்காத்துக்கொள்வது'. இதற்கு மாறாக, சேர்மச் சொற்களில் தர்மம் என்ற சொல் முப்பத்து மூன்று முறை பயன்படுத்தப்படுகிறது. இவற்றின் பண்பியல்பை அல்லது குணத்தை அல்லது செயல்பாட்டைக் குறிக்க சேர்மச் சொல்லில் உள்ள இரண்டாவது பகுதிக்கான அடைமொழியாக தர்மம் பயன்படுத்தப்படுகிறது. இப்படியான சேர்மச் சொற்களை வரைபடம் 10.1-இல் கொடுத்திருக்கிறேன்.

முப்பத்து மூன்று வகையான நோக்கங்களோடும் செயல்பாடுகளோடும் உணர்வுகளோடும் 'தர்மம்' என்ற சொல் தொடர்ந்து இணைக்கப்படுவதானது அதைக் கேட்கும் அல்லது படிக்கும் தனிநபர்களிடமும் குழுமங்களிடமும் சமூகங்களிடமும் தர்மத்தை ஆதாரமான ஒன்றாக விதைத்திருக்கும். நல்லன எல்லாவற்றையும், உன்னதமான எல்லாவற்றையும் குறிக்கக்கூடிய ஒன்றாகிறது தர்மம். இது 'ஸாது', அதாவது நன்று, பிரமாதம், சிறப்பு, அருமை போன்று திரும்பத்திரும்ப ஆச்சரியப்படும் வெளிப்பாட்டின் ஊடாகத் தொகுத்தளிக்கப்படுகிறது.

வரைபடம் 10.1

தர்மத்தின் உணர்கொம்புகள்

பிராகிருதம்	சம்ஸ்கிருதம்	மொழியாக்கம்	குறிப்பிடல்
தம்மகாமதா *dhaṃmakāmatā*	தர்மகாமதா *dharmakāmatā*	தர்மத்தின் மீதான பற்று	பா.அ XIII தூ.அ I
தம்மகுண *dhaṃmaguṇa*	தர்மகுண *dharmaguṇa*	தர்மத்தின் பண்பியல்புகள்	சி.பா.அ II
அஹோதம்மகோஸ் *ahodhaṃmaghose*	அஹோதர்மகோஷ *ahodharmaghoṣa*	'அஹா! தர்மம்' என்ற ஒலி	பா.அ IV
தம்மசலனே *dhaṃmacalane*	தர்மசரண *dharmacarana*	தர்மத்தைப் பயிலுதல்	பா.அ IV தனி.அ II
தம்மதம்ப *dhaṃmathaṃbha*	தர்மஸ்தம்ப *dharmasthambha*	தர்மத் தூண்கள்	தூ.அ VII
தம்மதாநே *dhaṃmadāne*	தர்மதான *dharmadāna*	தர்மத்தின் தானம்	பா.அ IX, XI
தம்மநியமே *dhaṃmaniyame*	தர்மநியம *dharmaniyama*	தர்மம் குறித்த விதிகள்	தூ.அ VII
தம்மநிஸ்தே *dhaṃmanisite*	தர்மநிஸ்ரித *dharmaniśrita*	தர்மம் குறித்த தீவிரம்	பா.அ V
தம்மபடீபதி *dhaṃmapaṭīpati*	தர்மப்ரதிபத்தி *dharmapratipatti*	தர்மத்தைக் கடைப்பிடித்தல்	தூ.அ VII
தம்மபலிபுர்சா *dhaṃmapalipucchā*	தர்மபரிப்ர்ச்சா *dharmaparipṛcchā*	தர்மம் குறித்த கேள்விகள்	பா.அ VIII
தம்மபலியாயாநி *dhaṃmapaliyāyāni*	தர்மபர்யாய *dharmaparyāya*	தர்மம் குறித்துப் பேசுதல்	பைரத்
தம்மமம்கலே *dhaṃmamaṃgale*	தர்மமங்கல *dharmamaṅgala*	தர்மம் என்ற புனிதச் சடங்கு	பா.அ IX
தம்மமஹாமாதா *dhaṃmamahāmātā*	தர்மமஹாமாத்ர *dharmamahāmātra*	தர்ம-மஹாமாத்ரர்	பா.அ V, VI, XII தூ.அ VII
தம்மயாதா *dhaṃmayātā*	தர்மயாத்ரா *dharmayātrā*	தர்மப் பயணம்	பா.அ VIII
தம்மயுத *dhaṃmayuta*	தர்மயுக்த *dharmayukta (?)*	தர்மத்தின் மீதான பக்தி	பா.அ V
தம்மலதி *dhaṃmalati*	தர்மரதி *dharmarati*	தர்மத்தின் ஊடான மகிழ்ச்சி	பா.அ XIII

தம்மலிபி *dhaṃmalipi*	தர்மலிபி *dharmalipi*	தர்மம் குறித்த எழுத்துகள்	பா.அ I, V, VI, XIII, XIV தூ.அ I, II, IV, VI, VII
தம்மவதி *dhaṃmavaḍhi*	தர்மவ்ரித்தி *dharmavṛddhi*	தர்மப் பெருக்கம்	பா.அ V தூ.அ VI, VII
தம்மவாயே *dhaṃmavāye*	தர்மாவாய *dharmāvāya*	தர்மத்தை வாசித்தல்	பா.அ XIII
தம்மவிஜயே *dhaṃmavijaye*	தர்மவிஜய *dharmavijaya*	தர்மத்தை வெல்லுதல்/ தர்மத்தின் ஊடாக வெல்லுதல்	பா.அ XIII
தம்மவுத *dhaṃmavuta*	தர்மவ்ரித்தம் *dharmavṛttam (?)*	தர்மம் குறித்த கதையாடல்	பா.அ XIII
தம்மஸம்விபாகே *dhaṃmasaṃvibhāge*	தர்மஸம்விபாக *dharmasaṃvibhāga*	தர்மத்தைப் பகிர்ந்தளித்தல்	பா.அ XI
தம்மஸம்தவே *dhaṃmasaṃthave*	தர்மஸம்ஸ்தவ *dharmasaṃstava*	தர்மத்தைப் புகழ்தல்	பா.அ XI
தம்மஸம்பதே *dhaṃmasaṃbadhe*	தர்மஸம்பத்தா *dharmasaṃbaddha*	தர்மத்தின் ஊடான இணைப்பு	பா.அ XI
தம்மஸாவநாநி *dhaṃmasāvanāni*	தர்மஸ்ராவணாநி *dharmaśrāvaṇāni*	தர்மம் குறித்த பிரகடனங்கள்	தூ.அ VII
தம்மஸு ஸூ ஸா *dhaṃmasusūsā*	தர்மஸு ஶ்ருஷா *dharmaśuśrūṣā*	தர்மத்துக்கு அடிபணிதல்	பா.அ X
தம்மாதிதாநே *dhaṃmādhithāne*	தர்மாதிஷ்தாநா *dharmādhiṣṭhāna*	தர்மத்தை நிலைநாட்டுதல்	பா.அ V
தம்மாநுகஹே *dhaṃmānugahe*	தர்மாநுக்ரஹ *dharmānugraha*	தர்மத்துக்கு சாதகமாக	பா.அ IX
தம்மாநுபடீபதி *dhaṃmānupaṭīpati*	தர்மாநுப்ரதிபத்தி *dharmānupratipatti*	தர்மத்தைப் பின்பற்றுதல்	தூ.அ VII
தம்மாநுஸதி *dhaṃmānusathi*	தர்மாநுஸஸ்தி *dharmānuśasti*	தர்மம் குறித்த அறிவுரைகள்	பா.அ XIII தூ.அ VII
தம்மாநுஸாஸந *dhaṃmānusāsana*	தர்மாநுஸாஸந *dharmānuśāsana*	தர்மம் குறித்த அறிவுரைகள்	பா.அ IV தூ.அ VII
தம்மாபாடாந *dhaṃmāpādāna*	தர்மாபாடாந *dharmāpādāna*	தர்மத்தின் நற்செயல்கள்	தூ.அ VII
தம்மாபேகா *dhaṃmāpekhā*	தர்மாபேக்ஷா *dharmāpekṣā*	தர்மத்தின் மீதான அக்கறை	தூ.அ I

அசோகரது எழுத்துகளையும், இவற்றோடு அரசதிகாரிகளும் மக்களும் எப்படியாகத் தங்களைத் தொடர்புபடுத்திக்கொள்ள வேண்டும் என்ற அவரது எதிர்பார்ப்பையும் பார்ப்போம் என்றால், அதை 'தர்ம வழிபாட்டு மரபு' என்று நம்மால் வரையறுக்க முடியும். இந்த வழிபாட்டு மரபில், கல்லில் பொறிக்கப்பட்டிருந்த அவரது எழுத்துகள், அதிலும் குறிப்பாக இரண்டு அரசாணைத் தொகுப்புகளும் – பாறை அரசாணைத் தொகுப்பும் தூண் அரசாணைத் தொகுப்பும் – ஏறக்குறைய ஒரு புனித நூலுக்கான அந்தஸ்தை அடைந்தன என்றே சொல்லலாம். ஒவ்வொரு வருடமும் வழிபட வேண்டிய நாள்களையும் அசோகர் தீர்மானித்திருந்ததுபோல் தெரிகிறது. இந்த நாள்களில், இதற்காக அங்கே கூடியிருக்கும் மக்களுக்கு இந்தப் புனித நூல் குறித்த விளக்கப் பிரசங்கங்களோடு அரசதிகாரிகளால் உரக்கப் படிக்கப்பட்டன. ஒவ்வொரு நான்கு மாதத்திலும், குறிப்பாகப் புனிதமான டிஷ்ய நாள்களில், அவருடைய எழுத்துகள் படிக்கப்பட்டு மக்களால் கேட்கப்பட வேண்டும் என்ற அவரது விருப்பத்தை இரண்டு தனித்த அரசாணைகளிலும் அசோகர் வெளிப்படுத்துகிறார்.

> மேலும், இந்த எழுத்துகள் டிஷ்ய நாளன்று கேட்கப்பட வேண்டும். டிஷ்ய நாள்களுக்கு இடையேயும்கூட சந்தர்ப்பம் கிடைக்கும் என்றால், ஒரே ஒருவர் இருந்தாலும்கூட, அவருக்கு விருப்பம் இருந்தால், இதைக் கேட்க வேண்டும். இவ்வாறு செயல்படுவதன் மூலம், நீங்கள் இதை முழுமையாகச் செயல்படுத்த முடியும். (தனித்த அரசாணை I)

> மேலும், இந்த எழுத்துகள் ஒவ்வொரு நான்கு மாதத்திலும் டிஷ்ய நாளன்று கேட்கப்பட வேண்டும். டிஷ்ய நாள்களுக்கு இடையேயும்கூட சந்தர்ப்பம் கிடைக்கும் என்றால், ஒரே ஒருவர் இருந்தாலும்கூட, அவருக்கு விருப்பம் இருந்தால், இதைக் கேட்க வேண்டும். இவ்வாறு செயல்படுவதன் மூலம், நீங்கள் இதை முழுமையாகச் செயல்படுத்த முடியும். (தனித்த அரசாணை II)

அசோகரது எழுத்துகளைப் படித்துக்காட்டுவது, அவை குறித்து விளக்கம் அளிப்பது ஆகிய சேவையைச் செய்ய வேண்டிய பொறுப்பு அரசாங்கத்தில் மூத்த அதிகாரிகளாக இருந்த தனிநபர்களிடம் ஒப்படைக்கப்பட்டது. இந்த முக்கியமான காரியம் குறித்துத் தூண் அரசாணை VII (i)-இல் தனது அதிகாரிகளுக்கு அசோகர் நினைவூட்டுகிறார்.

> இங்கு, எனக்குத் தோன்றுவது இதுதான்: நான் தர்ம-பிரகடனங்களைப் பிரகடனப்படுத்துகிறேன். நான் பலவிதமான தர்ம-அறிவுரைகளை அறிவுரைகளாக்குகிறேன். இதைக் கேட்ட பிறகு, மக்கள் அவற்றைப் பின்பற்றுவார்கள்; அவர்கள் மேலானவர்களாவார்கள்; தர்மத்தின் வளர்ச்சிக்கு ஏற்றாற்போல்

> அவர்கள் உறுதியாக வளர்வார்கள். இக்காரணத்துக்காகத்தான் நான் தர்ம-பிரகடனங்களைப் பிரகடனப்படுத்துகிறேன். பலவிதமான தர்ம-அறிவுரைகளை அறிவுரைகளாக்குகிறேன். இதன் மூலம், மக்கள் மத்தியில் செயல்பட்டுக்கொண்டிருக்கும் எண்ணிலடங்கா என்னுடைய தூதுவர்கள், மக்களுக்கு அறிவுறுத்துவார்கள்; அவர்களுக்கு முழுமையாக விளக்குவார்கள். மேலும், ராஜுகா அதிகாரிகளுக்கும் — இவர்கள்தான் லட்சக்கணக்கான உயிரினங்களுக்கு மத்தியில் வாழ்ந்துகொண்டிருப்பவர்கள் — நான் இவ்வாறு கட்டளையிடுகிறேன்: 'இந்தந்த வழிகளில் மக்கள் தர்மத்தின் மீது பற்றுகொள்ளுமாறு அறிவுறுத்த வேண்டும்'.

தர்மம் குறித்த செய்தியைப் பொதுவில் படிப்பதற்கு, தர்மம் குறித்த தன்னுடைய செய்திகளை ஒலிபரப்புவதற்கு இந்த நாள்களைப் பயன்படுத்திக்கொள்வது என்று அசோகர் தீர்மானிப்பதற்கு வெகுகாலத்துக்கு முன்னரே இவை மதரீதியான முக்கிய நாள்களாக மக்களால் கடைப்பிடிக்கப்பட்டிருக்க வேண்டும். மேலும், இந்த நாள்களில் விலங்குகளைக் கொல்வதற்கு அல்லது காயப்படுத்துவதற்குத் தடையும் விதிக்கிறார். இது குறித்து நாம் இயல் 9-இல் விவாதித்திருக்கிறோம். அன்றாட வாழ்க்கையில் இப்படியான கட்டுப்பாடுகள், அசோகரது எழுத்துகள் சடங்குரீதியாகப் படிக்கப்பட்டது ஆகியவையெல்லாம் ஒன்றுசேர்ந்து, அவரது எழுத்துகளுக்கு மேலும் கூடுதலான புனிதத்தன்மையையும் அதிகாரத்தையும் உருவாக்கிக்கொடுத்திருக்க வேண்டும்.

தர்மத்துக்கான சேவையில் ஆட்சிமையும் தூதியலும்

அசோகர் எப்போதும்போல் சுயபிரதிபலிப்போடு, தனித்த அரசாணை I-இல் செயல்பாட்டாளர் பாணியிலான ஆட்சிமை குறித்து அவரது அதிகாரிகளோடு பகிர்ந்துகொள்கிறார்:

> நான் எவற்றின் மேலெல்லாம் கவனம்கொள்கிறேனோ அவற்றையெல்லாம் செயல்கள் மூலம் நடைமுறைப்படுத்த முயல்கிறேன்; அவற்றை அடைவதற்குப் பொருத்தமான வழிகளைக்கண்டடைகிறேன். இவ்விஷயத்தைப் பொறுத்தமட்டில் இதைத்தான் நான் பிரதானமான ஒன்றாகக் கருதுகிறேன் — உங்களுக்கு அறிவுரைகள் கொடுப்பது.

பரந்துவிரிந்திருந்த அவரது பேரரசில், கற்களில் பொறிக்கப் பட்டிருந்தாலும்கூட, அவரது செய்திகள் சொற்பமான மக்களையே சென்றடையும் என்பதை அசோகர் உணர்ந்திருந்தார். அவரது

செய்தியின் வீச்சை அதிகப்படுத்துவதற்கென்று அவருக்கும் மக்களுக்கும் இடையகராகத் தனிநபர்கள் தேவைப்பட்டார்கள். அவருடைய காரியத்தைச் செய்வதற்கு அரசு நிர்வாகத்தைக் கண்டெடுத்ததாகத் தனித்த அரசாணை I-இல் சொல்கிறார். அரசாங்கத்தின் கருவிகளை தர்மத்துக்குச் சேவைபுரிய அவர் பயன்படுத்திக்கொள்கிறார்.

அசோகரது ஆட்சியின் பதினான்காவது ஆண்டு, அதாவது பொ.ஆ.மு. 255-இன் வசந்த காலம் அல்லது அதற்கு அடுத்த வசந்த காலம், அவரது அதிகாரிகளை தர்மத்தின் தூதுவர்களாக உருமாற்றிய முக்கிய ஆண்டாகிறது. இந்த ஆண்டில்தான், அவர் பாறை அரசாணை V-இல் சொல்வதுபோல், நிர்வாகத்தில் உள்ள மிக மூத்த அதிகாரிகளைக் கொண்டு புதிதாக ஒரு பணிநிலையை உருவாக்கும் புரட்சிகரமான சிந்தனை தனக்குத் தோன்றியது என்கிறார். அவரது நிர்வாகத்தில் மிக உயர்ந்த நிலையிலான அதிகாரிகளாக மஹாமாத்ரர்கள் இருந்தார்கள். இவர்களுக்கு இணையாக, தர்மத்தைப் பரப்புரை செய்வதற்கென்று தர்ம-மஹாமாத்ரர்கள் என்ற குழுவை உருவாக்குகிறார். முந்தைய அரசர்கள் எவரும் செய்ய நினைக்காத அவரது இந்தப் புதிய முன்னெடுப்பு குறித்துத் தற்பெருமையோடு பேசுகிறார்:

> கடந்த காலங்களில் தர்ம-மஹாமாத்ரர் என்று ஒன்று இருந்ததே கிடையாது. ஆனால், அரியணை ஏறி பதிமூன்று ஆண்டுகளுக்குப் பிறகு, தர்ம-மஹாமாத்ரர்களை உருவாக்கியிருக்கிறேன்.

தர்மத்தைப் பிரச்சாரம் செய்ய அரசதிகாரிகள் எல்லோரையும் அசோகர் பயன்படுத்திக்கொண்டார் என்றாலும், நாம் இனி பார்க்கவிருப்பதுபோல், இதில் தர்ம-மஹாமாத்ரர்களே முன்னணியில் நின்றார்கள். துரதிர்ஷ்டவசமாக, இந்த அதிகாரிகள் எவ்வாறு தேர்ந்தெடுக்கப்பட்டார்கள் என்றும், இவர்களுக்குப் பிரத்யேகப் பயிற்சிகள் ஏதேனும் கொடுக்கப்பட்டனவா என்றும், அரசதிகாரத்தின் பிற அங்கங்களோடு இவர்கள் எவ்வாறு ஊடாடினார்கள் என்றும் அசோகர் ஏதும் சொல்லவில்லை. இவர்கள் எல்லாப் பாஸந்தாக்களையும் கண்காணிக்க வேண்டியிருந்ததால், இவற்றின் கொள்கைகளிலும் நடைமுறைகளிலும் பயிற்சியளிப்பதற்குப் பயிற்சிக் காலம் என்று ஏதேனும் இருந்ததா? இவர்கள் குறிப்பிட்ட பாஸந்தாவைச் சேர்ந்தவர்களாக இருந்தார்களா? அல்லது இவர்கள் எல்லோரும் அசோகர் எந்தப் பாஸந்தாவைச் சேர்ந்தவரோ அதுவாக, அதாவது பௌத்தர்களாக இருந்தார்களா? தர்ம-மஹாமாத்ரர்கள் பலவிதமான பாஸந்தாக்களில் நிபுணத்துவம் கொண்டவர்களாக இருந்திருக்கலாம் என்று தூண் அரசாணை VII (iv) நமக்குத் துப்பு கொடுக்கிறது: 'வேறான

பாஸந்தாக்களுக்கு, அவற்றின் தனித்த பண்புகளுக்கு ஏற்ப வேறான மஹாமாத்ரர்கள்.'

பேரரசின் நிர்வாகத்தில் இவர்கள் மூத்தவர்களாக இருந்ததாலும், பேரரசருக்கு மிக நெருக்கமாக இருந்ததாலும், இவர்கள் குறுக்கீடுகள் செய்வதும் இவர்களைத் தீவிரமாக எடுத்துக்கொள்வதும் சற்றே சுலபமாக இருந்திருக்க வேண்டும். நாம் பகுதி 4-இல் பார்க்கவிருப்பதுபோல், இவர்கள் பார்ப்பனர்கள், பௌத்தர்கள் உள்பட, பல்வேறு ஒழுங்கமைக்கப்பட்ட மதக் குழுக்களின் செயல்பாடுகளைக் கண்காணிக்கவும், இந்தக் குழுக்களின் தேவைகளைப் பூர்த்திசெய்யவும் அனுப்பிவைக்கப்பட்டார்கள். ஆனால், இவர்களது செயல்திட்டமும் அசோகப் பேரரசுபோலவே அவ்வளவு பரந்துபட்டதாக இருந்தது. பாறை அரசாணை V-இல் தர்ம-மஹாமாத்ரர் என்பதற்கான வரையறைபோல் தோன்றும் ஒன்றை அசோகர் முன்வைக்கிறார். மேலும், எப்படியான புவியியல்ரீதியான பரப்பில் அவர்கள் செயல்பட்டார்கள் என்றும், எந்தச் சமூகக் குழுக்களோடு இவர்கள் ஊடாடினார்கள் என்றும் நமக்குச் சிறு தெளிவைக் கொடுக்கிறார்.

> இவர்கள், தர்மத்தை நிலைநாட்ட எல்லாப் பாஸந்தாக்களோடும் தங்களை ஈடுபடுத்திக்கொள்வார்கள். மேலும், தர்மத்தை வளர்த்தெடுக்க கிரேக்கர்கள், கம்போஜர்கள், கந்தாரர்கள், ரிஸ்திகர்கள், பிதிநிகர்கள் என்று மட்டுமல்லாமல் மேற்கத்திய எல்லையோரத்தில் இருக்கும் தர்ம-பக்தர்கள் மத்தியிலும் அவர்களது நன்மைக்காகவும் நல்வாழ்வுக்காகவும் தங்களை ஈடுபடுத்திக்கொள்வார்கள்.[6]
>
> இவர்கள் படமயர்களின், பம்பனிபியர்களின்,[7] அனாதைகளின், முதியோர்களின் நன்மைக்காகவும் நல்வாழ்வுக்காகவும் தங்களை ஈடுபடுத்திக்கொள்வார்கள். தர்ம-பக்தர்கள் எதிர்கொள்ளும் தடைகளை அப்புறப்படுத்துவதிலும் தங்களை ஈடுபடுத்திக்கொள்வார்கள்.
>
> இவர்கள் கைதிகளுக்கு உதவிகள்புரியவும், அவர்கள் எதிர்கொள்ளும் தடைகளை அப்புறப்படுத்தவும், அவர்கள் குறித்து இவ்வாறு அறிந்துகொண்டால் — 'அவர் தன்னுடைய

6 இந்த மக்களுடைய அடையாளத்துக்கு, முன்னால் கொடுக்கப்பட்டிருக்கும் வரைபடத்தையும் பின்னால் கொடுக்கப்பட்டிருக்கும் சொல்விளக்கம் பகுதியையும் பார்க்கவும்.

7 இவ்விரு சொற்களை 'இன்னும் புரிந்துகொள்ள முடியவில்லை என்பதால், நாம் இவற்றை மொழியாக்கம் செய்யக் கூடாது' என்கிறார் ஷ்னைடர் (Schneider, 1978: 128). இவர்கள் அனாதைகளோடும் முதியவர்களோடும் இணைக்கப்படுவதால், அரசு உதவி வேண்டியிருக்கும் சமூகக் குழுக்களை இச்சொற்கள் குறிக்கலாம்.

குடும்பத்தையும் குழந்தைகளையும் காப்பாற்ற வேண்டும்'; அல்லது 'அவருக்குக் கடமைகள் இருக்கின்றன'; அல்லது 'அவர் வயதானவர்' — அவர்களை விடுதலை செய்வதிலும் தங்களை ஈடுபடுத்திக்கொள்வார்கள்.

இவர்கள் எல்லா இடங்களிலும், இங்கு, நகரத்துக்கு வெளியே, என்னுடைய சகோரத, சகோதரிகளின் இருப்பிடங்கள் என்று மட்டுமல்லாமல் என்னுடைய பிற உறவினர்களின் இருப்பிடங்களிலும்கூட, தங்களை ஈடுபடுத்திக்கொள்வார்கள்.

'இந்த மனிதன் தர்மத்தைப் பொறுத்தமட்டில் தீவிரமாக இருக்கிறான்' அல்லது 'இவன் தர்மத்தில் தன்னை நிலைநிறுத்திக்கொண்டிருக்கிறான்' அல்லது 'தானங்கள் கொடுப்பதில் இவன் ஈடுபாடு கொண்டிருக்கிறான்' — இப்படி இவர்கள் என்னுடைய நிலப்பரப்பின் எல்லா இடங்களிலும் தர்ம-பக்தர்களோடு தங்களை ஈடுபடுத்திக்கொள்வார்கள்.

இவர்கள்தான் தர்ம-மஹாமாத்ரர்கள்.

இந்த நீண்ட பட்டியல், இன்று மேற்கு பாகிஸ்தான், ஆப்கானிஸ்தான் என்று அழைக்கப்படும் வட-மேற்கு எல்லையோரங்களில் உள்ள இனக்குழுக்களையும் உள்ளடக்கியிருக்கிறது. இவர்களது அதிகாரம் அரசக் குடும்பங்களுக்குள் நுழையும் அளவுக்கு விரிவுபட்டதாக இருந்தது. மூலத்தில் உள்ள சொல்லை நாம், 'அந்தப்புரம்' அல்லது 'இருப்பிடங்களுக்குள்' என்பதாக மொழியாக்கம் செய்ய முடியும். ஆனாலும், இது கறாரான பாலியல்ரீதியான அர்த்தம் எதையும் கொண்டிருப்பதாக நான் நினைக்கவில்லை. ஏனெனில், இது அசோகரது சகோதர, சகோதரிகளையும் உள்ளடக்கியிருக்கிறது.

தர்ம-செயல்திட்டத்தை அசோகர் அவரது நிலப்பரப்புக்கான ஒன்றானதாக மட்டுப்படுத்தவில்லை. இதை அவர் ஜாம்புத்விபா என்று அசோகரால் அழைக்கப்பட்ட இந்தியத் துணைக்கண்டத்தின் எல்லைகளுக்கு அப்பால், பண்பாட்டுரீதியான, புவியியல்ரீதியான கட்டுப்பாடுகள் எதையும் கொண்டிராமல், மொத்த உலகத்துக்குமான செயல்திட்டமாக உள்வாங்கிக்கொண்டார். ஒருவேளை, இது புத்தரது கொள்கைகளின் அடிப்படையிலான பௌத்த உலகப்பார்வையில் உந்தப்பட்டது காரணமாக இருக்கலாம். அவரது ராஜ்ஜியத்துக்கு வெளியே இந்தப் பெரும் செயல்திட்டத்தைக் கொண்டுசெல்ல, பாறை அரசாணை XIII சொல்வதுபோல் அவர் தூதுவர்களை அனுப்பிவைத்தார். அவர் பயன்படுத்தும் 'தூதர்' (தூதா) என்ற சொல் ஆட்சிமை குறித்த இந்தியப் பனுவல்களில் ஓர் அரசன் இன்னொரு

அரசனிடம் அனுப்பிவைக்கும் பிரதிநிதிகளைக் குறிப்பதற்குப் பொதுவாகப் பயன்படுத்தப்படும் சொல்லாகக் காணப்படுகிறது. ஆனால், இவை எவையுமே வழமையான தூதியலார்ந்த உறவுகளாக இல்லை. இந்தத் தூதுவர்கள், அசோகரது 'தர்ம வழிபாட்டு முறை'யை அவரது எல்லைகளுக்கு அப்பால் உள்ள ஆட்சியாளர்களிடமும் மக்களிடமும் கொண்டுசெல்வது, அவர்களை தர்மத்துக்கு மாற்றுவது என்ற பிரத்யேக நோக்கத்தோடு அனுப்பிவைக்கப்பட்டவர்களாக இருக்கிறார்கள். இந்தச் செயல்திட்டத்தின் முக்கியத்துவத்தை வைத்துச் சொல்வதென்றால், இந்தத் தூதுவர்கள் தர்ம-மஹாமாத்ர அதிகாரிகளாக இருந்த குழுவிலிருந்து தேர்ந்தெடுக்கப்பட்டவர்களாக இருக்கலாம்.

அசோகரது சர்வதேச தர்ம-செயல்திட்டம் எந்த அளவுக்கு வெற்றி அடைந்தது என்று தீர்மானிக்க நமக்கு வேறு விதமான ஆதாரங்கள் இல்லை. மிகத் தொலைவில் இருந்த, ஹெல்லனிய அரசர்கள் ஆண்ட மேற்கு ஆசியப் பகுதிகளில் மாறியவர்களை அவர்களால் கண்டெடுக்க முடிந்ததா? அசோகரது தர்மத்தின் மீதும் அகிம்சை என்ற தார்மிகக் கொள்கையின் மீதும் இந்த அரசர்களுக்கு உண்மையிலேயே ஏதேனும் ஈடுபாடு இருந்திருக்க முடியுமா? கோமஜீனியைச் சேர்ந்த அரசன் அந்தியோச்சுஸின் (பொ.ஆ.மு. 62-34) கிரேக்கக் கல்வெட்டில் அசோகரது தாக்கத்தைப் பார்க்க முடிகிறது என்ற, ஆவலைத் தூண்டக்கூடிய ஒரு சாத்தியப்பாட்டை வரலாற்றியலாளர் பிரான்சிஸ்கோ அட்ரடோஸ்[8] முன்வைக்கிறார். அந்தியோச்சுஸின் கல்வெட்டு, கந்தஹாரில் கிரேக்க மொழியாக்கத்தில் உள்ள அசோகரது அரசாணையில் உந்தப்பட்டதாக இருக்க வேண்டும் என்பதாக அட்ரடோஸ் நினைக்கிறார். அசோகரது கிரேக்க மொழியாக்கம் இது:

> பத்து வருடங்கள் முடிந்த பிறகு அரசன் பியோதஸஸ் [= பியதஸி] ஆண்களிடம் பக்தியை [கிரேக்கம்: யூஸெபெயா = தர்மம்] வெளிப்படுத்தினான். அச்சமயத்திலிருந்து, ஆண்களை மேலும் பக்தியுள்ளவர்களாக்கினான்; உலகம் முழுவதும் சகலமும் தழைத்தோங்கின.

அட்ரடோஸ் மொழிபெயர்த்திருக்கும் அந்தியோச்சுஸின் கல்வெட்டு:

> மாபெரும் அரசன் அந்தியோச்சுஸ்... நான் இந்த உலகத்துக்குச் செய்திருக்கும் நற்காரியங்களில், நான் யூஸெபெயா என்று நான் சொல்வது எல்லா ஆண்களுக்குமானது; இதுவே மிகப் பாதுகாப்பான உடைமையாக இருப்பதோடு பெரும் மகிழ்ச்சி தரக்கூடிய ஒன்றாகவும் இருப்பதாக நினைக்கிறேன்... என்னுடைய

---

8   பார்க்கவும்: Adrados (1984).

மொத்த ஆட்சிக் காலத்திலும், நான் துறவறத்தன்மையை (ஹோஸியோடெஸ்) மட்டும்தான் எனக்கான பாதுகாவலராகவும் வேறொன்றும் தராத மகிழ்ச்சியைக் கொடுக்கக்கூடிய ஒன்றாகவும் பார்க்கிறேன்.

இது உண்மையிலேயே ஆவலைத் தூண்டுகிறது. ஆனால், அவ்வளவுதான்; அதற்கு மேல் எதுவுமில்லை. யூஸெபெயா என்ற சொல் மிக முக்கியமான ஒன்றாகிறது. ஆனாலும், இந்தச் சொல் அசோகரது எழுத்துகளை நேரடியாகச் சார்ந்திருக்கிறது என்று அதுவாக நிரூபித்துக்கொள்ள போதுமான எதையும் அதுவாகக் கொண்டிருக்கவில்லை. மேலும், அசோகரிடமிருந்து இந்த அந்தியோச்சுஸ் இருநூறு ஆண்டுகள் விலகியிருக்கிறார். இருந்தும், மேற்கு ஆசியாவில் ஹெல்லனிய அரசப் பிரகடனங்களில் யூஸெபெயா — கிரேக்கத்தில் தர்மத்துக்கு நிகரான சொல் — மையக் கருத்தாக்கமாக வெளிப்படுவது சுவாரசியமாகத்தான் இருக்கிறது. அந்தியோச்சுஸின் கூற்றில், யூஸெபெயாவைப் பின்தொடர்வது என்பது 'வேறொன்றும் தராத மகிழ்ச்சி'யைக் கொடுக்கிறது என்று சொல்லப்படுவது, பாறை அரசாணை III-இல் தர்ம-பயணங்கள் மேற்கொள்வது என்பது வேறொன்றும் தராத பெரும் மகிழ்ச்சியைக் கொடுக்கிறது என்று அசோகர் சொல்வதற்கு நிகராக இருக்கிறது.

தனது செய்திகளைப் பரப்புவதற்கு தர்ம-மஹாமாத்ரர்களை மட்டுமே அசோகர் சார்ந்திருக்கவில்லை. இந்தக் காரியத்துக்கு, அவரது மூத்த அதிகாரிகள் எல்லோரையும் உள்ளிணைத்துக்கொள்கிறார். இதில் மிக மூத்த அதிகாரிகள் மஹாமாத்ரர்களே. தனித்த அரசாணை I-இல், அவர் அல்லது வட்டாரத் தலைநகரங்களில அரசின் பிரதிநிதிகளாக இருக்கும் இளவரசர்கள் ஒவ்வொரு ஐந்து வருடமும் மஹாமாத்ரர்களை அந்தந்தப் பகுதிகளைச் சுற்றிவர அனுப்பிவைக்க வேண்டும் என்கிறார். இந்த விதி, மஹாமாத்ரர்களுக்குக் கீழாக இருக்கும் அதிகாரிகளைப் பொறுத்தமட்டில், அசோகரது ஆட்சியின் பதிமூன்றாம் ஆண்டிலேயே, அதாவது பொ.ஆ.மு. 256-255-இலேயே நிறுவப்பட்ட ஒன்றாகிறது. பாறை அரசாணை III-இல், இந்தக் கட்டளையை அசோகர் மிகத் தெளிவாக முன்வைக்கிறார்:

என்னுடைய நிலப்பரப்பின் எல்லா இடங்களிலும் உள்ள யூக்தா அதிகாரிகளும் ராஜுகா அதிகாரிகளும் பிரதேஸிகா அதிகாரிகளும் இந்த நோக்கத்துக்காக ஒவ்வொரு ஐந்து வருடமும் அவரவர்களுடைய அதிகாரத்துக்கு உட்பட்ட பகுதிகளையெல்லாம் சுற்றிவர வேண்டும்: தர்மம் குறித்துக் கீழ்க்காணும் அறிவுரைகள் கொடுப்பதற்காகவும் வேறு பல காரியங்களுக்காகவும்.

தாய், தந்தைக்குக் கீழ்ப்படிந்து நடப்பது — அருமை! நண்பர்களுக்கு, சகாக்களுக்கு, உறவினர்களுக்கு, பார்ப்பனர்களுக்கு, சிரமணர்களுக்கு தானங்கள் கொடுப்பது — அருமை! உயிரினங்களைக் கொல்லாமல் இருப்பது — அருமை! குறைவாகச் செலவழித்துக் குறைவாகச் சேமித்துவைப்பது — அருமை!

ஆக, அசோகர் முன்னெடுத்த புதிய பழக்கத்தை, அதாவது மூத்த அதிகாரிகள் தங்களது கட்டுப்பாட்டுக்குள் இருக்கும் புவியியல்ரீதியான பகுதிகளில் சுற்றிவந்து தர்மத்தைப் போதிக்கும் புதிய பழக்கத்தை நாம் கொண்டிருக்கிறோம். இவ்வாறு சுற்றிவரும் பழக்கம் அசோகருக்கு முன்பே இருந்திருக்க வேண்டும். அது ஒருவேளை, நீதித் துறையோடும் வருவாய் நடவடிக்கைகளோடும் தொடர்புடையதாக இருந்திருக்கலாம். ஆக, முன்னர் இருக்கும் ஒரு நடைமுறையின் மீது புதிய செயல்பாட்டுக்கான ஓர் அடுக்கை அசோகர் சேர்க்கிறார் என்று சொல்ல முடியும். ‘தங்களுக்கான பொறுப்புகளை உதாசீனப்படுத்தாமல்’ இந்தப் பயணத்தை மேற்கொள்ள வேண்டும் என்று தனித்த அரசாணை I-இல் தனது அதிகாரிகளுக்கு அசோகர் தெரிவிக்கிறார்.

ராஜுகர்கள் என்றழைக்கப்படும் வட்டார அதிகாரிகள் குறித்துத் தூண் அரசாணை IV-இல் அசோகர் நீண்ட உரையாடல் நிகழ்த்துகிறார். நாம் இயல் 2-இல் பார்த்தது போன்று, தன்னுடைய அறிவுரைகளைப் பின்பற்றி அவர்கள் எப்படி நிர்வகிக்க வேண்டும் என்றும், அவர்களது பொறுப்பில் ஒப்படைக்கப்பட்டிருக்கும் மக்களை எப்படிப் பார்த்துக்கொள்ள வேண்டும் என்றும் எச்சரிக்கவும் செய்கிறார், ஊக்கமும் கொடுக்கிறார். மக்களுக்கு தர்மம் குறித்துக் கற்பிப்பது எவ்வாறாக நடைமுறைப்படுத்தப்பட்டது என்பது குறித்துச் சொற்ப அளவிலேனும் நமக்குத் தெரியப்படுத்துகிறார். வெறுமனே ஓர் இடத்துக்குச் சென்று தர்மம் குறித்துப் போதிப்பது என்பது எதிர்ப்பைக் கொடுத்திருக்கும். இதனால், ஒரு பகுதியில் வாழும் ஒருவரை, முன்னரே தர்மத்துக்குத் தங்களை ஒப்படைத்திருக்கும் ஒருவரைப் பயன்படுத்திக்கொள்ள வேண்டும் என்று ராஜுகர்களிடம் அசோகர் சொல்வதற்குக் காரணமாக இருந்திருக்க வேண்டும். இவர்கள் அந்தந்தப் பகுதிகளில் வாழ்பவர்களின் மதிப்பைப் பெற்றவர்களாக அல்லது முக்கிய மனிதர்களாக இருந்திருக்கலாம். அல்லது ‘தர்ம-பக்தர்கள்’ என்ற வெளிப்பாடு, பாஸந்தா குழுக்களைச் சேர்ந்தவர்களைக் குறிப்பதாகவும் இருக்கலாம். இவர்கள், பேரரசரின் செயல்திட்டம் குறித்து வாய்மொழியாகப் பரப்புரை செய்வதற்குத் தேர்ந்தெடுக்கப்பட்டிருக்கலாம். மேலும், ‘தர்ம-பக்தர்கள் ஊடாக, கிராமத்து மக்கள், இந்த உலகத்திலும் அடுத்ததிலும்

நன்மைகள் பெற [ராஜுகர்கள்] அவர்களுக்கு அறிவுறுத்துவார்கள்' என்கிறார் அசோகர்.

ஒருசில சந்தர்ப்பங்களில், தர்மத்தைப் பரப்புரை செய்ய 'தர்ம-பத்தர்'களை அசோகர் நேரடியாக நியமித்திருப்பதுபோல் தெரிகிறது. இதற்குப் பாறை அரசாணை *IX* சரியான எடுத்துக்காட்டாகிறது. இதில் பாலினம் சற்றே மட்டுப்பட்டு ஒலிக்கிறது. இந்த அரசாணையில், அதிர்ஷ்டத்தையும் செழிப்பையும் கொடுக்க திருமணம், பிறப்பு போன்ற சிறப்பு நிகழ்வுகளின்போது மேற்கொள்ளப்படும் சடங்குகளுக்கு — பயனற்றவை என்று அசோகரால் அழைக்கப்படுபவை — எதிராகப் பேசுகிறார். குறிப்பாக, இந்தச் சடங்குகளைப் பெண்களோடு இணைத்துப்பார்க்கிறார்: 'இருந்தாலும், இப்படியான சமயங்களில், பெண்கள் எண்ணற்ற, பலவிதமான அற்பமான, பயனற்ற மங்களச் சடங்குகளில் ஈடுபடுகிறார்கள்'. இதற்கு மாறாக, அவர் 'தர்மத்தின் மங்களச் சடங்'கைப் பரிந்துரைக்கிறார். மேலும், குடும்பத்தில் உள்ள ஆண் உறுப்பினர்கள் இந்தச் சடங்குகளை ஊக்குவிக்க வேண்டும் என்றும் சொல்கிறார்:

> ஆகவே, ஒரு தந்தை, மகன், சகோதரன், எஜமான், நண்பன், சகா அல்லது அவ்வளவு ஏன் அக்கம்பக்கத்தில் வசிப்பவரும்கூட இப்படிச் சொல்ல வேண்டும்: 'இது அருமை! நம்முடைய நோக்கத்தை அடையும் வரையில் தர்மத்துக்கான இந்த மங்களச் சடங்குகளை நாம் செய்தாக வேண்டும்'.

தர்மத்தைத் தங்களுடைய குடும்பங்களுக்குள் வளர்ப்பதற்குக் குடும்ப உறுப்பினர்கள் முன்முயற்சி எடுக்க வேண்டும் என்ற அசோகரது எதிர்பார்ப்பு, பெண்கள் குறித்துப் பேசும் பாறை அரசாணை *IX*-யோடு மட்டுப்பட்டதாக இல்லை. பாறை அரசாணை *XI*-இலும் இதே அறிவுரை இன்னும் பரந்த தளத்தில் முன்வைக்கப்படுகிறது:

> ஒரு தந்தை, மகன், சகோதரன், எஜமான், நண்பன், சகா அல்லது அவ்வளவு ஏன் அக்கம்பக்கத்தில் வசிப்பவரும்கூட இப்படிச் சொல்ல வேண்டும்: 'இது அருமை! இதைச் செய்தாக வேண்டும்'.

வயதான மனிதராக அவரது ஆட்சியின் இறுதிக் காலத்தில், அவரது கடைசி எழுத்துகளில், அதாவது தூண் அரசாணை *VII (ii)*-இல், தர்மத்தின் சார்பாக அவர் மேற்கொண்ட செயல்பாடுகள் குறித்தும் அவரது ஆட்சி குறித்தும் பிரதிபலித்து, அவர் மேற்கொண்ட மூன்று முக்கியமான முயற்சிகளை இவ்வாறு தொகுத்தளிக்கிறார்:

இவ்விஷயம் குறித்துச் சிந்தித்துப்பார்த்துதான், நான் தர்ம-தூண்களை எழுப்பியிருக்கிறேன், தர்ம-மஹாமாத்ரர்களை உருவாக்கியிருக்கிறேன், தர்ம-பிரகடனங்கள் வழங்கியிருக்கிறேன்.

தர்மத்தின் முன்மாதிரி

அவர் விரும்பினாலும் விரும்பாவிட்டாலும், தர்மத்துக்கான முன்மாதிரியாகவும் முன்னுதாரணமாகவும் மக்கள் தன்னைப் பார்ப்பார்கள் என்பதை அசோகர் அறிந்திருந்தார். அவரது மிக நீண்ட ஆட்சியின் இறுதிக் காலத்தில், அவரது எழுத்துகளில் இருப்பதையெல்லாம் மீண்டும் மொழிப்படுத்துகிறார். சொல்லப்போனால், உண்மையிலேயே தர்மத்தின் மீது பற்றுள்ள ஒருவருக்கான முன்மாதிரியாகத் தான் இருக்க வேண்டும் என்றே அவர் விரும்பினார். ஏற்றுக்கொண்ட பாத்திரத்தை அவர் வரவேற்றார். தூண் அரசாணை VII (vi)-இல் இதைச் சொல்லவும் செய்கிறார்: 'நான் என்ன நற்காரியங்கள் செய்திருந்தாலும், அவையெல்லாம் மக்கள் ஏற்றுக்கொண்டிருக்கிறார்கள், தொடர்ந்து அவற்றைக் கடைப்பிடிக்கிறார்கள்'. தன்னையே முன்னுதாரணமாக முன்வைப்பதும், தர்மம் குறித்துப் பொதுமக்களுக்கு அறிவுரைகள் கொடுக்கும் அவரது திட்டமும் ஒன்றிணைந்து மக்களிடம் ஏற்படுத்தியிருக்கும் தாக்கத்தைப் பாறை அரசாணை IV மிகத் தெளிவாக முன்வைக்கிறது:

> ஆனால், இப்போது, கடவுள்களின் அன்புக்குரியவன், அரசன் பியதஸி தர்மத்தை நடைமுறைப்படுத்துவதன் ஊடாக... பல நூற்றாண்டுகளாக இல்லாமல் இருந்தவையெல்லாம், இன்று அவையெல்லாம் கடவுள்களின் அன்புக்குரியவன், அரசன் பியதஸி தர்மம் குறித்துக் கொடுக்கும் அறிவுரைகளின் ஊடாகப் பெருகிக்கொண்டிருக்கின்றன.

அவரது வார்த்தைகளுக்கும் செயல்களுக்கும் அப்பால், தர்மம் என்ற வழிபாட்டு முறையைப் பரப்புவதற்கு அப்பால், அசோகர் அவரளவில் அவரே தர்மத்துக்கான குறியீடாகிறார்.

மக்கள் தன்னை ஒரு முன்மாதிரியாக எதிர்பார்க்கிறார்கள் என்பதை அசோகர் தீவிரமாக உணர்ந்திருந்தார். மானுடவியலாளர் கிளிஃபர்ட் கீயர்ட்ஸ் வகைமைகளைப் பயன்படுத்திச் சொல்வதென்றால், தோற்றுவித்தவராகவும் மூல புரோகிதராகவும் இருந்து அவர் போதித்த உலகளாவிய புது மதமான தர்ம-மதத்தின் மாதிரியாகவும், தர்ம-மதத்துக்கான மாதிரியாகவும் அவரே இருந்தார். ஒரு பேரரசராக அவரது செயல்பாடுகள், தர்மத்தைப் பரப்புரை செய்ய அர்ப்பணிக்கப்பட்டன.

பாறை அரசாணை VIII-இல், அவரது நடவடிக்கைகளையும் அவரது முன்னோரது நடவடிக்கைகளையும் ஒப்பிட்டுப்பார்க்கிறார். முன்னோரது நடவடிக்கைகளைப் பொதுவாக எதிர்மறையாகவே முன்வைக்கிறார்.

> கடந்த காலங்களில், கடவுள்களின் அன்புக்குரியவர்கள் [= அரசர்கள்] உல்லாசப் பயணங்கள் மேற்கொண்டார்கள். இந்தப் பயணங்களில் வேட்டையாடுதலும் அது போன்று மகிழ்ச்சி தரக்கூடிய விஷயங்களும் நடந்தன.
>
> ஆனால், கடவுள்களின் அன்புக்குரியவன், அரசன் பியதஸி, அரியணை ஏறிப் பத்து வருடங்களுக்குப் பிறகு அறிவொளிக்கான பயணம் மேற்கொண்டான். அதன் ஊடாக வந்ததுதான் தர்ம-பயணம்.
>
> இந்தப் பயணத்தின்போது இவையெல்லாம் நடந்தன: சிரமணர்களையும் பார்ப்பனர்களையும் சென்று பார்ப்பது; அவர்களுக்குத் தானங்கள் கொடுப்பது; முதியோர்களைச் சென்று பார்த்து அவர்களுக்குப் பொருளுதவிகள் செய்வது. கிராமப்புறங்களில் இருக்கும் மக்களைச் சென்று பார்த்து அவர்களுக்கு தர்மம் குறித்தும் தர்மத்தோடு உறவுகொண்ட கேள்விகள் குறித்தும் அறிவுரைகள் வழங்குவது.[9]

அசோகரது 'தர்ம-பயணங்கள்' (தர்மயாத்திரை), அசோகரது தர்மத்தை மக்களுக்குக் கற்பிக்க அவரது அதிகாரிகள் பயணங்கள் மேற்கொள்ள வேண்டும் என்று அவர் அறிவுரை கொடுப்பதற்கு நிகராக இருக்கிறது. எதைத் தனது முன்னோர்கள் செய்ததாக அசோகர் குற்றம்சாட்டுகிறாரோ, அதாவது அவர்கள் மேற்கொண்ட உல்லாசப் பயணங்களை அசோகர் அவரது இளமைக் காலத்தில் மேற்கொண்டாரா? அவர் வேட்டையாடினாரா? இதற்கான பதில்: ஒருவேளை ஆம் என்று இருக்கலாம். பங்குரரியா கல்வெட்டில், அவரது இளமைக் காலத்தில், இளவரசராக இருந்த சமயத்தில், மிகச் சரியாக இப்படியான பயணங்கள் மேற்கொண்டதாக அவர் பதிவுசெய்கிறார்: 'பியதஸி என்ற பெயர் கொண்ட அரசன் ஒருவன், இளவரசராக இருந்தபோது, தனது மனைவியோடு வாழந்துகொண்டிருந்தபோது, உல்லாசப் பயணம் மேற்கொண்டபோது, இந்த இடத்துக்கு வந்திருந்தான்.' அவர் அரசராகிப் பத்து வருடங்களுக்குப் பிறகுதான், 'தர்ம-பயண'ங்களைத் தொடங்கிவைக்கிறார். ஆனால், இப்போது அரசக் குடும்பத்தாரின் அற்பத்தனங்களை வெறுப்போடு திரும்பிப்பார்க்கிறார்.

---

9 ஷ்னைடர் சொல்வதுபோல் இக்கேள்வி பொருத்தமானதே. ஏனெனில், இது என்ன கற்றுக்கொடுக்கப்பட்டிருக்கிறதோ அதோடு தொடர்புடையதாக இருக்கிறது. வகுப்பு முடிந்த பின்னர் கேட்கப்படும் வினாவிடைபோல் இருக்கிறது. பார்க்கவும்: Schneider (1978: 135).

நான் மேலே கொடுத்திருக்கும் தூண் அரசாணை VII (vi)-இல் உள்ள அசோகரது மூன்று முன்னெடுப்புகள் குறித்த விஷயத்தைத் தொடர்ந்து, தானே எடுத்துக்காட்டாக இருப்பதன் விளைவை — அதுவும், அவர் விரும்பிய விளைவை ஏற்படுத்தியுள்ளதாகச் சுட்டிக்காட்டுகிறார்.

இப்படிப் பின்பற்றுவதன் ஊடாக அவர்கள் வளர்கிறார்கள்; இதைப் பின்பற்றுவதன் ஊடாகத் தொடர்ந்து வளர்வார்கள்: தாய், தந்தைக்குக் கீழ்ப்படிந்து நடப்பது, பெரியவர்களுக்குக் கீழ்ப்படிந்து நடப்பது, வயதானவர்களுக்கு மரியாதை கொடுப்பது, பார்ப்பனர்களிடமும் சிரமணர்களிடமும், அனாதைகளிடமும் ஆதரவற்றவர்களிடமும், அடிமைகள் மற்றும் வேலையாட்கள் வரையிலும் முறையாக நடந்துகொள்வது.

அசோகர் அவரது நடவடிக்கைகளையும் அவரது முன்னோரின் நடவடிக்கைகளையும் தர்மத்தின் சார்பாக ஒப்பிட்டுப்பார்க்க விரும்புகிறார் என்று நாம் முன்னரே பார்த்தோம். பாறை அரசாணை IV-இல் முன்வைக்கப்படுவதுபோல், முன்னோரின் தோல்விகளோடு ஒப்பிடும்போது அவரது வெற்றிகள் தனித்துநிற்கின்றன.

கடந்த காலங்களில், பல நூற்றாண்டுகளாக இவையெல்லாம் தொடர்ந்து வளர்ந்துகொண்டே இருந்தன: உயிரினங்களைப் பலிகொடுப்பது, ஜீவராசிகளைக் காயப்படுத்துவது, உறவினர்களை மரியாதையில்லாமல் நடத்துவது, சிரமணர்களையும் பார்ப்பனர்களையும் மரியாதையில்லாமல் நடத்துவது.

இவையெல்லாம் பழைய ஆட்சிகளில் நடந்தவை. ஆனால், இப்போது 'கடவுள்களின் அன்புக்குரியவன், அரசன் பியதஸி, தர்மத்தை நடைமுறைப்படுத்துவதன் ஊடாக' எல்லாம் மாறியிருக்கின்றன.

தன்னுடைய மக்களுக்கு அவர் முன்வைக்கும் முன்மாதிரி, அதாவது நல்வாழ்க்கை வாழ்ந்த எடுத்துக்காட்டு தர்மத்திலிருந்து பாய்ந்துவரக்கூடிய அன்பையும் தாராள குணத்தையும் வெறுமனே போதிப்பதைக் கடந்துசெல்வதாக இருக்கிறது. தன்னுடைய சொந்த மக்களுக்கென்று மட்டுமல்லாமல் அந்நியப் பிரதேசங்களில் வாழ்பவர்களின் நலனுக்காகவும் தான் செய்திருக்கும் நற்செயல்களைப் பல்வேறு கல்வெட்டுகளில் விவரிக்கிறார். அவரது ஆட்சியின் பதிமூன்றாம் ஆண்டிலேயே, பாறை அரசாணை II-இல் இவ்வாறு குறிப்பிடுகிறார்:

எல்லா இடங்களிலும் — கடவுள்களின் அன்புக்குரியவன், அரசன் பியதஸியின் நிலப்பரப்புக்குள்ளும் எல்லைகளுக்கு அப்பாலும், அதாவது கோடர்கள் [சோழர்கள்], பாண்டியர்கள், சத்யபுத்ரர்கள், கேரளப்புத்ரர்கள், தம்ரபர்னியர்கள், அந்தியோச்சுஸ்

என்றழைக்கப்படும் கிரேக்க அரசன், அந்தியோச்சுஸ் நாட்டுக்கு அருகில் இருக்கும் பிற அரசர்கள் — எல்லா இடங்களிலும் கடவுள்களின் அன்புக்குரியன், அரசன் பியதஸி இரண்டு வகையான மருத்துவச் சேவைகளை நிறுவியிருக்கிறான்: மனிதர்களுக்கான மருத்துவச் சேவை, வீட்டுப் பிராணிகளுக்கான மருத்துவச் சேவை.

எங்கெல்லாம், மனிதர்களுக்கும் வீட்டுப் பிராணிகளுக்கும் பயன்தரக்கூடிய மூலிகைகள் இல்லையோ, அப்படியான எல்லா இடங்களிலும், அவற்றைக் கொண்டுவந்து நட்டு வளர்த்திருக்கிறான். இதுபோலவே, எங்கெல்லாம் வேர்க் காய்களும், பழ மரங்களும் இல்லையோ அப்படியான எல்லா இடங்களிலும் அவற்றைக் கொண்டுவந்து நட்டு வளர்த்திருக்கிறான்.

மனிதர்களுக்கும் வீட்டுப் பிராணிகளுக்கும் நன்மை செய்யக்கூடிய வகையில் சாலைகள் ஓரமாக மரங்கள் நட்டிருக்கிறான்; கிணறுகள் வெட்டியிருக்கிறான்.

மேலும், அவரது ஆட்சியின் இறுதிக் காலத்தில், அதாவது அவர் அரியணை ஏறி இருபத்தேழு ஆண்டுகள் கழிந்த பிறகு, தூண் அரசாணை VII (iii)-இல் இதே விஷயத்துக்கு அவர் திரும்புகிறார். மக்கள் பயணம் மேற்கொள்வதைச் சற்றே சௌகரியமாக்குவதற்கு அவர் என்னவெல்லாம் செய்திருக்கிறார் என்பது குறித்துப் பிரதிபலிக்கிறார்.

மேலும், சாலைகள்தோறும், வளர்ப்புப் பிராணிகளுக்கும் மனிதர்களுக்கும் நிழல் கொடுக்கும் விதமாக, அரச மரங்களை நட்டு வளர்த்திருக்கிறேன்; மாந்தோப்புகளை உருவாக்கியிருக்கிறேன்; 8 கரோஸகள் (சுமார் 28 கிலோமீட்டர்) இடையிடையே கிணறுகள் வெட்டியிருக்கிறேன், சத்திரங்கள் கட்டியிருக்கிறேன். வளர்ப்புப் பிராணிகளுக்காகவும் மனிதர்களுக்காகவும் பல இடங்களில் தண்ணீர் வசதி அமைத்துக்கொடுத்திருக்கிறேன். ஆனால், இதன் பலன்களெல்லாம் அற்பமானவை. ஏனெனில், முந்தைய அரசர்களும், நான் உள்பட, பலவிதமான மகிழ்ச்சிகளால் மக்களை மகிழ்ச்சிப்படுத்தியிருக்கிறோம். ஆனால், அவர்கள் தர்மத்துக்குக் கட்டுப்பட்டு நடக்க வேண்டும் என்பதற்காக நான் இவற்றையெல்லாம் செய்திருக்கிறேன்.

கடைசி வாக்கியம் முக்கியமாகிறது. ஏனெனில், இந்தப் பொதுப் பணிகளெல்லாம் மக்கள் தர்மத்தைப் பின்பற்ற ஊக்குவிக்கும் லட்சியத்தையே கொண்டிருக்கின்றன.

எண்ணிலடங்கா அவரது நற்செயல்கள், அவர் வழங்கிய தானங்கள், நற்காரியங்களுக்காகக் கொடுத்த கொடைகள், தர்மத்தைப் போதித்தது, முன்னுதாரணமான அவரது நடத்தைகள் — இவையெல்லாம் அவரது தலையைக் கர்வம்கொள்ளச் செய்தனவா? பேரும் புகழும் வேண்டித்தான் — பல பண்டைய ஆட்சியாளர்களும் ஏன், நவீன ஆட்சியாளர்களும் செய்ததுபோல் — இவற்றையெல்லாம் செய்தாரா? இவையெல்லாம் வெறுமனே தற்பெருமைக்கான திட்டங்களாக இருக்கின்றனவா? இப்படியாகக் குற்றம்சாட்டப்படலாம் என்று அசோகர் அறிந்திருப்பதுபோல் தெரிகிறது. இதை அவர், நான் முன்னரே குறிப்பிட்டிருந்த பாறை அரசாணை X-இல் நேரடியாக எதிர்கொள்கிறார். சொல்லப்போனால், ஒரே ஒரு காரணத்துக்காகத்தான், அதாவது இந்தப் புகழைப் பார்த்து, தர்மத்தைப் பயில்வதில் மக்கள் அவரைப் பின்பற்றுவார்கள் என்ற ஒரு காரணத்துக்காகத்தான் தான் பேரும் புகழும் வேண்டுவதாகத் தன்னுடைய பார்வையாளர்களிடம் சொல்கிறார்.

கடவுள்களின் அன்புக்குரியவன், அரசன் பியதஸி, பேரும் புகழும் பெரிய நன்மைகள் எதையும் கொடுக்கும் என்று நினைக்கவில்லை — இவ்விஷயத்தைத் தவிர: கடவுள்களின் அன்புக்குரியவன், அரசன் பியதஸி, எப்படியான பேரும் புகழும் வேண்டினாலும், அது இப்போதும் எக்காலத்துக்கும் மக்கள் தர்மத்துக்குக் கீழ்ப்படிந்து நடக்க வேண்டும், தர்மம் குறித்து நான் போதிப்பதைப் பின்பற்ற வேண்டும் என்பதற்காகத்தான். இக்காரணத்துக்காகத்தான் கடவுள்களின் அன்புக்குரியவன், அரசன் பியதஸி, பேரும் புகழும் வேண்டுகிறான்.

ஒருவர் தன்னுடைய போதாமைகளைப் பிரக்ஞைபூர்வமாக உணர்ந்துகொள்வது தர்மத்துக்கு உட்பட்டு வாழ்வதன் இன்றியமையாத பகுதியாகிறது. மானுட இயல்பு குறித்து, அதாவது ஒருவர் தன்னுடைய நற்பண்புகளை மட்டுமே பார்ப்பதும், தான் செய்யும் பாவங்களுக்குக் கண்களை மூடிக்கொள்வதும் மானுட இயல்பாக இருக்கிறது என்று தூண் அரசாணை III-இல் அசோகர் கருத்துரைப்பது, உலகம் முழுவதும் உள்ள மத நூல்களில் காணப்படும் வாசகங்களை — மற்றவர்கள் கண்ணில் உள்ள துரும்பைப் பார்ப்பார்கள், ஆனால் தன்னுடைய சொந்தக் கண்ணில் உள்ள உத்திரத்தைப் பார்க்க மாட்டார்கள் என்ற பைபிள் வாசகம் உள்பட — நினைவூட்டுவதாக இருக்கிறது.[10]

இவ்வாறு சிந்தித்து, ஒருவர் நல்லதை மட்டுமே பார்க்கிறார்: 'நான் இந்த நற்செயலைச் செய்திருக்கிறேன்'. இவ்வாறு சிந்தித்து

---

10 *Gospel of Mathew*, 7.4.

ஒருவர் தீங்கைப் பார்க்காமல் இருக்கிறார்: 'நான் இந்தத் தீங்கைச் செய்திருக்கிறேன்', 'உண்மையிலேயே இதுதான், தார்மிகமற்ற செயல் என்று அழைக்கப்படுகிறது'. ஆனால், இதை அடையாளம் காண்பது மிகக் கடினம். இருந்தும், ஒருவர் தெளிவாக, இப்படியாகத்தான் பார்க்க வேண்டும்: 'இவையெல்லாம்தான் தார்மிகமற்ற செயல்களுக்குக் கொண்டுவிடுகின்றன. அதாவது வெறித்தனம், கொடூரம், கோபம், தற்பெருமை, பொறாமை. இவற்றின் காரணமாக என்னுடைய வீழ்ச்சியை நான் கொண்டுவர மாட்டேன்.'

மானுடத் துயரங்களை அசோகர் உணர்வுபூர்வமாக எதிர்கொள்கிறார். ஒருவேளை, பௌத்தக் கொள்கைகளின் அடிப்படைகள் குறித்து பௌத்தத் துறவிகள் கற்றுக்கொடுத்தபோது அவர் இதை உணர்ந்துகொண்டிருக்கலாம். மானுட வாழ்க்கை துக்கத்தால் வரையறுக்கப்படுகிறது என்பதே பௌத்தத்தின் அடிப்படைக் கொள்கையாகிறது. இதை அங்கீகரிப்பதற்கான ஆற்றலும் மானுடர்களின் அடிப்படையான நிலையைப் புரிந்துணர்வதுமே தர்மத்துக்கு ஒப்புக்கொடுத்த வாழ்க்கையின் அத்தியாவசியமாக இருக்கின்றன. அவரது மிகக் கொடூரமான கலிங்கப் போர் ஏற்படுத்திய மிகப் பெரும் துயரத்துக்குப் பிறகு, பாறை அரசாணை XIII-இல் அசோகர் சுயபிரதிபலிப்போடும் தத்துவார்த்தமாகவும் இவ்வாறு எழுதுகிறார்:

மிக நன்றாகக் கவனித்துக்கொள்ளப்படும் இவர்களும்கூட, இவர்கள் வெளிப்படுத்தும் அன்பு கொஞ்சமும் குறைந்ததில்லை என்றாலும்கூட, இவர்களுடைய நண்பர்கள், சகாக்கள், உடனிருப்பவரகள், உறவினர்கள் மீது துரதிர்ஷ்டம் தாக்கும்போது, இவர்களையும் அது காயப்படுத்துகிறது. இந்த அவலநிலை எல்லா உயிரினங்களுக்கும் பொதுவானதாக இருக்கிறது. கடவுள்களின் அன்புக்குரியவன் இதை மிகப் பெரும் துயரமாகப் பார்க்கிறான்.

முன்னுதாரணமாக நிகழ்ந்த அசோகரது வாழ்க்கை, பெருந்தன்மை என்ற கொள்கையில் நங்கூரமிட்டிருந்தது. தானங்கள் பெறுவதற்குத் தகுதியானவர்களை அடையாளம் காணுமாறு தனது அதிகாரிகளிடம் திரும்பத்திரும்ப வேண்டிக்கொள்கிறார். அவர் பலமுறை மேற்கொண்ட 'தர்ம-யாத்திரை'களின் முக்கிய நோக்கம் தேவையானவர்களுக்கும் துறவிகளுக்கும் தானம் கொடுப்பதுதான். ஆனாலும், இவற்றையெல்லாம்விட, அவர் பாறை அரசாணை XI-இல் சொல்வதுபோல், 'தர்மத்தைத் தானமாகக் கொடுப்பதைவிட மேலான தானம் எதுவும் இருக்க முடியாது'.

பகுதி நான்கு

பாஸந்தா: ஐக்கியராக அசோகர்

பற்றுகொண்ட பௌத்தராக இருந்தார் என்ற ஒரு விஷயத்தை மட்டுமே அசோகர் குறித்து நம்மால் உறுதியாகச் சொல்ல முடியும். அசோகரது சொந்த அரசாணைகளும், பிற இலக்கிய, கல்வெட்டு மூலங்களும் அவரது காலத்தில் பல மதரீதியான அமைப்புகள் பௌத்தத்துக்கு இணையாக இருந்ததற்கான ஆதாரங்களைக் கொண்டிருக்கின்றன. சமணம், ஆஜீவிகம் ஆகிய இரண்டை மட்டுமே அசோகர் குறிப்பிட்டுச் சொல்கிறார். பௌத்தம்போலவே இவையும் வரலாற்றுரீதியான நிறுவனர்களைக் கொண்டிருப்பதோடு அடிப்படையில் யாசிக்கும் பிரம்மச்சாரிகளைக் கொண்டிருப்பவையாகவும் இருந்தன. மேலும், இதற்கெல்லாம் மிக முந்தைய பார்ப்பன மரபும் இருந்தது. இந்த மரபில் உறுப்பினராவது என்பது பரம்பரையிலானதாக இருந்தது. மேலும், ஓரிடத்தில் தங்காது, யாசித்து பிரம்மச்சரிய வாழ்க்கை முறையைக் கைக்கொண்ட பகுதியினரைக் கொண்டிருந்தாலும்கூட, திருமணமும் வம்சவிருத்தியும் இதன் சடங்குரீதியான வாழ்க்கை முறையின் மையப் பண்புகளாக இருந்தன. மேலும், அக்காலத்தின் 'வெகுஜன சமயங்கள்' போன்று உள்ளூர், வட்டார சமய நம்பிக்கைகளும் நடைமுறைகளும் நிச்சயமாக இருந்திருக்க வேண்டும்.

தன்னுடைய பேரரசுக்குள்ளாகக் காணப்பட்ட இந்த அற்புதமான சமயப் பன்முகத்தன்மையை அசோகர் எப்படியாகப் பார்த்தார்? சமயரீதியான இந்தப் பன்முகத்தன்மையை ஒரு பேரரசராக அசோகர் எப்படியாக எதிர்கொண்டார்?

எதுவாக இருந்தாலும், அனுபவம் என்ற தளத்தில் மானுடர்கள் உணரும் பன்முகத்தன்மையை அர்த்தப்படுத்திக்கொள்ளும், ஒழுங்கமைத்துக்கொள்ளும் முயற்சிகள் வகைமைகளைப் படைப்பவையாக இருக்கின்றன. இந்த வகைமைகளுக்குள் பன்முகத்தன்மையிலான அம்சங்கள் முறைமைப்படுத்தப்படுகின்றன,

கருத்தாக்கம் செய்யப்படுகின்றன. அடிப்படையில் வகைப் படுத்துவதற்கான உந்துதல் மானுடப் பண்பாகிறது. இதனால்தான் விலங்குகள், பறவைகள், செடிகள்போலவே நாம் பலவிதமான வகைமைகளைக் கொண்டிருக்கிறோம். இந்த நவீன உலகில், ஆங்கிலம் அல்லது மேற்கத்திய மொழிகளைப் பேசுகிறவர்கள் எதை 'ரிலிஜியன்' என்றழைக்கிறார்களோ அது மிகத் துல்லியமாக மானுடச் செயல்பாடுகள், பற்றுறுதி, உணர்வுகள் போன்று கொத்தானவற்றையெல்லாம் வரையறுப்பதற்கான ஒரு மொத்த வகைமையாகிறது. ஒருமையிலான 'மதம்' என்பது பௌத்தம், கிறிஸ்தவம், இந்து, இஸ்லாம் போன்று பல வரலாற்றுரீதியான மரபுகளை அதற்குள்ளாகக் கொண்டிருக்கிறது. மானுட வகைமைகள், குறிப்பாக 'மதம்' என்ற வகைமை, துல்லியமற்றதாகவும் தவறாகப் புரிந்துகொள்ளக்கூடிய ஒன்றாகவும் இருந்துவருகிறது; சொல்லப்போனால், பெரும்பாலான சமயங்களில் இப்படித்தான் இருக்கிறது. இருந்தும், நம்முடைய அன்றாடக் கதையாடல்களிலும் கல்விப்புல வாசிப்புகளிலும் இதை நாம் தொடர்ந்து பயன்படுத்திக்கொண்டிருக்கிறோம். 'மதம்' என்ற வகைமையைப் பயன்படுத்தும்போது, மானுடர்களால் படைக்கப்பட்ட வகைமையைத்தான் நாம் கையாள்கிறோமே தவிர, வெளியே சுதந்திரமாக இருக்கும் மெய்மையான ஒன்றையல்ல என்பதை நாம் நினைவில்கொள்வது மிகவும் முக்கியம். இது மானுட மனதால் உருவாக்கப்பட்ட ஒன்றாக இருக்கிறதே தவிர, இயற்கையான அல்லது வரலாற்றுரீதியான உருப்படியல்ல.

'ஒழுங்கமைக்கப்பட்ட மதக் குழுக்களை' உள்வாங்கிக்கொள்ள 'ரிலிஜியன்' என்பதற்கு நிகரான வகைமையை அசோகரும் பயன்படுத்துகிறார் — இங்கு 'ஒழுங்கமைக்கப்பட்ட' என்பது குழுக்கள் அக்காலத்தில் எவ்வாறு தங்களைக் கூட்டாக அடையாளப்படுத்திக்கொண்டிருக்க முடியும் என்ற தோராயமான அர்த்தத்தில் பயன்படுத்தப்படுகிறது. அந்த வகைமை 'பஸந்தா' (சம்ஸ்கிருதம்: பாஸந்தா). ஆக, பாஸந்தா என்பது அடையாளம் காணக்கூடிய மதக் குழுக்களாகின்றன. இவை தன்னுடைய பேரரசு முழுக்கப் பரவியிருப்பதாக அசோகர் நம்மிடம் சொல்கிறார். மிக நுட்பமாக ஆராய்வோம் என்றால் முக்கியமான வேறுபாடுகளைக் கொண்டிருக்கிறது என்றபோதும், பாஸந்தா என்பதை ரிலிஜியன் என்ற வகைமைக்கு இணையான ஒன்றாக நாம் எடுத்துக்கொள்ளலாம் என்றே நினைக்கிறேன்.

அசோகப் பேரரசில் மதரீதியான பன்மைத்துவம் என்பது நிச்சயமாகப் பாஸந்தா என்றழைக்கப்பட்ட குழுக்களோடு மட்டுப்பட்டதாக இல்லை. உள்ளூர் மற்றும் வட்டாரம் சார்ந்த மத நம்பிக்கைகளும் நடைமுறைகளும், உள்ளூர் ஆண், பெண் தெய்வங்களும், உள்ளூர்

மத நிபுணர்களும், உள்ளூர் வழிபாட்டுத் தலங்களும் யாத்திரைகளும் இருந்திருக்க வேண்டும். இவை குறித்து அசோகர் போகிறபோக்கில் குறிப்பிடுகிறார். வெகுஜன மதரீதியான உள்ளூர் வடிவங்களை அசோகர் ஏற்றுக்கொள்ளவில்லை. இவ்விரண்டு விதமான மதங்களையும் அசோகர் எவ்வாறு அணுகுகிறார், எவ்வாறு இவற்றுக்கிடையே ஊடாடினார் என்பதோடு ஓரளவுக்கு இவ்விரண்டையும் எவ்வாறு கட்டுப்படுத்தினார் என்பதையும் அடுத்த மூன்று இயல்களில் பார்ப்போம்.

இவ்வாறு ஏற்கெனவே இருந்த மதரீதியான வடிவங்களைக் கடந்து, அசோகர் எவ்வாறு முழுமையாக, உணர்வுபூர்வமாக தர்மம் என்ற கருத்தாக்கத்தின் மீது பற்றுகொண்டிருந்தார் என்று முந்தைய இயல்களில் பார்த்தோம். இந்தப் பின்னணியில், அசோகரது தர்மத்தை — நான் 'தர்ம-வழிபாட்டுமுறை' என்றழைப்பதை — நாம் புது வகையான மதமாகப் பார்க்க முடியும். இதைப் பரப்புரை செய்யவே அவர் முயன்றார். இது விலகிய தன்மையிலான மதமாக இல்லை. பிற எல்லாவற்றுக்கும் மேலாக வட்டமடித்துக்கொண்டிருந்த மதமான இதை நான் 'குடிமை மதம்' என்றே அழைக்க விரும்புகிறேன். இது, அவரது பேரரசுக்குள் இருக்கும் மக்கள் எல்லோரும் அவர்கள் விரும்பும் பாஸந்தா மீதான தங்களுடைய பற்றைத் துறக்காமல், ஏற்றுக்கொள்ளக்கூடிய ஒரு மதமாக இருக்கிறது.

சமீபத்திய இரண்டு தத்துவவியலாளர்கள், அதாவது ராஜீவ் பார்கவாவும் டேவிட் வாங்கும்[1] 'ஒத்திசைவு' என்ற சட்டகத்துக்குள்ளாக அசோகரது தர்மத்தைக் கருத்தாக்கம் — அல்லது கோட்பாட்டாக்கம் — செய்ய வேண்டும் என்று முன்வைத்திருக்கிறார்கள். கன்பூசியஸ் தத்துவத்தில் ஒத்திசைவு (ஹி) என்ற கருத்தாக்கம் மையமானதாக இருக்கிறது. ஆனால், தார்மிகம் குறித்த இந்திய உரையாடல்களில் ஒத்திசைவு என்ற கருத்து அவ்வளவு பிரதானமான ஒன்றாக வெளிப்படவில்லை. சொல்லப்போனால், இந்தக் கருத்தாக்கத்துக்கான பிரத்யேக வார்த்தையோ அல்லது இதற்கான கலைச்சொல்லோ இல்லை என்றுகூடச் சொல்லலாம். இருந்தாலும், பார்கவாவும் வோங்கும் சுட்டிக்காட்டுவதுபோல் தர்மத்துக்கு அசோகர் கொடுத்த பலவிதமான பரிமாணங்களையும் நுணுக்கங்களையும் இந்த வகைமை சரியாகப் படம்பிடித்துக்காட்டுகிறது. தனிநபர்கள், 'மற்றவர்களோடு கொள்ளும் உறவுமுறைகளின் அடிப்படையிலும் அவர்களது செயல்பாடுகளின் பின்னணியிலுமே' புரிந்துகொள்ளப்படுகிறார்கள் என்று வாங் (Wong 2020: 142) வாதிடுகிறார். உறவுமுறை அடிப்படையிலான தர்மத்தின் பரிமாணம் குழுமங்களுக்கு விரிவுபடுத்தப்படுகிறது: ஒரு பாஸந்தா

1 *Bhargava (2022); Wong (2020).*

மற்ற பாஸந்தாக்களோடு உரையாடுவதன் மூலமாக, அதனுடைய தார்மிகரீதியான, மதரீதியான வாழ்க்கையை மேம்படுத்த முடியும் என்றே அசோகர் கோருகிறார். ஒத்திசைவு என்ற கருத்தாக்கம் தனிநபர்களை அறவே ஒதுக்கிவைக்கவில்லை. மாறாக, இது தனிநபர்களை இன்னும் மேலான, புதிய தளத்துக்கு உயர்த்துகிறது. இந்தத் தளத்தில் ஒரு தனிநபர் ஒத்திசைவோடு மற்றவர்களுடன் ஒன்றிணைகிறார். சுவையான சூப் (soup) என்ற மொத்தத்தை உருவாக்குவதற்குப் பலவிதமான சமையல் பொருட்கள் ஒத்திசைவோடு ஒன்றிணைக்கப்படும் படிமத்தை வோங் பயன்படுத்துகிறார். ஒரு தனிநபரின் வட்டத்துக்குள்ளாக மற்றவர்களுடன் ஒத்திசைவு கொண்டிருப்பது தர்மத்தின் முன்னேற்றத்தையே குறிக்கிறது. இதுபோலவே, பாஸந்தாக்களுக்கு இடையேயான ஒத்திசைவு தர்மம் வளர்வதற்கு அவசியமாகிறது. ஒரு ராஜ்ஜியத்துக்குள் சமூகம் ஒத்திசைவோடு இருப்பதற்கும் இது அவசியமாகிறது. இதுவே அசோகரது ஐக்கியவாதத்தின் சாரமாக இருக்கிறது.

அசோகர்

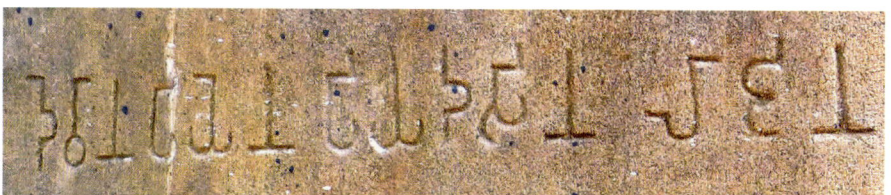

படம் 1: லும்பினியில் உள்ள தூணில் இருக்கும் வார்த்தைகள்: 'தேவாநம்பியேந பியதஸிந லாஜிந'.

படம் 2: பிராமி எழுத்தில் 'தம்மா'.

படம் 3: லும்பினி தூண் கல்வெட்டு.

❑ பேட்ரிக் ஆலிவெல்

படம் 4: கிர்னாரில் உள்ள பாறை அரசாணை.

படம் 5: லாவுரியாவில் உள்ள தூண் அரசாணை.

படம் 6: பிராமி, கரோஷ்தீ, கிரேக்கம், அராமெயம் ஆகிய நான்கு மொழிகளில் உள்ள அசோகரது கல்வெட்டுகள்.

▢ பேட்ரிக் ஆலிவெல்

படம் 7: கந்தஹாரில் இருமொழியில் உள்ள அரசாணை.

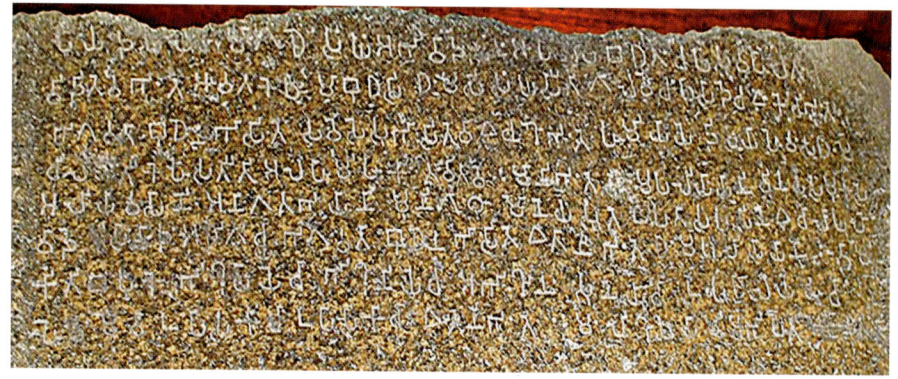

படம் 8: பைரத்தில் பொறிக்கப்பட்டிருக்கும் பௌத்தச் சங்கத்துக்கான அசோகரது செய்தி.

அசோகர்

படம் 9: சிங்கத் தலையைக் கொண்டிருக்கும் இந்திய நாணயம், 1954.

படம் 10: சிங்கத் தலையைக் கொண்டிருக்கும் இந்தியத் தபால்தலை, 1947.

படம் 11: சுதந்திர இந்தியாவின் முதல் ரூபாய் நோட்டு, 1949.

படம் 12: சாஞ்சி தூணை அலங்கரிக்கும் சிற்பம்.

படம் 13: சிங்கத் தலை சார்நாத்தில் கண்டெடுக்கப்பட்டபோது.

படம் 14: காவிமாத்தில் உள்ள சிறு பாறை அரசாணை I.

அசோகர்

படம் 15: சார்நாத்தில் உள்ள பிளவு அரசாணை.

படம் 16: வைஷாலியில் உள்ள தூண்.

பேட்ரிக் ஆலிவெல்

படம் 17: லோமாஸ் ரிஷியின் பராபர் குகைகள்.

படம் 18: சார்நாத் அருங்காட்சியகத்தில் உள்ள சிங்கத் தலை.

படம் 19: ராம்பூர்வாவில் உள்ள காளைத் தலை.

11

மதப் பன்மைத்துவம்

அசோகரும் பாஸந்தாக்களும்

'பாஸந்தா' என்ற சொல் அசோகரோடு சுருங்கியதல்ல. ஆனால், இச்சொல்லின் பதிவுசெய்யப்பட்ட தொடக்க காலப் பயன்பாடு அசோகக் கல்வெட்டுகளில்தான் காணப்படுகிறது. சம்ஸ்கிருதத்திலும் பலவகையான பிராகிருதங்களிலும் உள்ள தொடக்க காலப் பார்ப்பனிய, பௌத்த, சமண இலக்கியங்களில் இச்சொல் காணப்படுகிறது. ஆனால், நமக்கு இன்று கிடைக்கக்கூடிய எடுத்துக்காட்டுகளெல்லாம் அசோகருக்கும் பிந்தைய எழுத்துகளாக இருக்கின்றன. பிந்தைய பயன்பாடுகளில் உள்ள பொதுவான அம்சமாக, இச்சொல் எதிர்கொண்ட முக்கியப் பொருண்மையான மாற்றம் இருக்கிறது. இச்சொல்லை நேர்மறையான அர்த்தத்தைக் கொண்டிருக்கும் நடுநிலையான வகைமையாக அசோகர் பயன்படுத்துகிறார்: பாஸந்தாக்கள் நல்லவையான, மதிப்புமிக்க அமைப்புகள். ஆனால், பிந்தைய பயன்பாட்டில், ஒருசில குறிப்பிடத்தக்க விலகல்கள் தவிர[1], இச்சொல்

1 தொடக்க காலச் சமண நூல்களில் 'பரபாஸந்தா' (பிற பாஸந்தா) என்ற வெளிப்பாட்டைப் பார்க்கிறோம். இது, சமணத் துறவிகள் குழுமம் தங்களைக் குறிக்க இச்சொல்லைப் பயன்படுத்திய, 'சவபாஸந்தா' (நம் பாஸந்தா) என்ற வெளிப்பாட்டுக்கு இணையான ஒன்றாக இருக்கிறது. பார்க்கவும்: Kendall W. Folkert (1993: 294–99). ஃபோல்கர்ட் (ப. 299) ஹோர்ன்லேவின் முடிவை மேற்கோள் கொடுக்கிறார்: 'பாஸந்த' என்ற சொல், சமணர்களிடம் தவறான அர்த்தம் எதையும் கொண்டிருக்கவில்லை. இது பொதுவாக 'எந்த ஒரு மதத்தைப் பின்பற்றுகிறவர்'களையும் குறிக்கிறது. குறிப்பாக, தங்களுடைய மதத்தைப் பின்பற்றுகிறவர்களையே குறிக்கிறது. இதனால், பார்ப்பனர்களைப் பொறுத்தமட்டில் 'தவறான அல்லது இறைமறுப்பு மதத்தைப் பின்பற்றுகிறவர்'களைக் குறிப்பதாக மாறுகியது. பார்ப்பனர்களைப் பொறுத்தமட்டில், பாஸந்தா என்பது சமண பரபாஸந்தாவைக் குறிப்பதாகிறது.

இழிவான அர்த்தத்தையே பெறுகிறது — நாங்கள் பாஸந்தா அல்ல; மற்றவர்கள்தான் பாஸந்தாக்கள். ஓர் எழுத்தாளர் எந்த மதக் குழுமத்தின் பகுதியாக இருக்கிறாரோ, அதிலிருந்து வேறான ஒன்றையே பாஸந்தா என்று முத்திரை குத்துகிறார். இச்சொல் 'மற்றமை'யைக் குறிப்பதோடு, இழிவுபடுத்தும் தொனிக்கு அழுத்தம்கொடுக்கிறது. மேலும், மதம் சார்ந்த குழுமங்களில் ஒருவரையொருவர் எப்படி 'நாத்திகன்' என்றும், 'சமய பேதமுள்ளவன்' என்றும் வசைபாடிக்கொண்டார்களோ ஏறக்குறைய அதே அர்த்தத்தில் இச்சொல் பயன்படுத்தப்பட்டுவந்தது. இதனால், பிந்தைய பனுவல்களை மொழியாக்கம் செய்தவர்கள் 'பாஸந்தா' என்ற சொல்லை 'சமயபேதக் குழு' என்றே மொழியாக்கம் செய்தார்கள்.[2]

இச்சொல்லின் பொருண்மை வரலாறு, மேற்கில் 'ரிலிஜியன்' என்ற சொல் எந்தப் பாதையில் சென்றதோ அதன் கண்ணாடி பிம்பமாக இருக்கிறது. கிறிஸ்தவ இறையியல் வட்டத்துக்குள்ளாக, 'ரிலிஜியன்' என்பது பொய்யான ஒன்றாக அல்லது குறையான ஒன்றாகப் பார்க்கப்பட்டதால், மறைஞானத்தை முன்வைத்த கிறிஸ்தவம் 'ரிலிஜியன்' என்பதிலிருந்து வேறுபடுத்திப் பார்க்கப்பட்டது. ஜேம்ஸ் ஃபவ்லரின் சமீபத்திய கட்டுரை ஒன்று இந்தக் கொள்கையைத் துணிச்சலாக முன்வைக்கிறது: ''ரிலிஜியன்' என்பதையும் கிறிஸ்தவம் என்பதையும் வேறுபடுத்தி, வேறானவையாகக் காண்பதுதான் இப்போதைய தேவையாக இருக்கிறது.' மேலும், அவர் ஸ்விஸ் நாட்டைச் சேர்ந்த இறையியலாளரான கார்ல் பார்த்தின் முதுமொழியை மேற்கோள் கொடுக்கிறார்: 'கடவுளைப் புலப்படுத்துவது மதத்தின் அழிவாகிறது.'[3] இருந்தாலும், ஆய்வுப்புல வட்டங்களிலும் பொதுவான வெகுஜன உரையாடல்களிலும் 'ரிலிஜியன்' என்பது கிறிஸ்தவம் உள்பட எல்லா மத மரபுகளையும் உள்ளடக்கியிருக்கும் பொதுக் கருத்தாக்கமாக மாறியிருக்கிறது. இது வேறான ஒன்றை அடையாளம் காண்பதற்காகத் தோன்றி, எல்லாவற்றையும் உள்ளடக்கியிருக்கும் ஒன்றாக மாறியிருக்கிறது. பாஸந்தா இதற்கு எதிர்த் திசையில் பயணித்தது. அசோகரது பயன்பாட்டில் நடுநிலையான, எல்லாவற்றையும் உள்ளடக்கிய ஒரு வகைமையாக இருந்த இச்சொல், மற்றவர்களை முத்திரை குத்துவதற்கான ஓர் இழிவான சொல்லாக மாறியது.

2 வெண்டி டோனிகர் (*Wendy Doniger, 1971: 271*) இவ்வாறு குறிப்பிடுகிறார்: 'எதிர்மறையான தொனியில் மட்டுமல்லாமல், ஆங்கிலத்தில் உள்ள 'heretic' என்ற சொல்லைக் குறிப்பதற்கு சமஸ்கிருதத்தில் உள்ள மிக நெருக்கமான சொல் 'பாஸந்தா''. இந்திய வரலாற்றில் இந்தச் சொல்லின் பொருண்மையான வளர்ச்சிக்குப் பார்க்கவும்: Brereton (2019).

3 *James Fowler, 'Christianity Is NOT Religion'* (கிறிஸ்தவம் ஒரு மதமல்ல), *Christ in You Ministries, http://christinyou.net/pages/Xnotrel.html (posted 1998; accessed 17 May 2021)*. மேலும், பார்க்கவும்: Brereton (2019: 23).

‘பாஸந்தா’ என்ற சொல், பலவிதமான பிராகிருத, சம்ஸ்கிருத மாறுபாடுகளைக் கொண்டிருக்கிறது.[4] இதன் சொல்லாய்வியலும் தெளிவில்லாமல், முரண்பட்டதாக இருக்கிறது. இச்சொல் வடகிழக்கு மொழியிலிருந்து, ஒருவேளை முண்டாவிலிருந்து தருவிக்கப்பட்டு பிராகிருதத்துக்குள்ளும் சம்ஸ்கிருதத்துக்குள்ளும் நுழைந்திருக்கலாம். இப்படியாக இந்தச் சொல், ‘பெரும் மகதம்’ என்றழைக்கப்படும் — நவீன பிஹாரைச் சுற்றியிருக்கும் பகுதியில் தோன்றிய ஒன்றாகவும் இருக்கலாம். இந்தப் பகுதி, அசோகப் பேரரசின் இதயமாக இருந்ததுடன் பௌத்தம், சமணம், ஆஜீவிகம் போன்ற முக்கியமான புதிய மதங்களுக்கும் — இவற்றைத்தான் பாஸந்தா என்று அசோகர் குறிப்பிடுகிறார் — இந்தப் பகுதி இதயமாக இருந்தது. இருப்பினும், இச்சொல் அசோகரது பயன்பாட்டில், இந்தியா முழுவதும் அதன் காலடிகளைப் பரந்த தளத்தில் பதித்திருக்கும் பார்ப்பனக் குழுமத்தையும் உள்ளடக்கியிருக்கிறது என்ற முக்கியமான விஷயத்தை நாம் குறித்துக்கொள்ள வேண்டும். பார்ப்பனியச் சொல்லாடல்களுக்குள் இச்சொல் நுழைவதற்குச் சில காலம் எடுத்துக்கொண்டது. தொடக்க கால நான்கு தர்மசூத்திரங்கள் உள்பட, வேதத்தின் தொடக்க காலம், அதற்குப் பிந்தைய காலம் என்று எவற்றிலும் இச்சொல் பயன்படுத்தப்படவில்லை. பண்பாட்டுத் தரவுகளுக்குச் சுரங்கமாக இருக்கும் இலக்கண இலக்கியங்களிலும்கூட, குறிப்பாக, பொ.ஆ.மு. இரண்டாம் நூற்றாண்டுக்கு மத்தியில் பதஞ்சலி எழுதிய பிரதான உரையிலும்கூட இச்சொல் பயன்படுத்தப்படவில்லை. பொது ஆண்டைச் சேர்ந்த பார்ப்பன நூல்களில்தான் இச்சொல் தோன்றத் தொடங்குகிறது.[5] இருந்தும், பிராகிருத மொழியே இச்சொல்லின் பிறந்த வீடாகிறது.

கிடைக்கக்கூடிய ஆதாரங்கள் எல்லாவற்றையும் கணக்கில் கொண்டு ஜோயல் பிரெரட்டன், அசோகரது காலத்தில் ‘பாஸந்தா’ என்ன அர்த்தத்தைக் கொண்டிருந்தது என்று பயன்படும் விதத்தில் தொகுத்துக்கொடுக்கிறார்:

> முதலாவதாக, குறிப்பாகப் பொது ஆண்டு காலத் தொடக்கத்தில் படைக்கப்பட்ட இலக்கியங்களில் பாஸந்தா என்ற சொல் ஒருபோதும் இழிவான அர்த்தத்தில் பயன்படுத்தப்படவில்லை. இச்சொல் அசோகக் கல்வெட்டுகளில் காணப்படுவதுபோல் நடுநிலையான அர்த்தத்தை அல்லது நேர்மறையான அர்த்தத்தைக் கொண்டிருந்தது. பார்ப்பன, பார்ப்பனரல்லாத இலக்கியங்கள்

4 பாலியில் ‘பாஸம்த’, ‘ப்ரஸம்த’, ‘பஸத’ என்றும், சம்ஸ்கிருதத்தில் ‘பாஸந்த’ என்றும் இருக்கிறது. சம்ஸ்கிருதத்தில் சில சமயங்களில், பாகண்த என்றும் எழுதப்படுகிறது.

5 பார்க்கவும்: *Vaikhānasa Gṛhyasūtra*, 5.9: 4, 13; *Atharvaveda Pariśiṣṭa*, 64.4.9, மேலும் மநுவின் சட்டவிதிகளையும் மகாபாரதத்தையும் பார்க்கவும்.

இரண்டிலுமே இப்படியாகத்தான் இருக்கிறது. இரண்டாவதாக, பாஸந்தா என்பது மத வல்லுநர் குழுகத்தைக் குறிக்கிறது. இவர்கள் ஏதோ ஒருவிதமான மத ஒழுங்கைப் பயின்றார்கள். மூன்றாவதாக, மதக் குழுகங்களைச் சேர்ந்த இவர்கள் ஒருவரோடு ஒருவர் நெருக்கமாக வாழ்ந்ததோடு மட்டுமல்லாமல், மக்கள்தொகை அதிகம் இருக்கும் இடங்களில் — மக்களுடைய ஆதரவை எதிர்பார்த்து — வாழ்ந்துவந்தார்கள். நான்காவதாக, பாஸந்தாக்கள் 'பாஸந்தாவின் தர்ம'த்துக்கு உட்பட்ட கொள்கைகளை, விதிகளைப் பின்பற்றுகிறவர்களாக இருந்தார்கள்.[6]

அசோகரது எழுத்துகளில் நேரடியாக அல்லது மறைமுகமாக முன்வைக்கப்படும் இந்த வகைமை குறித்துச் சில கேள்விகளைக் கேட்டுக்கொண்டு பெரீட்டனின் விவரிப்பை நம்மால் விரித்தெடுக்க முடியும். என்னுடைய கருத்துகளைச் சொல்வதற்கு முன், பாஸந்தா குறித்து முன்வைக்கப்படும் எழுத்துகளையெல்லாம் முதலில் ஒரு முறைமைக்கு உட்பட்டு இங்கே தொகுத்துக்கொடுக்கிறேன்.

பாஸந்தா குறித்த அசோகரது இந்த எழுத்துகளையெல்லாம் ஒருசேரப் பார்ப்போம் என்றால், இச்சொல் அவரது காலத்தில் என்னவாகப் புரிந்துகொள்ளப்பட்டிருந்தது என்றும், அவ்வளவு நுட்பமாகவும் அவ்வளவு நுட்பமில்லாமலும் இச்சொல்லை அசோகர் எப்படி மறுவரையறைக்கு உட்படுத்துகிறார் என்றும் நம்மால் பார்க்க முடியும்.

பார்ப்பனர்களை இந்த வகைமைக்குள் உள்ளடக்கியதுதான் இதன் வெளிப்படையான விரிவாக்கமாகிறது. பிந்தைய இலக்கியங்களில் பார்ப்பனியம், பௌத்தம், சமணம் ஆகியவற்றில் — பார்ப்பனர்களைப் பாஸந்தாவாகப் பார்க்கும் பார்வையை, அப்படியாகப் பார்க்கப்பட்டாலும் மிக அபூர்வமாகத்தான் எதிர்கொள்கிறோம்.

6 Brereton (2019: 28).

வரைபடம் 11.1

பாஸந்தா குறித்து அசோகர்

1: பாறை அரசாணை V கடந்த காலங்களில் தர்ம-மஹாமாத்ரர் என்ற ஒன்று இருந்ததே கிடையாது. ஆனால், அரியணை ஏறி பதிமூன்று ஆண்டுகளுக்குப் பிறகு, தர்ம-மஹாமாத்ரர்களை உருவாக்கியிருக்கிறேன். இவர்கள், தர்மத்தை நிலைநாட்ட எல்லாப் பாஸந்தாக்களோடும் தங்களை ஈடுபடுத்திக் கொள்வார்கள். மேலும், தர்மத்தை வளர்த்தெடுக்க கிரேக்கர்கள், கம்போஜர்கள், கந்தாரர்கள், ரிஸ்திகர்கள், பிதிநிகர்கள் என்று மட்டுமல்லாமல் மேற்கத்திய எல்லையோரத்தில் இருக்கும் தர்ம-பக்தர்கள் மத்தியிலும் அவர்களது நன்மைக்காகவும் நல்வாழ்வுக்காகவும் தங்களை ஈடுபடுத்திக்கொள்வார்கள்.
2: பாறை அரசாணை VII கடவுள்களின் அன்புக்குரியவன், அரசன் பியதஸி, எல்லாப் பாஸந்தாக்களும் எங்கு வேண்டுமென்றாலும் வசிக்கலாம் என்று விருப்பப்படுகிறான். ஏனெனில், இவர்கள் எல்லோரும் சுய-கட்டுப்பாட்டையும் தூய்மையான இதயத்தையும் வேண்டுகிறார்கள்.
3: பாறை அரசாணை XII கடவுள்களின் அன்புக்குரியவன், அரசன் பியதஸி, எல்லாப் பாஸந்தாக்களுக்கும் – வெளியேறிவர்கள், தங்கியிருப்பவர்கள் என்று எல்லோருக்கும் – தானங்கள் கொடுப்பதன் மூலமாகவும் பலவிதமான மரியாதையான செயல்கள் ஊடாகவும் தன்னுடைய மரியாதையைத் தெரிவித்துக்கொள்கிறான். எப்படியிருந்தாலும், இதைத் தவிர வேறு எந்தத் தானத்தையோ மரியாதையையோ கடவுள்களின் அன்புக்குரியவன் பெரிதாகப் போற்றுவதில்லை: அதாவது, எல்லாப் பாஸந்தாக்களிடமும் ஆதார மையம் மேலும் வளர வேண்டும். ஆனால், ஆதார மையம் வளர்வது என்பது பல வடிவங்களை எடுக்க முடியும். ஆனாலும், இதுதான் அதன் வேராக இருக்கிறது: நாவடக்கம் — அதாவது, ஒருவர் தன்னுடைய சொந்த பாஸந்தாவுக்கு மரியாதை செலுத்தாமல் இருப்பது, தேவையில்லாதபோது பிற பாஸந்தாக்களை இழிவுபடுத்தாமல் இருப்பது, தேவையிருக்கும்போதும் அதை மிதமாகச் செய்வது. இதற்கு மாறாக, பிற பாஸந்தாக்களுக்கு ஏதாவது ஒரு வடிவத்தில் நிச்சயமாக மரியாதை செய்தாக வேண்டும். இம்முறையில் செயல்படுவதன் மூலம் ஒருவர் நிச்சயமாகத் தன்னுடைய சொந்த பாஸந்தாவை மேம்படுத்துவதோடு, பிற பாஸந்தாக்களுக்கு உதவியும் செய்தவராகிறார். இப்படியாகச் செயல்படுவதிலிருந்து வேறான முறையில் ஒருவர் செயல்படுவார் எனில், ஒருவர் தன்னுடைய சொந்த பாஸந்தாவுக்குக் கேடுவிளைவிப்பதோடு, பிற பாஸந்தாக்களுக்கும் கேடுவிளைவித்தவராகிறார். ஒருவர் தன் பாஸந்தா மீது கொண்டிருக்கும் முழுமையான பற்றால், 'என்னுடைய சொந்த பாஸந்தாவை மேலும்

சிறப்பான ஒன்றாக்குவேன்' என்று நினைத்து, பிற பாஸந்தாக்களை இழிவுபடுத்துவார் என்றால் — இப்படிச் செய்வதன் மூலம் ஒருவர் அவருடைய சொந்த பாஸந்தாவுக்குச் சேதம்விளைவிக்கிறார் என்பதில் எந்தச் சந்தேகமும் இல்லை.

ஆகவேதான், ஒருவரை ஒருவர் சந்தித்துக்கொள்வது, உண்மையிலே அருமையானது. அதாவது — மற்றவர்களுடைய தர்மம் குறித்துக் கேட்கவும் வேண்டும், அதிலிருந்து வழிகாட்டுதல் பெறவும் வேண்டும். ஏனெனில், கடவுள்களின் அன்புக்குரியவனின் விருப்பமும் இதுவாக இருக்கிறது. அதாவது — எல்லாப் பாஸந்தாக்களும் அதிகம் கற்றவர்களாக வேண்டும்; நன்னடத்தை கொண்டவர்களாக வேண்டும். இவர்கள் எதற்குத் தங்களை அர்ப்பணித்துக்கொள்கிறார்கள் என்பது முக்கியமில்லை. அவர்கள் இதை அங்கீகரிக்க வேண்டும்: 'வேறு எந்தத் தானத்தையோ மரியாதையையோ கடவுள்களின் அன்புக்குரியவன் பெரிதாகப் போற்றுவதில்லை: அதாவது, எல்லாப் பாஸந்தாக்களின் 'ஆதார மையம்' வளர வேண்டும்.'

சொல்லப்போனால், பலரும் பெருமளவில் இந்த நோக்கத்துக்காக அனுப்பிவைக்கப் பட்டிருக்கிறார்கள் — தர்ம-மஹாமாத்ரர்கள், பெண்களைக் கண்காணிக்கும் மஹாமாத்ரர்கள், பண்ணைகளுக்குப் பொறுப்பான அதிகாரிகள், பிற வகை அதிகாரிகள். மேலும், இதன் பலன் இதுதான்: ஒருவர் தன்னுடைய சொந்த பாஸந்தாவை மேம்படுத்துகிறார், தர்மத்தைச் சிறப்புமிக்கதாக்குகிறார்.

4: பாறை அரசாணை XIII

ஆனால் இவற்றையெல்லாம்விட, நன்றாகக் கவனித்துக்கொள்ளப்படும் பார்ப்பனர்கள் அல்லது சிரமணர்கள் அல்லது பிற பாஸந்தாக்கள் அல்லது தங்கியிருப்பவர்கள் போன்றவர்களால் — அதிகாரத்துக்குக் கீழ்ப்படிந்து, தாய்-தந்தைக்குக் கீழ்ப்படிந்து, பெரியவர்களுக்குக் கீழ்ப்படிந்து நடந்துகொள்பவர்கள்; நண்பர்களை, சகாக்களை, உடனிருப்பவர்களை, உறவினர்களை முறையாக நடத்துபவர்கள்; அடிமைகளிடமும் வேலையாட்களிடமும் முறையாக நடந்துகொள்பவர்கள்; தீவிர பற்றார்வம் கொண்டவராக இருப்பவர்கள் — நேசிக்கப்படுகிறவர்கள் காயப்படுவதை, கொல்லப்படுவதை, நாடுகடத்தப்படுவதையெல்லாம் தாங்கிக்கொள்ள வேண்டியிருக்கிறது. மிக நன்றாகக் கவனித்துக்கொள்ளப்படும் இவர்களும்கூட, இவர்கள் வெளிப்படுத்தும் அன்பு கொஞ்சமும் குறைந்ததில்லை என்றாலும்கூட, இவர்களுடைய நண்பர்கள், சகாக்கள், உடனிருப்பவர்கள், உறவினர்கள் மீது துரதிர்ஷ்டம் தாக்கும்போது, இவர்களையும் அது காயப்படுத்துகிறது. இந்த அவலநிலை எல்லா உயிரினங்களுக்கும் பொதுவானதாக இருக்கிறது. கடவுள்களின் அன்புக்குரியவன் இதை மிகப் பெரும் துயரமாகப் பார்க்கிறான்.

5: தூண் அரசாணை VI

அதுபோலவே, எல்லா வகையினர் மீதும் நான் அக்கறைகொள்கிறேன். எல்லாப் பாஸந்தாக்களையும் பலவிதமான வழிபாட்டுச் செயல் மூலம் வழிபடுகிறேன். ஆனாலும், நேரடியாகச் சென்று பார்த்துவருவதை எல்லாவற்றுக்கும் மேலானதாகப் பார்க்கிறேன்.

6: தூண் அரசாணை VII (iv)

மேலும், என்னுடைய தர்ம-மஹாமாத்ரர்களைப் பொறுத்தமட்டிலும் — இவர்கள், தங்கியிருப்பவர்கள், வெளியேறியவர்கள் ஆகிய இருசாராருக்கும் பயன்தரக்கூடிய விஷயங்கள் பலவற்றில் தங்களை ஈடுபடுத்திக்கொள்வார்கள்; எல்லாப் பாஸந்தாக்களோடும் தங்களை ஈடுபடுத்திக்கொள்வார்கள். அதாவது, சங்கத்தோடு தொடர்புடைய விஷயங்களில் தங்களை ஈடுபடுத்திக்கொள்ள வேண்டும் என்று கட்டளையிட்டிருக்கிறேன். இதுபோலவே பார்ப்பனர்களோடும் ஆஜீவிகர்களோடும் தங்களை ஈடுபடுத்திக்கொள்ள வேண்டும் என்று கட்டளையிட்டிருக்கிறேன். நிர்காந்தர்களோடும் தங்களை ஈடுபடுத்திக்கொள்ள வேண்டும் என்று கட்டளையிட்டிருக்கிறேன். பலவிதமான பாஸந்தாக்களோடு தங்களை ஈடுபடுத்திக்கொள்ள வேண்டும் என்று கட்டளையிட்டிருக்கிறேன் — வேறான பாஸந்தாக்களுக்கு, அவற்றின் தனித்த பண்புகளுக்கு ஏற்ப, வேறான மஹாமாத்ரர்கள். ஆனால், என்னுடைய தர்ம-மஹாமாத்ரர்கள் இவற்றோடும் பிற எல்லாப் பாஸந்தாக்களோடும் தங்களை ஈடுபடுத்திக்கொள்வார்கள்.

ஒன்றிரண்டு விலகல்களை பெரீட்டன்[7] சுட்டிக்காட்டுகிறார் என்றாலும், பார்ப்பனர்களின் தனித்திருக்கும் இயல்பால், பொதுவாக அவர்கள் பாஸந்தா என்ற வகைமைக்குள் உள்ளடக்கப்படவில்லை என்பதையே அது கோடிட்டுக்காட்டுகிறது. இதைப் புரிந்துகொள்ள முடிகிறது. ஏனெனில், அசோகரது எழுத்துகளிலும்கூட, பாஸந்தா என்பது அடிப்படையில் யாசித்து வாழும் பிரம்மச்சாரிகளையே — அசோகரது வார்த்தையில் ‘வெளியேறியவர்’களையே (பிரவ்ரஜிதா) — குறிக்கிறது. நாம் பார்க்கவிருப்பதுபோல், பார்ப்பனர்களில் சிலரும் இப்படியான வாழ்க்கை முறையைக் கைக்கொண்டார்கள் என்றாலும், அவர்களில் பெரும்பாலானோர் ‘தங்கியிருப்பவர்’களாக, அதாவது கிரகஸ்தர்களாகவே இருந்தார்கள். பார்ப்பனிய நூல்கள், பார்ப்பனிய தர்மத்தின் மையமாக இருக்கும் குடும்பஸ்தனையே கொண்டாடுகின்றன. பாஸந்தா என்ற வகைமைக்குள் பார்ப்பனர்களை அசோகர் உள்ளடக்கியிருப்பதைப் பத்தி எண் 4 முன்வைக்கிறது: ‘பார்ப்பனர்களும் சிரமணர்களும் பிற பாஸந்தாக்களும்’. மிக வெளிப்படையாகவும் தெளிவாகவும் பார்ப்பனர்கள் உள்ளடக்கப்படுவதைப் பத்தி எண் 6 வெளிப்படுத்துகிறது. அசோகர் நான்கு விதமான பாஸந்தாக்களைப் பட்டியலிடுகிறார். அதில் பார்ப்பனர்கள் இரண்டாவதாக இருக்கிறார்கள். உறுதியாகச் சொல்ல முடியாது என்றாலும், பாஸந்தா என்ற வகைமையின் உருவரையைத் திட்டமிட்டு மாற்றியமைக்க அசோகர் முயன்றிருக்கும் சாத்தியப்பாட்டை இது முன்வைக்கிறது என்று சொல்ல முடியும். சொல்லப்போனால், அசோகர் கருத்தாக்கம் செய்யும் கூறுகளை எடுத்துக்கொள்வோம் என்றால், இப்படி மாற்றிக் கருத்தாக்கம் செய்வதற்கான முயற்சிகளைக் குறிப்பிட்டுக்காட்டுகின்றன. பாஸந்தா என்ற சொல் பார்ப்பனர்களையும்

---

7 *Brereton (2019: 25–26).*

உள்ளடக்கியிருக்குமாறு — ஒருவேளை பார்ப்பனியத்தைப் பின்பற்றும் சாதாரணமானவர்களையும் உள்ளடக்கியிருக்கலாம் — அசோகர் பயன்படுத்துவது இந்தச் சொல்லின் பொருண்மையான எல்லையைத் திட்டமிட்டு விரிவுபடுத்தும் முயற்சியாக இருக்கிறது என்றும் சொல்ல முடியும். இவ்வாறு விரிவுபடுத்துவது, பார்ப்பனர்களிடமும் சமூகத்துக்குள் தனித்துவமானவர்களாகக் காட்டிக்கொள்ளும் அவர்களது சுயவரையறையிலும் — இதுவே 'பார்ப்பனத் தனித்துவவாதம்' என்றழைக்கப்படுகிறது — பெரும் விளைவுகளை ஏற்படுத்தியது.

அசோகர் பாஸந்தாவை மாற்றிக் கருத்தாக்கம் செய்ததன் மற்றொரு அம்சம், 'தங்கியிருப்பவர்'களோடு, அதாவது கிரகஸ்தர்களோடு தொடர்புடையதாக இருக்கிறது. கிரகஸ்தன் என்ற சொல் பெரும்பாலும் குடும்பஸ்தன் என்றே மொழியாக்கம் செய்யப்படுகிறது. இந்த மொழியாக்கம் தவறான புரிதலுக்குக் கொண்டுவிடலாம். அசோகர் எப்படியான இணைப்பை முன்வைத்தார் என்பது குறித்துக் கல்விப்புலம் சார்ந்த கருத்துகள் வேறானவையாக இருக்கின்றன. அது முழு உறுப்பினராவதைக் கொண்டிருந்ததா? பாஸந்தாக்கள் 'வெளியேறியவர்கள்', 'தங்கியிருப்பவர்கள்' என்று இரண்டு விதமான உறுப்பினர்களையும் கொண்டிருப்பதாக அசோகர் நினைத்தாரா? பாஸந்தாவுடனான பிந்தையதன் தொடர்பு அவ்வளவு முறையான ஒன்றாக இல்லாமல் இருந்ததா? அதாவது, முழுமையான உறுப்பினர் என்ற பண்பைக் கொண்டிராத ஒருவிதமான — சமகால மதங்களில் காணப்படும் 'சாதாரண பக்தர்', 'மதகுருமார்கள்' என்பதற்கு நிகரான — வேறுபாட்டைக் கொண்டிருந்ததா? இது, பௌத்தச் சங்கங்களோடு உபாசகர்கள் — அசோகரும் இப்படியானவர்களுள் ஒருவராகத்தான் தன்னைப் பார்த்துக்கொண்டார் — கொண்டிருக்கும் தொடர்புக்கு நிகரானதாக இருக்கிறது. நான் பின்னர் விரிவாக முன்வைக்கவிருக்கிறேன் என்றாலும்கூட, என்னுடைய பார்வையில் சொல்வதென்றால், அசோகரது கூற்றுகள் முதல் வகையை — முழுமையான உறுப்பினர் என்ற பண்பைக் கொண்டிருக்கவில்லை என்றாலும், குறைந்தபட்சம் வலுவான தொடர்பைக் குறிப்பதாக இருக்கிறது. ஒவ்வொரு பாஸந்தாவும் இரண்டு வகையான உறுப்பினர்களையும் கொண்டிருந்ததாக நாம் அனுமானித்துக்கொள்ள வேண்டிய அவசியமேதுமில்லை. சில பாஸந்தாக்கள் 'வெளியேறியவர்'களை மட்டுமே கொண்டிருக்கலாம்; சில 'தங்கியிருப்பவர்'களை மட்டுமே கொண்டிருக்கலாம்; சில இரண்டு வகையானவர்களையும் கொண்டிருக்கலாம்.

உறுப்பினர் குறித்தான கேள்வி, பாஸந்தா என்பது அசோகருக்கு என்னவாக அர்த்தமானது என்ற முக்கியப் பிரச்சினையை எழுப்புகிறது. இந்தச் சொல் முதலாவதாகவும் முக்கியமாகவும் மதரீதியான

நிபுணர்களையும் ஆர்வலர்களையும் குறிக்கிறது என்பதில் எந்தச் சந்தேகமும் இல்லை. பத்தி எண் 4-இல், ‘பார்ப்பனர்களும் சிரமணர்களும் பிற பாஸந்தாக்களும்’ என்ற கூற்று காணப்படுகிறது. பார்ப்பனர்களும் சிரமணர்களும் பாஸந்தாவின் பகுதியாக இருக்கிறார்கள் என்றே இதற்கு அர்த்தம் என்றாலும் இவர்களைத் தவிர வேறு பாஸந்தாக்களும் இருக்கிறார்கள் என்பதே இதன் வெளிப்படையான அர்த்தமாகிறது. இதே பத்தியில், ஒரு தொகையாக மக்களுடைய பண்பு குறித்து அசோகர் சுவாரசியமான ஓர் அவதானிப்பையும் முன்வைக்கிறார்:

> கிரேக்கர்கள் மத்தியில் தவிர வேறெங்கும் இவ்வகையானவர்கள் — அதாவது, பார்ப்பனர்களும் சிரமணர்களும் இல்லாத நிலம் என்று எதுவும் கிடையாது. இருந்தும், இவர்கள் இல்லாத இடங்களிலும்கூட, இந்த அல்லது அந்தப் பாஸந்தாவுக்குத் தங்களை ஒப்புக்கொடுக்காத மனிதர்கள் இல்லாத நிலம் என்று எதுவும் கிடையாது. (பாறை அரசாணை XIII).

அலெக்சாண்டர் வெற்றிக்குப் பின் நிலைகொண்ட ஹெல்லனிய கிரேக்கர்கள் மத்தியில் சிரமணர்கள், பார்ப்பனர்கள் என்று இரண்டு மக்கள் குழுமம் காணப்படவில்லை என்று அசோகர் ஏற்றுக்கொள்கிறார். ஆனாலும், ‘இந்த அல்லது அந்தப் பாஸந்தாவுக்கு என்று தங்களை ஒப்புக்கொடுக்காத மனிதர்களைக் கொண்டிராத நிலம் என்று எதுவுமில்லை’ — கிரேக்க அரசர்களின் நிலம் உள்பட என்று நாம் அனுமானிக்கலாம் — என்றும் சேர்த்துச் சொல்கிறார். ஆக, பாஸந்தா என்ற வகைமையைப் பார்ப்பனர்கள், சிரமணர்கள் என்ற இரண்டு வகைகளைக் காட்டிலும் இன்னும் பரந்ததாகவும் உலகளாவியதாகவும் அசோகர் அனுமானித்துக்கொண்டதுபோல் தெரிகிறது. இந்த அரசாணையின் கிரேக்க மொழியாக்கம் ‘டயாட்ரைப்’ என்பதாக, அதாவது ‘தத்துவார்த்தப் பள்ளி’ என்ற பொதுவான அர்த்தத்தில் உள்ளது. பிந்தைய கிரேக்க ஆசிரியர்கள் இதன் பொருண்மையான எல்லையை விரித்து, அதை மோசஸ் மற்றும் யேசுவின் பள்ளியோடு (அதாவது, யூத மதம் மற்றும் கிறிஸ்தவ மதம்)[8] தொடர்புபடுத்துகிறார்கள். கிரேக்கத்தில் மொழிபெயர்த்தவர், அவர் வேலைபார்த்தவர்களுக்கு, அதாவது அசோகருக்கும் அவரது அதிகாரிகளுக்கும் பாஸந்த என்ற சொல் என்ன அர்த்தத்தைக் கொண்டிருக்க முடியும் என்பது குறித்து ஆழமான பார்வை கொண்டிருந்ததாக நாம் எடுத்துக்கொள்வோம் என்றால், ஒரு வகைமையான பாஸந்தா என்பது வெறுமனே துறவற அல்லது மடாலயக் குழுமங்களைவிட இன்னும் பரந்துபட்ட ஒன்றாக

8 பார்க்கவும்: Brereton (2019: 29).

இருப்பதை நம்மால் பார்க்க முடியும். மேலும் இது, இன்று நாம் 'ரிலிஜியன்' என்றழைப்பதற்கு மிக நெருக்கத்தில் வருகிறது.

பத்தி எண் 1-இல் கொடுக்கப்பட்டிருக்கும் பாறை அரசாணை V-இல் உள்ள அசோகரது கருத்து நமக்குச் சில வெளிச்சங்களைக் கொடுக்கிறது. இதில் பாஸந்தாவுடன் தொடர்புடைய தர்ம-மஹாமாத்ரர்களின் நடவடிக்கைகள் கிரேக்கத்துக்கும் பிற அந்நிய நாடுகளுக்கும் விரிவுபடுத்தப்படுகின்றன:

> இவர்கள், தர்மத்தை நிலைநாட்ட எல்லாப் பாஸந்தாக்களோடும் தங்களை ஈடுபடுத்திக்கொள்வார்கள். மேலும் தர்மத்தை வளர்த்தெடுக்க கிரேக்கர்கள், கம்போஜர்கள், கந்தாரர்கள், ரிஸ்திகர்கள், பிதிநிகர்கள் என்று மட்டுமல்லாமல் மேற்கத்திய எல்லையோரத்தில் இருப்பவர்கள் மத்தியிலும் அவர்களது நன்மைக்காகவும் நல்வாழ்வுக்காகவும் தங்களை ஈடுபடுத்திக்கொள்வார்கள்.

இங்கு 'தர்மத்தின் மீது பற்றுகொண்டவர்கள்' என்ற மக்கள் வகைமை, பாஸந்தாவுக்கு இணையானதாக இருப்பதுபோல் தோன்றுகிறது. அசோகர் இத்தகையவர்களையும் பாஸந்தாக்களாகப் பார்த்தாரா? அப்படித்தான் தோன்றுகிறது.

இப்படியாகக் கருத்தாக்கம் செய்வோம் என்றால், சாதாரண நம்பிக்கையாளர்கள், குறிப்பிட்ட மதக் கொள்கையில் பிடிமானம் கொண்டவர்கள், அறநீதியான தத்துவம் அல்லது மதிக்கத்தக்க தலைவர் என்று எல்லாவற்றையும் பாஸந்தா என்ற பெரும் தொகுப்புக்குள் உள்ளடக்கப்படுவதை நம்மால் பார்க்க முடிகிறது. இதற்கு நிகராக, உபாசகர் என்பது பௌத்தப் பாஸந்தாவைச் சேர்ந்த அல்லது அதோடு தொடர்புடைய ஒன்றாக இருக்கலாம். இதைத் தொடர்ந்து சொல்வதென்றால், அசோகர் அங்கீகரிப்பதோடு மட்டுமல்லாமல் அதைக் கொண்டாடவும் செய்த பாஸந்தாப் பன்மைத்துவம் என்பதை நாம் இன்று 'மதப் பன்மைத்துவம்' என்று அழைக்கும் ஒன்றாகப் பார்க்க முடியும்.

பாஸந்தாவோடு தொடர்புடைய இப்படியானவர்களை அசோகர் கிரகஸ்தன் — நேரடியான அர்த்தத்தில் 'தங்கியிருப்பவர்' — என்றழைக்கிறார். பிந்தைய இந்திய இலக்கியங்களில் பொதுவான ஒன்றாகக் காணப்படும் இந்தச் சொல்லின் மிகவும் தொடக்க காலப் பதிவு இதுதான் என்பது இங்கு மிக முக்கியமாகிறது. இந்த முக்கியமான வரலாற்றுத் தகவல் 2015 வரையிலும் எவரும் அறியாத ஒன்றாக இருந்தது. தர்மம் குறித்த பார்ப்பனிய இலக்கியங்களை, அதாவது தர்மசாஸ்திரங்களில்

குடும்பஸ்தன் என்பதன் வரலாற்றை ஆராய்ந்துகொண்டு இருந்தபோது, பண்டைய இந்திய வரலாற்றியலாளரான ஸ்டீபன் ஜேமிஸன் இதுவரை அறியப்படாத இந்தச் சொல்லின், வகைமையின் வரலாற்றைக் கண்டெடுக்கிறார்.

> ஓரளவுக்கு ஊகிக்கக்கூடிய, இப்படித்தான் என்று தீர்மானிக்கப்பட்ட பணியாக இருக்கும் என்று நினைத்துக்கொண்டு, அதை எப்படி ஒரு சட்டகத்துக்குள் கொண்டுவருவது என்று யோசித்து, நான் விஷயங்களைத் தோண்டிக்கொண்டிருந்தேன். எல்லாவற்றையும்விட, நான் அடிப்படையில் மொழியியல் ஆய்வாளர் என்பதால், கிரகஸ்தன் என்ற சொல், எங்கெல்லாம் தோன்றுகிறது, தர்மம் குறித்த முந்தைய நூல்களில் என்ன அர்த்தம் கொண்டிருந்தது என்று முதலில் ஆராய வேண்டும் என்றுதான் நினைத்தேன். இது குறித்த விஷயங்கள் பொதுவாக அறியப்பட்டிருப்பதாலும், இதிலிருந்து எதுவும் கிடைக்கப்போவதில்லை என்று அறிந்திருந்தாலும் அக்கறையோடு இதை அணுகுவது அவசியம் என்று புரிந்துகொண்டேன். ஆனால், எவருமே இந்தச் சொல்லை (குறைந்தபட்சம் நான் அறிந்தவரையில்) கவனமாகப் பார்க்கவில்லை என்பதுபோல் தோன்றியது. அப்படிக் கவனமாகப் பார்த்தபோது, நான் சற்றும் எதிர்பாராத பல விஷயங்கள் வெளிப்படத் தொடங்கின. சொல்லப்போனால், நான் முதலில் எதிர்கொள்ள வேண்டியிருந்த எதிர்பாராத விஷயம் இன்மைதான்.[9]

தர்மம் குறித்த நூல்களைப் படைத்த பார்ப்பனியத் திட்டத்தில் அவ்வளவு மையமான ஒன்றாக இருக்கும் இச்சொல், ஆயிரமாண்டுகளுக்கு மேலாக இயற்றப்பட்ட ஒட்டுமொத்த சம்ஸ்கிருத இலக்கியங்கள் எவற்றிலும் — அதாவது, வேதங்களிலும் அதன் துணை இலக்கியங்களிலும் — அறவே காணப்படவில்லை. அதாவது, அசோகர் காலத்துக்கு முன்வரை இல்லாத இச்சொல், புதிதாகக் கண்டுபிடிக்கப்படுகிறது என்று நம்மால் ஓரளவுக்கு உறுதியாகச் சொல்ல முடியும். இச்சொல் பொ.ஆ.மு. நான்கு அல்லது மூன்றாம் நூற்றாண்டில் புதிய சமூக மற்றும் மத யதார்த்தத்தை அடையாளம் காணக் கண்டுபிடிக்கப்பட்ட ஒன்றாகிறது. பொதுவாக, இச்சொல் குடும்பஸ்தன் என்றே மொழியாக்கம் செய்யப்படுகிறது. ஆனால், இப்படியாக மொழியாக்கம் செய்பவர்கள், இச்சொல் கண்டுபிடிக்கப்பட்டதன் அடிப்படையை முழுமையாகத் தவறவிடுவதாக இருக்கிறது என்று சொல்லலாம். கிரகஸ்தன் என்பவன் திருமணம் செய்துகொண்டு வீட்டில் தங்கியிருப்பவனைக் குறிக்கவில்லை. கிரகஸ்தன்

---

9 Stephanie Jamison (2019: 3–4).

என்பவன், ‘வெளியேறியவர்கள்’ (பிரவ்ரஜிதா) என்பதாக அடையாளம் காணப்படும் துறவிகளுக்கு இணையாக, ‘வீட்டில் தங்கியிருந்து’ மதரீதியாகப் பயணிப்பது என்று முடிவெடுத்திருக்கும் பிரத்யேக வகையான தனிநபராகிறார். ‘தங்கியிருப்பவர்’ அக-தளத்தில் துறவறம் ஏற்றுக்கொண்ட தனிநபராக இருக்கிறார். இப்படியானவர்களைப் பாஸந்தாவுடன் அசோகர் இணைத்துப்பார்க்கிறார். இந்த உள்ளடக்கம் குறித்து முற்றிலும் பதிய பாதையில் ஸ்டீபன் ஜேமிஸன் மேற்கொண்ட ஆய்வைச் சிறப்பாகத் தொகுத்துக்கொடுக்கிறார்:

> இந்தச் சொல்லின் வரலாறு ஏற்படுத்தும் விளைவுகள் உண்மையிலேயே ஆச்சரியத்தைக் கொடுக்கின்றன — குறைந்தபட்சம் எனக்கு. தர்மம் குறித்த பழமைவாதப் பார்ப்பனிய நூல்களில் முழுவதுமாக உள்ளடக்கப்பட்டு, அவற்றில் முன்வைக்கப்படும் சமூக முறைமையின் அஸ்திவாரமாக மிக வெளிப்படையாக இருக்கும் கிரகஸ்தன் என்ற சொல், உண்மையிலேயே சிரமணர்களால் உருவாக்கப்பட்ட ஒன்றாகவும் அவர்களது கதையாடல்களிலிருந்து கடன்வாங்கப்பட்ட ஒன்றாகவும் இருக்கிறது. இந்தக் காலத்தில், இந்தக் கதையாடல் பல்வேறு மத்திய இந்தோ-ஆரிய வடிவங்களில் [= பிராகிருதம்] நடத்தப்பட்டன. ‘தங்கியிருப்பவர்’ என்ற நேரடியான அர்த்தத்தைக் கொண்டிருக்கும் கிரகஸ்தன் என்ற சொல், நிலையான வாழ்விடம் இல்லாத, குடும்பச் சிக்கல்கள் எதுவும் இல்லாத ஒரு துறவியின் பாத்திரத்துக்கு எதிரான ஒன்றாக வரையறுக்கப்படுகிறது... இப்படி எதிரான இரண்டை இணைப்பது என்பது இந்து தர்மம் குறித்த நூல்களில் காணப்படும் குடும்பஸ்தன் என்பது வெறுமனே திருமணம் செய்துகொண்டவனை, குடும்பத் தலைவனைக் குறிக்கவில்லை. எந்தத் தர்க்கத்துக்கும் உட்படாமல் மதச்சார்பற்ற பாத்திரத்தை ஏற்கும் ஒருவனாக முன்வைக்கப்படுகிறது. ஆனால், அடிப்படையில் திரிந்துகொண்டே இருக்கும் துறவிக்குச் சமமாக மத வாழ்க்கையை வாழும் ஒரு மனிதரையே இச்சொல் குறிக்கிறது. ஆனால், இது ஓரிடத்தில் நிலைத்த குடும்ப வாழ்க்கை என்ற பின்னணியில் மதரீதியான வாழ்க்கையை வாழ்வது, அதை நிறைவுசெய்வது என்பதாகத்தான் இருக்கிறது.[10]

ஒரு பேரரசரின் வாழ்க்கை வரலாற்றை எழுதும் ஒருவருக்கு, ‘தங்கியிருப்பவர்’ என்ற இந்தப் புது வடிவத்திலான மதரீதியான வாழ்க்கை குறித்து நமக்கு முதலில் கோடிட்டுக்காட்டுவது அசோகர்தான் என்பது பெரும் நிறைவைக் கொடுக்கிறது. அசோகப் பேரரசின்

10 Jamison (2019: 18–19)

மதப் பன்மைத்துவம் என்பது, ஓரிடத்தில் தங்காமல் யாசிக்கும் வாழ்க்கை வடிவத்தைக் கைக்கொண்டு மதரீதியான செயல்களுக்குத் தங்களை அர்ப்பணித்தவர்களையும், அதே காரியத்தைத் 'தங்கியிருந்து' செய்தவர்களையும் உள்ளடக்கியதாக இருக்கிறது என்று மட்டும் தீர்மானமாகச் சொல்ல முடியும்.

பாறை அரசாணை *VII*-இலிருந்து கொடுக்கப்பட்டிருக்கும் பத்தி எண் 6-இல் பாஸந்தாக்கள் குறித்து அசோகர் விரிவாக முன்வைக்கிறார். அவரது தர்ம-மஹாமாத்ரர்களின் அதிகாரம் எல்லாம் பாஸந்தாக்களுக்கு விரிவுபட்டது என்று சொல்லி, ஐந்தை மட்டுமே — அவரது காலத்தில் இவை பிரபலமாக இருந்திருக்க வேண்டும் — பட்டியலிடுகிறார். பௌத்தப் பாஸந்தாவை அவர் சங்கம் என்றழைக்கிறார். அதுவும், பௌத்தத்துடன் மட்டுமே பிரத்யேகமாகத் தொடர்புகொண்டிருக்கும் சொல்லாக இல்லை. சிறு பாறை அரசாணை *I*-ஐத் தவிர வேறொரு இடத்தில் மட்டும்தான் அசோகர் அதைப் பயன்படுத்துகிறார். இவ்வாறு பயன்படுத்தி, பௌத்தச் சொல்லாடல்களில் நிறையப் பரிச்சயம் கொண்ட ஒரு பௌத்தராகத் தன்னை வெளிப்படுத்திக்கொள்கிறார். இரண்டாவது வரியில் இந்த ஜோடியை முன்வைக்கிறார்: பார்ப்பனர்களும் ஆஜீவிகர்களும். இவ்வாறு ஜோடி சேர்ப்பது அசோகரது பார்வையில் இவ்விரண்டு மரபுகளும் மிக நெருக்கமான தொடர்பைக் கொண்டிருப்பதைக் குறிப்பிட்டுக்காட்டுவதாக இருக்கிறது. ஆஜீவிகர்கள் குறித்து மிக விரிவாக வாசித்திருக்கும் பண்டைய இந்திய வரலாற்றியலாளரான ஏ.எல். பாஷம் இந்தத் தொடர்பை உறுதிப்படுத்துகிறார்.[11] ஆஜீவிகர்களை அசோகர் ஆதரித்ததை மூன்று பராபர் மலைக் குகைக் கல்வெட்டுகள் காட்டுகின்றன. அதில், இந்தக் குகைகளை ஆஜீவிகர்களுக்குத் தானமாகக் கொடுத்ததாக அசோகர் குறிப்பிடுகிறார். பொ.ஆ.மு. இரண்டாம் நூற்றாண்டில் சமணத்தைவிட ஆஜீவிகம் நன்கு அறியப்பட்ட ஒரு மதமாக இருந்ததோடு மட்டுமல்லாமல், அரசியல்ரீதியான பலனை அதிகமாகப் பெற்றுக்கொண்ட ஒன்றாகவும் இருந்தது என்று பால்செரோவிச் நிரூபித்திருக்கிறார்.[12] ஆஜீவிகர்களின் மத மரபு கொஞ்சம்கொஞ்சமாகப்

11 பாஷம் இப்படியான முடிவுக்கு வருகிறார்: 'அசோகர் மதப் பிரிவுகளை வகைப்படுத்திய விதம், பார்ப்பனர்களுக்கும் ஆஜிவிகர்களுக்கும் இடையே காணப்பட்ட நெருக்கமான தொடர்பையே குறிக்கிறது'. மீண்டும் அவர், 'சமணர்களைக் காட்டிலும் ஆஜிவிகர்கள் பழமைவாதப் பார்ப்பனர்களோடு நெருக்கமாக உறவு கொண்டிருப்பதாகவே [அசோகர்] பார்த்தார் என்பது தெளிவாகிறது' என்கிறார். பார்க்கவும்: A.L. Basham (1951: 149, மேலும் ப. 131).

12 பார்க்கவும்: Balcerowicz (2016).

பலவீனமாகி, ஒருவேளை, பொது ஆண்டு முதல் நூற்றாண்டு வாக்கில் மறைந்துபோயிருக்கலாம்.[13]

சமணம் என்று பொதுவாக அறியப்படும் மத மரபை அதன் பண்டைய பெயரான 'நிர்க்ரந்தா' (பிராகிருதம்: நிகம்டா) என்றே அசோகர் அவரது அரசாணையில் குறிப்பிடுகிறார். அசோகரது பிற எழுத்துகள் எவற்றிலும் சமணத்தை நாம் எதிர்கொள்வதில்லை.

பாஸந்தாக்கள் மீதான அசோகரது தனிப்பட்ட ஈடுபாட்டுக்கு நாம் இரண்டு காரணங்களை முன்வைக்க முடியும். முதலாவது, பரிவர்த்தனைரீதியான ஒன்றாக இருக்கிறது — அவரது புதிய தர்மத்தைப் பரப்புரை செய்வதற்குப் பாஸந்தாக்களைக் கருவிகளாகப் பார்க்க விரும்பினார். இது மிக வெளிப்படையான செயலாக இருந்திருக்க வேண்டும். ஏனெனில், பாஸந்தாக்கள் தங்களது தர்மத்தின் பகுதியாக அவற்றுக்கென்று விதிகளையும் கொள்கைகளையும் கொண்டிருந்தன. தர்மத்தைப் பரப்புவதற்கு, தர்மத்துக்குத் தங்களை ஒப்புக்கொடுத்திருக்கும் இந்த மதக் குழுமங்களை இணைத்துக்கொள்வதைவிட வேறென்ன சிறந்த வழி இருந்திருக்க முடியும். மேலும், இந்தக் குழுக்கள் தர்மத்தைப் பின்பற்றுவதோடு மக்களிடையே பெருமளவு மரியாதையும் கொண்டிருந்தன. 'தர்மம்' என்ற சொல் கொண்டிருக்கும் தெளிவற்ற தன்மை இந்தப் பாஸந்தாக் குழுக்களை ஊக்கப்படுத்தியிருக்கலாம். தர்மத்தைப் பரப்புரை செய்வது என்பது தங்களுடைய சொந்த மதத்தைப் பரப்புரை செய்வதாக அவர்கள் பார்த்திருக்கலாம். இரண்டாவது காரணம், மிகவும் நடைமுறை சார்ந்ததாகவும் அரசியல்ரீதியானதாகவும் இருக்கிறது: மதங்களுக்கு இடையேயான மோதல்களை, முரண்பாடுகளை மட்டுப்படுத்தப்பட்ட அளவில் வைத்திருக்க வேண்டிய தேவை. இது குறித்து அடுத்த இயலில் நான் விரிவாக விவாதிக்கவிருக்கிறேன்.

பத்தி எண் 1-இல்தான் அசோகர் முதன்முறையாக பாஸந்தா என்ற சொல்லைப் பயன்படுத்துகிறார். இது, சமீபத்தில் அவர் உருவாக்கிய தர்ம-மஹாமாத்ரர்கள் என்ற புதிய அலுவலகத்தோடு நெருங்கிய தொடர்புடையதாக இருக்கிறது. அவரது பேரரசின் மூலைமுடுக்குகளில் எல்லாம் தர்மத்தை நிலைநாட்டுவதற்கு இந்த உயர்நிலை அதிகாரிகள் கொண்டிருக்கும் அபரிமிதமான அதிகாரம் குறித்து நாம் முன்னரே பார்த்தோம். அரசக் குடும்பத்தாரின், அதாவது அசோகரது சொந்த சகோதர, சகோதரிகளின் இருப்பிடங்களுக்குள் நுழையும் அதிகாரத்தை இவர்கள் கொண்டிருந்தார்கள். இந்த அதிகாரிகளுடைய பிரதானச் செயல்திட்டத்தின் குறியாக இருந்தவர்கள் பாஸந்தாக்கள்தான். இந்தப் பத்தியில் உள்ள இரண்டு விஷயங்களை நாம் குறித்துக்கொள்ள

---

13 Basham (1951: 184–86)

வேண்டியுள்ளது. முதலாவதாக, ஹெல்லனிய ராஜ்ஜியங்கள் உள்பட பண்பாட்டுரீதியாக வேறாக இருக்கும் வடமேற்கு எல்லையோரப் பகுதியிலும் பாஸந்தாக்கள் இருப்பதாக அசோகர் அனுமானிக்கிறார்.

நாம் குறித்துக்கொள்ளவேண்டிய இரண்டாவது விஷயம், பாஸந்தாக்களைக் குறிப்பிடும்போது 'எல்லா' என்ற சொல்லைச் சேர்த்துக்கொள்கிறார். 'எல்லாப் பாஸந்தா'க்களும் என்ற வெளிப்பாட்டை நாம் மேலே கொடுத்திருக்கும் பத்திகள் அனைத்திலும் — ஒன்றைத் தவிர — அசோகர் பயன்படுத்துகிறார். எந்த ஒரு பாஸந்தாவுக்கும் சாதகமாக நடந்துகொள்ளவில்லை என்றும், எல்லாப் பாஸந்தாக்களோடும் இணைந்து செயல்படுவதை வெளிப்படுத்தும் விதமாகவே அவர் 'எல்லாப் பாஸந்தாக்களும்' என்று திட்டமிட்டுப் பயன்படுத்துகிறார் என்றே நினைக்கிறேன். தர்ம-பிரச்சாரத்தைத் தொடங்கியபோதே அசோகர் பாஸந்தாக்களுடன் இணைந்து செயலாற்றத் தொடங்கியதாகப் பாறை அரசாணை V-யும் வெளிப்படுத்துகிறது. அவர் அரியணை ஏறி பன்னிரண்டு வருடங்களுக்குப் பிறகு இந்தப் பிரச்சாரத்தை அவர் தொடங்குகிறார். பாஸந்தாக் குழுக்களோடு இணைந்து செயல்படுவதற்கு தர்ம-மஹாமாத்ரர்கள் உருவாக்கப்படுவது அடுத்த ஆண்டில் நிகழ்கிறது.

பாஸந்தாக்களுடன் தனக்கு இருக்கும் நெருக்கமான உறவு குறித்து அசோகர் பத்தி எண் 5-இல் இவ்வாறு சொல்கிறார்: 'எல்லாப் பாஸந்தாக்களையும் பலவிதமான வழிபாட்டுச் செயல்கள் மூலம் வழிபடுகிறேன்'. இங்கு 'எல்லா' என்பதற்கு அழுத்தம் கொடுக்கப்படுகிறது. மேலும், வழிபடுவது என்பது தானங்கள் கொடுப்பதையும் உள்ளடக்கியிருக்கிறது. அவர் பாஸந்தாக்களுக்குப் புரவலராக இருந்தார். ஆனால் அடுத்த வாக்கியத்திலேயே, வெறுமனே தானங்கள் கொடுப்பதைக் காட்டிலும் உண்மையிலேயே அவர்களைத் தானே நேரில் சென்று பார்த்துவர விரும்புவதாகத் தெரிவிக்கிறார்: 'ஆனாலும், நேரடியாகச் சென்று பார்த்துவருவதை எல்லாவற்றுக்கும் மேலானதாகப் பார்க்கிறேன்'. அவர் 'எல்லா' பாஸந்தாக்களையும் நேரில் சென்று பார்த்துவருவது என்பது, மீண்டும் ஒருமுறை எல்லாப் பாஸந்தாக்களையும் சரிசமமாக நடத்துவதற்கான அவரது விருப்புறுதியையே வெளிப்படுத்துகிறது. இருப்பினும், இந்த ஒரு கேள்வி தொக்கிநிற்கிறது: இவ்வாறு நேரில் சென்று பார்த்துவருவது என்ன பயனைக் கொண்டிருக்கிறது? நேரில் சென்று பார்த்துவருவது என்பது புவியியல்ரீதியாக ஓர் இடத்தைக் குறிக்கிறது. மேலும், ஒரு பாஸந்தாவைச் சேர்ந்த எல்லோரும் மொத்தமாக ஒரே இடத்தில் இருப்பதும் சாத்தியமில்லாதது. இந்தப் பாஸந்தாக்களெல்லாம், பௌத்த மடாலயங்களில் வாழ்வதுபோல், பல்வேறு இடங்களில் வாழ்ந்திருக்க வேண்டும். ஒரு குறிப்பிட்ட பாஸந்தாவைச் சேர்ந்தவர்கள் இருக்கும் எல்லா இடங்களுக்கும்

அசோகர் சென்றுவந்தாரா? இது சாத்தியமில்லாதது. குறைந்தபட்சம், ஒவ்வொரு பாஸந்தாவின் சில மையங்களுக்கு — இவை முக்கியமான ஒன்றாக இருந்திருக்கலாம் — அவர் சென்றுவந்திருக்கலாம் என்ற அர்த்தத்தையே கொண்டிருக்க முடியும். இதனால், பேரரசர் தங்கள் பாஸந்தாவுக்கு வந்துசென்றார் என்ற செய்தி எல்லா இடங்களுக்கும் பரவியிருக்கும்.

'வழிபடுதல்' என்பதற்கு அசோகர் பயன்படுத்தும் சொல் பூஜை. இன்றும் இந்தியாவில் இறைவழிபாட்டுப் பின்னணியில் இந்தச் சொல் பயன்படுத்தப்படுகிறது. இவ்வகையான வழிபடுதல் என்பது வெறுமனே வார்த்தைகளார்ந்ததை மட்டுமோ அல்லது உடலார்ந்ததை மட்டுமோ — மண்டியிடுதல், வணங்குதல் போன்று — கொண்டிருக்கவில்லை. இது தானங்கள் கொடுப்பதையும் உள்ளடக்கியிருக்கிறது. ராணி அரசாணையில் தானம் கொடுப்பது குறித்து அசோகர் தொட்டுப்போகிறார். பௌத்த மடாலயங்களுக்கு நன்கொடைகள் கொடுத்து ஆதரவளித்தார் என்பதில் நாம் உறுதியாக இருக்க முடியும். ஆனால், இவ்விஷயத்தில் அவர் ஓர் ஐக்கியராக இருந்தார். தானங்கள் கொடுப்பதை அவர் பிற பாஸந்தாக்களுக்கும் விரிவுபடுத்தினார். பாறை அரசாணை VIII-இல், 'தர்ம-பயணங்கள்' என்ற பின்னணியில், மதக் குழுமங்களுக்கும் தேவைப்படுகிறவர்களுக்கும் அவர் செய்த தர்ம-காரியங்கள் குறித்து வெளிப்படையாக முன்வைக்கிறார்: 'இந்தப் பயணத்தின்போது இவையெல்லாம் நடந்தன: சிரமணர்களையும் பார்ப்பனர்களையும் சென்று பார்ப்பது, அவர்களுக்குத் தானங்கள் கொடுப்பது, முதியோர்களைச் சென்று பார்த்து அவர்களுக்குப் பொருளுதவிகள் செய்வது.'

மிக நேர்த்தியாக அலங்கரிக்கப்பட்ட மூன்று குகை வாழ்விடங்கள் ஆஜீவிகர்களுக்குக் கொடுக்கப்பட்டது பராபர் மலைக் குகைக் கல்வெட்டுகளில் (படம் 17) பதிவுசெய்யப்பட்டுள்ளது. இந்தக் குகைகள் கருங்கல் மலையைக் (கிரானைட்) குடைந்து உருவாக்கப்பட்டிருக்கின்றன. இதற்கு அசாத்தியமான உழைப்பும் தொழில்நுட்பமும் பணமும் தேவைப்பட்டிருக்கும். இந்தக் குகை வாழ்விடங்கள் குறித்துச் சொல்லும்போது, இந்தக் குகை உருவாக்கத்தில் இம்மூன்று அம்சங்களும் பங்காற்றியிருப்பதை ஹாரி ஃபால்க் குறிப்பிடுகிறார்:

> இந்தக் குகைகளைச் சென்று பார்ப்பவர்கள் யாராக இருந்தாலும், அதன் தொழில்நுட்பத்தைக் கண்டு பிரமித்துப்போகாமல் இருக்க முடியாது. அறைகள் துல்லியமான வட்டத்திலான கூரைகளைக் கொண்டிருப்பதோடு, இரண்டு குகைகளுக்குள் மிகத் திறமையாக வடிவமைக்கப்பட்டிருக்கும் குடிசைகளையும் கொண்டிருக்கின்றன.

ஆனாலும், மேற்பரப்பு முழுக்கக் கண்ணாடியாக ஜொலிக்கும் அளவுக்கு மெருகேற்றப்பட்டுள்ளது. மிக உயர்ந்த தரத்தில் மெருகேற்றப்பட்டிருக்கும் இந்தச் சுவர்கள், அறையில் உள்ள ஒவ்வொரு ஒலியையும், புகைப்படக் கருவியை இயக்கும் சின்ன ஒலியையும்கூடப் பெரும் இடியோசைபோல் எதிரொலிக்கிறது... இந்தக் கற்களின் அதீதத் திண்மையால், இந்தக் குகைகளை உருவாக்க நிறையச் செலவழிக்க வேண்டியிருந்திருக்கும்.[14]

பத்தி எண் 2 மிக முக்கியமான அரசப் பிரகடனம் ஒன்றைக் கொண்டிருக்கிறது. அது பாஸந்தாக்களின் வாழ்விடத்துடன் தொடர்புடையதாக இருக்கிறது. அசோகர் சொல்கிறார்: 'கடவுள்களின் அன்புக்குரியவன், அரசன் பியதஸி, எல்லாப் பாஸந்தாக்களும் எங்கு வேண்டுமென்றாலும் வசிக்கலாம் என்று விருப்படுகிறான். ஏனெனில், இவர்கள் எல்லோரும் சுய-கட்டுப்பாட்டையும் தூய்மையான இதயத்தையும் வேண்டுகிறவர்கள்'. இந்தக் கட்டளையின் விளைவுகள் குறித்து அடுத்த இயலில் விரிவாக விவாதிக்கவிருக்கிறேன் என்றாலும்கூட, மீண்டும் ஒருமுறை அசோகர் 'எல்லா' பாஸந்தாக்களும் என்று குறிப்பிடுவதையும் அவர்கள் அவரது ராஜ்ஜியத்தில் எங்கு வேண்டுமென்றாலும் வசிக்க அனுமதிப்பதற்கான காரணம் கொடுப்பதையும் இங்கே சுட்டிக்காட்ட விரும்புகிறேன்.

பத்தி எண் 4-இல் இரண்டு பிரதான மத வகைமைகள் பாஸந்தா என்பதற்குள் உள்ளடக்கப்படுகின்றன. அவை சிரமணர்களும் பார்ப்பனர்களும்.[15] இவ்விரு சொற்களும் பெரும்பாலும் சிரமணப்ராமணா என்ற சேர்மச் சொல்லாகவே பயன்படுத்தப்படுகிறது — இது, மதரீதியானவர்கள் என்பதை மொத்தமாகக் குறிக்கப் பயன்படுத்தப்படும் ஒரு பொது வகைமையாக இருந்ததையே சுட்டிக்காட்டுகிறது. இந்தச் சேர்மச் சொல்லை அசோகர் இருபது முறை பயன்படுத்துகிறார். பாஸந்தா என்ற சொல்லைப் பயன்படுத்தியதைக் காட்டிலும் மேலும் அதிகமாகப் பயன்படுத்துகிறார். நாம் முன்னரே பார்த்தது போன்று, தர்மம் குறித்த அசோகரது வரையறைகளில் இந்த இரண்டு வகைமைகளும் தொடர்ந்து காணப்படுகின்றன. இந்தக் குழுமத்துக்குத் தானங்கள் கொடுப்பதே தர்மத்தின் மையப் பண்பாக இருக்கிறது.

இருந்தாலும், இந்த ஒருங்குசேர் வகைமை அசோகருக்கு முன்னரே இருந்திருக்கிறது. கிரேக்கத் தூதுவரான மெகஸ்தனிஸ், அசோகரது தாத்தாவான சந்திரகுப்தர் காலத்தில் பாடலிபுத்திரத்துக்கு வந்துபோனபோது, பாடலிபுத்திரத்தைச் சுற்றியுள்ள மக்கள் குறித்த

14 Falk (2008: 245).

15 விளக்கத்துக்குப் பார்க்கவும்: Norman (2021a: 122).

அவரது இனவரையியல் விவரிப்பில் இதைக் குறிப்பிடுகிறார். அசோகருக்குப் பிறகும் இதன் பயன்பாடு தொடர்ந்தது. பொ.ஆ.மு. இரண்டாம் நூற்றாண்டுக்கு மத்தியில் இலக்கணவியலாளர் பதஞ்சலி இதைப் பயன்படுத்தியிருப்பது இந்தச் சேர்மச் சொல் பொதுவான பயன்பாட்டில் இருந்துவந்ததையே காட்டுகிறது.

இலக்கணவியலாளரான பாணினியால் இந்த விதி இவ்வாறு விளக்கப்படுகிறது (2.4.9): ஓர் அணைவுச் சேர்மம் (தவண்த்வா), அதாவது இரண்டு அல்லது அதற்கு மேலான பெயர்ச்சொற்களை ஜோடியாகவோ பன்மையிலாகவோ கொண்டிருக்கும்போது, இறுதியாக வரும் சொல்லின் பாலினத்தை அந்தச் சேர்மச் சொல் எடுத்துக்கொள்ளும். ஆனால், இவ்வாறான சேர்மச் சொல்லில் உள்ள இரண்டு உறுப்புகளும் ஒன்றோடொன்று தொடர்ந்து எதிர்நிலையிலேயே இருக்குமென்றால், இந்தச் சேர்மம் ஒருமையிலும் பாலினமற்றும் சொல்லப்படும் என்கிறார் பாணினி. இப்படி எக்காலத்துக்கும் ஒன்றோடொன்று எதிரெதிர் நிலையில் இருக்கும் சேர்மங்களுக்குப் பாணினி எடுத்துக்காட்டுகள் கொடுக்கிறார்.[16] அப்படியான ஒரு எடுத்துக்காட்டுதான் 'சிரமணப்ராமணம்', அதாவது 'சிரமணா-பிராமணா'. இலக்கணரீதியான எடுத்துக்காட்டுக்கு இந்தச் சேர்மச் சொல்லைப் பயன்படுத்துவது — இப்படியான எடுத்துக்காட்டுகள் பொதுவாக அன்றாடப் பேச்சு வழக்கிலிருந்தே எடுத்துக்கொள்ளப்படுகின்றன — இரண்டு விஷயங்களை வெளிப்படுத்துகிறது. முதலாவதாக, பொ.ஆ.மு. இரண்டாம் நூற்றாண்டில் இந்தச் சேர்மச் சொல் சம்ஸ்கிருதப் பேச்சாளர்களால் அன்றாடம் பயன்படுத்தப்பட்டிருக்க வேண்டும் என்பதைத் தெரியப்படுத்துகிறது. இரண்டாவதாக, பதஞ்சலியும் இன்னும் விரிந்த தளத்தில் சம்ஸ்கிருத இலக்கணவியலாளர்களும் இந்தச் சேர்மச் சொல்லில் உள்ள சிரமணர், பார்ப்பனர் ஆகிய இரண்டு உறுப்புகளையும் ஒன்றுகொன்று எதிரானவையாகப் பார்க்கிறார்கள். இவ்விஷயத்தை நான் அடுத்த இயலில் எடுத்துக்கொள்கிறேன்.

சடங்கு நிபுணர்களான பார்ப்பனர்கள் ஒரு குழுவாக வேதங்களோடு நெருங்கிய தொடர்புகொண்டிருந்தார்கள் — எவரெல்லாம் இந்தத் தொகைக்குள் உள்ளடக்கப்பட்டார்கள் என்பது பொதுவாகக் கற்பனை செய்யப்படுவதைக் காட்டிலும் இன்னும் சிக்கலானதாக இருக்கிறது என்றபோதும். இவர்களிடம் சில பண்புகள், அதிலும் குறிப்பாக இவர்களது சகாவான சிரமணர்களோடு ஒப்பிட்டுப்பார்க்கும்போது தனித்துக் காணப்படுகின்றன. பார்ப்பனர்கள் (1) வம்சாவளியினர்: ஒருவர் பார்ப்பனராகப் பிறக்கிறார்; (2) பெரும்பாலான பார்ப்பனர்கள்

---

16   பார்க்கவும்: *Patañjali* (Poona: Bhandarkar Oriental Research Institute, 1962-72), I: 476, line 9.

திருமணமான குடும்பஸ்தர்களாக (கிரகஸ்தர்கள்) இருந்தார்கள். இந்தக் குமுகத்தில் சில பிரிவினர் 'வெளியேறியவர்'களாக (பிரவ்ரஜிதா) மாறி சிரமணர்களுக்கு நிகரான வாழ்க்கை வடிவத்தைக் கைக்கொண்டிருக்கலாம் என்றபோதும்; (3) இவர்கள் பொருளாதாரச் செயல்பாடுகளில் பங்கெடுத்துக்கொண்டார்கள். தானம் பெறுவது — பெரும்பாலும் சடங்குரீதியான சேவைகளுக்கு — அவர்களது வாழ்வாதாரத்தின் மையமான ஒன்றாக இருந்தபோதும்; (4) வேதங்களை மனனம்செய்வது, தினமும் அதை ஓதுவதும் படிப்பதும் பார்ப்பனர்கள் வாழ்க்கையின் மையப் பண்பாக இருந்தது; (5) இறுதியாக, ஏழ்மையில் இருப்பது, எளிமையான வாழ்க்கை வாழ்வது, பேராசையற்று இருப்பது போன்றவையெல்லாம் பார்ப்பனர்களின் தார்மிகத் தத்துவத்தின் பண்புகளாக இருந்தன. பார்ப்பனர் என்பதை அமைப்பாக்கம் செய்வது குறித்தான இப்பார்வையை சமீபத்தில், வரலாற்றியலாளரான நாதன் மெக்கவர்ன் (Nathan McGovern 2019) விசாரணைக்கு உட்படுத்துகிறார். இவர் பார்ப்பனர் என்பதை நீர்மத்தன்மையிலானதாகவும் எதிர்க்கப்பட்டதாகவும் பார்க்கிறார். அவ்வளவு ஏன் பௌத்தர்களும் சமணர்களும்கூடத் தாங்களே 'உண்மையான' பார்ப்பனர் என்று கோரியதாக வாதிடுகிறார். எப்படியிருந்தாலும், பார்ப்பனர் என்ற தொகையிலான வரையறையைச் சிரமணர்களிடமிருந்து வேறான ஒன்றாக — எதிர்ப்பாக இல்லையென்றாலும்கூட — அசோகர் மிகத் தெளிவாக வேறுபடுத்திப்பார்க்கிறார் என்றே நான் நினைக்கிறேன்.

சிரமணர்களும் ஒத்த குழுவாக அமைப்பாக்கம் பெறவில்லை.[17] இந்தக் குடைச் சொல்லுக்குள் பல தனிப்பட்ட மதக் குழுமங்களும் மரபுகளும் உள்ளடக்கப்பட்டிருக்கின்றன. பத்தி எண் 6-இல், அசோகர் கொடுக்கும் பட்டியலில் இருக்கும் நான்கு பாஸந்தாக்களில் மூன்று — பௌத்தச் சங்கம், ஆஜீவிகம், நிர்க்ரந்தா (சமணம்) — சிரமணர்கள் என்ற குடையின்கீழ் வருகின்றன. எல்லாச் சிரமண மதங்கள் என்று இல்லாவிட்டாலும்கூட, ஒருசிலவேனும் வரலாற்றுரீதியாகத் தோற்றுவித்தவர் என்று ஒரு தனிநபரைக் கொண்டிருக்கின்றன. இந்த ஒவ்வொரு மரபிலும், இந்த மரபைத் தோற்றுவித்த ஒவ்வொரு தனிநபரும் மானுடர்களைத் துயரத்திலிருந்தும் மறுபிறவியிலிருந்தும் விடுவிக்கக்கூடிய முழுமுற்றான உண்மையைக் கண்டெடுத்தவர்களாகப் பார்க்கப்படுகிறார்கள். இவற்றில் ஒருசிலரேனும் அவர்களுடைய மரபைத் தோற்றுவித்தவரின் வாழ்க்கையோடு தொடர்புடைய புனித ஸ்தலங்கள் என்று ஒன்றைக் — அசோகர் சென்றுவந்த பௌத்த ஸ்தலங்கள்

---

17 சிரமணர்கள் என்பது பௌத்தர்களை மட்டுமே குறிப்பதாக பெக்வித் முன்வைப்பது தவறான புரிதலாகவும் பிழையான வாதமாகவும் இருக்கிறது. பார்க்கவும்: Christopher Beckwith (2017).

போன்று – கொண்டிருக்கின்றன. சிரமணர்கள் (1) பிரம்மச்சாரியாக இருந்தார்கள்; (2) குடும்ப வாழ்க்கையைத் துறந்தார்கள்; (3) ஓரிடத்தில் தங்காத வாழ்க்கை வாழ்ந்தார்கள் – குறைந்தபட்சம், இதுதான் லட்சியமாக இருந்தது என்றாலும்கூட, அசோகரது காலத்திலேயே இவர்களில் பலர் மடாலயப் பின்னணியில் வாழ்ந்துவந்தார்கள்; (4) வறுமைக்கு உறுதிபூண்டார்கள். இவர்கள் தங்களுடைய அன்றாட உணவுக்குக்கூட யாசித்தார்கள். சேமித்துவைக்க அனுமதியில்லை; (5) நெருப்புப் பயன்பாட்டைத் தவிர்த்தார்கள். இதனால், சமைத்த உணவுக்கு யாசிக்க வேண்டியிருந்தது; (6) ஒன்று நிர்வாணமாகச் சென்றார்கள் அல்லது தனித்துவமான காவி அங்கி – அதுவும் கிழிந்ததாக இருக்க வேண்டும் என்பதே லட்சியமாக இருந்தது – அணிந்துகொண்டார்கள்.

சிரமணக் குழுமங்கள், பார்ப்பனர்கள்போல், இயற்கையான இனவிருத்தியின் மூலம் புதிய உறுப்பினர்களைப் பெற்றுக்கொள்ள முடியவில்லை. மக்கள் இவர்களுடைய வாழ்க்கை முறையை ஏற்றுக்கொண்டு, தன்னார்வத்தோடு துறவற நிறுவனங்களுக்குள் நுழைவதை இவர்கள் சார்ந்திருக்க வேண்டியிருந்தது. ஆக, இந்தக் குழுமங்களின் அடிப்படையான இருப்பே மற்றவர்களைச் சென்றடைவதையும் பரப்புரை நடவடிக்கைகளையும் சார்ந்திருக்க வேண்டியிருந்தது. இவர்கள் சமூகத்தில் எல்லா வர்க்கங்களிலிருந்தும் உறுப்பினர்களைச் சேர்த்துக்கொண்டார்கள். இப்படி எல்லோரும் உறுப்பினராவது சாத்தியப்பட்டது. இது, மூடிய குழுமமாக இருந்த பார்ப்பனர்களிடமிருந்து முற்றிலும் வேறானதாக இருந்தது. பார்ப்பனராக இருப்பதென்பது பார்ப்பனராகப் பிறப்பது என்பதாக இருந்தது. சிரமண அமைப்புகளின் இந்தத் திறந்த பண்பு, அவை இந்தியா முழுவதும் பரவுவதை எளிமையாக்கியது. பௌத்தத்தை எடுத்துக்கொண்டால், இந்தியாவைக் கடந்து உலகின் பிற பகுதிகளிலும் அது பரவியது. சிரமணர்கள் நிலப்பரப்பு சார்ந்தோ இனம் சார்ந்தோ கட்டுப்பட்டவர்களாக இல்லை. குறைந்தபட்சம் பௌத்தம், சமணம் போன்ற சிரமண மரபுகள் ஒருசிலவேனும் அவர்களுடைய துறவற வாழ்க்கைக்குள் பெண்களை அனுமதித்தன. இப்படியாக இவை பெண்களுக்கென்று ஓர் இணை ஒழுங்கை உருவாக்கின. இது, உலகிலேயே திருமணத்துக்கு வெளியே பெண்களுக்கான பழமையான – மிகப் பழமையான என்று சொல்ல முடியாவிட்டாலும் – தன்னார்வ அமைப்பாக இருக்கிறது.

ஆக, இரண்டு வித மதரீதியான தனிநபர்களையும் குழுமங்களையும் – சிரமணர்கள், பார்ப்பனர்கள் – அசோகரது பாஸந்தா உள்ளடக்கியிருந்தது. வேறு பலரும் இதுபோல் இருந்திருக்கலாம். ஏனெனில், அசோகர் 'பிற

பாஸந்தாக்கள்' என்று இரண்டு முறை குறிப்பிடுகிறார். சிரமணக் குழுகங்களில் செழிப்பான பன்மைத்துவத்தை முக்கிய பௌத்த நூலான சாமன்ன-ஃபல ஸுத்தா நமக்கு ஓரளவு தெரிவிக்கிறது. சிரமண வாழ்க்கை வாழ்வதன் பலன்கள் குறித்த இந்தக் கதையாடலில் சிரமண மதங்களைத் தோற்றுவித்த ஆறு நபர்களை புத்தர் குறிப்பிடுகிறார்: (1) புராண காசியபர்: இவர் விதிவாதக் கோட்பாட்டை முன்வைத்ததாக புத்தர் குறிப்பிடுகிறார். கொலை, திருட்டு, பாலியல் வன்முறை போன்ற எந்த செயலும் பாவமல்ல என்று இந்தக் கொள்கை முன்வைக்கிறது; (2) மக்காலி கோஸலா: ஆஜீவிகக் குழுகத்தைத் தோற்றுவித்தவர். புராண காசியபர் போலவே, மானுடர்களின் தூய்மைக்கான அல்லது பாவங்களுக்கான காரணத்தை மறுத்தவர்; (3) அஜித கேஸகம்பலி: நற்காரியங்கள் செய்வதில் அல்லது தானங்கள் கொடுப்பதில் எந்தப் பலனும் இல்லை என்றும் இறப்புக்குப் பிந்தைய வாழ்க்கை என்று எதுவும் கிடையாது என்றும் முன்வைத்தவர்; (4) பகுத கச்சாயனா: நிலையான, மாறாத ஏழு பூதங்கள் இருக்கின்றன; இதனால், நாம் என்ன செய்தாலும் இவற்றின் மீது எத்தகைய விளைவையும் ஏற்படுத்த முடியாது என்று முன்வைத்தவர். ஒருவர் ஒரு மனிதருடைய தலையை வெட்டுவதால், அவருடைய உயிரை எடுத்ததாக ஆகாது என்றும், கத்தி ஏழு பூதங்களுக்கு ஊடாகக் கடந்து மட்டுமே செல்கிறது என்றும் முன்வைத்தவர்; (5) நிகந்த நாதபுத்தா: வரலாற்றுரீதியாக சமண மரபைத் தோற்றுவித்தவர்; (6) சஞ்சய பெலத்திபுத்தா: முழுமுற்றான ஐயவாதத்தைப் பின்பற்றியவர். வேறு உலகம் என்று ஏதாவது இருக்கிறதா என்பதற்கு, 'அப்படித்தான் என்றும் நான் சொல்லவில்லை; வேறு விதமாகவும் நான் சொல்லவில்லை' என்று இவர் சொல்லியிருக்கக்கூடும்.

இப்படியான பௌத்த விவரிப்பு சூத்திரங்களாக இருந்தாலும், சிரமணர்களின் மதரீதியான நம்பிக்கைகளின், தத்துவார்த்தக் கருத்துகளின் செழிப்பான பன்மைத்துவத்தை நமக்குச் சுட்டிக்காட்டுவதாக இருக்கிறது. பொருள்முதல்வாதக் கொள்கையை ஏற்றுக்கொண்டிருந்த சிரமணர்களும் இருந்தார்கள். பார்ப்பனக் குழுகங்களுக்குள்ளும் பன்மைத்துவம் காணப்பட்டது. அது போதிய அளவுக்கு ஆவணப்படுத்தப்படவில்லை என்பதோடு பெரும்பாலும் அறிவுப்புலத்தால் நிராகரிக்கப்பட்டதாகவும் இருக்கிறது. இது குறித்து, மிகத் தொடக்க கால தர்மசூத்திரத்தில், அதாவது அசோகருக்குச் சமகாலத்தினராக இருந்திருக்கக்கூடிய ஆபஸ்தம்பா பதிவுசெய்திருக்கும் நான்கு வாழ்க்கை நிலைகளிலான முறைமை (ஆசிரம முறைமை) நமக்கு சற்றே வெளிச்சத்தைக் கொடுக்கிறது: பார்ப்பனர்கள் தங்களுடைய ஆசிரியர் வீட்டில் நிரந்தர மாணவராகத் தங்கியிருந்து, தங்களது முழு வாழ்க்கையைக் கற்றலுக்கு அர்ப்பணித்துக்கொள்ள முடியும். அவர்கள் திருமணம்செய்துகொண்டு

'தங்கியிருப்பவர்'களாக, அதாவது கிரகஸ்தர்களாகத் தங்களுடைய வீட்டிலேயே தங்கியிருக்க முடியும். 'தங்கியிருக்கும்' அம்சம் பார்ப்பனிய மரபில் மட்டுமே அந்த அளவுக்கு மையமான ஒன்றாக இருக்கிறது. பார்ப்பனர்கள் துறவற வாழ்க்கையையும்கூட வாழ முடியும் — காட்டில் வசிக்கும் முனிவராக (வானப்பிரஸ்தம்) காட்டில் பர்ணசாலைகளில் வாழ முடியும் அல்லது சிரமணர்களின் வாழ்க்கை முறைக்கு நிகராக 'வெளியேறியவர்'களாக, அதாவது ஓரிடத்தில் தங்காமல் யாசித்து வாழ்பவர்களாகவும் வாழ முடியும். இப்படி நான்கு நிலைகளாக வகைப்படுத்துவது சந்தேகத்துக்கு இடமில்லாமல் ஒவ்வொரு நிலையிலும் காணப்படும் பன்மைத்துவத்தை மறைப்பதாக இருக்கிறது — குறிப்பாக, கடைசி இரண்டில். பிந்தைய நூல்கள் 'தங்கியிருக்கும்' குடும்பஸ்தர்கள் பலவிதமான துறவறப் பழக்கங்களை, குறிப்பாக உணவு விஷயத்தில், கொண்டிருப்பதாக முன்வைக்கின்றன. உணவுப் பழக்கவழக்கத்தின் அடிப்படையில் ஒன்பது விதமான கிரகஸ்தர்கள் இருப்பதாக ஒரு நூல்[18] முன்வைக்கிறது:

1. **ஷண்ணிவர்திநீ:** ஓர் உரிமையாளர் கொடுத்த சிறு நிலத்தை உழுபவர்.
2. **கௌதாலீ:** தண்ணீர் கிடைக்கக்கூடிய இடத்துக்கு அருகில் உள்ள நிலத்தில் கிழங்குகள், வேர்கள், பழங்கள், காய்கறிகள் பயிரிடுபவர்.
3. **துருவா:** கிராமத்தில் ஒரு வீட்டுக்கு முன் நுகத்தடியோடு வந்து நின்று உணவு பெற்றுக்கொள்பவர்.
4. **சம்ப்ரக்ஸாலநீ:** அன்றாடம் கிடைக்கக்கூடியதை வைத்து வாழ்பவர்.
5. **சமூஹா:** தானியங்கள் வளரும் இடங்களிலிருந்து பொறுக்கிக் கிடைக்கக்கூடிய தானியங்களைக் கொண்டு வாழ்பவர்.
6. **பாலநீ:** அஹிம்ஸகா (காயப்படுத்தாதவர்) என்றும் அழைக்கப்படுகிறார். உமி அரிசி அல்லது நற்பண்பு கொண்டவர்களிடமிருந்து பெற்றுக்கொள்ளும் விதையில் வாழ்பவர்.
7. **ஸிலோஞ்சா:** பொறுக்கிக் கிடைப்பதில் வாழ்பவர்.
8. **காபோதா:** ஒற்றைத் தானியத்தைப் புறாபோல் இரண்டு விரல்களால் எடுத்து வாழ்பவர்.

18 பார்க்கவும்: *Baudhāyana Dharmasūtra*, 3.2.1–19.

9. **ஸித்தேச்சா:** ஒருவர் வயதானவராக அல்லது நோய்வாய்ப்பட்டவராக இருந்தால், நற்பண்புடையவரிடமிருந்து சமைத்த உணவைப் பெற்றுக்கொண்டு வாழ்பவர்.

இப்படி நாம் பிரமித்துப்போகும் அளவுக்குப் பலவிதமான துறவற வாழ்க்கை வடிவங்கள் முன்வைக்கப்படுகின்றன. இவற்றில் சில தனிநபர் தேர்வு அடிப்படையிலானதாகவும் இருக்கலாம். ஆனாலும், இவற்றில் பல ஒழுங்கமைக்கப்பட்ட பாஸந்தாக் குழுமங்களின் வாழ்க்கை முறையை, அதாவது தர்மத்தைப் பிரதிநிதித்துவம் செய்தவையாக இருந்தன.

சிரமணர்களின் பன்மைத்துவம் குறித்த துப்புகள் மெகஸ்தனிஸ் எழுத்துகளிலும் நமக்குக் கிடைக்கின்றன. சில சிரமணர்கள் காட்டுப் பழங்களையும் இலைகளையும் மட்டுமே எடுத்துக்கொண்டு, மரப்பட்டையை ஆடையாக அணிந்து காட்டில் வாழ்ந்துவந்தார்கள் என்கிறார். வேறு சிலர் மருத்துவ சேவை செய்து, குடும்பஸ்தர்களிடம் யாசித்து வாழ்ந்துவந்தார்கள்.

தனது பேரரசுக்குள்ளாகக் காணப்பட்ட இப்படியான மதரீதியான பன்மைத்துவத்தை, பேரரசுக்குள்ளாக அமைதியை நிலைநாட்ட வேண்டியும், தர்மத்தைப் பரப்புரை செய்யக் கருவியாகப் பயன்படுத்த வேண்டியும் இவர்களை அசோகர் எவ்வாறு கையாண்டார் என்பதுதான் அடுத்த இயலின் உள்ளடக்கமாக இருக்கிறது.

அசோகரும் வெகுஜன மதங்களும்

அசோகர் ஒன்றும் வெகுஜனவாதியல்ல – குறைந்தபட்சம் மதத்தைப் பொறுத்தமட்டிலாவது. அசோகர் அவரது செய்திகள் மேட்டுக்குடியிலான, ஒழுங்கமைக்கப்பட்ட, தத்துவார்த்தரீதியான மதங்களான பாஸந்தாவை நோக்கியே இருந்தன. சிரமணர்களும் பார்ப்பனர்களும் பிரதிநிதித்துவப்படுத்திய ஒழுங்கமைக்கப்பட்ட மதக் குழுமங்களுக்கு மக்கள் தானம் கொடுப்பதே அசோகரது தர்மத்தின் பிரதானக் கூறாக இருந்தது. இருந்தும், அசோகரது ஆட்சியில் இருந்த பெரும்பாலான சாதாரண மக்கள் – சரியான வார்த்தை கிடைக்காததால் வெகுஜன அல்லது நாட்டார் மதங்கள் என்றழைக்கப்படும் நம்பிக்கைகளையும் பழக்கங்களையுமே கடைப்பிடித்தார்கள் என்று சொல்வது ஏற்றுக்கொள்ளக்கூடிய அனுமானமாக இருக்க முடியும். அப்படியான நம்பிக்கைகள், பழக்கங்கள் குறித்து அசோகரது பார்வை என்னவாக இருந்தது என்றும், அவற்றை எப்படியான கொள்கைகள்

ஊடாக அவர் எதிர்கொண்டார் என்றுமே நான் இந்தப் பகுதியில் துருவியகழ விரும்புகிறேன்.

சொல்லப்போனால், 'மேலான' மத வடிவங்களையும் 'வெகுஜன' வடிவங்களையும் தீர்க்கமாகப் பிரித்துக்காட்டும் எல்லைக்கோடு என்று எதுவும் கிடையாது. நாம் பார்க்கவிருப்பதுபோல், அசோகர் முகஞ்சுழித்த பல பழக்கங்கள் பார்ப்பனியச் சடங்கின் பகுதியாக மாறியிருக்கின்றன. வெகுஜனச் சடங்குப் பழக்கங்களெல்லாம் பாஸந்தா என்று அசோகர் அழைத்த புலத்துக்கு வெளியே இருப்பதாக அவர் பார்த்ததுபோல் தோன்றுகிறது. அவையெல்லாம் உள்ளூர் பழக்கங்களாக, சமூகத்தின் கீழ் நிலையில் இருப்பவர்களின் பழக்கங்களாக, பெண்களின் பழக்கங்களாக — அசோகர் இதில் மிக வெளிப்படையாக இருக்கிறார் — இருந்திருக்கலாம். ஆக, வெகுஜனம் என்பது பாலினத்தோடு இணைக்கப்படுகிறது. மேலும், வெகுஜனம் என்பது அசோகரது மனதில் மிருக பலி கொடுக்கும் பழக்கத்தோடு தொடர்புடையதாகவும் இருக்கிறது. இது, அசோக தர்மத்தின் மையமான கோட்பாட்டுக்கு எதிரானதாகவும் இருக்கிறது: கொல்லாமை, அகிம்சை.

வெகுஜன மத வெளிப்பாடுகளை அசோகர் திருவிழாக்களோடும் மங்களச் சடங்குகளோடும் இணைத்துப் பார்க்கிறார் என்று முன்னரே பார்த்தோம். அவரது முதல் பிரதானக் கல்வெட்டான பாறை அரசாணை I-இலேயே திருவிழாக்கள் குறித்த கருத்தை அவர் பதிவுசெய்கிறார்.

> இங்கு, எந்த உயிரினங்களையும் கொல்லக் கூடாது; சடங்குகளில் பலிகொடுக்கக் கூடாது. திருவிழாக்கள் எதுவும் நடத்தப்படக் கூடாது. ஏனெனில், கடவுளகளின் அன்புக்குரியவன், அரசன் பியதஸி, திருவிழாக்களை அவ்வளவு பாவமாகக் கருதுகிறான். இருந்தாலும், கடவுள்களின் அன்புக்குரியவன், அரசன் பியதஸி, சில திருவிழாக்களை நல்லவையாகவும் கருதுகிறான்.

இயல் 9-இல் நான் சுட்டிக்காட்டியிருந்ததுபோல், திருவிழாக்களை அல்லது பொருட்காட்சிகளைத் தடைசெய்வது என்பது மதக் கூட்டங்களில் விலங்குகள் சடங்குரீதியாகப் பலிகொடுப்பதோடு தொடர்புடையதாக இருக்கிறது. திருவிழா அல்லது பொருட்காட்சிக்கு 'சமாஜா' என்ற சொல் பயன்படுத்தப்படுகிறது. இது ஒரு வருடத்தில் குறிப்பிட்ட நாள்களில் சமூகரீதியாகவும் மதரீதியாகவும் மக்கள் ஒன்றுதிரள்வதோடு தொடர்புடையதாக இருக்கிறது. இன்றைய இந்தியாவில் திருவிழாக்களின்போது மக்கள் ஒன்றுதிரள்வது எப்படிச் சாதாரண நடைமுறையாக இருக்கிறதோ அதுபோலவே அசோகரது காலத்திலும் இருந்தது. இப்படியான திருவிழாக்களின்போது என்ன நடந்திருக்கலாம் என்பது குறித்து கௌடில்யரின் அர்த்தசாஸ்த்ரம்

நமக்கு ஓரளவு தெரிவிக்கிறது. இப்படியான சந்தர்ப்பங்களில் மது அருந்துவது பிரதானப் போக்காக இருந்தது. 'திருவிழாக்களின், பொருட்காட்சிகளின்போது சுற்றுலா மேற்கொள்ளும் காலங்களில் நான்கு நாள்களுக்கு அரசு மது உரிமம் அளிக்க வேண்டும்' என்ற கௌடில்யரின் கூற்றிலிருந்து[19] நமக்கு இந்தச் செய்தி கிடைக்கிறது. மது உற்பத்தி செய்வதும் விற்பதும், அரசின் கட்டுப்பாட்டில் இருந்தது என்ற விஷயம் இதன் பின்னணியில் உள்ளது. திருவிழா போன்ற சில கொண்டாட்டக் காலங்களில் இது தளர்த்தப்படுகிறது. இப்படியான சமயங்களில் அரசின் குறுக்கீடு இல்லாமல், வரி ஏதும் கட்டாமல் மக்கள் மது வகைகளைத் தயாரிக்கலாம், ஓரிடத்திலிருந்து மற்றொரு இடத்துக்குக் கொண்டுசெல்லலாம், அதை அருந்தலாம். வனவாசிகளை அரசின் பொறியில் சிக்கவைப்பதற்கு, திருவிழாக்களின்போது அவர்களுக்குக் கள்ளச்சாராயம் போன்றவற்றைக் கொடுப்பது ஒரு வழியாகிறது.

> மதுக்கடை நடத்துபவராகத் தன்னை மறைத்துக்கொண்டு செயல்படும் அரசின் முகவர் ஒருவர், கடவுள்களுக்கு அல்லது முன்னோர்களுக்குச் சடங்கு செய்யும்போது, திருவிழாக்கள் அல்லது பொருட்காட்சிகள் நடக்கும்போது, மது விற்கும்போது அல்லது கொடுக்கும்போது, தன்நினைவை இழக்கக்கூடிய பழச்சாற்றை மதுவில் கலந்து வனவாசிகளுக்குக் கொடுத்து அவர்களைப் பொறியில் வீழ்த்த வேண்டும்.[20]

திருவிழாக்களின்போது ஒன்றுகூடுவது வியாபாரத்துக்கான தருணமாகவும் இருந்தது. வியாபாரிகள் தங்களுடைய பொருட்களை விற்பதற்காகக் கொண்டுவருவார்கள். அரசன் பணம் பண்ணுவதற்கு இது நல்ல தருணமாக இருக்க முடியும் என்பதாக கௌடில்யர் நினைக்கிறார்: அரசன் தன்னுடைய முகவர் ஒருவரை வியாபாரிபோல் நடிக்கச்சொல்லி, நிறையப் பொருட்களை அவனிடம் கொடுத்தனுப்ப வேண்டும். விற்பனைப் பொருட்களை இணையுறுவாக வைத்து நிறையத் தங்கத்தையும் பணத்தையும் அந்த முகவர் திரட்டிக்கொள்ள வேண்டும். ஒருவேளை பொருட்களைப் பின்னர் பெற்றுக்கொள்வதற்கு மக்கள் பணத்தை முன்னரேகூடக் கொடுக்கலாம். பிறகு, இரவில் இந்த 'வியாபாரிகளிடமிருந்து' எல்லாம் திருடப்படும். இப்படியாக அவர்களுக்கான பொறுப்பிலிருந்து அவர்கள் விடுவிக்கப்படுவார்கள்.[21]

தர்மம் குறித்த ஆபஸ்தம்பாவின் புத்தகம் திருவிழாக்களின் இயல்பு குறித்தும், அவை குறித்த பார்ப்பனர்களின் அணுகுமுறை குறித்தும்

19 பார்க்கவும்: Kautilya, *Arthaśāstra*, 2.35.36.

20 Kautilya, *Arthaśāstra*, 13.3.56.

21 Kautilya, *Arthaśāstra*, 5.2.50–51.

நமக்குச் சில புரிதல்களைக் கொடுக்கிறது. இது போன்ற திருவிழாக்களில் பார்ப்பனர்கள் பங்கேற்பதை ஆபஸ்தம்பா இரண்டு முறை எதிர்க்கிறார். ஒருவர் எதேச்சையாகத் திருவிழாக்களை எதிர்கொள்ள வேண்டியிருந்தால், அதைச் சுற்றி மூன்று முறை வலம்வந்து அங்கிருந்து வெளியேற வேண்டும். புனிதமான பொருட்களுக்கு, நபர்களுக்கு, இடங்களுக்கு இவ்வாறு மரியாதை செய்வது வழக்கமான வெளிப்பாடாகிறது. இது மீண்டும் திருவிழாக்களின்போது, மதரீதியான சடங்குகள் செய்யப்படுவதைக் குறித்துக்காட்டுவதாக இருக்கிறது.[22] இப்படியான திருவிழாக்களை அசோகர் மட்டுமே கீழாகப் பார்க்கவில்லை; பார்ப்பனர்களும் அப்படித்தான் பார்த்தார்கள்.

ஒரு பௌத்த நூல் — இது அசோகருக்குப் பிந்தையதாகவும் இருக்கலாம் — திருவிழாக்களில் என்னவெல்லாம் நடக்கலாம் என்று மக்கள் நினைப்பது குறித்து நமக்குச் சில புரிதலைக் கொடுக்கிறது. ஓர் இளைஞன் இவ்வாறு சிந்தித்துத் திருவிழா ஒன்றுக்குப் போகிறான்: ‘நடனங்கள் எங்கே? பாடல்கள் எங்கே? இசை எங்கே? கதைகள் எங்கே? கரகோஷம் எங்கே? பறையிசை எங்கே?’[23] இந்தத் திருவிழாக்களின் மத இயல்பைக் கணக்கில் எடுத்துக்கொள்வோம் என்றால், இவற்றில் சில புனிதமாகப் பார்க்கப்பட்ட குன்றுகளின் மேல் நடந்திருக்கலாம். நாம் முன்னரே பார்த்தது போன்று, அசோகரது சிறு பாறை அரசாணைகள் பலவும் இப்படியான குன்றுகளின் மீதே காணப்படுகின்றன. ‘குன்றுத் திருவிழாக்கள்’ குறித்து பௌத்த நூல்கள் பேசுகின்றன. எப்போதும் ஏதாவது ஒரு சிக்கலில் மாட்டிக்கொள்ளக்கூடிய ஆறு பிக்குகள் ஒரு திருவிழாவுக்குப் போவது குறித்த பதிவு சில விஷயங்களை நமக்குத் தெளிவுபடுத்துகிறது:

> இப்போது அந்த நேரத்தில் ராஜகஹா என்ற மலையின் மீது திருவிழா (சமாஜா) ஒன்று நடந்தது. மலையின் மீது நடந்த அந்தத் திருவிழாவைப் பார்க்க ஆறு பிக்குகளும் ஒரு குழுவாகச் சென்றார்கள். மக்கள் இவர்களைச் சூழ்ந்துகொண்டு இவ்வாறு சொல்லத் தொடங்கினார்கள்: ‘துறவியான இவர்கள்… புலனின்பத்தை அனுபவிக்கும் குடும்பஸ்தன்போல் நடனத்தையும் பாட்டையும் இசையையும் பார்க்க வரலாமா?’ பிக்குகள் தங்களுடைய பகவானிடம் இதைத் தெரியப்படுத்துகிறார்கள். அவர் சொன்னார்: ‘பிக்குகளே, நீங்கள் நடனம் அல்லது பாட்டு அல்லது இசை பார்க்கப் போகக் கூடாது.’[24]

22 பார்க்கவும்: *Āpastamba Dharmasūtra*, 1.3.12; 1.32.19–20; மேலும் பார்க்கவும்: *Vasiṣṭha Dharmasūtra*, 12.40.

23 பார்க்கவும்: *Dīgha Nikāya*, III: 183 (*Sīgalovāda Sutta*, 10).

24 பார்க்கவும்: *Vinaya Piṭaka*, II: 107–08. Translation from I.B. Horner.

ஆக, இது போன்று மக்கள் கூடும் இடங்களில் மதச் சடங்குகளோடு சேர்ந்து வேறு விஷயங்களும் நிறைய நடந்திருக்க வேண்டும். பார்ப்பனர்கள், பௌத்தர்கள்போல், ஒருவேளை எல்லாப் பாஸந்தாக்களையும் போலவே அசோகரும் இது போன்று குடித்துவிட்டுக் கும்மாளம் போடுவதைத் தரக்குறைவாகப் பார்த்திருக்கலாம்.

அசோகர் குறிப்பிடுகிறார்: 'கடவுள்களின் அன்புக்குரியவன், அரசன் பியதஸி, திருவிழாக்களின்போது நிறைய பாவங்கள் செய்யப்படுவதாகப் பார்க்கிறான்.' இது போன்ற தருணங்களில் விலங்குகள் சடங்குரீதியாகப் பலிகொடுக்கப்பட்டதுதான் இதற்கான முக்கியக் காரணமாகிறது. சடங்குரீதியாக விலங்குகள் பலிகொடுக்கப்படுவதைக் குறிக்க அசோகர் பயன்படுத்தும் சொல் மிக முக்கியமாகிறது. ஏனெனில், நாம் இயல் 9-இல் பார்த்தது போன்று, இவை நேரடியாக அல்லது மறைமுகமாக வேதப் பார்ப்பனியச் சொல்லாடல்களிலிருந்து பெறப்பட்டவையாக இருக்கின்றன. விலங்குகள் பலிகொடுக்கப்படுவதை அல்லது சடங்குகளோடு தொடர்புடைய நிகழ்வுகளை அசோகர் பார்ப்பனர்களோடு எங்கும் தொடர்புபடுத்தவில்லை என்றாலும்கூட, இவ்வாறான தடையாணை பார்ப்பனர்களின் சடங்குச் செயல்பாடுகளில் மையமாக இருந்ததன் மீது பெரும் பாதிப்பை ஏற்படுத்தியிருக்கும் என்பது மட்டும் நிச்சயம். வேதச் சடங்குகள் விலங்குகள் பலிகொடுப்பதையும் அவற்றைப் படையலிடுவதையும் கொண்டிருந்தன.

வெகுஜன மதப் பழக்கங்களில் ஊடுறுப்பதற்கு அசோகர் பயன்படுத்தும் இரண்டாவது கருத்தாக்கம் மங்களம். இந்திய மதரீதியான சொல்லாடல்களில் இச்சொல் அதிகம் பயன்படுத்தப்படும் ஒன்றாக இருந்துவருகிறது. இது, சாதகமான விளைவுகளைக் கொடுக்க வேண்டும் என்பதற்காக நடத்தப்படும் சடங்கை அல்லது விழாவைக் குறிக்கிறது. திருமணம், குழந்தைப் பிறப்பு, பயணம் மேற்கொள்வது போன்ற முக்கிய நிகழ்வுகளின்போது, பொதுவாக 'மங்களச் சடங்குகள்' என்று சொல்லப்படுவது நடத்தப்படுகிறது. திருவிழாக்கள் போன்று ரத்தம், பாலியல் உறவு அல்லது மது போன்று எதுவும் இதில் கிடையாது. மங்களச் சடங்குகள் ஒரு குடும்பத்துக்குள் நடத்தப்படும் சாதாரண நிகழ்வுகளாக இருந்தன. இருந்தும், அசோகர் இவற்றை சாதகமாகப் பார்க்க மறுக்கிறார். இவற்றை அவர் முற்றிலும் நிராகரிக்கவில்லை என்றாலும், இவற்றை அற்பமானதாக, முட்டாள்தனமானதாக, சொல்லப்போனால் பெண்கள் மட்டுமே செய்யக்கூடிய காரியங்களாக — எப்படியிருந்தாலும் தான் ஒரு ஆண் என்பதை இங்கு வெளிப்படுத்துகிறார்! — அசோகர் பார்க்கிறார். பாறை அரசாணை IX-இல் அசோகர் தனது தர்மத்தை இது போன்ற மங்களச் சடங்குகளோடு ஒப்பிடுகிறார்:

> மக்கள் பலதரப்பட்ட மங்களச் சடங்குகளில் ஈடுபடுகிறார்கள் — நோய்வாய்ப்பட்டிருக்கும்போது, மகன் அல்லது மகளின் திருமணத்தின்போது, குழந்தை பிறக்கும்போது, பயணங்கள் மேற்கொள்ளும்போது. இது போன்று மற்றும் இதற்கு நிகரான சமயங்களில் மக்கள் பலதரப்பட்ட மங்களச் சடங்குகளில் ஈடுபடுகிறார்கள். இருந்தாலும், இப்படியான சமயங்களில், பெண்கள் எண்ணற்ற, பலவிதமான, அற்பமான, பயனற்ற மங்களச் சடங்குகளில் ஈடுபடுகிறார்கள்.
>
> இப்போதும், நிச்சயமாக, மங்களச் சடங்குகள் செய்யப்படத்தான் போகின்றன. ஆனால், அதே அளவுக்கு, தெளிவாக, இப்படியான மங்களச் சடங்குகள் எந்தப் பலன்களையும் கொடுக்கப்போவதில்லை.

அசோகரது சொல்லணியிலான பாணி அவ்வளவு நேர்த்தியாக இருக்கிறது. முதலில் உள்ளமைகளை முன்வைத்துத் தொடங்குகிறார்: பொதுவாக, மக்கள் தங்களுடைய வாழ்க்கையில் முக்கியத் தருணங்களின்போது பலவிதமான மங்களச் சடங்குகளில் ஈடுபடுகிறார்கள்; இப்படியான சடங்குகளில் பெண்கள் முக்கியப் பாத்திரம் ஏற்கிறார்கள். பிறகு, இந்த உள்ளமைகள் குறித்து அவரது மதிப்பீட்டை முன்வைக்க நகர்கிறார். இவற்றைப் பயனற்றவை என்றும் அற்பமானவை என்றும் அழைக்கிறார். அவர் பயன்படுத்தும் சொல் க்ஷுத்ரா. இந்தச் சொல்லின் பொருண்மைத் தளம் சிறிய, அற்ப, அபத்தமான என்பதிலிருந்து கீழான, இழிவான, கொச்சையான என்று எதிர்மறையான அர்த்தங்கள் வரை நீள்கிறது. திருவிழாக்கள் முழுமையாக நிராகரிக்கப்படுவதுபோல் இந்தப் பழக்கங்கள் நிராகரிக்கப்படவில்லை என்பதால், இந்தச் சொல்லின் முந்தைய அர்த்தத்தையே நான் எடுத்துக்கொள்கிறேன்.

இப்படியாகச் சொன்னாலும், அவர் இது போன்ற சடங்குகள் செய்வதைத் தடைசெய்வதாகச் சொல்லவில்லை. அவை ஒப்பீட்டளவில் அற்பமானவை என்று மட்டுமே சுட்டிக்காட்டுகிறார். இப்படியான சடங்குகளை அவர் விமர்சனம் செய்வதை வைத்துப் பார்த்தால், 'மங்களச் சடங்குகள் செய்யப்படத்தான் போகின்றன' என்ற அவரது கூற்று சற்று விசித்திரமாக இருக்கிறது. இங்கே பயன்படுத்தப்படும் தொழிற்பெயரான (*gerunidive*) கர்தவ்யம் ('செய்யப்பட வேண்டும்') என்ற சொல் கட்டளையாக வெளிப்படுவதைவிட சலுகையாக வெளிப்படுகிறது என்றே நினைக்கிறேன்: 'மங்களச் சடங்குகள் செய்யப்படலாம்' என்ற அர்த்தத்தைக் கொண்டிருப்பதாக நினைக்கிறேன். பேரரசர் என்ன சொல்கிறார் என்பதையும் மீறி, இது போன்ற சடங்குகளை மக்கள் தொடர்ந்து செய்துகொண்டிருப்பார்கள்

என்று அசோகர் ஏற்றுக்கொள்கிறார். ஆனாலும், அவர்களை ஓர் உரையாடலுக்கு அழைக்கிறார்; சுயபிரதிபலிப்பு செய்ய அவர்களைத் தூண்டிவிடுகிறார்: நிறைய உழைப்பு கொடுத்து, நிறையப் பணம் செலவழித்துச் செய்யப்படும் இந்தச் சடங்குகள் உண்மையிலேயே மிகக் குறைவான நன்மைகளே கொடுக்கின்றன. இன்னும் மேலான நன்மைகள் கொடுக்கக்கூடிய மங்களச் சடங்கு ஒன்றும் இருக்கிறது. அந்தச் சடங்கு செய்வதை அவர்கள் லட்சியமாகக் கொண்டிருக்க வேண்டும். இதை அசோகர் 'தர்மத்தின் மங்களச் சடங்கு' என்று, அதாவது தர்ம-மங்களா என்றழைக்கிறார்.

ஆனால் இது, நிச்சயமாக, ஏராளமான பலன்களைக் கொண்டிருக்கிறது. அதாவது, தர்மம் என்ற மங்களச் சடங்கு. இது இவற்றை உள்ளடக்கியிருக்கிறது:

அடிமைகளிடமும் வேலையாட்களிடமும் முறையாக நடந்து கொள்வது, பெரியவர்களுக்கு மரியாதை கொடுப்பது, உயிரினங்கள் என்று வரும்போது சுய-கட்டுப்பாடு கொண்டிருப்பது, சிரமணர்களுக்கும் பார்ப்பனர்களுக்கும் தானங்கள் கொடுப்பது.

இதுவும், இது போன்ற எதுவும் 'தர்மத்தின் மங்களச் சடங்கு' என்றழைக்கப்படுகிறது.

இங்கு, 'மங்களச் சடங்கு' என்பது முறையாக என்னவாக இருக்க முடியும் என்று அசோகர் வேறு விதமாக அர்த்தப்படுத்தவும் வேறு விதமாகக் கற்பனைசெய்யவும் முயல்கிறார். அது அசோக தர்மத்தைப் பயில்வதாகிறது. வெகுஜனச் சடங்குகள் குறித்த அவரது அணுகுமுறையில் அசோகர் பௌத்தப் பார்வையைப் பின்பற்றுவதுபோல் தெரிகிறது. இயல் 6-இல் முன்னர் குறிப்பிட்டது போன்று, அசோகர் பரிந்துரைத்த பௌத்தப் பனுவல் ஒன்று இப்படியான சடங்குகளை இழிவாகப் பார்க்கிறது.

பகவான் சொல்கிறார்: 'இந்தச் (மங்களா) சடங்குகளை முற்றிலும் துறந்தவர்கள், விண்கற்களையும் கனவுகளையும் குறிகளையும் துறந்தவர்கள்; சடங்கு முறைகளை முற்றிலும் நிராகரிக்கும் பிக்குகள் — இப்படியானவர்கள் இந்த உலகில் முறையாகத் திரிந்துகொண்டிருப்பவர்களாக இருக்க முடியும்.'[25]

மங்களச் சடங்குகளை அசோகரும் பௌத்தமும் இப்படிச் சிறுமைப்படுத்துவதற்கு நேர்மாறாக, ஏறக்குறைய அதே காலகட்டத்தைச்

---

25 *Suttanipāta*, verses 359-75.

சேர்ந்த பார்ப்பனிய எழுத்துகள் இவற்றைத் தீவிரமாக எடுத்துக்கொண்டு, பார்ப்பனியச் சடங்குகளின் பகுதியாக உள்வாங்கிக்கொள்ள முயன்றன. சடங்கு தொடர்பான தொடக்க காலப் பார்ப்பனிய எழுத்துகள் வேதச் சடங்குகள் மீதே பிரதான கவனம் கொண்டிருந்தன; இதற்குச் சடங்கு நிபுணர்கள் பலர் தேவைப்பட்டார்கள்; மேலும், இந்தச் சடங்குகள் மிக விரிவானவையாகவும் அதிகம் செலவழிக்க வேண்டியவையாகவும் இருந்தன. வரலாற்றியலாளர் டிமோதி லூபின் விளக்குவதுபோல், அசோகரது காலத்துக்கு நிகராக, புதிய வகையிலான சடங்கு நூல்கள் இயற்றப்பட்டன. 'கிரஹ்யஸூத்திரம்' என்றழைக்கப்பட்ட இவை, குடும்பப் பின்னணியில் செய்யக்கூடிய சடங்குகளைக் கையாள்கின்றன. இவற்றில் பல 'மங்கள' வகையைச் சேர்ந்தவையாக இருந்தன. அர்த்தமற்ற, கொச்சையான சடங்குகளுக்கு (மம்கலம்) அசோகர் கொடுக்கும் எடுத்துக்காட்டுகள் — வாழ்க்கைச் சுழற்சிச் சடங்குகளான திருமணம், கருவுறுதல், பிறப்பு, நோய்கள், பயணம் மேற்கொள்ளுதல் போன்றவற்றுக்கான சடங்குகளெல்லாம், கிரஹ்யஸூத்திர விதிகளில் பிரதானமாக இடம்பெறுகின்றன. சில சமயங்களில் இவை மங்கலாநி என்று அழைக்கப்பட்டன.[26]

சொல்லப்போனால், அசோகர்போலவே குடும்பச் சடங்குகள் குறித்த ஆபஸ்தம்பாவின் விதிகளும்கூட, இப்படியான மங்களச் சடங்குகள் குறித்த அறிவைப் பெண்களுக்கானதாக முன்வைக்கின்றன. மேலும், பெண்களிடமிருந்து தன்னுடைய வாசகர்கள் கற்றுக்கொள்ள வேண்டும் என்றும் சொல்கின்றன.[27] ஆபஸ்தம்பாவின் தர்ம விதிகளும்கூட, இறுதிச் சடங்குகளை விவரித்த பின், அதன் வாசகர்களிடம், 'பெண்கள் வேறு என்னவெல்லாம் செய்யச் சொல்கிறார்களோ அவற்றையெல்லாம் செய்யுங்கள்' என்கின்றன.[28] இங்கே பெண்களின் அறிவும் அனுபவமும் கொண்டாடப்படுகிறதே தவிர இழிவாகப் பார்க்கப்படவில்லை. குடும்பச் சடங்குகளின் மீது கவனம்செலுத்தும் பார்ப்பனியச் சடங்கு விதிகள், அசோகர் தனது அரசாணைகளை எழுதிக்கொண்டிருந்த அதே காலகட்டத்தில் எழுதப்பட்டவையாக இருக்கின்றன என்கிறார் டிமோதி லூபின்.

> வேதச் சடங்கு வடிவங்களை விரிவுபடுத்துவது, அதுவரை அவர்களுடைய எல்லைக்கு அப்பால் இருந்த வெகுஜனச் சடங்குகளின் புலத்துக்குப் பார்ப்பனர்களின் நிபுணத்துவத்தைக் கொண்டுசெல்வது ஆகிய இரண்டு நோக்கங்களும் இவற்றில்

---

26 Lubin (2013: 36).

27 *Āpastamba Gṛhyasūtra*, 1.12.14–15. பார்க்கவும்: Lubin (2013: 37).

28 *Āpastamba Dharmasūtra*, 2.15.9.

> ஒன்றிணைக்கப்படுகின்றன. அசோகரது பாறை அரசாணை IX-இல் இப்படியான பழக்கங்கள் தம்மம் அளவுக்கு உயர முடியாத நாட்டார் தன்மையிலானவையாகவும் பெண்களுக்குகே உரிய முட்டாள்தனத்தைக் கொண்டிருக்கும் பழக்கங்களாகவும் முன்வைக்கப்படுகின்றன. அதே சமயத்தில், கிரஹ்யஸூத்திரத்தில் இப்படியான சடங்குகளெல்லாம், அதே சொற்களில் விவரிக்கப்படுபவை, பார்ப்பனக் குமுகத்துக்குள்ளான சில பிரிவுகளால் தர்மமாக அங்கீகரிக்கப்படுகின்றன.[29]

நாம் மீண்டும் இங்கு ஒரு விஷயத்தைப் பார்க்க முடிகிறது. பார்ப்பனியக் குமுகம் — குறைந்தபட்சம் அதில் சில பிரிவுகள் — வெகுஜனச் சடங்குகள் குறித்த விஷயத்தில், அதிலும் குறிப்பாகப் பெண்களுக்கான பாத்திரம் குறித்த விஷயத்தில் அசோகரிடமிருந்து விலகியிருப்பதைப் பார்க்க முடிகிறது.

ஆக, வெகுஜன மதங்களோடு தொடர்புடைய சடங்குகளை அசோகர் அணுகிய விதம் என்பது அதிகபட்சம் இரண்டுமாக இருக்கிறது என்று சொல்ல முடியும். மதரீதியான படையலுக்கு விலங்குகள் கொல்லப்படுவது, திருவிழாக்களின்போது நடக்கும் ஏற்றுக்கொள்ள முடியாத செயல்பாடுகள் போன்று சிலவற்றை அவர் கண்டிக்கிறார், தடைசெய்கிறார். மறுபுறம், பொதுவாகக் காணப்படும் மங்களச் சடங்குகளை அவர் அணுகும் முறை — அவர் ஏற்றுக்கொள்ள மறுத்தாலும்கூட — தாராளத்தன்மையுடன் இருக்கிறது. அவை அப்படியொன்றும் நன்மைகள் செய்யப்போவதில்லை என்று அவர் நினைத்தாலும்கூட, அவற்றை ஏற்றுக்கொள்வதில் சகிப்புத்தன்மையை வெளிப்படுத்துகிறார்.

எப்படியிருந்தாலும், மொத்தமாகச் சொல்வதென்றால், வெகுஜன மத வெளிப்பாடுகளை — குறிப்பாக, அசோக தர்மத்துக்கு எதிரான செயல்பாடுகளைக் கொண்டிருக்கும் பொதுவான சில குடும்பரீதியான, மதரீதியான சடங்குகளைப் பொறுத்தமட்டிலாவது — அவரால் கொஞ்சமும் ஏற்றுக்கொள்ள முடியவில்லை. அவரது கவனமெல்லாம், ஐக்கியவாதம் குறித்த தேடலாக இருந்தது; மக்களுக்கு தர்மம் குறித்து மொத்தமாகக் கற்பிப்பதற்கு ஒழுங்கமைக்கப்பட்ட மதங்கள் மீது, அதாவது பாஸந்தாக்கள் மீதே இருந்தது.

29 Lubin (2013: 39).

12

ஐக்கியவாதம்

அசோகர் தலைமையேற்ற சமூகத்தின் கூறாக மதப் பன்மைத்துவம் இருந்தது என்று நாம் முந்தைய இயலில் பார்த்தோம். பலவிதமான பாஸந்தாக்கள் குறித்தும், இந்தப் பாஸந்தாவைச் சேர்ந்தவர்களிடமும் — மத நிபுணர்கள், இவர்களுக்கு ஆதரவு கொடுத்த சாதாரணமானவர்கள் ஆகிய இருசாராரிடமும் — கல்வெட்டுகளின் ஊடாக அசோகர் பேசியது இதைத்தான் நிரூபிக்கிறது. இவை வரைபடம் 11.1-இல் தொகுத்தளிக்கப்பட்டிருக்கின்றன. நான்கு பிரதானப் பாஸந்தாக்களை அசோகர் பெயரிட்டுக் குறிப்பிடுகிறார். பெருமளவிலான உள்ளூர் மதங்களும் இருந்திருக்க வேண்டும். அவரது பேரரசில் காணப்பட்ட பலவித மதங்களை அசோகர் எவ்வாறு எதிர்கொண்டார் என்பதே இந்த இயலின் உள்ளடக்கமாக இருக்கிறது.

பாஸந்தாக்களுக்கு இடையே ஒத்திசைவு, நல்லுறவு, பரஸ்பரம் மரியாதை, கூட்டுணர்வு போன்றவற்றை ஊக்குவிப்பதற்கான அசோகரது முயற்சிகளைக் குறிக்க நான் ‘எக்யூமெனிஸம்’ (ecumensim) என்ற சொல்லைப் பயன்படுத்துகிறேன். இச்சொல், கிறிஸ்தவத்தோடு தொடர்புடையதாக இருப்பதால், நான் ஏன் இதைப் பயன்படுத்துகிறேன் என்பது குறித்துக் கொஞ்சம் விளக்க வேண்டியுள்ளது. பிரிட்டானிக்கா என்சைக்கிளோபிடியா (Britannica Encyclopaedia) எக்யூமெனிஸம் என்ற சொல்லை, ‘உலகம் முழுவதும் உள்ள கிறிஸ்தவர்களின் ஒற்றுமைக்கான அல்லது கூட்டுணர்வுக்கான இயக்கம்’ என்று வரையறுக்கிறது.[1] மிகச் சமீபத்தில் தோன்றிய இச்சொல், கிறிஸ்தவ நம்பிக்கையின் உலகளாவிய தன்மைக்கும் திருச்சபைகளுக்கு இடையேயான ஒற்றுமைக்கும் அழுத்தம் கொடுக்கிறது. ‘ரிலிஜியன்’ என்ற வகைமை உள்பட, பொது மொழியில் அல்லது அறிவுப்புலத்தில் பயன்படுத்தப்படும்

1 *‘Ecumenism’, Encyclopaedia Britannica, 18 December 2019, https://www.britannica.com/topic/ecumenism; accessed 24 May 2021.*

பல சொற்கள் இப்படியான தோற்றத்தைக் கொண்டிருக்கின்றன. நாம் கவனமாக இருக்க வேண்டியிருந்தாலும்கூட, இப்படியான சொற்களையெல்லாம் முற்றிலும் உதறித்தள்ளிவிடக் கூடாது. தேவையான மாற்றங்களோடு, பாஸந்தாக்களுக்கான, உலகம் முழுவதும் தர்மத்தைக் கடைப்பிடிக்க வேண்டும் என்பதற்கான அசோகரது பார்வையை 'எக்யூமெனிஸம்' என்ற சொல்லில் உள்ளடக்க முடியும் என்றே நினைக்கிறேன். 'பொதுவான, உலகளாவிய' போன்ற அர்த்தத்தைக் கொண்ட 'ஔக்யூமெனிகஸ்' (*Oecumenicus*) என்ற லத்தீன் சொல்லில் எக்யூமெனிஸம் அதற்கான வேரைக் கொண்டிருக்கிறது. இந்த லத்தீன் சொல், 'மொத்த உலகத்திலிருந்தும்' என்ற அர்த்தத்தைக் கொடுக்கும் 'ஒய்கோமெனிகோஸ்' (*oikoumenikos*) என்ற கிரேக்கச் சொல்லில் அதற்கான மூலத்தைக் கொண்டிருக்கிறது. இந்தக் கிரேக்கச் சொல், உலகளாவிய ஒற்றுமையை ஊக்குவிக்கும் அணுகுமுறையைக் குறிக்கிறது. இச்சொல், 'ஒரு குடும்பம் உண்மையில் மொத்த உலகமாகும்' என்ற அர்த்தத்தைக் கொண்டிருக்கும் 'வசுதைவ குடும்பகம்' (vasudhaiva kuṭumbakam) என்ற சம்ஸ்கிருதச் சொல்லாடலுக்கு நிகராக இருக்கிறது. இப்படியான அர்த்தத்தைக் கொண்டிருக்கக்கூடிய எக்யூமெனிஸம் என்ற சொல்லை எல்லா நியாயங்களோடும் நாம் அசோகரோடு தொடர்புபடுத்திப்பார்க்க முடியும். பாஸந்தாக்களுக்கு இடையேயான வெளிப்படையான வேறுபாடுகளுக்குப் பின்னாலும் அவற்றைக் கடந்தும், அவற்றுக்கு இடையே காணக்கூடிய அடிப்படையான ஒற்றுமையை 'தர்மம்' என்ற சொல் வெளிப்படுத்துவதாக அசோகர் நம்பினார். [எக்யூமெனிஸம் என்ற சொல்லை ஐக்கியவாதம் என்று தமிழில் மொழியாக்கம் செய்கிறேன். 'கிறிஸ்தவத் திருச்சபைகளின் ஐக்கியம்' என்றும் 'ஐக்கிய நாடுகள் சபை' என்றும் பயன்படுத்தப்படுவது இப்படி மொழியாக்கம் செய்வதை அனுமதிக்கிறது – மொ.ர்.]

ஒற்றுமையைத் தேடுவது என்பது, அதன் அடிநாதமாக உள்ள பன்மைத்துவத்தையே குறிக்கிறது. இந்தப் பன்மைத்துவம் பெரும்பாலும் எதிர்ப்பு, முரணபாடு என்பதாகவே குணாம்சப்படுத்தப்படுகிறது. சொல்லப்போனால், நமக்குக் கிடைக்கக்கூடிய பார்ப்பனிய, பௌத்த மூலங்களிலிருந்து நம்மால் திரட்ட முடிந்ததை வைத்துச்சொல்வதென்றால், பாஸந்தாக்களுக்கு இடையேயான உறவும் இப்படியாகத்தான் இருந்தது.[2] பௌத்த நூல்களில் மிகப் பழமையானதாகவும், அசோகருக்கு

2 *மதங்களுக்கு இடையேயான மோதல்களை நம்முடைய கவனத்துக்கு பார்கவாவும் கொண்டுவருகிறார். (Rajeeva Bhargava (2014: 184): 'அசோகர் ஆட்சிபுரிந்த காலத்தில் மதங்களுக்கு இடையேயான ஊடாட்டம் ஓரளவுக்குப் பிரச்சினை ஏதுமில்லாமல் இருந்தது என்றும், பல்வேறு சிந்தனைப் பள்ளிகளைப் பின்பற்றிவர்கள் தங்களுக்கு இடையேயான பொது அம்சத்தைக் கண்டெடுத்தார்கள் என்றும் குணாம்சப்படுத்துவது அடிப்படையிலேயே தவறானது என்று போதுமான அளவு காட்டியிருப்பதாக நம்புகிறேன்.'*

முந்தைய ஒன்றாகவும் கருதப்படும் பௌத்தத் தொகுப்பான 'ஸுட்டனிபாதாவின் அட்டகவக்கா'விலிருந்து சில மேற்கோள்களை இயல் 8-இல் நான் கொடுத்திருக்கிறேன். ஒருவேளை, பௌத்தர்களுக்கும் பிற துறவிகளுக்குமானதாக இருக்கக்கூடிய இது சுவாரசியமான அறிவுரைகளைக் கொடுக்கிறது. எவருடைய தர்மம் மேலானது அல்லது சிறந்தது என்ற விவாதங்களுக்குள் நுழைய வேண்டாம் என்றும், அப்படியான விவாதங்களை அப்படியே விட்டுவிடுவதுதான் சிறந்தது என்றும் இதன் வாசகங்கள் முன்வைக்கின்றன. நான் முன்னரே கொடுத்திருக்கும் மேற்கோள்களை ஒரு மாதிரிக்காக இங்கே மீண்டும் தருகிறேன்:

தங்களுடைய தர்மமே மேலானது என்கிறார்கள்; மற்றவர்களுடையது கீழானது என்கிறார்கள்.

சிலர் ஒரு தர்மத்தை மிக மேலானது என்கிறார்கள்; அதே தர்மத்தை வேறுசிலர் மிகக் கீழானது என்கிறார்கள்.

வேறொரு பிரிவைச் சேர்ந்தவரை அசுத்தமான தர்மத்தைக் கொண்டிருக்கும் முட்டாள் என்றழைக்கிறார்கள்.

என்னுடைய தர்மம் உனக்குத் தெரியவில்லை என்றால் நீ மிருகமாகிறாய்; இப்படித்தான் சொல்கிறார்கள்.³

சில பார்ப்பனியப் நூல்கள், பாஸந்தாக்களையும் பிற இழிவான, மதிப்பற்ற வகையிலான மக்களையும் ஒரு குவியலாக முன்வைக்கின்றன. ஒன்றை இழிவுபடுத்துவதற்கு அதை வேறொன்றோடு தொடர்புபடுத்தும் உத்தியை இந்த நூல்கள் பெரும்பாலும் கைக்கொள்கின்றன. ஆக, மிகப் பிரபலமான, அசோகருக்குப் பல நூற்றாண்டுகளுக்குப் பிறகு இயற்றப்பட்ட மநுவின் பார்ப்பனியச் சட்ட விதிகள் இப்படியானதைக் கொண்டிருக்கிறது:

சூதாடிகளையும் கூத்தாடிகளையும் கேளிக்கையாளர்களையும் பாஸந்தாக்களையும் முறையற்ற செயல்களில் ஈடுபடுகிறவர்களையும் மது விற்பவர்களையும் ஓர் அரசன் தனது தலைநகரிலிருந்து உடனடியாக வெளியேற்ற வேண்டும். அரசனின் ராஜ்ஜியத்துக்குள் இப்படி ஒளிவுமறைவாகச் செயல்படும் திருடர்கள் இருப்பார்கள் என்றால், இவர்கள் முறையற்ற காரியங்களைத் தொடர்ந்து செய்து கண்ணியமான பிரஜைகளைத் துன்புறுத்திக்கொண்டே இருப்பார்கள்.⁴

---

3 பார்க்கவும்: Aṭṭakavagga of the Suttanipāta, verses 904, 903, 893, 880.
4 பார்க்கவும்: Manu's Code of Law, 9.225-26. மேலும் பார்க்கவும்: Kauṭilya's Arthaśāstra 2.4.13.

பாவம் பாஸந்தாக்கள். இரு பக்கத்திலிருந்தும் வாங்கிக்கொள்ள வேண்டியிருக்கிறது. பௌத்தர்களைப் பொறுத்தமட்டில் பாஸந்தாக்கள் எப்போதும் 'மற்றமை'யாக இருந்தார்கள். அதாவது, போலியான கொள்கைகளை போதிக்கும் போலியான துறவிகள். மழிக்கப்பட்ட தலையுடனான பௌத்தப் பிக்குனி ஒருவரைப் பார்த்தபோது, அவர் எந்தப் பாஸந்தாவைச் சேர்ந்தவர் என்று மரணத்தின் கடவுளான அரக்கன் மாறன் (Mara) கேட்கிறான். இந்தக் கேள்வி தன்னை அவமானப்படுத்துவதாக நினைத்து அந்தப் பிக்குனி இப்படி எதிர்வினையாற்றுகிறார்:

இதற்கு [அதாவது பௌத்த ஒழுங்குக்கு]
வெளியே இருக்கும் பாஸந்தாக்கள்
பொய்யான பார்வையில் நிறைவடைகிறார்கள்.
நான் அவர்களுடைய தர்மத்தைப் பின்பற்றுவதில்லை.
அவர்களுக்கு தர்மத்தில் எந்தத் திறனும் கிடையாது.⁵

ஆனால், பார்ப்பனர்களை மிகக் கடுமையாக விமர்சிக்கும் எழுத்து ஒன்றும் இருக்கிறது.⁶ அவருடைய வார்த்தைகளில், புத்தரது காலத்தில் பார்ப்பனர்களைக் காட்டிலும் நாய்கள் தேவலாம் என்று முன்வைக்கப்படுவதை பௌத்த வரலாற்றியலாளரான ஆலிவர் ஃப்ரெய்பெர்கர், அவருடைய வார்த்தைகளில் நமக்குத் தொகுத்துக்கொடுக்கிறார். இந்த வாசகம், பார்ப்பனர்களின் 'பண்டைய ஐந்து தர்ம'ங்களை விமர்சனத்துக்கு எடுத்துக்கொண்டு, இன்று இவற்றைப் பார்ப்பனர்களிடம் காண முடியவில்லை என்றும், நாய்களிடம்தான் காண முடியும் என்றும் முன்வைக்கிறது.

முதலாவதாக, முந்தைய பார்ப்பனர்கள், பார்ப்பனரல்லாத பெண்களிடம் செல்லாமல் பார்ப்பனப் பெண்களிடம் மட்டுமே செல்வது என்ற கொள்கையைக் கொண்டிருந்தார்கள். இன்று இருவரிடமும் போகிறார்கள். ஆனால், நாய்கள் இன்றும்கூடப் பெண் நாய்களிடம் மட்டுமே போகின்றன. பிற உயிரினங்களில் உள்ள பெண்களிடம் போவதில்லை. இரண்டாவதாக, பிற காலங்களைத் தவிர்த்து முறையான பருவங்களில் மட்டுமே பார்ப்பனப் பெண்களிடம் பார்ப்பனர்கள் சென்றார்கள். இன்று

---

5   பார்க்கவும்: *Saṃyutta Nikāya*, I, 133-34. Translation based on Brereton 2019: 22. மேலதிகத் தகவல்களுக்குப் பார்க்கவும்: T.W. Rhys Davids et al. *The Pali Text Society's Pali-English Dictionary* (London: Luzac, 1966) under *pāsaṇḍa*.

6   இந்தப் பத்தி அங்குத்தர நிகாயாவிலிருந்து தொகுக்கப்பட்டதாக இருக்கிறது. பார்க்கவும்: *Aṅguttara Nikāya III.221-222*, sutta 191. See *The Numerical Discourses of the Buddha*, tr. Bhikkhu Bodhi (Boston: Wisdom Publications, 2012), pp. 800-801.

பார்ப்பனர்கள் எல்லாக் காலங்களிலும் செல்கிறார்கள். ஆனால், முறையான பருவங்களில் மட்டுமே நாய்கள் பெண்-நாய்களை அணுகுகின்றன. மூன்றாவதாக, முந்தைய காலங்களில் பார்ப்பனர்கள் பார்ப்பனப் பெண்களை விற்கவும் மாட்டார்கள், வாங்கவும் மாட்டார்கள்; பரஸ்பர சம்மதத்துடன் மட்டுமே துணையர்களாக ஒன்றுசேர்ந்தார்கள். இன்று இதுபோல் எல்லாவற்றையும் அவர்கள் செய்கிறார்கள். ஆனால், இன்று நாய்கள் பழைய பார்ப்பனர்கள் செய்ததுபோல் செய்கின்றன. நான்காவதாக, பழைய காலத்தில் பார்ப்பனர்கள் செல்வம், தானியம், வெள்ளி, தங்கம் போன்று எதையும் சேர்த்துவைத்துக்கொள்ள மாட்டார்கள். ஆனால், இன்று இவ்வாறெல்லாம் செய்கிறார்கள். நாய்கள் இவ்வாறெல்லாம் செய்வதில்லை. ஐந்தாவதாக, பழைய காலத்தில் பார்ப்பனர்கள் காலை உணவைக் காலையில் நாடிச்செல்வது என்றும், மாலை உணவை மாலையில் நாடிச்செல்வது என்றும் கொள்கையைக் கொண்டிருந்தார்கள். ஆனால், இன்று பார்ப்பனர்கள் எவ்வளவு முடியுமோ அவ்வளவு வயிறு புடைக்கத் தின்கிறார்கள். பிறகு, மிச்சமிருக்கும் எல்லாவற்றையும்கூடத் தின்கிறார்கள். மீண்டும், இன்றைய நாய்கள் பழைய பார்ப்பனர்கள்போல் நடந்துகொள்கின்றன.[7]

பாஸந்தாக்களுக்கு இடையே காணப்பட்ட இப்படியான விரோதத்தைத்தான் அசோகர் எதிர்கொள்ள வேண்டியிருந்தது. பாஸந்தாக்கள் குறித்த அசோகரது எழுத்துகளைப் புரிந்துகொள்ளவும் ஐக்கியப்படுத்தலுக்கான அவரது முயற்சிகளைப் புரிந்துகொள்ளவும் எப்படியான சூழ்நிலையில், பின்னணியில் அசோகர் செயல்பட வேண்டியிருந்தது என்று அறிந்துகொள்வது மிகவும் முக்கியமாகிறது.

அசோகர் அவரது ஐக்கியவாத முன்னெடுப்புக்கு அவசியமான தளத்தை உருவாக்கத் திரும்பத்திரும்ப 'எல்லாப் பாஸந்தாக்களும்' என்று அவர் பயன்படுத்துவது குறித்து முந்தைய இயலில் பார்த்தோம். அவரது மொழியில், பாஸந்தாக்களுக்கு இடையேயான வேறுபாடுகளைத் தெளிவற்ற ஒன்றாக மாற்ற முயன்றார். அவர் எல்லாப் பாஸந்தாக்களிடமும் பேசுகிறார். அவர்கள் எல்லோரையும் மதிப்பதாக அவர்களிடம் சொல்கிறார். பாறை அரசாணை VII-இலிருந்து எடுக்கப்பட்டு வரைபடம் 11.1-இல் இரண்டாவது பத்தியாகக் கொடுக்கப்பட்டிருப்பதில், அவர் இவ்விஷயத்துக்கு அழுத்தம் கொடுக்கிறார்: அவரது பேரரசுக்குள் பாஸந்தாக்கள் எங்கு வேண்டுமானாலும் வாழ்வதற்கு அனுமதிக்கிறார். அவர் சொல்கிறார்: 'கடவுள்களின் அன்புக்குரியவன், அரசன் பியதஸி,

7 Freiberger (2009: 63).

எல்லாப் பாஸந்தாக்களும் எங்கு வேண்டுமென்றாலும் வசிக்கலாம் என்று விரும்புகிறான்.’ ஆனால், இந்தக் கட்டளையை அசோகர் ஏன் வெளியிட வேண்டியிருந்தது என்பதே கேள்வியாகிறது. பாஸந்தாக்கள் எங்கு வேண்டுமானாலும் வாழலாம் என்று வெளிப்படையாக அனுமதிக்க வேண்டிய தேவையை அவர் ஏன் உணர்ந்தார்?

சில அறிஞர்களைப் பொறுத்தமட்டில், பாஸந்தாக்களுக்கு இடையேயான மோதல்களே இந்த அரசப் பிரகடனத்தின் சமூகப் பின்னணியாக இருக்கிறது. அரசியல் கோட்பாட்டாளர் ராஜீவ் பார்கவா இப்படியான பார்வையைத் தொகுத்துக்கொடுக்கிறார்:

> மற்றவர்களுக்குக் கற்பிப்பதற்கும் அவர்களை [மதம்] மாற்றுவதற்கும் சந்தர்ப்பத்தை ஏற்படுத்திக்கொடுக்கும் விதமாக, அவர்கள் தன்னுடைய ராஜ்ஜியத்துக்குள் சுதந்திரமாகப் பயணிக்கலாம் என்று [பாஸந்தா] தலைவர்களுக்கு அசோகர் தீர்மானமாக உறுதியளிக்கிறார். இந்த உரிமையை எவ்விதப் பாரபட்சமும் இல்லாமல் எல்லாப் பாஸந்தாக்களுக்கும் வழங்குகிறார். பாஸந்தாக்களுக்கு இடையேயான ஊடாட்டமும், மற்றவர்களுக்குத் தங்களுடைய அறத்தைப் போதிப்பதற்கான முயற்சிகளும் தீவிரமான இறுக்கத்தை உருவாக்கியிருக்கலாம். இது ஒரு பாஸந்தா மற்றொரு பாஸந்தாவோடு உரையாடக் கூடாது என்றோ அல்லது இன்னும் மோசமாக ஒரு பாஸந்தாவைச் சேர்ந்த ஒருவர் மற்றொரு பாஸந்தா இருக்கும் பகுதிக்குள் நுழையக் கூடாது என்றோ உள்ளூர் அளவில் விதிகள் உருவாக்கப்பட்டிருக்கலாம். இதனால், இந்த அரசாணை அவசியப்பட்டிருக்கலாம்.[8]

சில மத அமைப்புகள் தங்களை மதரீதியாகத் தனிமைப்படுத்திக்கொள்ள, விலகிய இடங்களை நிறுவுவதற்கு முயன்றிருப்பது நிச்சயம் சாத்தியமான ஒன்றுதான். பார்ப்பனர்கள் இவ்வாறு செய்ததை நாம் அறிவோம். சொல்லப்போனால், இப்படியான விலகிய பகுதிகள் அரசின் அங்கீகாரத்தையும் கொண்டிருந்தன. பிந்தைய இந்திய கிராமங்களிலும் சிறு நகரங்களிலும் இப்படிப் பார்ப்பனர்களுக்கு என்று விலகிய இருப்பிடங்கள் இருப்பதை நாம் பொதுவாகக் காண முடியும். கோட்டை நகரம் குறித்து கௌடில்யரின் லட்சியப்பட்ட வடிவமைப்பு, பார்ப்பனர்களுக்கான குடியிருப்பை வடதிசைப் பகுதியில் அமைத்துக்கொடுக்கிறது: ‘ஊர் தெய்வங்கள், அரசரின் தெய்வங்கள், உலோகத் தொழிலாளர்கள், பொற்கொல்லர்கள் என்று மட்டுமல்லாமல் பார்ப்பனர்களின் குடியிருப்புகளும் வடதிசையில்தான் இருக்க

8 *Bhargava (2014: 185).*

வேண்டும்.'[9] பிற மதக் குழுமங்களும்கூட இதுபோல் தங்களுக்கான விலகிய பகுதிகளைக் கோரியிருக்கலாம் என்று அனுமானிப்பது ஏற்றுக்கொள்ளக்கூடியதாகவே இருக்கிறது.

இருந்தும், பாஸந்தாக்களின் இருப்பிடம் குறித்த அசோகரது கூற்று இன்னும் கூடுதலாக எதையோ கொண்டிருப்பதாகவே நினைக்கிறேன். அசோகரது கட்டளையின் வரலாற்றுரீதியான, சமூகரீதியான பின்னணி குறித்து, பண்டைய இந்தியாவில் துறவறக் குழுமங்களை அரசு அதன் கட்டுப்பாட்டில் வைத்திருந்த வரலாறு நமக்குச் சில புரிதல்களைக் கொடுக்கலாம். அரசியல், ஆட்சிமை குறித்தான பண்டைய இந்தியப் பனுவலான கௌடில்யரின் அர்த்தசாஸ்த்ரம், ஓர் அரசன் ஒருசில துறவிகள் தனது ராஜ்ஜியத்துக்குள் திரிவதற்கான உரிமையைக் கட்டுப்படுத்த வேண்டும் என்ற சுவாரசியமான பார்வையை முன்வைக்கிறது. எடுத்துக்காட்டாக, ஜனபாதா (*janapada*) என்றழைக்கப்பட்ட விவசாய நிலங்களையும் அரசுக் கட்டுபாட்டில் உள்ள காடுகளையும் கொண்டிருக்கும் கிராமப்புறங்களில் இப்படியான குழுமங்கள் வாழ்வதை கௌடில்யர் தடைசெய்கிறார். இப்படியான நிலப்பரப்பில் வானப்பிரஸ்தர்களாக இருக்கும் துறவிகள் மட்டுமே அனுமதிக்கப்பட்டார்கள்: 'இப்படியானவர்களைக் கிராமப்புறங்களில் வாழ அனுமதிக்கக் கூடாது: எப்படியாக 'வெளியேறியவர்'களையும் (பிரவ்ரஜிதா) அனுமதிக்கக் கூடாது – வானப்பிரஸ்தர்களைத் தவிர.'[10] அவ்வளவு ஏன், சிறு நகரங்களிலும் பெரு நகரங்களிலும்கூடப் பாஸந்தாக்கள் வாழ அனுமதிக்கப்பட்ட இடங்கள் கடுமையாகக் கட்டுப்படுத்தப்பட்டதாக இருந்தன. அர்த்தசாஸ்த்ரத்தில் உள்ள இக்கூற்று, பாஸந்தாக்களை அரசு அதிகாரிகள் எவ்வளவு சந்தேகத்தோடு பார்த்தார்கள் என்பதையே காட்டுகிறது.

> பாஸந்தாக்களின், சண்டாளர்களின் [ஒதுக்கப்பட்டவர்கள்] குடியிருப்புகள் சுடுகாட்டுக்கு வெளியே இருக்க வேண்டும் (2.4.23)
>
> மதச் சத்திரங்களுக்குப் பொறுப்பானவர்கள் அதிகாரிகளிடம் தெரிவித்த பிறகே பாஸந்தாக்களும் பயணிகளும் தங்குவதற்கு அனுமதி கொடுக்க வேண்டும். (2.36.5)
>
> முனிவர்களும் பாஸந்தாக்களும் பெரிய குடியிருப்புப் பகுதியில் ஒருவரை ஒருவர் தொந்தரவு செய்யாமல் வாழ வேண்டும். (3.16.33)

9 *Kautilya, Arthashastra*, 2.4.15.

10 *Kautilya, Arthashastra*, 2.1.32.

கௌடில்யர் சொல்வதை முன்வைத்துச் சொல்வதென்றால், பாஸந்தாக்கள் ஒன்று சிறு நகரங்களுக்கு வெளியே சுடுகாடுகளுக்கு அருகில் ஒதுக்கப்பட்டார்கள் அல்லது தர்ம-ஆவஸதா என்று பொருத்தமாக அழைக்கப்படும் குறிப்பிட்ட மதங்களுக்குச் சொந்தமான சத்திரங்களில் தங்குவதாக இருந்தால், அதன் பொறுப்பாளர்கள் உள்ளூர் அதிகாரிகளிடம் அது குறித்துத் தெரிவிக்க வேண்டும்.

மேலே மநுவிலிருந்து நான் கொடுத்திருக்கும் மேற்கோளில் உள்ளது போலவே, கௌடில்யரும் பாஸந்தாக்களை வரவேற்கத்தகாத குணாம்சங்களோடுதான் தொடர்புபடுத்துகிறார். நகரப் பாதுகாப்புக்குப் பொறுப்பானவர்களாக இருக்கும் ஒற்றர்களுக்கு அவர் கொடுக்கும் அறிவுரையில் நாம் இதைக் காண முடியும்:

> சாலைகளுக்கும் சாலைகள் இல்லாத பாதைகளுக்கும் அனுப்பிவைக்கப்படும் ஒற்றர்கள், எவர் ஒருவர் காயத்தோடு இருந்தாலும், அபாயகரமான ஆயுதங்களை வைத்திருந்தாலும், மூட்டைகளுக்குப் பின்னால் தங்களை மறைத்துக்கொண்டாலும், பதற்றமாக இருந்தாலும், மிக ஆழமான தூக்கத்துக்கு ஆட்பட்டிருந்தாலும் அல்லது பயண அசதியில் இருந்தாலும் அல்லது நகரத்துக்கு உள்ளே அல்லது வெளியே, கோயில்களில், புனித இடங்களில், காடுகளில், சுடுகாடுகளில் அந்நியராக இருப்பவர் என்று யாராக இருந்தாலும் கைதுசெய்ய வேண்டும்.
>
> இதுபோலவே, நகரத்துக்குள் இருக்கும் ஆளற்ற வீடுகளில், பட்டறைகளில், சத்திரங்களில், புழுங்கல் அரிசியும் சமைத்த மாமிசமும் விற்கும் இடங்களில், சூதாட்ட விடுதிகளில், பாஸந்தாக்கள் வாழும் இடங்களில் இவர்கள் சோதனைகள் மேற்கொள்ள வேண்டும்.

பிற விஷயங்களைக் கையாளும்போது கௌடில்யர் இக்கருத்துகளை முன்வைக்கிறார் என்பது மேலும் முக்கியத்துவம் வாய்ந்த ஒன்றாகிறது. சுடுகாட்டுக்கு அருகில் வசிப்பது என்ற கூற்றுக்கு அப்பால், பாஸந்தாக்கள் மதிப்புக்குரிய அக்கம்பக்கங்களில் வசிக்காமல், ஏற்றுக்கொள்ள முடியாத, சந்தேகத்துக்குரிய இடங்களில் வசிப்பதாக எல்லோரும் அனுமானித்துக்கொள்கிறார்கள். அவர்கள் 'எல்லா இடங்களிலும் வாழ்வதற்கு' அனுமதிக்கப்படவில்லை.

இந்தப் பின்னணியில்தான், எல்லாப் பாஸந்தாக்களும் அவர்கள் விரும்புவதுபோல் எல்லா இடங்களிலும் வசிக்க அனுமதிக்க வேண்டும் என்று தன்னுடைய அதிகாரிகளுக்கு மிகத் துணிச்சலாக அசோகர் கட்டளையிடுகிறார். ஒருவேளை பார்ப்பனர்களைத்

தவிர, பிற பாஸந்தாக்களைப் பொறுத்தமட்டில், அரசின் இந்தக் கொள்கை வரவேற்கத்தக்க மாற்றமாக இருந்திருக்கும். கொள்கையில் ஏற்படும் இந்த மாற்றத்துக்கான காரணத்தை, பாறை அரசாணை VII-இல் அசோகர் முன்வைப்பது மிக முக்கியமாகிறது: 'இவர்கள் எல்லோரும் சுய-கட்டுப்பாட்டையும் தூய்மையான இதயத்தையும் கொண்டிருக்கிறார்கள்.' சுய-கட்டுப்பாடு என்பதற்கு அவர் பயன்படுத்தும் சொல் 'சயமா' (சம்ஸ்கிருதம்: சம்யமா). நாம் பார்க்கவிருப்பதுபோல், பாஸந்தாக்களுடைய ஆன்மிக வாழ்க்கையின் ஆதாரமான ஒன்றாக அசோகர் சுய-கட்டுப்பாட்டைப் பார்க்கிறார். 'இதயம்' என்று நான் மொழியாக்கம் செய்திருக்கும் சொல், 'பாவா' என்றிருக்கிறது. இச்சொல் ஒருவருடைய அகவாழ்க்கையுடன் தொடர்புடைய பரந்த அர்த்தத்தைக் கொண்டிருக்கிறது: உணர்வு, ஆன்மா, அகத்திலான சுயம் போன்றெல்லாம் கொண்டிருக்கிறது. அசோகரைப் பொறுத்தமட்டில் இவ்விரு நற்பண்புகளையும் — சுய-கட்டுப்பாடும் தூய்மையான இதயமும் — எல்லாப் பாஸந்தாக்களும் கொண்டிருக்கிறார்கள். தங்களுடைய ஆன்மிகப் பயணத்தையும் வாழ்க்கை முறையையும் இவற்றில் நங்கூரமிடுகிறார்கள். இதையே தர்மம் என்று அசோகர் விவரிக்கிறார். மேலான மனிதர்களான பாஸந்தாக்கள், ஜனம் என்றழைக்கப்படும் சாதாரண மக்களுக்கு அருகில் வாழும்போது, இந்த மக்களுக்குப் பாஸந்தாக்கள் முன்மாதிரியாக இருக்க முடியும் என்பதே அசோகரது நம்பிக்கையாக இருந்தது. பாஸந்தாக்கள் எல்லா இடங்களிலும் வசிக்கலாம் என்று சொல்வதைத் தொடர்ந்து அதே அரசாணையில், சாதாரண மக்கள் குறித்த அவரது விருப்பங்களையும் வெளிப்படுத்துகிறார்:

> ஆனால், சாதாரண மக்கள் (ஜனம்) பலவிதமான ஏக்கங்களையும் பலவிதமான வேட்கைகளையும் கொண்டிருக்கிறார்கள். எல்லாவற்றையும் அல்லது அதன் ஒரு பகுதியை மட்டுமே நடைமுறைப்படுத்துகிறார்கள். சுய-கட்டுப்பாடு, தூய்மையான இதயம், நன்றியுணர்வு, பற்றார்வம் போன்றவை இல்லையென்றால் ஏராளமான தானங்கள் கொடுப்பதும்கூட, நிச்சயமாக அற்பமான ஒன்றாகத்தான் இருக்கும். (பாறை அரசாணை VII)

இரண்டாவது வாக்கியம், 'மொத்தமாக அல்லது பகுதியாகச் செயல்படுத்துகிறார்கள்' என்பது ஒருவேளை தர்மத்தைக் குறிக்கலாம். இங்கு அவர் தர்மத்தைப் பயில்வதற்குத் தவிர்க்க முடியாத அஸ்திவாரமாக சுய-கட்டுப்பாடு, தூய்மையான இதயம் உள்பட அக நற்பண்புகளை அடையாளப்படுத்துகிறார். தங்களுக்கு மத்தியில் வாழும் பாஸந்தாக்களிடமிருந்து சாதாரண மக்கள் இவற்றையெல்லாம் கற்றுக்கொள்ள முடியும். இதுவே, அசோகர் முன்வைக்கும் செய்தியின்

சாரமாக இருப்பதுபோல் தெரிகிறது. தன்னுடைய ராஜ்ஜியத்தில் ‘எல்லா இடங்களிலும் வாழலாம்’ என்று பாஸந்தாக்களை அனுமதிக்கக் காரணமாகவும் இருக்கலாம். நகரங்களும் கிராமப்புறங்களும் எல்லா மதக் குழுகங்களுக்கும் திறந்திருந்தன. அவர்கள் ஒதுக்குப்புறமான இடங்களுக்குத் தள்ளப்படவில்லை.

பாறை அரசாணை XII-இல், பாஸந்தாக்களோடு நேரடியாகப் பேசுகிறார்; பாஸந்தா ஐக்கியவாதம் என்றால் என்னவென்றும் அதை அடைவது குறித்தும் வெளிப்படையாகப் பேசுகிறார். அசோகர் அவரது வழக்கமான பாணிக்கு உட்பட்டு, எல்லாப் பாஸந்தாக்களுக்கும் தன்னுடைய மரியாதையைத் தெரிவித்துக்கொண்டு அவர் சொல்ல விரும்பிய செய்தியைத் தொடங்குகிறார். பேரரசரிடமிருந்தே இது வருவதால், அவரது பார்வையாளர்களுக்கும் இது மிகப் பெரிய விஷயமாக இருந்திருக்க வேண்டும். இது, அவருடைய பார்வையாளர்களை வென்றெடுப்பதற்கானதாக இருக்கிறது. மேலும், அவர் சொல்ல விரும்பும் செய்தி, பாஸந்தாக்களோடு தொடர்புடைய துறவிகள் குழுகம் (‘வெளியேறியவர்கள்’, பிரவ்ரஜிதா), குடும்பஸ்தன் குழுகம் (‘தங்கியிருப்பவர்கள்’, கிரகஸ்தன்) ஆகிய இருசாராருக்குமாக இருக்கிறது.

> கடவுள்களின் அன்புக்குரியவன், அரசன் பியதஸி, எல்லாப் பாஸந்தாக்களுக்கும் — வெளியேறியவர்கள், தங்கியிருப்பவர்கள் என்று எல்லோருக்கும் — தானங்கள் கொடுப்பதன் மூலமாகவும், பலவிதமான வழிபாட்டுச் செயல்கள் ஊடாகவும் தன்னுடைய மரியாதையைத் தெரிவித்துக்கொள்கிறான்.

வழிபடுவதாகத் தெரிவித்த பிறகு, அசோகர் விஷயத்துக்கு வருகிறார். பாஸந்தாக்கள் ஒழுங்காக நடந்துகொள்ள வேண்டும் என்கிறார் — இனி சச்சரவுகள் எதுவும் கூடாது, இனி ஒருவரையொருவர் வசைபாடுதல் எதுவும் கூடாது, இனியும் மிதமிஞ்சிய, கடுமையான மொழி எதுவும் கூடாது. உள்நோக்கிப் பாருங்கள், உங்களுடைய சுயங்களை நீங்களே பாருங்கள். அதில் இருக்கும் குறைகளைப் பாருங்கள், உங்கள் ஒவ்வொருவரையும் ஆட்டிப்படைக்கும் தீய போக்குகளை அடையாளம் காணுங்கள். இங்குதான் அசோகர் ஒரே சமயத்தில் இரண்டு காரியங்களைச் செய்ய முயல்கிறார்: பாஸந்தாக்கள் தத்தம் மதம் உயர்த்திப்பிடிக்கும் லட்சியங்களுக்கு உட்பட்டு வாழ வேண்டும். மற்றவர்களை மதித்து அவர்களிடமிருந்து கற்றுக்கொள்ள வேண்டும். இதுவே அசோகரது ஐக்கியவாதத்துக்கான வழியாகிறது.

தொடக்கத்தில் வழிபடுவதாகத் தெரிவித்துக்கொண்ட பின் அசோகர் கனிவாக முன்னகர்கிறார். ஆனால், சிறந்த எழுத்தாளர்போல்,

சொல்லணியாளர்போல், தொடக்கத்தில் வெளிப்படுத்தும் கூற்றோடு, அவர் சொல்லவரும் செய்தியோடு அவரது மரியாதையைத் தெரிவிக்கும் 'வழிபடுதல்' என்ற சொல்லில் நங்கூரமிட்டு இணைக்கிறார். நான் உங்களை வழிபட விரும்புகிறேன்; தானங்களும் அன்பளிப்புகளும் கொடுத்து உங்களை மகிழ்விக்க விரும்புகிறேன். ஆனால், உங்களுக்கு ஒன்று தெரியுமா — இவையெல்லாம் அவ்வளவு அற்பமானவை. நான் உண்மையிலேயே எதற்கு மதிப்புகொடுக்கிறேன் என்றால், நான் உங்களிடம் முக்கியமாக எதை வேண்டுகிறேன் என்றால், உங்களுடைய மத வாழ்க்கையின் 'ஆதார மைய'மாக இருக்கும் விழுமியங்கள் மீதும், முதலில் ஏன் பாஸந்தா வாழ்க்கை முறையைக் கைக்கொண்டீர்கள் என்பதன் மீதும் நீங்கள் கவனம்செலுத்த வேண்டும். 'வழிபடுதல்' என்ற சொல் மொத்த எழுத்தையும் நெய்யக்கூடிய நூலாக வெளிப்படுகிறது. இதோ அசோகர்:

எப்படியிருந்தாலும், இதைத் தவிர வேறு எந்தத் தானத்தையோ மரியாதையையோ கடவுள்களின் அன்புக்குரியவன் பெரிதாகப் போற்றுவதில்லை: அதாவது, எல்லாப் பாஸந்தாக்களிடமும் ஆதார மையம் மேலும் வளர வேண்டும். ஆனால், ஆதார மையம் வளர்வது பல வடிவங்களில் இருக்க முடியும். ஆனாலும், இதுதான் அதன் வேராக இருக்கிறது: நாவடக்கம் — அதாவது, ஒருவர் தன்னுடைய சொந்த பாஸந்தாவை வழிபடாமல் இருப்பது, தேவையில்லாதபோது பிற பாஸந்தாக்களை இழிவுபடுத்தாமல் இருப்பது, தேவையிருக்கும்போதும் அதை மிதமாகச் செய்வது. இதற்கு மாறாக, பிற பாஸந்தாக்களை ஏதாவது ஒரு வடிவத்தில் நிச்சயமாக மரியாதை செய்தாக வேண்டும். இம்முறையில் செயல்படுவதன் மூலம் ஒருவர் நிச்சயமாகத் தன்னுடைய சொந்த பாஸந்தாவை மேம்படுத்துவதோடு, பிற பாஸந்தாக்களுக்கு உதவியும் செய்தவராகிறார்.

இப்படியாகச் செயல்படுவதிலிருந்து வேறான முறையில் ஒருவர் செயல்படுவார் எனில், ஒருவர் தன்னுடைய சொந்த பாஸந்தாவுக்குக் கேடுவிளைவிப்பதோடு, பிற பாஸந்தாக்களுக்கும் கேடுவிளைவித்தவராகிறார். ஒருவர் தன் பாஸந்தா மீது கொண்டிருக்கும் முழுமையான பற்றால், 'என்னுடைய சொந்த பாஸந்தாவை மேலும் சிறப்பான ஒன்றாக்குவேன்' என்று நினைத்து, பிற பாஸந்தாக்களை இழிவுபடுத்துவார் என்றால் — இப்படிச் செய்வதன் மூலம் ஒருவர் அவருடைய சொந்த பாஸந்தாவுக்குச் சேதம் விளைவிக்கிறார் என்பதில் எந்தச் சந்தேகமும் இல்லை.

மிக அடர்த்தியான இந்தக் கூற்றில் கலைத்துப்போடுவதற்கு நிறைய இருக்கின்றன. முதலாவதாக, 'ஆதார மையம்' என்று அசோகர் எதைச் சொல்கிறார்? மூலச் சொல் 'சாலா' என்றிருக்கிறது. பிராகிருதச் சொல்லான இது சம்ஸ்கிருதத்தில் உள்ள 'சாரா'வுக்கான இணைச்சொல்லாகப் பலரும் பார்க்கிறார்கள். அதாவது, எது ஒன்றின் அவசியமான, மிகச் சிறந்த பகுதியாகிறது — மையம், நடுப்பாகம், சாரம், ஆகச்சிறந்த போன்ற அர்த்தங்களைக் கொண்டிருக்கிறது. இருந்தாலும், சம்ஸ்கிருத 'சாரா'வும் பிராகிருத 'சாலா'வும் ஒன்றுதான் என்று அறிவுப்புலத்தில் ஒருமித்த கருத்தில்லை.[11] இதற்கான துப்பு, கிரேக்க மொழியாக்கத்தில் கிடைக்கிறது. கிரேக்கத்தில் தர்மம் என்ற சொல்லுக்கு நிகராக 'யூஸெபெயா' என்று பயன்படுத்தப்படுகிறது. சொல்லாய்வியல்ரீதியாகவும் பொருண்மைரீதியாகவும் இந்தச் சொல்லின் எல்லை எதுவாக இருந்தாலும், தர்மம் என்ற அர்த்தத்தில் அல்லது அதற்கு மிக நெருக்கமான அர்த்தத்திலேயே அசோகர் இதைப் பயன்படுத்துகிறார்: அதாவது, எல்லாப் பாஸந்தாக்களின் மையமான பொறுப்பு. கிரேக்க மொழியாக்கத்தை மேற்கொண்டவர்களின் புரிதலும் இப்படியாகத்தான் இருக்கிறது. பாஸந்தாக்களுக்கு மத்தியில் வேலைபார்க்க வேண்டிய தர்ம-மஹாமாத்ரர்கள் தொடர்பாகப் பாறை அரசாணை V-இல் அசோகர் சொல்வதும் இந்த முடிவுக்கு வருவதற்குத் துணைநிற்கிறது: 'இவர்கள், தர்மத்தை நிலைநாட்ட எல்லாப் பாஸந்தாக்களோடும் தங்களை ஈடுபடுத்திக்கொள்வார்கள்... தர்மா-பக்தர்கள் மத்தியிலும் அவர்களது நன்மைக்காகவும் நல்வாழ்வுக்காகவும் தங்களை ஈடுபடுத்திக்கொள்வார்கள்.' தர்மத்தைப் பலப்படுத்துவது ஆதார மையத்தைப் பலப்படுத்துவதற்கு இணையானதாகிறது: பலப்படுத்துவது அல்லது வளர்த்தெடுப்பது ஆகிய இரண்டு அர்த்தங்களையும் கொண்டிருக்கும் 'வதி' என்ற ஒரே சொல் இரண்டு இடங்களில் பயன்படுத்தப்படுகிறது. ஆக, முதலாவதாகவும் அடிப்படையாகவும், பாஸந்தாக்கள் ஏன் பாஸந்தாவானார்கள் என்பதன் மேல் — அதாவது, தர்மத்தைப் பின்தொடர்வது என்பதன் மேல் கவனம்செலுத்த வேண்டும் என்றே அசோகர் வேண்டுகிறார். இதுவே அவர்களுக்கு இடையிலான தர்மத்தைத் தொடர்ந்து வளர்க்கும்; தர்மத்தில் வளர ஒவ்வொரு தனிநபரும் முயல்வார்கள்.

---

11 'சாலா' என்பதற்கான அர்த்தம், அதன் சொல்லாய்வியல் குறித்த விவாதங்களுக்குப் பார்க்கவும்: Brereton (2019: 30–32). 'சாலா' என்ற சொல் அசோகருக்கு தர்மம் அல்லது அதற்கு மிக அருகில் இருக்கும் அர்த்தத்தைக் கொண்டிருக்க வேண்டும் என்ற பெரீட்டனின் முன்வைப்பை நான் ஏற்றுக்கொள்கிறேன். நார்மன் இவ்வாறு குறிப்பிடுகிறார் (Norman, 2021a: 122): 'எல்லாப் பிரிவுகளும் மற்றொரு பிரிவின் தர்மம் குறித்துக் காதுகொடுத்துக் கேட்க வேண்டும்' — இதன் ஊடாக 'சாலா' பெருகும். (இங்கே 'தகவல் தொடர்பு' என்பதாக நான் அர்த்தப்படுத்திக்கொள்கிறேன்).

இதெல்லாம் சிறப்பாகத்தான் இருக்கிறது. ஆனால், ஒரு பாஸந்தா இவற்றையெல்லாம் எப்படிச் சாதிக்க முடியும்? இங்குதான் அசோகர் முக்கியமானதை நோக்கி நகர்கிறார்: ஒரு தனிநபரை முன்னிலைப்படுத்தும் பொதுவான போக்கு, மற்றவர்களுடைய தர்மத்தைக் காட்டிலும் தங்களுடையது மேலானது என்று கோருவது, மற்றவர்களை இழிவாகப் பார்க்கும் போக்கு போன்றவற்றையெல்லாம் பாஸந்தாக்கள் கைவிட வேண்டும். ஒருவரை ஒருவர் அனுசரித்துப்போங்கள்! சொல்லிலும் செயலிலும் சகிப்புத்தன்மை என்ற சொல் முன்வைப்பது, மிகக் குறைந்த அளவிலான ஐக்கியவாத உணர்வைக் கோருகிறது. இதுவே குறைந்தபட்சத் தேவையாகவும் இருக்கிறது. ஆனாலும், இன்னும் கூடுதலாகத் தேவைப்படுகிறது; பாஸந்தாக்களிடமிருந்து இன்னும் அதிகமாகக் கோரப்படுகிறது.

தர்மத்தின் வளர்ச்சி பல வடிவங்களில் சாத்தியப்படலாம் என்றும், தர்மம் மிகச் சிக்கலான தார்மிக ஒழுங்காக இருக்கிறது என்றும் பாஸந்தாக்களிடம் அசோகர் சொல்கிறார். ஆனாலும், தர்மத்தின் பெருக்கத்துக்கு எப்படியான விஷயம் அடிப்படையாக இருந்தாலும், ஒரே ஒரு விஷயம்தான் — வேரிலிருந்து முளைவிடுவதுபோல் — அஸ்திவாரமாக இருக்கிறது: ஒருவர் தன்னுடைய பேச்சைக் கட்டுப்படுத்துவது, நாவடக்கம்.[12] இந்தக் கருத்தாக்கம், அசோகரது அறிவார்ந்தத் திட்டத்தின் சுழலச்சாக இருப்பது அவரது எழுத்துகளிலிருந்து பாய்ந்து வெளிப்படுகிறது. நாவடக்கம் குறித்த உரையாடல்களில் அசோகர் 'வழிபடுதல்' என்பதைத் திரும்பக் கொண்டுவருகிறார்: ஒருவர் எந்தப் பாஸந்தாவைச் சேர்ந்தவராக இருக்கிறாரோ அந்தப் பாஸந்தாவை — நிச்சயமாக வார்த்தைகளில்தான் — வழிபடுவதும், பிற பாஸந்தாவைக் குணாம்சப்படுத்த இழிவான சொற்களைப் பயன்படுத்துவதும் நாவடக்கம் இல்லாததாகிறது. இது தர்மத்தில் ஒருவரது வளர்ச்சிக்கான அடிப்படையையே நிராகரிப்பதற்கான எடுத்துக்காட்டாகிறது. இப்படியாகத்தான் இருக்குமென்றால் தர்மத்தின் வளர்ச்சி என்று எதையும் காண முடியாது. இப்படியான பாஸந்தாக்கள், பாஸந்தா வாழ்க்கையின் அடிப்படை நோக்கத்துக்கே எதிரானவையாக இருக்கின்றன.

---

12 வேர் என்ற அதே உருவகத்தை அசோகர் தனித்த அரசாணை I–இலும் பயன்படுத்துகிறார். இதில், அவரது அதிகாரிகளுக்கு மத்தியில் காணப்படும் ஒருதலைப்பட்சத் தன்மை, தார்மிக வழுவல்கள் போன்றவற்றின் வேரைச் சுட்டிக்காட்டுகிறார்: 'பொறாமை, முன்கோபம், கொடூரம், அவசரம், முனைப்பற்ற தன்மை, சோம்பேறித்தனம், அக்கறையின்மை போன்றவற்றைக் கொண்டிருப்பதால்தான் ஒருவர் இப்படியாகத் தவறிழைக்கிறார். முன்கோபத்திலிருந்தும் அவசரப்படுவதிலிருந்தும் நம்மை விடுவித்துக்கொள்வதே இதற்கான மூலமாகிறது.'

இங்கு, மரமண்டைகளுக்குத் தன்னுடைய வார்த்தைகளின், செயல்களின் விளைவுகள் குறித்துப் புரியவைக்க முயன்று சலிப்புற்றுப்போகும் ஆசிரியர்போல் அல்லது தந்தைபோல் அசோகர் ஒலிக்கிறார். ஒருவர் தன்னுடைய சொந்த பாஸந்தாவைப் புகழ்ந்து, மற்றவர்களுடையதை இகழ்வார்கள் என்றால், அது அவரது சொந்த பாஸந்தாவையே திரும்பவந்து தாக்கும் என்று விளக்குவதற்கு அசோகர் நிறைய மெனக்கெடுகிறார். தற்பெருமையிலான மொழியில் பாஸந்தா குறித்துப் பேசுவது, அவரது பாஸந்தாவைப் பெருமைக்குரியதாக்கும் என்று ஒருவர் நினைக்கலாம், ஆனால் யதார்த்தத்தில், 'ஒருவர் தன்னுடைய சொந்த பாஸந்தாவுக்குக் கேடுவிளைவிக்கிறார்'. இப்படியான நடத்தை, அந்த நபருடைய பாஸந்தாவில் தர்மம் என்று ஏதுமில்லை என்றே இவ்வுலகுக்குச் சொல்கிறது. மேலும், இப்படியான நடத்தை இந்தப் பாஸந்தாவுக்கு மாற எவரையும் ஈர்க்கப்போவதில்லை. இதற்கு மாறாக, ஒருவருக்கு நாவடக்கம் இருக்கும் என்றால், தன்னுடைய பாஸந்தாவை மட்டுப்பட்ட முறையில் புகழ்ந்து, மற்றவர்களுடைய பாஸந்தாக்களைத் தாராளமாகப் புகழ்வார்கள் என்றால், 'ஒருவர் நிச்சயமாக, தன்னுடைய சொந்த பாஸந்தாவை மேம்படுத்துவதோடு பிற பாஸந்தாக்களுக்கு உதவியும் செய்தவராகிறார்.' ஒருவருக்கு நாவடக்கம் மீதான கவனம் வேண்டும் என்பது இந்தியப் புத்தகங்களிலேயே அறிவத்துக்கான மிகவும் புத்திசாலித்தனமான, மிகவும் சுவாரசியமான ஒன்றான பஞ்சதந்திரக் கதைகளில் உள்ள முதுமொழியை நினைவுக்குக் கொண்டுவருகிறது.

அம்பால் தாக்கப்பட்டு அல்லது
அரிவாளால் வெட்டப்பட்டு,
காட்டுத்தீ முழுமையாக எறிந்த பின்னரும்
ஒரு மரம் தானாகத் தன்னை மீட்டுக்கொள்கிறது.
ஆனால், தாக்கும் வார்த்தைகளால் உண்டாகும் காயம்
எக்காலத்துக்கும் குணப்படுத்த முடியாததாகிறது.[13]

இங்குதான் ஐக்கியவாதத்தின் செயல்பாடு உள்ளது. ஆனால், இன்னும் கூடுதலாக இருக்கிறது. அசோகர் மேலும் முன்னெடுத்துச்செல்கிறார். உண்மையான ஐக்கியவாதம் இப்படியான குறைந்தபட்சங்களை மட்டுமே கோரவில்லை: சகிப்புத்தன்மை, இசைவுத்தன்மையோடு வாழ்தல், இழிவான மொழியைப் பயன்படுத்தாமல் இருத்தல். இல்லை, ஐக்கியவாதம் இன்னும் கூடுதலாக எதையோ கோருகிறது.[14]

---

13 பார்க்கவும்: *Panchatantra, Book 3, verse 53; Olivelle 1997: 120.*
14 பாஸந்தாக்கள் *'சகிப்புத்தன்மை'* என்பதைக் கடந்து, ஒருவரோடு ஒருவர் துடிப்போடு ஊடாட வேண்டும் என்றே அசோகரது செய்தி முன்வைக்கிறது. இது குறித்து மேலான விவாதங்களுக்குப் பார்க்கவும்: *Rajeev Bhargava (2014).*

பிற மதங்களோடு சேர்ந்து ஐக்கியவாதத் தன்மையில் வாழ்வதென்பது பிறரோடு உரையாடுவதை, பிறரிடமிருந்து கற்றுக்கொள்வதை, பிறருடைய தர்மம் குறித்து அறிந்துகொள்வதை எல்லாம் வேண்டுகிறது. இதற்கு ஒரு செயல்பாட்டாளருக்குரிய நேர்மறையான திட்டம் தேவைப்படுகிறது. இப்படியான நட்புணர்வையும் தோழமையையும் அசோகர் 'சமவாய' (samavāya) என்றழைக்கிறார். இச்சொல், ஒருவரையொருவர் சந்தித்துக்கொள்வது, ஒன்றுசேர்வது, ஒருவருக்கு ஒருவர் துணையாக இருப்பது போன்ற அர்த்தங்களைக் கொண்டிருக்கிறது. அசோகர் நற்பண்புகள் குறித்துப் பேசுவது, குறிப்பாக நாவடக்கம் குறித்துப் பேசுவது, நேர்மறையான விளைவுகளுக்குக் கொண்டுவிடுகிறது. வேறான பாஸந்தாக்களின் உறுப்பினர்கள், முறையாகவோ வேறு விதமாகவோ ஒருவரையொருவர் சந்தித்து அவர்களது தர்மம் குறித்து, அவர்களது நம்பிக்கைகள், பழக்கவழக்கங்கள் குறித்தெல்லாம் உரையாட வேண்டும், இதுவே அசோகர் முன்வைக்கும் கருத்தின் மூன்றாவது பகுதியாகிறது:

> ஆகவேதான், ஒருவரை ஒருவர் சந்தித்துக்கொள்வது, உண்மையிலே அருமையானது. அதாவது – மற்றவருடைய தர்மம் குறித்துக் கேட்க வேண்டும், அதிலிருந்து வழிகாட்டுதல் பெற வேண்டும். ஏனெனில், கடவுள்களின் அன்புக்குரியவனின் விருப்பமும் இதுவாகத்தான் இருக்கிறது. அதாவது – எல்லாப் பாஸந்தாக்களும் அதிகம் கற்றவர்களாக வேண்டும்; நன்னடத்தை கொண்டவர்களாக வேண்டும். இவர்கள் எதற்குத் தங்களை அர்ப்பணித்துக்கொள்கிறார்கள் என்பது முக்கியமில்லை. அவர்கள் இதை அங்கீகரிக்க வேண்டும்: 'வேறு எந்தத் தானத்தையோ மரியாதையையோ கடவுள்களின் அன்புக்குரியவன் பெரிதாகப் போற்றுவதில்லை: அதாவது, எல்லாப் பாஸந்தாக்களின் ஆதார மையம் வளர வேண்டும்.'

இங்கும்கூட அசோகர் மொழியைத் திறம்படப் பயன்படுத்துகிறார். இந்தப் பகுதியின் பிரதானக் கருத்தாக்கமாக இருக்கும் 'ஒருவரை ஒருவர் சந்தித்துக்கொள்வது' என்பதை வரையறுக்கிறார்: ஒருவர் 'மற்றவர்களுடைய தர்மம் குறித்துக் கேட்கவும் வேண்டும் அதிலிருந்து வழிகாட்டுதல் பெற்றுகொள்ளவும் வேண்டும்'. ஒருவரை ஒருவர் சந்தித்துக்கொள்வது வெறுமனே சமூகரீதியான சந்திப்பு அல்லது சாதாரணமாக ஒன்றுகூடுவது போன்றதல்ல. இது, இன்னும் ஆழமான, தீவிரத் தன்மையிலான ஒன்றாகிறது. இது 'கேட்பதை'யும் 'அறிவுரைகள் பெற்றுக்கொள்வதை'யும் உள்ளடக்கியுள்ளது – 'ஸுநேயு' (நேரடியான அர்த்தம்: கேட்க வேண்டும்), 'ஸுஸூஸேயு' (நேரடியான அர்த்தம்: கேட்பதற்கான விருப்புறுதியைக் கொண்டிருக்க வேண்டும்) ஆகிய

இரண்டு சொற்கள் மூலத்தில் உள்ளன. இரண்டாவது சொல், கீழ்ப்படிதல் என்ற இரண்டாம் நிலை அர்த்தத்தைக் கொண்டிருக்கிறது — கொஞ்சம்கொஞ்சமாக இதுவே அதன் வழமையான அர்த்தமாகவும் மாறிப்போனது. தர்மா குறித்த அசோகரது வரையறையில் இந்தச் சொல் இப்படியான அர்த்தத்தையே கொண்டிருக்கிறது: எடுத்துக்காட்டு தாய், தந்தைக்குக் கீழ்ப்படிவது. இந்தச் சொல் இப்படியான அர்த்தத்தை எவ்வாறு பெற்றது என்று, யாரோ ஒருவர் 'சொல்வதைக் கேள்' (listen to) என்ற ஆங்கில வெளிப்பாட்டின் ஊடாக அறிந்துகொள்ள முடியும். ஆக, இவ்விரு சொற்களைத் தாய்மொழியில் சொல்வதைக் கேட்கும் உள்ளூர்க்காரருக்கும் ஒத்த, ஒன்றையொன்று உறுதிப்படுத்தும் அர்த்தங்களையே கொண்டிருக்கும்: கேட்பது, சொல்வதைக் கேட்பது, இறுதியாகக் கற்றுக்கொள்வது. அசோகரும் இப்படியாகத்தான் 'மிகவும் கற்றறிந்தவர்' என்பதைப் பயன்படுத்துகிறார். மேலும் கற்றறிந்தவர் என்பதற்கான சொல் 'பஹு-ஸுதா' (நேரடியான அர்த்தத்தில்: நிறையக் கேட்பது, அதாவது கேட்டுத் தெரிந்துகொள்வது, அதாவது அதிகம் கற்றறிந்துகொள்வது). கேட்பதற்கும் கற்றலுக்கும் இடையேயான தொடர்பு அறிந்துகொள்வதன் பண்டைய முறையோடு தொடர்புடையதாக இருக்கிறது: ஆசிரியர் முன் உட்கார்ந்து அவர் சொல்வதை மாணவர் கேட்கிறார், தான் கேட்டதை மனனம் செய்கிறார், பிறகு அவர் கற்றதை அவரால் திரும்பச்சொல்ல முடிகிறது. ஆக, 'அதிகம் கேட்கும்' ஒருவர், அதாவது பிறரோடு தொடர்ந்து உரையாடல்கள் நடத்துவதன் மூலமாகவும், பிறரிடமிருந்து கற்றுக்கொள்வதன் மூலமாகவுமே ஒருவர் 'மிகவும் கற்றறிந்தவ'ராவதாக அசோகர் சொல்கிறார். நமக்குள்ளான குரலை மட்டுமே கேட்பதன் ஊடாகவோ அல்லது நம்முடைய குழுமத்தைச் சேர்ந்தவர்கள் சொல்வதை மட்டுமே கேட்பதன் ஊடாகவோ நம்மால் அதிகம் கேட்கவும் முடியாது, கற்றுக்கொள்ளவும் முடியாது. நாம் நம்முடைய தொடுவானத்தை விரிவுபடுத்த வேண்டும்.

ஆக, அசோகரது பாஸந்தாத்தன்மையிலான ஐக்கியவாதத்தைப் பின்பற்றுவதன் மூலமாகவே ஒருவர் மிகவும் கற்றறிந்த பாஸந்தாவாகும் லட்சியத்தை அடைய முடியும். இந்த விளைவுகள் மிக ஆழமானவை: ஒவ்வொரு பாஸந்தாவும் தனித்து இருந்தால், அவற்றின் உறுப்பினர்கள் மிகவும் கற்றறிந்தவர்களாக முடியாது; மற்ற பாஸந்தா உறுப்பினர்களோடு உரையாடுவது, ஊடாடுவது, விவாதிப்பது போன்றவற்றின் ஊடாகவே இது சாத்தியப்படுகிறது. இது ஏற்படுத்தும் கூடுதலான விளைவு என்னவென்றால், எந்த ஒரு பாஸந்தாவும் முழுமையான தர்மம் என்ற ஒன்றைக் — முழுமையான உண்மையைக் — கொண்டிருக்கவில்லை. அசோகர் தீவிர பற்றுகொண்ட பௌத்த உபாசகராக இருந்ததை நாம் கணக்கில்கொள்வோம் என்றால், இது நம்மை உண்மையிலேயே பிரமிக்கவைக்கிறது.

தனது கருத்துகளை அசோகர் எழுதும் திறன் உண்மையிலேயே போற்றத்தக்கதாக இருக்கிறது. 'எல்லாப் பாஸந்தாக்களின் ஆதார மையம் வளர வேண்டும்' என்ற நம்பிக்கையோடு அவர் சொல்லவந்த கருத்தின் இரண்டாவது பகுதியைத் தொடங்குகிறார். மூன்றாவது பகுதியில், அவர் முடிக்கும்போது அதே நம்பிக்கையுடன், அதே வெளிப்பாட்டுடன் முடிக்கிறார்: 'எல்லாப் பாஸந்தாக்களிடமும் ஆதார மையம் வளர வேண்டும்'. இதுவே, பாஸந்தாக்களுக்கு அவர் கொடுக்கக்கூடிய மிகச் சிறந்த தானமாக இருக்க முடியும்; பொருட்களைத் தானமாகக் கொடுப்பதைவிடப் பல மடங்கு மேலானது. இது தர்மத்தையே தானமாகக் கொடுப்பதாகிறது. இதைத்தான் பாறை அரசாணை *XI*-இல் உள்ள கூற்றில் அவர் வலியுறுத்துகிறார்: 'தர்மத்தைத் தானமாகக் கொடுப்பதைவிட மேலான தானம் எதுவும் இருக்க முடியாது.'

தன்னுடைய ஐக்கியவாதச் செயல்திட்டத்தை முன்னெடுக்கும் விதமாக தர்ம-மஹாமாத்ரர்களையும் பிற அதிகாரிகளையும் அனுப்பிவைத்திருப்பதைக் குறிப்பிட்டு அசோகர் அவரது நேர்த்தியான எழுத்தை முடிக்கிறார்.

> சொல்லப்போனால், பலரும் பெருமளவில் இந்த நோக்கத்துக்காக அனுப்பிவைக்கப்பட்டிருக்கிறார்கள் — தர்ம-மஹாமாத்ரர்கள், பெண்களைக் கண்காணிக்கும் மஹாமாத்ரர்கள், பண்ணைகளுக்குப் பொறுப்பான அதிகாரிகள், பிற வகை அதிகாரிகள். மேலும், இதன் பலன் இதுதான்: ஒருவர் தன்னுடைய சொந்த பாஸந்தாவை மேம்படுத்துகிறார், தர்மத்தைச் சிறப்புமிக்கதாக்குகிறார். (பாறை அரசாணை *XI*)

அசோகரது முயற்சிகளின் விளைவு குறித்த இறுதியான கணிப்பு — அதாவது, 'ஒருவர் தன்னுடைய சொந்த பாஸந்தாவை மேம்படுத்துகிறார், தர்மத்தைச் சிறப்புமிக்கதாக்குகிறார்' — தர்மம் குறித்த உள்ளடக்கத்துக்கு நம்மைத் திரும்பக் கொண்டுவருகிறது. ஒரு பாஸந்தாவின் தர்மம் சிறப்பானதாக இருந்தால் மட்டுமே, அந்தப் பாஸந்தாவால் தழைத்தோங்க முடியும், மேம்பட முடியும்.

குறிப்பிட்ட பாஸந்தாவோடு வேலைபார்த்த தர்ம-மஹாமாத்ரர்கள் என்ன செய்தார்கள் என்று நமக்குத் தெரியவில்லை. இது குறித்து அசோகர் தகவல் எதுவும் நமக்குத் தெரிவிக்கவில்லை. பாஸந்தாவுடனான தர்ம-மஹாமாத்ரர்களின் ஊடாட்டம் தீவிரமான ஒன்றாகவும், குறிக்கீடுகள் கொண்டதாகவும் இருந்திருக்கலாம் என்பதற்கான துப்புகள் நமக்குக் கிடைக்கின்றன. நாம் முன்னர் பாறை அரசாணை *VII*-இல், வரைபடம் 11.1-இல் உள்ள பத்தி எண் 6-இல் இது குறித்துப் பார்த்தோம். அதில் அவர் பல்வேறு பாஸந்தாக்களுக்குப் பல்வேறு

தர்ம-மஹாமாத்ரர்களை அனுப்பிவைத்திருப்பது குறித்துச் சொல்கிறார். மேலும் பௌத்தர்கள், பார்ப்பனர்கள், ஆஜீவிகர்கள், சமணர்கள் என்று குறிப்பிடவும் செய்கிறார். தர்ம-மஹாமாத்ரர்களின் பணி எந்த வடிவத்திலானதாக இருந்திருந்தாலும், ஒரு விஷயம் மட்டும் மிகத் தெளிவாக இருக்கிறது: அசோகரது ஐக்கியவாதம் மேல்-கீழ் என்பதாக இருக்கிறது. இந்தக் கருத்து அவருடையது; பாஸந்தாக்கள் இதை உணர வேண்டும் என்று விரும்புகிறார்.

ஆனால், நமக்குக் கதையின் ஒரு பக்கம் மட்டுமே கிடைக்கிறது. தங்களுடைய உள் விவகாரங்களில் அசோகர் வரம்புமீறிக் குறுக்கிடுவதாக எடுத்துக்கொள்ளும் சாத்தியமுள்ள பாஸந்தாக்கள் இதற்கு எப்படி எதிர்வினையாற்றினார்கள் என்று எந்தத் தகவல்களையும் அவர்களாக நமக்குக் கொடுக்கவில்லை. அசோகர் குறுக்கிட்டது உண்மைதான். பிளவு அரசாணை குறித்து நாம் இயல் 6-இல் துருவியகழ்ந்தது இதையே வெளிப்படுத்துகிறது. அதில், மடாலயங்களுக்குள் பேதங்களை உருவாக்கும் பிக்குகளையும் பிக்குனிகளையும் வெளியேற்றுமாறு மஹாமாத்ரர்களுக்குத் தெரிவிக்கிறார். மஹாமாத்ரர்களின் பணி மதக் காவலர்களுக்கான ஒன்றாக இல்லையென்றாலும்கூட, அது அதிக அளவு குறிக்கீடுகள் செய்வதாக இருந்திருக்க வேண்டும். பாஸந்தாக் குழுக்கள் தங்களுடைய சுதந்திரத்தைப் போற்றினார்கள்; மதரீதியான உண்மையை நேரடியாக முழுமுற்றாக அணுகக்கூடியவர்களாகத் தங்களைப் பறைசாற்றிக்கொண்டார்கள். இவர்கள், தங்களுடைய வாழ்க்கைக்குள்ளும் குழுகங்களுக்குள்ளும் அரசதிகாரிகளின் குறுக்கீடுகளை ரசித்தவர்களாக இருக்க முடியாது.

பாஸந்தாக்களுக்கு இடையே அசோகரது ஐக்கியவாதம் எந்த அளவு வெற்றிபெற்றிருக்க முடியும்? இது குறித்து மதிப்பிடுவது மிகக் கடினம். இருப்பினும், நம்முடைய கவனத்தை ஈர்க்கக்கூடிய துப்புகள் சில கிடைக்கின்றன. குறிப்பாக, அசோகரால் பாஸந்தாக்களில் ஒன்றாகக் கருதப்பட்ட பார்ப்பனர்கள் மத்தியில் பெரும் எதிர்ப்பு இருந்தது. நாம் முந்தைய இயலில் பார்த்தது போன்று, அசோகரது சொல்லாடலில் பொதுவாகக் காணப்படும் சிரமணப்ராமணா என்ற வெளிப்பாடு, ஒன்றோடொன்று முரண்பட்டிருக்கும் இரண்டு சொற்கள் கொண்டு உருவாக்கப்படும் சேர்மச் சொற்களை விளக்குவதற்கு சம்ஸ்கிருத இலக்கணவியலாளர்களால் முக்கிய எடுத்துக்காட்டாக முன்வைக்கப்பட்டது. இந்த இலக்கணவியலாளர்களின் பார்வையில், சிரமணர்களும் பார்ப்பனர்களும் மீளிணக்கம்காண முடியாத அளவுக்கு எதிரெதிரானவர்களாக இருந்தார்கள். மேலும், தங்களுடைய மையப் பகுதியான மத்திய கங்கைக் கரையில் வாழ்ந்துவந்த பார்ப்பனர்களால் இயற்றப்பட்ட வேத நூல்களில், மகதப் பகுதி காட்டுமிராண்டிகள்

இருக்கும் பகுதியாகவும், பார்ப்பனியப் பண்பாட்டு உலகத்துக்கு வெளியே இருக்கும் பகுதியாகவும் பார்க்கப்பட்டது என்பதையும் நாம் நினைவில்கொள்ள வேண்டியுள்ளது. இந்த எழுத்துகள் 'கிழக்கத்திய' மக்கள் 'ரா'வை 'ஐ'யாக உச்சரிப்பதைக்கூடக் கேலிசெய்கின்றன — மிகச் சரியாக அசோகரது கிழக்கத்தியக் கல்வெட்டுகளில் நம்மால் இதைப் பார்க்க முடியும்.[15] மகதத்திலிருந்து, அது பௌத்தம் போன்ற சிரமணர்கள் மதமாக இருந்தாலும் அல்லது அசோகர் போன்று தார்மிகத்தைப் போதிப்பவராக இருந்தாலும் நல்லது எதுவுமே வர முடியாது.

நான் முன்னரே குறிப்பிட்டது போன்று, ஏறக்குறைய அசோகரின் காலத்தைச் சேர்ந்த பார்ப்பனியப் பனுவல் ஒன்று, பார்ப்பனிய தர்மத்தைத் தெளிவுபடுத்துவதற்காக அதை ஒப்புக்கொடுக்கிறது. அது, ஆபஸ்தம்பாவின் தர்மசூத்திரம். பல்வேறு விஷயங்களில் மிக சுவாரசியமான நூலான இது, நான்கு ஆசிரம அல்லது மத வாழ்க்கை முறைமை, நான்கு வர்ண முறைமையோடு சேர்ந்து அசோகருக்குப் பிந்தைய பார்ப்பனிய மதத்தை வரையறுக்கக்கூடிய ஒன்றாக இருப்பதற்கான ஆதாரத்தை ஆவணப்படுத்தும் முதல் நூலாகிறது. நான்கு ஆசிரம நிலைகள் என்ற பின்னணியில், பார்ப்பனக் குடும்பஸ்தர்களைக் குறிக்க ஓரிடத்தில் தங்காமல் யாசித்து வாழும் 'வெளியேறியவர்'களுக்கு (பிரவ்ரஜிதா) எதிராகத் 'தங்கியிருப்பவர்'களைக் குறிக்க கிரகஸ்தன் என்ற சொல்லை முதன்முதலில் பயன்படுத்திய சம்ஸ்கிருத நூலாகவும் இருக்கிறது. ஆகவேதான், தர்மம் குறித்து இந்த நூல் முன்வைப்பவை மிக முக்கியமாகின்றன. சகலவித எச்சரிக்கைகளுடன் சொல்வதென்றால், இந்த நூல் அசோகர் தர்மத்தை எப்படியாகப் பார்த்தாரோ, அதற்கான உரையாக அல்லது அதற்கு எதிரான ஒன்றாகப் பார்க்க முடியும். குறைந்தபட்சம், இப்படியாகத்தான் நான் பார்க்கிறேன்.

மற்ற பார்ப்பனியப் பனுவல்கள்போல் இல்லாமல், ஆபஸ்தம்பா தனது புத்தகத்தை இந்த அடிப்படையான கேள்வியிலிருந்து தொடங்குகிறார்: உண்மையான தர்மம் குறித்து நாம் எப்படி அறிந்துகொள்கிறோம்? தர்மம் குறித்த கதையாடல்கள் எல்லாவற்றிலும் இதுவே பிரதான அறிவறிதலார்ந்த பிரச்சினையாக இருக்கிறது. பௌத்தர்களைப் பொறுத்தமட்டில் புத்தரின் வாசகங்கள் (புத்தவசனா) இதற்கான மூலமாகிறது. தர்மத்துக்கான உண்மையான பாதையை இது மட்டுமே உத்தரவாதப்படுத்துகிறது. ஆபஸ்தம்பா வேறு விதமாகப் பார்க்கிறார்: 'ஏற்றுக்கொள்ளப்பட்டிருக்கும் தர்மப் பழக்கவழக்கங்களின் ஊடாக நாம் விளக்குவோம். இதற்கான அதிகாரம் தர்மத்தையும் வேதத்தையும்

15 இது குறித்த வாசிப்புக்குப் பார்க்கவும்: Hans Hock (1991).

அறிந்தவர்களால் அங்கீகரிக்கப்படுவதைச் சார்ந்திருக்கிறது.’[16] இங்கு ‘அதிகாரம்’ என்பதற்கான சம்ஸ்கிருதச் சொல் பிரமாணா. இச்சொல், புலனுணர்தல், அனுமானம் போன்று அறிவுக்கான முறை என்ற அர்த்தத்திலும் தத்துவத்தில் பயன்படுத்தப்படுகிறது. ஆக, குறிப்பிட்ட செயல் தர்மத்துக்கு உட்பட்டதுதானா என்று ‘தர்மங்களை அறிந்தவர்கள்’ அதை ஏற்றுக்கொள்வது அல்லது அங்கீகரிப்பதன் ஊடாகவே அறிந்துகொள்கிறோம். இது வெறும் சொல்லடுக்காக இருக்கிறது: தர்மத்தை அறிந்துகொள்ள தர்மம் அறிந்தவர்களை நாம் அறிந்துகொள்ள வேண்டியுள்ளது. வேதங்கள் வழியாகவே தர்மத்தை அறிந்துகொள்ள முடியும் என்று சொல்லப்படும் இறுதியான கூற்று, வேதத்தை அறிந்தவர்கள் மட்டுமே தர்மத்தை அறிந்துகொள்ள முடியும் என்று சொல்வதாகிறது. வரையறையின் அடிப்படையில், அப்படியானவர்கள் பார்ப்பனர்களாகிறார்கள். தர்மங்கள் என்று பன்மையில் முன்வைக்கப்படுவது (சம்ஸ்கிருதம்: தர்மன்) அசோகர் முன்வைக்கும் ஒருமையிலிருந்து மாறுபட்டதாக இருக்கிறது. அசோகரைப் பொறுத்தமட்டில், தர்மம் என்பது பல அறரீதியான கொள்கைகளைக் கொண்டிருக்கும் ஒருமையிலான அறத் தத்துவமாகிறது. ஆபஸ்தம்பாவைப் பொறுத்தமட்டில் தர்மங்கள் பலவாக இருக்கின்றன; வேதக் கட்டளைகளுக்கு உட்பட்டுப் பலவிதமான சடங்குகளை, மதச் செயல்களைக் கொண்டிருக்கிறது. ஆபஸ்தம்பாவின் தர்மம் குறித்த அறிவறிதல், ‘பார்ப்பனியத் தனித்துவவாதம்’ என்று பின்னர் அழைக்கப்படும் ஒன்றை உயர்த்திப்பிடிப்பதாக இருக்கிறது. இது பிறரிடமிருந்து கற்றுக்கொள்வதற்கான அடக்கத்தை முன்வைக்கும் அசோகரது ஐக்கியவாதத்திலிருந்து மிகவும் விலகியிருக்கிறது.

தர்மம் குறித்து மிக உற்சாகத்தோடு அசோகர் முன்வைத்த அறிவுரைகளை, ஆபஸ்தம்பா நேரடியாக எதிர்ப்பது போன்று ஒரு பத்தி காணப்படுகிறது. ஆபஸ்தம்பா இவ்வாறு சொல்கிறார்:

> கபடர்களும் வஞ்சகர்களும் இறைமறுப்பாளர்களும் முட்டாள்களும் உச்சரிப்பதிலெல்லாம் ஒருவர் எரிச்சலடையவோ சுலபமாக ஏமாறவோ வேண்டியதில்லை. தர்மமும் அதர்மமும் ‘நாங்கள் இங்குதான் இருக்கிறோம்! என்று சொல்லிக்கொண்டு திரிவதில்லை. இதுதான் தர்மம், இதுதான் அதர்மம்’ என்று கடவுள்களோ கந்தர்வர்களோ அல்லது மூதாதையர்களோ பிரகடனப்படுத்தவில்லை. எப்படியான செயல்களையெல்லாம் ஆரியர்கள் புகழ்கிறார்களோ அப்படியான செயல்களெல்லாம் தர்மமாகின்றன. அவர்கள் இகழ்வது அதர்மமாகிறது.

16 *Āpastamba Dharmasūtra*, 1.1.1–3.

முறையாகப் பயிற்சிபெற்றவராக, வயதில் மூத்தவராக, தன்னைக் கட்டுப்படுத்திக்கொள்ளக் கூடியவராக, பேராசை, வஞ்சகம் ஆகிய இரண்டும் இல்லாதவராக, எல்லாப் பகுதியிலும் இருக்கும் ஆரியர்களால் எத்தகைய எதிர்ப்பும் இல்லாமல் ஏற்றுக்கொள்ளப்பட்டிருக்கும் ஒருவருடைய நடத்தையை மாதிரியாக ஒருவர் கொள்ள வேண்டும். இப்படியான வழியில் அவர் இரண்டு உலகங்களை வெல்ல முடியும்.[17]

'அதர்மம்' என்ற சொல் தர்மம் என்பதற்கு எதிர்மறையான சொல்லாகிறது. அதாவது தர்மமல்லாத, தர்மத்துக்கு எதிரான போன்ற வடிவங்களைக் கொண்டிருக்கிறது. தர்மத்தையும் அதர்மத்தையும் ஆபஸ்தம்பா ஆளுமையாக்குகிறார். இவை தன்னை விளம்பரப்படுத்திக்கொள்வதில்லை. எது தர்மம் என்றும் எது தர்மம் அல்ல என்றும் கடவுள்களாலும் சொல்ல முடியவில்லை. 'ஆரியா' என்றழைக்கப்படும் மக்களுடைய நடத்தையை அவதானித்து மட்டுமே ஒருவரால் தர்மத்தைக் கற்றுக்கொள்ள முடியும். 'ஆரியா' என்ற சொல்லை அக்காலத்தில் ஒவ்வொரு மத மரபும் தங்களுடைய பார்வைகளுக்கு ஏற்றாற்போல் வரையறுத்தன. ஆபஸ்தம்பாவைப் பொறுத்தமட்டில், ஆரியா என்பது வயது முதிர்ந்த, நன்கு பயிற்சிபெற்ற — வேதங்களில்தான் என்பதில் எந்தச் சந்தேகமும் இல்லை — நற்பண்புகள் கொண்டிருக்கும் ஒரு பார்ப்பன ஆணாக இருக்கிறார். இத்தகையவர்களின் நடத்தைகளும், இவர்களுக்கு இடையேயான ஒருமித்த கருத்தும், இவர்கள் வார்த்தைகளால் ஆங்கீகரிப்பதுமே எது தர்மம் என்றும் எது தர்மமல்ல என்றும் தீர்மானிக்கின்றன. ஆபஸ்தம்பா தன் வாசகர்களுக்குக் கொடுக்கும் அறிவுரையில் கொஞ்சம்போல் நஞ்சு கலந்திருக்கிறது: 'கபடர்களும் வஞ்சகர்களும் இறைமறுப்பாளர்களும் முட்டாள்களும் உச்சரிப்பதில் ஏமாற வேண்டாம்.' அவரது மனதில் இருந்தது அசோகரா? அல்லது ஒருவேளை புத்தரா?

தர்மம் குறித்த ஆபஸ்தம்பா எழுத்துகளில் ஐக்கியவாத உணர்வுகள் கொஞ்சமும் இல்லை. பிற பாஸந்தாவைச் சேர்ந்த அறிவுஜீவிகள் என்ன நினைத்தார்கள் என்று நமக்குத் தெரியவில்லை. ஆனாலும், பார்ப்பனிய எதிர்வினையை நாம் பிரதிநிதித்துவமாக எடுத்துக்கொள்வோம் என்றால், அசோகரது வேண்டுகோள்களெல்லாம் செவிடன் காதில் ஊதிய சங்காகத்தான் இருந்திருக்கிறது. இந்தப் பாஸந்தாக்களின் பிந்தைய வரலாற்றைப் பார்ப்பது — இது குறித்து முடிவுரையில் எடுத்துக்கொள்வோம் — இப்படியான முடிவுக்கு வருவதை ஏற்றுக்கொள்ளத்தக்கதாக்குகிறது.

---

17 *Āpastamba Dharmasūtra*, 1.20.5–9.

இருந்தும், எல்லாமும் குடிமுழுகிப்போய்விடவில்லை. சாதாரண மக்களும் அறிவுஜீவிகளும் தர்மத்தை எப்படியாகப் பார்க்கிறார்கள் என்பதில் அசோகர் அவரது தடத்தை விட்டுச்சென்றிருக்கிறார். அசோகரும் அவரது தார்மிகத் தத்துவத்தின் தலைக்கல்லாக இருக்கும் ஒன்றை அவர் பிரபலப்படுத்தியதே, தர்மம் குறித்து ஆபஸ்தம்பா ஒரு நூல் எழுதக் கொண்டுவிட்டிருக்கிறது என்று பார்த்தோம். அசோகருக்கு முந்தைய பார்ப்பனிய மரபு இந்தக் கருத்தாக்கத்தின் மீது அவ்வளவு கவனம் செலுத்தவில்லை. இப்போது பார்ப்பனிய அறிவுஜீவிகள் தர்மத்தைக் 'கபடர்களும் வஞ்சகர்களும் இறைமறுப்பாளர்களும் முட்டாள்களும்' முன்வைப்பதிலிருந்து தர்மத்தைக் காக்க முட்டிமோதுகிறார்கள். இப்படியான செயற்பாங்கில், தர்மம் குறித்த அசோகரது சொந்த படைப்பூக்கமிக்க கருத்துகள் சிலவற்றை இவர்கள் உள்வாங்கிக்கொண்டார்கள்.

முதலாவதாக, எல்லா மக்களுக்கும், ஏன் இந்தியாவுக்கு வெளியே, இந்தப் பண்பாட்டுக்கு வெளியே உள்ள நாடுகளில் வாழ்பவர்களுக்கும்கூடப் பொருந்தக்கூடிய ஒன்றை தர்மம் வரையறுக்கிறது. பார்ப்பனியத்தின் தார்மிகத் தத்துவம் பெருமளவு பின்னணியிலார்ந்த ஒன்றாக இருக்கிறது; யார் நீ என்பதால் வரையறுக்கப்பட்டதாக — பெண்ணா, ஆணா அல்லது திருமணம் ஆனவரா, திருமணம் ஆகாதவரா அல்லது ஒருவர் எந்தச் சாதியைச் சேர்ந்தவர் போன்றவற்றால் தீர்மானிக்கப்பட்டதாக — இருக்கிறது. பிந்தைய இறையியலில் இவ்வகையான அறம் 'சவதர்மம்' — அதாவது 'ஒரு தனிநபருக்கு ஏற்ற குறிப்பிட்ட தர்மம்' — என்றழைக்கப்படுகிறது. இருந்தாலும், எல்லோருக்கும் பொருந்தக்கூடிய உலகளாவிய தர்மத்தைப் போதித்த பார்ப்பனிய ஆசிரியர்களையும் நம்மால் எடுத்துக்காட்டாகக் கொடுக்க முடியும். தர்மத்தை உலகளாவிய அறமாக முன்வைக்கும் மிகவும் தொடக்க கால முன்னெடுப்பை ஆபஸ்தம்பாவிடமே ஒருவேளை நம்மால் காண முடியும்.

> கோபம், உணர்ச்சிவசப்படல், சீற்றம், பேராசை, குழப்பம், கபடம், விரோதம் போன்றவற்றைத் தவிர்த்தல்; உண்மை பேசுதல்; அதிகம் உண்ணுதல், அவதூறு பரப்புதல், பொறாமைகொள்ளுதல் போன்றவற்றைத் தவிர்த்தல்; பகிர்ந்துகொள்ளுதல், தாராள குணத்துடன் இருத்தல், நேர்மையாக நடந்துகொள்ளுதல், மென்மையாக இருத்தல், நிச்சலனமாக இருத்தல், சுய-கட்டுப்பாடு கொண்டிருத்தல், எல்லா உயிரினங்கள் மீதும் அன்பு, யோகா, ஆரியர் போன்ற நடத்தை கொண்டிருத்தல், தயவுகாட்டுதல், மனநிறைவு கொண்டிருத்தல்.[18]

18 *Āpastamba Dharmasūtra*, 1.23.6.

இது, எல்லா ஆசிரம நிலைகளுக்கும் பொருந்தக்கூடியவை என்கிறார் ஆபஸ்தம்பா. ஒருவேளை எல்லா மனிதர்களுக்கும் பொருந்தக்கூடியவையாகவும் இருக்கலாம். இது, அசோக மரபுதான் என்று வாதிட முடியும்.

அசோகரது ஐக்கியவாதம் தொடர்பான முன்னெடுப்புகளைப் பாஸந்தாக்கள் அவர்கள் அளவில் எப்படியாக எடுத்துக்கொண்டார்கள் என்பது குறித்து நமக்கு மிகக் குறைவான தகவல்கள் மட்டுமே கிடைத்தாலும்கூட, அசோகர் அவரது தர்ம-திட்டத்தின் மையமாகவே அவரது முன்னெடுப்புகளைப் பார்த்தார். தார்மிகத்தில் நிலைகொண்ட மக்களை உருவாக்கும் அவரது செயல்திட்டத்தை மேலும் வளர்த்தெடுப்பதற்கு, அர்ப்பணிப்புமிக்க மத நிபுணர்களைக் கொண்டிருக்கும் ஒழுங்கமைக்கப்பட்ட, ஒழுக்கமான குழுமங்களை இணைத்துக்கொள்வது அவ்வளவு எளிமையான காரியம்போல் தெரியவில்லை.

13

குடிமை மதம்

மதத்துடனான அசோகரது உறவு மிகச் சிக்கலான ஒன்றாக இருக்கிறது. முந்தைய பன்னிரண்டு இயல்களை ஆழப் படித்த வாசகர்களுக்கு இந்த அளவு தெளிவாக இருக்க வேண்டும். ஒரு குழந்தையாக எப்படியான மதப் பின்னணியில் அவர் வளர்க்கப்பட்டார் என்று நமக்குத் தெரியாது. அவரது தாத்தாவும் தந்தையும் சமணம், அஜீவிகம் போன்ற பாஸந்தாக்களைப் பின்பற்றியவர்கள் அல்லது அவற்றால் தாக்கம் பெற்றவர்கள் என்றே மரபாக நம்மிடம் சொல்லப்படுகிறது. மகதத்தில் வாழ்ந்துவந்ததால், இந்தியாவின் இப்பகுதியில் தோன்றிய புதிய துறவற மதங்கள் அவர் மீது தாக்கம்செலுத்தியிருக்க வேண்டும். அதனால்தான், வளர்ந்தவராக இருந்தபோது, பௌத்த உபாசகராக மாறுகிறார். அப்போது, துறவற மதங்களின் பரந்த மரபுக்குள்ளாக இருந்து மட்டுமே — இந்த மத மரபுகள் அவற்றுக்கான வேர்களை அவை தோன்றிய இடமான மகதத்தில் கொண்டிருக்கின்றன — அவர் செயல்பட்டுக்கொண்டிருந்தார். ஒரு பௌத்தராக, அவர் பிற பாஸந்தாக் குழுமங்களுடன் நல்லுறவைப் பேணிவந்தார். இதை நாம் முந்தைய இரண்டு இயல்களில் துருவியகழ்ந்தோம்.

ஆனாலும், அவரது காலத்தில் இருந்த ஒழுங்கமைக்கப்பட்ட மதங்களின் வட்டத்துக்குள் இருப்பதற்குப் பதிலாக அசோகர் அவற்றைக் கடந்துசென்றார். அவரது முன்னோர்கள் எவருமே செய்திராத ஒன்றை — சொல்லப்போனால், இந்தியாவில் அல்லது ஒருவேளை உலகத்திலேயே அவருக்கு முன்போ பிறகோ எந்த அரசரும் செய்திராத ஒன்றை, அவர் செய்கிறார். தர்மம் என்ற மையமான கருத்தாக்கத்தைக் குறிப்பிட்ட முறையில் புரிந்துகொண்டு புதிய உலகளாவிய மதத்தை அசோகர் தோற்றுவிக்கிறார். அது மதத்துக்கான குணாம்சங்களையெல்லாம் கொண்டிருந்தது — தார்மிகத் தத்துவத்தின் மீதான கவனம், இறப்புக்குப் பின்னர் ஊழலோடு தொடர்புடைய கொள்கை, அவ்வளவு ஏன்

ஆண்டுதோறும் வழிபாட்டுக் காலங்களில் குறிப்பிட்ட புனித நாள்களில் அசோகரது எழுத்துகளைச் சடங்குரீதியாக வாசிப்பது போன்றெல்லாம் கொண்டிருந்தது. இது ஓர் அரசியல் இயக்கத்துக்கான, தத்துவார்த்த இயக்கத்துக்கான குணாம்சத்தையும் கொண்டிருந்தது — இதற்குச் சேவைசெய்யும் விதத்தில் பெருமளவில் அரசு நிர்வாகம் முழுவதும் ஒன்றுதிரட்டப்பட்டது; தர்ம-திட்டத்துக்காக மட்டும் சேவை செய்யும் விதமாகப் புதிதாக தர்ம-மஹாமாத்ரர் என்ற அரசாங்கத் துறையும் உருவாக்கப்பட்டது.

அசோகரது மதரீதியான இந்தப் புதிய முனைப்புகளை நாம் எவ்வாறு அர்த்தப்படுத்தப்போகிறோம்? நாம் இதை எப்படியாகப் புரிந்துகொள்ளப்போகிறோம்? அல்லது, இன்றைய ஆய்வாளர்கள் பெரிதும் விரும்பும் வார்த்தைகளில் சொல்வதென்றால், எப்படியாக இதைக் கோட்பாட்டாக்கம் செய்யப்போகிறோம்? வேறு விதமாகச் சொல்வதென்றால், தர்மம் என்ற கருத்தாக்கத்துக்குள்ளாக மதரீதியானதையும் தார்மிகரீதியானதையும் அரசியல்ரீதியானதையும் இணைத்து அசோகர் செயல்பட முயன்றதை எந்தக் கோட்பாட்டுரீதியான கட்டமைப்பு சிறப்பாக விளக்கக்கூடியதாக இருக்க முடியும்?

அரசர்களும் ஆட்சியாளர்களும் அரசியல் அதிகாரத்தை முறையான ஒன்றாக்குவதற்கு மதத்தைப் பயன்படுத்துவது உலக வரலாற்றில் பொதுவாகக் காணக்கூடிய ஒன்றாகவே இருக்கிறது. தெய்வீக வம்சாவளியிலிருந்து தோன்றியதாக அரசர்கள் கோரலாம்; தங்களைக் கடவுள்களாகப் பிரகடனப்படுத்திக்கொள்ளலாம்; அல்லது வெறுமனே விண்ணுலகில் இருப்பவர்கள் கொடுத்ததாக முன்வைக்கலாம். பண்டைய இந்தியாவில், சம்ஸ்கிருதத்தில் உள்ள 'தேவா' என்ற சொல் — இது கிரேக்கத்தில் உள்ள 'தியோஸ்', லத்தீனில் உள்ள 'டீயஸ்' ஆங்கிலத்தில் உள்ள 'டிவைன்' (*divine*) போன்ற சொற்களோடு, தொடர்புடையதாக இருக்கிறது. மேலும் கடவுள்கள், அரசர்கள் ஆகிய இருசாராரையும் குறிக்க இச்சொற்கள் பயன்படுத்தப்படுகின்றன. இவையெல்லாம் அப்படி ஒன்றும் குறிப்பிடத்தக்க விஷயங்கள் அல்ல.

ஆனால், அசோகர் முற்றிலும் வேறான ஏதோ ஒன்றைச் செய்கிறார். தன்னைக்கடவுளாகவோ அல்லது தெய்வீகத்தன்மையிலான பெற்றோரைக் கொண்டவராகவோ அல்லது தெய்வத்தால் அங்கீகரிக்கப்பட்டவராகவோ கோரவில்லை. அவருக்கான அங்கீகரிப்பைப் பெறுவதற்கு அவர் குறிப்பிட்ட மதத்தின் ஆதரவையும்கூடப் பயன்படுத்திக்கொள்ளவில்லை. அவர் தர்மத்தைப் பரப்புரை செய்ததற்கும் அவரது அரசதிகாரத்தை அங்கீகரிக்கப்பட்ட ஒன்றாக்குவதற்கும் எவ்விதத் தொடர்பும் இல்லை.

அவர் வேறு ஏதோ ஒன்றைச் செய்கிறார். அது அவரைச் சார்ந்திருப்பதைக் காட்டிலும் அவரது மக்களைச் சார்ந்திருக்கும் ஒன்றானதாகிறது.

இங்கு ‘அரசு’, ‘மக்கள்’ ஆகிய இரு சொற்களுக்கும் இடையேயான வேறுபாட்டை முன்வைப்பது பயனுள்ளதாக இருக்கும். இவ்விரு சொற்களுக்கும் இடையேயான வேறுபாடுகள் பெருமளவு நவீன ஜனநாயகங்கள் என்ற பின்னணியிலேயே முன்வைக்கப்படுகின்றன. இதனால், இந்த வேறுபாட்டை நாம் பண்டைய அரசியலுக்குப் பொருத்திப்பார்க்க முடியாது என்று ஒருசிலர் கோர முடியும். அரசியல் தத்துவவியலாளரான சார்லஸ் டெய்லர் இவ்வாறு கருத்துரைக்கிறார்:

> ஒரு நவீன ஜனநாயக அரசு ‘மக்கள்’ என்ற பலமான கூட்டு அடையாளத்தைக் கோருகிறது. கடந்த காலங்களின் படிநிலையிலான, அதிகாரத்துவமிக்க ஆட்சியிலான சமூகங்கள் கோரியதைவிட நம்முடைய கூட்டான அரசியல் திட்டத்தில் ஒருவரோடு ஒருவர் இன்னும் மேலான கூட்டுணர்வையும் இன்னும் கூடுதலான அர்ப்பணிப்பையும் வெளிப்படுத்த ஜனநாயகம் நம்மைக் கட்டாயப்படுத்துகிறது... ஜனநாயக சகாப்தத்தில் ஓர் அரசை உருவாக்குவதற்கு, ஒரு சமூகம் அதன் கூட்டு அடையாளத்தை வரையறுக்கும் மிகக் கடினமான, எப்போதும் நிறைவுபெறாத காரியத்தைத் தொடர்ந்து மேற்கொள்ள வேண்டியுள்ளது.[1]

இருந்தும், நவீனப் பன்மைத்துவத்திலான தேசிய-அரசுகளில் மட்டும்தான் ஓர் அரசு தொடர்ந்து ஏற்றுக்கொள்ளத்தக்க ஒன்றாக இருப்பதற்கு, மக்களை ‘அமைப்பாக்கம்’ செய்யும் ஒரு கூட்டு அடையாளத்தை உருவாக்கும் தேவை உருவாக வேண்டும் என்றில்லை. இனம், மொழி, மதம், ஏன் உணவுப் பழக்கங்கள் உட்பட்ட பலவிதமான பின்னணிகளைக் கொண்ட பரந்துவிரிந்திருக்கும் நிலப்பரப்பில் பன்மைத்துவத்திலான அரசுகளை — சீனா, மௌரியப் பேரரசின் காலத்தில் இந்தியா உள்பட — உலகின் பல பகுதிகளில் நம்மால் பார்க்க முடியும். க்வின் மற்றும் ஹான் அரசுகள் ஒன்றிணைக்கப்பட்ட சீனாவை ஆள வேண்டியிருந்தபோதும், மௌரிய அரசர்கள், அதிலும் குறிப்பாக அசோகர் பண்பாட்டுரீதியாகவும் மதரீதியாகவும் மொழிரீதியாகவும் பெரும் வேறுபாட்டைக் கொண்டிருக்கும் மக்களை — ஆப்கானிஸ்தான் தொடங்கி வங்கம் முதல் கர்நாடகம் வரை — ஆள வேண்டியிருந்தபோதும், நவீன தேசிய-அரசுகள் எதிர்கொள்ளும் பிரச்சினைகளை இவர்களும் எதிர்கொள்ள வேண்டியிருந்தது: பேரரசரால் பிரதிநிதித்துவப்படுத்தப்படும் ஓர் அரசுக்கு விசுவாசமாக இருக்கக்கூடிய

1 Charles Taylor (2014: 67–68).

'மக்களை' எவ்வாறு அமைப்பாக்கம் செய்வது. வன்முறையும் பலவந்தமும் அவசியம் என்றாலும் இவை போதுமானவையாக இருக்க முடியாது.

ஒரு ராஜ்ஜியம் பாதுகாப்பாகவும் செழிப்பாகவும் இருப்பதற்கு, அது விசுவாசமான, நிறைவடைந்த மக்களைக் கொண்டிருப்பதன் அவசியத்தை, பண்டைய இந்திய அரசியல் கோட்பாட்டாளரான கௌடில்யர் மிகத் தெளிவாக முன்வைக்கிறார். கௌடில்யர் அவரது லட்சிய ராஜ்ஜியத்தில் உள்ள மக்களைக் குறிக்க இரண்டு சொற்களைப் பயன்படுத்துகிறார்: பிரஜா (சந்ததி, குழந்தை, பிரஜை போன்ற அர்த்தங்களைக் கொண்டது. பிரஜை என்ற சொல்லை அசோகரும் பயன்படுத்துகிறார்); பிரக்ருதி (ஒரு ராஜ்ஜியத்துக்கு அடிப்படையாகவும் மூலமாகவும் இருப்பது மக்கள்தான் என்ற அர்த்தத்தில்). மக்கள் அதிருப்தியோடும் விரக்தியோடும் (விரக்தா) இருப்பார்கள் என்றால், ராஜ்ஜியம் பலவீனமாகும், அண்டை அரசர்களின் தாக்குதலுக்கும் உள்ளாக வேண்டியிருக்கும் என்கிறார் கௌடில்யர்: 'பிரஜைகள் அதிருப்தி அடைவார்கள் என்றால்... அவர்களை வென்றெடுப்பது எனக்குச் சாத்தியம்.'[2] இதற்கு மாறாக, மக்கள் விசுவாசமாகவும் அர்ப்பணிப்போடும் (அநுரக்தா) இருப்பார்கள் எனில், அரசுகள் பலமாகவும் நிலையானவையாகவும் இருக்கும்.[3] இப்படியாக இருக்கும் ஒரு ராஜ்ஜியத்தின் மீது ஓர் அரசன் விரோத நடவடிக்கைகளை முன்னெடுக்கக் கூடாது என்றும் அரசனுக்கு கௌடில்யர் அறிவுறுத்துகிறார்.

பண்டைய அரசுகளுக்கு விசுவாசமான, நிறைவடைந்த மக்களை, அதாவது 'கற்பிதமான குமுக'த்தை உருவாக்குவதற்கான வழிமுறைகள் என்னவாக இருந்திருக்க முடியும்? குறைந்தபட்சம் அசோகரது விஷயத்தைப் பொறுத்தமட்டிலாவது, மக்களை அமைப்பாக்கம் செய்வதற்கான முறைகள், தேவையான மாற்றங்களோடு பல நவீன தேசிய-அரசுகள் பயன்படுத்தும் முறைக்கு இணையாக இருக்கிறது என்றே நினைக்கிறேன். அதாவது இது, 'குடிமை மதம்' என்றழைக்கப்படும் ஒன்றை உருவாக்குவதற்கான முறையாகிறது. 'குடிமை மதம்' என்ற வகைமை, நவீன தேசிய-அரசுகளின் பின்னணியில்தான் உருவாக்கப்பட்டது என்றாலும், இது அசோகரது தர்மா திட்டத்தைக் கோட்பாட்டாக்கம் செய்வதற்கு, குறைந்தபட்சம் விளக்கிக்கொள்வதற்குப் பயனுள்ளதாக இருக்கும் என்றே நினைக்கிறேன். டெய்லரின் அர்த்தத்தில் சொல்வதென்றால், அசோகரது திட்டம், அவரது பிரஜைகளை 'மக்களாக' உருமாற்றும் நோக்கத்தைக் கொண்டிருந்தது.

2 பார்க்கவும்: *Kautilya, Arthaśāstra*, 2.6.38. மேலும் பார்க்கவும்: 7.4.15.

3 *Kautilya, Arthaśāstra*, 7.4.16; 7.8.11; 7.14.10.

'குடிமை மதம்' என்ற வெளிப்பாட்டைப் பதினெட்டாம் நூற்றாண்டைச் சேர்ந்த பிரெஞ்சு அரசியல் தத்துவவியலாளரான ழான்-ஜேக் ரூஸோவ் உருவாக்கினார். இருபதாம் நூற்றாண்டில் இதைப் பிரபலமாக்கியவர் அமெரிக்கச் சமூகவியலாளரான ராபர்ட் பெல்லா.[4] இந்தக் குடிமை மதம் சமூகத்துக்குள்ளாக இயங்கிக்கொண்டிருக்கும் எந்த ஒரு முறையான மதத்தோடும் அல்லது பிரிவோடும் அதை அடையாளப்படுத்திக்கொள்ளவில்லை என்றாலும், அவற்றிலிருந்து வருவிக்கப்பட்ட உள்ளடக்கங்களையும் குறியீடுகளையும் பயன்படுத்திக்கொள்கிறது. இதனால், பலவிதமான மதங்கள் இணைந்து இயங்கும் மிகச் சிக்கலான சமூகங்களில் மட்டுமே — அசோகரது இந்தியாவில் பல பாஸந்தாக்கள் இருந்தது போன்ற சமூகங்களில் மட்டுமே, குடிமை மதம் தோன்ற முடியும். இருப்பினும், இது மதத்தின் சில கூறுகளை உள்ளடக்கியும் இருக்கிறது. வடஅமெரிக்கப் பின்னணியில், தேசியக் கொடி, தேசிய கீதம், தேசிய விடுமுறை, தோற்றுவித்த தந்தையர்கள், ஓரளவுக்குப் புனித நூல் தன்மையைக் கொண்டிருக்கும் அரசமைப்பு போன்றவையெல்லாம் சடங்குரீதியான, மதரீதியான அம்சங்கள் கொண்டிருப்பதை பெல்லா சுட்டிக்காட்டுகிறார். இப்படியான அம்சங்கள், வெவ்வேறான சமூகங்களில் வெவ்வேறான வரலாற்றுச் சூழ்நிலைகளில் வேறானவையாக இருக்கும். அமெரிக்க பாணியிலான குடிமை மதத்தில் 'கடவுள்' என்பது பிரதானக் குறியீடாக இருக்கிறது. இந்தக் குறியீடு அதற்குள்ளாக அந்த அளவுக்கு எதையோ கொண்டிருப்பதாலும், அந்த அளவுக்கு எதையும் கொண்டிராமல் இருப்பதாலும், ஒரு தனிநபர் அவருக்கு வேண்டிய வழிகளிலெல்லாம் அதை அர்த்தப்படுத்திக்கொள்ளக்கூடிய ஒன்றாக இருக்கிறது. ஜான் எஃப். கென்னடி தன்னுடைய பதவியேற்பு உரையில் 'கடவுள்' என்ற சொல்லைப் பயன்படுத்துவது குறித்து பெல்லா இவ்வாறு முன்வைக்கிறார்:

> அவர் எந்த ஒரு குறிப்பிட்ட மதத்தையும் குறிக்கவில்லை. அவர் இயேசு அல்லது மோசஸ் அல்லது கிறிஸ்தவத் திருச்சபை என்று எது ஒன்றையும் குறிக்கவில்லை. நிச்சயமாக அவர் கத்தோலிக்கத் திருச்சபையைக் குறிக்கவில்லை. சொல்லப்போனால், அவர் கடவுள் என்ற கருத்தாக்கத்தை மட்டுமே குறிப்பிடுகிறார். இச்சொல்லை எந்தவொரு அமெரிக்கராலும் ஏற்றுக்கொள்ள முடியும். ஆனால், இச்சொல் பலவிதமான மக்களுக்குப் பலவிதமான அர்த்தங்களைக் கொண்டிருப்பதால் அது வெற்றுக் குறியாகிறது.[5]

4 *Jean-Jacques Rousseau (1792); Robert Bellah (1970).*

5 *Robert Bellah (1970: 170).*

மிகத் துல்லியமாகச் சொல்வதென்றால், இதனால்தான் வடஅமெரிக்க பாணியிலான குடிமை மதத்தில் 'கடவுள்' என்பது மையமான, வசதியான கருத்தாக்கமாக இருப்பதோடு, 'கடவுள் மீது நாங்கள் நம்பிக்கை கொண்டுள்ளோம்' என்ற வாசகத்தை ஒவ்வொரு அமெரிக்க டாலரிலும் எவ்விதமான எதிர்ப்பும் இல்லாமல் அச்சடிக்கவும் முடிகிறது.

அசோகரது தர்ம-திட்டமும் அவரது ஐக்கியவாதமும், மௌரியப் பேரரசில் குடிமை மதம் என்று ஒன்றை உருவாக்கி, பரந்த தளத்தில் ஒரு குமுகத்தைச் சேர்ந்தவர்களாக உணரக்கூடிய 'மக்கள்' என்று ஒன்றைக் கட்டமைப்பதற்கான முயற்சியாக நாம் புரிந்துகொள்ளலாம் என்று முன்மொழிய விரும்புகிறேன். அசோகரது குடிமை மத விஷயத்தைப் பொறுத்தமட்டில், பெல்லாவின் ஆய்வில் இருக்கும் 'கடவுள்' என்ற இடத்தை, 'தர்மம்' எடுத்துக்கொள்கிறது. தர்மத்தின் மதரீதியான பரிமாணங்கள் குறித்து நாம் முன்னர் பார்த்தோம். இச்சொல் பௌத்தத்திலும் வேறு பல பாஸந்தாக்களிலும் ஆதாரமான ஒன்றாக இருப்பதோடு மட்டுமல்லாமல் அசோகர் பரப்புரை செய்த தார்மிகத்தை, இவ்வுலகைக் கடந்த கொள்கைகளை வரையறுக்கும் சொல்லாகவும் இருந்தது குறித்துப் பார்த்தோம். மக்களில் பெரும்பான்மையினர் மத்தியில் தர்மா அதற்கான ஒத்திசைவைக் கொண்டிருக்கவில்லை என்றால், இச்சொல் அவ்வளவு பயன்தரக்கூடிய ஒன்றாக இருந்திருக்க முடியாது. இருந்தும், பெல்லாவின் 'கடவுள்'போல், தர்மம் என்பதும் ஓரளவு வெற்றுக் கருத்தாக்கமாக இருப்பதால்தான், இதைத் தனிநபர்களும் குழுமங்களும் அவர்களுக்கு வேண்டியபடி அர்த்தப்படுத்திக்கொள்ள முடிகிறது. அசோகரது வரையறையின் கூறுகள் பரந்துபட்ட தார்மிகக் கொள்கைகளாக இருந்ததால், அது பரந்துபட்ட ஏற்பை சாத்தியப்படுத்தியது; எவரும் அதை எதிர்த்திருக்க முடியாது. எல்லா மக்களுக்கும் எதுவாக வேண்டுமென்றாலும் மாறக்கூடிய சாத்தியப்பாட்டை தர்மம் கொண்டிருக்கிறது. ஆக இது, அசோகப் பேரரசில் உள்ள மக்கள் எல்லோரும், அவர்களுக்கு இடையே என்ன வேறுபாடுகள் இருந்தாலும், அவர்களெல்லாம் ஒன்றிணைந்து 'கற்பிதமான குமுக'த்தை உருவாக்க மைய விழுமியமாகப் பங்காற்ற முடியும். தர்மத்துக்கான இந்தக் குடிமை மதம் ஒரு மதமாக, பாஸந்தா என்று அசோகர் அழைத்த குறிப்பிட்ட மதங்களையெல்லாம் கடந்த ஒன்றாகவும், அவற்றையெல்லாம் உள்ளடக்கிய ஒன்றாகவும் இருக்கிறது.

இரண்டாயிரம் வருடங்களுக்கு முன் இருந்த ஓர் அரசியலுக்குக் 'குடிமை மதம்' என்ற கோட்பாட்டு வகைமையைப் பயன்படுத்துவது அராஜகமானது என்பதாகச் சிலர் பார்க்கக்கூடும். இருந்தும், இந்த அராஜகத்தின் ஆபத்துகளையெல்லாம் கடந்து, அசோகர் போதித்த தர்மம் என்ற வழிபாட்டு முறையைத் துல்லியமாகப் பார்ப்பதற்கு இந்த

வகைமை பயனுள்ளதாக இருக்கிறது என்பதாகவே நினைக்கிறேன். ஏனெனில், முற்றிலும் தனித்த இரண்டு சமூகங்களுக்கு இடையேயான பொதுக் கூறுகளைப் புரிந்துகொள்ள இது நமக்கு உதவுகிறது. பண்டைய இந்தியப் பின்னணியில் 'மதம்' என்ற சொல்லைப் பிரச்சினைக்குரிய ஒன்றாகப் பார்ப்பதால், அந்தச் சொல்லை அப்புறப்படுத்தும் விதமாக ராஜீவ் பார்கவா 'குடிமை அறம்' என்ற வகைமையைப் பயன்படுத்துகிறார். இன்னும் சிலர் 'அரசியலார்ந்த இறையியல்' என்ற வகைமையை முன்வைக்கிறார்கள். பரந்துபட்ட கோட்பாட்டு வகைமையைக் குறிக்க நாம் எச்சொல்லை முன்னிலைப்படுத்தினாலும், இது தனது பேரரசுக்குள்ளாக அசோகர் அவருடைய தர்மத்தைப் பரப்புரை செய்ததைப் புரிந்துகொள்ளவும் விளக்கவும் பயனுள்ளதாக இருக்கிறது.

சமூக உலகத்துக்குள் குறிப்பிடத்தக்க மற்றமையுடனான உறவுமுறைகளை வடிவமைத்துக்கொள்ள நற்பண்புகளை வளர்த்தெடுத்துக்கொள்ளும் விதத்தில் தார்மிகரீதியான மக்களை உருவாக்குவதே அசோகரது தர்ம-திட்டத்தின் குறிக்கோளாக இருந்தது. இந்தத் தார்மிகத்தை வளர்த்துக்கொள்வது இங்கும் இதற்குப் பிறகும் மகிழ்ச்சியைக் கொடுக்கிறது. இப்படித் தார்மிகரீதியான குடிநபர்களை முன்மாதிரியாகக் கொண்டிருக்கும் அரசு வளமாகவும் அமைதியாகவும் நேர்மையாகவும் இருக்க முடியும் என்பதாகவே அசோகர் நம்பினார். சிறைச்சாலைகளோ, காவல் துறையோ, ஆயுதம் தாங்கிய போராட்டங்களோ, மனிதர்களைக் காயப்படுத்துவதோ அவசியமில்லாமல்போகும். ஜனநாயக நாடுகள் போர்கள் தொடுப்பதில்லை என்ற இன்றைய கோஷத்துக்கு நிகராக, பிற நாடுகளும் தர்மத்துக்குக் கட்டுப்பட்டு இருக்குமென்றால் போர்கள் அவசியமே இருக்காது; உலகளாவிய அமைதியையும் ஒத்திசைவையும் செழிப்பையும் காண முடியும். இப்படியாக, அசோகரது குடிமை மதம் சர்வதேசப் பரிமாணங்களையும் கொண்டிருக்கிறது. சொல்லப்போனால், சர்வதேச உறவுகளுக்கான கோட்பாட்டின் தொடக்க நிலையாகவும் நாம் இதைப் பார்க்கலாம்.[6]

கற்களில் பொறிக்கப்பட்டிருக்கும் அசோகரது எழுத்துகளில் உள்ள 'நெறிமுறைகள்' அவரது குடிமை மதத்துக்கான எழுத்துபூர்வ அடிப்படைகளாகின்றன; ஒருவிதமான புனித நூலுக்கான அதிகாரத்தைக் கொண்டிருக்கின்றன. பொறிக்கப்பட்டிருக்கும் இந்த எழுத்துகள்

---

6   சர்வதேச உறவுகளுக்கான திட்டம் என்ற ஒன்றை இந்திய, சீன அறிஞர்கள் ஒன்றிணைந்து உருவாக்கிய தொகுப்பில் ராஜீவ் பார்கவா, பேட்ரிக் ஆலிவெல், உபிந்தர் சிங் ஆகியோரின் கட்டுரைகளைப் பார்க்கவும்: Amitav Acharya, Daniel A. Bell, Rajeev Bhargava and Yan Xuetong, eds, *Bridging Two Worlds: Comparing Classical Political Thought and Statecraft in China and India* (Berkeley: University of California Press, 2022).

திருவுருப் பண்பையும், நிகழ்த்துத் தன்மையையும் கொண்டிருக்கின்றன. வழிபாட்டு நாள்காட்டி அடிப்படையிலான புனித நாள்களில் சிலவற்றைப் பொதுவில் உரக்கப் படிக்க வேண்டும் என்று அசோகர் தனது எழுத்துகளில் முன்வைப்பது குறித்து முன்னர் பார்த்தோம். அவரது பிரதான அரசாணைகள் எல்லாமும் இப்படிப் பொதுவில் மதரீதியானதுபோல் உரக்கப் படிக்கப்பட்டிருப்பதற்கான சாத்தியங்களை நிறையக் கொண்டிருக்கின்றன. குடிமை வழிபாட்டு நாள்காட்டி என்று ஒன்று இருப்பதைத் தூண் அரசாணை V குறிப்பிடுகிறது. இந்தப் புனித நாள்களில், நாம் இயல் 9-இல் பார்த்தது போன்று, விலங்குகளை மீன்களைக் கொல்வது, காளைகளுக்கு விரைநீக்கம் செய்வது, குதிரைகளுக்கு, காளைகளுக்கு முத்திரை குத்துவது போன்றவையெல்லாம் தடைசெய்யப்பட்டிருந்தன. தர்மத்தைப் பின்பற்றுவதால், இந்த உலகிலும் அடுத்ததிலும் மகிழ்ச்சி அடையலாம் என்று அசோகர் அவரது மக்களிடம் சொல்கிறார். சொர்க்கத்தை அடைவதற்கான ஒரே வழி தர்மத்தின் தேவைகளுக்கு ஏற்ப நடந்துகொள்வதுதான்.

அசோகரது குடிமை மதம், அவரது காலத்தில் இருந்த பாஸந்தாக்களுக்கு எதிரான ஒன்றாகவோ, அவற்றோடு போட்டியிட்ட ஒன்றாகவோ இல்லை. இவற்றின் புலங்களும் செயல்திட்டங்களும் வேறானவையாக இருந்தன. அசோகர் எல்லாப் பாஸந்தாக்களுக்கும் தன்னுடைய ஆதரவைக் கொடுத்தார்; எல்லாவற்றின் மீதும் அன்பை வெளிப்படுத்தினார். இவர்கள் எல்லோரும் ஒருவரோடு ஒருவர் இணக்கமாக வாழ வேண்டும் என்பதே அவரது விருப்பமாக இருந்தது. தத்தம் தர்மங்களுக்குத் தங்களை ஒப்புக்கொடுத்த ஒவ்வொரு பாஸந்தாவும், அசோகரது சொந்த உலகளாவிய தர்மத்தைப் பரப்புவதில் பங்குதாரர்களாக இருந்தார்கள். அமெரிக்கப் பதிப்புபோல் அல்லாமல், அசோகரது குடிமை மதம் இவ்வுலகுக்கு அப்பாலான பரிமாணத்தையும் கொண்டிருந்தது. தர்மத்துக்குக் கட்டுப்பட்டு நடப்பது இறப்புக்குப் பின் சொர்க்கத்தை உத்தரவாதப்படுத்துகிறது. இங்கே சொர்க்கம் என்பது இறப்புக்குப் பிறகான பேரின்பத்தைக் குறிக்கும் பொதுத்தன்மையிலான ஒன்றாக இருக்கிறது. இது, அன்றைய மதங்கள் வடிவமைத்த குறிப்பிட்ட லட்சியங்களிலிருந்து வேறாகவும் இருக்கிறது.

இருப்பினும், அசோகரது குடிமை மதம் குறிப்பிட்ட சில மத நம்பிக்கைகளையும் பழக்கங்களையும் எதிர்த்தது; அவற்றை மாற்றியமைக்க முயன்றது. மிருகபலி கொடுப்பது, திருவிழாக்கள் கொண்டாடுவது, மங்களச் சடங்குகள் போன்று சில நாட்டார் மதப் பழக்கங்களை அவர் எதிர்த்தது குறித்தும், அவற்றை இழிவாகப் பார்ப்பது குறித்தும் நாம் பார்த்தோம். இந்த நிலைப்பாடு, துறவற மதங்களின், குறிப்பாக சமண, பௌத்த மதங்களின் தார்மிக போதனைகள்

ஏற்படுத்தியிருக்கும் நுட்பமான தாக்கத்தையே வெளிப்படுத்துகிறது. இந்த மதங்களின் மைய விதையாக அகிம்சை இருந்தது. இது, சில மதங்களின் பழக்கவழக்கங்களுக்கு, குறிப்பாகச் சடங்குரீதியில் மிருகபலி கொடுப்பதை அங்கீகரித்த பார்ப்பனர்களின், ஒருவேளை உள்ளூர் வழிபாடுகளின் பழக்கவழக்கங்களுக்கு எதிரான ஒரு நிலைப்பாடாக இருந்தாலும், அசோகர் அவரது தார்மிகத் தத்துவத்துக்கான நங்கூரமாக அகிம்சையைக் கைக்கொண்டார்.

எல்லாப் பாஸந்தாக்களையும் சமமாக அணுகுவது, ஐக்கியவாதத்தை ஊக்குவிப்பது என்ற கொள்கைகள் கொண்டு, 'பார்ப்பனியத் தனித்துவவாதம்' என்றழைக்கக்கூடிய ஒன்றை அப்புறப்படுத்தியதுதான் அசோகரது குடிமை மதம் ஏற்படுத்திய முக்கிய விளைவாகிறது. சமூக, அரசியல் படிநிலையில் மேலாக இருந்த பார்ப்பனர்கள் அங்கிருந்து அப்புறப்படுத்தப்பட்டதே அசோகர் மேற்கொண்ட சீர்திருத்தங்களின் முக்கிய விளைவு.

அசோகரது சிந்தனைகளை அரசியல் தத்துவமாக விசாரணைசெய்த ராஜீவ் பார்கவா, அசோகர் 'இந்தியாவில் தொல்வடிவ-மதச்சார்பற்ற அரசு (proto-secular state) என்ற கருத்தாக்கத்தை வடிவமைத்த'தாகக் கோருகிறார். மேலும், 'எல்லா மதங்களையும் அசோகர் சகிப்புத்தன்மையோடு அணுகியதன் மூலம், மதரீதியாக நடுநிலையோடு தொடர்புகொண்டிருக்கும் மதச்சார்பின்மைக்கான முன்னோடியாக இருப்ப'தாகவும் கோருகிறார்.[7] பார்கவா சுட்டிக்காட்டுவதுபோல், இப்படியெல்லாம் கோருவது, பெரும்பாலும் மிகைப்படுத்தப்பட்டதாகவும் அராஜகமாகவும் இருப்பதுபோல் தெரிந்தாலும், தர்மத்தை அசோகர் வேறு விதமாகக் கருத்தாக்கம் செய்தது, 'ஒன்றோடொன்று போட்டியிட்ட பிரதான முறைமைகளைப் பின்பற்றியவர்களின் நம்பிக்கைகளிலும் பழக்கவழக்கங்களிலும் பண்பட்ட நெறிமுறைகளை அறிமுகப்படுத்துவதற்கான, ஒன்றோடொன்று முரண்பட்ட மதரீதியான, தத்துவார்த்தரீதியான குழுமங்களின் கொள்கைகளில் சகவாழ்வுக்கான ஒழுங்கை உருவாக்குவதற்கான முயற்சியாக இருக்கிறது.'[8]

பார்கவாவைப் பின்தொடர்ந்து, பாஸந்தாக்களுக்கு இடையில் அசோகர் ஐக்கியவாதத்தைத் தீவிரமாக முன்னிலைப்படுத்தியது என்பது குடிமை மதத்தை வடிவமைப்பதற்கான பிரதான மூலக்கூறுகளைக் கொண்டிருப்பதாகப் பார்க்கிறேன். இந்தக் குடிமை மதம், மக்கள் என்பதை தர்மத்தின் அடிப்படையில் பொதுவான ஓர் அரசியலின்

7 பார்க்கவும்: Bhargava 2014: 174. மேலும் பார்க்கவும்: Bhargava 2022b.

8 Bhargava 2014: 175.

பகுதியாக இருக்கக்கூடிய ஒரு தொகுதியை அமைப்பாக்கம் செய்வதை அதன் குறிக்கோளாகக் கொண்டிருக்கிறது. தர்மத்தை அசோகர் பிரத்யேகமான தன்மையில் வரையறுத்தது, பிற எல்லா விஷயங்களையும்விட அவரது அரசின் பகுதியாக இருப்பதற்கான அறரீதியான, மதரீதியான அடிப்படைகளை உருவாக்கிக்கொடுப்பதாக இருக்கிறது. சொல்லப்போனால், பாஸந்தாக்களுக்கு இடையே வெறுமனே ஒத்திசைவை உருவாக்குவது மட்டுமே போதுமானதாக இருந்திருக்க முடியாது. இது ஒத்திசைவைவிடக் கூடுதலாக எதையோ கொண்டிருக்க வேண்டியுள்ளது. பாஸந்தாக்கள் பிற பாஸந்தாக்களோடு, மதரீதியாக சரிசமமாகப் பயணிப்பவர்களாக ஒருவரோடு ஒருவர் ஊடாடி, பயனுள்ள வழியில் உரையாடல் நடத்த வேண்டும்; அசோகரது தர்மா திட்டத்தைப் பரப்புரை செய்பவர்களாக மாற வேண்டும். இக்காரணத்துக்காகவே பாஸந்தாக்கள் தங்களுடைய தர்மத்தை வலுப்படுத்த வேண்டும் என்றும், அவர்களுடைய மத வாழ்க்கையின் ஆதார மையத்தின் மீது — இந்த மையமே தர்மத்தைக் கொண்டிருக்கிறது — கவனம்கொள்ள வேண்டும் என்றும் அசோகர் சொல்கிறார். நாம் வேறொரு இடத்தில் பார்த்தது போன்று, இங்கு அசோகர் செப்படிவித்தை காட்டுகிறார். தர்மம் கொண்டிருக்கும் தெளிவற்ற தன்மை, ஒவ்வொரு பாஸந்தாவின் கொள்கைகள் குறித்து ஆழமாகப் பேச அவரை அனுமதிக்கும் அதே வேளையில் அவரது குடிமை மதம் குறித்த திட்டங்கள் குறித்துப் பேசவும் அவரை அனுமதிக்கிறது: இரண்டுமே தர்மம்தான். பாஸந்தாக்களை அசோகரது தர்மத்தின் வலைக்குள் இழுத்துவருவது புத்திசாலித்தனமான செயலாகிறது. இது வெற்றிபெற்றதா இல்லையா என்பது முற்றிலும் வேறான விஷயம். வெற்றிபெற்றார் அல்லது தோல்வியடைந்தார் என்று தீர்மானிப்பதற்கு நம்மிடம் போதுமான ஆதாரங்கள் இல்லை. ஆனாலும், நாம் பின்னர் பார்க்கவிருப்பதுபோல், பாஸந்தாக்களுக்கு இடையே ஐக்கியவாத உணர்வை அவரால் நிலைநிறுத்த முடிந்திருந்தாலும், அது அற்ப ஆயுளைக் கொண்டிருந்தது என்று மட்டுமே நம்மால் சொல்ல முடியும்.

அசோகரது தர்ம-திட்டத்தைக் கையாளும்போது, அதை முற்றிலும் நிராகரிக்கும் நம்பிக்கையற்ற மனநிலையை ஒருவர் கொண்டிருக்கலாம். எப்படியிருந்தாலும் அவர் ஓர் அரசியலாளர்தானே. இவையெல்லாம் அரசியல் தந்திரங்களாக இருக்கலாம்; நிர்வாக உத்திகளாக இருக்கலாம். இப்படியான பார்வை குறித்து ரொமிலா தாப்பர் எச்சரிப்பது சரியாக இருக்கிறது: ‘அசோகரது தம்மம், ஏற்றுக்கொள்ளத்தக்க சித்தாந்தத்தைக் கொடுத்திருப்பதாகத் தெரிகிறது. அது, பௌத்த போதனைகளில் அவர் கொண்டிருந்த தனிப்பட்ட உறுதிப்பாட்டிலிருந்து உருவான ஒன்றாக எந்த அளவு இருக்கிறதோ அதே அளவுக்குப் பேரரசின் அரசியலார்ந்த தேவைகளிலிருந்து, அறரீதியான நெறிமுறைகள்

குறித்த பரந்த உரையாடல்களிலிருந்து உருவான ஒன்றாகவும் இருக்கிறது.'[9] எப்படியிருந்தாலும் அவரது தனிப்பட்ட நம்பிக்கைகள், வெறுமனே பௌத்தராக இருப்பதைக் காட்டிலும் பரந்துபட்டவையாக இருந்தன. அவரது தர்ம-திட்டத்தில் மிகத் தனிப்பட்ட எதையோ, மிக 'அசௌகரியமான' எதையோ கொண்டிருக்கிறது. பௌத்த அடையாளத்துக்குள் பெருமளவு தன்னை மட்டுப்படுத்திக்கொள்ளாமல், ஒரு தீர்க்கதரிசியாகத் தன்னை வெளிப்படுத்திக்கொள்கிறார்.

தர்மத்தைப் பின்பற்றுவது மரணத்துக்குப் பிறகும் அடுத்த உலகிலும் மகிழ்ச்சியை உத்தரவாதப்படுத்தும் என்று அவர் திரும்பத்திரும்ப அறிவுறுத்துவது, அசோகரது தர்மம் வெறுமனே அரசியல் உத்தியாக மட்டும் இருக்கவில்லை என்பதையே — நிச்சயமாக அப்படியாக இருந்தது என்றாலும்கூட — வெளிப்படுத்துகிறது. மக்களுடைய ஆன்மிகரீதியான வாழ்க்கையின் நலன் குறித்து அவர் ஆழமான அக்கறை கொண்டிருந்தார். சட்டத்துக்கு உட்பட்டு மரணதண்டனை கொடுப்பது போன்ற பொதுவான விஷயத்திலும்கூட, மரணத்தை எதிர்கொள்வதற்கும், மரணத்துக்குப் பிறகான வாழ்க்கைக்குத் தயார்படுத்திக்கொள்வதற்கும் வேண்டிய மதரீதியான சடங்குகள் செய்வதற்காக அதை மூன்று நாள்களுக்கு நிறுத்திவைக்கிறார்.

அசோகரது தர்ம-திட்டம் வெறுமனே குடிமை மதம் என்பதாக மட்டுமே இல்லை என்பதை — நிச்சயமாக அப்படியாக இருந்தது என்றபோதும் — அவரது தர்ம-செயல்திட்டத்தின் சர்வதேசப் பரிமாணம் நிரூபிக்கிறது. ஒரு குடிமை மதம் ஓர் அரசின் செயல்பாட்டுக்கு உட்பட்ட நிலப்பரப்புக்குக் கட்டுண்டதாக இருக்கிறது. நவீன எடுத்துக்காட்டைக் கொண்டு சொல்வதென்றால், இந்தியாவின், அமெரிக்காவின் கொடிகள் குடிமை மதத்துக்கான சின்னமாக இருக்க முடியும். ஆனால், இவ்விரண்டின் குறியீட்டுத்தன்மையைப் பாகிஸ்தானுக்கோ கனடாவுக்கோ விரிவுபடுத்த முடியாது. தர்மத்தைப் பரப்பும் விதத்தில் அசோகர் மேற்கிலும் தெற்கிலும் உள்ள அண்டை நாடுகளுக்கு அவரது தூதுவர்களை அனுப்பிவைத்தது அவர் வெறுமனே குடிமை மதம் என்பதைக் கடந்து ஏதோ ஒன்றைச் செய்வதாகவே இருக்கிறது. தன்னுடைய தர்மம் உலகம் முழுவதுக்கும் பொருந்தக்கூடிய ஒன்றாக இருக்கிறது; உலகம் முழுவதற்கும் தேவையானதைப் பூர்த்திசெய்யக்கூடிய ஒன்றாகவும் இருக்கிறது என்ற கூற்றையே அசோகர் முன்வைக்கிறார். உலகில் உள்ள எல்லா மக்களின் ஆன்மிகரீதியான, அறரீதியான நலன்களை முன்னிலைப்படுத்துவதோடு, அசோகரது

9 Romila Thapar (2000: 436).

தர்மம் சர்வதேச அமைதிக்கான, வளத்துக்கான ஊர்தியாக இருக்க முடியும் — இப்படித்தான் அவர் நம்பினார்.

ஒரு கற்பிதமான குமுகத்தைப் படைப்பதிலோ, மக்களிடையே காணப்பட்ட இனரீதியான, வட்டார வேறுபாடுகளையெல்லாம் கடந்து ஓர் அடையாளத்தை வடிவமைப்பதிலோ, அதாவது அசோகப் பேரரசின் பிரஜை என்ற அடையாளத்தை — அசோகரது குழந்தைகளாக — வடிவமைப்பதிலோ அசோகர் முன்னிலைப்படுத்திய குடிமை மதம் எந்த அளவுக்குப் பயனுடையதாக இருந்தது என்று அளவிடுவதற்கு நம்மிடம் வழியேதும் இல்லை. அவரது நிர்வாகத்தில் மூத்த நிலையில், இடைநிலையில் இருந்த அதிகாரிகளுக்கு அசோகர் எழுதிய கடிதங்களில், அவர்கள் தன்னுடைய கட்டளைகளை ஏற்று, அவற்றைப் பின்பற்ற வேண்டும் என்று சொல்வது, அவருக்கும் மிக நெருக்கமாக இருந்த திட்டங்களுக்கும் அவரது அரசு நிர்வாகத்துக்குள்ளிருந்து எதிர்ப்புகள் இருந்திருக்கும் சாத்தியப்பாடுகள் குறித்து நமக்குத் துப்பு கொடுக்கிறது. இருந்தாலும், 'மறுபக்க' ஆதாரங்கள் எதுவும் ஒரு வரலாற்றியலாளருக்குக் கிடைக்கவில்லை. அசோகரது எழுத்துகள் கொடுக்கும் ஆடியின் ஊடாக மட்டுமே நாம் உலகத்தைப் பார்க்கிறோம். இது நிச்சயமாகத் திரிந்ததாகத்தான் இருக்க முடியும். சுதந்திரமான விவரிப்புகள் எவையும் நமக்குக் கிடைக்கவில்லை.

முடிவுரை
அசோக மரபும்
அசோகரது பரிசோதனை முடிச்சவிழ்ப்பும்

அசோகரது தாக்கம் அங்கீகரிக்கப்படாமல் மௌனமாக இருந்தாலும், அறியப்படாத ஒன்றாக இருந்தாலும் மிக நீண்ட இந்திய வரலாற்றின் மீது, அவரது மிக நீண்ட நிழல் பரவித்தான் கிடக்கிறது. இந்திய மதங்களிலும் பண்பாட்டிலும் 'தர்மம்' கொண்டிருக்கும் மையமான பாத்திரம் குறித்து, அகிம்சை, சைவ உணவுவாதம் போன்ற முதன்மையான தார்மிகக் கொள்கைகள் குறித்துப் பிரதிபலிக்கும்போதும் அல்லது தெற்கு ஆசியாவிலும் தென்கிழக்கு ஆசியாவிலும் காணப்படும் பல எழுத்து வடிவங்கள் குறித்துப் பிரதிபலிக்கும்போதும், அசோகரது உருவம், வந்துபோனாலும்கூட, அது மிக அபூர்வமாகவே இருக்கிறது. இருபதாம் நூற்றாண்டில் வங்கத்தில் கவிதை எழுதிய இரவீந்திரநாத் தாகூர், பௌத்தக் காலவரிசை வரலாறான மஹாவம்சத்தைச் சிங்களத்தில் எழுதிய இலங்கை பௌத்தப் பிக்குகள், பழைய தமிழ் எழுத்துகளில் சங்கக் கவிதைகளை எழுதிய தமிழ்க் கவிஞர்கள், அங்கோர்வாட்டில் கெமர் (Khmer) எழுத்து வடிவத்தில் கல்வெட்டுகளைப் பொறிக்க உத்தரவிட்ட கம்போடிய அரசர்கள், ஏன் இந்தித் திரைப்படங்களுக்கான திரைக்கதைகளைத் தேவநாகரி எழுத்து வடிவங்களில் எழுதும் பாலிவுட் சொற்சிற்பிகள் — இவர்கள் யாருமே அசோகரோடு அவர்கள் கொண்டிருக்கும் தொடர்பு குறித்து நினைத்துப்பார்க்கவில்லை என்றும், அசோகரின் மரபில் வந்தவர்களாகத் தங்களைப் பார்த்துக்கொள்ளவில்லை என்றும் நம்மால் உறுதியாகச் சொல்ல முடியும். ஆனால், இவர்கள் எல்லோரும் அசோகரின் மரபோடு தொடர்புகொண்டவர்கள்தான். மேலும், தெற்கு மற்றும் தென்கிழக்கு ஆசியாவில் கோடிக்கணக்கானோர் தங்களுடைய பேனாவைக் காகிதத்தில் வைக்கும்போதும், இந்தியர்கள் சைவ உணவைப் போற்றும்போதும், அல்லது மகாத்மா காந்தி அகிம்சையைப் போதித்தபோதும் இப்படியாகத்தான் இருக்கிறது.

இந்தியாவிலும் உலகெங்கிலும் சைவ உணவு மையநீரோட்டமாக மாறுவதற்கு வெகுமுன்னரே அசோகர் 'சைவ உணவாள அரசர்' என்றழைக்கப்பட்டார்.

மொழி, பண்பாடு, மதம் போன்று பல்வேறு புலங்களில் — பின்னோக்கிப் பார்க்க முடிகிற சௌகரியத்திலிருந்து சொல்வதென்றால் — இந்தியாவின் நீண்ட வரலாற்றில் இந்தத் தனித்துவமான அரசரின் தாக்கத்தைப் பார்க்க முடிகிறது. இது கண்டுணர முடியாத, மறக்கப்பட்ட அசோக மரபாக இருக்கிறது.

இருப்பினும், அசோகர் வேண்டியது இப்படியான மரபை அல்ல. வருங்காலத்தினருக்கும் விட்டுச்சென்றிருக்கும் அவரது கடைசி எழுத்தில், அதாவது பாறை அரசாணை VII-இல், அவர் தொடங்கிவைத்த தர்மா திட்டம் 'அவரது மகன்களும் பேரன்களும் இருக்கும் வரையில், சூரியனும் சந்திரனும் இருக்கும் வரையில் நிலைத்திருக்கும்' என்ற நம்பிக்கையை வெளிப்படுத்துகிறார். பாறை அரசாணை VII-இல் வருங்காலத்துக்கு அவர் விட்டுச்சென்றிருக்கும் கடைசி வார்த்தை 'சிலத்திக ஸியா', அதாவது 'காலகாலத்துக்கும் நிலைத்திருக்கும்' என்றிருக்கிறது. இப்படியான மரபையே அவர் வேண்டினார்; இப்படியான புகழையே அவர் வேண்டினார். ஆனால், இந்த மரபு அவருக்கு மறுக்கப்பட்டது.

உலகளாவிய தார்மிகத் தத்துவத்திலும் மத ஐக்கியவாதத்திலும் நங்கூரமிட்டு, அசோகர் மேற்கொண்ட ஆட்சிமையிலான பரிசோதனை மிகவும் தனித்துவமானது, உலக வரலாற்றில் இதற்கு முன்மாதிரி என்று ஏதும் கிடையாது. ஒரு லட்சியவாதிக்கான மனதைக் கொண்டிருந்த அவர், அவரது லட்சியத்தை முன்னெடுத்துச்செல்லும் ஒற்றைக் குறிக்கோளுடன் கால் நூற்றாண்டுக்கும் மேல் உழைத்திருக்கிறார். காரணங்கள் பலவாக இருக்கலாம் என்றாலும், அரசியல்ரீதியாகவும் தத்துவார்த்தரீதியாகவும் மதரீதியாகவும் அவர் மேற்கொண்ட தனித்துவமான பரிசோதனைகள், அவரது மறைவுக்குப் பின் — சந்திரனும் சூரியனும் இருக்கும் வரையில் எல்லாம் வேண்டாம் — நீண்ட காலம் நிலைத்துநிற்கவில்லை.

எந்த வருடத்தில் அசோகர் இறந்தார் என்பது விவாதத்துக்குரிய விஷயமாக இருக்கிறது. ஆனாலும், அவர் பொ.ஆ.மு. 233 அல்லது 232-இல் இறந்திருக்க வேண்டும் என்று ரொமிலா தாப்பர் முன்வைப்பதை நான் ஏற்றுக்கொள்கிறேன். இதை ஏற்றுக்கொள்வோம் என்றால், அவரது ஆட்சிக்காலம் முப்பத்தாறு ஆண்டுகள் கொண்டதாகிறது. அசோகரின் மறைவுக்குப் பிந்தைய வருடங்களில், பத்தாண்டுகளில் என்ன நடந்தது என்பது குறித்துப் பெரிய தெளிவு எதுவுமில்லை. இக்காலம் குறித்த பெரும்பாலான வரலாற்றுரீதியான எழுத்துகள்

ஊகங்களாக இருப்பதோடு, அசோகருக்குப் பிறகு பல நூற்றாண்டுகள் கழித்துப் படைக்கப்பட்ட பனுவல்களின் அடிப்படையில் எழுதப்பட்டவையாகவும் இருக்கின்றன. பௌத்தம், பார்ப்பனியம் ஆகிய இரண்டு மூலங்களுமே, அசோகரது வாரிசுகள் குறித்தும், அவர்களது ஆட்சிக் காலங்கள் குறித்தும் ஒன்றோடொன்று முரண்படும் தகவல்களையே கொடுக்கின்றன. அவருக்குப் பின்னர் வந்த வாரிசுகள் குறித்தும் அவர்கள் ஆட்சிபுரிந்த காலத்தையும் ரொமிலா தாப்பர் இப்படித் தொகுத்துக்கொடுக்கிறார்:[1]

தசரதா	8 வருடங்கள்
சம்பிரதி	9 வருடங்கள்
ஷாலிஸூல்கா	13 வருடங்கள்
தேவவர்மன்	7 வருடங்கள்
ஷத்தாதன்வன்	8 வருடங்கள்
பிரிஹத்ரதா	7 வருடங்கள்

மௌரிய வம்சத்தின் கடைசி ஆட்சியாளர் பிரிஹத்ரதா. இவரது படைத் தளபதியான புஷ்யமித்திரனால் பொ.ஆ.மு. 181-180-இல் இவர் கொல்லப்பட்டார். இந்தப் புஷ்யமித்திரனே சுங்கப் பேரரசைத் தொடங்கிவைக்கிறான். இப்படியாக, 137 ஆண்டுகள் இந்தியாவை ஆண்ட மௌரியர்களின் ஆட்சி ஒரு முடிவுக்கு வந்தது. அதோடு சேர்ந்து, தர்மத்தைக் கொண்டு உலகை ஆட்சிபுரிய முடியும் என்ற அசோகரது கனவும் முடிவுக்கு வந்தது. ரொமிலா தாப்பர் சொல்வதுபோல்:

> பிற தொடக்க காலப் பேரரசுகளோடு ஒப்பிடுவோம் என்றால், அதாவது ஆகமெனீத், ஹான், ரோமானியம் போன்று சில பேரரசுகளோடு ஒப்பிடுவோம் என்றால், மௌரியப் பேரரசு அற்ப ஆயுளைக் கொண்டதாக இருக்கிறது. சந்திரகுப்தரின் வெற்றியிலிருந்து தொடங்கி, அவரது பேரனான அசோகரது காலத்தில் அதன் உச்சத்தைத் தொட்டு, அதற்குப் பிறகு மிக வேகமாகச் சரிவைக் கண்டதுபோல் தெரிகிறது. ஒரு பேரரசு கட்டமைப்பாக அதிகபட்சம் ஒரு நூற்றாண்டுக்கு மட்டுமே தாக்குபிடித்திருக்கிறது.[2]

---

1 அசோகரது மறைவுக்குப் பிந்தைய மௌரிய ஆட்சி குறித்து விரிவான, சமநிலை கொண்ட விவரிப்புக்குப் பார்க்கவும்: *Romila Thapar (1961: 182–217).*

2 *Thapar (1987: 6).*

எந்தப் பிள்ளைகள், பேரப்பிள்ளைகள் குறித்துப் பெரும் நம்பிக்கைகளோடு அசோகர் எழுதினாரோ, அவர்கள் அவர்களுடைய தந்தை அல்லது தாத்தா கொண்டிருந்த தரிசனத்துக்கோ கற்பனைக்கோ ஈடுகொடுக்குமளவு திறமையோ ஆற்றலோ கொண்டிருக்கவில்லை. இவர்களது ஆட்சியும் அற்பு ஆயுளைக் கொண்டதாக இருந்தது. நிலப்பரப்பும்கூடப் பலவிதமாக போலி உரிமைகோரியவர்களுக்கு இடையே பிரிக்கப்பட்டிருக்கலாம். சிறப்புமிக்க அவர்களது மூதாதையார்போல் அவர்கள் நிறைய எழுதிய எழுத்தாளர்களாகவும் இல்லை. அவர்கள் பொறிக்கப்பட்ட கடிதங்கள் எதையும், இரண்டே இரண்டு தானம் தொடர்பான கல்வெட்டுகள் தவிர, நமக்கு எதையும் விட்டுச்செல்லவில்லை.

ஒரு புதிய ஆட்சிமுறையை, தர்மத்துக்கு உட்பட்ட ஆட்சிமையை, தார்மிகரீதியாக வாழும் புதிய சகாப்தத்தைத் தொடங்கிவைத்ததில் — அதாவது, தர்மத்தின் அடிப்படையில் உலகத்தில் உள்ள முரண்பாடுகளை முடிவுக்குக் கொண்டுவருவதில், உலகில் ஒத்திசைவோடு வாழும் சகாப்தத்தைத் தொடங்கிவைப்பதில் அசோகர் தன்னை ஒரு முன்னோடியாகக் கற்பனை செய்துகொண்டிருக்கலாம். இந்தப் பரம்பரையில் வந்ததாகக் கோரிய பண்டைய அரசர்கள்போல் அசோகர் கோரவில்லை. அவருடைய தந்தை அல்லது தாத்தாவின் பெயர்களை அவர் முன்மொழியவில்லை. அரியணை ஏறியதிலிருந்தே அவரது காலத்தை அவர் கணக்கிடுகிறார். ஒருவேளை, உலகமும் காலத்தை அந்த வருடத்திலிருந்து, அதாவது பொ.ஆ.மு. 268-இலிருந்து கணக்கிடத் தொடங்கும் என்று அவர் எதிர்பார்த்திருக்கலாம். அவர் அடிக்கடி வெளிப்படுத்தியதுபோல், அவரது பிள்ளைகளும் பேரப்பிள்ளைகளும் அவரது செயல்திட்டத்தைத் தொடர்வார்கள் என்றே நம்பினார். ஆனால், அப்படியாக இல்லாமல்போயது.

அவருடைய மரணத்தோடு சேர்ந்து அவரது ஐக்கியவாதப் பரிசோதனையும் ஒரு முடிவுக்கு வந்தது என்பது அசோகருக்குப் பெரும் துயரத்தையே கொடுத்திருக்கும். இது இந்திய வரலாற்றின் போக்கையும் மாற்றியமைத்தது. பல்வேறு பாஸந்தாக்களை ஒன்றிணைக்க, அதாவது பாஸந்தாக்களுக்கு இடையேயான மோதல்களை ஒற்றுமையாக மாற்றுவதற்கு முயன்ற அசோகரது ஐக்கியவாதம் எந்த அளவு வெற்றிபெற்றது என்று நம்மால் உறுதியாகச் சொல்ல முடியாது. ஆனாலும், இந்த நம்பிக்கை எப்படியானதாக இருந்தாலும், அது அவரது மறைவுக்குப் பின் இல்லாமல்போனது. அசோகரது திட்டத்தை அவரது வாரிசுகளால் முன்னெடுக்கவும் முடியவில்லை அல்லது அவர்கள் முன்னெடுக்கவும் விரும்பவில்லை. அசோகரது பரிசோதனைகள் எவராலும் படிக்க முடியாத அல்லது படிக்க முயலாத கல்லில் பொறிக்கப்பட்டிருந்த வார்த்தைகளுக்குப் பின்னால் மறைந்துகிடந்தன

— பத்தொன்பதாம் நூற்றாண்டின் இடை வரையிலும், அசோகர் அதை எழுதி இரு நூற்றாண்டுகள் வரையிலும்.

அவருக்கும் பிந்தைய நூற்றாண்டுகளில் பௌத்தத்திலும் பார்ப்பனியத்திலும் அசோகர் எவ்வாறு மறக்கப்பட்டார் அல்லது நினைவுகூரப்பட்டார் என்பதைப் பார்க்கும்போது அசோகரது ஐக்கியவாதத்தின் மரணம் மிகத் தெளிவாகத் தெரிகிறது. சொல்லப்போனால், அசோகர் எவ்வளவுதான் முயன்றிருந்தாலும், மேலிருந்து கீழ் என்ற அவரது ஐக்கியவாதம், பாஸந்தா குழுகங்களுக்குள் முழுமையாக ஊடுருவவில்லை என்ற உண்மையை நமக்குக் குறிப்பிட்டுக்காட்டுகிறது. பாஸந்தாக் குழுகங்கள் இதை முழுமையாக உள்வாங்கிக்கொள்ளவும் இல்லை, நடைமுறைப்படுத்தவும் இல்லை. அசோகர் அவரது காலத்தைக் கடந்து மிக முன்னே இருந்தார் என்று மட்டும் நம்மால் சொல்ல முடியும், ஒருவேளை இரு நூற்றாண்டுகளுக்கு முன்னே இருந்திருக்கலாம்.

அசோகரது ஐக்கியவாதம் காணாமல்போனதை, பார்ப்பனிய மற்றும் பௌத்த மரபுகள் ஒரு ‘லட்சிய’ அரசனைச் சித்தரிக்கும் முயற்சிகளில் காண முடிகிறது — ஒன்று, இவை வெளிப்படையாக அசோகருக்கு மாற்றானதை முன்வைத்தன அல்லது அவரைப் போலவே வடிவமைத்தன. இரண்டு, பார்ப்பனிய சம்ஸ்கிருதக் காவியங்களான மகாபாரதமும் ராமாயணமும் யுதிஷ்டிரன், ராமன் ஆகிய இரண்டு லட்சிய அரசர்களை முன்வைக்கின்றன. இருவருமே தர்மத்துக்கு உட்பட்டு ஆட்சிபுரிகிறார்கள்; இருவருமே பார்ப்பனர்களுக்கும் தீவிர விசுவாசிகளாக இருக்கிறார்கள். இவர்கள் தத்தம் ராஜ்ஜியங்களில் தலைமை பீடத்தில் பார்ப்பனர்களை வைத்து, அவர்களுடைய அறிவுரைகளுக்கு ஏற்ப ஆட்சிபுரிந்தார்கள். இவ்விரண்டு நீண்ட காவியங்களும் அசோகரது பெயரை ஒருபோதும் முன்மொழியவில்லை. ஒருசில புராணங்களில் அரசர்களின் பெயர்களைப் பட்டியலிடும்போது குறிப்பிடுவதைத் தவிர, பார்ப்பனிய மரபு ஏறக்குறைய வரலாற்றுரீதியான நினைவுகளிலிருந்து அசோகரை அப்புறப்படுத்திவிட்டது என்றே சொல்லலாம். இருப்பினும், சமீபத்திய ஆய்வாளர்கள் பலரும் சுட்டிக்காட்டுவதுபோல், அசோகருக்கு ஒரு மாற்றாகவே யுதிஷ்டிரர் நிற்கிறார் — மௌனமான, ஆனால் சொல்திறன்மிக்க மாற்றாக.[3] மகாபாரத அறிஞரான மாடெலின் பியர்தியூ மகாபாரதப் படைப்பானது அசோகரோடு நெருங்கிய தொடர்புகொண்டது என்று பலமாக வாதிடுகிறார்: ‘அசோகர் மதம் மாறியதற்கும் மகாபாரதம் இயற்றப்பட்டதற்கும் இடையே நெருங்கிய

3 பார்க்கவும்: Nick Sutton 1997. ராமாயணத்துக்குப் பார்க்கவும்: Sheldon I. Pollock, *The Rāmāyaṇa of Vālmīki: An Epic of Ancient India, Vol. II* (Princeton: Princeton University Press, 1986), pp. 23–24, 71.

தொடர்பு இருக்க வேண்டும் என்பதைத் தொடக்கத்திலிருந்தே எங்களுடைய அடிப்படை முற்கோளாகக் கொண்டிருந்தோம்.'[4] இந்தியக் காவியங்கள் குறித்த அறிஞரான ஜேம்ஸ் ஃபிட்ஸ்ஜெரால்ட், வரலாற்றுரீதியான அசோகருக்கும், 'பிரம்மன்யாவாக', அதாவது பார்ப்பனர்களுக்கு விசுவாசமாக இருக்கும் ஒரு லட்சிய அரசனை நோக்கமாகக் கொண்டு பார்ப்பனர்களால் படைக்கப்பட்ட இலக்கியப் பாத்திரமான யுதிஷ்டிரருக்கும் இடையேயான ஒப்புமையை மிக வலிமையாக முன்வைக்கிறார்:

> நீண்ட காலமாக யுதிஷ்டிரன்... புதிய சாத்தியப்பாடுகளைக் கொண்டிருக்கும் உலகம் குறித்துப் புதிய தரிசனத்தை மற்றவர்களுக்கு அளிக்கும் நோக்கத்தின் அடிப்படையில் இறையியல்-தத்துவார்த்த இலக்கிய ஆளுமையால் வடிவமைக்கப்பட்ட இலக்கியப் படைப்பு என்பதே என்னுடைய நீண்ட காலப் பார்வையாக இருந்துவருகிறது. பேரரசர் அசோகரை மறுதலிப்பதற்கு அல்லது குறைந்தபட்சம் மாற்றுப் பார்வையை முன்வைப்பதற்காகத்தான் யுதிஷ்டிரன் என்ற பாத்திரம் வடிவமைக்கப்பட்டிருக்க வேண்டும் என்ற சந்தேகத்தை நான் பல வருடங்களாகக் கொண்டிருக்கிறேன்.[5]

பார்ப்பனர்களைப் பொறுத்தமட்டில், லட்சிய அரசன் என்பவன் — அசோகர்போல் அல்லாமல் யுதிஷ்டிரன்போல் பார்ப்பனர்களின் நலன்களுக்கும் அவர்களது மேலாண்மைக்கும் எப்போதும் விசுவாசமாக இருப்பவனாக இருக்கிறான் என்றால், பௌத்தர்களைப் பொறுத்தமட்டில், அப்படியான அரசன் பௌத்தத்துக்கும் சங்கத்துக்கும் முற்றிலும் விசுவாசமாக இருக்கும் அசோகரைப் போன்றவனாக இருக்கிறான். 'அரசாட்சி மற்றும் அரசியல் குறித்து பௌத்தம் அதன் தொடக்க காலங்களில் கருத்தாக்கம் செய்தது என்பது... அசோகர் ஆட்சிபுரிந்த காலங்களில் எப்படியாக இருந்ததோ... அதுவே பின்னர் தெற்கு மற்றும் தென்கிழக்கு ஆசியாவில் உருப்பெற்ற அரசியலுக்குப் பெரும் முன்னோடியாகவும் முன்மாதிரியாகவும் அமைப்பாக்கம் பெற்றது' என்கிறார் மானுடவியலாளரான ஸ்டான்லி தம்பையா.[6] அசோகரைப் பின்பற்றியே இந்திய மற்றும் சீன அரசர்கள் தங்களை வடிவமைத்துக்கொண்டார்கள் என்றும், அசோகர் 'பெயர் ஏதுமில்லாத ஒரு முன்மாதிரி ஆட்சியாளர்'ராகக் குறிக்கப்படுகிறார்

4 *Biardeau 2002, II, p. 747 (Alf Hiltebeitel, trans., 'Buddhism and the Mahābhārata: Boundary Dynamics in Textual Practice', in Boundaries, Dynamics and Construction of Traditions in South Asia, ed. Federico Squarcini [Florence: Firenze University Press, 2005], p. 109).*

5 *James L. Fitzgerald (2004: 136–137).*

6 *Stanley Tambiah (1976: 5).*

என்றும் மாக்ஸ் டீக் குறிப்பிடுகிறார்.[7] இந்தியாவில், குஷான அரசரான கனிஷ்கர், 'புராணத்தன்மையிலான அசோகரது வாழ்க்கை வரலாற்றை முன்மாதிரியாகக் கொண்டு, ஆட்சிபுரிந்த லட்சிய பௌத்த அரசனாகக் கதையாடல்ரீதியாக முன்வைக்கப்படுகிறார்.' ஆறாம் நூற்றாண்டைச் சேர்ந்த சீனப் பேரரசர் வூ, 'தன்னை மற்றொரு அசோகராக வடிவமைத்துக்கொண்டு பௌத்த லட்சியத்தின் அடிப்படையில் ஆட்சிபுரிய விரும்பினார்... புத்தரது எச்சங்களைக் கொண்டிருக்கும் பல ஸ்தூபிகளைப் பேரரசர் வூ எழுப்பினர், அசோரது ஸ்தூபிகளைத் தேடும் பொருட்டு, தொல்வடிவ-தொல்லியலார்ந்த (proto-archaeological) தேடல்களையும் மேற்கொண்டார்'.[8] வரலாற்றியலாளர் சாங்ஃபெங் லீ குறிப்பிடுவதுபோல், அசோகரோடு தொடர்புடைய இரண்டு விதமான சிற்பங்கள் சீனா முழுவதும் விரவிக்கிடக்கின்றன:

> முதல் வகையான சிற்பம், அரசர் அசோகரால் அல்லது அவரது மகளால் செய்யப்பட்டதாகச் சொல்லப்படும் புத்தரது படிமத்தைக் கொண்டிருக்கிறது. இரண்டாவது வகை பௌத்தப் பிக்குகளாலும் சாதாரண பௌத்தர்களாலும், பௌத்தத்துக்கு அசோகர் செய்த பங்களிப்பைப் போற்றும் விதமாக அரசர் அசோகரது உருவத்தைக் கொண்டிருக்கிறது.[9]

ஒன்றுக்கொன்று எதிரான பார்வைகளில் ஒரு லட்சிய அரசன் குறித்து முன்வைக்கப்படும் இப்படியான விவரிப்புகளெல்லாம், பொதுவான ஓர் உள்ளடக்கத்தைத் தங்களுக்குள் பகிர்ந்துகொள்கின்றன: மதங்களுக்கு இடையேயான மோதல்களில், அசோகரது சொந்த வார்த்தைகளிலிருந்து நாம் தெரிந்துகொள்வதுபோல் ஓர் அரசன் நடுநிலையாக இருக்கக் கூடாது. இதுவும் அசோகரது ஐக்கியவாதத்தின் முடிவை நமக்குக் குறித்துக்காட்டுவதாக இருக்கிறது.

பௌத்தத்தின் வெற்றியை முன்வைக்கும் விதமாக, அதை அசோகர் வரை கொண்டுசெல்லும் ஒருவிதமான பார்வையை அஸ்வகோஷ் (பொ.ஆ. ஒன்று-இரண்டு) என்ற பெயர் கொண்ட தனித்துவமான பௌத்தத் துறவியின் எழுத்துகளில் காண முடியும். ஒருவேளை, இவர் பௌத்தராகவும் பிக்குவாகவும் மாறுவதற்கு முன் நன்கு கற்றறிந்த பார்ப்பனராக இருந்திருக்கலாம். அவரது தனித்திறன் கவிதைகள் எழுதுவது. சம்ஸ்கிருதத்தில் நமக்குக் கிடைக்கக்கூடிய பழைய காவியங்களில் இரண்டை இவர் எழுதியிருக்கிறார். அதில் ஒன்று

7 *Max Deeg (2012: 365).*

8 *Max Deeg (2012: 370).*

9 *Chongfeng Li (2012: 380).*

புத்தசரித்திரம்.[10] குறிப்பிடத்தக்க விஷயம் என்னவென்றால், இந்த வாழ்க்கை வரலாறு புத்தரின் மரணத்தோடு முடிவடையவில்லை; அசோகரது பிறப்பு, அவரது செயல்பாடுகள், அவர் கட்டியெழுப்பியதோடு நிறைவுபெறுகிறது.

> அசோகர் பிறந்து வளர்ந்து, [பௌத்தப்] பற்றுறுதிக்குத் தன்னை ஒப்புக்கொடுத்த மௌரியராக… ஏழு ஸ்தூபிகளில் பாதுகாக்கப்பட்டுவந்த தீர்க்கதரிசிகளின் எச்சங்களை எடுத்து, இலையுதிர்கால மேகங்கள்போல் அவ்வளவு பிரம்மாண்டமாக இருந்த எண்பதாயிரத்துக்கும் மேலான ஸ்தூபிகளுக்கு ஒரே நாளில் பகிர்ந்தளித்தார்.[11]

ஆக, முதலாவதாக எழுதப்பட்ட புத்தரது வாழ்க்கை வரலாறு, இந்தியத் துணைக்கண்டம் முழுவதும் பௌத்தம் பரவியதற்குக் காரணமாக இருந்த நபராக அசோகரைப் பார்ப்பதோடு முடிவுக்குவருகிறது. பௌத்தத்தின் வெற்றியை அசோகர் பிரதிநிதித்துவப்படுத்துகிறார்.

இந்த வெற்றி இலங்கையில் கொண்டாடப்படுவதுபோல், வேறெங்கும் கொண்டாடப்படவில்லை. இங்கு முன்வைக்கப்படும் வரலாற்று நிகழ்வுகள், இலங்கை பௌத்தமானது அசோகரோடும், அவரது மகன், மகளின் பரப்புரைச் செயல்பாடுகளோடும் நெருக்கமான, நேரடியான தொடர்புகொண்டிருந்ததாக இந்தக் காலக்கோவை கொண்டாடுகிறது. இந்தத் தீவில் உள்ள மிகப் பழமையான கல்வெட்டுத் தொகுப்பு, இலங்கைப் பிக்குகளும் அரசர்களும் அரசாட்சி குறித்து அசோகரது லட்சியங்களை உள்வாங்கிக்கொண்டதற்கான சாட்சிகளாக இருக்கின்றன. 'தேவநம்பியா' என்ற பட்டத்தை, அதாவது 'கடவுள்களின் அன்புக்குரியவன்' என்ற பட்டத்தை ஆட்சியாளர்கள் பலரும் கைக்கொண்டார்கள். ஆசிய அரசர்கள் மீதான அசோகரது தாக்கம் குறித்த தனது வாசிப்பை மாக்ஸ் டீக் இவ்வாறு முடிக்கிறார்: 'நாம் இங்கு விவாதித்த எடுத்துக்காட்டுகளெல்லாம், அசோகர் குறித்த பண்பாட்டு நினைவுகளில் அவர் பெருமைமிக்க நாயகராகவும் லட்சிய பௌத்த அரசராகவும் நிலைநிறுத்தப்படுகிறார் என்று நிரூபிக்கப் போதுமானவையாக இருக்கின்றன.'[12]

---

10 இதன் மொழியாக்கத்துக்குப் பார்க்கவும்: Olivelle (2008).

11 *Translation with modification of Johnston (Chapter XXVIII, verses 63, 65): E.H. Johnston, ed. and trans., Aśvaghoṣa's Buddhacarita or Acts of the Buddha (Delhi: Motilal Banarsidass, reprint, 1998).*

12 பார்க்கவும்: Deeg (2012: 372).

அசோகரது ஐக்கியவாத முயற்சிகள் முடிவுக்குவந்ததை ஒரு சுவாரசியமான ஆதாரம் கோடிட்டுக்காட்டுகிறது. துறவறக் குழுமகங்களுக்குத் தாராளமாகத் தானம் கொடுத்தது குறித்து எந்தக் குகை இருப்பிடங்களில் அசோகர் பொறித்திருந்தாரோ, அதே கற்களில் செய்யப்பட்டிருக்கும் மோசடியும் காலித்தனமும் காலத்தில் உறைந்துபோன ஆதாரங்களாக இருக்கின்றன. இதில் மூன்று பிஹாரின் கயா மாவட்டத்தில் உள்ள பராபர் குன்றுகளில் உள்ளன. இந்தக் குகைகள் அசோகரால் ஆஜீவிகர்களுக்குக் கொடுக்கப்பட்டன. துறவறக் குழுமகமான ஆஜீவிகர்கள் குறித்துத் தூண் அரசாணை VII-இல் அசோகர் குறிப்பிடுகிறார். இந்தக் குகைகள் தானமாகக் கொடுக்கப்பட்டது குறித்த கல்வெட்டில் 'ஆஜீவிகேஹி', அதாவது ஆஜீவிகர்களுக்கு (பின்னிணைப்பைப் பார்க்கவும்) என்ற சொல்லைப் பதிவுசெய்கின்றன. ஆனால், இந்த மூன்று இடங்களிலுமே, அசோகருக்குப் பிறகு இந்தக் குகைகளைத் தங்கள் வசம் எடுத்துக்கொண்ட புதிய போட்டித் துறவிகள் குழுமகத்தால், இந்தச் சொற்கள் உளி கொண்டு முழுமையாக அல்லது ஓரளவு சிதைக்கப்பட்டிருக்கின்றன.[13] இதை 'ரத்துசெய்யும் பண்பாட்டுக்கான' (cancel culture) பண்டைய எடுத்துக்காட்டாக நம்மால் பார்க்க முடியும். இந்த மோசடி அவ்வளவு வெளிப்படையாக இல்லை. ஏனெனில், மூலத்தில் யாருக்குக் கொடுக்கப்பட்டதாக இருந்ததோ அந்த இடத்தில் புதிய உரிமையாளர்கள் தங்களுடைய பெயரை மாற்றி எழுதவில்லை. ஆனால் இறுதியாக, ஒரு பௌத்தப் பிரிவு இந்த வேலையைச் செய்து முடித்தது. அதாவது, மூலத்தில் இருந்த பிரிவின் பெயரை அழித்துவிட்டு, அந்த இடத்தில் அதன் பெயரைப் பொறித்துக்கொண்டது. சார்நாத்தில் உள்ள கல்வேலியில் — இது முதலில் புத்தர் பிறந்த இடமான லும்பினியில் இருந்தது — மூலத்தில் இருந்த 'சம்மதியா' என்று இருந்ததை 'சர்வஸ்திவதா' என்பதாக மாற்றியிருப்பதை ஹாரி ஃபால்க் அடையாளம் காண்கிறார். மேலும், சார்நாத்தில் உள்ள அசோகத் தூணில் இதற்கு எதிர்மறையாக இருக்கிறது: 'சர்வஸ்திவதா' என்று இருந்தது 'சம்மதியா' என்பதாக மாற்றப்பட்டிருக்கிறது.[14]

பாஸந்தா என்ற சொல்லின் பொருண்மையில் ஏற்பட்ட மாற்றம், அசோகரது ஐக்கியவாதத்தைச் சவப்பெட்டியில் கிடத்தி அடித்த கடைசி ஆணியாகிறது. அசோகரது ஐக்கியவாத முன்னெடுப்புகளில் இச்சொல் பிரதானமான ஒன்றாக இருந்தது. அசோகருக்குப் பிந்தைய காலத்தில், இந்தச் சொல் ஒருவர் தன்னுடைய மதரீதியான எதிரியைக் குறிக்க

13 பார்க்கவும்: *Hultzsch (1925: 181); Falk (2008).*

14 பார்க்கவும்: *Falk (2006: 212).*

இழிவான அர்த்தத்தில் தொடர்ந்து பயன்படுத்திவந்த சொல்லாக மாறியது குறித்து நாம் முன்னரே பார்த்தோம்.

மிகச் சரியாக அசோகர் வென்றெடுத்த அதே கலிங்கப் பகுதியில் இருக்கும் கரவேலாவின் ஹதிகும்பா குகைக் கல்வெட்டுகள், அசோகரது ஐக்கியவாதம் முற்றிலுமாக அழிந்துவிடவில்லை என்பதற்கான சிறு நம்பிக்கையைக் கொடுக்கின்றன. மிக மோசமாகப் பராமரிக்கப்பட்டிருக்கும் இந்தக் கல்வெட்டின் காலம் குறித்தும் அர்த்தம் குறித்தும் அவ்வளவு உறுதியாக எதுவும் சொல்ல முடியவில்லை. இது பொ.ஆ. முதல் நூற்றாண்டைச் சேர்ந்ததாகக் கணக்கிடப்படுகிறது.[15] முக்கியமான விஷயம் என்னவென்றால், இந்தக் கல்வெட்டின் இறுதியில் அரசன் 'சவபாஸம்தபூஜகோ', அதாவது 'எல்லாப் பாஸந்தாக்களையும் மதிப்பவன்' என்பதாக விவரிக்கப்படுகிறான். இதில், 'எல்லாப் பாஸந்தாக்களையும்' மதிப்பதாகத் தொடர்ந்து முன்வைத்துவந்த அசோகரது கூற்றின் எதிரொலியை நம்மால் உணர முடிகிறது.

இந்தியாவில் இப்படியான ஐக்கியவாதத்துக்கான மற்றுமொரு எடுத்துக்காட்டு 1800 வருடங்களுக்குப் பிறகு வெளிப்படுகிறது. முகலாயப் பேரரசரான அக்பர், 'இஸ்லாம், இந்து, கிறிஸ்தவம், பௌத்தம் போன்ற மதங்களுக்கு இடையேயான பிளவுகளையெல்லாம் கடந்து, 'தின்-இ-இலாஹி', அதாவது 'கடவுளின் மதம்' என்ற ஐக்கியவாத அடிப்படையிலான மதத்தை முன்னெடுக்கிறார். அறிவொளிமிக்க அரசியலுக்காக அவரே இந்தப் புதிய மதத்துக்கு மாறுகிறார். ஆனால், அசோகர் விஷயத்தில் நடந்ததுபோலவே, அக்பர் மேற்கொண்ட பரிசோதனையும் அவரது மறைவுக்குப் பின் நீண்ட காலம் நிலைத்திருக்கவில்லை.

அசோகரது நினைவுகள் அவருக்குப் பிந்தைய நூற்றாண்டுகளின் இலக்கிய மரபில் மட்டுமே தங்கியிருக்கவில்லை. அது தொல்லியல் மற்றும் கல்வெட்டுகளில் நிலைத்திருக்கிறது. கலை வரலாற்றியலாளரான மோனிகா ஸின் (*Monica Zin 2018*) சுட்டிக்காட்டுவதுபோல், பொ.ஆ.மு. முதலாம் நூற்றாண்டுக்கும் பொ.ஆ. இரண்டாம் நூற்றாண்டுக்கும் இடைப்பட்ட காலத்தைச் சேர்ந்த கனஜனஹல்லி சிற்பத்தில் அசோகர் சித்தரிக்கப்படுகிறார். இந்தத் திட்டத்துக்கு ஆதரவுகொடுத்த சாதவாஹன ஆட்சியாளர்கள் அசோகரது பெருமையை அறிந்திருந்தார்கள். ஸின் இவ்வாறு முன்வைக்கிறார் (*Zin 2018: 550-51*): 'அரசர்கள் 'அசோக'ரைச் சுற்றிநிற்பதுபோல் சித்தரிப்பதும், அவருக்கு அருகில் பௌத்தச் சின்னங்கள் இருப்பதும், ஸ்தூபியின் பிரதானமான இடத்தில் அசோகரைச் சித்தரிப்பதும் சாதவாஹனர்களுக்கான மதிப்பை

15 *D.C. Sircar (1986: 213, n.1).*

மட்டும் கொடுக்கவில்லை, அவர்களை அசோகராகவே, பௌத்த அரசர்களாகவே மறைமுகமாகப் பிரதிநிதித்துவப்படுத்துகிறது.'¹⁶ மேலும், பொ.ஆ. இரண்டாம் நூற்றாண்டைச் சேர்ந்த ருத்ரதாமன், கிர்னாரில் அசோகரது கல்வெட்டுக்கு அருகில் பொறித்திருக்கும் தனது கல்வெட்டில் அசோகரைப் பெயர் சொல்லிக் குறிப்பிடுகிறார்.

வேறு விதமாகக் கற்பிதம் செய்யப்பட்ட அசோகரின் நினைவு ஆசியா முழுவதும், குறிப்பாக பௌத்த நாடுகளில் பரவியது. தெற்கு மற்றும் தென்கிழக்கு ஆசியாவின் பெரும் பரப்பு முழுவதுமாக அரசருடைய இந்தப் பயணத்தை சமீபத்தில் நயன்ஜோத் லாஹிரி (Nayanjot Lahiri, 2022) அடையாளம் காண்கிறார்.

இப்படி, 'கற்பிதமான அசோகர்' செழித்தோங்கியபோது, நான் முகவுரையில் குறிப்பிட்டிருப்பதுபோல், பிரிட்டிஷ் காலனிய அதிகாரி ஜேம்ஸ் ப்ரின்செப் அசோகரது எழுத்துகளை வாசிப்பதற்கான முறையைக் கண்டுணர்ந்து அந்தக் குறிப்பிட்ட புத்தகத்தை உலகத்துக்குத் திறந்துகாட்டும் வரை, அவருடைய எழுத்துகளில் வெளிப்படும் அசோகர் மறைந்தே கிடந்தார். காலனியத்தின் பிடியிலிருந்து விடுவித்துக்கொண்டு புதிய சுதந்திரமான இந்தியாவைக் கட்டியெழுப்பும் முயற்சியில் புதிதாக உருப்பெற்றுவந்த இந்திய அரசின் தலைமையிடத்தில் பெரும் வெடிப்பாக, படைப்பூக்கமிக்கச் செயல்பாடுகளுக்குக் கல்வெட்டியலார்ந்த இந்த அசோகர் வித்திட்டார். இந்த அணிவகுப்பில் முன்னணியில் இருந்தது ஜவாகர்லால் நேரு, பிரதம மந்திரியாவதற்குத் தயாராக இருந்தவர்.

வரலாற்றியலாளர் பக்வான் ஜோஷ் காலனியத்துக்குப் பின்னர் உருப்பெற்றுவந்த இந்திய அரசியலில் அசோகர் வேறு விதமாகக் கற்பனைசெய்யப்பட்டது குறித்து அவரது ஆழமான கட்டுரை ஒன்றில், பிரெஞ்சு வரலாற்றியலாளர் அமவுரி-தே-ரெயின்கோர்ட் குறிப்பிட்டிருந்ததை மேற்கோளாகக் கொடுக்கிறார்: 'பேரரசர் அசோகரின் அற்புதமான மறுபிறவியை இந்தியா ஜவாகர்லால் நேருவில் கண்டது.'¹⁷ இந்தியாவைக் கண்டுணர முயன்ற நேருவின் நீண்ட பயணத்தில், அவர் அசோகரைக் கண்டுணர்ந்தது, தேசியக் கட்டமைப்புத் திட்டத்தோடு அசோகரது பிணைப்பை உறுதிப்படுத்துவதாக இருக்கிறது. அசோகரது வார்த்தைகளைப் படித்து, அவர் கட்டியெழுப்பிய அற்புதமானவற்றையெல்லாம் பார்த்து, நேரு

---

16 கலைகளிலும் கட்டடங்களிலும் அரசதிகாரம் பொறிக்கப்பட்டிருப்பது குறித்த விரிவான விவாதத்துக்குப் பார்க்கவும்: Upinder Singh (2022).

17 Bhagwan Josh 2012: 400 (citing Amaury de Riencourt, *The Soul of India* [London: Jonathan Cape, 1961], p. 367).

பெருமையில் பூரித்துப்போகிறார். 1931-இல் — காங்கிரஸ் கட்சி ஜனவரி 26-ஐச் சுதந்திர தினமாகக் கொண்டாடிய அன்று, அவருடைய இளம் மகள் இந்திராவுக்கு பிரிட்டிஷ் சிறையிலிருந்து எழுதிய கடிதத்தில், அசோகர் குறித்த ஹெச்.ஜி. வெல்ஸின் புகழுரையை — நான் இதை எனது முகவுரையில் கொடுத்திருக்கிறேன் — மேற்கோளாகக் கொடுக்கிறார். மதச்சார்பற்ற அரசுக்குத் தன்னை ஒப்புக்கொடுத்த ஒருவர், மேற்கோள் கொடுக்கத் தேர்ந்தெடுத்த அசோகரது அறிவுரை மிகப் பொருத்தமாக இருக்கிறது. பாஸந்தாக்கள் ஒருவரோடு ஒருவர் மரியாதையோடும் ஒற்றுமையோடும் செயல்பட வேண்டும் என்று பாறை அரசாணை XII-இல் உள்ள அசோகரது அறிவுரையை அவரது வார்த்தைகளில் எழுதுகிறார்: 'ஏதோ ஒரு காரணத்துக்காக ஒவ்வொரு பிரிவும் மரியாதையாக நடத்தப்படுவதற்குத் தகுதியானவையாக இருக்கின்றன. இப்படியாகச் செயல்படுவதன் மூலம் ஒருவர் அவரது பிரிவையும் மேம்படுத்துகிறார், அதே சமயத்தில் மற்ற பிரிவுகளுக்குச் சேவையும் செய்கிறார்'.[18]

நாம் வேகமாக 1947-க்கு நகர்ந்து, தேசியக் கொடியில் செய்யப்பட்ட மாற்றங்கள் குறித்த விவாதங்களுக்கு வருவோம். ராட்டைச் சக்கரம் வெறும் சக்கரமாக வேண்டும் என்ற 'சிறிய மாற்றத்தைத்தான்' நேரு முன்வைக்கிறார். அவருடைய எண்ணம், குறிப்பிட்ட சக்கரத்தை, அதாவது 'அசோகரது தூண் தலையில் உள்ள சக்கர'த்தை நோக்கிச் சென்றதாக அவர் குறிப்பிடுகிறார். அவர் மேலும் தொடர்கிறார்: 'நம்முடைய இந்தக் கொடி மறைமுகமாக, அசோகச் சின்னத்தோடு மட்டும் தொடர்புடையதாக இல்லாமல், ஒருவிதத்தில் அசோகரது பெயரோடும் தொடர்புடையதாக இருக்கிறது; இந்தப் பெயர் இந்திய வரலாற்றில் மட்டுமல்லாமல் உலக வரலாற்றிலும் பிரம்மாண்டமான ஒன்றாக இருக்கிறது'.[19] புதிய இந்தியாவுக்குப் புதிய அசோகரை உருவாக்கும் மிக நீண்ட பயணத்தை இவ்வாறு தொகுத்தளிக்கிறார் ஜோஷ்:

> 1947-இல் சுதந்திரம் அடைந்தவுடன், இரண்டு லச்சினைகள் இந்தியாவின் பொதுவெளியிலும் தனிவெளியிலும் ஆக்கிரமித்திருந்தன. தூதுவர்களின் வீட்டில் உள்ள ஒவ்வொரு கரண்டி, தட்டு, தேநீர்க் குவளை போன்றவை முதல் ரயில் இன்ஜின் முகப்பு வரையிலும், ஒவ்வொரு சிறு நகரத்திலும் உள்ள ஒவ்வொரு நீதிமன்றத்திலும் நடக்கும் ஒவ்வொரு சிறு பரிவர்த்தனை முதல் இந்தியர்களின் கையில் இருக்கும் மிகக்

18 *Cited in Josh (2012: 399).*

19 *Josh (2012: 403).*

> குறைவான மதிப்புகொண்ட பணம் வரையிலும் இந்தியத் தேசிய அரசின் பிரதானக் கடவுளாக அசோகர் எங்கும் நிறைந்திருக்கிறார் என்பதை நம்மால் நிராகரிக்க முடியாது.[20]

பிரம்மாண்டமான சார்நாத் தூணின் தலையில் இருக்கும் சிங்கங்களைப் புதிய இந்திய அரசு அதன் லச்சினையாக 1950 ஜனவரி 26 அன்று தேர்ந்தெடுத்தது. சுதந்திரமான புதிய நாடு, இந்த நாளில்தான் அதன் புதிய அரசமைப்பைக் கைக்கொண்டது. இந்திய தேசிய லச்சினை (முறையற்ற பயன்பாடு மற்றும் கட்டுப்பாடு) சட்டம், 2005 அரசுக்கும் அசோகரது சிங்கங்களுக்கும் இடையேயான உறவைச் சட்டரீதியான வார்த்தைகளில் முன்வைக்கிறது:

> அரசாங்கத்தோடு தொடர்புடையது என்ற மனப்பதிவை ஏற்படுத்தக்கூடிய விதத்தில்; அல்லது ஒன்றிய அரசின், அல்லது ஒருசில சமயங்களில் மாநில அரசின் அதிகாரபூர்வமான ஆவணம் என்ற மனப்பதிவை ஏற்படுத்தக்கூடிய விதத்தில்; ஒன்றிய அரசின் அனுமதி பெறாமல் அல்லது அதன் சார்பாக அப்படியான அனுமதியைக் கொடுக்கக்கூடிய அதிகாரியின் அனுமதி பெறாமல், எவ்விதத்திலும், எப்படியான சாயலிலும் லச்சினையை எந்த நபரும் பயன்படுத்தக் கூடாது.

ஒருவர் ஒட்டுவதற்குத் தபால்தலையை நக்கினாலும் அல்லது காசு அல்லது ரூபாய் கொடுத்து ஏதேனும் வாங்கினாலும் அசோகரது சிங்கங்கள் இப்போது எங்கும் நிறைந்திருக்கின்றன (படங்கள் 9, 10, 11). வெண்கலத்தால் ஆன சிங்கங்களின் போலுரு டில்லியில் உள்ள புதிய நாடாளுமன்றக் கட்டடத்தின் மேல் நிறுவப்பட்டிருக்கிறது.

அசோகர் குறித்த பௌத்தர்களின், நவீன இந்தியாவின் புதிய கற்பனைகள் ஒன்றுக்கொன்று இணையாக இருக்கின்றன. இரண்டுமே, அசோகரை ஒரு லட்சிய அரசராகப் பார்க்கின்றன — முந்தையது பௌத்தத்தின் வெற்றியைச் சாத்தியப்படுத்தியதற்காக என்றால், பிந்தையது — குறைந்தபட்சம் நேருவின் பார்வையில் — அரசு ஒருதலைபட்சமான நிலைப்பாட்டை எடுக்காமல், எல்லா மதங்களையும் சமமாகப் பார்க்கும் பார்வையை முன்னிலைப்படுத்தியதற்காக. அசோகரது ஐக்கியவாதத் திட்டம் சுதந்திரமான புதிய நாட்டில் நேருவின் தரிசனத்தில் உயிர்பெற்றிருக்கிறது.

அசோகரை வேறு விதமாகக் கற்பனைசெய்து பார்ப்பதும், அசோகர் மரபின் பகுதியாக இருக்கிறது. ஆனால், இந்த மரபின் மீது அசோகர்

20 Josh (2012: 394).

எப்படியான கட்டுப்பாட்டையும் கொண்டிருக்க முடியாது. இதில் சிலவற்றை அவர் வேடிக்கையாக எடுத்துக்கொண்டிருப்பார். பலவற்றைத் தீவிரமாக ஏற்றுக்கொள்ள மறுத்திருப்பார். புதிய இந்திய அரசு அவரது லச்சினைகளை வெறும் அடையாளச் சின்னமாக மட்டுமே கைக்கொண்டு அவரது அடிப்படை அறக் கொள்கையான தர்மத்தின் மீது அந்த அளவு அக்கறைகாட்டத் தவறியது குறித்து அவர் என்ன நினைத்திருப்பார் என்று நம்மால் ஊகிக்க முடியும். ஆனாலும், அவர் எந்த நிலப்பகுதியை ஆண்டாரோ அதே நிலப்பகுதிக்குள் அவர் புதுவிதமாகக் கற்பனைசெய்யப்படுவதைக் கண்டு அவர் மகிழ்ச்சியடையாமல் இருக்க முடியாது என்றே நினைக்கிறேன். ஒருகாலத்தில் அவரது பேரரசாக இருந்த பகுதியில், இரண்டாயிரம் வருடங்களுக்கு முன் இந்த நிலத்தில் உள்ள பன்மைத்துவத்திலான எல்லா மத மரபுகளுக்கும் உறுதுணையாக இருப்பது என்றும், எது ஒன்றுக்கும் தனித்து சலுகை கொடுப்பதில்லை என்றும் அவர் செய்ய முயன்றதைச் செய்வது என்று புதிய தேசத்தைத் தோற்றுவித்தவர்கள் தீர்மானித்திருப்பதைக் கண்டும் அவர் மகிழ்ச்சியடையாமல் இருக்க முடியாது.

பின்னிணைப்பு

அசோகக் கல்வெட்டுகளின் தொகுப்பு

தானம் மற்றும் இதர கல்வெட்டுகள், கந்தஹாரில் உள்ள அராமெய, கிரேக்கக் கல்வெட்டுகள் ஆகியவை தவிர — இவை தூண் அரசாணைகளுக்கு முன்னர் கொடுக்கப்பட்டுள்ளன — பிற கல்வெட்டுகள் எல்லாம் ஏறக்குறைய காலவரிசையில் கொடுக்கப்பட்டுள்ளன. கல்வெட்டுகள் அனைத்தும் தேதியிடப்படாததால், இந்த வரிசை தோராயமானது மட்டுமே. தேதியிடப்படாத கல்வெட்டுகளுக்குக் கொடுக்கப்பட்டிருக்கும் தேதி உறுதியானது என்று சொல்ல முடியாவிட்டாலும், பயன்படுத்தக்கூடிய அளவில் இருக்கின்றன என்று மட்டும் சொல்ல முடியும்.

அரசாணைகள் வரிசை

- *சிறு பாறை அரசாணைகள் I, II.*
- *பெரும் பாறை அரசாணை வரிசை.*
- *தனித்த அரசாணைகள I, II.*
- *பௌத்தக் கல்வெட்டுகள்: பைரத், பிளவு அரசாணைகள்.*
- *தானம் மற்றும் இதர கல்வெட்டுகள்:*
  ராணி, பராபர் I, II, III, லும்பினி, நிகலி–சாகர்.
- *அராமெய, கிரேக்கக் கல்வெட்டுகள்.*
- *தூண் அரசாணை வரிசை.*

சிறு பாறை அரசாணை வரிசை

சிறு பாறை அரசாணை I இவ்விடங்களிலிருந்து கண்டெடுக்கப்பட்டுள்ளன: அஹ்ரயுரா, பைரத், பிரஹ்மகிரி, டில்லி, எர்ராகுடி, காவிமாத், குஜர்ரா, ஜதிங்கா-ராமேஷ்வரா, மஸ்கி, நித்தூர், பலிகுந்து, பங்குரரியா, ராஜுல-மந்தகிரி, ரதன்பூர்வா, ரூப்நாத், சஹஸ்ரம், சித்தாபூர், உதேகோலம்.

சிறு பாறை அரசாணை II இவ்விடங்களில் கண்டெடுக்கப்பட்டுள்ளன: பிரஹ்மகிரி, எர்ராகுடி நித்தூர், ஜதிங்கா-ராமேஷ்வரா, ராஜுல-மந்தகிரி, சித்தாபூர், உதேகோலம். இவற்றின் இருப்பிடத்தை அறிந்துகொள்வதற்குத் தொடக்கத்தில் கொடுக்கப்பட்டிருக்கும் வரைபடத்தைப் பார்க்கவும். இங்கே கொடுக்கப்பட்டிருக்கும் மொழியாக்கங்கள் பால் கேன்ட் அன்டர்சன் (Paul Kent Andersen 1990) தொகுப்பை அடிப்படையாகக் கொண்டவை.

சிறு பாறை அரசாணை I

தேதியற்றது; பொ.ஆ.மு. 257 ஜூன் மாதமாக இருக்கலாம்.

இதில் 'அரும்பாடுபடுதல்' என்ற சொல் பிரதானமான ஒன்றாக இருக்கிறது. பிற அரசாணைகளிலும்கூட, தர்மம் குறித்துப் பேசும்போது ஆன்மிகரீதியாக அரும்பாடுபடுதல், தன் பிரஜைகளின் பொருளியல் நலன்களுக்காகவும் ஆன்மிக நலன்களுக்காகவும் அரும்பாடுபடுதல் என்று இரண்டு பின்னணியிலும் அசோகர் இச்சொல்லைப் பயன்படுத்துகிறார். இங்கேதான் முதல் முறையாக, தன்னை வெறுமனே பௌத்தராகக் குறிப்பிட்டுக்கொள்ளாமல், சாதாரண பௌத்தத் தொண்டனாக — இதற்கான பிரத்யேக வார்த்தையில் சொல்வதென்றால் உபாசகராகத் தன்னைக் குறிப்பிட்டுக்கொள்கிறார். இந்த அரசாணையில், 256 என்று இருப்பதன் அர்த்தம் உள்பட, பல விஷயங்கள் தெளிவில்லாமல் இருக்கின்றன. பல இடங்களில் பொறிக்கப்பட்டிருக்கும் இந்த அரசாணை, ஒவ்வொரு இடத்திலும் வேறான சொற்களைக் கொண்டிருக்கின்றன. இந்த அரசாணையில் 'தர்மம்' என்ற சொல் இடம்பெறவில்லை என்பதை நாம் கவனத்தில்கொள்ள வேண்டும். மேலும், விவாதங்களுக்கு இயல்கள் 5 மற்றும் 10-ஐப் பார்க்கவும்.

சுவர்ணகிரியில் இருக்கும் இளவரசர்கள், மஹாமாத்ரர்கள் வழிகாட்டுதலுக்கு உள்பட்டு, ஐலாவில் இருக்கும் மஹாமாத்ரர்களின் உடல் நலம் குறித்து விசாரித்துவிட்டு, பின்வருவனவற்றை அவர்களிடம் சொல்ல வேண்டும்:

(பிரஹ்மகிரி, சித்தாபூர் ஆகிய இடங்களில் மட்டுமே இந்த முகப்புரை காணப்படுகிறது.)

கடவுள்களின் அன்புக்குரியவன்
இவ்வாறு பிரகடனப்படுத்துகிறான்:

நான் உபாசகராக மாறி இரண்டரை வருடங்களுக்கு மேலாகிவிட்டன. ஆனால், ஒரு வருட காலத்துக்கு நான் தீவிரமாக அரும்பாடுபடவில்லை.

இருந்தாலும், ஒரு வருடத்துக்கு முன்புதான், நான் சங்கத்தை நாடிச்சென்று தீவிரமாக அரும்பாடுபடத் தொடங்கினேன்.[1]

ஆனால், அந்தக் காலத்தில் ஜாம்புத்விபாவில்[2] கடவுள்களோடு ஒன்றிணையாத ஆண்கள் ஒன்றிணைய வைக்கப்பட்டார்கள்.[3] இதுதான் அரும்பாடுபடுவதன் பலனாகிறது. மேலான மக்கள் மட்டுமே இதைச் சாதிக்க முடியும் என்றில்லாமல், மிகக் கீழாக இருப்பவர்களும்கூட அரும்பாடுபடுவார்கள் என்றால், உண்மையிலேயே அவர்களாலும் அளப்பரிய சொர்க்கத்தை அடைய முடியும்.

பின்வரும் தேவைகளுக்காக இந்தப் பிரகடனம் பிரகடனப் படுத்தப்படுகிறது – மேலாக இருப்பவர்கள், கீழாக இருப்பவர்கள் ஆகிய இருசாராரும் அரும்பாடுபட வேண்டும், எல்லையோர மக்களும் இது குறித்துத் தெரிந்துகொள்ள வேண்டும். மேலும், இப்படி அரும்பாடுபடுவது காலகாலத்துக்குத் தொடர வேண்டும். மேலும், இவ்விஷயம் பரவும், அளப்பரிய அளவில் பரவும் – குறைந்தபட்சம் ஒன்றரை மடங்காவது பரவும்.

இந்தப் பிரகடனம் 256[4] முடிந்த பின் பிரகடனப்படுத்தப்படுகிறது.

(கீழே கொடுக்கப்பட்டிருக்கும் பிற்சேர்க்கை ரூப்நாத், பங்குரரியா, சஹஸ்ரம் ஆகிய இடங்களில் மட்டுமே காணப்படுகிறது.)

மேலும், சூழ்நிலை ஒத்துழைப்பதற்கு ஏற்ப இவ்விஷயம் பாறையில் பொறிக்கப்பட வேண்டும். எங்கெல்லாம் கல்தூண்கள் இருக்கின்றனவோ அங்கெல்லாம் நீங்கள் இதைப் பொறிக்க வேண்டும்.

---

1 'உபாசகர்', 'சங்கம்' போன்ற பிரத்யேகச் சொற்கள் சாதாரண பக்தரையும், சமணம் போன்று மடாலய அமைப்பைக் கொண்டிருக்கும் துறவற மதங்களைக் குறிப்பதாகவும் இருந்தாலும் இங்கு இச்சொற்கள் பௌத்தத்தைக் குறிப்பதாகவே எடுத்துக்கொள்கிறேன். இயல் 5-ஐப் பார்க்கவும்.

2 'ஜம்பு மரங்களின் தீவு' (அல்லது கண்டம்) என்ற நேரடியான அர்த்தத்தைக் கொண்டது. இந்தப் பட்டப்பெயர் பொதுவாக இந்தியத் துணைக்கண்ட நிலப்பரப்பைக் குறிக்கிறது.

3 'ஆண்களோடு ஒன்றிணையாத கடவுள்கள் அவர்களோடு ஒன்றிணைய வைக்கப்பட்டார்கள்' என்று சில இடங்களில் இருக்கிறது. விளக்கத்துக்குப் பார்க்கவும்: Schmithausen 1992: 130–137.

4 அசோகர் மேற்கொண்ட எட்டு மாதப் பயணம் முடிந்ததைக் குறிப்பிடுவதாக இருக்கலாம். விளக்கத்துக்கு இயல் 5-ஐப் பார்க்கவும்.

சிறு பாறை அரசாணை II

தேதியற்றது; பொ.ஆ.மு 257-க்கும் 256-க்கும் இடையில் இருக்கலாம்.

இந்த அரசாணையில், முதல் முறையாக தர்மம் என்ற உள்ளடக்கத்தைக் கொண்டுவருவதோடு, தர்மத்துக்கான வரையறையையும் அசோகர் முன்வைக்கிறார். இது சிறு பாறை அரசாணை I-க்குப் பின்னிணைப்பாக அல்லது பிற்சேர்க்கையாக — ஒருவேளை திருத்தமாகவும் இருக்கலாம் — கொடுக்கப்பட்ட, அசோகரின் வாய்மொழி உத்தரவாக இருக்கலாம். மக்களைச் சென்றடைவதற்கான ஒரு வழியாக, தர்மம் என்ற தார்மிகத் தத்துவத்தில் அசோகர் நங்கூரமிட்டிருப்பதை இது சுட்டிக்காட்டுகிறது. இதில் உள்ள செய்தி சிறு பாறை அரசாணை I-இல் உள்ளதிலிருந்து வேறாக இருக்கிறது. இந்த அரசாணை பல இடங்களில் மிக மோசமாகச் சேதமடைந்திருக்கின்றன. இது தொகுப்பாளர், மொழிபெயர்ப்பாளர் ஆகிய இரு சாராருக்கும் பல சிரமங்களைக் கொடுக்கிறது. இது குறித்து இயல்கள் 8, 9-இல் விவாதிக்கப்பட்டுள்ளது.

(எர்ராகுடி பதிப்பு)

கடவுள்களின் அன்புக்குரியவன் இவ்வாறு பிரகடனப்படுத்துகிறான்:

கடவுள்களின் அன்புக்குரியவன் சொல்வது அனைத்தும் நடைமுறைப்படுத்தப்பட வேண்டும். ராஜுகா அதிகாரிகளுக்கு இவ்வாறு கட்டளையிட வேண்டும்: இவர்கள கிராமங்களில் இருக்கும் மக்களுக்குக் கட்டளைகள் வழங்க வேண்டும்; அதுபோலவே ரஸ்ரிகர்களுக்கும்.

தாய், தந்தைக்குக் கீழ்ப்படிய வேண்டும். அதுபோலவே பெரியவர்களுக்கும் கீழ்ப்படிய வேண்டும். எல்லா உயிரினங்களையும் இரக்கத்தோடு நடத்த வேண்டும். உண்மை பேச வேண்டும். இவையெல்லாம் நாம் பயில வேண்டிய தர்மத்தின் குணங்களாகின்றன.

இப்படியாக, கடவுள்களின் அன்புக்குரியவனின் வழிகாட்டுதலை நீங்கள்[5] கட்டளையாக்க வேண்டும்.

---

5 இங்கு 'நீ' என்பது எதைக் குறிக்கிறது என்று தெரியவில்லை. சுவர்ணகிரி போன்று தெற்கு மையங்களில் உள்ள இளவரசர்களுக்கும் மஹாமாத்ரர்களுக்கும் இந்த அரசாணை அனுப்பிவைக்கப்பட்டிருப்பதைப் போல் தோன்றுகிறது. இப்படியாக இருக்கும் என்றால் 'நீ' என்பது இந்த உயர் அதிகாரிகளைக் குறிக்கலாம்.

இதற்கு யானைப் பாகர்கள், புலனாய்வாளர்கள், குதிரைப் பயிற்றாளர்கள்,[6] பார்ப்பனர்கள் ஆகியோருடன் நீங்கள் சேர்ந்துகொள்ள வேண்டும்: 'பொதுவாக ஏற்றுக்கொள்ளப்பட்டிருக்கும் பழைய நடத்தைகளைப் பின்பற்ற வேண்டிய கடமையை, தங்கிப் படிக்கும் மாணவர்களுக்கு உணர்த்த வேண்டும்'; 'ஆசிரியர்களுக்குக் கொடுக்கும் மரியாதைகள் அனைத்தும் எனக்கும் கொடுக்கப்படும் மரியாதைகள் ஆகின்றன'. மேலும், ஆசிரியரின் ஆண் உறவுக்காரர்களிடம் முறையாக நடந்துகொள்வதைப் போலவே, ஆசிரியரின் பெண் உறவுக்காரர்களிடமும் உரிய முறையில் நடந்துகொள்ள வேண்டும். இதுபோலவே, பொதுவாக ஏற்றுக்கொள்ளப்பட்டிருக்கும் நடத்தைகள் செழித்தோங்கும் விதத்தில், தங்கிப் படிக்கும் மாணவர்கள் பழைய பொதுவான நடத்தைகளைப் பின்பற்றி உரிய முறையில் நடந்துகொள்ள வேண்டும். தங்கிப் படிக்கும் மாணவர்களுக்கு நீங்கள் கட்டளையிட வேண்டும்; அறிவுறுத்த வேண்டும்.

இப்படியாகத்தான் கடவுள்களின் அன்புக்குரியவன் கட்டளையிடுகிறான்.

எழுத்தர் சபடா பொறித்தது.

பெரும் பாறை அரசாணை வரிசை

இந்த வரிசையில் உள்ள பதினான்கு அரசாணைகள் ஒன்பது இடங்களில் கண்டெடுக்கப்பட்டுள்ளன: தவுலி, எர்ராகுடி, கிர்னார், ஜாவுகடா, கல்ஸி, மந்ஸேஹ்ரா, சந்நதி, ஷாபாஸ்கர்ஹி, சோபாரா — சோபாராவில் ஒருசில எழுத்துகளைத்தான் பார்க்க முடிகிறது என்றபோதும். இவற்றின் இருப்பிடங்கள் தொடக்கத்தில் உள்ள வரைபடத்தில் கொடுக்கப்பட்டுள்ளன. தவுலி, ஜாவுகடா ஆகிய இடங்களில், பாறை அரசாணைகள் *XI*, *XII*, *XIII* தவிர்க்கப்பட்டிருக்கின்றன. ஆனால், இரண்டு தனித்த அரசாணைகள் இங்கே சேர்க்கப்பட்டிருக்கின்றன. ஒரு தொகுப்பாக, இந்த வரிசையில் உள்ள கல்வெட்டுகள் குறித்த விவாதத்துக்கு இயல் *3*-ஐப் பார்க்கவும். குறிப்பிட்டுச் சொல்லப்படவில்லை என்றால், பாறை அரசாணைகளின்

---

6 இப்படியான தனிநபர் வகைமைகளை, குறிப்பாக இரண்டாவதாக உள்ள 'கரனகா'வை (Karanaka) அடையாளம் காண்பது கடினமாக இருக்கிறது. மேலும், இவர்கள் ஏன் இங்கே குறிப்பிடப்படுகிறார்கள் என்பதும் தெளிவாக இல்லை. ஒருசிலர் இவர்களைப் பயிற்சி பெறுகிறவர்களாக முன்வைக்கிறார்கள். ஆனால், வேறுபல துறைகளிலும்கூடப் பயிற்சி பெறுகிறவர்கள் நிச்சயம் இருந்திருப்பார்கள். இது குறித்த புரிதலுக்குப் பார்க்கவும்: *Gaál and Tóth 2018*.

மொழியாக்கம் உல்ரிச் ஷ்னைடரின் (Ulrich Schneider, 1978) தொகுப்பை அடிப்படையாகக் கொண்டது.

பாறை அரசாணை I

தேதியற்றது; பொ.ஆ.மு. 256-இல் அல்லது சற்று பிறகாக இருக்கலாம்.

பாறை அரசாணைத் தொகுப்பில் முதலாவதாக உள்ள இது, அகிம்சை, காயப்படுத்தாமை, உயிரினங்களைக் கொல்லாமை ஆகியவற்றின் மீது கவனம்செலுத்துகிறது. இதில் காணப்படும் இரண்டு பகுதிகள் இரண்டு விதமான கொலைகள் மீது கவனம்கொள்கின்றன. முதலாவது பகுதி, பார்ப்பனியச் சடங்குகள், நாட்டார் மதத் திருவிழாக்கள் ஆகிய இரண்டிலும் சடங்குரீதியில் கொடுக்கப்படும் பலிகளை எடுத்துக்கொள்கிறது. இரண்டாவது பகுதி, உணவுக்காகக் கொல்வதை எடுத்துக்கொள்கிறது. இதற்கு அசோகர் தன்னுடைய சொந்தக் குடும்பத்தையும் சமையலறையையும் எடுத்துக்காட்டாக முன்வைக்கிறார். இந்த அரசாணை எழுதப்பட்ட சமயத்தில், அவருடைய சொந்தச் சமையலறையில் மிருகங்கள் கொல்லப்பட்டுவந்தன என்பது, அசோகர் கொண்டுவர விரும்பிய தடையாணையின் சிக்கலை ஆழமாக வெளிப்படுத்துகிறது. இரண்டு பகுதிகளாக இருக்கும் இவ்வெழுத்துகள், முழுமையாக ஒன்றிணைந்திருக்கின்றன என்று வாதிட முடியும். ஒருவேளை, இது அசோகருடைய இரண்டு கடிதங்களிலிருந்து எடுக்கப்பட்டு அகிம்சை என்ற தலைப்புக்குள் இணைக்கப்பட்டிருக்கலாம். இதன் அசலான பின்னணியில், ஒருவேளை அசோகர் நல்லவை என்று நினைத்த திருவிழாக்கள் குறித்துக் குறிப்பிட்டும் இருக்கலாம். இந்த அரசாணை குறித்து இயல்கள் 9, 11-இல் விவாதிக்கப்படுகிறது.

தர்மம் குறித்துப் பொறிக்கப்பட வேண்டும் என்பதற்காகக் கடவுள்களின் அன்புக்குரியவன், அரசன் பியதஸியால் இது எழுதப்படுகிறது.

இங்கு,[7] எந்த உயிரினங்களையும் கொல்லக் கூடாது; சடங்குகளில் பலிகொடுக்கக் கூடாது. திருவிழாக்கள் நடத்தப்படக் கூடாது. ஏனெனில்,

---

7 'இங்கு' எதைக் குறிக்கிறது என்று தெளிவாக இல்லை. நேரடியான அர்த்தத்தில், இந்தக் கல்வெட்டு எங்கு நிறுவப்பட்டிருக்கிறதோ அந்த இடத்தைக் குறிப்பதாக எடுத்துக்கொள்ள முடியும். தன்னுடைய தலைநகரமான பாடலிபுத்திரத்திலிருந்து அரசாணைகளை எழுதுவதால், சில சமயங்களில் அசோகர் 'இங்கு' என்று பாடலிபுத்திரத்தைக் குறிக்கும் விதத்திலும் பயன்படுத்துகிறார் (பார்க்கவும்: பாறை அரசாணை V). இந்த அரசாணையில் உள்ள 'இங்கு' என்பது அசோகருடைய பிரதேசத்தைக் குறிப்பதாக நான் நினைக்கிறேன். இந்தச் சொல் பாறை அரசாணை XII–இல் இதே அர்த்தத்தில் பயன்படுத்தப்பட்டிருக்கிறது. இந்த

கடவுள்களின் அன்புக்குரியவன், அரசன் பியதஸி, திருவிழாக்களின்போது நிறைய பாவங்கள் செய்யப்படுவதாகப் பார்க்கிறான். இருந்தாலும், கடவுள்களின் அன்புக்குரியவன், அரசன் பியதஸி, சில திருவிழாக்களை நல்லவையாகவும் கருதுகிறான்.

முன்னர், கடவுள்களின் அன்புக்குரியவன், அரசன் பியதஸியின் சமையலறையில் தினமும் குழம்புவைக்க லட்சக்கணக்கில் உயிரினங்கள் பலிகொடுக்கப்பட்டுவந்தன. ஆனால், தர்மம் குறித்த இவ்வெழுத்துகள் இங்கே பொறிக்கப்படும் இந்தச் சமயத்தில், குழம்புவைக்க மூன்று பிராணிகள் மட்டுமே பலிகொடுக்கப்படுகின்றன: மயில்கள் இரண்டு, வேட்டையாடப்படும் விலங்கு[8] ஒன்று. வேட்டையாடப்படும் விலங்கும் எல்லா சமயங்களிலும் கிடையாது. வருங்காலங்களில் இந்த மூன்று பிராணிகளும்கூட பலிகொடுக்கப்பட மாட்டாது.

பாறை அரசாணை II

தேதியற்றது; பொ.ஆ.மு. 256-இல் அல்லது சற்று பிறகாக இருக்கலாம்.

மருத்துவச் சேவை, மூலிகைகள் கிடைக்க வழிவகுப்பது போன்றவற்றை உள்ளடக்கமாகக் கொண்டுள்ளது இந்த அரசாணை. அவருடைய பேரரசுக்குள்ளும் அக்கம்பக்கத்தில் உள்ள நாடுகளிலும் தர்மத்தைப் பரப்புரை செய்யும் தனது செயல்திட்டத்தின் பிரதான அம்சமாக இந்த முன்னெடுப்புகளை அசோகர் கருதுகிறார். இரண்டு முறை 'எங்கெல்லாம்' என்பதோடு இணைத்து 'எல்லா இடங்களிலும்' என்பது நான்கு முறை சொல்லணியாக மீண்டும்மீண்டும் சொல்லப்படுவதைக் கவனத்தில்கொள்ள வேண்டும். தர்மம் குறித்த அவரது செயல்திட்டத்தின் உலகளாவிய பண்பை இது அடிக்கோடிட்டுக்காட்டுகிறது. இன்ன பிற இடங்களிலும் இது திரும்பத்திரும்ப முன்வைக்கப்படுகிறது. தன்னுடைய மருத்துவரீதியான தூதியல் மூலம் செய்த நற்காரியங்கள் குறித்துத் தூண் அரசாணை VII (iii)-இல் அசோகர் நினைத்துப்பார்க்கிறார். இந்த அரசாணை குறித்து இயல் 10-இல் விவாதிக்கப்படுகிறது.

அரசாணையில் உள்ள இரண்டு பகுதிகள் குறித்த விவாதத்துக்குப் பார்க்கவும்: Vigasin 1997–98.

8 'மிகா' (சம்ஸ்கிருதம்: ம்ருக) என்ற சொல் இங்கே பயன்படுத்தப்பட்டிருக்கிறது. இது பிரத்யேகமாக வேட்டையாடப்படும் விலங்கான மானைக் குறிக்கிறது. இருந்தாலும், பரந்த தளத்தில் முன்வைக்கும் விதமாக, நான் இதைத் திறந்த தன்மையோடு மொழியாக்கம் செய்திருக்கிறேன்.

எல்லா இடங்களிலும் — கடவுள்களின் அன்புக்குரியவன், அரசன் பியதஸியின் நிலப்பரப்புக்குள்ளும் எல்லைகளுக்கு அப்பாலும், அதாவது கோடர்கள் [சோழர்கள்], பாண்டியர்கள், சத்யபுத்ரர்கள், கேரளப்புத்ரர்கள், தம்ரபர்னியர்கள், அந்தியோச்சுஸ் என்றழைக்கப்படும் கிரேக்க அரசன், அந்தியோச்சுஸ் நாட்டுக்கு அருகில் இருக்கும் பிற அரசர்கள் என்று எல்லா இடங்களிலும் கடவுள்களின் அன்புக்குரியவன், அரசன் பியதஸி இரண்டு வகையான மருத்துவச் சேவைகளை நிறுவியிருக்கிறான்: மனிதர்களுக்கான மருத்துவச் சேவை, வீட்டுப் பிராணிகளுக்கான மருத்துவச் சேவை.

எங்கெல்லாம், மனிதர்களுக்கும் வீட்டுப் பிராணிகளுக்கும் பயன்தரக்கூடிய மூலிகைகள் இல்லையோ, அப்படியான எல்லா இடங்களிலும், அவற்றைக் கொண்டுவந்து நட்டு வளர்த்திருக்கிறான். இதுபோலவே, எங்கெல்லாம், வேர்க் காய்களும், பழ மரங்களும் இல்லையோ அப்படியான எல்லா இடங்களிலும் அவற்றைக் கொண்டுவந்து நட்டு வளர்த்திருக்கிறான்.

மனிதர்களுக்கும் வீட்டுப் பிராணிகளுக்கும் நன்மை செய்யக்கூடிய வகையில் சாலைகளின் ஓரமாக மரங்கள் நட்டிருக்கிறான்; கிணறுகள் வெட்டியிருக்கிறான்.

பாறை அரசாணை III

தேதியற்றது; பொ.ஆ.மு. 256-இல் அல்லது சற்று பிறகாக இருக்கலாம்.

தர்மத்தை வரையறுக்கும் ஒவ்வொரு வாக்கியத்தின் முடிவிலும் ஆச்சரியக்குறியைப் பயன்படுத்துவதைப் போல், இதில் 'ஸாது' என்ற சொல்லை அசோகர் பயன்படுத்துகிறார். 'நல்லது', 'அருமை' போன்ற அர்த்தங்களை இச்சொல் கொண்டிருப்பதோடு, 'ஆமாம்!', 'சிறப்பு!', 'சபாஷ்!' போன்று ஆச்சரியத்தை வெளிப்படுத்துவதற்கான ஒன்றாகவும் மாறியிருக்கிறது. இச்சொல் மீண்டும் பாறை அரசாணைகள் IV, IX, XI-இல் பயன்படுத்தப்படுகிறது. இச்சொல்லின் வரலாறு குறித்த, குறிப்பாக பௌத்தத்துக்குள்ளாக இது கொண்டிருக்கும் அர்த்தம் குறித்தும், இந்த அரசாணை குறித்த விவாதங்களுக்கும் இயல்கள் 9 மற்றும் 10-ஐப் பார்க்கவும்.

கடவுள்களின் அன்புக்குரியவன், அரசன் பியதஸி இவ்வாறு பிரகடனப்படுத்துகிறான்:

அரியணை ஏறி பன்னிரண்டு வருடங்களுக்குப் பிறகு நான் இவ்வாறு கட்டளையிடுகிறேன்: என்னுடைய நிலப்பரப்பின் எல்லா இடங்களிலும் உள்ள யூக்தா அதிகாரிகளும் ராஜுகா அதிகாரிகளும் பிரதேஸிகா அதிகாரிகளும் இந்த நோக்கத்துக்காக ஒவ்வொரு ஐந்து வருடமும் அவரவர்களுடைய அதிகாரத்துக்கு உட்பட்ட பகுதிகளையெல்லாம் சுற்றிவர வேண்டும்: தர்மம் குறித்துக் கீழ்க்காணும் அறிவுரைகள் கொடுப்பதற்காகவும் வேறு பல காரியங்களுக்காகவும்.

தாய், தந்தைக்குக் கீழ்ப்படிந்து நடப்பது — அருமை! நண்பர்களுக்கு, சகாக்களுக்கு, உறவினர்களுக்கு, பார்ப்பனர்களுக்கு, சிரமணர்களுக்கு தானங்கள் கொடுப்பது — அருமை! உயிரினங்களைக் கொல்லாமல் இருப்பது — அருமை! குறைவாகச் செலவழித்துக் குறைவாகச் சேமித்துவைப்பது — அருமை!

இதைப் பதிவுசெய்யுமாறு யூக்தா அதிகாரிகளுக்கு அமைச்சரவை கட்டளையிட வேண்டும் — இதற்கான காரணங்களை விளக்கிச்சொல்ல வேண்டும். மேலும், இதன் உட்கூறுகளுக்கு உட்பட்டு நடக்க வேண்டும்.

பாறை அரசாணை IV

பொ.ஆ.மு. 256 தேதியிட்டது.

இந்த அரசாணையில் 'பெருக்கம்', அதாவது 'வளர்ச்சி' என்ற பொருளைக் கொண்டிருக்கும் 'வத்தி' என்ற சொல் திரும்பத் திரும்பப் பயன்படுத்தப்படுவதைக் கவனத்தில்கொள்ளவும். இச்சொல்லையும் இதோடு தொடர்புடைய சொற்களையும் தன்னுடைய எழுத்துகளில் அசோகர் திரும்பத்திரும்பப் பயன்படுத்துகிறார். இவையெல்லாம் பின்னணி சார்ந்து பரந்த தளத்தில் பெருக்கம் அல்லது வளர்ச்சி போன்ற அர்த்தங்களைக் கொண்டிருக்கின்றன. முதல் வாக்கியத்தில், முந்தைய அரசர்களின் நடவடிக்கைகளை எதிர்மறையாகப் பார்க்கும் விதத்தில் இச்சொல் பயன்படுத்தப்படுகிறது. அடுத்த பத்தியில், இதே சொல் அசோகரது நடவடிக்கைகளை நேர்மறையாகப் பார்க்கும் விதத்தில் பயன்படுத்தப்படுகிறது. இந்தச் சிறிய அரசாணையில் இச்சொல் மொத்தம் ஏழு முறை பயன்படுத்தப்படுகிறது. இது அசோகரது கட்டுரைக்குச் சொல்லணியிலான ஓர்மையைக் கொடுக்க உதவுகிறது. இந்தப் பத்தியில் அசோகர், சற்றே தளர்ந்த, துண்டுகளான வாக்கிய அமைப்பைப் பயன்படுத்துகிறார் — இப்போக்கு வாய்மொழியாக முன்வைப்பதன் பொதுவான பண்பாக இருக்கிறது. இந்த அரசாணை குறித்து இயல்கள் 9 மற்றும் 10-இல் விவாதிக்கப்படுகிறது.

கடந்த காலங்களில், பல நூற்றாண்டுகளாக இவையெல்லாம் தொடர்ந்து வளர்ந்துகொண்டே இருந்தன: உயிரினங்களைப் பலிகொடுப்பது, ஜீவராசிகளைக் காயப்படுத்துவது, உறவினர்களை மரியாதையில்லாமல் நடத்துவது, சிரமணர்களையும் பார்ப்பனர்களையும் மரியாதையில்லாமல் நடத்துவது.

ஆனால், இப்போது, கடவுள்களின் அன்புக்குரியவன், அரசன் பியதஸி தர்மத்தை நடைமுறைப்படுத்துவதன் ஊடாக — பறைகளின் ஒலி, 'ஆஹா! தர்மம்!' என்பதன் ஒலி, விண்ணுலக ரதங்கள், யானைகள், நெருப்புக் கோளங்கள், பிற சொர்க்க வடிவங்கள் எல்லாவற்றையும் — மக்களுக்குக் காட்டியுள்ளதால், பல நூற்றாண்டுகளாக இல்லாமல் இருந்தவையெல்லாம், இன்று அவையெல்லாம் கடவுள்களின் அன்புக்குரியவன், அரசன் பியதஸி தர்மம் குறித்துக் கொடுக்கும் அறிவுரைகளின் ஊடாகப் பெருகிக்கொண்டிருக்கின்றன:

உயிரினங்களைப் பலிகொடுக்காமல் இருப்பது, ஜீவராசிகளைக் காயப்படுத்தாமல் இருப்பது, உறவினர்களுக்கு உரிய மரியாதை கொடுப்பது, சிரமணர்களுக்கும் பார்ப்பனர்களுக்கும் உரிய மரியாதை கொடுப்பது, தாய்-தந்தைக்குக் கீழ்ப்படிந்து நடப்பது, பெரியவர்களுக்குக் கீழ்ப்படிந்து நடப்பது.

இவையும், தர்மத்தை நடைமுறைப்படுத்தும் வேறு விதமான நடைமுறைகளும் பெருகிக்கொண்டிருக்கின்றன.

சொல்லப்போனால், கடவுள்களின் அன்புக்குரியவன், அரசன் பியதஸி தர்மத்தை இவ்வாறு நடைமுறைப்படுத்துவதை மேலும் பெருக்கிக்கொண்டே இருப்பான். மேலும், கடவுள்களின் அன்புக்குரியவன், அரசன் பியதஸியின் மகன்களும் பேரன்களும் கொள்ளுப்பேரன்களும் ஊழிக்காலம் வரை தர்மத்தை நடைமுறைப்படுத்துவதை மேலும் பெருக்கிக்கொண்டே இருப்பார்கள். தர்மத்துக்கும் நன்னடத்தைக்கும் கட்டுப்பட்டு அவர்கள் தர்மம் குறித்து அறிவுறுத்துவார்கள். ஏனெனில், இதுவே மிக முக்கியக் காரியமாகிறது — தர்மம் குறித்து அறிவுரை வழங்குவது. எப்படியிருந்தாலும், நன்னடத்தை இல்லாத மனிதனால் தர்மத்தை நடைமுறைப்படுத்த முடியாது.

ஆக, இப்படியான முயற்சிகளை அதிகரிக்க வேண்டும்; குறைக்கக் கூடாது - இது அருமையானது!

பின்வரும் காரணங்களுக்காக இது இங்கு எழுதப்படுகிறது: அவர்கள் அதைக் குறைக்கும் விதத்தில் அல்லாமல் மேலும் அதிகரிக்கும் விதத்தில் தங்களது நடத்தைகளை அமைத்துக்கொள்ள வேண்டும். இது,

அரியணை ஏறி பன்னிரண்டு வருடங்களுக்குப் பிறகு, கடவுள்களின் அன்புக்குரியவன், அரசன் பியதஸியால் எழுதப்படுகிறது.

பாறை அரசாணை V

தேதியற்றது; பொ.ஆ.மு. 256-இல் அல்லது சற்று பிறகாக இருக்கலாம்.

இந்த அரசாணை இரண்டு பகுதிகளைக் கொண்டிருக்கிறது. முதல் பகுதி நல்லது செய்தல் அவ்வளவு கடினம் என்று குறிப்பிடுகிறது. ஓரளவுக்குத் தன்னையே புகழ்ந்துகொள்வதுபோல், அவர் ஏற்கெனவே செய்திருக்கும் நற்காரியங்களோடு அசோகர் இதைத் தொடர்புபடுத்துகிறார். அதாவது, இவ்வாறு நல்லது செய்யும் முதல் மனிதர் அவர்தான் என்று மறைமுகமாக முன்வைக்கிறார். இரண்டாவது பகுதி, புதிய துறை ஒன்றைத் தொடங்கியிருப்பது குறித்து இருக்கிறது: தர்ம-மஹாமாத்ரர். ஆக, இந்த அரசாணை கலவையானதுபோல் இருந்தாலும், உள்ளடக்கம் சார்ந்து இவை சரியாகப் பொருந்திப்போகின்றன. தர்ம-மஹாமாத்ரர்களின் கடமை குறித்த விவரிப்புகள் அவர் உருவாக்கியிருக்கும் புதிய அரசதிகாரத்தை வரையறுப்பவையாகவும் இருக்கின்றன. இதில் கொடுக்கப்பட்டிருக்கும் இடங்கள், மக்கள் பெயர்கள் குறித்து அறிந்துகொள்வதற்குத் தொடக்கத்தில் கொடுக்கப்பட்டிருக்கும் வரைபடத்தையும் பின்னால் கொடுக்கப்பட்டிருக்கும் சொல்விளக்கம் பகுதியையும் பார்க்கவும். இந்த அரசாணை குறித்து இயல்கள் 10 மற்றும் 11-இல் விவாதிக்கப்படுகிறது.

கடவுள்களின் அன்புக்குரியவன், அரசன் பியதஸி இவ்வாறு பிரகடனப்படுத்துகிறான்:

நல்லது செய்தல் கடினம். முதல் மனிதனாக, முதல் முறையாக நல்லது செய்ய முயன்றிருக்கும் மிகக் கடினமான காரியம் ஒன்றைச் செய்தவனாகிறான். ஆனால், நான் பல நல்ல காரியங்கள் செய்திருக்கிறேன். ஆக, என்னுடைய மகன்களும் பேரன்களும் என்னுடைய வம்சாவளியினரும் அவர்களுக்கு அப்பாலும் ஊழிக்காலம் வரை இதே வழியைப் பின்பற்றுவார்கள் என்றால், அவர்கள் சரியான காரியத்தைச் செய்தவர்களாகிறார்கள். ஆனால், மிகச் சிறிய அளவிலேனும் இதை நிராகரிக்கும் ஒருவன்[9], தவறான காரியத்தைச் செய்தவனாகிறான். தவறான ஒரு விஷயம் வேகமாகப் பெருகிக்கொண்டே இருக்கும்.

9 இங்கே பயன்படுத்தப்பட்டிருக்கும் சொல் பிறவினையாக (causative) இருக்கலாம்: 'ஒரேயொரு பகுதியைக்கூட நிராகரித்தாலும்'.

கடந்த காலங்களில் தர்ம-மஹாமாத்ரர் என்று ஒன்று இருந்ததே கிடையாது. ஆனால், அரியணை ஏறி பதிமூன்று ஆண்டுகளுக்குப் பிறகு, தர்ம-மஹாமாத்ரர்களை உருவாக்கியிருக்கிறேன்.

இவர்கள், தர்மத்தை நிலைநாட்ட எல்லாப் பாஸந்தாக்களோடும் தங்களை ஈடுபடுத்திக்கொள்வார்கள். மேலும், தர்மத்தை வளர்த்தெடுக்க கிரேக்கர்கள், கம்போஜர்கள், கந்தாரர்கள், ரிஸ்திகர்கள், பிதிநிகர்கள் என்று மட்டுமல்லாமல் மேற்கத்திய எல்லையோரத்தில் இருக்கும் தர்ம-பக்தர்கள் மத்தியிலும் அவர்களது நன்மைக்காகவும் நல்வாழ்வுக்காகவும் தங்களை ஈடுபடுத்திக்கொள்வார்கள்.

இவர்கள் படமயர்களின், பம்பனிபியர்களின்,[10] அனாதைகளின், முதியோர்களின் நன்மைக்காகவும் நல்வாழ்வுக்காகவும் தங்களை ஈடுபடுத்திக்கொள்வார்கள். தர்ம-பக்தர்கள் எதிர்கொள்ளும் தடைகளை அப்புறப்படுத்துவதிலும் தங்களை ஈடுபடுத்திக்கொள்வார்கள்.

இவர்கள் கைதிகளுக்கு உதவிகள்புரியவும், அவர்கள் எதிர்கொள்ளும் தடைகளை அப்புறப்படுத்தவும், அவர்கள் குறித்து இவ்வாறு அறிந்துகொண்டால் — ‘அவர் தன்னுடைய குடும்பத்தையும் குழந்தைகளையும் காப்பாற்ற வேண்டும்’; அல்லது ‘அவருக்குக் கடமைகள் இருக்கின்றன’; அல்லது ‘அவர் வயதானவர்’[11] — அவர்களை விடுதலை செய்வதிலும் தங்களை ஈடுபடுத்திக்கொள்வார்கள்.

இவர்கள் எல்லா இடங்களிலும், இங்கு, நகரத்துக்கு வெளியே, என்னுடைய சகோரத, சகோதரிகளின் இருப்பிடங்கள் என்று மட்டுமல்லாமல் என்னுடைய பிற உறவினர்களின் இருப்பிடங்களிலும்கூட, தங்களை ஈடுபடுத்திக்கொள்வார்கள்.

‘இந்த மனிதன் தர்மத்தைப் பொறுத்தமட்டில் தீவிரமாக இருக்கிறான்’ அல்லது ‘இவன் தர்மத்தில் தன்னை நிலைநிறுத்திக்கொண்டிருக்கிறான்’ அல்லது ‘தானங்கள் கொடுப்பதில் இவன் ஈடுபாடு கொண்டிருக்கிறான்’

10 இவ்விரு சொற்களும், *‘இன்னும் விளங்கிக்கொள்ள முடியாதவையாக இருப்பதால், இவற்றை மொழியாக்கம் செய்யக் கூடாது’ என்று ஷ்னைடர் (Schnedier 1978: 128) குறிப்பிடுகிறார். இதை அர்த்தப்படுத்தும் முயற்சிகளுக்குப் பார்க்கவும்: Alsdorf 1960: 260f; K.R. Norman 1966: 117; 1967: 164–66. அனாதைகளோடும் முதியோர்களோடும் சேர்த்துச் சொல்லப்படுவதால், இச்சொற்கள் ஒருவேளை அரசின் உதவிகள் தேவைப்படும் குழுமத்தைக் குறிப்பவையாகவும் இருக்கலாம்.*

11 *இங்கே பயன்படுத்தப்பட்டிருக்கும் சொற்களும் வாக்கிய அமைப்பும் அவ்வளவு தெளிவாக இல்லை. இது, மஹாமாத்ரர்கள் தங்களுக்குக் கீழாக இருக்கும் கைதிகளை மூன்று விதமான சூழ்நிலைகள் சார்ந்து அடையாளம் காண்பதாக இருக்கலாம் என்று ஷ்னைடர் (Schneider, 1978: 130) குறிப்பதுபோல் இருக்கக்கூடும்.*

— இப்படி இவர்கள் என்னுடைய நிலப்பரப்பின் எல்லா இடங்களிலும் தர்ம-பக்தர்களோடு தங்களை ஈடுபடுத்திக்கொள்வார்கள்.

இவர்கள்தான் தர்ம-மஹாமாத்ரர்கள்.

இந்தக் காரணத்துக்காக தர்மம் குறித்த இவ்வெழுத்து இங்கே பொறிக்கப்பட்டுள்ளது — இது காலகாலத்துக்கும் நிலைத்திருக்க வேண்டும்; இப்படியாக, என் குழந்தைகள் இதற்கிணங்கச் செயல்பட வேண்டும்.

பாறை அரசாணை VI

தேதியற்றது; பொ.ஆ.மு. 256-இல் அல்லது சற்று பிறகாக இருக்கலாம்.

இந்த அரசாணையில் அசோகர் இரண்டு வெளிப்பாடுகளைப் பயன்படுத்துகிறார்: 'விவகாரங்கள்' (அல்லது அலுவல்கள்) மற்றும் 'எங்கும்/எந்த நேரத்திலும்'. இச்சொற்கள் இந்த அரசாணை முழுக்கப் பல்வேறு பின்னணியில் திரும்பத்திரும்பப் பயன்படுத்தப்படுகின்றன. கடந்த கால அரசர்கள்போல் இல்லாமல், தன்னுடைய பிரஜைகள் விவகாரத்தில் எந்த நேரத்திலும் ஈடுபட வேண்டும் என்றே அசோகர் விரும்புகிறார். ஒரு தந்தையாக இருப்பதாக அவர் கோருவதால், அவருடைய நேரங்களெல்லாம் முழுமையாக அவருடைய குழந்தைகளுக்கு, அதாவது அவரது பிரஜைகளுக்கானவையாகின்றன. பிரஜைகளுக்குத் தன்னுடைய கடப்பாடுகளை நிறைவேற்றுவதன் மூலமாக மட்டுமே, தன் மக்களிடம் தான் பட்டிருக்கும் 'கடனை' அவரால் திருப்பிக்கொடுக்க முடியும். வேறு இரண்டு கருத்துகளும்கூட இங்கு மேலெழுந்து வருகின்றன: 'தீவிரமாக முயலுதல்' மற்றும் 'அரும்பாடுபடுதல்'. இவ்விரண்டு கருத்துகளும் அசோகரது செயல்திட்டத்தின் மையமாக இருப்பதோடு, முன்னரே சிறுபாறை அரசாணை I-இல் இது குறித்துச் சொல்லப்பட்டிருக்கிறது. இங்கு, முந்தைய இரண்டு அரசாணைகளில் உள்ளதுபோலவே, தான் புதுமையாகச் செய்யும் விஷயங்களுக்கு அசோகர் அழுத்தம் கொடுக்கிறார்: இதற்கு முன் இதுபோல் எதுவும் செய்யப்பட்டதில்லை. இந்த அரசாணை குறித்து இயல்கள் 2 மற்றும் 10-இல் விவாதிக்கப்படுகிறது.

கடவுள்களின் அன்புக்குரியவன், அரசன் பியதஸி இவ்வாறு பிரகடனப்படுத்துகிறான்:

கடந்த காலங்களில், இப்படியான நடைமுறை இருந்ததில்லை: எந்த நேரத்திலும் கவனம்செலுத்த வேண்டிய விவகாரங்கள் அல்லது தொடர்புடைய விஷயங்களைக் கவனத்துக்குக் கொண்டுவருவது. ஆனால், நான் இவ்வாறு செய்திருக்கிறேன்.

எந்த நேரத்திலும் — நான் சாப்பிட்டுக்கொண்டிருந்தாலும், என்னுடைய இருப்பிடத்தில் இருந்தாலும், என்னுடைய அந்தப்புரத்தில் இருந்தாலும், பண்ணையில் இருந்தாலும், வண்டியில் இருந்தாலும் அல்லது பூங்காவில் இருந்தாலும் — எந்த இடத்தில் இருந்தாலும், மக்கள் விவகாரங்கள் குறித்துத் தகவலாளர் என்னிடம் தெரிவிக்க வேண்டும். எந்த இடத்தில் இருந்தாலும், மக்கள் விவகாரங்களில் நானே நேரடியாக ஈடுபடுவேன்.

மேலும், வாய்மொழியாக நான் என்ன கட்டளையிட்டாலும், அது தானம் கொடுப்பது அல்லது பிரகடனப்படுத்துவது குறித்ததாக இருந்தாலும் அல்லது மஹாமாத்ரர்களுக்குக் கொடுக்கப்பட்டிருக்கும் பொறுப்பு தொடர்பான அவசரச் செய்தியாக இருந்தாலும் — இப்படியான விஷயங்கள் குறித்து சபையில் முரண்பாடுகள் அல்லது விவாதங்கள் நடந்தால், அது குறித்து, எந்த நேரத்திலும் எந்த இடத்தில் இருந்தாலும் என்னிடம் உடனடியாகத் தெரிவிக்க வேண்டும்.

இப்படியாக, நான் கட்டளையிடுகிறேன்.

தீவிரமாக முயல்வதிலும் விவகாரங்களை முடிவுக்குக் கொண்டு வருவதிலும் நான் எப்போதும் மனநிறைவடைவதில்லை. ஏனெனில், மக்கள் எல்லோருடைய நலன்களையும் என்னுடைய பொறுப்பாகப் பார்க்கிறேன். இதற்கான வேர், மீண்டும், தீவிரமாக முயல்வதிலும் விவகாரங்களை முடிவுக்குக் கொண்டுவருவதிலும்தான் உள்ளது. மொத்த உலகின் நலனுக்காக உழைப்பதைவிட முக்கியமான காரியம் என்று எதுவும் இருக்க முடியாது.

நான் என்ன அரும்பாடுபட்டாலும், அதெல்லாம் இதற்காகத்தான்: ஜீவராசிகளுக்கு நான் பட்டிருக்கும் கடனிலிருந்து என்னை விடுவித்துக்கொள்வது; அவற்றின் நலன்களுக்காக இந்த உலகத்தில் என்னால் முடிந்ததைச் செய்ய வேண்டும்; இப்படியாக அடுத்ததில் அவர்கள் சொர்க்கத்தை அடைவார்கள்.

இப்போது, இந்த நோக்கத்துக்காக தர்மம் குறித்த இந்த எழுத்து இங்கே பொறிக்கப்படுகிறது: இது காலங்காலமாக நிலைத்திருக்க வேண்டும். இப்படியாக, என்னுடைய மகன்களும் பேரன்களும் மொத்த உலகின் நன்மைக்காக முயற்சியெடுப்பார்கள். ஆனால், அரும்பாடுபடாமல் இதைச் சாதிப்பது உண்மையிலேயே கடினமான காரியம்தான்.

பாறை அரசாணை VII

தேதியற்றது; பொ.ஆ.மு. 256-இல் அல்லது சற்று பிறகாக இருக்கலாம்.

இந்தச் சுருக்கமான அரசாணையில், எல்லாப் பாஸந்தாக்களும் அசோகரது நிலப்பரப்புக்குள் எங்கு வேண்டுமென்றாலும் வாழ அனுமதிக்கப்படுகிறார்கள் என்று சொல்லப்படுகிறது. அதாவது, கடந்த காலத்தில் இவ்வாறு இல்லாமல் இருந்திருக்கலாம் என்ற அர்த்தத்தைக் கொடுப்பதாகவும் இருக்கிறது. லட்சியத் தளத்தில் எல்லாப் பாஸந்தாக்களும் சுய-கட்டுப்பாட்டையும் தூய்மையான இதயத்தையும் வேண்டுகிறார்கள் என்று பாறை அரசாணை XII-இல் மீண்டும் சொல்லப்படுகிறது. பாஸந்தாக்களின் இந்த அம்சமே, வேட்கைகளால், விருப்புறுதிகளால் தள்ளாடிக்கொண்டிருக்கும் சாதாரண மக்களிடமிருந்து அவர்களை வேறுபடுத்திக்காட்டுகிறது. சாதாரண மக்கள், பாஸந்தாக்கள்போல் தர்மத்தைப் பின்பற்றுவது என்ற ஒற்றைக் குறிக்கோள் கொண்டவர்கள் இல்லை. இந்த அரசாணை குறித்து இயல்கள் 11 மற்றும் 12-இல் விவாதிக்கப்படுகிறது.

கடவுள்களின் அன்புக்குரியவன், அரசன் பியதஸி, எல்லாப் பாஸந்தாக்களும் எங்கு வேண்டுமென்றாலும் வசிக்கலாம் என்று விருப்பப்படுகிறான்.[12] ஏனெனில், இவர்கள் எல்லோரும் சுய-கட்டுப்பாட்டையும், தூய்மையான இதயத்தையும் வேண்டுகிறார்கள்.

ஆனால், சாதாரண மக்கள் பலவிதமான ஏக்கங்களையும் பலவிதமான வேட்கைகளையும் கொண்டிருக்கிறார்கள். எல்லாவற்றையும் அல்லது அதன் ஒரு பகுதியை[13] மட்டுமே நடைமுறைப்படுத்துகிறார்கள். சுய-கட்டுப்பாடு, தூய்மையான இதயம், நன்றியுணர்வு, பற்றார்வம் போன்றவை இல்லையென்றால் ஏராளமான தானங்கள் கொடுப்பதும்கூட, நிச்சயமாக அற்பமான ஒன்றாகத்தான் இருக்கும்.

---

12 இதில் உள்ள சொற்களின் வரிசையானது வாக்கியத்தைச் சிக்கலாக்குகிறது. எல்லாப் பாஸந்தாக்களும் அவரது ராஜ்ஜியத்துக்குள் எங்கு வேண்டுமென்றாலும் வசிக்கலாம் என்று அசோகர் சொல்ல வருவதாக இருக்கலாம்.

13 எதனுடைய பகுதியை மட்டும் நடைமுறைப்படுத்துகிறார்கள் என்று அசோகர் நம்மிடம் சொல்லவில்லை. இது, ஒருவேளை, மக்கள் என்ன செய்ய வேண்டும் என்று அசோகர் நினைக்கிறாரோ அதை, அதாவது தர்மத்தைக் குறிப்பதாக இருக்கலாம். இந்த உள்ளடக்கம் பாறை அரசாணை V-இல் குறிக்கப்படுகிறது; தனித்த அரசாணை I மற்றும் II-இல் விரிவாக ஆராயப்படுகிறது.

பாறை அரசாணை VIII

தேதியற்றது; பொ.ஆ.மு. 256-இல் அல்லது சற்று பிறகாக இருக்கலாம்.

இந்தச் சுருக்கமான அரசாணையில், அசோகர் தன்னுடைய நடத்தையைத் தனது முன்னோர்களோடு மீண்டும் ஒருமுறை ஒப்பிட்டுக்கொள்கிறார். அவர்கள் வேட்டையாடுதல் போன்ற உல்லாசப் பயணங்கள் மேற்கொண்டார்கள். அசோகர் மேற்கொண்ட பயணங்கள் அனைத்தும் தர்மத்துக்கான ஒன்றாக மட்டுமே இருந்தன. ஒரே சொல், 'யாதா' (சம்ஸ்கிருதம்: யாத்ரா) இரண்டு விதமான பயணங்களுக்கும் பயன்படுத்தப்படுகிறது. புத்தர் அறிவொளி பெற்ற இடத்துக்கு அவர் மேற்கொண்ட பயணம் குறித்து மட்டுமே அசோகர் பேசுகிறார் என்றாலும்கூட, தன் பிரஜைகளுக்கு உதவும் விதமாகவும் அவர்களுக்கு தர்மத்தைப் போதிக்கும் விதமாகவும் தர்ம-பயணங்கள் மேற்கொள்வதை அவர் பழக்கமாகக் கொண்டிருந்தார் என்பது இங்கு உள்ளார்ந்து காணப்படுகிறது. இந்த அரசாணை குறித்து இயல்கள் 5 மற்றும் 10-இல் விவாதிக்கப்படுகிறது.

கடந்த காலங்களில், கடவுள்களின் அன்புக்குரியவர்கள் [= அரசர்கள்] உல்லாசப் பயணங்கள் மேற்கொண்டார்கள். இந்தப் பயணங்களில் வேட்டையாடுதலும் அது போன்று மகிழ்ச்சி தரக்கூடிய விஷயங்களும் நடந்தன.

ஆனால், கடவுள்களின் அன்புக்குரியவன், அரசன் பியதஸி, அரியணை ஏறிப் பத்து வருடங்களுக்குப் பிறகு அறிவொளிக்கான[14] பயணம் மேற்கொண்டான். அதன் ஊடாக வந்ததுதான் தர்ம-பயணம்.

இந்தப் பயணத்தின்போது இவையெல்லாம் நடந்தன: சிரமணர்களையும் பார்ப்பனர்களையும் சென்று பார்ப்பது; அவர்களுக்குத் தானங்கள் கொடுப்பது; முதியோர்களைச் சென்று பார்த்து அவர்களுக்குப் பொருளுதவிகள் செய்வது. கிராமப்புறங்களில் இருக்கும் மக்களைச் சென்று பார்த்து அவர்களுக்கு தர்மம் குறித்தும் தர்மத்தோடு உறவுகொண்ட கேள்விகள் குறித்தும் அறிவுரைகள் வழங்குவது.

---

14 இங்கே பயன்படுத்தப்பட்டிருக்கும் சொல் சம்போதி, நேரடியான அர்த்தத்தில் அறிவொளியைக் குறிக்கிறது. அறிவொளி பெறுவதற்காக அசோகர் அகத்தளத்திலான பயணத்தை மேற்கொண்டாரா அல்லது புத்தர் அறிவொளி பெற்ற இடத்துக்கு அல்லது மரம் இருக்கும் இடத்துக்குச் சென்றுவந்தாரா என்பது குறித்துக் கருத்து வேறுபாடுகள் இருக்கின்றன. நான் இரண்டாவதை, அதாவது அறிவொளி பெற்றதை ஓர் இடமாக எடுத்துக்கொள்கிறேன். பார்க்கவும்: இயல் 6.

கடவுள்களின் அன்புக்குரியவன், அரசன் பியதஸிக்கு இதுவே பெருமகிழ்ச்சியைக் கொடுக்கிறது. மற்றவையெல்லாம் சொற்ப அளவு மட்டுமே.

பாறை அரசாணை IX

தேதியற்றது; பொ.ஆ.மு. 256-இல் அல்லது சற்று பிறகாக இருக்கலாம்.

இந்த அரசாணை, நாட்டார் சடங்குரீதியான பழக்கங்கள் எந்த அளவுக்கு முக்கியத்துவமற்றவையாக இருக்கின்றன என்று முன்வைக்க அசோகர் முயன்றதற்கு நல்ல எடுத்துக்காட்டாக விளங்குகிறது. இதற்கு மாறாக, தர்மத்தைப் பயிலும் அவரது சொந்த நடத்தைகள் காலகாலத்துக்கும் பயன்தரக்கூடியவையாக இருக்கின்றன. தர்மத்தை மங்களச் சடங்காக முன்வைக்கும் அசோகரது இலக்கியத் திறனை நாம் பார்க்க வேண்டியுள்ளது. இப்படியாக அவர் தன்னுடைய புதிய மதமான தர்மத்தை மங்களம் என்றழைக்கப்படும் பழைய நாட்டார் பழக்கத்தோடு ஒன்றிணைக்கிறார். இது, முந்தைய அரசாணையில் யாத்ரா என்ற சொல்லை இரண்டு அர்த்தங்களிலும் பயன்படுத்தியதற்கு இணையாக இருக்கிறது. இந்த அரசாணை குறித்து இயல்கள் 2, 10 மற்றும் 11-இல் விவாதிக்கப்படுகிறது.

கடவுள்களின் அன்புக்குரியவன், அரசன் பியதஸி இவ்வாறு பிரகடனப்படுத்துகிறான்:

மக்கள் பலதரப்பட்ட மங்களச் சடங்குகளில் ஈடுபடுகிறார்கள் — நோய்வாய்ப்பட்டிருக்கும்போது, மகன் அல்லது மகளின் திருமணத்தின்போது, குழந்தை பிறக்கும்போது, பயணங்கள் மேற்கொள்ளும்போது. இதுபோன்ற மற்றும் இதற்கு நிகரான சமயங்களில் மக்கள் பலதரப்பட்ட மங்களச் சடங்குகளில் ஈடுபடுகிறார்கள். இருந்தாலும், இப்படியான சமயங்களில், பெண்கள் எண்ணற்ற, பலவிதமான, அற்பமான, பயனற்ற மங்களச் சடங்குகளில் ஈடுபடுகிறார்கள்.

இப்போதும், நிச்சயமாக, மங்களச் சடங்குகள் செய்யப்படத்தான் போகின்றன. ஆனால், அதே அளவுக்கு, தெளிவாக, இப்படியான மங்களச் சடங்குகள் எந்தப் பலன்களையும் கொடுக்கப்போவதில்லை.

ஆனால் இது, நிச்சயமாக, ஏராளமான பலன்களைக் கொண்டிருக்கிறது. அதாவது, தர்மம் என்ற மங்களச் சடங்கு. இது இவற்றை உள்ளடக்கியிருக்கிறது:

அடிமைகளிடமும் வேலையாட்களிடமும் முறையாக நடந்துகொள்வது, பெரியவர்களுக்கு மரியாதை கொடுப்பது, உயிரினங்கள் என்று வரும்போது சுய-கட்டுப்பாடு கொண்டிருப்பது, சிரமணர்களுக்கும் பார்ப்பனர்களுக்கும் தானங்கள் கொடுப்பது.

இதுவும், இதுபோன்ற எதுவும் 'தர்மத்தின் மங்களச் சடங்கு' என்றழைக்கப்படுகிறது.

ஆகவே, ஒரு தந்தை, மகன், சகோதரன், எஜமான், நண்பன், சகா அல்லது அவ்வளவு ஏன் அக்கம்பக்கத்தில் வசிப்பவரும்கூட இப்படிச் சொல்ல வேண்டும்: 'இது அருமை! நம்முடைய நோக்கத்தை அடையும் வரையில் தர்மத்துக்கான இந்த மங்களச் சடங்குகளை நாம் செய்தாக வேண்டும்.'

(இங்கிருந்து இந்தப் பிரதி இரண்டு திருத்தங்களைக் கொண்டிருக்கிறது. தவுலி, ஜாவுகடா, கிர்னார் ஆகிய இடங்களில் முதலாவது திருத்தம் காணப்படுகிறது. எர்ராகுடி, கல்ஸி, மந்ஸேஹ்ரா, ஹாபாஸ்கர்ஹி ஆகிய இடங்களில் இரண்டாவது திருத்தம் காணப்படுகிறது.)

[முதலாவது திருத்தம்]

'இதை அடைந்த பிறகும்கூட, நான் இதை மீண்டும் செய்வேன்.'

பிற மங்களச் சடங்குகள் கொடுக்கும் பலன்கள் சந்தேகத்துக்குரியவை — ஒருவேளை ஒருவர் தன்னுடைய குறிக்கோளை அடையலாம் அல்லது அடையாமலும் போகலாம். மேலும், இது இவ்வுலகத்துக்கான ஒன்றாக மட்டுமே இருக்கிறது. இதற்கு மாறாக, தர்மத்தின் மங்களச் சடங்கு எக்காலத்துக்குமானதாக இருக்கிறது. ஒருவேளை ஒருவர் தன்னுடைய குறிக்கோளை இங்கு அடையவில்லை என்றாலும்கூட, இதற்குப் பிறகாக அளப்பரியா மதிப்பை உருவாக்கிக்கொடுக்கிறது. இதற்கு மாறாக, ஒருவர் அவரது குறிக்கோளை இங்கேயே அடைவார் என்றால், இரண்டையும் இப்படியாக அடைய முடிகிறது — இங்கே குறிக்கோளையும், இதற்குப் பிறகாகப் பெறும் அளப்பரியா மதிப்பையும் தர்மத்தின் மங்களச் சடங்குகள் ஊடாக அடைய முடிகிறது.

[இரண்டாவது திருத்தம்]

மேலும், இப்படிச் சொல்லப்படுகிறது: 'தானம் கொடுப்பது அருமையானது.' ஆனால், தர்மத்தையே தானமாகக் கொடுப்பதைவிட அல்லது தர்மத்துக்கு சகாயம் செய்வதைவிடப் பெரிய தானமோ சகாயமோ எதுவும் இருக்க முடியாது. இருப்பினும் இக்காரணத்துக்காக, ஒரு நண்பன், நலம்விரும்பி, உறவினர் அல்லது சகா குறிப்பிட்ட சந்தர்ப்பங்களில் இப்படித் தெளிவாக அறிவுரை வழங்க வேண்டும்:

'இதைச் செய்தாக வேண்டும். இது அருமையானது. இப்படிச் செய்வதன் மூலம் சொர்க்கத்தை அடைய முடியும்.' இதை அடைவதற்கு என்ன செய்ய வேண்டுமோ, அதைக்காட்டிலும் அவ்வளவு முக்கியமான ஒன்றாக எது இருக்க முடியும்?

பாறை அரசாணை X

தேதியற்றது; பொ.ஆ.மு. 256-இல் அல்லது சற்று பிறகாக இருக்கலாம்.

அரசர்களும் போர்வீரர்களும் பிரதானமாக அடைய விரும்பும் பேரும் புகழும் குறித்து இந்த அரசாணை பெருமளவு பிரதிபலிக்கிறது. முந்தைய அரசாணையில் 'மங்களச் சடங்குகள்' குறித்துப் பேசியதைப் போலவே, இதில் தர்மம் குறித்த செயல்திட்டத்துக்குப் புகழை ஓர் ஊர்தியாக அசோகர் முன்வைக்கிறார். மேலும், சிறு பாறை அரசாணை I-இலும், பாறை அரசாணை VI-இலும் பிரதானமாக உள்ளதைப் போலவே இந்த அரசாணையிலும் 'அரும்பாடுபட்டு' என்ற சொல் மீண்டும் பயன்படுத்தப்படுவதைக் குறித்துக்கொள்ள வேண்டும். எப்படி நல்லொழுக்கத்துடன் வாழ்வது, எப்படித் திறமையுடன் நிர்வாகம் செய்வது என்ற அசோகரது புரிதலில் முக்கியமான இடத்தை இச்சொல் கொண்டிருக்கிறது. இந்த அரசாணையின் முடிவில் உள்ள கூற்று, அதாவது, 'எல்லாவற்றையும் துறப்பதற்கு' ஒருவர் அரும்பாடுபட வேண்டும் என்று முன்வைப்பது ஒருவேளை துறவு முறையிலான வாழ்க்கையை மேற்கொள்ள வேண்டும் என்று அறிவுறுத்துவதாகவும் இருக்கலாம். இந்த அரசாணை குறித்து இயல்கள் 2 மற்றும் 10-இல் விவாதிக்கப்படுகிறது.

கடவுள்களின் அன்புக்குரியவன், அரசன் பியதஸி, பேரும் புகழும் பெரிய நன்மைகள் எதையும் கொடுக்கும் என்று நினைக்கவில்லை — இவ்விஷயத்தைத் தவிர: கடவுள்களின் அன்புக்குரியவன், அரசன் பியதஸி, எப்படியான பேரும் புகழும் வேண்டினாலும், அது இப்போதும் எக்காலத்துக்கும் மக்கள் தர்மத்துக்குக் கீழ்ப்படிந்து நடக்க வேண்டும், தர்மம் குறித்து நான் போதிப்பதைப் பின்பற்ற வேண்டும் என்பதற்காகத்தான். இக்காரணத்துக்காகத்தான் கடவுள்களின் அன்புக்குரியவன், அரசன் பியதஸி, பேரும் புகழும் வேண்டுகிறான்.

இருப்பினும், கடவுள்களின் அன்புக்குரியவன், அரசன் பியதஸி, அரும்பாடுபட்டு என்ன செய்ய முயன்றாலும், அவையெல்லாம் இனிமேலானதற்கு மட்டுமே. ஒவ்வொருவரும் மிகக் குறைவான இடர்ப்பாடுகளையே எதிர்கொள்ள வேண்டும் என்பதற்காகத்தான். ஆனால், இது ஓர் இடர்ப்பாடுதான்: தகுதியில்லாமை.

இருப்பினும், கீழ்-வர்க்கத்தைச் சேர்ந்தவராக இருந்தாலும், அல்லது மேல்-வர்க்கத்தைச் சேர்ந்தவராக இருந்தாலும் அரும்பாடுபடாமல், எல்லாவற்றையும் துறக்காமல் இதைச் செய்வது கடினம். ஆனால், இவர்களுக்கு இடையே, மேல்-வர்க்கத்தைச் சேர்ந்தவருக்கு இது இன்னும் கடினமானது.

பாறை அரசாணை XI

தேதியற்றது; பொ.ஆ.மு. 256-இல் அல்லது சற்று பிறகாக இருக்கலாம்.

பாறை அரசாணை IX-இல் 'மங்களச் சடங்குகள்' என்றுள்ளது போலவே, பாறை அரசாணை X-இல் 'புகழ்' என்றுள்ளது போலவே, இதில் அசோகர் பிடித்துக்கொள்ளும் சொல் 'தானம்'. பொதுவாக, தானம் கொடுப்பதன் மையப் பண்பு — தாராளகுணமும் விருந்தோம்பலும் — பண்டைய இந்தியப் பண்பாட்டிலும், குறிப்பாக தர்மம் குறித்த அசோகரின் வரையறையிலும் இருப்பது குறித்து நாம் நன்கு அறிந்திருக்கிறோம். ஆனால், அசோகர் இங்கே பொருளியல்ரீதியாகத் தானம் கொடுக்கும் முக்கியத்துவத்தை மட்டுப்படுத்தி, தர்மம் குறித்து அறிவுறுத்துவதை, அதாவது 'தர்மத்தைத் தானமாக' கொடுப்பதை முதன்மைப்படுத்துகிறார். தர்மமே ஒருவர் கொடுக்கக்கூடிய தானங்களில் மிக முக்கியமானதாக இருக்கிறது. இந்த அரசாணை குறித்து இயல்கள் 9 மற்றும் 10-இல் விவாதிக்கப்படுகிறது.

கடவுள்களின் அன்புக்குரியவன், அரசன் பியதஸி இவ்வாறு பிரகடனப்படுத்துகிறான்:

தர்மத்தைத் தானமாகக் கொடுப்பதைவிட மேலான தானம் எதுவும் இருக்க முடியாது — தர்மத்தைப் புகழ்வது, தர்மத்தைப் பகிர்ந்தளிப்பது, தர்மத்தின் ஊடாகப் பிணைப்பை உருவாக்குவது. இதிலிருந்து இவை தொடர்கின்றன:

> அடிமைகளிடமும் வேலையாட்களிடம் முறையாக நடந்துகொள்வது; தாய், தந்தைக்குக் கீழ்ப்படிந்து நடந்துகொள்வது; நண்பர்களுக்கும் சகாக்களுக்கும் உறவினர்களுக்கும் பார்ப்பனர்களுக்கும் சிரமணர்களுக்கும் தானம் கொடுப்பது; மேலும், உயிரினங்களைக் கொல்லாமல் இருப்பது.

ஒரு தந்தை, மகன், சகோதரன், எஜமான், சகா அல்லது ஏன் அக்கம்பக்கத்தில் இருப்பவர்கூட இவ்வாறு சொல்ல வேண்டும்: 'இது அருமை! இதைச் செய்தாக வேண்டும்.'

ஒருவர் இப்படியாகச் செய்வார் என்றால் — அதாவது, தர்மத்தைத் தானமாகக் கொடுப்பதன் மூலம், ஒருவர் இந்த உலகத்திலும் பெற்றுக்கொள்கிறார்; இதற்கு அடுத்ததிலும் அளப்பரியா மதிப்பைப் பெற்றுக்கொள்கிறார்.

பாறை அரசாணை XII

தேதியற்றது; பொ.ஆ.மு. 256-இல் அல்லது அதற்கு சற்று பிறகாக இருக்கலாம்.

அசோகர் இந்த அரசாணையில்தான் பாஸந்தாக்கள் குறித்து நேரடியாக, சொல்லப்போனால் மிக விரிவாகப் பேசுகிறார். இரண்டு வித மதரீதியான மக்கள் குறித்தும் பேசுகிறார்: 'வெளியேறியவர்கள்' (பிரவ்ரஜிதா), 'தங்கியிருப்பவர்கள்' (கிரகஸ்தா). இந்த உள்ளடக்கம் இந்திய மத வரலாற்றில் பெரும் முக்கியத்துவம் வாய்ந்ததாக இருக்கிறது.[15] பல்வேறு மதரீதியான குழுமங்களுக்கு இடையேயான ஊடாட்டங்களைப் பொறுத்தமட்டில் அசோகரது பிரதான அக்கறை 'நாவடக்கம்' என்பதாக இருக்கிறது. இங்கிருக்கும் 'ஆதார மையம்' என்பது ஒருவேளை, தர்மத்தைக் குறிக்கலாம். 'காதுகொடுப்பது' (அல்லது கீழ்ப்படிதல்), 'கற்றுக்கொள்வது', 'கற்றுக்கொண்டவர்' போன்ற சொற்களைக் கொண்டு அசோகர் விளையாடுகிறார் — இந்தச் சொற்கள் அனைத்தும் சம்ஸ்கிருதத்திலும் பிராகிருதத்திலும் உள்ள வேர்ச் சொல்லான 'கேட்டல்' என்பதிலிருந்து வருவிக்கப்பட்டவையாக இருக்கின்றன. பலதரப்பட்ட மக்களுடைய கொள்கைகளைக் கேட்பதன் ஊடாகவும், கவனிப்பதன் ஊடாகவுமே பாஸந்தா உறுப்பினர்கள் 'மேலாக/அதிகம் கற்றவராக', அதாவது நேரடியான அர்த்தத்தில் 'நிறையக் கேட்டவர்' (பஹு = நிறைய, அதிகமாக; ஸுதா = கேட்பது) ஆக முடியும். பிற பாஸந்தாக் குழுமங்கள் முன்வைப்பதைக் கேட்பதன் ஊடாகவும் அவர்களோடு ஒத்துழைப்பதன் ஊடாகவுமே அவர்களால் 'அதிகம் கற்றவராக' முடியும். 'வேறு எந்தத் தானத்தையோ மரியாதையையோ கடவுள்களின் அன்புக்குரியவன் பெரிதாகப் போற்றுவதில்லை' என்றொரு வெளிப்பாடு அரசாணையின் பிரதானப் பகுதியின் தொடக்கத்திலும் முடிவிலும் காணப்படுகிறது. இது அசோகரது சொல்லணியிலான திறனை வெளிப்படுத்துகிறது. இந்த அரசாணை குறித்து இயல்கள் 11, 12-இல் விவாதிக்கப்படுகிறது.

---

15 பாஸந்தாக்கள், 'தங்கியிருப்பவர்கள்' குறித்த விரிவான வாசிப்புக்கு இந்தக் கட்டுரைத் தொகுப்பைப் பார்க்கவும்: Olivelle 2019. குறிப்பாக, இந்தத் தொகுப்பில் பாஸந்தாக்கள் குறித்த பிரிரிடனுடைய கட்டுரையைப் பார்க்கவும்.

கடவுள்களின் அன்புக்குரியவன், அரசன் பியதஸி, எல்லாப் பாஸந்தாக்களுக்கும் – வெளியேறிவர்கள், தங்கியிருப்பவர்கள் என்று எல்லோருக்கும் – தானங்கள் கொடுப்பதன் மூலமாகவும் பலவிதமான மரியாதையான செயல்கள் ஊடாகவும் தன்னுடைய மரியாதையைத் தெரிவித்துக்கொள்கிறான்.

எப்படியிருந்தாலும், இதைத் தவிர வேறு எந்தத் தானத்தையோ மரியாதையையோ கடவுள்களின் அன்புக்குரியவன் பெரிதாகப் போற்றுவதில்லை: அதாவது, எல்லாப் பாஸந்தாக்களிடமும் ஆதார மையம் மேலும் வளர வேண்டும். ஆனால், ஆதார மையம் வளர்வது என்பது பல வடிவங்களை எடுக்க முடியும். ஆனாலும், இதுதான் அதன் வேராக இருக்கிறது: நாவடக்கம் — அதாவது, ஒருவர் தன்னுடைய சொந்த பாஸந்தாவுக்கு மரியாதை செலுத்தாமல் இருப்பது, தேவையில்லாதபோது பிற பாஸந்தாக்களை இழிவுபடுத்தாமல் இருப்பது, தேவையிருக்கும்போதும் அதை மிதமாகச் செய்வது. இதற்கு மாறாக, பிற பாஸந்தாக்களுக்கு ஏதாவது ஒரு வடிவத்தில் நிச்சயமாக மரியாதை செய்தாக வேண்டும். இம்முறையில் செயல்படுவதன் மூலம் ஒருவர் நிச்சயமாகத் தன்னுடைய சொந்த பாஸந்தாவை மேம்படுத்துவதோடு, பிற பாஸந்தாக்களுக்கு உதவியும் செய்தவராகிறார்.

இப்படியாகச் செயல்படுவதிலிருந்து வேறான முறையில் ஒருவர் செயல்படுவார் எனில், ஒருவர் தன்னுடைய சொந்த பாஸந்தாவுக்குக் கேடுவிளைவிப்பதோடு, பிற பாஸந்தாக்களுக்கும் கேடுவிளைவித்தவராகிறார். ஒருவர் தன் பாஸந்தா மீது கொண்டிருக்கும் முழுமையான பற்றால், 'என்னுடைய சொந்த பாஸந்தாவை மேலும் சிறப்பான ஒன்றாக்குவேன்' என்று நினைத்து, பிற பாஸந்தாக்களை இழிவுபடுத்துவார் என்றால் — இப்படிச் செய்வதன் மூலம் ஒருவர் அவருடைய சொந்த பாஸந்தாவுக்கு சேதம்விளைவிக்கிறார் என்பதில் எந்தச் சந்தேகமும் இல்லை.

ஆகவேதான், ஒருவரை ஒருவர் சந்தித்துக்கொள்வது, உண்மையிலேயே அருமையானது. அதாவது — மற்றவர்களுடைய தர்மம் குறித்துக் கேட்கவும் வேண்டும், அதிலிருந்து வழிகாட்டுதல்[16] பெறவும்

16 *சன்யேயு, சூசூசேயு என்றிருக்கும் சொற்கள் பொதுவாக 'செவிமடுத்தல்/கேட்டல்', 'பின்பற்றுதல்' ஆகிய அர்த்தங்களைக் கொண்டிருக்கின்றன. அசோகர் ஒத்த ஒலித்தன்மையையும் சொல்லாய்வின் அடிப்படையிலும் (இவ்விரு சொற்களும் சம்ஸ்கிருத வேர்ச்சொல்லான √śrū, செவிமடுத்தல்/கேட்டல் என்பதிலிருந்து வருகின்றன) மிகச் சிறப்பாகப் பயன்படுத்துகிறார் என்றே நான் நினைக்கிறேன். கேட்பவர்/படிப்பவர் என்ற சொற்களில் இரண்டாவதாக உள்ள சொல் கொண்டிருக்கும் இரட்டை அர்த்தத்தைக் குறித்துக்கொள்ள வேண்டும். ஒரு பாஸந்தாவுக்கு மற்றொரு பாஸந்தா கட்டுப்பட வேண்டும் என்ற அர்த்தத்தில் அசோகர் சொல்லியிருப்பார் என்பது சந்தேகமே. இதுபோலவே, அடுத்த வாக்கியத்தில் அவர்*

வேண்டும். ஏனெனில், கடவுள்களின் அன்புக்குரியவனின் விருப்பமும் இதுவாக இருக்கிறது. அதாவது — எல்லாப் பாஸந்தாக்களும் அதிகம் கற்றவர்களாக வேண்டும்; நன்னடத்தை கொண்டவர்களாக வேண்டும். இவர்கள் எதற்குத் தங்களை அர்ப்பணித்துக்கொள்கிறார்கள் என்பது முக்கியமில்லை. அவர்கள் இதை அங்கீகரிக்க வேண்டும்: 'வேறு எந்தத் தானத்தையோ மரியாதையையோ கடவுள்களின் அன்புக்குரியவன் பெரிதாகப் போற்றுவதில்லை: அதாவது, எல்லாப் பாஸந்தாக்களின் 'ஆதார மையம்' வளர வேண்டும்.

சொல்லப்போனால், பலரும் பெருமளவில் இந்த நோக்கத்துக்காக அனுப்பிவைக்கப்பட்டிருக்கிறார்கள் — தர்ம-மஹாமாத்ரர்கள், பெண்களைக் கண்காணிக்கும் மஹாமாத்ரர்கள், பண்ணைகளுக்குப் பொறுப்பான அதிகாரிகள், பிற வகை அதிகாரிகள். மேலும், இதன் பலன் இதுதான்: ஒருவர் தன்னுடைய சொந்த பாஸந்தாவை மேம்படுத்துகிறார், தர்மத்தைச் சிறப்புமிக்கதாக்குகிறார்.

பாறை அரசாணை XIII

> தேதியற்றது; பொ.ஆ.மு. 256-இல் அல்லது சற்று பிறகாக இருக்கலாம்.
>
> இந்த அரசாணை, அசோகரது எழுத்துகளின் சுயபிரதிபலிப்பைப் பெருமளவில் கொண்டிருக்கிறது. மீண்டும் தர்மம் பக்கம் வாசகரைக் கொண்டுசெல்லும் விதமாக வெற்றிகொள்ளுதல், வெற்றி — விஜிதா, விஜயா — ஆகிய சொற்களை அசோகர் துருவியகழ்கிறார். ஒருவர் இன்னும் மேலான வெற்றிக்கு விழையக்கூடிய ஒன்றும் இருக்கிறது — அதுதான் தர்மவிஜயா. தர்மத்தின் ஊடாக வெற்றிகொள்ளுதல் அல்லது தர்மத்தை வெற்றிகொள்ளுதல். அசோகரது கலிங்க வெற்றியில் நடந்தது போன்ற, ஆயுதங்களின் பலத்தால் பெறும் வழமையான வெற்றியானது மரணத்துக்கும் பேரழிவுக்கும் மனத்துயரத்துக்கும் இட்டுச்செல்கிறது. இந்த அரசாணை குறித்து இயல்கள் 2, 9 மற்றும் 10-இல் விவாதிக்கப்படுகிறது.

கடவுள்களின் அன்புக்குரியவன், அரசன் பியதஸி, அரியணை ஏறி எட்டு வருடங்களுக்குப் பிறகு கலிங்கத்தை வென்றெடுத்தான். அங்கிருந்து நாடுகடத்தப்பட்ட மக்களின் எண்ணிக்கை 1,50,000; கொல்லப்பட்டவர்களின் எண்ணிக்கை 1,00,000; ஏறக்குறைய அதே

'பஹுஸுதா' என்ற சொல்லைப் பயன்படுத்துகிறார். இச்சொல்லுக்குக் 'கற்றறிந்தவர்' என்று பொருள். இங்கேயும்கூட, முந்தைய இரண்டு வார்த்தைகளோடு ஒலித்தன்மையிலும் சொல்லாய்வின் அடிப்படையிலும் இணைக்கப்பட்டவையாக இருக்கின்றன.

அளவுக்குப் பலர் மாண்டுபோனார்கள்.[17] இதற்குப் பிறகு, இப்போது கலிங்கம் கட்டுப்பாட்டுக்குள் இருப்பதால், தர்மம் குறித்து ஆழமாக வாசிப்பது, தர்மத்தின் மீது பற்றுகொள்வது, தர்மம் குறித்து அறிவுரைகள் வழங்குவது. இவையே கடவுள்களின் அன்புக்குரியவனை ஆக்கிரமித்திருக்கின்றன.

கலிங்கத்தை வென்றெடுத்த பின் கடவுள்களின் அன்புக்குரியவனின் வருத்தம் இதுதான். வென்றெடுக்கப்படாத நிலத்தை வென்றெடுப்பது என்பது கொல்வதை, மரணத்தை, நாடுகடத்துவதையெல்லாம் வேண்டுகிறது. இவையெல்லாம் கடவுள்களின் அன்புக்குரியவனைக் கடுமையாக வாட்டிவதைக்கின்றன, வேதனைக்கு உள்ளாக்குகின்றன. ஆனால் இவற்றையெல்லாம்விட, நன்றாகக் கவனித்துக்கொள்ளப்படும் பார்ப்பனர்கள் அல்லது சிரமணர்கள் அல்லது பிற பாஸந்தாக்கள் அல்லது தங்கியிருப்பவர்கள் போன்றவர்களால் – அதிகாரத்துக்குக் கீழ்ப்படிந்து, தாய்-தந்தைக்குக் கீழ்ப்படிந்து, பெரியவர்களுக்குக் கீழ்ப்படிந்து நடந்துகொள்பவர்கள், நண்பர்களை, சகாக்களை, உடனிருப்பவர்களை, உறவினர்களை முறையாக நடத்துபவர்கள், அடிமைகளிடமும் வேலையாட்களிடமும் முறையாக நடந்துகொள்பவர்கள், தீவிர பற்றார்வம் கொண்டவர்கள் – நேசிக்கப்படுகிறவர்கள் காயப்படுவதை, கொல்லப்படுவதை, நாடுகடத்தப்படுவதையெல்லாம் தாங்கிக்கொள்ள வேண்டியிருக்கிறது. மிக நன்றாகக் கவனித்துக்கொள்ளப்படும் இவர்களும்கூட, இவர்கள் வெளிப்படுத்தும் அன்பு கொஞ்சமும் குறைந்ததில்லை என்றாலும்கூட, இவர்களுடைய நண்பர்கள், சகாக்கள், உடனிருப்பவர்கள், உறவினர்கள் மீது துரதிர்ஷ்டம் தாக்கும்போது, இவர்களையும் அது காயப்படுத்துகிறது. இந்த அவலநிலை எல்லா உயிரினங்களுக்குப் பொதுவானதாக இருக்கிறது. கடவுள்களின் அன்புக்குரியவன் இதை மிகப் பெரும் துயரமாகப் பார்க்கிறான்.

கிரேக்கர்கள் மத்தியில் தவிர வேறெங்கும் இவ்வகையானவர்கள் – அதாவது, பார்ப்பனர்களும் சிரமணர்களும் இல்லாத நிலம் என்று எதுவும் கிடையாது. இருந்தும், இவர்கள் இல்லாத இடங்களிலும்கூட, இந்த அல்லது அந்தப் பாஸந்தாவுக்குத் தங்களை ஒப்புக்கொடுக்காத மனிதர்கள் இல்லாத நிலம் என்று எதுவும் கிடையாது. ஆகவேதான், கலிங்கர்களில் கொல்லப்பட்டவர்கள், இறந்துபோனவர்கள் அல்லது

17 பகுத்துவவாதே என்ற சொல்லின் அர்த்தம் அவ்வளவு தெளிவாக இல்லை. இது நார்மனும் (Norman 1972 in Collected Papers I: 150) ஷ்னைடரும் (Schneider 1978: 117) முன்வைப்பதுபோல் 'ஏறக்குறைய பல' என்ற அர்த்தத்தைக் கொண்டிருக்கலாம். இந்த அரசாணையின் கிரேக்க மொழியாக்கம், அதாவது கந்தஹார் II, இதன் அர்த்தத்தை உறுதிப்படுத்துகிறது. வேறு பலர் 'இதுபோல் பல மடங்கு' என்ற அர்த்தத்தை எடுத்துக்கொள்கிறார்கள்.

நாடுகடத்தப்பட்டவர்கள் போல் எண்ணிக்கையில் நூறில் ஒரு பங்கு, ஆயிரத்தில் ஒரு பங்கு இன்று நடக்கும் என்றால், அது கடவுள்களின் அன்புக்குரியவனால் பெரும் துயரமாகவே எடுத்துக்கொள்ளப்படும்.

மேலும், இன்று யாரேனும் ஒருவர் ஏதேனும் ஒரு குற்றத்தைச் செய்கிறார் என்றால், அதை மன்னிக்க முடியும் எனும் பட்சத்தில் கடவுள்களின் அன்புக்குரியவன் அதை மன்னிக்க வேண்டும் என்றே நினைக்கிறான். அவ்வளவு ஏன், கடவுள்களின் அன்புக்குரியவனின் நிலப்பரப்புக்குள் வாழும் வனவாசிகளோடும் இணக்கமாக இருக்கவே விரும்புகிறான்; அவர்களும் அதற்கு ஏற்றாற்போல் நடந்துகொள்ள வேண்டும் என்று வலியுறுத்துகிறான். மேலும், தன்னுடைய வருத்தத்தையும் தெரிவித்துக்கொள்கிறான்; கொலைசெய்வதில் மீண்டும் அவர்கள் ஒருபோதும் ஈடுபடக் கூடாது என்பதற்காகக் கடவுள்களின் அன்புக்குரியவன் தன்னிடம் இருக்கும் அதிகாரத்தையும் அவர்களுக்குத் தெரிவித்துக்கொள்கிறான்.[18] ஏனெனில், கடவுள்களின் அன்புக்குரியவன் எல்லா உயிரினங்களுக்கும் இதைத்தான் வேண்டுகிறான்: காயப்படுவதிலிருந்து சுதந்திரம், சுய-கட்டுப்பாடு, பாரபட்சமற்ற தன்மை, இரக்கத்தோடு நடந்துகொள்வது.

இருந்தாலும், கடவுள்களின் அன்புக்குரியவன் இதையே முதன்மையான வெற்றியாகப் பார்க்கிறான் — அதாவது, தர்மத்தின் மூலம் வெற்றிக்கொள்வது. மீண்டும் இது, கடவுள்களின் அன்புக்குரியவன், அரசன் பியதஸியால் அக்கம்பக்கத்தில் உள்ள எல்லா நாடுகளிலும் — 600 யோஜனங்களுக்கு[19] அப்பால் அந்தியோச்சுஸ் என்ற பெயர் கொண்ட கிரேக்க மன்னன் வாழும் இடத்திலும், அந்த அந்தியோச்சுஸுக்கு அப்பால் வாழும் துலமாயர், அந்திகிநி, மக, அலிகஸுந்தலே[20] என்ற பெயர் கொண்ட நான்கு அரசர்கள் வாழும் இடங்களிலும்,

18 இங்கு, வனவாசிகள் (அடவி) தன்னைப் போல் இருக்க வேண்டும் என்று கேட்டுக்கொள்கிறார் — அதாவது, கடந்த காலச் செயல்களுக்காக வருத்தப்பட வேண்டும், அகிம்சைப் பாதையில் பயணிக்க வேண்டும். வேறுசிலர் இதை, 'கொல்லப்படாமல் இருக்க' என்பதாக மொழியாக்கம் செய்திருக்கிறார்கள். இது, வனவாசிகள் ஒழுங்காக நடந்துகொள்ளவில்லை என்றால், அவர்களை அசோகரால் கொல்ல முடியும் என்பதாக அர்த்தப்படுகிறது. இலக்கணரீதியாகவும் சூழ்நிலை சார்ந்தும் பிந்தைய அர்த்தம் சாத்தியமில்லை என்றே நினைக்கிறேன்.

19 இது 4,320 கிலோ மீட்டராக இருக்க வேண்டும். விரிவான விவாதத்துக்கு இயல் 2-ஐப் பார்க்கவும்.

20 இவர்கள் எகிப்தைச் சேர்ந்த தாலமி II ஃபிலதெல்பஸ் (பொ.ஆ.மு. 285–247), மாஸெடோனியாவைச் சேர்ந்த அந்திகோநுஸ் கோநதஸ் (பொ.ஆ.மு. 276–239), ஸைரீனைச் சேர்ந்த மாகாஸ் (பொ.ஆ.மு. 258-க்கும் 250-க்கும் இடையே இவரது மரணம் நிகழ்ந்திருக்க வேண்டும்), கோரிந்த்தைச் சேர்ந்த அலெக்சாண்டர் அல்லது எபிரஸைச் சேர்ந்த அலெக்சாண்டர் (பொ.ஆ.மு. 272–255) என்பதாக அடையாளம் காணப்படுகிறார்கள்.

நிலையாக[21] சோடர்கள் (சோழர்கள்), பாண்டியர்கள், தம்ரபர்னியர்கள் வரையிலும் உறுதிப்படுத்தப்பட்டுள்ளது. இதுபோலவே இங்கு அரசனின் ஆட்சிக்குட்பட்ட நிலத்திலும் கிரேக்கர்கள், கம்போஜர்கள், நப்ககர்கள், நபபந்கிட்டர்கள், போஜர்கள், பிதிநிகர்கள், ஆந்திரர்கள், பலாதர்கள் மத்தியிலும்[22] — எல்லா இடங்களிலும் கடவுள்களின் அன்புக்குரியவன் தர்மம் குறித்துக் கொடுக்கும் அறிவுரைகள் பின்பற்றப்படுகின்றன.

கடவுள்களின் அன்புக்குரியவனின் தூதர்கள் போகாத இடங்களிலும்கூட, தர்மம் குறித்த போதனைகளைக் கேட்ட பின், தர்மம் குறித்த கடவுளின் அன்புக்குரியவனின் கட்டளைகளையும் அறிவுரைகளையும் கேட்ட பின், தர்மத்தைப் பின்பற்றத் தொடங்குகிறார்கள்; வருங்காலங்களிலும் அதற்கு உட்பட்டு நடப்பார்கள். இப்படியாக, இந்த வெற்றி எல்லா இடங்களிலும் உறுதிசெய்யப்பட்டிருக்கிறது. இவ்விஷயங்களிலெல்லாம் வெற்றி என்பது மகிழ்ச்சிக்கான மூலமாகிறது. ஆக, தர்மத்தின் ஊடாக வெற்றிகொள்வதன் வழியே மகிழ்ச்சி உத்தரவாதப்படுத்தப்படுகிறது.

ஆனாலும், இந்த மகிழ்ச்சி, நிச்சயமாக, நிலையற்றதுதான். இனிமேல் என்ன செய்யப்போகிறோம் என்பதே பலன் தரக்கூடியதாக இருக்கும் என்றே கடவுள்களின் அன்புக்குரியவன் நினைக்கிறான்.

இந்த நோக்கத்துக்காகத்தான், அதாவது என் மகன்களும் பேரன்களும் புதிய நாடுகளை வெற்றிகொள்வதை மதிப்புமிக்கதாக நினைக்கக் கூடாது என்பதற்காக, அவர்கள் அன்பாக நடந்துகொள்வதில் மகிழ்ச்சியடைய வேண்டும் என்பதற்காக, அவர்களுடைய சொந்த நிலப்பரப்பில் தண்டனைகளைக் கருணையோடு கொடுக்க வேண்டும் என்பதற்காக, தர்மத்தின் ஊடாக அடையும் வெற்றியையே உண்மையான வெற்றியாக பற்றுக்கொள்ள வேண்டும் என்பதற்காக — இப்படியான வெற்றியே இந்த உலகிலும் அடுத்ததிலும் பெறக்கூடிய வெற்றியாக இருக்க முடியும் என்பதற்காக, தர்மம் குறித்த இவ்வெழுத்துகள் இங்கே பொறிக்கப்படுகின்றன. எல்லா மகிழ்ச்சிகளும் தர்மத்தின் ஊடான மகிழ்ச்சிகளாக இருக்கட்டும் — இந்த உலகிலும் அடுத்ததிலும் இதுவே மகிழ்ச்சியாக இருக்க முடியும்.

பாறை அரசாணை XIV

தேதியற்றது; பொ.ஆ.மு. 256-இல் அல்லது சற்று பிறகாக இருக்கலாம்.

---

21 வடகிழக்குப் பகுதியில் இருந்த ஹெல்லனிய ராஜ்ஜியங்களோடு அவ்வப்போது தொடர்பு கொண்டிருந்ததைப் போல் அல்லாமல், தெற்குப் பகுதிகளில் அசோகர் நிலையான தொடர்பில் இருந்தார் என்றே இதற்கு அர்த்தமாகிறது.

22 புவியியல்ரீதியாக இவற்றின் இருப்பிடத்தை அறிந்துகொள்ள முன்னால் கொடுக்கப்பட்டிருக்கும் வரைபடத்தையும், 'சொல்விளக்கம்' பகுதியையும் பார்க்கவும்.

பாறை அரசாணைத் தொகுப்பில் கடைசியாக இருக்கும் இது ஒரு தொகுப்புரையைப் போல் இருப்பதோடு, முதல் அரசாணை கொண்டிருக்கும் வார்த்தைகளுக்கு இணையானதைக் கொண்டிருப்பதைப் போலவும் இருக்கிறது. ஆக, இவ்விரண்டு அரசாணைகளும் இந்தத் தொகுப்பின் தொடக்கத்திலும் முடிவிலும் புத்தகத் தடுப்புபோல் இருக்கின்றன. அசோகரது எல்லா எழுத்துகளும் பொறிக்கப்படவில்லை என்பதை இந்தத் தொகுப்புரை தெளிவாக்குகிறது. மேலும், சில சுருக்கப்பட்ட வடிவத்தில் கொடுக்கப்பட்டிருக்கின்றன.

தர்மம் குறித்த இந்த எழுத்துகள் கடவுள்களின் அன்புக்குரியவன், அரசன் பியதஸியால் இங்கே பொறிக்கப்பட்டுள்ளன. இவை பெருமளவு அல்லது ஓரளவு சுருக்கப்பட்ட வடிவத்தில் அல்லது மிக விரிவான வடிவத்தில் கொடுக்கப்பட்டுள்ளன. ஏனெனில், எல்லா விஷயங்களும் எல்லா இடங்களுக்கும் உகந்தவையாக இருப்பதில்லை. ஏனெனில், என்னுடைய நிலப்பரப்பு மிக விரிந்தது. மேலும், நான் நிறைய எழுதியிருக்கிறேன். எப்போதும் நான் இன்னும் கூடுதலாக நிறைய எழுதியிருக்கிறேன். இவற்றில் பல, அவை கொண்டிருக்கும் வசீகரத்தாலும் மக்கள் அதற்கு ஏற்ப நடக்க வேண்டும் என்பதற்காகவும் திரும்பத்திரும்பச் சொல்லப்பட்டிருக்கின்றன. இங்கு, அங்கு என்று ஒருசில விஷயங்கள் முழுமையற்றவையாகவோ அல்லது ஒரு பிரதேசத்துக்கு உகந்தவையாக இல்லாமலோ இருக்கலாம். அல்லது குறிப்பிட்ட காரணத்தைக் கணக்கில் எடுத்துக்கொண்டதாக இருக்கலாம் அல்லது எழுத்தர்களின் பிழைகளாகவும் இருக்கலாம்.

தனித்த அரசாணை வரிசை

தேதியற்றது.

இந்த வரிசையில் உள்ள இரண்டு அரசாணைகள் தவுலி, ஜாவுகடா ஆகிய இரண்டு இடங்களில் கண்டெடுக்கப்பட்டுள்ளன. இவ்விரண்டு இடங்களும், அசோகரது காலத்தில் கலிங்கம் என்றழைக்கப்பட்ட, இன்றைய ஒடிசாவில் உள்ளன. சமீபத்தில் சந்நதியில் கண்டெடுக்கப்பட்ட மூன்றாவது அரசாணை மிக மோசமாகச் சேதமடைந்துள்ளது. சிலர் இவற்றைக் 'கலிங்க அரசாணைகள்' என்றழைக்கிறார்கள். ஆனால் இவை, கலிங்கத்தில் கண்டெடுக்கப்பட்டிருந்தாலும், கலிங்க மக்களுக்கென்று பிரத்யேகமாக எழுதப்பட்டவை அல்ல. கலிங்கத்தில் இருக்கும் தொசாலி, சமபாவில் இருந்த அதிகாரிகளுக்கு எழுதப்பட்டவையாக இருக்கின்றன. கலிங்கத்திலிருந்து வெகு தொலைவில் உள்ள உஜ்ஜயினில், டாக்ஸீலாவில் இருந்த இளவரசர்களையும்

மஹாமாத்ரர்களையும் அசோகர் குறிப்பிடுகிறார். சந்நதிகூட இந்தப் பிரதேசத்துக்கு வெளியேதான் உள்ளது. இவ்விரண்டு அரசாணைகளை வரிசைப்படுத்துவதில் நான் மரபான முறையைப் பின்பற்றியிருக்கிறேன் என்றாலும்கூட, தனித்த அரசாணை I-தான் உண்மையிலேயே இரண்டாவதாக இருந்திருக்க வேண்டும்; தனித்த அரசாணை II முதலாவதாக இருந்திருக்க வேண்டும். நான் இந்த வரிசையில் கொடுத்திருக்கிறேன்.[23] இவ்விரண்டு இடங்களும் வேறான வாசிப்பைக் கொண்டிருக்கின்றன. மொழியாக்கத்துக்கு நான் தவுலி பதிப்பை எடுத்துக்கொள்கிறேன் — தேவைப்படும் இடங்களில் ஜாவுகடா பதிப்பைப் பயன்படுத்திக்கொள்கிறேன். இவ்விரண்டு அரசாணை குறித்த விரிவான வாசிப்புக்குப் பார்க்கவும்: அல்ஸ்டார்ஃப் (Alsdorf 1962); இந்த மொழியாக்கம் இந்தத் தொகுப்பை அடிப்படையாகக் கொண்டது.

இவ்விரண்டு அரசாணைகளிலும் இரண்டு பிரதான உள்ளடக்கங்கள் வெளிப்படுகின்றன. முதலாவதாக, அரசன் தந்தையாகவும் பிரஜைகள் குழந்தைகளாகவும் உருவகப்படுத்தப்படுகிறார்கள். இந்த உருவகத்தை அசோகரது பிற எழுத்துகளிலும் காண முடிகிறது. இரண்டாவது அதிகாரிகள் பேரரசருக்குப் பட்டிருக்கும் கடன். அரசதிகாரிகள் கடமையை இவ்வாறு விவரிப்பது தனித்த அரசாணைகளில் மட்டுமே காணப்படுகிறது — பிரஜைகளுக்கு அசோகர் பட்டிருக்கும் சொந்தக் கடன் குறித்து வேறு இடங்களில் காணப்படுகின்றன என்றபோதும்.

தனித்த அரசாணைகள் இயல்கள் 2 மற்றும் 10-இல் விவாதிக்கப் படுகின்றன.

தனித்த அரசாணை II (= அரசாணை I)

கடவுள்களின் அன்புக்குரியவன் வழங்கும் வழிகாட்டுதலின்[24] அடிப்படையில், தொசாலியில்[25] உள்ள இளவரசர்களுக்கும் மஹாமாத்ரர்களுக்கும் இவ்வாறு அறிவுறுத்த வேண்டும்.[26]

---

23 இதற்கான பலமான ஆதாரம் சந்நதியிலிருந்து கிடைக்கிறது. இங்கு இருக்கும் தனித்த அரசாணை II, பாறை அரசாணை XIV–க்கு அடுத்ததாகக் கொடுக்கப்பட்டிருக்கிறது.

24 ஜாவுகடா பதிப்பில் இதற்கு இணையாக இப்படி இருக்கிறது: 'கடவுள்களின் அன்புக்குரியவன் இப்படியாகச் சொல்கிறான்.'

25 ஜாவுகடா பதிப்பு இளவரசருக்குப் பதிலாக இப்படி இருக்கிறது: ஸமபாவில் இருக்கும் மஹாமாத்ரர்கள்.

26 இந்த அறிவுரைகளை மஹாமாத்ரர்களிடம் யார் கொண்டுசென்றார்கள் என்பது அவ்வளவு தெளிவாக இல்லை. இதைச் செய்தவர்கள் 'ஆண்கள்' (புருஷா) என்றழைக்கப்பட்ட மக்கள்

நான் எவற்றின் மேலெல்லாம் கவனம் கொள்கிறேனோ அவற்றையெல்லாம் செயல்கள் மூலம் நடைமுறைப்படுத்த முயல்கிறேன்; அவற்றை அடைவதற்குப் பொருத்தமான வழிகளைக் கண்டடைகிறேன். இவ்விஷயத்தைப் பொறுத்தமட்டில் இதைத்தான் நான் பிரதானமான ஒன்றாகக் கருதுகிறேன் — உங்களுக்கு அறிவுரைகள் கொடுப்பது.

எல்லா ஆண்களும் என்னுடைய குழந்தைகளே. இப்போது, என்னுடைய குழந்தைகளுக்கு நான் என்ன வேண்டுவேனோ, அதாவது இந்த உலகத்திலும் அடுத்ததிலும் அவர்களது நலனுக்கும் நல்வாழ்க்கைக்கும் தேவையானவற்றையெல்லாம் முழுமையாக அமைத்துக்கொடுக்க வேண்டும் என்று எப்படி விரும்புவேனோ அதுபோலவே எல்லா ஆண்களுக்கும் விரும்புகிறேன்.

என்னுடைய ஆட்சியதிகாரத்தின் எல்லைக்கு அப்பால் இருக்கும் மக்கள் இப்படியாக நினைக்கக்கூடும்: 'நம்மைப் பொறுத்தமட்டில் அரசனுடைய நோக்கங்கள் என்ன?' எல்லையோர மக்கள் விஷயத்தில் நான் இதை மட்டுமே வேண்டுகிறேன் — அவர்கள் நம்பிக்கை பெற வேண்டும்.

கடவுள்களின் அன்புக்குரியவன் இதையே வேண்டுகிறான்: 'அவர்கள் என்னைக் கண்டு அச்சப்பட வேண்டியதில்லை. மாறாக, அவர்கள் என் மீது நம்பிக்கை கொள்ள வேண்டும். அவர்கள் என்னிடமிருந்து நலன்களை மட்டுமே பெற்றுக்கொள்வார்கள்; துயரங்களை அல்ல.

அவர்கள் இதையும் தெரிந்துகொள்ள வேண்டும்:

கடவுள்களின் அன்புக்குரியவன், நம்மை மன்னிக்க முடியும் என்றால் மன்னிப்பான்.[27]

என்னுடைய கட்டளைக்கு உட்பட்டு, அவர்கள் தர்மம் பயில வேண்டும். இந்த உலகத்தையும் அடுத்ததையும் அவர்கள் அடைய வேண்டும்.

இந்த நோக்கத்துக்காக நான் உங்களுக்கு அறிவுறுத்துகிறேன் — இதன் மூலம் நான் பட்டிருக்கும் கடனிலிருந்து என்னால் விடுதலை அடைய முடியும். அதாவது, உங்களுக்கு அறிவுரைகள் சொல்வது, என்னுடைய விருப்பங்களை உங்களுக்குத் தெரியப்படுத்துவது. இது என்னுடைய அசைக்க முடியாத தீர்மானமாக இருக்கிறது; ஊசலாட்டமில்லாத

குழுமத்தைச் சேர்ந்தவர்களாக இருந்திருக்கலாம். இவர்கள் அசோகரது அந்தரங்கத் தூதுவர்களாகவும் இருந்தார்கள். (பார்க்கவும்: தூண் அரசாணைகள் I, IV, VII).

27 இதே கூற்று, பாறை அரசாணை XIII–இல் வனவாசி விஷயத்திலும் முன்வைக்கப்படுகிறது.

உறுதிப்பாடாக இருக்கிறது. ஆக, இப்படியாகச் செய்வதன் மூலம் உங்களுடைய பொறுப்பை உங்களால் நிறைவேற்ற முடியும். நம்பிக்கையைக் கைக்கொள்ளும் விதத்தில் நீங்கள் அவர்களுக்கு உறுதியளிக்க வேண்டும்:

'கடவுள்களின் அன்புக்குரியவன், நம் எல்லோருக்கும் தந்தை போன்றவன். கடவுள்களின் அன்புக்குரியவன் தன் மீது எவ்வளவு அன்பு கொண்டிருக்கிறானோ அதே அளவுக்கு நம் மீதும் கொண்டிருக்கிறான். கடவுள்களின் அன்புக்குரியவனுக்கு நாம் எல்லோரும் அவனுடைய குழந்தை போன்றவர்களே.'

நான் உங்களுக்கு அறிவுரை கொடுத்து, என்னுடைய விருப்பங்களை உங்களுக்குத் தெரிவித்த பின், இந்த நாட்டுக்கு நான் செய்ய வேண்டிய கடமையைச் செய்துமுடித்தவனாகிறேன். இனி இந்தக் காரியம் உங்களிடம்தான் இருக்கிறது: அவர்களுக்கு நம்பிக்கை ஊட்ட வேண்டும். இந்த உலகத்திலும் அடுத்ததிலும் நன்மையையும் நல்வாழ்க்கையையும் அடைய வேண்டும். எப்படியிருந்தாலும், இவ்வாறு நடந்துகொள்வதன் ஊடாக நீங்கள் சொர்க்கத்தை அடைவீர்கள், நீங்கள் எனக்குப் பட்டிருக்கும் கடனிலிருந்து விடுதலை அடைவீர்கள்.

இந்த நோக்கத்துக்காகத்தான் இந்த எழுத்துகள் இங்கே பொறிக்கப்பட்டிருக்கின்றன — எல்லையோர மக்கள் நம்பிக்கை பெறும் விதமாக மஹாமாத்ரர்கள் தொடர்ந்து செயல்பட வேண்டும், எல்லையோர மக்கள் தர்மத்தைப் பயில ஊக்குவிக்க வேண்டும். மேலும், இந்த எழுத்துகள் ஒவ்வொரு நான்கு மாதத்திலும் டிஷ்ய நாளில் கேட்கப்பட வேண்டும். டிஷ்ய நாள்களுக்கு இடையேயும்கூட சந்தர்ப்பம் கிடைக்கும் என்றால், ஒரே ஒருவர் இருந்தாலும்கூட, அவருக்கு விருப்பம் இருந்தால், இதைக் கேட்க வேண்டும். இவ்வாறு செயல்படுவதன் மூலம், நீங்கள் இதை முழுமையாகச் செயல்படுத்த முடியும்.[28]

தனித்த அரசாணை I (= அரசாணை II)

கடவுள்களின் அன்புக்குரியவன் வழங்கும் வழிகாட்டுதலின்[29] அடிப்படையில் தொசாலியில்[30] உள்ள மஹாமாத்ரர்கள், நகர நீதித் துறை அதிகாரிகளாக இருப்பவர்களுக்கு இவ்வாறு அறிவுறுத்த வேண்டும்.

---

28 இந்த வெளிப்பாடு தனித்த அரசாணை I–இல் (= அரசாணை II) தெளிவுபடுத்தப்படுகிறது. இதில் சுமாராக, மிகச் சிறப்பாக, மிகச் சரியாகச் செயல்படும் அதிகாரிகள் குறித்து அசோகர் பேசுகிறார்.

29 ஜாவுகடா பதிப்பில் இதற்கு இணையாக இப்படி இருக்கிறது: 'கடவுள்களின் அன்புக்குரியவன் இப்படியாகச் சொல்கிறான்.'

30 ஜாவுகடா பதிப்பில் ஸமபா என்றிருக்கிறது.

நான் எவற்றின் மேலெல்லாம் கவனம் கொள்கிறேனோ அவற்றையெல்லாம் செயல்படுத்த முயல்கிறேன்; அவற்றை அடைவதற்குப் பொருத்தமான வழிகளைக் கண்டடைகிறேன். இவ்விஷயத்தைப் பொறுத்தமட்டில் இதைத்தான் நான் பிரதானமான ஒன்றாகக் கருதுகிறேன் — உங்களுக்கு அறிவுரைகள் கொடுப்பது. ஏனெனில், 'இதன் மூலம் ஆண்களின் அன்பைப் பெற்றுக்கொள்ள முடியுமா' என்ற சிந்தனையோடு ஆயிரக்கணக்கான உயிரினங்களை நீங்கள் பார்த்துக்கொள்கிறீர்கள்.

எல்லா ஆண்களும் என்னுடைய குழந்தைகளே. இப்போது, என்னுடைய குழந்தைகளுக்கு நான் என்ன வேண்டுவேனோ, அதாவது இந்த உலகத்திலும் அடுத்ததிலும் அவர்களது நலனுக்கும் நல்வாழ்க்கைக்கும் தேவையானவற்றையெல்லாம் முழுமையாக அமைத்துக்கொடுக்க வேண்டும் என்று எப்படி விரும்புவேனோ அதுபோலவே எல்லா ஆண்களுக்கும் விரும்புகிறேன். ஆனால், இந்த விஷயம் எப்படியான விளைவை ஏற்படுத்தும் என்று நீங்கள் அறிந்திருக்கவில்லை. ஒருவேளை ஏதோ ஓர் அதிகாரி அறிந்திருக்கலாம். ஆனால், அவரும்கூட முழுமையாக இல்லாமல் ஓரளவுக்கே அறிந்தவராக இருப்பார்.

ஆனால், நீங்கள் இதை — 'எல்லோரும் நன்றாகக் கவனித்துக் கொள்ளப்படுகிறார்களா?' என்று — தொடர்ந்து பார்க்க வேண்டும். யாரோ ஒருவர் சிறையில் அடைக்கப்பட்டிருக்கிறார் அல்லது துன்புறுத்தப்படுகிறார் என்று ஏதோ ஓர் அதிகாரிக்குத் தெரியவந்தால், இதன் விளைவாகக் காரணமில்லாமல் கொடுக்கப்பட்ட சிறைத் தண்டனை ரத்துசெய்யப்படலாம். ஆனாலும்கூட, மற்றவர்கள் தொடர்ந்து துன்பப்பட வேண்டியிருக்கிறது. இப்படியான விஷயங்களில் இதற்கு நீங்கள் விழைய வேண்டும்: 'நாம் இடைப்பட்ட நிலைப்பாட்டை எடுப்போம்.'[31] பொறாமை, முன்கோபம், கொடூரம், அவசரம், முனைப்பற்ற தன்மை, சோம்பேறித்தனம், அக்கறையின்மை போன்றவற்றைக் கொண்டிருப்பதால்தான் ஒருவர் இப்படியாகத் தவறிழைக்கிறார். ஆக, நீங்கள் இதற்கு விழைய வேண்டும்: 'இப்படியானவை என்னிடம் வளராமல் இருக்க வேண்டும்.' எப்போதும் முன்கோபத்திலிருந்தும் அவசரப்படுவதிலிருந்தும் நம்மை விடுவித்துக்கொள்வதே இதற்கான மூலமாகிறது. அக்கறையற்ற தன்மை கொண்டவர்கள் யாராக இருந்தாலும், அவர்கள் தங்களை உலுக்கிவிட்டுக்கொண்டு எழுந்து, காரியங்கள் செய்து முன்னேற வேண்டும்.

---

31 இடைப்பட்ட நிலை என்பது தூண் அரசாணை IV–இல் உள்ள 'நீதித் துறைச் செயல்பாடுகள் பாரபட்சமற்ற தன்மை, தண்டனைகள் கொடுப்பதில் பாரபட்சமற்ற தன்மை' என்று முன்வைப்பதைக் குறிக்க வேண்டும்.

உங்களில் யாரெல்லாம் இப்படியாகப் பார்க்கிறீர்களோ அவர்களெல்லாம் ஒருவருக்கு ஒருவர் இவ்வாறு சொல்லிக்கொள்ள வேண்டும்:

> பாருங்கள், இப்படி இப்படியெல்லாம் கடவுள்களின் அன்புக்குரியவனின் அறிவுரைகள் இருக்கின்றன. இவற்றை முழுமையாகப் பின்பற்றுவது பெரும் வெகுமதிகளைக் கொடுக்கும் என்றால், இவற்றைப் பின்பற்றத் தவறுவது பெரும் துரதிர்ஷடத்தையே கொடுக்கும். இவற்றை முறையாக நடைமுறைப்படுத்தாதவர்களுக்கு சொர்க்கத்தின் பலன்களும் கிடைக்காது, அரசின் பலன்களும் கிடைக்காது.

இந்தக் காரியத்தை ஓரளவு சுமாராகச் செய்வதே இரண்டு பலன்களையும் கொடுக்கும்; இவற்றை இன்னும் சிறப்பாகச் செய்ய முடிந்தால் எப்படியான பலன்களெல்லாம் கொடுக்கும்! இருப்பினும், நீங்கள் இதை முழுமையாகச் செய்வீர்கள் என்றால், நீங்கள் சொர்க்கத்தை அடைவீர்கள்; எனக்குப் பட்டிருக்கும் கடனிலிருந்து நீங்கள் விடுதலை அடைவீர்கள்.

மேலும், இந்த எழுத்துகள் டிஷ்ய நாள்களில் கேட்கப்பட வேண்டும். டிஷ்ய நாள்களுக்கு இடையேயும்கூட சந்தர்ப்பம் கிடைக்கும் என்றால், ஒரே ஒருவர் இருந்தாலும்கூட, அவருக்கு விருப்பம் இருந்தால், இதைக் கேட்க வேண்டும். இவ்வாறு செயல்படுவதன் மூலம், நீங்கள் இதை முழுமையாகச் செயல்படுத்த முடியும்.

இக்காரணத்துக்காக இந்த எழுத்து இங்கே பொறிக்கப்பட்டுள்ளது. நகர நீதித் துறை அதிகாரிகள், எல்லா சமயங்களிலும், காரணமில்லாமல் மக்களை விலங்கிடக் கூடாது அல்லது துன்புறுத்தக் கூடாது; இதை அவர்கள் உறுதிசெய்ய வேண்டும். மேலும், இந்த நோக்கத்துக்காக, ஒவ்வொரு ஐந்து வருடமும், முரடர்களாகவோ கடுமையானவர்களாகவோ இல்லாத மஹாமாத்ரர்களை நான் அனுப்பிவைப்பேன். இவர்கள் தங்களுடைய மென்மையான செயல்பாடுகள் மூலம் என்னுடைய அறிவுரைகளுக்கு ஏற்ப எல்லோரும் செயல்படுகிறார்களா என்பதை உறுதிசெய்வார்கள்.

மேலும், உஜ்ஜயினிலிருந்தும்கூட, இளவரசர் இந்த நோக்கத்துக்காக இதே போன்று ஒருவரை அனுப்பிவைக்க வேண்டும் – இவ்வாறு அனுப்பிவைக்காமல் மூன்று ஆண்டுகள் கடந்துசெல்வதை அவர் அனுமதிக்கக் கூடாது. இதுபோலவே, டாக்ஸீலாவிலிருந்தும் மஹாமாத்ரர்கள் இது போன்று பயணங்கள் மேற்கொள்ளும்போது, தங்களுக்கான பொறுப்புகளை உதாசீனப்படுத்தாமல் அரசனின்

அறிவுரைகளுக்குக் கட்டுப்பட்டு எல்லோரும் செயல்படுகிறார்களா என்பதை உறுதிசெய்ய வேண்டும்.

பௌத்தச் சங்கத்துக்கான செய்திகள்

பைரத் கல்வெட்டு

தேதியற்றது

பைரத்தில் இருந்த கல்லில் பொறிக்கப்பட்டிருக்கும் இந்தக் கல்வெட்டு தற்சமயம் கொல்கத்தாவில் உள்ள ஏசியாடிக் சொஸைட்டியில் உள்ளது.

அசோகரது இந்தக் கடிதம் ஒரேயொரு இடத்தில் மட்டுமே கண்டெடுக்கப்பட்டுள்ளது என்றாலும், இது நாட்டின் வெவ்வேறு பகுதிகளில் இருந்த பௌத்த மடாலயங்களுக்கு அனுப்பிவைக்கப்பட்டிருக்க வேண்டும். அசோகர் மிகவும் மரியாதையான மொழியை – அதாவது, துறவிகளிடம் சாதாரண மக்கள் பேசும்போது எப்படிப் பேசுவார்களோ அது போன்ற மொழியைப் பயன்படுத்தினாலும், மடாலயங்களில் உள்ள துறவிகள் தன்னுடைய 'விருப்ப'ங்களைப் பின்பற்ற வேண்டும் என்ற தன் எதிர்பார்ப்பை மிகத் தெளிவாக முன்வைக்கிறார். அசோகர் மிக மென்மையான மொழியில் தனது கட்டளைகளை 'விருப்ப'ங்களாக முன்வைக்கிறார். இந்தக் கடிதத்தில் 'கடவுள்களின் அன்புக்குரியவன்' என்ற முறையான பட்டப்பெயரைப் பயன்படுத்தாமல், 'மகத அரசன்' என்று மட்டுமே தன்னை அழைத்துக்கொள்வதைக் கவனிக்கவும். நான் ஷ்னைடரின் (Schneider 1982) தொகுப்பைப் பயன்படுத்திக்கொள்கிறேன். இந்தக் கல்வெட்டு குறித்து இயல் 6-இல் விவாதிக்கப்படுகிறது.

மகத அரசன் பியதஸி, சங்கத்துக்குத் தன்னுடைய மரியாதைகளைத் தெரிவித்துக்கொண்டு, நீங்கள் நலமாகவும் வசதியாகவும் இருக்க தன்னுடைய வாழ்த்துகளைத் தெரிவித்துக்கொள்கிறான்.

மதிப்புக்குரியவர்களே, புத்தம், தம்மம், சங்கம் மீது நான் கொண்டிருக்கும் மதிப்பையும் பற்றுறுதியையும் நீங்கள் அறிவீர்கள். எப்படியிருந்தாலும், மதிப்புக்குரியவர்களே, புத்த பெருமான் பேசியிருக்கிறார்; சொல்லப்போனால் அவையெல்லாம் மிகச் சிறப்பாகப் பேசப்பட்டிருக்கின்றன. ஆனால் மதிப்புக்குரியவர்களே, 'உண்மையான

தர்மம் காலகாலத்துக்கும் நிலைத்துநிற்கும்'[32] என்ற கூற்று எதை உள்ளடக்கியிருப்பதாகப் பார்க்கிறேனோ, அதை, மதிப்புக்குரியவர்களே, அதாவது தர்மம் குறித்த இந்த உரையாடல்களை முன்வைக்கும் சுதந்திரத்தை அவன் எடுத்துக்கொள்கிறான்:

> விநயஸமுகஸே (ஒழுக்கத்துக்கான மடத்தின் விதிமுறைகளைப் போற்றுதல்), அலியவஸாணி (மேன்மையானவர்களின் வம்சாவளிகள்), அநாகதபயாநி (வருங்கால ஆபத்துகள்), முனிகாதா (முனிவரின் கவிதை), மோநேயஸூதே (முனித்தன்மை குறித்த உரையாடல்), உபாதிஸபஸின் (உபாதிஸாவின் கேள்விகள்), லாகுலோவாடே (பொய்மை குறித்து ரகுலாவுக்கான அறிவுரை).

புத்த பெருமானால் பேசப்பட்டவை.[33]

மதிப்புக்குரியவர்களே, தர்மம் குறித்த இந்த உரையாடல்களை, பெரும் எண்ணிக்கையிலான பிக்குகளும் பிக்குனிகளும் திரும்பத்திரும்பக் கேட்டு, இவை குறித்துப் பிரதிபலிக்க வேண்டும் என்றே விரும்புகிறேன். இதுபோலவே உபாசகர்களும் உபாசினிகளும். இந்தக் காரணத்துக்காகத்தான், மதிப்புக்குரியவர்களே, இங்கு இது பொறிக்கப்பட்டுள்ளது. ஆக, என்னுடைய நோக்கத்தை அவர்கள் அறிந்துகொள்வார்கள்.

பிளவு அரசாணை

> தேதியற்றது
>
> இந்த அரசாணையின் பதிப்புகள் அலஹாபாத்-கோஸம்பி, சாஞ்சி, சார்நாத் ஆகிய இடங்களில் உள்ள கல்தூண்களில் பொறிக்கப்பட்டுள்ளன. பொறிக்கப்பட்டிருக்கும் எழுத்துகளில் சில பகுதிகள் படிக்க முடியாத அளவில் இருக்கின்றன. மூன்று இடங்களிலும் சிதைக்கப்பட்டுள்ளன. அல்ஸ்டார்ஃப் (*Alsdrof*

---

32 இந்த யோசனையை முதன்முதலில் முன்வைத்து, இது பௌத்த மறைநூலில் குறிப்பிடப்பட்டுள்ளது என்றும், இது அங்குத்தர நிகாயாவைச் (*Aṅguttara Nikāya, III; p.247*) சேர்ந்தது என்றும் சொன்னவர் ஹார்டிதான் (E. Hardy, 1901). பௌத்தப் போதனைகள் எல்லாமும் மிகச் சிறப்பாகச் சொல்லப்பட்டிருக்கின்றன என்றபோதும், அவர் இங்கு முன்வைக்கும் கதையாடல்கள்தான், 'இப்படி, உண்மையான தர்மம் காலகாலத்துக்கு நிலைத்துநிற்கும்' என்ற அவரது கணிப்பை உண்மையாக்கும் என்பதாக அசோகர் இங்கு முன்வைக்கிறார்.

33 பாலி எழுத்துகளில் இந்த ஏழு பனுவல்களை அடையாளம் காண்பதற்குப் பல முயற்சிகள் மேற்கொள்ளப்பட்டுள்ளன. பார்க்கவும்: Winternitz (1972: 606–09); Norman (2012a: 141–42); Schmithausen (1992: 113–17). இது குறித்த விவாதத்துக்கு இயல் 6–ஐப் பார்க்கவும்.

1959) இந்த எழுத்துகளை மறுவுருவாக்கம் செய்திருக்கிறார். நான் இந்தப் பதிப்பை எடுத்துக்கொள்கிறேன். இந்த அரசாணை குறித்து இயல் 6-இல் விவாதிக்கப்படுகிறது.

(அலஹாபாத்-கோஸம்பி பதிப்பு)

கடவுள்களின் அன்புக்குரியவன் கட்டளையிடுகிறான்: கோஸம்பியில் உள்ள மஹாமாத்ரர்களுக்கு இவ்வாறு அறிவுறுத்த வேண்டும் —

[சாஞ்சி மற்றும் சார்நாத் பதிப்புகள் இதைச் சேர்த்துக்கொள்கின்றன: 'யாரேனும் சங்கத்தைப் பிளவுபடுத்தினால் அதைப் பொறுத்துக் கொள்ள முடியாது.']

சங்கத்தின் ஒற்றுமை நிலைநிறுத்தப்பட்டிருக்கிறது [சாஞ்சி பதிப்பு இப்படிச் சேர்த்துக்கொள்கிறது: 'என்னுடைய மகன்களும் கொள்ளுப்பேரன்களும் இருக்கும் வரையில், சூரியனும் சந்திரனும் இருக்கும் வரையில்'] சங்கத்தில் எப்படியான பிளவையும் ஏற்றுக்கொள்ள முடியாது. சங்கத்தைப் பிளவுபடுத்துகிறவர்கள் யாராக இருந்தாலும், அது பிக்குவாக அல்லது பிக்குனியாக இருந்தாலும், அந்த நபருக்கு வெள்ளை ஆடை அணிவித்து, மடாலயத்துக்கு வெளியே வாழும்படி செய்ய வேண்டும்.

சார்நாதில் உள்ள பிற்சேர்க்கை:

சார்நாத் அதிகாரிகளுக்கு எழுதிய 'முகப்புக் கடித'மும் பொறிக்கப்பட்டிருப்பதைப் போல் தெரிகிறது. சங்கத்துக்குள் ஒழுக்கத்தை நிலைநிறுத்த அசோகர் தனது அதிகாரிகளிடமிருந்து என்ன எதிர்பார்க்கிறார் என்பதை இது வெளிப்படுத்துகிறது. இந்த மொழியாக்கம் ஹூல்ட்ச் (Hultzsch 1925) பதிப்பை அடிப்படையாகக் கொண்டது.

இந்தக் கட்டளை, இந்த வடிவத்தில் பிக்குகள் சங்கத்துக்கும், பிக்குனிகள் சங்கத்துக்கும் தெரிவிக்கப்பட வேண்டும்.

கடவுள்களின் அன்புக்குரியவன் இவ்வாறு சொல்கிறான் —

இந்த அரசாணையின் நகல் ஒன்று உங்களிடம் இருக்க வேண்டும். இதை அரசுச் செயலகத்தில் ஒப்படைக்க வேண்டும். மற்றொரு நகலை, உபாசகர்களிடம் ஒப்படைக்க வேண்டும். இந்த உபாசகர்கள், இந்தக் கட்டளையின் மீது நம்பிக்கையை உருவாக்கும் விதத்தில் ஒவ்வொரு உபோஸதா நாளன்றும் படிக்க வேண்டும். மேலும், ஒவ்வொரு உபோஸதா நாளன்றும் இந்தக் கட்டளை மீது நம்பிக்கையை வளர்த்தெடுக்கும் விதமாகவும் இதன் மீதான கவனத்தை

வளர்த்தெடுக்கும் விதமாகவும் அந்தந்த மஹாமாத்ரர்கள் தவறாமல் உபோஸதா விழாவுக்குச் சென்றுவர வேண்டும்.

தங்களுடைய அதிகாரத்துக்கு உட்பட்ட பகுதிகளைப் பொறுத்தமட்டில், இந்த வழிகாட்டுதலுக்கு உட்பட்டு அதிகாரிகளை எல்லா இடங்களுக்கும் அனுப்பிவைக்க வேண்டும். இதுபோலவே, இந்த வழிகாட்டுதலுக்கு உட்பட்டு அதிகாரிகளைக் கோட்டையைச் சுற்றியுள்ள பகுதிகளுக்கும் அனுப்பிவைக்க வேண்டும்.

தானம் மற்றும் இதர கல்வெட்டுகள்

ராணி அரசாணை

தேதியற்றது

மூத்த அதிகாரிகளுக்கு அசோகர் எழுதியிருக்கும் இந்தக் கடிதம் பொறிக்கப்படுவதற்கான ஒன்றாக இல்லாமல் இருந்திருக்கலாம். அது எப்படியோ, அதிகாரிகளின் அதீத ஆர்வத்தில் அலகாபாத் தூணில் பொறிக்கப்பட்டிருக்கிறது. இது, அசோகரின் குடும்ப உறுப்பினர்கள் செய்த தானங்களோடு தொடர்புடைய சில வரவுசெலவுக் கணக்கைக் கையாள்கிறது.

கடவுள்களின் அன்புக்குரியவன் வழங்கும் வழிகாட்டுதலின் அடிப்படையில், எல்லா இடங்களிலும் உள்ள மஹாமாத்ரர்களுக்கும் இவ்வாறு அறிவுறுத்த வேண்டும்:

இரண்டாவது ராணி இங்கு தானமாக எதைக் கொடுத்திருந்தாலும்[34] — மாந்தோப்பு, பூஞ்சோலை, அன்னதானச் சத்திரம் அல்லது வேறு எதுவாக இருந்தாலும் — அவையெல்லாம் ராணியின் கணக்கில் ஏற்றப்பட வேண்டும். நீங்கள் அதை இரண்டாவது ராணி, கலுவகி, அதாவது திவாலாவின் தாயுடைய கணக்கில் ஏற்ற வேண்டும்.

பராபர் குன்று குகைக் கல்வெட்டு I

பொ.ஆ.மு. 256 தேதியிட்டது.

அரசன் பியதஸி, அரியணை ஏறி பன்னிரண்டு வருடங்களுக்குப் பிறகு, இந்த நிகோஹ குகையை ஆஜிவிகர்களுக்கு தானமாக வழங்கினான்.

34 இங்கு 'ஹெடா' என்ற சொல் எதைக் குறிக்கிறது என்று அவ்வளவு தெளிவாக இல்லை. தானங்கள் விநியோகிக்கும் பகுதிகள், ஒருவேளை மஹாமாத்ரர்களின் கட்டுப்பாட்டில் இருப்பதைக் குறிக்கலாம்.

பராபர் குன்று குகைக் கல்வெட்டு II

பொ.ஆ.மு. 256 தேதியிட்டது.

அரசன் பியதஸி, அரியணை ஏறி பன்னிரண்டு வருடங்களுக்குப் பிறகு, இந்த கலதிகக் குகையை ஆஜிவிகர்களுக்கு தானமாக வழங்கினான்.

பராபர் குன்று குகைக் கல்வெட்டு III

பொ.ஆ.மு. 249 தேதியிட்டது.

இந்த மொழியாக்கம் ஹாரி ஃபால்க் (Harry Falk, 2006: 266; 2008) உறுதிசெய்த வாசிப்பை அடிப்படையாகக் கொண்டது.

அரசன் பியதஸி, அரியணை ஏறி பத்தொன்பது வருடங்களுக்குப் பிறகு, ஜலுதாவிக்கு வந்துசென்றான். இந்தச் சமயத்தில், இந்த சுப்ரியேக்ஸ குகையை ஆஜிவிகர்களுக்கு தானமாக வழங்கினான்.

லும்பினி தூண் கல்வெட்டு

பொ.ஆ.மு. 248 தேதியிட்டது.

கடவுள்களின் அன்புக்குரியவன், அரசன் பியதஸி, அரியணை ஏறி இருபது வருடங்களுக்குப் பிறகு, இங்கு நேரடியாக வந்து தனது மரியாதையைத் தெரிவித்துக்கொண்டான்.

'இங்குதான் சாக்கிய முனி, புத்தர் பிறந்தார்' — இப்படிச் சொல்லி, ஒரு கல்தூணை நிறுவி, கல்வேலியையும் எழுப்பினான்.

'இங்குதான் பெருமான் பிறந்தார்'[35] — இப்படிச் சொல்லி, லும்பினியை வரிவிலக்கு கிராமமாக அறிவித்து, எட்டில் ஒரு பங்கை[36] எடுத்துக்கொள்ளலாம் என்றும் அறிவித்தான்.

நிகலி-சாகர் தூண் கல்வெட்டு

பொ.ஆ.மு. 248 தேதி கொண்டதாக இருக்கலாம்.

---

35 புத்தரது வாழ்க்கையில் நான்கு முக்கிய நிகழ்வுகளோடு தொடர்புடைய இடங்களுக்கு யாத்திரிகர்கள் வருவார்கள் என்று எதிர்பார்த்துச் சொல்லப்பட்ட புத்தரது சொந்த வார்த்தைகளாக இருக்கின்றன: பிறப்பு (லும்பினி), அறிவொளி பெறுதல் (புத்த கயா), முதல் போதனையை வழங்குதல் (சார்நாத்), இறப்பு (குஷிநாரா). பார்க்கவும்: மஹாபரிநிர்வாணசூத்திரா (*Mahāparinirvāṇasūtra*), Waldschmidt 1951, p. 388 (§41.7–8). அசோகரது கூற்றில் பௌத்த யாத்திரைப் பழக்கங்கள் அடிநாதமாக இருப்பது குறித்த விவாதத்துக்குப் பார்க்கவும்: Schopen 1987 (in 1997, pp. 115–18).

36 'எட்டில் ஒரு பங்கு' என்பது லும்பினியில் உள்ள ஸ்தூபிக்கு அடியில் புதைக்கப்பட்டிருக்கும் புத்தரது நினைவுப் பொருள்களின் பகுதியாக இருக்கலாம் என்று ஃபால்க் (Falk 2012) வாதிடுகிறார்.

கடவுள்களின் அன்புக்குரியவன், அரசன் பியதஸி, அரியணை ஏறி பதினான்கு வருடங்களுக்குப் பிறகு, புத்தர் கோணாகமனா நினைவாக இருந்த ஸ்தூபியை இரண்டு மடங்கு பெரிதாக்கினான். மேலும், அரியணை ஏறி (இருபது வருடங்களுக்குப் பிறகு)[37] நேரடியாக இங்கு வந்து தனது மரியாதையைத் தெரிவித்துக்கொண்டான். கல்தூண் ஒன்றையும்[38] நிறுவினான்.

பங்குரரியா கல்வெட்டு

தேதியற்றது.

இந்த மொழியாக்கம் ஹாரி ஃபால்க் (Harry Falk 1997) உறுதிப்படுத்திய வாசிப்பை அடிப்படையாகக் கொண்டது.

பியதஸி என்ற பெயர் கொண்ட அரசன் ஒருவன், இளவரசனாக இருந்தபோது, தனது மனைவியோடு வாழ்ந்துகொண்டிருந்தபோது, உல்லாசப் பயணம் மேற்கொண்டபோது, இவ்விடத்துக்கு வந்திருக்கிறான்.

அராமெய, கிரேக்க அரசாணைகள்

கந்தஹார் I: இரு மொழியில்

தேதியற்றது

அராமெயம்

கோமான் பியதஸி, அவனுக்குப் பத்து வருடங்கள் கடந்த பின்,[39] உண்மையைப் [= தர்மம்] பயின்றான். அதிலிருந்து, மக்களுடைய நோய்களையெல்லாம் குறைத்தான், விரோதப் போக்கையெல்லாம் தகர்த்தெறிந்தான். மொத்த நிலத்திலும் மகிழ்ச்சி மேலோங்கியது. இதோடு சேர்ந்து, நம் கோமான், அதாவது அரசனின் உணவைப் பொறுத்தமட்டில், மிகக் குறைவாகவே கொல்லப்பட்டன. இதைப் பார்த்த எல்லா மக்களும் (கொல்வதிலிருந்து) தங்களைக் கட்டுப்படுத்திக்கொண்டார்கள். மீன் பிடிப்பவர்களைப் பொறுத்தமட்டில், அவர்கள் அதைத் தீர்மானமாகக் கைவிட்டார்கள். இதுபோலவே, கண்ணி வைப்பவர்கள் கண்ணி

37 இங்கு வருடங்களைக் குறிக்கும் சொற்கள் மூலத்தில் இல்லாமல் இருக்கின்றன. இது லும்பினியில் உள்ள கல்வெட்டின் அடிப்படையில் மறுவுருவாக்கம் செய்யப்பட்டுள்ளது.

38 இவ்விடத்தில் இடைவெளி காணப்படுகிறது. இச்சொற்கள் மறுவுருவாக்கம் செய்யப்பட்டவை.

39 அஸ்டினில் இருக்கும் டெக்சாஸ் பல்கலைக்கழகத்தின் மத்திய கிழக்கு ஆய்வுகள் துறையில் இருக்கும் அராமெய மொழி வல்லுநரான என்னுடைய சக பேராசிரியர் நா'மா பட்-எல் இந்த மொழியாக்கத்துக்கு உதவியிருக்கிறார். முந்தைய மொழியாக்கங்களும் எனக்கு உதவியாக இருந்தன. பார்க்க: Itō (1977: 156–61); Garbini, in Carratelli and Garbini (1964: 41–62).

வைப்பதிலிருந்து தங்களைக் கட்டுப்படுத்திக்கொண்டார்கள். அவர்களுக்கு விதிக்கப்பட்டிருப்பதைப் போல், தாய் தந்தைக்கு, பெரியவர்களுக்கு, கீழ்ப்படிந்து நடந்துகொண்டார்கள். மக்களை எடைபோடாமல் இருந்தார்கள். இது எல்லா மக்களுக்கும் நன்மைபயப்பதாக இருக்கிறது; தொடர்ந்து நன்மைபயப்பதாகவும் இருக்கும்.

கிரேக்கம்

பத்து வருடங்கள் முடிந்த பிறகு[40] அரசன் பியோதஸஸ் (= பியதஸி) ஆண்களிடம் பக்தியை (= தர்மம்) வெளிப்படுத்தினான். அச்சமயத்திலிருந்து, ஆண்களை மேலும் பக்தியுள்ளவர்களாக்கினான்; உலகம் முழுவதும் சகலமும் தழைத்தோங்கின. மேலும், உயிரினங்களிடமிருந்து (கொல்வதிலிருந்து) அரசன் விலகியிருக்கிறான். மற்ற ஆண்களும், அரசனின் வேட்டைக்காரர்களும் மீனவர்களும்கூட வேட்டையாடுவதிலிருந்து விலகியிருக்கிறார்கள். சுய-கட்டுப்பாடு இல்லாதவர்களும்கூட, அவர்களால் முடிந்த மட்டும் சுய-கட்டுப்பாட்டை வளர்த்துக்கொள்கிறார்கள். மேலும், கடந்த காலத்தில் இருந்ததுபோல் இல்லாமல் தங்களுடைய தாய்-தந்தைக்கு, பெரியவர்களுக்கு, கீழ்ப்படிந்து நடந்துகொள்பவர்களாக மாறினார்கள். வருங்காலத்திலும், எல்லா சமயங்களிலும், இவ்வாறு செயல்படுவதன் மூலம், அவர்கள் இன்னும் சிறப்பாகவும் மகிழ்ச்சியாகவும் வாழ்வார்கள்.

கந்தஹார் II

தேதியற்றது

கிரேக்கம்

கிரேக்க மொழியாக்கத்தின் முதல் பாதி பாறை அரசாணை XII-இல் உள்ளதை அடிப்படையாகக் கொண்டது.

...பக்தி [= தர்மம்][41] மற்றும் சுய-கட்டுப்பாடு எல்லாப் பள்ளிகளிலும் [= பாஸந்தா] காணப்படுகின்றன. சுய-கட்டுப்பாடு என்பது அடிப்படையில் ஒருவர் தனது நாவைக் கட்டுப்படுத்துவதாகிறது.

---

40 இது, என்னுடைய சக பேராசிரியர் மைக்கேல் காகாரின் செய்துகொடுத்த மொழியாக்கத்தை அடிப்படையாகக் கொண்டது. தொடக்க காலக் கிரேக்கக் கல்வெட்டு நிபுணரான இவர் அஸ்டினில் உள்ள டெக்டாஸ் பல்கலைக்கழகத்தில் செவ்வியல் துறையில் இருக்கிறார். நான் இவர்களது மொழியாக்கங்களிலிருந்தும் பெற்றுக்கொண்டேன்: Carratelli and Garbini (1964: 32). மேலும் பார்க்கவும்: Maniscalco (2018: 252–53); Scerrato (1958)

41 மைக்கேல் காகாரின் செய்துகொடுத்த மொழியாக்கத்தை அடிப்படையாகக் கொண்டது. மேலும் பார்க்கவும்: Schlumberger and Benveniste (1965) and Maniscalco (2018: 256–57).

அவர்கள் தங்களையே புகழ்ந்துகொள்ளவும் கூடாது, எதற்காகவும் பிற பள்ளிகளை விமர்சிக்கவும் கூடாது. ஏனெனில், அது அர்த்தமற்றது. பிற பள்ளிகளை எவ்விதத்திலும் விமர்சிக்காமல் அவர்களைப் புகழ்வது மேலானது. இப்படியாக நடந்துகொண்டால், தங்களது நற்பெயரை மேம்படுத்திக்கொள்வார்கள்; மற்றவர்களை வென்றெடுப்பார்கள். இப்படிச் செய்யத் தவறினால், அவர்களது நற்பெயர் கெட்டுப்போகும்; மற்றவர்களால் வெறுக்கப்படுவார்கள். தங்களைத் தாங்களே புகழ்ந்துகொண்டு மற்றவர்களை விமர்சிப்பவர்கள் தங்களது சுய-மோகத்துக்கு மட்டுமே தீனிபோடுகிறார்கள். மற்றவர்களைவிட மேலாகத் தங்களைக் காட்டிக்கொள்ள விரும்பி, தங்களுக்குத் தாங்களே அதிக அளவில் தீங்கிழைத்துக்கொள்கிறார்கள். ஒருவரை ஒருவர் மதிப்பதும் ஒருவரிடமிருந்து ஒருவர் கற்றுக்கொள்வதுமே முறையானதாக இருக்கும். இவ்வாறு செய்வதன் ஊடாக அவர்கள் மேலும் கற்றுக்கொள்கிறார்கள். ஒவ்வொருவரும் தான் அறிந்திருப்பதை மற்றவர்களோடு பகிர்ந்து கொள்கிறார்கள். இப்படியாக நடந்துகொள்கிறவர்களிடம், நாம் இதைச் சொல்ல அச்சப்பட வேண்டியதில்லை. இதனால் அவர்கள் பக்தியை [= தர்மம்] தொடர்ந்து காப்பாற்றினார்கள்.

கிரேக்க மொழியாக்கத்தின் இரண்டாவது பாதி, பாறை அரசாணை XIII-இல் உள்ளதை அடிப்படையாகக் கொண்டது.

தனது ஆட்சியின் எட்டாவது வருடத்தில் பியோதஸஸ் கலிங்கத்தை வென்றான். 1,50,000 மக்கள் கைதுசெய்யப்பட்டு நாடுகடத்தப்பட்டார்கள். 1,00,000 மக்கள் கொல்லப்பட்டார்கள். ஏறக்குறைய இதே அளவுக்குப் பலர் இறந்துபோனார்கள். அப்போதிலிருந்து, கருணையும் இரக்கமும் அவனை ஆட்கொண்டன; அவன் மீது பெரும் பாரமாக இறங்கின. உயிரினங்களிடமிருந்து (கொல்வதிலிருந்து) விலகியிருக்க வேண்டும் என்று எப்படி ஆணையிட்டானோ அதுபோலவே, பக்தியை [= தர்மம்] நிறுவி முறைப்படுத்தினான். மேலும், அரசனுக்குப் பெரும் துயரத்தைக் கொடுப்பது இதுதான்: அங்கு வாழ்பவர்கள் எல்லோரும், பார்ப்பனர்கள் அல்லது சிரமணர்கள் அல்லது பக்தியைப் பழகும் மற்ற எல்லோரும் — அரசனின் அக்கறைகளைக் கணக்கில் எடுத்துக்கொண்டு, தங்களுடைய ஆசிரியரையும் தாய் தந்தையையும் மதித்து மரியாதை கொடுத்து, நண்பர்களையும் சகாக்களையும் ஏமாற்றாமல் நேசித்து, அடிமைகளையும் வேலையாட்களையும் இயன்ற அளவுக்கு மென்மையாக நடத்தி அங்கு வாழ வேண்டியவர்கள் எல்லோரும் — இவர்களில், இதுபோல் நடந்துகொள்கிறவர்களில் ஒரே ஒருவர் இறந்துபோனாலோ அல்லது நாடுகடத்தப்பட்டாலோ, மற்றவர்களும் இதன் பாதிப்பை உணர வேண்டியிருக்கிறது. இதையெல்லாம் பார்த்து

அரசன் மிகவும் வேதனையடைகிறான். மேலும் மற்றவர்களுக்கு மத்தியில், அங்கு...

கந்தஹார் III

தேதியற்றது

அராமெய ஒலிபெயர்ப்பில் அராமெய மொழியாக்கத்தோடு பிராகிருதத்தில். *இந்தக் கல்வெட்டின் சிறு பகுதி மட்டுமே நிலைத்திருக்கிறது. கிக்யோ ஐடோ (Gikyo Ito 1969) மொழியாக்கத்திலிருந்து இங்கே கொடுக்கப்படுகிறது.*

எவையெல்லாம் நல்லவையோ அவையெல்லாம், உள்ளபடியாக, என்னால் செய்யப்பட்டிருக்கின்றன. இதை மொத்த உலகமும் ஏற்றுக்கொள்கிறது. இதனால், அவர்கள் மேலும் உயர்த்தப் பட்டிருக்கிறார்கள் (அல்லது அதிகமாகியிருக்கிறார்கள்)... தன்னுடைய சொந்தத் தாய்க்கு, தன்னுடைய சொந்தத் தந்தைக்குக் கீழ்ப்படிந்து நடந்துகொள்கிறார்கள், ஆசிரியர்களுக்குக் கீழ்ப்படிந்து நடந்துகொள்கிறார்கள், பார்ப்பனர்களிடமும் சிரமணர்களிடமும் மரியாதையாக நடந்துகொள்கிறார்கள், பெரியவர்களுக்குக் கட்டுப்பட்டு நடந்துகொள்கிறார்கள், சாதாரணமானவர்களையும் அடிமைகளையும் மரியாதையோடு நடத்துகிறார்கள்.

□

டாக்ஸீலாவில் உள்ள அசோகரது அராமெயக் கல்வெட்டை இங்கு நான் கொடுக்கவில்லை. இந்தக் கல்வெட்டின் நம்பகத்தன்மை விவாதத்துக்குரியதாக இருக்கிறது. ஃபால்க் (Falk 2006: 252) இவ்வாறு முன்வைக்கிறார்: 'இந்த எழுத்துகள் அசோகரது கட்டளையின் பேரில் உருவாக்கப்பட்டிருக்கிறது என்பதற்கு எந்தத் துப்பும் கிடைக்கவில்லை. அவரது பெயரைக் கொண்டிருக்கிறது என்று மட்டுமே நம்மால் உறுதியாகச் சொல்ல முடியும்.'

தூண் அரசாணை வரிசை

பாறை அரசாணை வரிசைபோலவே, முதல் ஆறு தூண் அரசாணைகளும் ஒரு தொகுப்பாகின்றன. இவை ஆறு இடங்களில் கண்டெடுக்கப்பட்டுள்ளன: அலஹாபாத், அரராஜ், மீரத், நந்தன்கர்ஹ், ராம்பூர்வா, டில்லி-டோப்ரா. ஏழாவது அரசாணை டில்லி-டோப்ரா தூணில் சேர்க்கப்பட்டுள்ளது. மொழியாக்கங்கள் ஹால்ட்ச் (Hultzsch 1925) தொகுப்பை அடிப்படையாகக் கொண்டவை.

தூண் அரசாணை I

பொ.ஆ.மு. 242 தேதியிட்டது.

தூண் அரசாணை வரிசையில் முதலில் இருக்கும் இது, மக்கள் எவ்வாறு தர்மத்தைப் பயில முடியும் என்பதைப் பிரதான உள்ளடக்கமாகக் கொண்டிருக்கிறது. இதற்கு முதலில், அதிக அளவிலான தனிப்பட்ட உழைப்பும் தீவிர முயற்சியும் தேவைப்படுகின்றன (சிறு பாறை அரசாணை I, பாறை அரசாணை X-இல் 'அரும்பாடுபட்டு' என்று இருப்பதைப் பார்க்கவும்). இதைச் செய்வது அவ்வளவு சுலபமில்லை. இரண்டாவதாக, அசோகரது தனிப்பட்ட அறிவுரைகள் என்ற வடிவத்தில் அரசாங்க உதவிகள் தேவைப்படுகின்றன. மேலும், தர்ம-மஹாமாத்ரர்களும், பிற தனிப்பட்ட தூதுவர்களும், எல்லையோரப் பகுதிகளில் செய்யும் காரியங்களில் — குறைந்தபட்சம், அசோகரது அரசுக்குள் முழுமையாக ஒன்றிணையாத மக்கள் விஷயத்திலாவது — எடுத்துக்காட்டாக இருக்க வேண்டியுள்ளது. இந்த அரசாணை குறித்து இயல்கள் 2 மற்றும் 10-இல் விவாதிக்கப்படுகிறது.

கடவுள்களின் அன்புக்குரியவன், அரசன் பியதஸி இவ்வாறு பிரகடனப்படுத்துகிறான்:

அரியணை ஏறி இருபத்தாறு ஆண்டுகள் கழித்து, பொறிக்கப்படுவதற்காக தர்மம் குறித்த இவ்வெழுத்துகள் எழுதப்படுகின்றன.[42]

தர்மத்தின் மீது பெருமளவு காதல் கொள்ளாமல், பெருமளவு கவனம் கொள்ளாமல், பெருமளவு கீழ்ப்படியாமல், பெருமளவு அச்சம் கொள்ளாமல், பெருமளவு வருத்திக்கொள்ளாமல் இவ்வுலகத்தோடும் அடுத்ததோடும் தொடர்புடையவற்றைப் பெற்றுக்கொள்வது என்பது மிகக் கடினம். ஆனால், உண்மையிலேயே, என்னுடைய அறிவுரைகளின் ஊடாக தர்மத்தின் மீதான அக்கறையும், தர்மத்தின் மீதான காதலும் ஒவ்வொரு நாளும் பெருகிக்கொண்டே இருக்கின்றன; தொடர்ந்து பெருகிக்கொண்டே இருக்கும். என்னுடைய தனிப்பட்ட தூதுவர்கள்கூட — மிக உயர்ந்த பதவியில் இருப்பவர்கள், மிகக் கீழாக இருப்பவர்கள், இடைப்பட்ட நிலையில் இருப்பவர்கள் — இதற்கு உட்பட்டு நடந்துகொள்கிறார்கள்; பெற்றுக்கொள்கிறார்கள்; ஊசலாட்டத்தில் இருப்பவர்களை உற்சாகப்படுத்துகிறார்கள். இதுபோலவே, எல்லையோரங்களில் இருக்கும் மஹாமாத்ரர்களும். ஏனெனில், இதுதான் வழிகாட்டுதலாக இருக்கிறது — தர்மத்துக்கு

---

42 இந்தத் தூண் அரசாணையில் உள்ள தொடக்க வரி, பாறை அரசாணை I-இல் உள்ள தொடக்க வரிக்கு இணையாக இருக்கிறது.

உட்பட்டுப் பாதுகாப்பது, தர்மத்துக்கு உட்பட்டு ஆட்சிசெய்வது, தர்மத்துக்கு உட்பட்டு நல்வாழ்க்கை வழங்குவது, தர்மத்துக்கு உட்பட்டுத் தற்காத்துக்கொள்வது.

தூண் அரசாணை II

பொ.ஆ.மு. 242 தேதியிட்டது.

இந்த அரசாணை மிகத் தெளிவாக இரண்டு பகுதிகளைக் கொண்டிருக்கிறது. முதலாவது பகுதி தர்மம் குறித்த முந்தைய அரசாணையின் தொடர்ச்சியாக இருக்கிறது. இங்கு, அசோகர், பல அர்த்தங்களைக் கொண்டிருக்கும் 'ஸாது' என்ற சொல்லைப் பயன்படுத்தி — பாறை அரசாணை III-இலும் தர்மம் குறித்துப் பேசும் பகுதிகளில் இச்சொல் பயன்படுத்தப்படுகிறது — இவ்வாறு சொல்கிறார்: 'தர்மம் அருமையானது!' பாறை அரசாணை III-இல் உள்ளதற்கு மாறாக, தர்மத்தின் செயல்கள் இங்கு அரூப நற்பண்புகளாகக் கொடுக்கப்படுகின்றன.

அரசாணையின் இரண்டாவது பகுதி, அசோகரது நற்செயல்களின் பக்கம் திரும்புகிறது. அவர் தனக்குப் பார்வைக் கொடையாகக் கொடுக்கப்பட்டிருப்பது குறித்துப் பேசுகிறார். 'பார்வை' (அல்லது 'கண்') என்பதன் பொருள் விவாதத்துக்குரியதாக இருக்கிறது. ஆனாலும், இது தூண் அரசாணை III-க்கான முகப்புரையாக இருக்க வேண்டும் என்று நினைக்கிறேன். ஏனெனில், தூண் அரசாணை III-இல் 'பார்த்தல்' என்ற வினைச்சொல் நான்கு முறை பயன்படுத்தப்படுகிறது. தர்மம் கொடுக்கும் பார்வையையே அசோகர் கொடையாகப் பெற்றிருக்கிறார். பார்வையை இவ்வாறு நீட்டித்து அர்த்தப்படுத்துவது பௌத்தப் பனுவல்களில் பரவலாகக் காணக்கூடிய ஒன்றுதான். அறிவொளியின் ஊடாக புத்தர், மிகச் சரியான பார்வை பெற்றதோடு, உண்மை குறித்து ஆழ்ந்த தரிசனத்தையும் பெறுகிறார். 'வாழ்க்கையின் கொடை' என்பது ஒருவேளை, தூண் அரசாணை V-இல் விலங்குகள் கொல்லப்படுவதைத் தடைசெய்யும் கட்டளையைக் குறிக்கலாம். இந்த அரசாணை குறித்து இயல்கள் 3 மற்றும் 9-இல் விவாதிக்கப்படுகிறது.

கடவுள்களின் அன்புக்குரியவன், அரசன் பியதஸி இவ்வாறு பிரகடனப்படுத்துகிறான்:

தர்மம் அருமை! ஆனால், தர்மத்தின் எல்லை என்ன? குறைவான தீயசெயல்கள், நிறைய நற்செயல்கள், இரக்கம், தானம், உண்மை, தூய்மை.

எனக்குப் பார்வை பன்மடங்கு கொடையாகக் கொடுக்கப்பட்டிருக்கிறது. இருகால் பிராணிகளுக்கும் நான்குகால் பிராணிகளுக்கும் பறவைகளுக்கும் நீர்வாழ் விலங்களுக்கும் நான் பலவிதமான நன்மைகள் செய்திருக்கிறேன். ஏன், வாழ்க்கையின் கொடையையும்கூட அளித்திருக்கிறேன். மேலும், நான் பலவிதமான நற்காரியங்களும் செய்திருக்கிறேன்.

இக்காரணங்களுக்காக தர்மம் குறித்த இந்த எழுத்து இங்கே பொறிக்கப்படுகிறது — தர்மத்துக்கு உட்பட்டு மக்கள் வாழ்வார்கள். மேலும், தர்மம் காலகாலத்துக்கும் நிலைத்திருக்கும். இதற்கு எவரெல்லாம் முழுமையாக உட்படுகிறார்களோ அவர்கள் செய்வதையெல்லாம் சிறப்பாகச் செய்தவராகிறார்கள்.

தூண் அரசாணை III

பொ.ஆ.மு. 242 தேதியிட்டது.

தூண் அரசாணை வரிசையின் முதல் பாதியை இந்த அரசாணை முடித்துவைக்கிறது. முந்தைய அரசாணையில் அசோகர் அறிமுகப்படுத்தும் பார்த்தல், பார்வை என்ற உள்ளடக்கத்தை இதன் முதல் பாதி எடுத்துக்கொள்கிறது. அவர் முன்வைக்கும் பார்வை என்பது சாதாரணப் பார்வை இல்லையென்றும், அது ஒருவருக்குள்ளாக நல்லதை, கெட்டதைப் பார்க்கும் ஆற்றலைக் குறிக்கிறது என்றும் நம்மால் இப்போது புரிந்துகொள்ள முடிகிறது. இரண்டாவது பகுதி, ஒரு மனிதருக்கு இந்த உலகத்திலும் அடுத்ததிலும் நன்மை தரக்கூடியதாக இருப்பது — அதாவது, தர்மத்தைப் பயில்வதே என்று தூண் அரசாணை I-இன் முதல் வாக்கியத்தில் சொல்லப்பட்டிருப்பதிலிருந்து எடுத்துக்கொள்கிறது. இந்த அரசாணை குறித்து இயல் 10-இல் விவாதிக்கப்படுகிறது.

கடவுள்களின் அன்புக்குரியவன், அரசன் பியதஸி இவ்வாறு பிரகடனப்படுத்துகிறான்:

இவ்வாறு சிந்தித்து, ஒருவர் நல்லதை மட்டுமே பார்க்கிறார்: 'நான் இந்த நற்செயலைச் செய்திருக்கிறேன்'. இவ்வாறு சிந்தித்து ஒருவர் தீங்கைப் பார்க்காமலும் இருக்கிறார்: 'நான் இந்தத் தீங்கைச் செய்திருக்கிறேன்', 'உண்மையிலேயே இதுதான், தார்மிகமற்ற செயல் என்று அழைக்கப்படுகிறது.' ஆனால், இதை அடையாளம் காண்பது மிகக் கடினம். இருந்தாலும், ஒருவர் தெளிவாக, இப்படியாகத்தான் பார்க்க வேண்டும்: 'இவையெல்லாம்தான் தார்மிகமற்ற செயல்களுக்குக் கொண்டுவிடுகின்றன. அதாவது வெறி, கொடூரம், கோபம்,

தற்பெருமை, பொறாமை. இவற்றின் காரணமாக என்னுடைய வீழ்ச்சியை நான் கொண்டுவர மாட்டேன்.'

இப்படியாகத்தான், சந்தேகத்துக்கு இடமில்லாமல், ஒருவர் பார்க்க வேண்டும்: 'இது இந்த உலகத்தில் என்னுடைய நன்மைக்கானது. அதேசமயத்தில், அடுத்த உலகத்திலும் என்னுடைய நன்மைக்கானது.'

தூண் அரசாணை IV

பொ.ஆ.மு. 242 தேதியிட்டது.

இந்த அரசாணை, ராஜுகர்கள் என்றழைக்கப்படும் இடைநிலை அரசதிகாரிகளுக்காக — இவர்கள் நகரங்களுக்கு வெளியே, கிராமங்களில் பணியில் ஈடுபட்டவர்களாக இருக்கலாம் — முழுக்க ஒதுக்கப்பட்டு இருக்கிறது. இந்த எழுத்துகள் முழுக்க அவற்றின் ஊடாக ஓர் உட்பிரதியைக் கொண்டிருப்பதைப் போலவும் தெரிகிறது. சில அதிகாரிகள் அரசருடைய விருப்பங்களையும் கட்டளைகளையும் முழுக்கப் பின்பற்றாமல் இருந்திருக்கலாம். தன்னுடைய கட்டளைகள் பின்பற்றப்படுகின்றன என்று உறுதிப்படுத்திக்கொள்ள 'தனிப்பட்ட தூதுவர்களை' — நேரடியான அர்த்தத்தில் 'என்னுடைய ஆட்களை' — அசோகர் அனுப்பிவைக்கிறார். எவ்விதப் பாரபட்சமுமின்றி நீதி வழங்கப்பட வேண்டும் என்பதன் மீது — இந்த உள்ளடக்கத்தை தனித்த அரசாணைகளிலும் அவர் துருவியகழ்கிறார் — அசோகர் பெரும் அக்கறைகாட்டுகிறார். மக்களைத் தன்னுடைய குழந்தைகள் என்றும், ஒரு தந்தை தன்னுடைய குழந்தைகளை அனுபவமிக்க செவிலியரிடம் ஒப்படைப்பதைப் போல், ராஜுகர்களிடம் ஒப்படைத்திருப்பதாகச் சொல்லி மக்கள் மீது தான் கொண்டிருக்கும் தனிப்பட்ட அக்கறையை அசோகர் வெளிப்படுத்துகிறார். இந்த அரசாணை குறித்து இயல்கள் 2, 3, 9 மற்றும் 10-இல் விவாதிக்கப்படுகிறது.

கடவுள்களின் அன்புக்குரியவன், அரசன் பியதஸி இவ்வாறு பிரகடனப்படுத்துகிறான்:

நான் அரியணை ஏறி இருபத்தாறு ஆண்டுகள் கழித்து, பொறிக்கப் படுவதற்காக தர்மம் குறித்த இவ்வெழுத்துகள் எழுதப்படுகின்றன.

மக்கள் மத்தியில் இருக்கும் என்னுடைய அதிகாரிகளான ராஜுகர்கள்,[43] பல நூறாயிரம் உயிரினங்களைப் பார்த்துக்கொள்கிறார்கள். வெகுமதிகள்

---

43 இந்த அதிகாரிகளின் அடையாளத்துக்கு 'சொல்விளக்கம்' பகுதியைப் பார்க்கவும்.

அளிக்கவும், தண்டனைகள் கொடுக்கவும் நகரங்களிலிருந்து விலகியிருக்கும் மக்களின் நல்வாழ்வை உத்தரவாதப்படுத்தவும், அவர்கள் நலன்கள் மீது அக்கறைகொள்ளவும், ராஜுகா அதிகாரிகள் தன்னம்பிக்கையோடும் அச்சமேதுமில்லாமலும் தங்களுடைய பொறுப்புகளைச் செயல்படுத்தும் விதத்திலும், நான் அவர்களுக்கு சுதந்திரமான அதிகாரத்தைக் கொடுத்திருக்கிறேன். எப்படி நல்வாழ்வைக் கொடுப்பதென்றும், எப்படி வலியைக் கொடுப்பதென்றும் இவர்கள் அறிந்திருக்கிறார்கள். மேலும், அவர்கள் தர்ம-பக்தர்கள் ஊடாக, கிராமத்து மக்கள், இந்த உலகத்திலும் அடுத்ததிலும் நன்மைகள் பெற அவர்களுக்கு அறிவுறுத்துவார்கள்.

ராஜுகா அதிகாரிகள் எனக்கும் கட்டுப்பட்டவர்களாக இருக்க வேண்டும். என்னுடைய விருப்பங்களை அறிந்திருக்கும் என் தனிப்பட்ட தூதுவர்களுக்கும் கட்டுப்பட்டவர்களாக இருக்க வேண்டும். ராஜுகா அதிகாரிகள் என்னைத் திருப்திப்படுத்தும் விதத்தில் இந்தத் தூதுவர்கள் அவர்களுக்கு அறிவுறுத்துவார்கள்.

ஒருவர் தன்னுடைய குழந்தையை அனுபவமிக்க செவிலியரிடம், ‘இவர் அனுபவமிக்க செவிலியர். என்னுடைய குழந்தையை நன்றாகப் பார்த்துக்கொள்வார்’ என்ற நம்பிக்கையோடு ஒப்படைப்பதைப் போல், கிராமங்களில் இருக்கும் மக்களுடைய நல்வாழ்க்கைக்கும் நலன்களுக்கும் நான் ராஜுகா அதிகாரிகளை நியமித்திருக்கிறேன்.

ராஜுகா அதிகாரிகள், அச்சமேதுமில்லாமலும் தன்னம்பிக்கையோடும் அவர்களுடைய கடமைகளைத் தயக்கமில்லாமலும் செய்ய வேண்டும் — இக்காரணத்துக்காகத்தான், வெகுமதிகள் அளிக்கவும் தண்டனைகள் கொடுக்கவும் அவர்களுக்கு எல்லா உரிமைகளும் கொடுத்திருக்கிறேன். ஏனெனில், இதுதான் வேண்டப்படுகிறது: நீதி வழங்குவதில் பாரபட்சமற்ற தன்மை இருக்க வேண்டும்; தண்டனைகள் கொடுப்பதில் பாரபட்சமற்ற தன்மை இருக்க வேண்டும்.

ஆனாலும், என்னுடைய நடைமுறைகள் இதுவரை நீண்டிருக்கின்றன: சிறையில் அடைக்கப்பட்டவர்களுக்கும், தண்டனை வழங்கப் பட்டவர்களுக்கும், மரணதண்டனை விதிக்கப்பட்டவர்களுக்கும்[44] மூன்று நாள்களுக்கு இந்தத் தண்டனையை நிறுத்திவைக்கும் உரிமை

44 *‘வதா’ என்ற சொல்லை நார்மன் (Norman, 1975b) மரணதண்டனைக்குப் பதிலாகக் கடுங்காவல் தண்டனை என்பதாக அர்த்தப்படுத்துகிறார். இந்தியச் சட்ட இலக்கியங்களில் இந்தச் சொல்லின் அர்த்தம் இப்படியாகக் காணப்படுகிறது என்றாலும்கூட, இங்கு நார்மன் முன்வைப்பது சரியில்லை என்றே நினைக்கிறேன். இந்தப் பத்தி, நார்மன் சொல்வதுபோல், ‘சிறைக்குப் பிந்தைய–அக்கறை’ என்பதாக இருக்குமென்றால், அசோகர் அதை நேரடியாகவே சொல்லியிருக்கக்கூடும்.*

கொடுக்கப்படுகிறது. இவர்களுடைய உறவினர்கள், இவர்களுடைய வாழ்க்கைக்கு எது பாதுகாப்பு கொடுக்கும் என்பது குறித்து இவர்களைச் சிந்திக்கவைப்பார்கள். இவர்களுடைய வாழ்க்கை மரணத்தில் முடியப்போவது குறித்து இவர்கள் சிந்திக்க வேண்டியிருப்பதால், இந்த உலகத்துக்கு அப்பாலானதை அடைவதற்கு இவர்கள் தானங்கள் கொடுப்பார்கள் அல்லது உண்ணாவிரதம் இருப்பார்கள்.

இதுதான் என்னுடைய விருப்பம். இவர்களது காலம் முடிந்த பின், இவர்கள் இந்த உலகத்துக்கு அப்பாலானதைக் கைக்கொள்ள வேண்டும். தர்மத்தைப் பல மடங்கு பழகுவதும் சுய-கட்டுப்பாடும் தானங்கள் கொடுப்பதும் மக்களிடையே பலவாறு அதிகரிக்க வேண்டும்.

தூண் அரசாணை V

பொ.ஆ.மு. 242 தேதியிட்டது.

இந்த அரசாணை, தூண் அரசாணை II-இல், 'வாழ்க்கையைக் கொடையாகக் கொடுப்பது உள்பட' பல நன்மைகளை விலங்குகளுக்கும் பறவைகளுக்கும் செய்தது குறித்து அவர் எழுதியிருப்பதை விரிவுபடுத்துகிறது. இதில் பட்டியலிடப்பட்டிருக்கும் விலங்கினப் பெயர்களை அடையாளம் காண்பது கடினமாக இருக்கிறது. [இந்தப் பெயர்களின் தமிழாக்கமும் தோராயமாகவே கொடுக்கப்பட்டிருக்கிறது. தமிழாக்கம் செய்ய முடியாத பெயர்களுக்கு ஆங்கில உச்சரிப்பு கொடுக்கப்பட்டுள்ளது — மொ.ர்.] இந்த அரசாணை குறித்து இயல்கள் 2 மற்றும் 9-களில் விவாதிக்கப்படுகிறது.

கடவுள்களின் அன்புக்குரியவன், அரசன் பியதஸி இவ்வாறு பிரகடனப்படுத்துகிறான்:

அரியணை ஏறி இருபத்தாறு ஆண்டுகளுக்குப் பிறகு, சிறப்பு உயிரிகள் எதுவும் கொல்லப்படக் கூடாது என்று அறிவித்திருக்கிறேன் — கிளி, மைனா, சீழ்க்கைச் சிறவி (*Whistling teals*)[45], தாராக்கோழி (*Sheldrakes*), செந்தாரா (*Ruddy geese*), செவ்வலகு லியோத்ரிக்ஸ் (*Red-billed*

45 இந்தப் பறவைகளை அடையாளம் காண்பதில், தேவ் (Dave, 2005) முன்வைப்பதைப் பின்பற்றியிருக்கிறேன். *For whistling teals (alune), p. 450; for red-billed leiothrix (naṃdīmukhe), p. 32; malkoha (gelāṭe), p. 140; Indian oriole (aṃbākapīlikā), pp. 77–78.* இருந்தும் இப்படி அடையாளம் கண்டிருப்பது தோராயமானது என்று தேவ் ஏற்றுக்கொள்கிறார் (ப. 78). 'அசோகக் கல்வெட்டில் காணப்படும் பறவைகளின் பெயர்கள் குறித்து இன்னும் ஒரு முடிவுக்கு வர முடியவில்லை' என்றும் முன்வைக்கிறார். நான் நார்மன் (Norman, 1967b) ஆக்கத்திலிருந்தும் பயன்பெற்றேன். இப்படி அடையாளம் காண்பது உறுதியானவை அல்ல; தோராயமாகவே இருக்கின்றன.

leiothrix), நீலக்கண்ணி/செவ்வாயன் (*Malkohas*), மாங்குயில் (*Indian oriole*), ஆமை, நன்னீர் ஆமை (*Soft-shell turtle*)[46], நீர்ப் பாம்பு (*Water snake*)[47], கங்கை ஓங்கில் (*Gangetic dolphin*), சம்குஜா மீன் (*Samkuja fish*)[48], அலங்கு (*Pangolin*)[49], பழந்திண்ணி வௌவால் (*Flying fox*)[50], சிமலே (*Simale*)[51], சம்தகா (*Samdaka*)[52], ஒகபிந்தா (*Okapinda*)[53], தவிட்டுப் புறா (*Turtle dove*), வெண்புறா (*White pigeon*), மாடப்புறா (*Village pigeon*) என்று மட்டுமல்லாமல் பயனற்ற அல்லது உணவாக எடுத்துக்கொள்ள முடியாத நான்குகால் பிராணிகளையும் கொல்லக் கூடாது.

சினையாக உள்ள அல்லது தன் குட்டிகளைப் பார்த்துக்கொள்ளும் செவிலி வெள்ளாடுகள் (*Nanny goats*), செம்மறி ஆடுகள் (*Ewes*), பெண் பன்றிகள்

---

46 *Ganges softshell or Indian softs-hell turtle (Aspideretes gangeticus)* என்றும் அழைக்கப்படுகிறது. பார்க்கவும்: *J.C. Daniel, The Book of Indian Reptiles and Amphibians (Mumbai: Bombay Natural History Society and Oxford University Press, 2002), pp. 32-33. For the identification of duḷī and anahikamacche,* பார்க்கவும் *Norman 1967b: 28.*

47 இதன் அடையாளத்துக்குப் பார்க்கவும்: *Norman (1976b: 28).*

48 இவற்றைத் திருக்கை மீன் (*skate fish*) என்றும் ஆவுளியா (*dugong/sea-cows*) என்றும் நார்மன் அடையாளப்படுத்துகிறார். ஆனால், இவ்விரண்டுமே நன்னீரில் வாழ்வன அல்ல. இங்கே கடலோரங்களில் செயல்படும் மீனவர்களைக் குறிக்காமல் மகதத்தில் சாதாரண மக்கள் எதிர்கொள்ளும் மீன் வகையைத்தான் அசோகர் குறிப்பிடுகிறார் என்பது என்னுடைய அனுமானமாக இருக்கிறது.

49 இதன் அடையாளத்துக்குப் பார்க்கவும்: *Norman (1967b: 29)*

50 'பம்னா-சசே' (*paṃna-sase*) என்பதன் அடையாளம் தெளிவாக இல்லை. அணில், பாம்பு போன்றவையாக இருக்கலாம் என்ற யோசனை முன்வைக்கப்படுகிறது (*Norman*).

51 சம்ஸ்கிருத வடிவமான 'சர்மரா' கௌடில்யரின அர்த்தசாஸ்த்ரத்தில் வருகிறது (*2.17.13*). இது வேட்டையாடி விளையாடும் பெரிய வடிவத்திலான மிருகமாக, ஒருகால் மானாக இருக்கலாம். ஏனெனில், மான் தோல் மதிப்புமிக்கது. பொதுவாக, மான் கொல்லப்படுவதை அசோகர் தடைசெய்வதற்கு சாத்தியங்கள் இல்லை. ஏனெனில், பண்டைய இந்தியாவில் பொதுவாக வேட்டையாடுவதற்கான ஒன்றாக மான் இருந்திருக்கிறது. மேலும், பாறை அரசாணை *I*-இல் வேட்டையாடும் மிருகம் ஒன்று தனது சமையலறையில் தினமும் கொல்லப்படுவதாக அசோகர் சொல்கிறார். நார்மன் (*Norman 1967b: 30*) கருநாகம் அல்லது நாகப்பாம்பாக இருக்கலாம் என்று முன்வைக்கிறார்.

52 சடங்குரீதியாகக் காளைகள் விரட்டப்படுவதை அல்லது பல்லியைக் (இந்தியில் உள்ள 'சான்டா' என்பதோடு தொடர்புகொண்டது) குறிக்கலாம் என்று சில சமயங்களில் அடையாளம் காணப்படுகிறது. பார்க்கவும்: *Norman (1967b: 30).*

53 இதன் அர்த்தம் தெளிவாக இல்லை. இதன் சொல்லாய்வியல் அடிப்படையில் ('வீட்டு உணவை உண்ணும்') வீட்டில் இருக்கும் உணவை உண்ணும் விலங்காக, அதாவது பல்லியாக இருக்கலாம். இந்தப் பட்டியலில் உள்ள ஒவ்வொன்றும் தனித்த ஒன்றைக் குறிப்பதால், இது பெயரடையாக இருக்கலாம் என்று நார்மன் (*Norman, 1967b: 31*) முன்வைப்பது ஏற்றுக்கொள்ளக்கூடியதாக இல்லை.

(Sow) ஆகியவற்றைக் கொல்வது தடைசெய்யப்படுகிறது. அதுபோலவே ஆறு மாதம் ஆகாத பெண் பன்றிகளும்கூட. சேவல்களுக்கு விரைநீக்கம் செய்யக் கூடாது. குப்பைகளில் உயிரினங்கள் இருக்கும்பட்சத்தில் குப்பைகளை எரிக்கக் கூடாது. காரணம் ஏதுமில்லாமல் அல்லது கொல்வதற்காகக் காடுகள் எரிக்கப்படக் கூடாது. விலங்களை விலங்குகளுக்கு உணவாக அளிக்கக் கூடாது.

மீன்களைக் கொல்வது தடைசெய்யப்படுகிறது. மேலும், ஒவ்வொரு பருவத்தின் தொடக்கத்தில் வரும் மூன்று பௌர்ணமி நாள்களிலும், டிஷ்ய நட்சத்திர பௌர்ணமி நாளிலும், ஒவ்வொரு இரு வாரங்களின் பதினான்காம் பதினைந்தாம் நாள்களிலும், அடுத்த இரு வாரத்தின் முதல் நாளிலும், ஒவ்வொரு உபோஸதா நாளிலும், மீன்களைக் கொல்வது அல்லது விற்பது தடைசெய்யப்படுகிறது. இதே நாள்களில், யானை காட்டில் உள்ள பிற விலங்குகளையும் மீன்கள் பாதுகாக்கப்படும் இடங்களிலும் மீன்களையும் கொல்லக் கூடாது.[54]

ஒவ்வொரு பதினைந்து நாள்களிலும் வரும் எட்டாவது நாளன்றும், ஒவ்வொரு பதினைந்து நாள்களிலும் வரும் பதினான்காவது, பதினைந்தாவது நாள்களிலும், டிஷ்ய நாளிலும் புனர்பூச நாளிலும், ஒவ்வொரு பருவத்தின் தொடக்கத்தில் வரும் மூன்று பௌர்ணமி நாள்களிலும், பண்டிகை நாள்களிலும் காளை மாடுகளுக்கு விரைநீக்கம் செய்யக் கூடாது. விரைநீக்கம் செய்யப்பட வேண்டிய வெள்ளாடுகள், செம்மறி ஆடுகள், பன்றிகள் மற்றும் பிற விலங்குகளுக்கு விரைநீக்கம் செய்யக் கூடாது.

டிஷ்ய நாளிலும் புனர்பூச நாளிலும், ஒவ்வொரு பருவத்தின் தொடக்க பௌர்ணமி நாள்களிலும், ஒவ்வொரு பருவத்தின் பௌர்ணமிக்குப் பின் வரும் பதினைந்து நாள்களுக்கும் குதிரைகளுக்கும் காளைகளுக்கும் முத்திரை குத்தக் கூடாது.

நான் அரியணை ஏறி இருபத்தாறு ஆண்டுகள் ஆகின்றன. இக்காலத்தில் கைதிகள் இருபத்தைந்து முறை விடுவிக்கப்பட்டிருக்கிறார்கள்.

தூண் அரசாணை VI

பொ.ஆ.மு. 242 தேதியிட்டது.

'நன்மை', 'நல்வாழ்க்கை' ஆகியவை இந்த அரசாணையில் மைய உள்ளடக்கமாக இருக்கின்றன. இவ்விரண்டு குறிக்கோள்களும் அசோகரின் பிற எழுத்துகளிலும்கூடப் பிரதான அக்கறைகளாக வெளிப்படுகின்றன. இரண்டாவது பத்தியில்,

---

54 இந்த நாள்காட்டி நாள்களுக்கு 'சொல்விளக்கம்' பகுதியைப் பார்க்கவும்.

'நான் அக்கறைகொள்கிறேன்' என்ற வினைச்சொல்லைக் குறித்துக்கொள்ளவும். தொடக்கத்திலும் இறுதியிலும் இந்தச் சொல் பிரதான இடத்தைக் கொண்டிருக்கிறது. இந்த அரசாணை குறித்து இயல்கள் 3, 8 மற்றும் 10-இல் விவாதிக்கப்படுகிறது.

கடவுள்களின் அன்புக்குரியவன், அரசன் பியதஸி இவ்வாறு பிரகடனப்படுத்துகிறான்:

அரியணை ஏறி பன்னிரண்டு ஆண்டுகளுக்குப் பிறகு, தர்மம் குறித்த எனது இந்த எழுத்துகள் மக்களுடைய நன்மைக்காகவும் நல்வாழ்க்கைக்காகவும் இங்கே பொறிக்கப்படுகின்றன — இங்கே எழுதப்பட்டிருப்பதை அத்துமீறாமல் பல்வேறு வழிகளில் தர்மத்தை அடைய வேண்டும் என்பதற்காக.

மக்களுடைய நன்மைக்கும் நல்வாழ்க்கைக்கும் இதுதான் வழி என்று அறிந்துகொண்ட பின், நான் அக்கறைகொள்கிறேன் — என்னுடைய உறவினர்கள் மீது எப்படி அக்கறைகொள்கிறேனோ அதுபோலவே அருகில் இருப்பவர்கள் மீதும் தொலைவில் இருப்பவர்கள் மீதும் அதிக அக்கறைகொள்கிறேன். நல்வாழ்க்கையை எவ்வாறு கொண்டுவர முடியும் என்று அறிந்திருப்பதால், நான் அதற்கு ஏற்றாற்போல் ஆணையிடுகிறேன்.

அதுபோலவே, எல்லா வகையினர்[55] மீதும் நான் அக்கறைகொள்கிறேன். எல்லாப் பாஸந்தாக்களையும் பலவிதமான வழிபாட்டுச் செயல்கள் மூலம் வழிபடுகிறேன். ஆனாலும், நேரடியாகச் சென்று பார்த்துவருவதை எல்லாவற்றுக்கும் மேலானதாகப் பார்க்கிறேன்.

அரியணை ஏறி இருபத்தாறு ஆண்டுகளுக்குப் பிறகு, தர்மம் குறித்த இவ்வெழுத்துகள் இங்கே பொறிக்கப்படுகின்றன.

தூண் அரசாணை VII

பொ.ஆ.மு. 241 தேதியிட்டது.

டில்லி-டோப்ரா தூணில் மட்டுமே பொறிக்கப்பட்டிருக்கும் இந்த அரசாணை, பின்னர் யோசித்துச் சேர்க்கப்பட்டிருக்கும் ஒன்றுபோல் தெரிகிறது. மேலும், முதல் ஆறு தூண் அரசாணைகள் பொறிக்கப்பட்டு, பின் நிறுவப்பட்டதுபோல் அல்லாமல், இந்தத் தூண் நிறுவப்பட்ட பிறகு எழுத்துகள் பொறிக்கப்பட்டன என்பதுபோல் தெரிகிறது (இயல் 4-ஐப் பார்க்கவும்). முதல்

55 பாறை அரசாணை XII-இல் உள்ள 'நிகாயா' என்ற சொல் பார்ப்பனர்களையும் சிரமணர்களையும் குறிக்கிறது.

ஆறு தூண்களில் உள்ள வடிவத்தைக் காட்டிலும் வேறான வடிவத்தை இந்த அரசாணை கொண்டிருக்கிறது. அதாவது, 'கடவுள்களின் அன்புக்குரியவன், அரசன் பியதஸி, இவ்வாறு பிரகடனப்படுத்துகிறான்' என்ற அறிமுகக் கூற்று, ஏழு முறை திரும்பத்திரும்பச் சொல்லப்படுகிறது. இதற்கு முந்தைய அசோகத் தொகுப்புகளில் உள்ள பல செய்திகள் இதில் சுருக்கப்பட்ட வடிவில் கொடுக்கப்பட்டிருக்கும் முத்திரையைக் கொண்டிருக்கின்றன. ஒவ்வொரு பகுதியையும் பிரித்துக்காட்டும் விதத்தில் நான் சிறிய எழுத்து ரோமானிய எண்களைக் கொடுத்திருக்கிறேன்.

முதல் பகுதியில் 'பெருக்கம்' அல்லது 'வளர்ச்சி'[56] என்ற சொல் பிரதானமாக இருக்கிறது. மக்களுடைய வளர்ச்சி என்பது அவர்களுடைய வளமையைக் குறிக்கிறது. தர்மம் வளர்ந்தால் மட்டுமே வளமையை முழுமையாகக் கைக்கொள்ள முடியும். அசோகர் தன்னுடைய செயல்களுக்கு அழுத்தம்கொடுக்கும் விதமாகப் பொதுவான வருவிப்பைக் கொண்டிருக்கும் பெயர்ச்சொல்-வினைச்சொல் சேர்க்கையைப் பயன்படுத்துகிறார். இந்தச் சேர்க்கையை மொழியாக்கம் செய்வது சாத்தியமற்றதல்ல என்றாலும்கூட, மிகக் கடினமாகவும் இடர்தருவதாகவும் இருக்கிறது: 'பெருக்கத்தின் ஊடாகப் பெருக்கம்', 'பிரகடனப்படுத்துவதன் ஊடாகப் பிரகடனப்படுத்துதல்.' இந்த அரசாணை குறித்து இயல்கள் 2, 4, 6, 7, 10 மற்றும் 11-இல் விவாதிக்கப்படுகிறது.

i. கடவுள்களின் அன்புக்குரியவன், அரசன் பியதஸி இவ்வாறு பிரகடனப்படுத்துகிறான்:

நீண்ட காலங்களுக்கு முன்னர் வாழ்ந்த அரசர்களுக்கு இந்த விருப்புறுதி இருந்தது: 'தர்மத்தின் வளர்ச்சிக்கு ஏற்றாற்போல் மக்கள் எப்படித் தங்களை வளர்த்துக்கொள்ள முடியும்?' ஆனால், தர்மத்தின் வளர்ச்சிக்கு ஏற்றாற்போல் மக்கள் வளரவில்லை.

இவ்விஷயத்தைப் பொறுத்தமட்டில், கடவுள்களின் அன்புக்குரியவன், அரசன் பியதஸி இவ்வாறு பிரகடனப்படுத்துகிறான்:

---

56 மூலத்தில் 'வதி' (சம்ஸ்கிருதம்: வர்தி) என்றிருக்கும் சொல் பிற அரசாணைகளிலும் திரும்பத்திரும்ப வருகின்றன. வேறிடத்தில், நான் இதை 'அதிகரித்தல்' என்பதாக மொழிபெயர்த்திருக்கிறேன் என்றாலும், விசித்திரமான வாக்கிய அமைப்பைக் கொண்டிருப்பதால் 'அதிகரித்தல்' பொருத்தமற்றதாக இருக்கும் என்பதால், 'பெருக்கம்' என்று மொழியாக்கம் செய்திருக்கிறேன்.

இங்கு, எனக்குத் தோன்றுவது இதுதான்: பல காலங்களுக்கு முன் அரசர்களுக்கு இப்படியான விருப்புறுதி இருந்தது: 'தர்மத்தின் வளர்ச்சிக்கு ஏற்றாற்போல் மக்கள் எப்படித் தங்களை வளர்த்துக்கொள்ள முடியும்?' இருந்தாலும், தர்மத்தின் வளர்ச்சிக்கு ஏற்றாற்போல் மக்கள் வளரவில்லை.

ஆக, மக்கள் எப்படியான வழியைப் பின்பற்றுவார்கள்? தர்மத்தின் வளர்ச்சிக்கு ஏற்றாற்போல் மக்கள் வளர்வதற்கு ஏற்ற வழிகள் என்ன? தர்மத்தின் வளர்ச்சியின் ஊடாக மக்கள் வளர்ச்சியடைவதற்கு எனக்கு இருக்கும் வழிகள் என்ன?

இவ்விஷயத்தைப் பொறுத்தமட்டில், கடவுள்களின் அன்புக்குரியவன், அரசன் பியதஸி இவ்வாறு பிரகடனப்படுத்துகிறான்:

இங்கு, எனக்குத் தோன்றுவது இதுதான்: நான் தர்ம-பிரகடனங்களைப் பிரகடனப்படுத்துகிறேன். நான் தர்ம-அறிவுரைகளை அறிவுரைகளாக்குகிறேன். இதைக் கேட்ட பிறகு, மக்கள் அவற்றைப் பின்பற்றுவார்கள்; அவர்கள் மேலானவர்களாவார்கள்; தர்மத்தின் வளர்ச்சிக்கு ஏற்றாற்போல் அவர்கள் உறுதியாக வளர்வார்கள். இக்காரணத்துக்காகத்தான் நான் தர்ம-பிரகடனங்களைப் பிரகடனப்படுத்துகிறேன். பலவிதமான தர்ம-அறிவுரைகளை அறிவுரைகளாக்குகிறேன். இதன் மூலம், மக்கள் மத்தியில் செயல்பட்டுக்கொண்டிருக்கும் எண்ணிலடங்கா என்னுடைய தூதுவர்கள், மக்களுக்கு அறிவுறுத்துவார்கள்; அவர்களுக்கு முழுமையாக விளக்குவார்கள். மேலும், ராஜுகா அதிகாரிகளுக்கும் — இவர்கள்தான் நூறாயிரக்கணக்கான உயிரினங்களுக்கு மத்தியில் வாழ்ந்து கொண்டிருப்பவர்கள் — நான் இவ்வாறு கட்டளையிடுகிறேன்: 'இந்தந்த வழிகளில் மக்கள் தர்மத்தின் மீது பற்றுகொள்ளுமாறு அறிவுறுத்த வேண்டும்.'

ii. கடவுள்களின் அன்புக்குரியவன், அரசன் பியதஸி இவ்வாறு பிரகடனப்படுத்துகிறான்:

இவ்விஷயம் குறித்துச் சிந்தித்துப்பார்த்துதான், நான் தர்ம-தூண்களை எழுப்பியிருக்கிறேன், தர்ம-மஹாமாத்ரர்களை உருவாக்கியிருக்கிறேன், தர்ம-பிரகடனங்கள் வழங்கியிருக்கிறேன்.

iii.கடவுள்களின் அன்புக்குரியவன், அரசன் பியதஸி இவ்வாறு பிரகடனப்படுத்துகிறான்:

மேலும், சாலைகள்தோறும், வளர்ப்புப் பிராணிகளுக்கும் மனிதர்களுக்கும் நிழல் கொடுக்கும் விதமாக, அரச மரங்களை

நட்டு வளர்த்திருக்கிறேன்; மாந்தோப்புகளை உருவாக்கியிருக்கிறேன்; 8 கரோஸ (சுமார் 28 கிலோமீட்டர்) இடையிடையே கிணறுகள் வெட்டியிருக்கிறேன், சத்திரங்கள் கட்டியிருக்கிறேன்.[57] வளர்ப்புப் பிராணிகளுக்காகவும் மனிதர்களுக்காகவும் பல இடங்களில் தண்ணீர் வசதி அமைத்துக்கொடுத்திருக்கிறேன். ஆனால், இதன் பலன்களெல்லாம் அற்பமானவை. ஏனெனில், முந்தைய அரசர்களும், நான் உள்பட, பலவிதமான மகிழ்ச்சிகளால் மக்களை மகிழ்ச்சிப்படுத்தியிருக்கிறோம். ஆனால், அவர்கள் தர்மத்துக்குக் கட்டுப்பட்டு நடக்க வேண்டும் என்பதற்காக நான் இவற்றையெல்லாம் செய்திருக்கிறேன்.

iv. கடவுள்களின் அன்புக்குரியவன், அரசன் பியதஸி இவ்வாறு பிரகடனப்படுத்துகிறான்:

மேலும், என்னுடைய தர்ம-மஹாமாத்ரர்களைப் பொறுத்தமட்டிலும்[58] — இவர்கள், தங்கியிருப்பவர்கள், வெளியேறியவர்கள் ஆகிய இருசாராருக்கும் பயன்தரக்கூடிய விஷயங்கள் பலவற்றில் தங்களை ஈடுபடுத்திக்கொள்வார்கள்; எல்லாப் பாஸந்தாக்களோடும் தங்களை ஈடுபடுத்திக்கொள்வார்கள். அதாவது, சங்கத்தோடு தொடர்புடைய விஷயங்களில் தங்களை ஈடுபடுத்திக்கொள்ள வேண்டும் என்று கட்டளையிட்டிருக்கிறேன். இதுபோலவே பார்ப்பனர்களோடும் ஆஜீவிகர்களோடும் தங்களை ஈடுபடுத்திக்கொள்ள வேண்டும் என்று கட்டளையிட்டிருக்கிறேன். நிர்காந்தர்களோடும் தங்களை ஈடுபடுத்திக்கொள்ள வேண்டும் என்று கட்டளையிட்டிருக்கிறேன். பலவிதமான பாஸந்தாக்களோடு தங்களை ஈடுபடுத்திக்கொள்ள வேண்டும் என்று கட்டளையிட்டிருக்கிறேன் — வேறான பாஸந்தாக்களுக்கு, அவற்றின் தனித்த பண்புகளுக்கு ஏற்ப, வேறான மஹாமாத்ரர்கள். ஆனால், என்னுடைய தர்ம-மஹாமாத்ரர்கள் இவற்றோடும் பிற எல்லாப் பாஸந்தாக்களோடும் தங்களை ஈடுபடுத்திக்கொள்வார்கள்.

v. கடவுள்களின் அன்புக்குரியவன், அரசன் பியதஸி இவ்வாறு பிரகடனப்படுத்துகிறான்:

இவர்களும் வேறு பல உயர் அதிகாரிகளும், என்னிடமிருந்தும் ராணிகளிடமிருந்தும் என் இருப்பிடத்தில் இருக்கும் எல்லோரிடமிருந்தும்

---

57 இந்தப் பிராகிருதச் சொல் சில சமயங்களில், மக்கள் சுலபமாகத் தண்ணீர் எடுப்பதற்காக அமைக்கப்பட்ட 'படிகள் கொண்ட' என்பதாக மொழியாக்கம் செய்யப்படுகிறது. மற்றவர்கள் இதை, யாத்ரிகர்கள் இரவில் ஓய்வெடுக்க அமைக்கப்பட்ட சத்திரமாக எடுத்துக்கொள்கிறார்கள். இது குறித்த விவாதத்துக்குப் பார்க்கவும்: Hultzsch (1923: 135). மேலும், பார்க்கவும்: Jason Neelis (2011: 188–89, n. 12): 'சத்திர'மாக இருக்கலாம் என்று நான் அர்த்தப்படுத்துவதற்குத் துணைநிற்கிறது.

58 இந்த அரசாணையின் இந்தப் பகுதி இயல் 11–இல் ஆய்வுசெய்யப்படுகிறது.

பெற்றுக்கொண்டு — தானங்கள் பகிர்ந்தளிப்பதில் தங்களை ஈடுபடுத்திக்கொள்வார்கள். வேறுபல வழிகளிலும் மனநிறைவான தளத்தை நிறுவுவார்கள்[59] — சரியாக இங்கும்[60] பிரதேசங்களிலும். இவர்கள், தர்மத்தின் நற்செயல்களை ஊக்குவிப்பதற்காகவும் தர்மத்துக்கு உட்பட்டு நடப்பதற்காகவும், என்னுடைய மகன்களிடமிருந்தும் பிற இளவரசர்களிடமிருந்தும் ராணிகளிடமிருந்தும் பெற்றுக்கொண்டு தானங்கள் பகிர்ந்தளிப்பதில் தங்களை ஈடுபடுத்திக்கொள்ள வேண்டும் என்று நான் கட்டளையிட்டிருக்கிறேன். தர்மத்துக்கு உட்பட்டு இருப்பது என்பதும் தர்மத்துக்கான நற்செயல்கள் என்பதும் இவற்றைக் கொண்டிருக்கிறது — அதாவது, மக்களிடையே இரக்கம், தானம், உண்மை, தூய்மை, மென்மை, நற்குணம் போன்றவையெல்லாம் வளரும்.

vi. கடவுள்களின் அன்புக்குரியவன், அரசன் பியதஸி இவ்வாறு பிரகடனப்படுத்துகிறான்:

நான், என்ன நற்காரியங்கள் செய்திருந்தாலும், மக்கள் அதைப் பின்பற்றுகிறார்கள். தொடர்ந்து அவற்றைப் பின்பற்றுகிறார்கள். இப்படிப் பின்பற்றுவதன் ஊடாக அவர்கள் வளர்கிறார்கள்; இதைப் பின்பற்றுவதன் ஊடாகத் தொடர்ந்து வளர்வார்கள்: தாய், தந்தைக்குக் கீழ்ப்படிந்து நடப்பது, பெரியவர்களுக்குக் கீழ்ப்படிந்து நடப்பது, வயதானவர்களுக்கு மரியாதை கொடுப்பது, பார்ப்பனர்களிடமும் சிரமணர்களிடமும், அனாதைகளிடமும் ஆதரவற்றவர்களிடமும், அடிமைகள் மற்றும் வேலையாட்கள் வரையிலும் முறையாக நடந்துகொள்வது.

vii. கடவுள்களின் அன்புக்குரியவன், அரசன் பியதஸி இவ்வாறு பிரகடனப்படுத்துகிறான்:

ஆனால், மக்களிடையே தர்மம் இரண்டு வழிகளில் மட்டுமே வளர்ந்திருக்கிறது: தர்மத்தோடு தொடர்புடைய விதிமுறைகள் ஊடாக; வலியுறுத்தல்கள் ஊடாக. இவ்விரண்டைப் பொறுத்தமட்டில், தர்மத்தோடு தொடர்புடைய விதிமுறைகள் குறைவாகப் பங்காற்றியிருக்கின்றன என்றால் வலியுறுத்தல் மூலமாக நிறைய

---

59 இந்த வாக்கியத்தை எப்படி வாசிப்பது, என்ன அர்த்தத்தைக் கொண்டிருக்கிறது என்பது அவ்வளவு தெளிவாக இல்லை. தேவைப்படும் வினைச்சொற்கள் இதில் இல்லாமல் இருக்கின்றன. கூல்ட்சு (Hultzsch) இவ்வாறு மொழிபெயர்க்கிறார்: 'இங்கும் பிரதேசங்களிலும் பலவிதமான வழிகளில் தானங்கள் பெற்றுக்கொள்ள பலவிதமாகத் தகுதியுடையவர்கள் [குறித்துத் தெரிவிக்கிறார்கள்].'

60 இது, தலைநகரமான பாடலிபுத்திரம்.

சாதிக்கப்பட்டிருக்கின்றன. தர்மத்தோடு தொடர்புடைய விதிமுறைகள் என்று வரும்போது, அது என்னுடைய வழிகாட்டுதல்களை இவ்வாறாகக் கொண்டிருக்கின்றன: இப்படி இப்படியான ஜீவராசிகளைப் பலிகொடுப்பது தடைசெய்யப்பட்டிருக்கிறது,[61] இதோடு சேர்ந்து தர்மத்தோடு தொடர்புடைய வேறு பல விதிமுறைகளையும் நான் பிரகடனப்படுத்தியிருக்கிறேன். ஆனால், வெறுமனே வலியுறுத்தியது மேலும் பல இருக்கின்றன: மக்களிடையே தர்மத்தின் வளர்ச்சி என்பது ஜீவராசிகள் எதையும் காயப்படுத்தாமல் இருப்பது, உயிரினங்கள் எதையும் கொல்லாமல் இருப்பது என்ற அளவுக்கு வளர்ந்திருக்கிறது.

இப்போது, என்னுடைய மகன்களும் பேரன்களும் இருக்கும் வரையில், சந்திரனும் சூரியனும் இருக்கும் வரையில், காலகாலத்துக்கு நிலைத்திருக்க வேண்டும் என்பதற்காகவும், பிற்காலத்திலும் மக்கள் இதற்கு ஏற்ப நடக்க வேண்டும் என்பதற்காகவும், இது இங்கே பொறிக்கப்படுகிறது. இப்படியான முறையில் நடந்துகொள்வதன் ஊடாக, ஒருவர் இந்த உலகத்தையும் அடுத்ததையும் கைக்கொள்கிறார்.

அரியணை ஏறி இருபத்தேழு ஆண்டுகளுக்குப் பிறகு தர்மம் குறித்த இவ்வெழுத்துகள் இங்கே பொறிக்கப்படுகின்றன.

கடவுள்களின் அன்புக்குரியவன் இப்படியாகத்தான் வழிகாட்டுகிறான்: 'தர்மம் குறித்த இவ்வெழுத்துகள் காலங்காலமாக நிலைத்திருக்க எங்கெல்லாம் கற்றூண்கள் அல்லது கற்பலகைகள் இருக்கின்றனவோ அங்கெல்லாம் பொறிக்கப்பட வேண்டும்.'

---

61 மேலே உள்ள தூண் அரசாணை V-ஐப் பார்க்கவும்.

சொல்விளக்கம்

குறிப்பு: அசோகர் குறிப்பிடும் பல நிலப்பரப்புகளை, இனக்குழுக்களைத் துல்லியமாகவும் உறுதியாகவும் அடையாளம்காண முடியவில்லை. கந்தாரம், கோடா, பாண்டியர் போன்ற சில சொற்கள், மத்திய காலத்திலும் நவீனக் காலத்திலும் இவற்றுக்கு இணையானவற்றைக் கொண்டிருக்கின்றன. நிலப்பரப்புகளைத் தோராயமாக அறிந்துகொள்வதற்குத் தொடக்கத்தில் கொடுக்கப்பட்டிருக்கும் வரைபடத்தைப் பார்க்கவும்.

ஆந்திரர்கள் — இந்தியாவின் மத்திய-தெற்குப் பகுதியில் வாழ்ந்தவர்கள். சமகால ஆந்திரத்துடன் தொடர்புடையவர்கள்.

ஆஜீவிகர்கள் — அசோகரது காலத்தில் துறவறத்தை அடிப்படையாகக் கொண்டு செழித்திருந்த மதக் குழு. புத்தர் காலத்தைச் சேர்ந்தவரான மக்காலி கோஸலா என்பவரால் இது உருவாக்கப்பட்டது. நிர்வாணமாக இருப்பது உள்பட பல்வேறு கடுமையான துறவற ஒழுங்குமுறைகளை இது முன்வைத்தது. மானுடச் செயல் அல்லது விருப்பத்துக்கு சற்றும் இடம்கொடுக்காத 'நிர்ணயவாத'த்தோடு (நியதி) தொடர்புகொண்ட மரபு இது. இயல் 11, பாஷம் (Basham 1951) எழுத்துகளைப் பார்க்கவும்.

உபாசகர் — பௌத்தத்தின் மீது பற்று கொண்டு அதற்குக் கட்டுப்பட்டு நடக்கும் சாதாரண பௌத்தர் இவ்வாறு அழைக்கப்படுகிறார். இப்படியான பெண் பௌத்தர் உபாசிகா என்றழைக்கப்படுகிறார். பார்க்கவும்: இயல் 5 மற்றும் 6.

உபோஸதா — சந்திர நாள்காட்டியில் மிகப் புனிதமான நாள். பொதுவாக, அமாவாசை அன்றும் பௌர்ணமி அன்றும் துறவிகள் ஒன்றுகூடி மடாலய விதிகளைக் கூட்டாக உரக்கப் படிப்பார்கள். பார்க்கவும்: இயல் 6.

கந்தாரம்	இந்தியத் துணைக்கண்டத்தின் வட-மேற்குப் பகுதி. அசோகருக்குப் பிறகு சில நூற்றாண்டுகள் கழித்து பௌத்த மதத்துக்கான மையமாக இருந்து கலை, இலக்கிய மரபைப் பெருமளவு வளர்த்தெடுத்திருக்கிறது.
கம்போஜம்	துணைக்கண்டத்தின் வடமேற்குப் பகுதி.
கலிங்கம்	பெருமளவு நவீனக் கால ஒடிசாவோடு (ஒரிசா) ஒத்துப்போகும் இடம். இந்தப் பகுதியை அசோகர் வென்றது குறித்துப் பாறை அரசாணை XIII-இல் விவரிக்கப்படுகிறது.
கேரளப்புத்ரர்	நவீனக் காலக் கேரளத்தோடு பெருமளவு ஒத்துப்போகும் பகுதி.
கோடர்கள்	சோழர்கள் என்று அழைக்கப்படுகிறார்கள். இந்தியாவின் தென்-கிழக்கில், தமிழ்நாட்டின் வடபகுதியில் வாழ்ந்தவர்கள்.
கோணாகமனா	முந்தைய புத்தரின் பெயர். இவருக்கு மரியாதைசெலுத்தும் விதமாக அசோகர் நிக்லிவாவில் ஒரு தூண் எழுப்பியுள்ளார். இவர் பிறந்த இடத்துக்கு அசோகர் சென்றுவந்தார்.
சங்கம்	அசோகரது எழுத்துகளில் இச்சொல் பிக்குகள், பிக்குனிகளைக் கொண்டிருக்கும் பௌத்த மடாலயத்தைக் குறிக்கிறது. வேறுபல தொடக்க கால இந்திய எழுத்துகளில் இந்தச் சொல் நிறுவனப்பட்ட அமைப்பாக இருக்கும் எது ஒன்றையும், அரசியலார்ந்த கூட்டமைப்புகள் உளபட, குறிக்கக்கூடியதாக இருக்கிறது. இயல் 6-ஐப் பார்க்கவும்.
சத்யபுத்ரர்	துணைக்கண்டத்தின் மத்திய-தெற்கில் வாழ்ந்த குழுமம்.
சாக்கியர்	புத்தர் சார்ந்த குலம்.
சிரமணர்	துறவறம் ஏற்ற மதக் குழுமங்களைச் சேர்ந்த தனிநபர்களைக் குறிக்கும் பொதுவான சொல். இது பார்ப்பனர்களை விலக்கிவைத்து பௌத்தர்களை, சமணர்களை, ஆஜீவிகர்களை உள்ளடக்கியிருக்கிறது.
டிஷ்ய	புஷ்ய அல்லது பௌஷா என்றும் அழைக்கப்படுகிறது. பண்டைய இந்திய வானியலில் காணப்படும் இருபத்தேழு நட்சத்திரங்களில் குறிப்பிடப்பட்டிருக்கும் நட்சத்திரம். இது நவீன நாள்காட்டியில் டிசம்பர்-ஜனவரிக்கு இடையில் வருகிறது. டிஷ்ய நாள்களில்

அசோகர் 415

	வரும் பௌர்ணமி மிகவும் புண்ணிய நாளாகப் பார்க்கப்படுகிறது.
தம்ரபர்னி	இலங்கையின் மறுபெயர்.
நபபங்கிட்டர்கள்	துணைக்கண்டத்தின் மத்திய மேற்குப் பகுதியில் வாழ்ந்தவர்கள்.
நிர்க்ரந்தா	அசோகர் காலத்தில், சமண மதம் இந்தப் பெயரில்தான் அறியப்பட்டது. பார்க்கவும்: இயல் 11.
பலாதர்கள்	போஜர்களுக்குக் கிழக்கே மத்திய இந்தியாவில் வாழ்ந்தவர்கள்.
பாண்டியர்கள்	சோழர்களுக்குத் தெற்கே, துணைக்கண்டத்தின் தென்-கிழக்குக் கோடியில் வாழ்ந்தவர்கள்.
பாஸந்தா	அசோகரது காலத்தில் முறையாக ஒழுங்கமைக்கப்பட்ட மதக் குழுமங்களைக் குறிக்கும் வகைச் சொல். இச்சொல் பார்ப்பனர்களை, பௌத்தர்களை, சமணர்களை, ஆஜீவிகர்களைக் குறிக்கிறது. பார்க்கவும்: இயல் 11.
பிதிநிகர்கள்	துணைக்கண்டத்தின் மத்திய-மேற்குப் பகுதியில் வாழ்ந்தவர்கள்.
பியோதஸஸ்	பியதஸியின் கிரேக்க உச்சரிப்பு.
பிரதேஸிகர்	அசோகரது அரசதிகாரிகத்தில் ஒரு நிலை. பாறை அரசாணை III-இல் மட்டும் ஒரே ஒரு முறை குறிக்கப்படுகிறது. அரசதிகாரப் பட்டியலில் பிரதேஸிகர் கடைசியாக உள்ளது. ராஜுகர்களும் யூக்தர்களும் பிரதேஸிகர்களுக்கு முன்னர் குறிப்பிடப்பட்டிருக்கிறார்கள். ஆக, பிரதேஸிகரின் நிலை ராஜுகர்களைவிட, யூக்தர்களைவிடக் கீழானதுபோல் தெரிகிறது. ஆனால், தாப்பர் (Thapar 1961:105-11) மற்ற இரண்டையும்விட இந்தப் பதவி மேலானது என்று கருதுகிறார்.
புனர்பூசம்	பண்டைய இந்திய வானியலின் குறிப்பிட்ட நட்சத்திரக் குழுமத்தைக் குறிக்கிறது. இரட்டை விண்மீன் குழுவில் உள்ள இரண்டு பிரகாசமான நட்சத்திரங்களுள் ஒன்று.
போஜர்கள்	இந்தியாவின் மத்திய-மேற்குப் பகுதியில், நர்மதா நதியைச் சுற்றி வாழ்ந்தவர்கள்.
மஹாமாத்ரர்	அசோகரது ஆட்சியதிகாரத்தில் முதல் நிலை அதிகாரிகளாக இருந்தவர்கள். ஒருவேளை, இவர்கள் பாடலிபுத்திரத்தில் அசோகரது நீதித் துறையின் பகுதியாகவும் இருந்திருக்கலாம். பேரரசுக்குள்

	மக்கள்தொகை அதிகம் இருக்கும் இடங்களுக்கு இந்தப் பதவியில் இருந்தவர்கள் அனுப்பிவைக்கப்பட்டார்கள் இவர்கள் அந்தப் பகுதியின் மேல் அதிகாரம் கொண்டிருந்தார்கள். இயல் 2-ஐப் பார்க்கவும்.
யூக்தர்கள்	அசோகரது அரசதிகாரிகளில் காணப்படும் ஒரு அதிகார நிலை. இது குறித்துப் பாறை அரசாணை III-இல் மட்டுமே குறிப்பிடப்படுகிறது. இதில், யூக்தர்கள் முதலில் குறிக்கப்படுகிறார்கள். பிறகே ராஜுகர்களும் பிரதேஸிகர்களும் வருகிறார்கள். இவ்விரண்டு அதிகார நிலையைக் காட்டிலும் யூக்தர்கள் மேலாக இருப்பதாகக் குறிப்பிடுவதுபோல் தெரிகிறது. ஆனாலும், கடைசியாகக் குறிக்கப்பட்டிருக்கும் பிரதேஸிகர் மற்ற இரண்டைக் காட்டிலும் மேலாக இருப்பதாக தாப்பர் (Thapar 1961:105-11) கருதுகிறார்.
யோனா	அயோனியா என்ற சொல்லிலிருந்து வருவிக்கப்பட்டது. இந்த இந்தியச் சொல் பொதுவாகக் கிரேக்கர்களை, இன்னும் குறிப்பாக மேற்கு ஆசியப் பகுதிகளில், அதாவது இன்றைய ஆப்கானிஸ்தான், ஈரான் பகுதிகளை ஆண்ட ஹெல்லனிய கிரேக்க அரசுகளைக் குறிக்கிறது.
ரஸ்த்திகர்கள்	அசோகரது அரசதிகாரத்தில் ராஜுகர்களுக்குக் கீழாக இருப்பவர்கள். இவர்கள் நகரங்களுக்கு வெளியே, கிராமங்களில் பணியாற்றியிருக்க வேண்டும்.
ராஜுகர்கள்	அசோகரது இடைநிலை அரசதிகாரிகள். பாறை அரசாணை III-இல் யூக்தர்கள் முதலிலும், இதற்குப் பின் ராஜுகர்கள், பிரதேஸிகர்கள் என்று பட்டியலிடப்படுகிறது. ஆக, இது ராஜுகர்கள், பிரதேஸிகர்களைக் காட்டிலும் மேலான நிலையாகவும் யூக்தர்களைக் காட்டிலும் கீழான நிலையாகவும் தெரிகிறது. இயல் 2-ஐப் பார்க்கவும்.
ரிஸ்திகர்கள்	சிந்து நதியின் மேல்பகுதியில் வாழ்ந்தவர்கள்.
ஜாம்புத்விபா	நேரடியான அர்த்தத்தில் 'நாவல் பழத் தீவு (அல்லது) கண்டம்' என்ற பொருள் கொண்டது. இந்தியத் துணைக்கண்டத்தைக் குறிக்கும் சொல்.
ஸ்தூபி	இறந்துபோனவரின் நினைவாக அவர் புதைக்கப்பட்ட இடத்தில் எழுப்பியிருக்கும் மேட்டைக் குறிக்கிறது. குறிப்பாக, புத்தரது எச்சங்களைப் புதைத்து அதற்கு மேல் வட்டமாக அமைக்கப்பட்ட மேடான கட்டட அமைப்பு.

துணை நூல்கள்

For a comprehensive bibliography of studies pertaining to Ashoka, see Falk 2006, pp. 13–54.

Adrados, F.R. 1984. 'Aśoka's Inscriptions and Persian, Greek and Latin Epigraphy.' *Amṛtadhārā: Professor R.N. Dandekar Felicitation Volume,* ed. S.D. Joshi. Delhi: Ajanta Publications, pp. 1–15.

Allchin, F.R., and K.R. Norman. 1985. 'Guide to the Aśokan Inscriptions.' *South Asian Studies* I: 43–50.

Allen, Charles. 2012. *Ashoka: The Search for India's Lost Emperor.* New York: Overlook Press.

Alsdorf, Ludwig. 1959. 'Aśokas Schismen-Edikt und das dritte Konzil.' *Indo-Iranian Journal* 3: 161–74.

———. 1960. 'Contributions to the Study of Asoka's Inscriptions.' *Bulletin of the Deccan College Research Institute* 20: 249–75.

———. 1962. *Aśokas Separatedikte von Dhauli und Jaugada.* Akademie der Wissenschaften und der Literatur. Wiesbaden: Steiner.

Andersen, Paul Kent. 1990. *Studies in the Minor Rock Edicts of Aśoka.* Freiburg: Hedwig Falk.

Asher, Frederick M. 2006. 'Early Indian Art Reconsidered.' In Olivelle (ed.) 2006, pp. 51–66.

Balcerowicz, Piotr. 2016. *Early Asceticism in India: Ājīvikism and Jainism.* London: Routledge.

Basham, A.L. 1951. *History and Doctrines of the Ājīvakas: A Vanished Indian Religion.* London: Luzac.

———. 1967 [1954]. *The Wonder That Was India: A Survey of the History and Culture of the Indian Sub-continent Before the Coming of the Muslims.* 3rd edition. London: Sidgwick & Jackson.

———. 1979. 'Saṃbodhi in Aśoka's 8th Rock Edict.' *Journal of the International Association of Buddhist Studies* 5: 81–83.

———. 1982. 'Asoka and Buddhism—A Reexamination.' *Journal of the International Association of Buddhist Studies* 5: 131–43.

Bechert, Heinz. 1982. 'The Importance of Aśoka's So-Called Schism Edict.' *Indological and Buddhist Studies: Volume in Honour of Professor J.W. de Jong on His Sixtieth Birthday,* eds L.A. Hercus et al. Canberra: Faculty of Asian Studies, pp. 61–68.

Beckwith, Christopher I. 2015. *Greek Buddha: Pyrrho's Encounter with Early Buddhism in Central Asia.* Princeton: Princeton University Press.

Bellah, Robert. 1970. 'Civil Religion in America.' *Beyond Belief: Essays on Religion in a Post-Traditional World.* New York: Harper and Row, pp. 168–89. Originally published in *Daedalus,* Vol. 96 (1967): 1–21.

Bhargava, Rajeev. 2014. 'Beyond Toleration: Civility and Principled Coexistence in Asokan Edicts.' In *Boundaries of Toleration*, eds Alfred Stepan and Charles Taylor. New York: Columbia University Press, pp. 173–202.

———. 2022a. 'Harmony as a Collective Virtue in Ashokan Inscriptions.' In *The Virtue of Harmony*, eds Chenyang Li and Dasha Düring. New York: Oxford University Press, pp. 68–92.

———. 2022b. 'Asoka's Dhamma as a Project of Expansive Moral Hegemony.' *Bridging Two Worlds: Comparing Classical Political Thought and Statecraft in China and India*, eds Amitav Acharya et al. Berkeley: University of California Press.

Biardeau, Madeleine. 2002. *Le Mahābhārata: Un récit fondateur du brahmanisme et son interprétation*, two volumes. Paris: Seuil.

Bloch, Jules. 1950. *Les inscriptions d'Asoka.* Paris: Société d'Édition 'Belles Lettres'.

Bosworth, A.B. 1996. 'The Historical Setting of Megasthenes' Indica.' *Classical Philology* 91: 113–27.

Brereton, Joel. 2019. *'Pāṣaṇda:* Religious Communities in the Aśokan Inscriptions and Early Literature.' In Olivelle (ed.) 2019, pp. 20–42.

Bronkhorst, Johannes. 2007. *Greater Magadha: Studies in the Culture of Early India.* Leiden: Brill.

———. 2011. *Buddhism in the Shadow of Brahmanism.* Leiden: Brill.

———. 2016. *How the Brahmins Won: From Alexander to the Guptas.* Leiden: Brill.

Buddruss, Georg. 1964. 'tenatā/tenada im 8. Felsedikt des Aśoka.' *Münchener Studien Zur Sprachwissenschaft* 16: 5–12.

Carratelli, G. Pugliese, and G. Garbini. 1964. *A Bilingual Graeco-Aramaic Edict of Aśoka.* Roma: Istituto Italiano per il Medio ed Estremo Oriente.

Chakrabarti, Dilip K. 2011. *Royal Messages by the Wayside: Historical Geography of the Asokan Edicts.* New Delhi: Aryan Books International.

Cribb, Joe. 2017. 'The Greek Contacts of Chandragupta Maurya and Ashoka and Their Relevance to Mauryan and Buddhist Chronology.' *From Local to Global: Papers in Asian History and Culture,* Vol. III, eds Kamal Sheel, Charles Willemen, and Kenneth Zysk. Delhi: Buddhist World Press, pp. 3–27.

Dave, K.N. 2005. *Birds in Sanskrit Literature,* revised edition. Delhi: Motilal Banarsidass.

Deeg, Max. 2012. 'Aśoka: Model Ruler Without a Name?' In Olivelle, Leoshko, and Ray (eds) 2012, pp. 362–79.

Deshpande, Madhav M. 2009. 'Interpreting the Aśokan Epithet *devānaṃpiya.*' In Olivelle (ed.) 2009, pp. 19–43.

Doniger, Wendy. 1971. 'The Origin of Heresy in Hindu Mythology.' *History of Religions* 10: 271–333.

Dutt, Sukumar. 1960. *Early Buddhist Monachism.* London: Asia Publishing House.

Dyson, Tim. 2018. *A Population History of India: From the First Modern People to the Present Day.* Oxford: Oxford University Press.

Eggermont, Pierre Herman Leonard. 1956. *The Chronology of the Reign of Asoka Moriya.* Leiden: Brill.

Exler, Francis Xavier J. 1923. *The Form of the Ancient Greek Letter: A Study in Greek Epistolography.* Washington, DC: Catholic University of America.

Falk, Harry. 1993a. *Schrift im alten Indien: Ein Forschungsbericht mit Anmerkungen.* Tübingen: Gunther Narr.

———. 1993b. 'The Art of Writing at the Time of the Pillar Edicts of Aśoka.' *Berliner Indologische Studien* 7: 79–102.

———. 1997. 'The Preamble at Pāṅgurāriā.' *Bauddhavidyāsudhākaraḥ, Studies in Honour of Heinz Bechert on the Occasion of His 65th Birthday,* eds Petra Kieffer-Pülz and Jens-Uwe Hartmann. Swistal- Odendorf: Indica et Tibetica Verlag, pp. 107–21.

———. 2006. *Aśokan Sites and Artefacts: A Source-Book with Bibliography.* Mainz am Rheim: Philipp von Zabern.

———. 2008. 'Barabar Reconsidered.' *South Asian Archaeology* 1999, ed. Ellen M. Raven. Groningen: Egbert Forsten, pp. 245–51.

———. 2012. 'The Fate of Aśoka's Donations at Lumbini.' In Olivelle, Leoshko, and Ray (eds) 2012, pp. 204–16.

———. 2013. 'Remarks on the Minor Rock Edict of Aśoka at Ratanpurwa.' *Jñāna-Pravāha Research Journal* 16: 29–49.

Ferro-Luzzi, Gabriella Eichinger. 1981. '*Abhiṣeka*: The Indian Rite that Defies Definition.' *Anthropos* 76: 707–42.

Fitzgerald, James L. 2004. *The Mahābhārata: 11 Book of the Women, 12 The Book of Peace Part One.* Chicago: University of Chicago Press.

Folkert, Kendall W. 1993. *Scripture and Community: Collected Essays on the Jains,* ed. John E. Cort. Atlanta: Scholars Press.

Fox, Robin Lane. 2004 (1973). *Alexander the Great.* New York: Penguin.

Freiberger, Oliver. 2009. 'Negative Campaigning: Polemics Against Brahmins in a Buddhist *Sutta.*' *Religions of South Asia* 3.1: 61–76.

Fussman, Gérard. 1982. 'Pouvoir central et régions dans l'Inde ancienne: le problème de l'empire maurya.' *Annales. Histoire, Science Sociales* 37: 621–47.

———. 1987–88. 'Central and Provincial Administration in Ancient India: The Problem of the Mauryan Empire.' *Indian Historical Review* 14: 43–72 (English version of 1982).

———. 1988–89. 'Les premiers systèmes d'écriture en Inde.' *Annuaire du Collège de France 1988–1989: Résumé des cours et travaux*, pp. 507–14.

Gaál, Balázs, and Ibolya Tóth. 2018. 'Some "Major" Trends in Aśoka's Minor Rock Edicts.' *Acta Orientalia Academiae Scientiarum Hung* 71: 81–97.

Gagarin, Michael. 2008. *Writing Greek Law.* Cambridge: Cambridge University Press.

Gomez, Louis. 1976. 'Proto-Mādhyamika in the Pāli Canon.' *Philosophy East and West* 26: 137–65.

Goyal, S.R. 1979. 'Brāhmī: An Invention of the Early Maurya Period.' *The Origin of Brahmi Script,* eds S.P. Gupta and K.S. Ramachandran. Vol. 2. Delhi: DK Publications, pp. 1–52.

Guha, Sumit. 2001. *Health and Population in South Asia: From Earliest Times to the Present.* New Delhi: Permanent Black.

Guruge, Ananda. 1993. *Aśoka, the Righteous: A Definitive Biography.* Colombo: Ministry of Cultural Affairs and Information.

Halbfass, Wilhelm. 1983. 'Kumārila on Ahiṃsā and Dharma.' *Studies in Kumārila and Śaṅkara.* Studien zur Indologie und Iranistik, Monographie 9. Reinbek: Dr Inge Wezler Verlag für Orientalistische Fachpublikationen, pp. 1–26.

Hardy, E. 1901. 'On a Passage in the Bhabra Edict.' *Journal of the Royal Asiatic Society* 33: 311–15.

Hinüber, Oskar von. 1989. *Der Beginn der Schrift und frühe Schriftlichkeit in Indien.* Mainz: Akademie der Wissenschaften und der Literatur.

———. 2010. 'Did Hellenistic Kings Send Letters to Aśoka?' *Journal of the American Oriental Society* 130: 261–66.

———. 2012. 'Linguistic Experiments: Language and Identity in Aśokan Inscriptions and in Early Buddhist Texts.' In Olivelle, Leoshko, and Ray (eds) 2012, pp. 195–203.

Hock, Hans. 1991. 'Dialects, Diglossia, and Diachronic Phonology in Early Indo-Aryan.' *Studies in the Historical Phonology of Asian Languages,* eds William G. Boltz and Michael C. Shapiro. Amsterdam: John Benjamins, pp. 119–59.

Hultzsch, Eugen. 1925. *Inscriptions of Asoka: Corpus Inscriptionum Indicarum I,* new edition, Vol. 1. Oxford: Clarendon Press. Reprint. Delhi: Indological Book House, 1969.

Huntington, Susan, and John Huntington. 2014. *The Art of Ancient India: Buddhist, Hindu, Jain.* Delhi: Motilal Banarsidass.

Irwin, John. 1973. '"Aśokan" Pillars: A Reassessment of the Evidence.' *Burlington Magazine* 115: 706–20.

———. 1974. '"Aśokan" Pillars: A Reassessment of the Evidence—II: Structure.' *Burlington Magazine* 116: 712–27.

———. 1975. '"Aśokan" Pillars: A Reassessment of the Evidence—III: Capitals.' *Burlington Magazine* 117: 631–43.

———. 1976. '"Aśokan" Pillars: A Reassessment of the Evidence—IV: Symbolism.' *Burlington Magazine* 118: 734–53.

———. 1983. 'The True Chronology of Aśokan Pillars.' *Artibus Asiae* 44: 247–65.

Itō, Gikyo. 1969. 'An Indo-Aramaic Inscription of Asoka from Quandahār: Japanese with English Summary.' *Gengo Kenkyu* (Kyoto) 55: 1–13.

———. 1977. 'A New Interpretation of Aśokan Inscriptions, Taxila and Kandahar I.' *Studia Iranica* 6: 151–61.

Jamison, Stephanie. 1996. *Sacrificed Wife/Sacrificer's Wife: Women, Ritual, and Hospitality in Ancient India.* New York: Oxford University Press.

———. 2007. *The Rig Veda Between Two Worlds*. Paris: Édition-Diffusion de Boccard.

———. 2019. 'The Term *Gṛhastha* and the (Pre) history of the Householder.' In Olivelle (ed.) 2019, pp. 3–19.

Jamison, Stephanie W., and Joel P. Brereton (trans.). 2014. *The Rigveda: The Earliest Religious Poetry of India,* three volumes. New York: Oxford University Press.

Janert, Klaus L. 1967–68. 'Recitations of Imperial Messengers of Ancient India.' *Adyar Library Bulletin* 31/32: 511–18.

———. 1973. 'About the Scribes and Their Achievements in Aśoka's India.' *German Scholars on India: Contributions to Indian Studies,* Vol. 1. Varanasi: Chowkhamba, pp. 141–45.

Jayaswal, Vidula. 1998. *From Stone Quarry to Sculpturing Workshop: A Report on the Archaeological Investigations Around Chunar, Varanasi and Sarnath.* Delhi: Agam Kala Prakashan.

———. 2004. 'Aśokan Pillars: Medium, Chiseling & Composition.' *The Anandavana of Indian Art, Dr Anand Krishna Felicitation Volume,* eds N. Krishna and M. Krishna. Varanasi: Indica Books, pp. 35–46.

———. 2012. 'Mauryan Pillars of the Middle Ganga Plain: Archaeological Discoveries of Sarnath-Varanasi and Chunar.' In Olivelle, Leoshko, and Ray (eds) 2012, pp. 229–57.

Jerryson, Michael. 2013. 'Buddhist Traditions and Violence.' *Oxford Handbook of Religion and Violence,* eds Mark Juergensmeyer et al. New York: Oxford University Press, pp. 41–66.

Josh, Bhagwan. 2012. 'Aśoka, Historical Discourse, and the Post-Colonial Indian State.' In Olivelle, Leoshko and Ray (eds) 2012, pp. 394–408.

Karttunen, Klaus. 1989. *India in Early Greek Literature.* Studia Orientalia, 65. Helsinki: Finnish Oriental Society.

———. 1997. *India and the Hellenistic World.* Studia Orientalia, 83. Helsinki: Finnish Oriental Society.

Khanna, Ashok. 2020. *Ashoka, the Visionary: Life, Legend and Legacy.* New Delhi: Bloomsbury.

Kosmin, Paul J. 2014. *The Land of the Elephant Kings: Space, Territory, and Ideology in the Seleucid Empire.* Cambridge, Massachusetts: Harvard University Press.

Kubica, Olga. 2013. 'Edicts of King Piyadassi (Aśoka) in the Context of Ethnicity.' *Proceedings of the 1st Annual International Interdisciplinary Conference*, 2013, pp. 723–33.

Lahiri, Nayanjot. 2015. *Ashoka in Ancient India*. Cambridge, Massachusetts: Harvard University Press.

———. 2022. *Searching for Ashoka: Questing for a Buddhist King from India to Thailand*. Delhi: Permanent Black.

Legge, James. 1886. *The Travels of Fa-Hien*. Oxford: Clarendon Press.

Li, Chongfeng. 2012. 'Aśoka-type Buddha Images Found in China.' In Olivelle, Leoshko, and Ray (eds) 2012, pp. 380–93.

Ling, Trevor. 1976. *The Buddha: Buddhist Civilization in India and Ceylon*. Harmondsworth: Penguin.

Lingat, Robert. 1989. *Royautés bouddhiques. Aśoka et la fonction royale a Ceylan*. Paris: Editions de l'Ecole des Hautes Etudes en Science sociales.

Lubin, Timothy. 2013. 'Aśoka's Disparagement of Domestic Ritual and Its Validation by the Brahmins.' *Journal of Indian Philosophy* 41: 29–41.

Majumdar, Susmita Basu, Soumya Ghosh, and Shoumita Chatterjee. 2017. 'Scribe, Engravers and Engraving of the Aśokan Edicts: A Critical Analysis of the Edicts in the Southern Territory.' *Pratna Samiksha: A Journal of Archaeology* 8: 135–60.

———. 2019. 'Separate Rock Edicts of Aśoka.' *Pratna Samiksha: A Journal of Archaeology* 10: 53–73.

Maniscalco, Francesco. 2018. 'A New Interpretation of the Edicts of Aśoka from Kandahar.' *Annali di Ca' Foscari. Serie Orientale* 24: 238–63.

McClish, Mark. 2019. *The History of the Arthaśāstra: Sovereignty and Sacred Law in Ancient India*. Cambridge: Cambridge University Press.

McGovern, Nathan. 2019. *The Snake and the Mongoose: The Emergence of Identity in Early Indian Religion*. New York: Oxford University Press.

McHugh, James. 2021. *An Unholy Brew: Alcohol in Indian History and Religion*. New York: Oxford University Press.

Neelis, Jason. 2011. *Early Buddhist Transmission and Trade Networks: Mobility and Exchange Within and Beyond the Northwestern Borderlands of South Asia*. Leiden: Brill.

Norman, K.R. 1966. 'Middle Indo-Aryan Studies VI.' *Journal of the Oriental Institute, Baroda*. 16: 113–19 (1990–2001 *Collected Papers* 1: 77–84).

———. 1967a. 'Notes on Aśokan Rock Edicts.' *Indo-Iranian Journal* 10: 160–70 (1990–2001 *Collected Papers* 1: 47–58).

———. 1967b. 'Notes on Aśoka's Fifth Pillar Edict.' *Journal of the Royal Asiatic Society of Great Britain and Ireland,* pp. 26–32 (1990–2001 *Collected Papers* 1: 68–76).

———. 1970. 'Some Aspects of the Phonology of the Prakrit Underlying the Aśokan Inscriptions.' *Bulletin of the School of Oriental and African Studies* 23: 132–43 (1990–2001 *Collected Papers* 1: 93–107).

———. 1972. 'Notes on the Greek Version of Aśoka's Twelfth and Thirteenth Rock Edicts.' *Journal of the Royal Asiatic Society,* pp. 111–18 (1990–2001 *Collected Papers* 1: 144–55).

———. 1975a. 'Studies in the Epigraphy of the Aśokan Inscriptions.' *Studies in Indian Epigraphy (Bharatiya Purabhilekha Patrika)* No. 2, pp. 36–41 (1990–2001 *Collected Papers* 1: 214–19).

———. 1975b. 'Aśoka and Capital Punishment: Notes on a Portion of Aśoka's Fourth Pillar Edict.' *Journal of the Royal Asiatic Society,* pp. 16–24 (1990–2001 *Collected Papers* 1: 200–13).

———. 1976. 'Notes on the So-Called "Queen's Edict" of Aśoka.' *Studies in Indian Epigraphy* 3: 35–42 (1990–2001 *Collected Papers* 2: 52–58).

———. 1978–79. 'Middle Indo-Aryan Studies XII.' *Journal of the Oriental Institute (Baroda)* 28: 78–85 (1990–2001 *Collected Papers* 2: 20–29).

———. 1982. 'Aśokan *silā-thaṃbha-s and dhaṃma-thaṃbha-s.*' *Ācārya-vandanā: D.R. Bhandarkar Birth Centenary Volume.* Calcutta, pp. 311–18 (1990–2001 *Collected Papers* 2: 224–32).

———. 1983. 'Notes on the Ahraura Version of Aśoka's First Minor Rock Edict.' *Indo-Iranian Journal* 26: 277–92 (1990–2001 *Collected Papers* 2: 250–68).

———. 1985. *The Rhinoceros Horn and Other Early Buddhist Poems* (Sutta Nipāta). London: Pali Text Society.

———. 1987a. 'Aśoka's "Schism" Edict.' *Bukkyogaku Semina* (Buddhist Seminar [Otani]) 46: 1–34 (1990–2001 *Collected Papers* 3: 191–218).

———. 1987b. 'The Inscribing of Aśoka's Pillar Edicts.' *India and the Ancient World: History, Trade and Culture before A.D. 650, Professor P.H.L. Eggermont Jubilee Volume,* ed. G. Pollet. Leuven: Dept. Orientalistiek, pp. 131–39 (1990–2001 *Collected Papers* 3: 173–82).

———. 1990–2001. *Collected Papers,* Vols I–VII. Oxford: Pali Text Society.

———. 1994. 'A Note on *silāvigaḍabhīcā* in Aśoka's Rummindei Inscription.' *Buddhist Forum* III, pp. 227–37 (1990–2001 *Collected Papers* 6: 31–46).

———. 1997–98. 'Aśoka's Thirteenth Rock Edict.' *Indologica Taurinensia* 23–24: 459–84.

———. 2012a. *A Philological Approach to Buddhism: The Bukkyō Dendō Kyōkai Lectures 1994.* Berkeley: Institute of Buddhist Studies.

———. 2012b. 'The Languages of the Composition and Transmission of the Aśokan Inscriptions.' In Olivelle, Leoshko and Ray (eds) 2012, pp. 38–62.

Olivelle, Patrick. 1993. *The Āśrama System: The History and Hermeneutics of a Religious Institution.* New York: Oxford University Press.

———. 1997. *The Pañcatantra: The Book of India's Folk Wisdom.* Oxford: Oxford University Press.

———. 2005. *Language, Texts, and Society: Explorations in Ancient Indian Culture and Religion.* Florence: University of Florence Press.

———. (ed.) 2006. *Between the Empires: Society in India, 300 BCE to 400 CE.* New York: Oxford University Press.

———. 2008. *Life of the Buddha: Buddhacarita by Aśvaghoṣa.* Clay Sanskrit Library. New York: New York University Press.

———. (ed.) 2009a. *Dharma: Studies in Its Semantic, Cultural, and Religious History.* Delhi: Motilal Banarsidass.

———. (ed.) 2009b. *Aśoka, in History and Historical Memory.* Delhi: Motilal Banarsidass.

———. 2012a. 'Material Culture and Philology: Semantics of Mining in Ancient India.' *Journal of the American Oriental Society* 132: 23–30.

———. 2012b. 'Aśoka's Inscriptions as Text and Ideology.' In Olivelle, Leoshko, and Ray (eds) 2012, pp. 157–83.

———. 2013. *King, Governance, and Law in Ancient India: Kauṭilya's Arthaśāstra.* New York: Oxford University Press.

———. 2016. 'Economy, Ecology, and National Defense in Kauṭilya's Arthaśāstra.' *Indigenous Historical Knowledge: Kautilya and His Vocabulary,* eds Pradeep Kumar Gautam et al. New Delhi: IDSA and Pentagon Press, pp. 3–15.

———. 2017. 'The Medical Profession in Ancient India: Its Social, Religious, and Legal Status.' *eJournal of Indian Medicine* 9: 1–21.

———. (ed.) 2019. *Gṛhastha: The Householder in Ancient Indian Religious Culture.* New York: Oxford University Press.

———. 2022. 'Mining the Past to Construct the Present: Some Methodological Considerations from India.' *Bridging Two Worlds: Comparing Classical Political Thought and Statecraft in China and India,* eds Amitav Acharya et al. Berkeley: University of California Press.

———. 2023. 'To Kill or Not to Kill: The Hermeneutics of the Ethical Axiom *ahiṃsā.*' *Science and Society in the Sanskrit World: Studies in Honor of Christopher Z. Minkowski,* eds Toke Lindegaard Knudsen et al. Leiden: Brill.

Olivelle, Patrick, Janice Leoshko, and Himanshu Prabha Ray (eds). 2012. Reimagining *Aśoka: Memory and History.* Delhi: Oxford University Press.

Parasher-Sen, Aloka. 1991. *Mlecchas in Early India: Attitudes Towards Outsiders Upto AD 600.* Delhi: Munshiram Manoharlal.

———. 2004. '"Foreigner" and "Tribe" as Barbarian *(Mleccha)* in Early North India.' *Subordinate and Marginal Groups in Early India,* ed. Aloka Parasher-Sen. Delhi: Oxford University Press, pp. 275–313.

Pargiter, F.E. 1913. *The Purana Text of the Dynasties of the Kali Age.* Reprint. Varanasi: Chowkhamba Sanskrit Series Office, 1975.

Parker, Grant. 2012. 'Aśoka the Greek, Converted and Translated.' In Olivelle, Leoshko, and Ray (eds) 2012, pp. 310–26.

Rahula, Walpola. 1966. *History of Buddhism in Ceylon,* second edition. Colombo: MD Gunasena.

Ray, Himanshu Prabha. 2008. 'Interpreting the Mauryan Empire: Centralized State or Multiple Centres of Control?' *Ancient India in Its Wider World,* eds Grant Parker and Carla Sinopoli. Ann Arbor: University of Michigan Press, pp. 13–51.

Rezavi, Syed Ali Nadeem. 2009–10. 'Antiquarian Interests in Medieval India: The Relocation of Ashokan Pillars by Firuzshah Tughluq.' *Proceedings of the Indian History Congress,* 2009–10, pp. 994–1010.

Rousseau, Jean-Jacques. 1792. *The Social Contract, Or Principles of Political Right.* Amsterdam.

Salles, Jean-François. 2012. 'Environmental Changes in North Bengal: An Opportunity for the Mauryas?' In Olivelle, Leoshko, and Ray (eds) 2012: 258–79.

Salomon, Richard. 1995. 'On the Origin of the Early Indian Scripts.' Review essay. *Journal of the American Oriental Society* 115: 271–79.

———. 1998. *Indian Epigraphy: A Guide to the Study of Inscriptions in Sanskrit, Prakrit, and the Other Indo-Aryan Languages.* New York: Oxford University Press.

———. 2007. 'Ancient India: Peace Within and War Without.' *War and Peace in the Ancient World,* ed. Kurt A. Raaflaub. Oxford: Blackwell, pp. 53–65.

———. 2009. 'Aśoka and the "Epigraphic Habit" in India.' In Olivelle (ed.) 2009, pp. 45–52.

Sasaki, Shizuka. 1989. 'Buddhist Sects in the Aśoka Period (1): The Meaning of the Schism Edict.' *Bukkyo-kenkyu – Buddhist Studies* XVIII: 181–202.

———. 1992. 'Buddhist Sects in the Aśoka Period (2) – Saṃghabheda (1).' *Bukkyo-kenkyu –Buddhist Studies* XXI: 157–176.

———. 1993. 'Buddhist Sects in the Aśoka Period (3) – Saṃghabheda (2).' *Bukkyo-kenkyu – Buddhist Studies* XXII: 167–199.

Scerrato, Umberto. 1958. 'An Inscription of Aśoka in Afghanistan: The Bilingual Greek-Aramaic of Kandahar.' *East and West* 9: 4–6.

Scharfe, Hartmut. 1971. 'The Maurya Dynasty and the Seleucids.' *Zeitschrift für die vergleichende Sprachforschung* 85 (2): 211–25.

Schlingloff, Dieter. 2013. *Fortified Cities of Ancient India: A Comparative Study.* London: Anthem.

Schmithausen, Lambert. 1992. 'An Attempt to Estimate the Distance in Time Between Aśoka and the Buddha in Terms of Doctrinal History.' *The Dating of the Historical Buddha,* ed. Heinz Bechert. Göttingen: Vanden Hoeck & Ruprecht, pp. 110–47.

———. 2000. 'Buddhism and the Ethics of Nature: Some Remarks.' *Eastern Buddhist* (New Series) 32.2: 26–78.

Schlumberger, D., and E. Benveniste. 1965. 'A New Greek Inscription of Asoka at Kandahar.' *Epigraphia India* XXXVII: 193–200.

Schneider, Ulrich. 1978. *Die grossen Felsen-Edikte Aśokas: Kritische Ausgabe, Übersetzung und Analyse der Texte.* Wiesbaden: Harrassowitz.

———. 1982. 'The Calcutta-Bairāṭ Edict of Aśoka.' *Indological and Buddhist Studies: Volume in Honour of Professor J.W. de Jong on his Sixtieth Birthday,* eds L.A. Hercus et al. Canberra: Faculty of Asian Studies, pp. 491–98.

Schopen, Gregory. 1997 (1987). 'Burial *Ad Sanctos* and the Physical Presence of the Buddha in Early Indian Buddhism: A Study in the Archaeology of Religions.' *Bones, Stones, and Buddhist Monks: Collected Papers on* the *Archaeology, Epigraphy, and Texts of Monastic Buddhism in India.* Honolulu: University of Hawai'i Press, pp. 114–47.

———. 2004. 'What's in a Name: The Religious Function of Early Donative Inscriptions.' *Buddhist Monks and Business Matters: Still More Papers on Monastic Buddhism in India.* Honolulu: University of Hawai'i Press, pp. 382–94.

Sealy, Irwin Allan. 2012. *Asoca: A Sutra.* Delhi: Penguin.

Seneviratna, Anuradha. 1994. *King Aśoka and Buddhism: Historical and Literary Studies.* Kandy: Buddhist Publication Society.

Singh, Upinder. 2012. 'Governing the State and the Self: Political Philosophy and Practice in the Edicts of Aśoka.' *South Asian Studies* 28: 131–45.

———. 2017. *Political Violence in Ancient India.* Cambridge, Massachusetts: Harvard University Press.

———. 2021. *Ancient India: A Culture of Contradictions.* New Delhi: Aleph.

———. 2022. *Inscribing Power on the Realm: Royal Ideology and Religious Policy,* c. 200 BCE–300 CE. 28th J. Gonds Lecture. Amsterdam: Royal Netherlands Academy of Arts and Sciences.

Sircar, D.C. 1986 [1954]. *Select Inscriptions Bearing on Indian History and Civilization,* Vol. I., third edition. Delhi: Asian Humanities Press.

———. 1967 [1957]. *Inscriptions of Aśoka,* second edition. New Delhi: Publications Division, Government of India.

Smith, Monica L. 2005. 'Networks, Territories, and the Cartography of Ancient States.' *Annals of the Association of American Geographers* 95(4): 832–49.

Smith, Monica L., et al. 2016. 'Finding History: The Locational Geography of Ashokan Inscriptions in the Indian Subcontinent.' *Antiquity* 90: 379–92.

Smith, Vincent. 1901a. *Asoka: The Buddhist Emperor of India.* Rulers of India Series. Oxford: Clarendon Press.

———. 1901b. 'The Identity of Piyadasi (Priyadarśin) with Aśoka Maurya, and Some Connected Problems.' *Journal of the Royal Asiatic Society of Great Britain and Ireland,* pp. 827–58.

Strong, John S. 1983. *The Legend of King Aśoka: A Study and Translation of the Aśokāvadāna.* Princeton: Princeton University Press.

———. 2012. 'The Commingling of Gods and Humans, the Unveiling of the World, and the Descent from Trayastriṃśa Heaven.' In Olivelle, Leoshko, and Ray (eds) 2012, pp. 348–61.

Squarcini, Federico. 2019. 'Selling Tolerance by the Pound: On Ideal Types' Fragility, Aśoka's Edicts and the Political Theology of Toleration in and beyond South Asia.' *Philosophy and Social Criticism* 45: 477–92.

Sugandhi, Namita. 2013. 'Conquests of Dharma: Network Models and the Study of Ancient Polities.' *Archeological Papers of the American Anthropological Association* 22.1: 145–63.

Sutton, Nick. 1997. 'Aśoka and Yudhiṣṭhira: A Historical Setting for the Ideological Tensions of the *Mahābhārata?*' *Religion* 27.4: 333–41.

Tambiah, Stanley. 1976. *World Conqueror and World Renouncer: A Study of Buddhism and Polity in Thailand Against a Historical Background.* Cambridge: Cambridge University Press.

Taylor, Charles. 2014. 'How to Define Secularism.' In *Boundaries of Toleration,* eds Alfred Stepan and Charles Taylor. New York: Columbia University Press, pp. 59–78.

Thapar, Romila. 1960. 'Aśoka and Buddhism.' *Past & Present* 18: pp. 43–51.

———. 1961. *Aśoka and the Decline of the Mauryas.* Reprint. New Delhi: Oxford University Press, 1998.

———. 1987. *The Mauryas Revisited.* Calcutta: Bagchi and Co.

———. 2000. *Cultural Pasts: Essays in Early Indian History.* Delhi: Oxford University Press.

———. 2012. 'Aśoka: A Retrospective.' In Olivelle, Leoshko, and Ray (eds) 2012, pp. 17–37.

Tieken, Herman. 2000. 'Aśoka and the Buddhist *Saṃgha:* A Study of Aśoka's Schism Edict and Minor Rock Edict I.' *Bulletin of the School of Oriental and African Studies* 63: 1–30.

———. 2002. 'The Dissemination of Asoka's Rock and Pillar Edicts.' *Wiener Zeitschrift für die Kunde Südasiens* 46: 5–42.

———. 2006. 'Aśoka's Fourteenth Rock Edict and the *Guṇa mādhurya* of the Kāvya Poetical Tradition.' *Zeitschrift der Deutschen Morgenländischen Gesellschaft* 156/1: 95–115.

———. 2012. 'The Composition of Aśoka's Pillar Edict Series.' In Olivelle, Leoshko, and Ray (eds) 2012, pp. 184–94.

———. 2023. The *Aśoka Inscriptions: Analaysing a Corpus.* Delhi: Primus Books.

Trautmann, Thomas. 1971. Kautilya and the Arthaśāstra. Leiden: Brill.

———. 2012. *Arthashastra: The Science of Wealth.* New Delhi: Penguin.

———. 2015. *Elephants and Kings: An Environmental History.* Chicago: University of Chicago Press.

Vetter, Tilmann. 1990. 'Some Remarks on Older Parts of the Suttanipāta.' *Earliest Buddhism and Madhyamaka,* eds

D.S. Ruegg and L. Schmithausen. Leiden: Brill, pp. 36–56.

Vigasin, Alexei. 1997–98. 'Some Aspects of Aśokan Edicts.' *Indologica Taurinensia* 23–24: 501–05.

Walder, Heather. 2018. 'Inscription Carving Technology of Early Historic South Asia. Results of Experimental Archaeology and Assessment of Minor Rock Edicts in Karnataka.' *Walking with the Unicorn: Social Organization and Material Culture in Ancient South Asia: Jonathan Mark Kenoyer Felicitation Volume,* eds Dannys Frenez et al. Oxford: Archaeopress, pp. 605–22.

Waldschmidt, Ernst. 1951. *Das Mahāparinirvāṇasūtra.* Part III. Berlin: Akademie Verlag.

Welles, C.B. 1934. *Royal Correspondence in the Hellenistic Period: A Study of Greek Epigraphy.* New Haven: Yale University Press.

Wells, H.G. 1951 (1920). *The Outline of History: Being a Plain History of Life and Mankind,* revised edition. London: Cassell.

Winternitz, Maurice. 1972 (1927). *A History of Indian Literature,* Vol. II, trans. S. Ketkar and H. Kohn. New Delhi: Oriental Reprint Corporation.

Wong, David. 2020. 'Soup, Harmony, and Disagreement.' *Journal of the American Philosophical Association* 2020: 139–155.

Wright, J.C. 2000. 'Aśoka's 256-Night Campaign.' *Journal of the Royal Asiatic Society,* third series, 10: 319–39.

Zin, Monika. 2018. 'Kanaganahalli in Sātavāhara Art and Buddhism.' *Journal of the International Association of Buddhist Studies* 41: 537–55.

Zysk, Kenneth G. 1991. *Asceticism and Healing in Ancient India: Medicine in the Buddhist Monastery.* New York: Oxford University Press.

சுட்டி

அகஸ்டின்/Augustine xxx
அங்குத்தர நிகாய/Aṅguttara Nikāya 154, 159, 311, 390
அசோகவதனா/Ashokavadana xxiii
அசோக் கண்ணா/Ashok Khanna xvi
அடவி/aṭavi 32–440, 381–440
அட்டகவக்க/Aṭṭakavagga 203, 310
அததே/aṭhe 138–440
அத-பகியே/atha-bhagiye 144–440
அநாகதபயாநி/Anāgatabhayāni 150, 154, 390
அநாவாஸ/Anāvāsa 164, 165
அநுரக்த/Anurakta 334
அந்தக்ய/Antakya 65
அந்திகிநி/Antikini 381
அந்திகோநுஸ் கோநதஸ்/Antigonus Gonatas 65, 381
அந்தியோச்/Antioch 36, 64, 65, 66, 68
அந்தியோச்சுஸ்/Antiochus 13, 16, 17, 64, 65, 68, 106, 261, 262, 267, 268, 364, 381
அந்தேகிநா/Antekina 37, 65
அபவஹ/Apavaha 73
அபவாஹ/Apavāha 73
அபாபாதத்தம் பாஸுவிஹாலதம்/apābādhataṃ phāsuvihālataṃ 151
அபிதர்ம/abhidharma 159
அபிப்ரிதம்/Abhipretam 160
அபிஷேக/abhiṣeka 18, 22, 23, 28, 140
அமவுரி-தே-ரெயின்கோர்ட்/Amaury de Reincourt 353
அமிட்ரோகேட்ஸ்/Amitrochates 13
அமித்ரகாதா/Amitraghāta xxxvii
அம்பிகஜநிகா/aṃbikajanikā 89
அயோனியா/Ionia 6, 416
அரராஜ்/Ararāj 109, 120, 397
அராமெயம்/Aramaic 84, 110, 394
அர்த்தசாஸ்த்ர/Arthashastra 300, 314, 404
அர்ஸமேஸ்/Arsames 18, 84
அர்ஹாமி/Arhāmi 152
அலம்பா/Alambha 208
அலஹாபாத்-கோஸம்/Allahabad-Kosam 109, 390, 391
அலஹாபாத்-கோஸம்பி/Allahabad-Kosambi 390, 391
அலஹாமி/Alahāmi 152
அலிகஸுந்தரா/Alikasundara 65
அலிகஸுந்தலே/Alikasundale 37, 65, 381
அலியவஸாணி/Aliyavasāṇi 150, 154, 390
அல்ஸ்டார்ஃப்/Alsdorf 162, 384, 390
அவிஜிதா/Avijita 64
அவிஹிம்ஸா/avihiṃsā 208
அவிஹிஸா/Avihisā 208
அவெஸ்தா/Avesta 199
அஜதஸத்து/Ajatasattu 168, 171, 172
அஜித கேஸகம்பலி/Ajita Kesakambali 297
அஸந்திமித்தா/Asandhimittā xxix
அஸீல/Asīla 238
அஸ்வகோஷ்/Ashvaghosha 349
அஸ்வன்/Aswan 113
அஹிம்ஸகா/Ahimsakā 298
அஹ்ரயுரா/Ahraura 110, 357
ஆகமெனீத்/Achaemenid 4, 8, 18, 19, 79, 84, 345
ஆஞபிதம்/Āñapitam 95
ஆடவிகா/āṭavika 31
ஆநபயதி/Ānapayati 181
ஆபஸ்தம்பா/Āpastamba 73, 206, 207, 209, 234, 297, 301, 302, 306, 326, 327, 328, 329, 330
ஆலபிது/ālabhitu 208
ஆலப்/ālabh 89
ஆலிவர் ஃப்ரெய்பெர்கர்/Oliver Freiberger 311
ஆவாஸா/āvāsa 165
ஆஜீவிகர்கள்/Ājīvikas 289, 325, 351, 413
ஆஜீவிகேஹி/ājīvikehi 351

ஆஸ்கர் வான் ஹினுபெர்/Oskar von Hinüber 85
இச்சாமி/icchāmi 160
இண்டிகா/Indica 10
இதி/ithi 89
இர்வின் ஆலன் சியலி/Irwin Allan Sealy xvi
உதுபாந/udupāna 89
உதேகோலம்/Udegoḷam 110, 357, 358
உத்தனா/uthāna 59
உத்தானா/utthāna 59
உபாசகர்/Upāsaka 129, 134, 150, 159, 166, 167, 178, 179, 246, 284, 286, 359, 390, 391, 413
உபாசிகா/Upāsikas 413
உபாதிஸபஸின்/Upatisapasine 150, 157, 390
உபிந்தர் சிங்/Upinder Singh 20, 39, 204, 207, 337
உபோஸதா/Uposatha 138, 154, 166, 167, 212, 391, 392, 405, 413
உல்ரிச் ஷ்னைடரின்/Ulrich Schneider 362
உஜ்ஜயின்/Ujjain 17, 18, 38, 42
எபிரஸ்/Epirus 65, 381
எரன்னபோஸ்/Erannoboas 9
எர்ராகுடி/Erragudi 108, 110, 357, 358, 360, 361, 374
ஏ எஸ். பாஷம்/A.L. Basham 175, 289
ஐலா/Isila 42, 86, 358
ஒகபிந்தா/Okapinda 212, 404
ஃபிரூஸ் ஷா துக்ளக்/Firuzshah Tughluq 113
ஃபெரோ ஹாட்ஷெப்சூட்/Pharaoh Hatsheput 113
கடோத்கசன்/Ghatotkaca 19
கத்யயனா/Katyayana 215
கந்தக்/Gandak 120
கந்தஹார்/Kandahar 29, 110, 139, 394, 395, 397
கந்தாரர்கள்/Gandharas 73, 259, 281, 286, 368
கம்போஜர்கள்/Khamhojaṣ 37, 73, 281, 286, 368
கரகுச்சந்தா/Krakucchanda 119
கரவேலா/Kharavela 19, 352

கரோஸகள்/krosas 56, 183, 268
கரோஷ்தீ/Kharoṣṭhī 79, 80, 81, 108, 109
கர்தவ்யம்/kartavyam 304
கர்மகரா/Karmakara 73
கர்மதரயா/Karmadharaya xxxviii
கலதிக/Kalatika 393
கலுவகி/Kaluvaki 103, 392
கல்ஸி/Kalsi 108, 361, 374
கனஜனஹல்லி/Kanaganahalli 142, 352
காதேஜ்/Carthage 34, 35
காபோதா/Kāpota 298
கார்ல் பார்த்/Karl Barth 278
காவிமாத்/Gavimath 110, 357
காவின் ஃப்ளாட்/Gavin Flood 74
கான்ஸ்டன்டைன்/Constantine xxviii, 174
கிக்யோ ஐடோ/Gikyo Ito 397
கிரகரி சோபன்/Gregory Schopen 252
கிரகஸ்தா/grhastha 377
கிரஹ்யஸஊத்ரம்/grhyasūtra 306, 307
கிரான்ட் பார்க்கர்/Grant Parker xxxiv, 85
கிர்னார்/Girnar xxxvi, 90, 91, 92, 108, 361, 374
கிளிஃபர்ட் கீயர்ட்ஸ்/Clifford Geertz 265
கிறிஸ்டோஃபர் பெக்வித்/Christopher Beckwith xxxv, 295
கும்ரஹர்/Kumrahar 119
குஜர்ரா/Gujarra 110, 357
குஷிநாரா/Kushinara 397
கென்னத் ஸைஸ்க்/Kennath Zysk 69
கே. ஆர். நார்மன்/K.R. Norman 88, 175, 176
கேரளப்புத்ரர்கள்/Keralaputras 36, 68, 106, 267, 364, 414
கைபர் பாக்துங்க்வா/khyber pakhtunkhwa 79
கோணாகமனா/Konakamana 84, 119, 129, 145, 394, 414
கோதிஹவா/Gotihava 119
கோமஜீனி/Commagene 261
கோரிந்த்/Corinth 65, 381
கோஸம்/Kosam 109
கோஸம்பி/Kausambi 12, 109, 110, 165, 390, 391
கௌடில்யர்/Kautilya 169, 171, 172, 173

அசோகர் 433

கௌதாலீ/Kauddālī 298
க்வின்/Qin 333
க்ளவுஸ் கார்டுனன்/Klaus Karttunen 10
க்ளார் மாயெஸ்/Claire Maes xvii
சகலே/sakale 105
சங்கபேதம்/saṅghabheda 163
சங்கமித்தா/Sanghamitta xxiii
சங்கஸா/Sankasa xxv
சங்கிஸா/Sankisa 121
சஞ்சய பெலத்திபுத்தா/Sanjaya Betatthiputta 297
சண்ட அசோகா/caṇḍa aśoka 131
சதபத பிராமணம்/Śatapatha Brāhmaṇa 200
சத்தர்மா/saddharma 151
சத்யபுத்ரர்கள்/Satiyaputras 36, 68, 106, 267, 364, 414
சந்நதி/Sannati 361, 383, 384
சபடா/Capaḍā v, xviii, 81, 115, 361
சமகே/samage 173
சமக்கா/samaggā 172, 173
சமபா/Samapa 42, 89, 383
சமயா/samaya 163
சமவாய/samavāya 322
சமாஜா/samāja 300, 302
சமாஹ்வயா/samāhvaya 209
சமூஹா/Samūhā 298
சம்கீதி ஸுத்தாந்தா/Saṃgīti Suttanta 154
சம்தகா/Samdaka 212, 404
சம்நிவாஸா/samnivāsa xxix
சம்படிபதி/sampaṭipati 226
சம்போதி/sambodhi 142, 372
சம்ப்ரக்ஸாலநீ/Samprakṣālanī 298
சம்ப்ரதீ/Samprati 345
சம்ப்ரதிபத்தி/sampratipatti 226
சம்மதியா/Sammatiya 351
சம்மாபரிப்பாஜநியஸுத்தா/Sammāparibbājaniyasutta 155, 156
சம்யமா/samyama 316
சம்ஹதா/samhata 170, 173
சயமா/sayama 316
சர்மரா/srmara 404
சர்வத்ரா/sarvatra 106

சர்வஸ்திவதா/Sarvastivada 351
சவதர்மம்/savadharma 207, 329
சவதா/savatā 106
சவபாஸந்தா/svapāsaṇḍa 277
சவபாஸம்தபூஜகோ/savapāsaṃdapūjako 352
சவம்/savaṃ 105
சஹஸ்ரம்/Sahasram 110, 357, 359
சாக-பார்திவ/śāka-pārthiva 215
சாக-போஜி-பார்திவா/śāka-bhoji-pārthiva 216
சாங்ஃபெங் லீ/chongfeng Li 349
சாஞ்சி/Sanchi 110, 119, 120, 122, 124, 149, 162, 165, 182, 183, 390, 391
சாதவாஹன/Sātavāhanas 19, 352
சாமன்ன-ஃபல ஸுத்தா/Sāmañña-phala Sutta 297
சாமுக்கம்ஸிகா தம்மதேஸநா/sāmukkaṃsikā dhammadesanā 153
சாரா/sāra 319
சாரிபுத்தஸுத்தா/Sāriputtasutta 157
சாரிபுத்தா/Sariputta 157
சார்நாத்/Sārnāth 27, 96, 110, 118, 119, 120, 122, 123, 149, 153, 154, 162, 165, 191, 351, 355, 390, 391, 393
சார்லமேன்/Charlemange xxviii
சாலா/sāla' 319
சான்டா/sāṇḍā 404
சிகித்ஸகா/cikitsaka 70
சிகித்ஸா/cikitsā 70
சிகிஸா/Cikisā 70
சிசெரோ/Cicero xxx
சித்தாபூர்/Siddapur 110, 357, 358
சிம்ஹகோஷா/simhaghoṣa 122
சிம்ஹாஸநா/simhāsana 121
சிரமணப்ராமணம்/śramaṇabrāhmaṇam 294
சிரமணப்ராமணா/śramaṇabrāhmaṇa 293, 325
சிலத்திக ஸியா/cilaṭṭike siyā 344
சிலா-தம்பே/silā-thambe 111
சுப்ரியேக்ஸ/Supriyeksa xlii, 393
சுமித் குஹா/Sumit Guha 25, 33, 39

சுவர்ணகிரி/Suvarṇagiri 38, 41, 42, 56, 86, 360

சுனார்/Chunar 116

சுஸ்மிதா பாசு மசூம்தார்/Susmita Basu Majumdar xvii

சூசன் ஹன்டிங்டன்/Susan Huntington 122

செய்யது அலீ நதீம் ரெஸாவீ/Syed Ali Nadeem Rezavi 114

செலுக்கஸ் நிகேடர்/Seleucus Nikator 7

சொஃபிஸ்ட்/Sophist 13

சோபன்/Schopen 252

சோபாரா/Sopara 108, 361

டயாட்ரைப்/diatribé 285

டாக்ஸிலா/Taxila 41, 79, 383, 388, 397

டாரியஸ்/Darius 18, 84

டிமோதி லூபின்/Timothy Lubin xvii, 306

டிம் டைஸன்/Tim Dyson 12, 25

டில்லி-டோப்ரா/Delhi-Topra 109, 397, 406

டில்லி-மிரார்ஹ்/Delhi-Mirarh 109

டிஷ்யா/Tishya 211

டீடர் ஸ்க்லிங்லாஃப்/Dieter Schlingloff 11

டீயஸ்/Deus 332

டைமேச்சுஸ்/Diemachus 13

டொனால்ட் டேவிஸ்/Donald Davis xvii

ட்ரெவர் லிங்/Trevor Ling 175

தத்புருஷா/tatpuruṣa xxxvii

தம்ம-தம்பானி/dhamma-thambāni 124

தம்ரபர்ணியர்கள்/Tamraparnis 36, 68, 106, 267, 364, 382

தர்ம அசோகா/dharma aśoka 131

தர்ம-ஆவஸதா/dharma-āvasatha 315

தர்மசக்ரப்ரவர்தனசூத்ரா/dharma-cakra-pravartana-sūtra 121

தர்மயாத்ரா/dharmayātrā 254

தர்மலிபி/dharmalipi 194, 250, 255

தர்மவிஜயா/dharmavijaya 202, 379

தர்ம-விஜ்ஜிதா/dharma-vijjita 175

தர்மன்/dharman 327

தர்மஸ்தம்பா/Dharmastambha 252

தர்மேண/dharmeṇa 253

தர்ஷின்/darśin xxxvii

தவண்த்வா/Dvandva 294

தவலி/Dhauli 89, 108, 109, 110, 361, 374, 383, 384

தஶரதா/Dasharatha 345

தாமஸ் ட்ராட்மான்/Thomas Trautmann xvii, 8

தாலமி ஃபிலதெல்பஸ்/Ptolemy Philadelphus 13, 65, 381

திக நிகாயா/Dīgha Nikāya 154

திபவம்ஸா/Dipavamsa xxiii

திபிடகா/Tipiṭaka 153

தியோஸ்/theos 332

திரிபேணி/Tribeni 120

தில்பீ சக்கரவர்த்தி/Dilip Chakrabarti xvi, 98

திவாலா/Tivala 103, 392

தின்-இ-இலாஹி/Din-i Ilahi 352

துருவா/Dhruvā 298

துலமாயர்/Tulamayas 37, 65, 381

தூதா/dūta 260

தேவவர்மன்/Devavarman 345

தொஸாலி/Tosali 17, 41, 42, 44, 89, 383, 384, 386

நகரவ்யோஹலகா/nagaravyohalaka 44

நந்தசாரா/Nandasāra xxxvii

நந்தன்கர்ஹ்/Nandangarh 109, 120, 397

நபபங்கிட்டர்கள்/Nabhapankits 37, 73, 382, 415

நப்ககர்கள்/Nabkakas 37, 382

நயன்ஜோத் லாஹிரி/Nayanjot Lahiri xvi, xxix, 98, 353

நா'மா பட்-எல்/Na'ama Pat-EL xvii, 394

நாகசேனா/Nagasena 218

நாதபுத்தா/Nataputta 297

நாதன் மெக்வர்ன்/Nathan McGovern 295

நிகந்த நாதபுத்தா/Nigantha Nataputta 297

நிகம்டா/nigaṃta 290

நிகலி-சாகர்/Nigali-sagar 145, 393

நிகாயா/nikāya 158, 159, 311, 390, 406

நிகோஹ/Nigoha 392

நிக்லிவா/Nigliva xlii, 129, 182, 414

நித்தூர்/Nittur xxxv, 110, 357, 358

நியதி/Niyati 413

நிர்க்ரந்தா/Nirgrantha 290, 295, 415

பகம்தே/pakamte 57, 134

அசோகர் 435

பகுத கச்சாயனா/Pakudha Kaccayana 297
பக்வான் ஜோஷ்/Bhagwan Josh 353
பங்கஜ் சக்கரவர்த்தி/Pankaj Chakraborty xvii
பங்குரரியா/Panguraria xxxviii, 18, 110, 146, 266, 357, 359, 394
பஞ்சசீலம்/pañcaśīla 187, 236, 237
படமயர்கள்/Bhatamayas 259, 368
பத்ராசாரா/Bhadrasāra xxxvii
பந்தே/bhante 150
பம்பனிபியர்கள்/Bambhanibhiyas 259, 368
பம்னா-சசே/pamna-sase 404
பரக்கம்மா/parakkamma 158
பரக்ரமதே/Prakramate 57
பரபாஸந்தா/parapāsanda 277
பரபோஸா/Prabhosa 116
பராக்ரமதி/parākramati 134
பராக்ரமதே/parākramate 57
பராபர்/Barabar xlii, 110, 117, 124, 243, 244, 289, 292, 351, 357, 392, 393
பலகம்தே/palakamte 57, 134
பலாதர்கள்/Paladas 37, 73, 382, 415
பலிகுந்து/Paligundu 110, 357
பற்தகா/bhrtaka 72
பஜா/pajā 89
பஜோஹிதவியே/pajohitaviye 208
பஸத/pasada 279
பஹபூர்/Bahapur 110
பஹு-தாவதகே/bahutāvatake 29
பஹு-ஸுதா/bahu-suta 323
பஹு-ஸ்ருதா/bhau-sruta 225
பாகண்த/pākhanda 279
பாகிநீ/bhaginī 89
பாடிமொக்க/Pātimokkha 153
பாபிலோனியா/Babylonia 7
பாலநீ/Pālanī 298
பால் கேன்ட் அன்டர்சன்/Paul Kent Andersen 358
பால் கோஸ்மின்/Paul Kosmin 7, 8, 13, 66
பால் ரிச்மேன்/Paul Richman xxii
பால்செரோவிச்/Balcerowicz 289
பாவா/bhava 316

பாஸந்தா/Pāsanda 30, 44, 71, 74, 102, 149, 161, 185, 196, 198, 202, 203, 204, 225, 235, 242, 258, 259, 263, 273, 274, 275, 276, 277, 278, 279, 280, 281, 282, 283, 284, 285, 286, 288, 289, 290, 291, 292, 293, 295, 296, 297, 299, 300, 303, 307, 308, 309, 310, 311, 312, 313, 314, 315, 316, 317, 318, 319, 320, 321, 322, 323, 324, 325, 328, 330, 331, 335, 336, 338, 339, 340, 346, 347, 351, 352, 354, 368, 371, 377, 378, 379, 380, 395, 406, 409, 415
பாஸம்த/pāsamda 279
பா-ஷியான்/Fa-hsien xxv
பிதிநிகர்கள்/Pitinikas 37, 73, 259, 281, 286, 368, 382, 415
பிந்துஸாரர்/Bindusara xxxvii, 9, 12, 13, 14, 16, 17, 20, 65, 66
பியோதஸஸ்/Piodasses 261, 395, 396, 415
பிரக்ருதி/prakṛti 334
பிரடெரிக் ஆஷர்/Frederick Asher 111, 114, 125
பிரதேசிகர்கள்/Pradesikas 41, 44, 416
பிரமாணங்கள்/Brahmanas 201, 204
பிரமாணா/pramāna 327
பிரம்மன்யா/brahmanya 348
பிரவ்ரஜிதா/pravrajita 283, 288, 295, 314, 317, 326, 377
பிரஜா/prajā 51, 334
பிரஹோதவ்யா/Prahotavya 208
பிரஹ்மகிரி/Brahmagiri 42, 56, 86, 110, 357, 358
பிராகிருதம்/Prakrit 62, 108, 109, 110, 166, 254, 288, 290
பிராணா/prāna 209, 210
பிரான்சிஸ்கோ அட்ரடோஸ்/Francisco Adrados 261
பிரியதர்ஷின்/priyadarśin xxxiv, xxxvi
பிரிரிடன்/Brereton 377
பிரிஹத்ரதா/Brihadratha 345

பிருஹதாரண்யக உபநிஷத்/Bṛhadāraṇyaka Upaniṣad 19, 201
புதஷகே/budhaśake 134
புத்சாகா/budhsaka 129
புத்தவசனா/Budhhavacana 326
புத்ர/putra 89
புராண காசியபர்/Purana Kassapa 297
புருஷா/puruṣa 384
புனர்பூசம்/Punarvasu 415
புஷ்ய/Pushya 211
பூதா/bhūta 210
பென் கியர்னன்/Ben Kiernan 35
பெஹிஸ்துன்/Behistun 84
பைரத்/Bairat 83, 110, 130, 149, 160, 161, 165, 182, 185, 203, 240, 246, 254, 357, 389
போதி/Bodhi xxiii, 142, 160
போத் கயா/Bodh Gaya 142, 143
போஜர்கள்/Bhojas 37, 73, 281, 286, 368, 382, 415
பௌஷா/Pausha 211, 414
ப்ரக்ரமதி/prakramati 134
ப்ரஸம்த/prasaṃḍa 279
மகா/Maka 65
மகேஷி/Mahesī xxix
மக்காலி கோஸலா/Makkhali Gosala 297, 413
மங்கலானீ/maṅgalāni 306
மத்ஸ்ய புராணம்/Matsya Purana xxiv
மநுயிய/manueya 155
மந்ஸேஹ்ரா/Mansehra 108, 361, 374
மம்கலம்/maṃgalam 306
மஜ்ஹிம நிகாயா/Majjhima Nikāya 158
மஸ்கி/Maski xxxv, 110, 129, 133, 134, 357
மஹாலக/mahalaka 89
மஹாவம்ஸா/Mahavamsa xxiii, 343
மஹிதாயொ/mahiḍāyo 89
மாகாஸ்/Magas 65, 381
மாக்ஸ் டீக்/Max Deeg xxiv, 349, 350
மாடெலின் பியர்தியூ/Madeleine Biardeau 347
மாதுர்யா/mādhurya 104, 107
மார்கசிர்ஷா/Margasirsa 141

மாஸெடோனியா/Macedonia xxx, 5, 13, 65, 381
மிகா/miga 363
மிர்ஸாபூர்/Mirzapur 116
மிலிந்தபன்ஹோ/Milindapañho 218
முண்டா/Munda 279
முத்ராராக்ஷஸ/Mudrarakshasa 7
முல்தான்/Multan 34
முனிகாதா/Munigāthā 150, 155, 390
முனிஸுத்தா/Munisutta 155
மெகஸ்தனிஸ்/Megasthenes xxxi, 10, 11, 12, 57, 67, 293, 299
மேக்ஸ் முல்லர்/Max Muller 80
மைக்கலாஞ்சலோ/Michelangelo 123
மைக்கேல் காகார்/Michael Gagarin xvii, 395
மோநேயஸூதே/Moneyasūte 150, 155, 157, 159, 390
மோனிகா ஸின்/Monica Zin 142, 352
ம்ருக/Mṛga 363
யாதா/yātā 372
யாத்ரா/yātrā 143, 372, 373
யூக்தர்கள்/Yuktas 41, 44, 45, 416
யூஸெபெயா/Eusébeia 261, 262, 319
யோனா/Yona 6, 416
யோஜனா/Yojana 17, 65
ரதன்பூர்வா/Rathanpurva 110, 357
ரஸ்த்ரிகர்கள்/Rastrikas 41
ராபர்ட் பெல்லா/Robert Bellah 335
ராபர்ட் லிங்கத்/Robert Lingat xxii
ராபின் லேன் ஃபாக்ஸ்/Robin Lane Fox 34
ராம்பூர்வா/Rāmpūrvā 109, 120, 121, 397
ராஜகஹா/Rajagaha 302
ராஜன்யா/rājanya 74
ராஜஸூயா/rājasūya 23, 140
ராஜீவ் பார்கவா/Rajeev Bhargava xvii, 275, 313, 337, 339
ராஜுகர்கள்/Rajukas 39, 41, 44, 45, 46, 53, 263, 264, 401, 416
ராஜுல-மந்தகரி/Rajula-Mandagari 110
ரிச்சர்ட் சாலமன்/Richard Salomon xvii, xxvi, 30, 79, 99

அசோகர் 437

ரிஸ்திகர்கள்/Ristikas 73, 259, 281, 286, 368, 416
ருத்ரதாமன்/Rudradaman xxxvi, 353
ரூப்நாத்/Rupnath 110, 357, 359
ரைஸ் டேவிட்ஸ்/Rhys Davids 154
லாகுலோவாடே/Lāgulovāde 150, 390
லாவுரிய–அரராஜ்/Lauriyā-Araraj 109
லாவுரிய–நந்தன்கர்ஹ்/Lauriya-Nandangarh 109
லாஜா/lājā xxxiii, xxxviii, 83, 88, 105
லிகிதா/likhita 181
லிச்சாவி/Lichaavi 19
லிபி/lipi 97, 250
லுத்விக் அல்ஸ்டார்ஃப்/ludwig Alsdrof 162
லும்பினீ/Lumbinī xlii, 54, 55, 83, 114, 119, 120, 123, 144, 182, 183, 351, 357, 393, 394
லேகாபிடா/lekhāpitā 95
வக/vaca 55
வகபூமிக்கா/vacabhūmikā 55
வக்கா/vacca 55
வதா/vadha 402
வதி/vadhi 319, 407
வர்தி/vrddhi 407
வஜ்ஜிகள்/Vajjis 171, 172
வஸ்ஸகரா/Vassakara 168, 171, 172
வாங்/Wong 275
வால்போலா ராகுலா/Walpola Rahula 175
வானப்பிரஸ்தம்/vānapratha 298
விசாகதத்தர்/Vishakhadatta 7
விதிசாதேவி/Vidisādevī xxix
விநய பிடகா/Vinayapitaka xxiii, 153
வினயஸமுகஸே/Vinayasamukase 150, 153
விந்துசாரா/Vindusāra xxxvii
வியூதேநா/vyuthenā 138
விரக்தா/virakta 334
விஜிகீஷு/vijigīṣu 6, 26
விஜிதா/vijita 26, 64, 67, 379
விஹாரயாத்ரா/vihārayātrā xxxviii
விஹிம்ஸா/vihiṃsā 208
விஹிஸா/vihisā 208
வூ/Wu 349
வேஸலீ/Vesalī 120

வைஷாலி/Vaishali 121
வ்ருஸலா/vṛśala 7
ழான்–ஜேக் ரூஸோவ்/Jean-Jacques Rousseau 335
ஐதிங்கா–ராமேஷ்வரா/Jatinga-Ramesvara 110, 357, 358
ஜலுதா/Jalutha 393
ஜனபாதா/jānapada 45, 314
ஜாம்புத்விபா/Jambudvipa 24, 57, 61, 132, 136, 177, 260. 359, 416
ஜாவுகடா/Jaugada 89, 108, 110, 361, 374, 383, 384, 386
ஜானிஸ் லியோஷ்கோ/Janice Leoshko xvii
ஜான் இர்வின்/John Irwin 118
ஜான் ஸ்ட்ராங்/John Strong xvii, 222
ஜினா/Jina 121, 202
ஜீவா/Jīva 209, 210
ஜூலியன்/Julian xxx
ஜெரார்ட் ஃபஸ்மன்/Gérard Fussman 38, 40
ஜே.சி. ரைட்/J.C. Wright 138
ஜேம்ஸ் ஃபவ்லர்/James Fowler 278
ஜேம்ஸ் ஃபிட்ஸ்ஜெராட்/James Fitzgerald 348
ஜேம்ஸ் ப்ரின்செப்/James Prinsep xxv, 353
ஜோயல் பிரெரட்டன்/Joel Brereton xvii, 105, 279
ஜோஹானீஸ் ப்ராங்ஹோர்ஸ்ட்/Johannes Bronkhorst 75, 187
ஸம்ஸலன/saṃsalana 166
ஸாக்ஸீஸ்/Xerxes 19
ஸாது/Sādhu 90, 229, 230, 253, 364, 399
ஸித்தேச்சா/Siddhecchā 299
ஸிலா–தம்பே/silā-thaṃbe 111
ஸிலோஞ்சா/Śiloñchā 298
ஸீல/Sīla 238
ஸுட்டனிபாதா/Suttanipāta 155, 203, 310
ஸுநேயு/Suneyu 322
ஸுஸூஸேயு/susūseyu 322
ஸ்ருஸா/susrusa 225
ஸைரீன்/Cyrene 65
ஸோணா/Śoṇa 9
ஸோன்/Son 9

ஸ்டான்லி தம்பையா/Stanley Tambiah 348
ஸ்டீபன் ஜேமிஸன்/Stephanie Jamison 105, 287, 288
ஸ்டேடு/Stade 57
ஸ்தவிர/sthavira 89
ஸ்த்ரியக/striyaka 89
ஸ்பஸு/spasu 89
ஷண்ணிவர்திநீ/Ṣaṇṇivartinī 298
ஷத்தாதன்வன்/Shatadhanvan 345
ஷப்தலம்காரா/śabdālaṃkāra 105
ஷாபாஸ்கர்ஹி/Shahbazgarhi 108, 361
ஷாலிஸுல்கா/Shalishulka 345
ஷ்னைடர்/Schneider 89
க்ஷத்ரா/Ksatra 201
ஹாதிகும்பா/Hathigumpha 19, 352
ஹன்/han 89
ஹன்டிங்டன்/Huntington 122
ஹாய்ன்ஸ் பெக்கர்ட்/Heinz Bechert 163

ஹாரி ஃபால்க்/Harry Falk xv, xvii, xxvi, xxviii, xxxviii, 18, 54, 88, 98, 99, 114, 120, 123, 144, 145, 178, 292, 351, 393, 394
ஹார்மூத் ஷார்ஃபெ/Harmut Scharfe xxxiv
ஹி/he 275
ஹிந்து குஷ்/Hindu Kush 6
ஹிரண்யவாஹா/Hiraṇyavāhā 9
ஹிஸ்டாபெஸ்/Hystapes 18, 84
ஹூஒல்ட்ச்/Hultzsch 391
ஹெகெஸந்தர்/Hegesandar 13
ஹெடா/hetā 103, 392
ஹெர்மன் ஓல்டன்பெர்க்/Hermann Oldenberg xxiii
ஹெர்மன் டீகென்/Herman Tieken xvii, 104
ஹெல்லனியே/Hellenistic xxxiv, 6, 8, 9, 12, 13, 14, 15, 16, 37, 64, 65, 66, 88, 104, 113, 261, 262, 285, 291, 382, 416
ஹோஸியோடெஸ்/hosiótes 262

குறிப்புகள்